ವಿಶ್ವಕಥಾಕೋಶ

ಸಂಪುಟ – ೧

ಪ್ರಧಾನ ಸಂಪಾದಕ
ನಿರಂಜನ

ಧರಣಿಮಂಡಲ ಮಧ್ಯದೊಳಗೆ

22 ಕನ್ನಡ ಕಥೆಗಳು

ನವಕರ್ನಾಟಕ ಪ್ರಕಾಶನ

DHARANIMANDALA MADHYADOLAGE (Kannada)
An anthology of short stories, being the first volume of Vishwa Kathaa Kosha, a treasury of world's great short stories in 25 volumes in Kannada.
Editor-in Chief : Niranjana. Editors : S. R. Bhat, C. R. Krishna Rao, C. Sitaram.
Secretary : R. S. Rajaram

Fourth Print : 2019 Pages : 200 Price : ₹ 125
Paper : 70 gsm Maplitho 18.6 Kgs (1/8 Demy Size)

ಮೊದಲನೇ ಮುದ್ರಣ : 1980
ಮರುಮುದ್ರಣಗಳು : 2011, 2012
ನಾಲ್ಕನೇ ಮುದ್ರಣ : 2019

ಪ್ರತಿಗಳ ಸಂಖ್ಯೆ : 500

ಪ್ರಧಾನ ಸಂಪಾದಕ : ನಿರಂಜನ
ಸಂಪಾದಕರು : ಎಸ್. ಆರ್. ಭಟ್, ಸಿ. ಆರ್. ಕೃಷ್ಣರಾವ್, ಸಿ. ಸೀತಾರಾಮ್
ಕಾರ್ಯದರ್ಶಿ : ಆರ್. ಎಸ್. ರಾಜಾರಾಮ್
ಕಲಾ ಸಲಹೆಗಾರರು : ಎಸ್. ರಮೇಶ್, ಕಮಲೇಶ್, ಅಮಿತ್

ಕೃತಿಸ್ವಾಮ್ಯ : ಆಯಾ ಕಥೆಗಳ ಲೇಖಕರದ್ದು / ಲೇಖಕರ ವಾರಸುದಾರರದ್ದು

ಬೆಲೆ : ₹ 125

ಮುಖಚಿತ್ರ : ಕಮಲೇಶ್

ಪ್ರಕಾಶಕರು
ನವಕರ್ನಾಟಕ ಪಬ್ಲಿಕೇಷನ್ಸ್ ಪ್ರೈವೆಟ್ ಲಿಮಿಟೆಡ್
ಎಂಬೆಸಿ ಸೆಂಟರ್, ಕ್ರೆಸೆಂಟ್ ರಸ್ತೆ, ಬೆಂಗಳೂರು – 560 001
ದೂರವಾಣಿ : 080–22161900 / 22161901 / 22161902

ಶಾಖೆಗಳು/ ಮಳಿಗೆಗಳು
ನವಕರ್ನಾಟಕ, ಕ್ರೆಸೆಂಟ್ ರಸ್ತೆ, ಬೆಂಗಳೂರು – 1, ✆ 080–22161913/14, Email : nkpsales@gmail.com
ನವಕರ್ನಾಟಕ, ಕೆಂಪೇಗೌಡ ರಸ್ತೆ, ಬೆಂಗಳೂರು – 9, ✆ 080–22203106, Email : nkpkgr@gmail.com
ನವಕರ್ನಾಟಕ, ಕೆ.ಎಸ್. ರಾವ್ ರಸ್ತೆ, ಮಂಗಳೂರು – 1, ✆ 0824–2441016, Email : nkpmng@gmail.com
ನವಕರ್ನಾಟಕ, ಬಲ್ಮಠ, ಮಂಗಳೂರು – 1, ✆ 0824–2425161, Email : nkpbalmatta@gmail.com
ನವಕರ್ನಾಟಕ, ರಾಮಸ್ವಾಮಿ ವೃತ್ತ, ಮೈಸೂರು–24, ✆ 0821–2424094, Email : nkpmysuru@gmail.com
ನವಕರ್ನಾಟಕ, ಸ್ಟೇಷನ್ ರಸ್ತೆ, ಕಲಬುರಗಿ – 2, ✆ 08472–224302, Email : nkpglb@gmail.com

ಮುದ್ರಕರು : ಪ್ರಿಂಟೆಕ್ ಪ್ರಿಂಟರ್ಸ್, ಬೆಂಗಳೂರು – 560 079

0401195294 **ISBN 978-81-8467-200-8**

Published by Navakarnataka Publications Private Limited, Embassy Centre Crescent Road, Bengaluru - 560 001 (India). Email : navakarnataka@gmail.com

ಅರ್ಪಣೆ

ನಿರಂಜನ
(1924–1991)

ಇವರ ನೆನಪಿಗೆ

3

ಪರಿವಿಡಿ

4

ಪ್ರಕಾಶಕರ ನುಡಿ

1980. ಇದು ನವಕರ್ನಾಟಕ ಪ್ರಕಾಶನ ಸಂಸ್ಥೆಯ 20ನೇ ಹುಟ್ಟು ಹಬ್ಬದ ವರ್ಷ. ಈ ಸಂದರ್ಭದ ನೆನಪಿಗಾಗಿ ಕೆಲವು ಉತ್ಕೃಷ್ಟ ಸಾಹಿತ್ಯ ಕೃತಿಗಳನ್ನು ಪ್ರಕಟಿಸಬೇಕೆಂಬ ಹಂಬಲ ನಮ್ಮನ್ನು ಕಾಡಿತು. ಅದರ ಪರಿಣಾಮವಾಗಿ ವಿಶ್ವಕಥಾಕೋಶ ಯೋಜನೆ ರೂಪುಗೊಂಡಿತು.

ಜಗತ್ತಿನ ಸಾರಸ್ವತ ಭಂಡಾರದ ಒಂದು ಭಾಗವನ್ನು ಕನ್ನಡ ಓದುಗರ ಮುಂದೆ ವಿಶ್ವಕಥಾಕೋಶ ತಂದಿಡುತ್ತದೆ. ನಾನಾ ದೇಶಗಳಿಂದ, ಭಾಷೆಗಳಿಂದ ಆಯ್ದ ಸುಮಾರು 400 ಸಣ್ಣ ಕಥೆಗಳ ರಸದೌತಣ ಓದುಗರಿಗಾಗಿ ಇದರಲ್ಲಿ ಕಾದಿದೆ. ಭಾರತೀಯ ಭಾಷೆಗಳಲ್ಲಿ ಇಂತಹ ಒಂದು ಪ್ರಕಟಣೆ ಇದೇ ಮೊತ್ತಮೊದಲನೆಯದು.

ಇದೊಂದು ಬೃಹತ್ ಯೋಜನೆ, ಒಟ್ಟು 25 ಸಂಪುಟಗಳಲ್ಲಿ ಇದರ ಪ್ರಕಟಣೆ. ಅವುಗಳಲ್ಲಿ 'ಧರಣಿಮಂಡಲ ಮಧ್ಯದೊಳಗೆ', 'ಆಫ್ರಿಕದ ಹಾಡು', 'ಕಾಡಿನಲ್ಲಿ ಬೆಳದಿಂಗಳು' ಮತ್ತು 'ಚೆಲುವು' ಎಂಬ ಮೊದಲ ನಾಲ್ಕು ಸಂಪುಟಗಳನ್ನು ಈಗ ಓದುಗರ ಕೈಗಿಡುತ್ತಿದ್ದೇವೆ. ಇದು ಈ ವರ್ಷದ ಯುಗಾದಿಯ ಬಿಡುಗಡೆ. ಮುಂದೆ ದೀಪಾವಳಿಯಂದು ಇನ್ನೂ ನಾಲ್ಕು ಸಂಪುಟಗಳು ಹೊರಬೀಳುತ್ತವೆ. ತದನಂತರ 1981 ಮತ್ತು 1982ರ ಯುಗಾದಿ ಮತ್ತು ದೀಪಾವಳಿಗಳಂದು ಉಳಿದ ಸಂಪುಟಗಳ ಬಿಡುಗಡೆ.

ಜಗತ್ತಿನ ಅತ್ಯುತ್ತಮ ಸಣ್ಣ ಕಥೆಗಳ ಈ ಮಹಾ ಸಂಕಲನವನ್ನು ಸಂಪಾದಿಸುವ ಗುರುತರವಾದ ಹೊಣೆಯನ್ನು ಹೊತ್ತವರು ಖ್ಯಾತ ಸಾಹಿತಿಯೂ ಸ್ವತಃ ಶ್ರೇಷ್ಠ ಕಥೆಗಾರರೂ ಆದ ನಿರಂಜನರು. ತಮ್ಮ ಸ್ವಂತ ಕಾರ್ಯಭಾರಗಳನ್ನು ಸ್ವಲ್ಪ ಕಾಲ ಬದಿಗಿರಿಸಿ, ನಮ್ಮ ಮೇಲಿನ ಅಭಿಮಾನದಿಂದ ಈ ಕೆಲಸವನ್ನು ನಿರ್ವಹಿಸಲು ಅವರು ಒಪ್ಪಿದುದು ನಮಗೊಂದು ಹರ್ಷದ ಸಂಗತಿ. ಈ ಸಂಪಾದನ ಕಾರ್ಯದಲ್ಲಿ ಅವರೊಂದಿಗೆ ಸಹಕರಿಸಿದವರು ಶ್ರೀ ಎಸ್. ಆರ್. ಭಟ್, ಶ್ರೀ ಸಿ. ಆರ್. ಕೃಷ್ಣರಾವ್ ಮತ್ತು ಶ್ರೀ ಸಿ. ಸೀತಾರಾಮ್. ಹಾಗೆಯೇ ಮೂಲ ಕಥೆಗಳ ಬೆರಳಚ್ಚು ಪ್ರತಿಗಳನ್ನು ತಾಳ್ಮೆಯಿಂದ ಸಿದ್ಧಪಡಿಸುವುದು ಮಾತ್ರವಲ್ಲದೆ, ಇತರ ಹಲವು ರೀತಿಗಳಲ್ಲೂ ಸಂಪಾದಕ ಮಂಡಲಿಗೆ ಈ ಕೆಲಸದಲ್ಲಿ ನೆರವಾದವರು ಕುಮಾರಿ ಸೀಮಂತಿನೀ ನಿರಂಜನ. ಕಥಾಕೋಶದ ಸಂಪುಟಗಳ ಬಾಹ್ಯಾಕರ್ಷಣೆ ಮತ್ತು ಇತರ ಕಲಾವಿಷಯಗಳ ಬಗ್ಗೆ

ಕಾಳಜಿ ವಹಿಸಿದವರು ನಮ್ಮ ಕಲಾ ಸಲಹೆಗಾರರಾದ ಶ್ರೀ ಎಸ್. ರಮೇಶ್, ಶ್ರೀ ಕಮಲೇಶ್ ಮತ್ತು ಶ್ರೀ ಅಮಿತ್‌ರವರು. ಮುದ್ರಣದ ಬಗ್ಗೆ ಸೂಕ್ತ ಸಲಹೆಗಳನ್ನು ನೀಡಿದವರು 'ಮಯೂರ' ಸಂಪಾದಕ ಶ್ರೀ ಎಂ. ಬಿ. ಸಿಂಗ್‌ರವರು. ಇವರೆಲ್ಲರಿಗೂ ನಾವು ಚಿರಋಣಿಗಳು. ಇವರಲ್ಲದೆ ಪ್ರತಿಯೊಂದು ಸಂಪುಟವನ್ನು ತಯಾರಿಸುವ ಕಾರ್ಯದಲ್ಲೂ ಇತರ ಅನೇಕ ಮಂದಿ ಮಿತ್ರರು ಅನೇಕ ವಿಧಗಳಲ್ಲಿ ನಮಗೆ ಸಹಾಯ ನೀಡಿದ್ದಾರೆ. ಆಯಾ ಸಂಪುಟದ ಕೊನೆಯಲ್ಲಿ ಅವರಿಗೆ ನಮ್ಮ ಕೃತಜ್ಞತೆಗಳನ್ನು ಸಮರ್ಪಿಸಲಾಗಿದೆ.

ವಿಶ್ವಕಥಾಕೋಶದಲ್ಲಿ ಬಳಸಲಾದ, ಕೃತಿಸ್ವಾಮ್ಯವನ್ನು ಹೊಂದಿರುವ ಎಲ್ಲ ಕಥೆಗಳ ಕರ್ತೃಗಳಿಂದ ಅಥವಾ ಅವರ ವಾರಸುದಾರರಿಂದ ಅದಕ್ಕೋಸ್ಕರ ಅನುಮತಿ ಪಡೆಯಲು ಆದಷ್ಟು ಪ್ರಯತ್ನಿಸಿದ್ದೇವೆ. ಒಂದು ವೇಳೆ ಯಾರದಾದರೂ ಬಿಟ್ಟುಹೋಗಿದ್ದರೆ, ಈ ಯೋಜನೆಯ ಮಹತ್ವವನ್ನು ಮನಗಂಡು, ಸಂಬಂಧಪಟ್ಟವರು ನಮ್ಮನ್ನು ಕ್ಷಮಿಸುವರೆಂದು ನಂಬಿದ್ದೇವೆ.

ಇನ್ನು ಈಗ ನಿಮ್ಮ ಮುಂದಿರುವ ನಾಲ್ಕು ಸಂಪುಟಗಳ ಬಗ್ಗೆ. ಇವುಗಳಲ್ಲಿ 'ಧರಣಿಮಂಡಲ ಮಧ್ಯದೊಳಗೆ' ಸಂಪುಟದಲ್ಲಿ ಸೇರಿಸಲ್ಪಟ್ಟಿರುವ ಕಥೆಗಳ ಕರ್ತೃಗಳಿಗೂ ಉಳಿದ ಸಂಪುಟಗಳನ್ನು ಸೊಗಸಾಗಿ ಅನುವಾದಿಸಿದ ಶ್ರೀ ಸಿ. ಸೀತಾರಾಮ್, ಶ್ರೀ ಸಿ. ಪಿ. ರವಿಕುಮಾರ್ ಮತ್ತು ಶ್ರೀ ಜಿ. ಎಸ್. ಸದಾಶಿವ ಅವರಿಗೂ ನಾವು ಋಣಿಗಳಾಗಿದ್ದೇವೆ. ಈ ಸಂಪುಟಗಳನ್ನು ಅಂದವಾಗಿ ಮುದ್ರಿಸಿದ ಶಾಲಿವಾಹನ ಪ್ರಿಂಟರ್ಸ್‌ನ ಶ್ರೀ ಬಿ. ವಿ. ರಾಮಚಂದ್ರಪ್ಪ, ಪ್ರಿಯದರ್ಶಿ ಮತ್ತು ವ್ಯವಸ್ಥಾಪಕ ಮನೋಹರ್ ಸಿಂಗ್ ಅವರಿಗೂ ಮುಖಪುಟ ಗಳಿಗೆ ಅರ್ಥವತ್ತಾದ ಚಿತ್ರಗಳನ್ನು ಬರೆದುಕೊಟ್ಟ ಕಲಾವಿದರು ಶ್ರೀ ಕಮಲೇಶ್, ಶ್ರೀ ಕಾರ್ತಿಕ್, ಶ್ರೀ ಜೆ. ಎಂ. ಎಸ್. ಮಣಿ ಮತ್ತು ಶ್ರೀ ಅಮಿತ್ ಅವರಿಗೂ ನಮ್ಮ ನೆನಕೆಗಳು ಸಲ್ಲುತ್ತವೆ.

ಕಥಾಕೋಶದ ಬಿಡಿ ಸಂಪುಟದ ಬೆಲೆ ರೂ. 10-00. ಒಟ್ಟು 25 ಸಂಪುಟಗಳಿಗೆ ರೂ. 250-00. 'ನವಕರ್ನಾಟಕ ಪಬ್ಲಿಕೇಷನ್ಸ್ (ಪ್ರೈ) ಲಿಮಿಟೆಡ್' – ಈ ಹೆಸರಿಗೆ 200 ರೂ.ಗಳನ್ನು ಡ್ರಾಫ್ಟ್ ಮೂಲಕ ಮುಂಗಡವಾಗಿ ಕಳುಹಿಸಿದವರಿಗೆ, ರೂ. 50/-ರ ರಿಯಾಯಿತಿ ಇದೆ. ಸಂಪುಟಗಳು ಪ್ರಕಟವಾದಂತೆ ನಮ್ಮ ವೆಚ್ಚದಲ್ಲಿ ನಿಮ್ಮ ಮನೆ ಬಾಗಿಲಿಗೆ ಅವುಗಳನ್ನು ತಲುಪಿಸಲಾಗುವುದು.

ಹೀಗೆ 200 ರೂ.ಗಳನ್ನು ಒಂದೇ ಸಲ ಹೊಂದಿಸಲಾಗದವರಿಗೆ ಈ ಸಂಪುಟಗಳನ್ನು ಕೊಳ್ಳುವ ಸಲುವಾಗಿ ಸಾಲ ಸೌಲಭ್ಯ ನೀಡಲು ಸಿಂಡಿಕೇಟ್ ಬ್ಯಾಂಕ್ ಮುಂದೆ ಬಂದಿದೆ. ಸುಲಭ ಕಂತುಗಳಲ್ಲಿ

ಮರುಪಾವತಿ. ಬ್ಯಾಂಕಿನ ಎಲ್ಲ ಶಾಖೆಗಳಲ್ಲಿ ಈ ಸೌಲಭ್ಯ ದೊರೆಯುತ್ತದೆ. ಇದಕ್ಕೋಸ್ಕರ ಸಿಂಡಿಕೇಟ್ ಬ್ಯಾಂಕಿನ ಆಡಳಿತ ವರ್ಗಕ್ಕೆ ನಮ್ಮ ಕೃತಜ್ಞತೆ ಸಲ್ಲುತ್ತದೆ. ಬ್ಯಾಂಕಿನ ಯಾವ ಶಾಖೆಯಲ್ಲಾದರೂ ವಿಚಾರಿಸಿ, ಈ ಸೌಲಭ್ಯವನ್ನು ಇಂದೇ ಪಡೆಯಿರಿ.

ಕಥಾಕೋಶವನ್ನು ಈ ರೀತಿ ಇಡಿಯಾಗಿಯೋ ಬಿಡಿಯಾಗಿಯೋ ಕೊಂಡು ಓದಿದವರ ಪ್ರತಿಕ್ರಿಯೆಗಾಗಿ ನಾವು ಕಾತರರಾಗಿದ್ದೇವೆ. ಇದಕ್ಕಾಗಿ ಪ್ರತಿಯೊಂದು ಸಂಪುಟದ ಕೊನೆಯಲ್ಲೂ ಒಂದು ಪ್ರವೇಶಪತ್ರವನ್ನು ಇರಿಸಿದ್ದೇವೆ. ಈಗ ಪ್ರಕಟವಾಗಿರುವ ಈ ನಾಲ್ಕು ಸಂಪುಟಗಳಲ್ಲಿ ಒಂದೊಂದನ್ನು ಕುರಿತು ನಿಮ್ಮ ವಿಮರ್ಶೆಯನ್ನು ಈ ಪ್ರವೇಶಪತ್ರದೊಂದಿಗೆ ಸೆಪ್ಟೆಂಬರ್ 1980ರೊಳಗೆ ನಮಗೆ ಕಳುಹಿಸಿಕೊಡಿ. ವಿಮರ್ಶೆ ಒಂದು ಸಾವಿರ ಪದಗಳಿಗೆ ಮೀರಬಾರದು. ಉತ್ತಮ ವಿಮರ್ಶೆಗೆ ಸೂಕ್ತ ಬಹುಮಾನವಿದೆ. ಇಷ್ಟು ಹೇಳಿ, ಕಥಾಕೋಶಕ್ಕೆ ನಿಮ್ಮೆಲ್ಲರ ಆದರದ ಸ್ವಾಗತವನ್ನು ಬಯಸುವ,

ಯುಗಾದಿ, 1980 — ಆರ್. ಎಸ್. ರಾಜಾರಾಮ್

ಬೆಂಗಳೂರು — ಕಾರ್ಯದರ್ಶಿ

ನವಕರ್ನಾಟಕ ಪಬ್ಲಿಕೇಷನ್ಸ್ (ಪ್ರೈ) ಲಿಮಿಟೆಡ್

ಪ್ರಕಾಶಕರ ನುಡಿ

(ಎರಡನೇ ಮುದ್ರಣ)

ನವಕರ್ನಾಟಕ ಪ್ರಕಾಶನದ 50ರ ಸಂಭ್ರಮದಲ್ಲಿ, 'ವಿಶ್ವಕಥಾಕೋಶ'ದ ಇಪ್ಪತ್ತೈದು ಸಂಪುಟಗಳನ್ನು ಪುನರ್ಮುದ್ರಿಸಿ ಓದುಗರ ಕೈಗಿಡುತ್ತಿದ್ದೇವೆ. ಮೂವತ್ತು ವರ್ಷಗಳ ಕಾಲ ಅಲಭ್ಯವಾಗಿದ್ದ ಜಗತ್ತಿನ ಸಾಹಿತ್ಯ ಕಥಾ ಕಣಜ ಬೆಳಕು ಕಾಣುವ ಈ ಸಮಯದಲ್ಲಿ ಈ ಯೋಜನೆಯ ಹೊಣೆ ಹೊತ್ತ ಶ್ರೇಷ್ಠ ಕಥೆಗಾರ, ಸಾಹಿತಿ ನಿರಂಜನರು ನಮ್ಮೊಂದಿಗೆ ಇದ್ದಿದ್ದರೆ, ನವಕರ್ನಾಟಕದ ಚಿನ್ನದ ಹಬ್ಬ ಹೆಚ್ಚು ಅರ್ಥಪೂರ್ಣವಾಗುತ್ತಿತ್ತು. ಈ ಸಂಪುಟಗಳನ್ನು ಅವರಿಗೆ ಅರ್ಪಿಸಿ, ಅವರನ್ನು ನೆನೆಯುತ್ತೇವೆ.

ಸಂಪುಟಗಳನ್ನು ಅನುವಾದಿಸಿ ನೆರವಾದ ಅನೇಕ ಲೇಖಕ ಮಿತ್ರರು ಈ ಮೂರು ದಶಕಗಳಲ್ಲಿ ನಮ್ಮನ್ನು ಅಗಲಿದ್ದಾರೆ. 'ವಿಶ್ವಕಥಾಕೋಶ'ದ ಎಲ್ಲಾ ಅನುವಾದಗಳನ್ನು ಓದಿ, ಪರಿಷ್ಕರಿಸಿ, ಮುದ್ರಣಕ್ಕೆ ಸಿದ್ಧಗೊಳಿಸಿದ ಸಂಪಾದಕರಲ್ಲಿ ಒಬ್ಬರಾದ ಶ್ರೀ ಎಸ್. ಆರ್. ಭಟ್ಟರ ಅಗಲಿಕೆಯ ನೆನಪು ಈ ಸಂದರ್ಭದಲ್ಲಿ ನಮ್ಮನ್ನು ಕಾಡುತ್ತಿದೆ.

ಮೂವತ್ತು ವರ್ಷಗಳ ಹಿಂದೆ 25 ಸಂಪುಟಗಳನ್ನು ರೂ. 250ಕ್ಕೆ ನೀಡಿದ್ದೆವು. ಬೆಲೆಯೇರಿಕೆಯ ಇಂದಿನ ದಿನಗಳಲ್ಲಿ ಮರುಮುದ್ರಿಸಿದ್ದಲ್ಲಿ, ಅದರ ಬೆಲೆಯನ್ನು ಎಂಟು-ಹತ್ತು ಪಟ್ಟು ಏರಿಸಬೇಕಾಗಬಹುದು ಎನ್ನುವ ಭೀತಿಯೂ ವಿಳಂಬಕ್ಕೆ ಕಾರಣವಾಯಿತು. ಈ ಸಂದರ್ಭದಲ್ಲಿ ಈ ಸಂಪುಟಗಳನ್ನು ಸುಲಭ ಬೆಲೆಗೆ ನೀಡಲು ನೆರವಾದವರು ಇನ್ಫೋಸಿಸ್ ಫೌಂಡೇಷನ್‌ನ ಅಧ್ಯಕ್ಷೆ ಶ್ರೀಮತಿ ಸುಧಾ ಮೂರ್ತಿಯವರು. ಅವರಿಗೆ ನಾವು ಕೃತಜ್ಞರಾಗಿದ್ದೇವೆ.

ಈ ಯೋಜನೆಯ ಲೇಖಕರು ಈ ಅವಧಿಯಲ್ಲಿ ಸಾಕಷ್ಟು ಹೊಸ ಬರೆಹಗಳನ್ನು ಮಾಡಿದ್ದಾರೆ, ಗೌರವ ಪುರಸ್ಕಾರಗಳಿಗೆ ಪಾತ್ರರಾಗಿದ್ದಾರೆ. ಕೆಲವರು ನಮ್ಮೊಂದಿಗಿಲ್ಲ. ಈ ಎಲ್ಲ ಲೇಖಕರ ಪರಿಚಯಗಳಿಗೆ ಹೊಸ ಸೇರ್ಪಡೆಗಳನ್ನು ಮಾಡಿಕೊಟ್ಟ ಡಾ|| ಆರ್. ಪೂರ್ಣಿಮಾ ಮತ್ತು ಶ್ರೀಮತಿ ರೋಸಿ ಡಿ'ಸೋಜಾ ಅವರ ನೆರವನ್ನು ಸ್ಮರಿಸುತ್ತೇವೆ.

ಕಥೆಗಳನ್ನು ಪ್ರಕಟಿಸಲು ಸಮ್ಮತಿ ನೀಡಿದ ಲೇಖಕರು/ವಾರಸುದಾರರು ಹಾಗೂ ಮರುಮುದ್ರಣದ ಈ ಕಾರ್ಯದಲ್ಲಿ ನೆರವಾದ ಎಲ್ಲರನ್ನೂ ನೆನೆಯುತ್ತೇವೆ.

ಯುಗಾದಿ, 2011 **ಆರ್. ಎಸ್. ರಾಜಾರಾಮ್**
ಬೆಂಗಳೂರು ವ್ಯವಸ್ಥಾಪಕ ನಿರ್ದೇಶಕ, ನವಕರ್ನಾಟಕ ಪ್ರಕಾಶನ

ಪ್ರಸ್ತಾವನೆ

ಐದು ವರ್ಷ ಹಿಂದೆ ನವಕರ್ನಾಟಕ ಪ್ರಕಾಶನ ಸಂಸ್ಥೆಯ ಕಾರ್ಯದರ್ಶಿ ಆರ್. ಎಸ್. ರಾಜಾರಾಮ್ ನನ್ನನ್ನು ಕೇಳಿದರು :

"ಕನ್ನಡದ ಸಣ್ಣ ಕಥೆಗಳ ಒಂದು ಸಂಗ್ರಹ ಸಂಪಾದಿಸಿ ಕೊಡಿ."

ಆಗ ನಾನು ಪ್ರಾಚೀನ ಈಜಿಪ್ಟಿನ ಗೋರಿ ಪ್ರದೇಶಗಳಲ್ಲಿ ಅಲೆಯುತ್ತಿದ್ದೆ. 'ಮೃತ್ಯುಂಜಯ' ಕಾದಂಬರಿಯ ಬರೆವಣಿಗೆ.

"ಇದು ಮುಗಿಯಲಿ," ಎಂದೆ.

1975 ಕಳೆಯಿತು. 1976ರ ನವೆಂಬರ್‌ನಲ್ಲಿ 'ಮೃತ್ಯುಂಜಯ'ದ ಪ್ರಕಟಣೆಯೂ ಆಯಿತು.

ತಮ್ಮ ಸಂಸ್ಥೆಯ ವಿಸ್ತರಣ ಕಾರ್ಯದಲ್ಲಿ ನಿರತರಾಗಿದ್ದ ರಾಜಾರಾಮ್, ಆ ವೇಳೆಯಲ್ಲಿ, ಪುನಃ ಕನ್ನಡ ಸಣ್ಣ ಕಥೆಗಳ ಸಂಗ್ರಹದ ಪ್ರಸ್ತಾಪ ಮಾಡಲಿಲ್ಲ. ನನ್ನ ಅಲೆಯುವ ಮನಸ್ಸು ಪ್ರಾಚೀನ ಈಜಿಪ್ಟನ್ನು ದಾಟಿ ಅತ್ತ ಇತ್ತ ಸಂಚಾರ ಮಾಡಿತು. ಹೊಸ ಕಾದಂಬರಿಯ ಒಂದು ವಸ್ತುವಿನ ಮುಗಳುನಗೆಗೆ ನಾನು ಮನಸೋತೆ. ಐದು ಲಕ್ಷ ವರ್ಷ ಹಿಂದಿನಿಂದ ನಿನ್ನೆ ಮೊನ್ನೆಯ ಮಹಾವೀರ–ಬುದ್ಧರ ತನಕ ಈ ನೆಲದಲ್ಲಿ ಮಾನವ ಪಟ್ಟ ಪಾಡನ್ನು, ಸುತ್ತಮುತ್ತಣ ಭೂಭಾಗಗಳಲ್ಲಿ ಸಮಕಾಲೀನರ ಚಟುವಟಿಕೆಗಳನ್ನು, ಕಾದಂಬರಿಯ ಚೌಕಟ್ಟಿನಲ್ಲಿ ಸೆರೆಹಿಡಿಯಲು ಬಯಸಿದೆ. ಕನಸಿನ ಕಾದಂಬರಿ. (ನನ್ನ ಪಾಲಿಗೆ ಪ್ರಾಯಶಃ ಕೊನೆಯದು.) ಅಧ್ಯಯನ ಆರಂಭಿಸಿದೆ. ದಿನವೂ ಐದು ಬಗೆಯ ಆಧುನಿಕ ಮಾತ್ರೆಗಳು – ಸೇವನೆಗೆ; ಹಲವು ಬಗೆಯ ಪ್ರಾಚೀನ ಗಣಗಳು – ಸಹವಾಸಕ್ಕೆ. ಪೂರ್ವಸಿದ್ಧತೆ ಬಹುಪಾಲು ಮುಗಿಯುತ್ತ ಬಂದಂತೆ, '1980 ಬರೆವಣಿಗೆಯ ವರ್ಷ' ಎಂಬ ಫಲಕ ಮಸಕಾಗಿ ನನ್ನ ಕಾರ್ಯಾಗಾರದಲ್ಲಿ ರೂಪುಗೊಂಡಿತು.

ಆದರೆ ಆದದ್ದು ಬೇರೆಯೇ !

ಒಂದು ವರ್ಷದ ಹಿಂದೆ ರಾಜಾರಾಮ್ ಬಂದರು. ಯಾವ ಗವಿಯನ್ನಾದರೂ ಬರಿಗೈಯಲ್ಲಿ ನಿರ್ಭಯವಾಗಿ ಪ್ರವೇಶಿಸಬಲ್ಲ ಬೇಟೆಗಾರ.

"ಸಮಾಜವಾದಿ ರಾಷ್ಟ್ರಗಳ ಸಣ್ಣ ಕಥೆಗಳ ಹತ್ತು ಹದಿನೈದು ಸಂಗ್ರಹಗಳನ್ನು ನೀವು ಮಾಡಿಕೊಡಬೇಕಲ್ಲ..." ಎಂದರು.

ತಪ್ಪಿಸಿಕೊಳ್ಳಲು ದಾರಿ ಹುಡುಕುತ್ತ ನಾನೆಂದೆ :

"ಅಷ್ಟೇ ಯಾಕೆ ? ಇಡೀ ಜಗತ್ತಿನ ಶ್ರೇಷ್ಠ ಕಥೆಗಳನ್ನೇ ಒಂದೆಡೆ ಕಲೆ ಹಾಕಬೇಕು. ಆಗ, ಈ ದೇಶದಲ್ಲಿ ಯಾರೂ ಮಾಡದ್ದನ್ನು ನವಕರ್ನಾಟಕ ಸಾಧಿಸಿದಂತಾಗ್ತದೆ."

ಇದು ಕಷ್ಟಸಾಧ್ಯ ಅಂತ ಗೊಣಗ್ತಾರೆ, ಪಾರಾಗ್ತೇನೆ – ಎಂದು ಕೊಂಡಿದ್ದೆ.

ಬಂದದ್ದು ಅನಿರೀಕ್ಷಿತ ಉತ್ತರ.

"ಓ ! ಹಾಗೇ ಆಗಲಿ, 1980ರಲ್ಲಿ ನವಕರ್ನಾಟಕದ ಇಪ್ಪತ್ತನೇ ಹುಟ್ಟುಹಬ್ಬ. ಆ ಆಚರಣೆಯ ವಿಶೇಷ ಕಾಣಿಕೆಯಾಗ್ತದೆ ಈ ಯೋಜನೆ."

ಪೇಚು ! ಅವರ ಬದಲು ನಾನೇ ಗೊಣಗುತ್ತ, ವಾಸ್ತವ ವಿಷಯಗಳ ಸುರುಳಿ ಬಿಚ್ಚಿದೆ :

ನನ್ನ ಸೀಮಿತ ಆರೋಗ್ಯ : ಡಾಕ್ಟರ್ ಪತ್ನಿಯನ್ನೂ ತೀವ್ರ ಅಸ್ವಾಸ್ಥ್ಯ ಕಾಡಿರುವ ಸನ್ನಿವೇಶ; ಇಂಥದರಲ್ಲಿ ನಾನು ಬರೆಯಬೇಕಾಗಿರುವ ಕಾದಂಬರಿ...

ಅವರು ಪಟ್ಟು ಬಿಡಲಿಲ್ಲ.

"ಎಲ್ಲ ಸಹಾಯ ಒದಗಿಸ್ತೇವೆ; ನಿಮಗೆ ಶ್ರಮ ಆಗದ ಹಾಗೆ ನೋಡಿಕೊಳ್ತೇವೆ," ಎಂದರು.

ಆ ಮಾತುಕತೆಯಿಂದ ಇನ್ನೂ ಒಂದು ವಿಷಯ ನನಗೆ ಗೊತ್ತಾಯಿತು. ಸಣ್ಣ ಕಥೆ ಎಂದರೆ ಅವರಿಗೆ ಪ್ರಾಣ. ಬಾಲ್ಯದಲ್ಲೂ ಯೌವನದಲ್ಲೂ ಅವರ ವಾಚನದಲ್ಲಿ ಸಣ್ಣ ಕಥೆಗೆ ಪ್ರಾಶಸ್ತ್ಯ. ("ನೀವು ಬರೆದಿರುವ ಕಥೆಗಳನ್ನೆಲ್ಲ ಓದಿದ್ದೇನೆ.") ಕನ್ನಡ ಕಥೆಗಳಷ್ಟೇ ಅಲ್ಲ, ಇಂಗ್ಲಿಷಿನಲ್ಲಿ ಲಭ್ಯವಿರುವ ದೇಶ ವಿದೇಶಗಳ ಕಥೆಗಳೂ ಅವರಿಗೆ ಪರಿಚಿತ. (ಪ್ರಗತಿಶೀಲ ಕಥೆಗಳ ಬಗ್ಗೆ ಹೆಚ್ಚಿನ ವಾತ್ಸಲ್ಯ.)

ನಿಷ್ಠಾವಂತ ಕಾರ್ಯಕರ್ತ ರಾಜಾರಾಮರ ವ್ಯಕ್ತಿತ್ವದ ಈ ವಿಶಿಷ್ಟ ಮುಖ ಕಂಡು ನಾನು ಚಕಿತನಾದೆ. ಆರಂಭದಲ್ಲಿ ನಾನು ಬರೆಯುತ್ತಿದ್ದುದೂ ಕಥೆಗಳನ್ನೇ.* ಈಗ 300–400ರಷ್ಟು ಸಣ್ಣ ಕಥೆಗಳನ್ನು ಆರಿಸಿ ಇಪ್ಪತ್ತು ಇಪ್ಪತ್ತೈದು ಸಂಪುಟಗಳಲ್ಲಿ – 5000 ಪುಟಗಳಿಗೂ ಹೆಚ್ಚು – ಜೋಡಿಸುವ ಅವಕಾಶ. ಒಳಗೆ ಹಮ್ಮು ಕೊನರಿರಬೇಕು. ದೌರ್ಬಲ್ಯದ ಕ್ಷಣ. "ಹೂಂ" ಎಂದೆ.

ರಾಜಾರಾಮ್ ಹೋದೊಡನೆ, ಪ್ರಾಚೀನ ಜಗತ್ತು ಮತ್ತೆ ಕಣ್ಣಿಗೆ ಕಟ್ಟಿತು. 'ಭೂತ', 'ಗಣ'ಗಳು, "ನಮಗೆ ವಿಮೋಚನೆ ಇಲ್ಲವೆ ಹಾಗಾದರೆ !" ಎಂದು ಗೋಳಾಡಿದಂತಾಯಿತು. ಸಾವಿರಾರು ಪುಟಗಳ ಟಿಪ್ಪಣಿ ರಾಶಿ ಮೂದಲಿಸಿತು. ಇವತ್ತಿನ ಸಂಭಾಷಣೆ ರಾಜಾರಾಮರಿಗೆ

---

*ಕನ್ನಡ ಭಾಷೆಯ ಈಗಿನ ಘಟ್ಟದಲ್ಲಿ 'ಕಥೆ' 'ಕತೆ' ಎರಡೂ ಒಂದೇ.

ಮರೆತುಹೋಗಲಿ ಎಂದು ಹಾರೈಸಿ, ಮಾತ್ರೆ ನುಂಗಿ ನಿದ್ದೆ ಹೋದೆ.

ಮೂರೇ ದಿನಗಳಲ್ಲಿ ರಾಜಾರಾಮ್ ಮತ್ತೆ ಬಂದರು. ಜತೆಯಲ್ಲಿ ಮೂವರು ಗೆಳೆಯರು – ನವಕರ್ನಾಟಕದ ಸಂಸ್ಥಾಪಕ ಕಾರ್ಯದರ್ಶಿ ಎಸ್. ಆರ್. ಭಟ್, ಮದರಾಸಿನ ಸಿ. ಆರ್. ಕೃಷ್ಣರಾವ್, 'ಕನ್ನಡಪ್ರಭ'ದ ಸೀತಾರಾಮ್...

ಕಳೆದ ಯುಗಾದಿಗೂ ಒಂದು ತಿಂಗಳು ಮುನ್ನವೇ ದುಡಿಮೆ ಆರಂಭ. (25) ಸಂಪುಟಗಳ ನೀಲಿ ನಕಾಶೆಯ ರಚನೆ. ವಿಸ್ತೃತ ಪತ್ರವ್ಯವಹಾರ. ಆ್ಯಂಥಾಲಜಿಗಳಿಗಾಗಿಯೂ ಸಂಕಲನಗಳಿಗಾಗಿಯೂ ಮ್ಯಾಗಜೀನ್‌ಗಳಲ್ಲಿ ಪ್ರಕಟವಾಗಿರುವ ಶ್ರೇಷ್ಠ ಕಥೆಗಳಿಗಾಗಿಯೂ ಶೋಧೆ – ಬೆಂಗಳೂರಿನಲ್ಲಿ, ದೇಶದ ವ್ಯಾಪ್ತಿಯಲ್ಲಿ, ವಿದೇಶಗಳಲ್ಲಿ... ಬಳಸಿಕೊಳ್ಳಲು ಅನುಮತಿ ಯಾಚನೆ. ವಾರಕ್ಕೊಮ್ಮೆ ಸಂಪಾದಕ ಮಂಡಲಿಯ ಸಭೆ. ಕಾರ್ಯಪ್ರಗತಿಯ ಸಮೀಕ್ಷೆ. ಕೆಲಸಗಳ ವಿತರಣೆ. ಆಯ್ದ ಕಥೆಗಳು ಸಂಕಲನಗಳಾದಂತೆ ಬೆರಳಚ್ಚು ಪ್ರತಿಗಳ ಸಿದ್ಧತೆ. ಅನುವಾದಕರಿಗೆ ರವಾನೆ. ('ಅನುವಾದಿಸಿಕೊಡಿ' ಎಂದು ಕೋರಲು ಸಮರ್ಥರ, ಸಹೃದಯರ ಯಾದಿ ತಯಾರಿ.) ಕಾರ್ಯದರ್ಶಿಯಿಂದ ವಿವಿಧ ಕ್ಷೇತ್ರಗಳ ಕೆಲಸದ ಕ್ರೋಡೀಕರಣ. ಇದಲ್ಲದೆ, ಮೂರು ವರ್ಷಗಳ ಈ ಯೋಜನೆಗಾಗಿ ಅವರು ಹಣ ಹೊಂದಿಸಬೇಕು; ಗ್ರಾಹಕರಿಗಾಗಿ ಬಲೆ ಬೀಸಬೇಕು; ಭರದಿಂದ ಪ್ರಚಾರ; ಹೊದಿಕೆಗಳಿಗಾಗಿ ವರ್ಣ ಚಿತ್ರಗಳು; ಕಲಾವಿದರ ನೆರವು. ಮುದ್ರಣ ಕಾಗದ? ಅಚ್ಚಿನ ವ್ಯವಸ್ಥೆ?....

ಯಾರ ತಲೆನೋವು ಹೆಚ್ಚು ತೀವ್ರ? ಗವಿಯಲ್ಲಿ ಕುಳಿತು ಕಥಾ ಜಗತ್ತಿನಲ್ಲಿ ಪರದಾಡುತ್ತಿದ್ದ ನನ್ನದೋ ? ಚುಚ್ಚಿದ ಮುಳ್ಳುಗಳನ್ನೆಲ್ಲ ಕಿತ್ತುಹಾಕುತ್ತ ದಾರಿ ಕ್ರಮಿಸುತ್ತಿದ್ದ ನನ್ನ ಸಹೋದ್ಯೋಗಿಗಳದೋ ? ವಾಸ್ತವವಾಗಿ, ನನ್ನದು ಹೆಚ್ಚಲ್ಲ; ಅವರದು ಕಮ್ಮಿಯಲ್ಲ.

ಐದು ವರ್ಷ ಹಿಂದೆ ರಾಜಾರಾಮ್ ಕೇಳಿದ್ದರು :

"ಕನ್ನಡದ ಸಣ್ಣ ಕಥೆಗಳ ಒಂದು ಸಂಗ್ರಹ ಸಂಪಾದಿಸಿ ಕೊಡಿ."

ಆ ಆಶಯವೀಗ ಬೃಹದಾಕಾರ ತಳೆದು 'ವಿಶ್ವಕಥಾಕೋಶ'ವೆನಿಸಿದೆ. ಹೀಗಿದ್ದರೂ, ಕೋಶದ ಮೊದಲ ಸಂಪುಟ ಕನ್ನಡದ ಸಣ್ಣ ಕಥೆಗಳಿಗೇ ಮೀಸಲು!

*   *   *

ಪ್ರಾಚೀನ ಮನುಷ್ಯನಿಗೆ, ಮಾತು ಬಂದುದಕ್ಕೂ ಮುಂಚೆ ಗಂಟಲಿನಿಂದ ರಾಗ ಹೊರಟಿತು. ಗುಡ್ಡದ ಈಚೆ ತಪ್ಪಲಿನಲ್ಲಿ ತಾನಿದ್ದೇನೆ ಎಂದು ಆಚೆ ತಪ್ಪಲಿನವನಿಗೆ ತಿಳಿಸುವುದಕ್ಕೆ ಕೂಗು. ಮಿಕವನ್ನು ಬೆನ್ನಟ್ಟಿದಾಗ ನಡುಕ ಹುಟ್ಟಿಸುವ ರಾಗಮೇಳ. ದೋಣಿಗೆ ಹುಟ್ಟುಹಾಕುವಾಗ ಪರಿಸರಕ್ಕೆ ಮೇಳೈಸಿ ಆಲಾಪನೆ. ಹೆಜ್ಜೆಗಳು

ಲಯಬದ್ಧವಾದಾಗ ರಾಗದ ಜತೆ ಕುಣಿತ. ಪದಗಳಿಗೆ ಅರ್ಥ ನಿಶ್ಚಿತವಾದಾಗ, ಹಾಡು.

ಜತೆಯಲ್ಲಿ, ಸ್ಪಂದಿಸುವ ಬೆರಳುಗಳು ಮಣ್ಣಿನ ಬಣ್ಣದಿಂದ ಗವಿಯ ಶಿಲಾ ಭಿತ್ತಿನಲ್ಲಿ ಭಯಾನಕ ಮಿಕದ ಚಿತ್ರ ಬರೆದುವು. ಅದನ್ನು ತಾನು ಕೊಂದಂತೆ ಚಿತ್ರಿಸಿದಾಗ, ಸಂತೋಷ-ಸಮಾಧಾನ-ಆತ್ಮವಿಶ್ವಾಸ.

ಶಬ್ದಗಳು ಖಚಿತ ಅರ್ಥ ಪಡೆದ ಮೇಲೆ ಮಾತು ಸರಾಗವಾಯಿತು. ಆಹಾರ ಸಂಪಾದನೆಗೆ ಹೋದ ಗಂಡಸು ಗವಿಗೆ ಮರಳಿದ ಮೇಲೆ ತನ್ನ ಸಾಹಸದ ವಿವರವನ್ನು ನೀಡಿದ. ಅವನಿಲ್ಲದಾಗ ಗವಿಯತ್ತ ಕಣ್ಣು ಹಾಯಿಸಿದ ಕಾಡುಪ್ರಾಣಿಯನ್ನು ತಾನು ಹೇಗೆ ಓಡಿಸಿದೆ ಎಂಬುದನ್ನು, ಯಜಮಾನಿ ಬಣ್ಣಿಸಿದಳು. ವಾಸ್ತವತೆಗೆ ರೆಕ್ಕೆಪುಕ್ಕ ಹುಟ್ಟಿದಾಗ ಅದು ಕಥೆಯಾಯಿತು...

ಜತೆಯಾಗಿ ಪಯಣ ಹೊರಟಾಗ ಮಾರ್ಗ ಕ್ರಮಣಕ್ಕೆ ಕಥೆ ಸಹಾಯಕ. ದಿನದ ದುಡಿಮೆ ಮುಗಿದು, ಗುಡಿಸಲಿನ ಸುತ್ತು ಬೆಂಕಿ ಕಾಯಿಸುತ್ತ ಕುಳಿತಾಗ ಕಥೆ ಬೇಕು.

ಕಥನ ಕವನಗಳು ಪೀಳಿಗೆಯಿಂದ ಪೀಳಿಗೆಗೆ ಬಳುವಳಿಯಾಗಿ ಬಂದುವು. ಅಜ್ಜಿ ಹೇಳಿದ ಕಥೆಯೂ ಅಷ್ಟೆ. ಕಾಲ ಸವೆದರೂ ಮಾಸದ ನೆನಪು.

ಜಾದುಗಾರ, ಔಷಧಿ ಕೊಡುವಾತ, ದೇವರ ಅಥವಾ ದೈವದ ಅರ್ಚಕ ಈ ಎಲ್ಲ ಪಾತ್ರಗಳನ್ನು ಹಿಂದೆ ಒಬ್ಬನೇ ಮಾಡುತ್ತಿದ್ದ. ಜನತೆಯ ಮೇಲೆ ಅವನದೇ ಪ್ರಭಾವ. ಸುಮಾರು ಐದು ಸಾವಿರ ವರ್ಷ ಹಿಂದೆ ಈಜಿಪ್ಟಿನ ಪ್ರಭು ಖುಫು (ಶ್ರೇಷ್ಠತಮ ಗೋರಿ ನಿರ್ಮಾಪಕ) ನಿತ್ಯವೂ ಮಕ್ಕಳನ್ನು ತನ್ನ ಬಳಿಗೆ ಕರೆಯುತ್ತಿದ್ದ. "ಅರ್ಚಕ ಹೇಳಿದ ಕಥೆಗಳನ್ನೆಲ್ಲ ನನಗೆ ಒಂದೊಂದಾಗಿ ತಿಳಿಸಿ," ಎನ್ನುತ್ತಿದ್ದ. ಆ ಕಥೆಗಳನ್ನು ಕೆದಕಿ ಕೆದಕಿ ಅರ್ಚಕರ ಬಲದ ಮೂಲವನ್ನು ತಿಳಿಯುವ ತವಕ ಖುಫುಗೆ. (ಮುಂದೆ ಅರ್ಚಕರ ಸಂಪತ್ತನ್ನೆಲ್ಲ ವಶಪಡಿಸಿಕೊಂಡು, ದೇವಮಂದಿರಗಳಿಗೆ ಬೀಗಮುದ್ರೆ ಹಾಕಿ, ಶಾಶ್ವತ ವಾಸಕ್ಕಾಗಿ ಭಾರೀ ಗೋರಿಗಳನ್ನು ಕಟ್ಟಿಸಿದ ಈ ಭೂಪ!)

ಅನಂತರ 2500 ವರ್ಷಗಳಾದ ಮೇಲೆ, ಈ ನೆಲದಲ್ಲಿ, ಧರ್ಮದ ತಿರುಳನ್ನು ತಿಳಿಯಹೇಳಲು ಕಥೆಗಳನ್ನು ಬುದ್ಧನೂ ಅವನ ಅನುಯಾಯಿಗಳೂ ಬಳಸಿದರು. ಮುಂದೆ ಯೇಸುಕ್ರಿಸ್ತನ ಧರ್ಮ ಬೋಧನೆಗೂ ಕಥೆಗಳು ಹಾಸುಗಲ್ಲುಗಳಾದುವು.

ಆರ್ಯಾವರ್ತದಲ್ಲಿ ವೇದೋಪನಿಷತ್ತುಗಳ ಹಾಗೂ ಮಹಾಕಾವ್ಯಗಳ ರಚನೆ ಮುಗಿದು ಕೆಲ ಶತಮಾನಗಳಾದ ಮೇಲೆ, ಬೃಹತ್ಕಥಾ (ಕಥಾ ಸರಿತ್ಸಾಗರ), ಹಿತೋಪದೇಶ, ಪಂಚತಂತ್ರ ಕಥೆಗಳು ರೂಪು

ಗೊಂಡುವು. ಕಥೆಗಳು ಕಥೆಗಳೇ. ಅವು ಒಂಟೆಗಳ ಮೇಲೆ ಕುಳಿತು ಮರುಭೂಮಿಗಳನ್ನು ದಾಟಿ ಹೋದವು. ವಣಿಕರೂ ಅಲೆಮಾರಿಗಳೂ ಪೂರ್ವದಿಂದ ಪಶ್ಚಿಮಕ್ಕೆ ಒಯ್ದು ಕಥೆಗಳೆಷ್ಟು! ಅಲ್ಲಿಂದ ಇಲ್ಲಿಗೆ ತಂದ ಕಥೆಗಳೆಷ್ಟು! ವಣಿಕ ಮಾರ್ಗಗಳು ಪರಸ್ಪರ ಸಂಧಿಸುತ್ತಿದ್ದ ತಾಣ ಬಾಗ್ದಾದ್. ಕಾಲ ಕಳೆದಂತೆ ಹತ್ತು ದಿಕ್ಕುಗಳ ಕಥೆಗಳು ಇಲ್ಲಿ ಹುಲುಸಾಗಿ ಬೆಳೆದು ಯವನ ಯಾಮಿನೀ ವಿನೋದ ಕಥೆಗಳ ಸುರೆ ಸಿದ್ಧವಾಯಿತು.

ನೌಕಾ ವ್ಯಾಪಾರಿಗಳೂ ಅಂಬಿಗರೂ ಕಥೆಗಳನ್ನೊಯ್ದರು. ಬಂದರಿನಿಂದ ಬಂದರಿಗೆ-ದೇಶದಿಂದ ದೇಶಕ್ಕೆ. ಕಂಠಶ್ರೀ ನೆರವಾದಾಗ ಹಾಡುಗಬ್ಬ. ಅದಿಲ್ಲದಾಗ ಕಾವ್ಯದ ಕವಚ ಒಡೆದು ಕಥಾರತ್ನಗಳ ರಾಶಿ.

ನೀತಿಪ್ರಸಾರ, ಧರ್ಮಬೋಧೆ ಇಲ್ಲದಾಗ, ಕಥೆಗಳ ಹೊಳಪೇ ಬೇರೆ. ಕ್ರಿಸ್ತಶಕ ನಾಲ್ಕನೆಯ ಶತಮಾನದಲ್ಲಿ ಟ್ರಿಸಿಯಾ ಊರಲ್ಲಿ ಹಿಲಿಯೊಡೊರಸ್ ಎಂಬ ಹೆಸರಿನ ಬಿಶಪ್ ಇದ್ದ. ಅವನಿಗೆ ಕಥೆ ಬರೆಯುವ ಖಯಾಲಿ. ಬದುಕಿನ ಸೆಲೆಗಳಿಂದ ವಸ್ತುಗಳ ಆಯ್ಕೆ. ಮೇಲಣ ಧರ್ಮಾಧಿಕಾರಿಗಳ ಕಣ್ಣು ಕೆಂಪಾಯಿತು. ಸಭೆ ಸೇರಿ, ವಿಚಾರಣೆ ನಡೆಸಿ, ತೀರ್ಮಾನವಿತ್ತರು:

"ಕಥೆಗಳನ್ನೆಲ್ಲ ಬೆಂಕಿಗೆ ಹಾಕಬೇಕು, ಇಲ್ಲವೆ ನೀನು ಬಿಶಪ್ ಪದವಿ ತ್ಯಜಿಸಬೇಕು." ಹಿಲಿಯೊಡೊರಸ್ ಬಿಶಪ್ ಪದವಿ ಬಿಟ್ಟು, ಕಥೆಗಳ ಕಂತೆಯೊಡನೆ ಬೀದಿಗಿಳಿದ...

15ನೆಯ ಶತಮಾನದಲ್ಲಿ ಜರ್ಮನಿಯಲ್ಲಿ ಗುಟೆನ್‌ಬರ್ಗ್ ಮುದ್ರಣ ಯಂತ್ರವನ್ನು ಕಂಡುಹಿಡಿದ ಮೇಲೆ ಕಥೆಗಳು ವಿಶ್ವದ ಮೂಲೆ ಮೂಲೆಗಳಿಗೆ ಬೇಗಬೇಗನೆ ಸಂಚಾರ ಮಾಡಿದುವು. ಲೋಕಸಮಾಜದ ಚಪ್ಪರ ತುಂಬ ಕಥಾಬಳ್ಳಿಗಳು. ಮೂಲ ಇಂಥ ನೆಲದಲ್ಲಿದೆ ಎಂದು ಮುಟ್ಟಿ ತೋರಿಸುವುದು ಕಷ್ಟಸಾಧ್ಯವೆನಿಸಿದ ವರ್ಣವೈವಿಧ್ಯ...

ಸಣ್ಣ ಕಥೆ ಎನ್ನುವುದು ಯಾವುದಕ್ಕೆ? ಅದು ಮೂರೇ ಪುಟಗಳದಿರ ಬಹುದು; ಮೂವತ್ತು ಪುಟಗಳದೂ ಇರಬಹುದು. ಮುಖ್ಯ ಗುಣ-ಸೂಕ್ಷ್ಮ ಸ್ವರೂಪ. ಆದರೆ ಅದರಲ್ಲಿ ಬ್ರಹ್ಮಾಂಡವನ್ನು ಕಾಣುವುದೂ ಶಕ್ಯ. ಕಾಲದ ಒಂದು ತುಣುಕನ್ನು ಅದರಲ್ಲಿ ಸೆರೆಹಿಡಿದು, ಅನಂತಕ್ಕೆ ಅನ್ವಯಿಸಬಹುದು. ಕೆಲವೇ ಪಾತ್ರಗಳಿದ್ದರೂ, ಇದು ಅಸಂಖ್ಯ ವೇಷಧಾರಿಗಳ ಬೃಹತ್ ನಾಟಕಶಾಲೆ ಎಂಬ ಭಾವನೆ ಮೂಡ ಬಹುದು. ಕಾದಂಬರಿಯ ವಿಸ್ತಾರದ ಅನುಕೂಲ ಕಥೆಗಿಲ್ಲ. ಇದು ಹೆಚ್ಚು ಕುಸುರಿನ ಕೆಲಸ. ದಂತದ ಪುಟ್ಟ ತುಣುಕಿನಲ್ಲಿ ಚಿತ್ತಾರ. ಆ ತುಣುಕು, ವಾಸ್ತವತೆ. ಆ ವಾಸ್ತವತೆಯ ಅಡಿಪಾಯದ ಮೇಲಿರುವುದು ಕಲ್ಪನೆಯ ಕಟ್ಟಡ.

ಜಗತ್ತಿನ ಮಾನವನ ಬೆಳವಣಿಗೆ ಏಕರೀತಿಯಾಗಿಲ್ಲ. ಸಹಸ್ರಾವಧಿ ವರ್ಷಗಳಿಂದ ಉತ್ತಮತರ ಬದುಕಿಗಾಗಿ ಆತ ಹೋರಾಡುತ್ತಲೇ ಇದ್ದಾನೆ. ಶೋಷಕ ಶಕ್ತಿಗಳ ವಿರುದ್ಧ ಅವನ ಸಮರ ಬೇರೆಬೇರೆ ದೇಶಗಳಲ್ಲಿ ಬೇರೆಬೇರೆ ಹಂತಗಳಿಗೆ ಅವನನ್ನು ಒಯ್ದು ಮುಟ್ಟಿಸಿದೆ. ಇರುವ ನೆಲೆ ಯಾವುದಾದರೇನು? ಪ್ರಾಚೀನ ಕಾಲದಲ್ಲಿದ್ದಂತೆ ಈಗಲೂ ಕಲಾಭಿವ್ಯಕ್ತಿ ಮಾನವನ ಬದುಕಿನ ಅವಿಭಾಜ್ಯ ಅಂಗ. ಜೀವನ ವಿಧಾನ ವಿಭಿನ್ನ. ಕಥೆಗಳೂ ಅಷ್ಟೇ.

ನಾಗರಿಕತೆಯ ದಾರಿಯಲ್ಲಿ, ಭೌಗೋಳಿಕ ಎಲ್ಲೆಕಟ್ಟುಗಳಿರುವ ರಾಷ್ಟ್ರದ ನಿರ್ಮಾಣ ಒಂದು ಘಟ್ಟ. ಭಾಷೆ, ಸಾಂಸ್ಕೃತಿಕ ಏಕರೂಪತೆ ಇಂಥ ರಾಷ್ಟ್ರಗಳು ರೂಪುಗೊಳ್ಳಲು ಆಧಾರ.

ಈ ಜಗತ್ತಿನಲ್ಲಿ ಎಷ್ಟೊಂದು ರಾಷ್ಟ್ರಗಳು! ಎಷ್ಟೊಂದು ಭಾಷೆಗಳು! ಕಥೆಗಳಲ್ಲೂ ಎಷ್ಟು ವಿವಿಧತೆ! ಈ ರಾಶಿಯಿಂದ ವಿಶ್ವಕಥಾಕೋಶದ ಇಪ್ಪತ್ತೈದು ಸಂಪುಟಗಳಿಗಾಗಿ ಕಥೆಗಳನ್ನು ಆರಿಸುವುದು ಸುಲಭ ಎಂದು ಯಾವನೂ ಹೇಳಲಾರ.

ಜಗತ್ತಿನ ನಾನಾ ಭಾಷೆಗಳ-ಪ್ರದೇಶಗಳ ಕಥೆಗಳನ್ನು ಈ ಕೋಶದಲ್ಲಿ ಕಲೆಹಾಕುವ ಯತ್ನ ನಡೆದಿದೆ. ಅಲ್ಲಲ್ಲಿನ ಸಾಹಿತ್ಯದಲ್ಲಿ ಹೆಗ್ಗುರುತುಗಳಾಗಬಹುದಾದ ಕಥೆಗಳು; ಯುದ್ಧ-ಕ್ರಾಂತಿ-ಸ್ವಾತಂತ್ರ್ಯ ಹೋರಾಟ, ನೋವು - ದುಃಖ, ನಗೆ - ನಲಿವು ಇವುಗಳನ್ನು ಚಿತ್ರಿಸುವಂಥವು; ಲೋಕದ ಕಥಾ ಸಾಹಿತ್ಯಕ್ಕೇ ತಿರುವು ನೀಡಲು ಸಮರ್ಥವಾದ ಕೃತಿಗಳು. ಪ್ರತಿಯೊಂದು ಸಂಪುಟದಲ್ಲೂ ಸಮಗ್ರ ರಸಾನುಭವ ಸಾಧ್ಯವಾಗುವಂತೆ ಎಚ್ಚರ. ಸಂಪುಟಗಳ ಸರಣಿಯನ್ನು ನಿಶ್ಚಯಿಸುವಾಗಲೂ ವೈವಿಧ್ಯಕ್ಕೆ ಪ್ರಾಶಸ್ತ್ಯ.

ಇಪ್ಪತ್ತೈದು ಸಂಪುಟಗಳ ವಿಶ್ವಕಥಾಕೋಶ ಕನ್ನಡ ಸಾಹಿತ್ಯಕ್ಕೊಂದು ಬೆಲೆಬಾಳುವ ಕೊಡುಗೆಯಾಗಬೇಕೆನ್ನುವುದು ನಮ್ಮ ಬಯಕೆ. ಈ ಬಯಕೆ ಈಡೇರುತ್ತದೆಂಬ ಭರವಸೆ ನಮಗಿದೆ ಎಂದು ವಿನಮ್ರವಾಗಿ ಹೇಳಬಹುದೆ?

* * *

ಈ ಸಂಪುಟವನ್ನು ಕುರಿತು – ನನ್ನ 'ಕೊನೆಯ ಗಿರಾಕಿ' ಎಂಬ ಕಥಾ ಸಂಗ್ರಹದ ಹಿಮ್ಮೈಯಲ್ಲಿ (1953) ಕಥೆಗಾರನನ್ನು ಕುರಿತು ಬರೆಯುತ್ತ ಪ್ರಕಾಶಕ ಮಿತ್ರ ಡಿ.ವಿ.ಕೆ. ಒಂದು ಮಾತು ಹೇಳಿದ್ದುಂಟು: "ಸಾಹಿತ್ಯದಲ್ಲಿ ಇವರು ಆರಿಸಿಕೊಂಡಿರುವ ಸ್ವರೂಪಗಳು – ಸಣ್ಣ ಕತೆ, ವಿಮರ್ಶೆ, ಕಾದಂಬರಿ."

ಪತ್ರಿಕಾ ಕ್ಷೇತ್ರದಲ್ಲಿ ದುಡಿವವನು ವಿಮರ್ಶಕನಾಗುವುದು ಸಹಜ ಕ್ರಿಯೆ. ಪುಸ್ತಕದ ಮುನ್ನುಡಿಯನ್ನೋ ಹಿನ್ನುಡಿಯನ್ನೋ ನೋಡಿ

ನಾಲ್ಕು ಸಾಲು ವಿಮರ್ಶೆ ಬರೆಯುವವರಿಗೆ ಎಂದೂ ಬರವಿಲ್ಲ. ಸಿದ್ಧಾಂತದ ನಿಲುವು, ಕೃತಿಯ ಅಥವಾ ಕರ್ತೃವಿನ ಬಗ್ಗೆ ಭಾವನಾತ್ಮಕ ಒಲವು. ಪೂರ್ವಗ್ರಹ ಪೀಡೆ. ಇಷ್ಟವಿದ್ದರೆ ಈ ತ್ರಿಕೋನದೊಳಗೆ ವಿಮರ್ಶಕ ಚಡಪಡಿಸಬಹುದು. (ದ್ವಿಕೋನವೂ ಸಾಕು ಎಂದು ತೋರಿಸಿ ಕೊಟ್ಟವರೂ ಇದ್ದಾರೆ!) ಪತ್ರಿಕಾಲೋಕದ ನಿಕಟ ಸಂಪರ್ಕವಿದ್ದಷ್ಟು ಕಾಲ ನಾನೂ 'ವಿಮರ್ಶಕ'ನಾಗಿದ್ದೆ. ಬಹಳ 'ಗಾಳಿರಾಟೆ'ಗಳು ಉರುಳಿರ ಬೇಕು ! ಕವಿಮಿತ್ರರೊಬ್ಬರು 'ಕಾಮ್ರೇಡ್ ವಿಮರ್ಶಕ' ಎಂಬ ನೂರು ಸಾಲುಗಳ ಅಣಕವಾಡನ್ನೇ ಬರೆದರು – ನನ್ನನ್ನು ಕುರಿತು. ಇಷ್ಟು ಸನ್ಮಾನ ಸಂದಮೇಲೆ 'ಬುಶ್‌ಕೋಟ'ನ್ನು ಕಳಚಬಹುದು ಎನ್ನಿಸಿತು.

ಶಬ್ದಾಡಂಬರದ ಅಕಾಡೆಮಿಕ್ ವಿಮರ್ಶೆಗಳು ಬೆಳೆದಂತೆ (ಅಲ್ಲಿಯೂ ಪಾತಾಳ ಗರಡಿ ಹಾಕಿದಾಗ ಬಹಳ ಮಟ್ಟಿಗೆ ಸಿಗುವುದು ವೈಯಕ್ತಿಕ ಅನಿಸಿಕೆ ಮಾತ್ರ). ವಿಮರ್ಶೆಯ ಕ್ಷೇತ್ರದಲ್ಲಿ ಏಗುವುದಕ್ಕಿಂತ ಸರಳ ಮಂಚದ ಮೇಲೆ ಶಯನ ವಾಸಿ ಎನ್ನಿಸಿತು.

ಕೃತಿಗಳ ಮೌಲ್ಯಮಾಪನ, ಸಂಕಲನ, ಸುದೀರ್ಘ ಪ್ರಸ್ತಾವನೆ ವಿಮರ್ಶಕ ಮಹನೀಯರು ಮಾಡಬೇಕಾದ ಕೆಲಸ – ಎನ್ನಬಹುದು ಯಾರಾದರೂ. ನಾನು ಒಪ್ಪುವುದಿಲ್ಲ. ಒಳ್ಳೆಯದೊಂದು ಕಥೆಯನ್ನು ಓದಿದಾಗ, ಇದನ್ನು ನಾನೇ ಬರೆದಿದ್ದರೆ – ಎಂದು ಅಸೂಯೆಪಡುವ ಪ್ರಾಮಾಣಿಕತೆ ನನ್ನಲ್ಲಿದೆ. ಯಾವುದೇ ಕಥೆ ಶ್ರೇಷ್ಠತಮ ಎನಿಸಿದಾಗ, ಸಣ್ಣವನಾಗಿ ಆ ಕಲಾಕೃತಿಯ ಎದುರು ತಲೆಬಾಗುತ್ತೇನೆ. ಅಪರಿಚಿತರು ಬರೆದ ಒಳ್ಳೆಯ ಕಥೆ ಎಂದರೆ, ಮನದಣಿಯೆ ಪ್ರಶಂಸೆ ಮಾಡುವ ಆಸೆ. ನವೋದಯದವರಿರಬಹುದು, ಪ್ರಗತಿಶೀಲರಿರಬಹುದು, ನವ್ಯರಿರ ಬಹುದು, ದಲಿತರಿರಬಹುದು, ಯಾವ ಹಣೆಪಟ್ಟಿಯೂ ಇಲ್ಲದವರಿರ ಬಹುದು – ಅವರ ಅಂಗೈಯಲ್ಲಿ ಜ್ವಲಂತ ಬದುಕಿನ ತುಣುಕನ್ನು ಕಂಡಾಗ ನನಗೆ ರೋಮಾಂಚನವಾಗುತ್ತದೆ.

ಈ ಎಲ್ಲ ಗುಣಗಳು ನನ್ನಲ್ಲಿರುವುದರಿಂದಲೇ ಸಹೃದಯ ಸಹೋದ್ಯೋಗಿಗಳ ನೆರವಿನೊಂದಿಗೆ ವಿಶ್ವಕಥಾಕೋಶ ರಚನೆಯಲ್ಲಿ ನಿರತನಾಗಿದ್ದೇನೆ.

'ಧರಣಿಮಂಡಲ ಮಧ್ಯದೊಳಗೆ...'

ಬಹಳ ಹಳೆಯದಿರಬೇಕು ಈ ಕವಿತೆ. ಗೋವಳರಾಗಿ ಅಲೆಯುತ್ತ ಬಂದವರ ಯಾವುದೋ ಭಾಷೆಯ ಒಂದು ಗೀತೆಯಿಂದ ಕನ್ನಡದ ಪ್ರಾಚೀನ ಕವಿಯೊಬ್ಬ (ಘಟ್ಟದ ಮೇಲಿನವನಿರಬಹುದು; ಕೆಳಗಿನವನಿರಲೂಬಹುದು) ಸ್ಫೂರ್ತಿ ಪಡೆದು ಕಾಳಿಂಗಗೊಲ್ಲನ ಮತ್ತು ಅವನ ಗೋವಿನ ಕಥೆಯನ್ನು ಹಾಡಿರಲು ಸಾಕು. ಅಲ್ಲದೆ, ಎಲ್ಲ ಪ್ರಾಚೀನರಿಗೂ ಅವರು ನಿಂತ ನೆಲವೇ ವಿಶ್ವದ ಕೇಂದ್ರಬಿಂದು.

"ಧರಣಿಮಂಡಲ ಮಧ್ಯದೊಳಗೆ ಮೆರೆಯುತಿಹ ಕರ್ಣಾಟ ದೇಶದಿ..." ನಸುನಗೆ ತಪ್ಪಲ್ಲ. ಆತ್ಮೀಯವೆನಿಸುವ ಕಲ್ಪನೆ. ಯಾವ ರಾಜಕೀಯವೂ ಇಲ್ಲದ್ದು.

ಅಂದಮೇಲೆ, ವಿಶ್ವಕಥಾಕೋಶವನ್ನು ಕನ್ನಡದ ಕಥೆಗಳ ಸಂಪುಟದಿಂದಲೇ ಆರಂಭಿಸುವುದರಲ್ಲಿ ಔಚಿತ್ಯ ಇದ್ದೇ ಇದೆ.

1958ರಲ್ಲಿ ಕನ್ನಡ ಸಾಹಿತ್ಯ ಪರಿಷತ್ತು ಪ್ರಕಟಿಸಿದ ಕೆ. ನರಸಿಂಹ ಮೂರ್ತಿಯವರ 'ಕನ್ನಡದ ಅತ್ಯುತ್ತಮ ಸಣ್ಣ ಕಥೆಗಳು' ಇಂದಿಗೂ (ಪ್ರತಿಗಳು ಲಭ್ಯವಿಲ್ಲವಾದರೂ) ತನ್ನ ಹಿರಿಯ ಸ್ಥಾನವನ್ನು ಕಾಯ್ದುಕೊಂಡಿದೆ.

1936ಕ್ಕೆ ಹಿಂದೆ ಬಂದ ನಲವತ್ತು ಅತ್ಯುತ್ತಮ ಕಥೆಗಳ ಮೊದಲ ಸಂಪುಟ: ಅನಂತರದ ಹತ್ತು ವರ್ಷಗಳ ಇಪ್ಪತ್ತು ಅತ್ಯುತ್ತಮ ಕಥೆಗಳ ಎರಡನೆಯ ಸಂಪುಟ; ಮುಂದಿನ ಹತ್ತು ವರ್ಷಗಳ ನಲವತ್ತು ಅತ್ಯುತ್ತಮ ಕಥೆಗಳ ಮೂರನೆಯ ಸಂಪುಟ. ಹೀಗೆ ಒಟ್ಟು ಮೂರು ಸಂಪುಟಗಳಲ್ಲಿ ನೂರು ಕಥೆಗಳು. ಪ್ರಸ್ತಾವನೆಯಲ್ಲಿ ಸಂಪಾದಕರೆಂದರು: "ಇಷ್ಟು ದೊಡ್ಡ ಪ್ರಾತಿನಿಧಿಕ ಸಂಕಲನ ಇಷ್ಟು ಯೋಜನಾಬದ್ಧವಾಗಿ ತಯಾರಾಗುತ್ತಿರುವುದು ಇದೇ ಮೊದಲು."

ಆದರೆ, ದುರದೃಷ್ಟ ಎನ್ನೋಣವೆ ? ಮೂರನೆಯ ಸಂಪುಟ ಮೊದಲು ಪ್ರಕಟವಾಯಿತು. ಅದರೊಂದಿಗೆ ಯೋಜನೆಯ ಮುಕ್ತಾಯವೂ ಆಯಿತು !

ಬಳಿಕ ಸಿಗುವುದು ಸಾಹಿತ್ಯ ಅಕಾದೆಮಿ ಪ್ರಕಟಣೆ – ಎಲ್. ಎಸ್. ಶೇಷಗಿರಿರಾವ್ ಸಂಪಾದಿಸಿದ್ದು : ಮುಂದಿನದು ಸದರ್ನ್ ಲ್ಯಾಂಗ್ವೇಜಸ್ ಬುಕ್ ಟ್ರಸ್ಟಿನ – ಪಾ. ಶ. ಶ್ರೀನಿವಾಸ ಸಂಪಾದಿಸಿದ – ಸಂಗ್ರಹ. ನರಸಿಂಹಮೂರ್ತಿ – ಸಂಪುಟ ಹೊರಬಿದ್ದು ಇಪ್ಪತ್ತು ವರ್ಷಗಳಾದ ಮೇಲೆ ಪ್ರಕಟವಾಗಿರುವ ಮಹತ್ವದ ಸಂಗ್ರಹ ನ್ಯಾಷನಲ್ ಬುಕ್ ಟ್ರಸ್ಟಿನ 'ಕನ್ನಡ ಸಣ್ಣ ಕಥೆಗಳು' (ಸಂ: ಜಿ. ಎಚ್. ನಾಯಕ).

ಶ್ರೇಷ್ಠ ಸಣ್ಣ ಕಥೆಗಳ ಆಯ್ಕೆಗೆ ಹೊರಟ ನಾನು ಕಥೆಗಾರರ ಬಿಡಿ ಸಂಕಲನಗಳನ್ನೂ ಬಿಡಿ ಕಥೆಗಳನ್ನೂ ಗಾತ್ರದ ಕೆಲ ಕಥಾಸಂಗ್ರಹಗಳನ್ನೂ ಮೇಲೆ ಹೆಸರಿಸಿದ ಸಂಪುಟಗಳನ್ನೂ ಓದಿದ್ದೇನೆ.

ಪತ್ರಿಕಾ ವಿಮರ್ಶಕರೂ ಅಕಾಡೆಮಿಕ್ ವಿಮರ್ಶಕರೂ ಒಂದು ವಿಷಯದ ಬಗ್ಗೆ ಒಮ್ಮತಕ್ಕೆ ಬಂದಿದ್ದಾರೆ. ಅದು ಈ ಶತಮಾನದ ಕನ್ನಡ ಕಥೆಗಳ ಸ್ಥೂಲ ವರ್ಗೀಕರಣ : ನವೋದಯ (ರಮ್ಯ ಅಥವಾ ರಂಜಕ), ಪ್ರಗತಿಶೀಲ, ನವ್ಯ, ದಲಿತ... (ಹಳೆಗನ್ನಡ ಸಾಹಿತ್ಯವನ್ನು ವಿಂಗಡಿಸಿದ ಜಾತಿ ರೀತಿ ಇಲ್ಲಿಲ್ಲವಲ್ಲ ! ಸಮಾಧಾನಕರ!) ಆದರೆ ಎಲ್ಲರಿಗೂ ಸುಲಭ ಮಾರ್ಗ ಬೇಕು. 'ಶ್ರೀನಿವಾಸರು ಮತ್ತು ಅವರನ್ನು

ಅನುಸರಿಸಿದ...' ಅನಕೃ ಮತ್ತು ಅವರಿಂದ ಪ್ರಭಾವಿತರಾದ...' 'ಅಡಿಗ ಅನಂತಮೂರ್ತಿಯವರನ್ನು ಹಿಂಬಾಲಿಸಿದ...' ಈ ರೀತಿ ಆಳವಾದ ಅಭ್ಯಾಸವಿಲ್ಲದ ಇಂಥ ಸರಳೀಕರಣದಿಂದ ಸಾಹಿತ್ಯ ಚರಿತ್ರೆ ಕಳಂಕಪೂರ್ಣವಾಗುತ್ತದೆ.

ಅಂಥದೊಂದು ಅಧ್ಯಯನ ಆಗಬೇಕು. ಆದರೆ ಇಲ್ಲಿ ಸ್ಥಳಾವಕಾಶವಿಲ್ಲ. ಈ ಸಂಗ್ರಹವನ್ನು ರೂಪಿಸಲು ಅದು ಅಗತ್ಯವೂ ಅಲ್ಲ.

ಈ ಸಂಪುಟದಲ್ಲಿ ಇಪ್ಪತ್ತೆರಡು ಕಥೆಗಳಿವೆ. ನಾಲ್ಕು ತಲೆಮಾರುಗಳ ಕಥೆಗಾರರ (ಮೂವರು ಕಥೆಗಾರ್ತಿಯರ) ಒಂದೊಂದು ಕಥೆ. ಶ್ರೀನಿವಾಸರಿಂದ ಮಹಾದೇವರ ತನಕ.

ಜಾನಪದ ಕಥನದ ನೆಲೆಗಟ್ಟಿನ ಮೇಲೆ ರಚಿತವಾದ ಕಲಾತ್ಮಕ ನೀಳ್ಗತೆ ಪಂಜೆ ಮಂಗೇಶರಾಯರ 'ಕೋಟಿ ಚೆನ್ನಯ'. ಆ ಕೃತಿಯನ್ನಾಗಲೀ ಅವರ ಬೇರೆಯೊಂದು ಕಥೆಯನ್ನಾಗಲೀ ಎಂ. ಎನ್. ಕಾಮತ್, ಕೆರೂರ ವಾಸುದೇವಾಚಾರ್ಯ – ಈ ಮೊದಲಿಗರ (ಕಳೆದ ಶತಮಾನದ ಅಂತ್ಯ ಮತ್ತು ಈ ಶತಮಾನದ ಆರಂಭ) ಕಥೆಗಳನ್ನಾಗಲೀ ಇಲ್ಲಿ ಸೇರಿಸುವುದು ಸಾಧ್ಯವಾಗಿಲ್ಲ. ಈ ಶತಮಾನದ ಉತ್ತಮ ಕಥೆಗಳನ್ನಷ್ಟೆ ಜೋಡಿಸುತ್ತ ಹೋದರೂ, ವಿಶ್ವಕಥಾಕೋಶದ ಇಪ್ಪತ್ತೈದು ಸಂಪುಟಗಳನ್ನೂ ಕನ್ನಡಕ್ಕೇ ಮೀಸಲಿಡಬೇಕಾದೀತು! ಕಾದಂಬರಿಕಾರರಾಗಿ ಮಾರ್ಪಟ್ಟ ನಮ್ಮ ಸಣ್ಣ ಕಥೆಗಾರರ ಸಂಖ್ಯೆ ದೊಡ್ಡದು. ಕನ್ನಡದಲ್ಲಿ ಸಣ್ಣ ಕಥೆಗೆ ಭದ್ರ ಬುನಾದಿ ಹಾಕಿದ ಶ್ರೀನಿವಾಸರೂ ಅಪವಾದವಲ್ಲ. ಒಳ್ಳೆಯ ಅನೇಕ ಕಥೆಗಾರರು ಕಾದಂಬರಿ ಲೋಕದಲ್ಲಿ ತಲ್ಲೀನರಾದರೂ, ಹೊಸ ಸಣ್ಣ ಕಥೆಗಾರರು ಮತ್ತೆ ಮತ್ತೆ ಒಳ್ಳೆಯ ಕೃತಿಗಳನ್ನು ರಚಿಸಿ, ವಾಚಕರ ಗಮನವನ್ನು ಸೆಳೆಯುತ್ತಲೇ ಇದ್ದಾರೆ.

ಕನ್ನಡ ಕಥಾಸಕ್ತರು ಕೆಲ ಪರಿಚಿತ ಕಥೆಗಳನ್ನು ಈ ಸಂಪುಟದಲ್ಲಿ ಕಾಣಬಹುದು. ಮತ್ತೆ ಮತ್ತೆ ಕಾಣಸಿಗುವುದನ್ನು much anthologised ಕವಿತೆಯೆಂದೋ ಕಥೆಯೆಂದೋ ಬಣ್ಣಿಸುವುದಿಲ್ಲವೆ? ಆ ಕಥೆಗಳ ಪುನರಾಯ್ಕೆಗೆ ಕಾರಣ: ಅವುಗಳ ಉತ್ಕೃಷ್ಟತೆ; ಕನ್ನಡ ಸಮಾಜದ ನಾನಾ ಮುಖಗಳನ್ನು, ಸಮಗ್ರ ಬದುಕನ್ನು, ರಂಗದ ಮೇಲೆ ತರಲು ಆ ಕಥೆಗಳೂ ಸೇರಿ ಒಟ್ಟು ಸಂಗ್ರಹ ಸಮರ್ಥವಾಗಲೆಂದು ಅಪೇಕ್ಷೆ.

ಮಹರ್ಷಿ ಎನಿಸಿಕೊಂಡ ಶ್ರೇಷ್ಠ ಕಥೆಗಾರ ಟಾಲ್‌ಸ್ಟಾಯ್ (ಆತನ 150ನೆಯ ಹುಟ್ಟುಹಬ್ಬದ ವರ್ಷ ಮೊನ್ನೆ ತಾನೇ ಮುಗಿಯಿತು.) ನಮ್ಮ ಅತ್ಯಂತ ಹಿರಿಯ ಕಥೆಗಾರರ ಒಂದು ಕೃತಿಗೆ ವಸ್ತುವಾಗಿದ್ದಾನೆ. ಶ್ರೀನಿವಾಸರ ಮಿಡಿಯುವ ಮಾನವೀಯತೆ ಆ ಭವ್ಯ ಜೀವಕ್ಕೆ

ನಮಿಸಿದೆ. 'ಟಾಲ್‌ಸ್ಟಾಯ್ ಮಹರ್ಷಿಯ ಭೂರ್ಜ ವೃಕ್ಷಗಳು' ದೀರ್ಘ ಕಾಲ ಮನಸ್ಸನ್ನು ಕಲಕುವ ಕಥೆ.

ಆನಂದರ 'ನಾನು ಕೊಂದ ಹುಡುಗಿ'ಯೂ ಅದೆಷ್ಟು ಸಹಸ್ರ ಓದುಗರ ಮನಸ್ಸನ್ನು ಈವರೆಗೆ ಹಿಂಡಿದೆಯೊ ? ಬಸವಿ ಬಿಡುವುದು ಪ್ರಾಚೀನ ಸಮಾಜದ ಪಳೆಯುಳಿಕೆ. ಅದು ಪವಿತ್ರವಾದದ್ದೆಂದು ಭಾವಿಸುವ ಜನರಿಗೆ ನಮ್ಮಲ್ಲಿ ಈಗಲೂ ಕೊರತೆ ಇಲ್ಲ.

ಗ್ರಾಮೀಣ ಜೀವನದಲ್ಲಿ ನಡೆದಿರುವ ಶೋಷಣೆ ಅ.ನ.ಕೃ.ರ 'ಮಣ್ಣಿನ ಮಗ', ಕೋ. ಚೆ.ಯವರ 'ಮುಕ್ಕಣ್ಣನ ಮುಕ್ತಿ'*, ಪಾಟೀಲ ಪುಟ್ಟಪ್ಪನವರ 'ಕೋಡಿಹಳ್ಳಿಯ ಜಮೀನ್ದಾರರು', ಅನಂತಮೂರ್ತಿ ಯವರ 'ಪ್ರಕೃತಿ', ಕ. ವೆಂ ರಾಜಗೋಪಾಲರ 'ಹೊಲತಿಯ ಹಾಳು', ಮಹಾದೇವರ 'ಮಾರಿಕೊಂಡವರು' – ಈ ಕಥೆಗಳಲ್ಲಿ ಒಡಮೂಡಿದೆ. ಮಹಾದೇವರ ಕಥೆ ಕ.ವೆಂ.ರದಕ್ಕಿಂತ ಯಾಕೆ ಭಿನ್ನ ಎನ್ನುವುದು ಪ್ರಸ್ತುತ ಸಂದರ್ಭದ ಸಾಹಿತ್ಯ ವಿವಾದಕ್ಕೆ ಪುಷ್ಟಿ ಈಯುವಂಥದು.

ಮಹಾನಗರ ಜೀವನದ ಹಿನ್ನೆಲೆಯದು ವ್ಯಾಸರಾಯ ಬಲ್ಲಾಳರ 'ಕಾಡು ಮಲ್ಲಿಗೆ', ನಗರಜೀವನದ ಚಿತ್ರಗಳು : ಭಾರತೀಪ್ರಿಯರ 'ಮೋಚಿ', ಚದುರಂಗರ 'ತುಚೀಪ್, ತುದಾಂಡ್, ತುಬದ್–ರೆಡೀ', ಬಸವರಾಜ ಕಟ್ಟೀಮನಿಯವರ 'ಬೂಟ್ ಪಾಲಿಶ್', ಲಂಕೇಶರ 'ಕುರುಡು ಕಾಂಚಾಣ', ಅನುಪಮಾ ನಿರಂಜನರ 'ಮಣ್ಣು ದಿಬ್ಬದ ಮೇಲೆ' ಮತ್ತು ಸದಾಶಿವರ 'ನಲ್ಲಿಯಲ್ಲಿ ನೀರು ಬಂದಿತು !!!' ಇಲ್ಲಿ ಶೋಷಿತರ ಬಗೆಗೆ, ಆರ್ತರ ಬಗೆಗೆ, ಕಲೆಯ ಅಂತಃಕರಣ ಮಿಡಿಯುತ್ತದೆ.

ಗೊರೂರರ 'ಪ್ರಾಯಶ್ಚಿತ್ತ' – 1942ರ ಸ್ವಾತಂತ್ರ್ಯ ಹೋರಾಟದ ಹಿನ್ನೆಲೆಯಲ್ಲಿನ ಮಾನವೀಯ ಸಂಬಂಧಗಳ ಚಿತ್ರಣ. ತ್ರಿವೇಣಿಯವರ 'ಸಮಸ್ಯೆಯ ಮಗು' ಕಥೆ ಹೆತ್ತವರ ಜ್ಞಾನದ ಪರಿಧಿಯನ್ನು ವಿಸ್ತರಿಸಿ, ಬೆಳೆಯುವ ಕಂದನ ಬದುಕನ್ನು ಹಸನುಗೊಳಿಸುತ್ತದೆ.

ತರಾಸು ಅವರ 0–0=0 ಕಥೆಯಲ್ಲಿ ಸಾವು ಮೋಹಿನಿ. 'ಬಯಲು ಬಯಲನೆ ಕೂಡಿ ಬಯಲಾಗಿತ್ತು.' ವೀಣಾ ಶಾಂತೇಶ್ವರರ 'ಹನುಮಾಪುರದಲ್ಲಿ ಹನುಮಜಯಂತಿ'ಯಲ್ಲಿ ಸಮಾಜದ ಚೌಕಟ್ಟಿನಲ್ಲಿದ್ದ ಪುರಾತನ ಕನ್ನಡಿ ಒಡೆದು, ಹಲವು ಚೂರುಗಳು ಹರಡಿವೆ. ಹಾರುವನೊ ಇನ್ನೊಬ್ಬನೊ ಒಂದೊಂದು ಚೂರನ್ನು ಕೈಗೆತ್ತಿಕೊಂಡು 'ಇದೇ ಒಟ್ಟು ಸಮಾಜ' ಎನ್ನುತ್ತಾನೆ.

---

* ಧಾರವಾಡದ ಆಕಾಶವಾಣಿ ಈ ಕಥೆಯನ್ನು ಪ್ರಸಾರ ಮಾಡಲು ನಿರಾಕರಿಸಿತು – 1952ರಲ್ಲಿ.

ಕೊನೆಯ ಮೂರು ಕಥೆಗಳ ಬಗೆಗೆ : (ಶಿವೇಶ್ವರರ 'ರಾಜಮಾ !' ಸೋಗಾಲರ 'ಮುನಿಸಾಮಿಯ ವಾಲಗ', ನಿರಂಜನರ 'ಎಣ್ಣೆ! ಚಿಮಿಣಿ ಎಣ್ಣೆ!') ಈ ಮೂವರು ಕಥೆಗಾರರೂ ಕಮ್ಯೂನಿಸಮಿನ ಮೋಹಕ ನಾದದಿಂದ ಆಕರ್ಷಿತರಾದವರು. ನವಿಲೂರಿನ ಶಿವೇಶ್ವರ ವಿಷಮಶೀತ ಜ್ವರದಿಂದ ಮಡಿದರು. ಬೆಂಗಳೂರಿನ ಸೋಗಾಲ ಪುಣೆಯಲ್ಲಿ ನದಿ ದಾಟುವಾಗ ದುರ್ಮರಣಕ್ಕೀಡಾದರು. ಆಗ ನಮಗೆಲ್ಲ ಸರಿಸುಮಾರು ಇಪ್ಪತ್ತನಾಲ್ಕು ವರ್ಷ. 'ರಾಜಮಾ', 'ಮುನಿಸಾಮಿಯ ವಾಲಗ' – ಎರಡೂ ಕಾವ್ಯಮಯ. ಕೊನೆಯದು ಜಲ್ಲಿ ಕಲ್ಲುಗಳ ರಾಶಿ.*

– ಹೀಗೆ ಇಪ್ಪತ್ತೆರಡು ಕನ್ನಡ ಕಥೆಗಳುಳ್ಳ ಸಂಪುಟ ನಿಮ್ಮ ಮುಂದಿದೆ. 'ಧರಣಿಮಂಡಲ ಮಧ್ಯದೊಳಗೆ...'

ಇನ್ನು ವಿಶ್ವಕಥಾಕೋಶದ ಎರಡನೆಯ ಸಂಪುಟಕ್ಕೆ. 'ಆಫ್ರಿಕದ ಹಾಡು'.

ಯುಗಾದಿ, 1980 – ನಿರಂಜನ
ಬೆಂಗಳೂರು ಪ್ರಧಾನ ಸಂಪಾದಕ

---

* ಈ ಕಥೆಯನ್ನು ನಾನು ಬರೆದದ್ದು 18ರ ಹರೆಯದಲ್ಲಿ – ಮಂಗಳೂರಿನ 'ರಾಷ್ಟ್ರಬಂಧು'ವಿನಲ್ಲಿದ್ದಾಗ, ಬರೆದೊಡನೆಯೇ ಪ್ರಕಟಣೆ – 1942 ಜುಲೈಯಲ್ಲಿ. ಸಂಪಾದಕ ಕಡೆಂಗೋಡ್ಲು ಶಂಕರಭಟ್ಟರನ್ನು ಐ.ಸಿ.ಎಸ್. ಕಲೆಕ್ಟರ್ ಕರೆಸಿ ಎಚ್ಚರಿಕೆ ನೀಡಿದ. 'ಅರುಣ' ಸಂಪಾದಕ ಯು. ಎನ್. ಶ್ರೀನಿವಾಸಭಟ್ಟರು 1975ರ ಆಗಸ್ಟ್ ಸ್ವಾತಂತ್ರ್ಯೋತ್ಸವದ ಸಂಚಿಕೆಯಲ್ಲಿ ಆ ಕಥೆಯನ್ನು ಪುನರ್ಮುದ್ರಿಸಲು ಇಷ್ಟಪಟ್ಟರು. (ತುರ್ತುಪರಿಸ್ಥಿತಿಯ ಕಾಲ.) ಮೊಳೆ ಜೋಡಿಸಿ, ಪುಟ ಕಟ್ಟಿ, ಐ.ಎ.ಎಸ್. ಡಿ. ಸಿ. ಸಾಹೇಬರಿಗೆ ಕಳಿಸಿದರು. ಪ್ರಕಟಣಾ ಪೂರ್ವ ಸೆನ್ಸಾರ್‌ಷಿಪ್. ಅಧಿಕಾರಿ ಪುಟದ ಮೇಲೆ ಬರೆದರು: 'ಪ್ರಕಟಿಸ ಬಾರದು, ಅನುಮತಿ ನಿರಾಕರಿಸಲಾಗಿದೆ' ! 33 ವರ್ಷ ಹಿಂದೆ ಪರಕೀಯರ ಕೈಯಿಂದ ಪಾರಾಗಿತ್ತು. ನಮ್ಮವರ ಕೈಯಲ್ಲಿ ಕತ್ತರಿಗೆ ತುತ್ತಾಯಿತು !

ವಿಶ್ವಕಥಾಕೋಶ

೨೫ ಸಂಪುಟಗಳು – ಪ್ರಧಾನ ಸಂಪಾದಕರು : ನಿರಂಜನ

ಧರಣಿಮಂಡಲ ಮಧ್ಯದೊಳಗೆ : 22 ಕನ್ನಡ ಕಥೆಗಳು
ಆಫ್ರಿಕದ ಹಾಡು : ಆಫ್ರಿಕ ಖಂಡದ ಕಥೆಗಳು – ಅನು : ಸಿ. ಸೀತಾರಾಮ್
ಕಾಡಿನಲ್ಲಿ ಬೆಳದಿಂಗಳು : ವಿಯೆಟ್ನಾಮ್ ಕಥೆಗಳು – ಅನು : ಸಿ.ಪಿ. ರವಿಕುಮಾರ್
ಚೆಲುವು : ಮಂಗೋಲಿಯ, ಚೀನ, ಜಪಾನ್, ಕೊರಿಯ ಕಥೆಗಳು – ಅನು : ಜಿ.ಎಸ್. ಸದಾಶಿವ
ಸುಭಾಷಿಣಿ : ಭಾರತ, ನೆರೆಹೊರೆ, ಕಥೆಗಳು – ಅನು : 23 ಅನುವಾದಕರು
ವಿಚಿತ್ರ ಕಕ್ಷಿದಾರ : ಇಂಗ್ಲೆಂಡ್ ಕಥೆಗಳು – ಅನು : ಎನ್.ಎಸ್. ರಾಮಚಂದ್ರಯ್ಯ, ಎಸ್.ಆರ್. ಭಟ್
ಮಂಜುಹೂವಿನ ಮದುವಣಿಗ : ಹಂಗೆರಿ, ರುಮಾನಿಯ ಕಥೆಗಳು –
ಅನು : ಕೆ.ಎಸ್. ನಾರಾಯಣಸ್ವಾಮಿ
ಬೂದುಬಣ್ಣದ ಕಾಂಗರೂ : ಆಸ್ಟ್ರೇಲಿಯ, ನ್ಯೂಝಿಲೆಂಡ್ ಕಥೆಗಳು –
ಅನು : ಪಾ. ಸಂಜೀವ ಬೋಳಾರ
ಹೆಜ್ಜೆಗುರುತು : ರಷ್ಯ, ನೆರೆಹೊರೆ ಕಥೆಗಳು – ಅನು : ಕೆ. ಎಸ್. ನಿಸಾರ್ ಅಹಮದ್
ಅರಬಿ : ಐರ್‌ಲೆಂಡ್, ವೇಲ್ಸ್, ಸ್ಕಾಟ್‌ಲೆಂಡ್ ಕಥೆಗಳು – ಅನು : ಶಾ. ಬಾಲು ರಾವ್
ನೆತ್ತರು ದೆವ್ವ: ಚೆಕೊಸ್ಲೊವಾಕಿಯ, ಪೋಲೆಂಡ್ ಕಥೆಗಳು – ಅನು : ಎಚ್.ಕೆ. ರಾಮಚಂದ್ರಮೂರ್ತಿ
ಬಾವಿಕಟ್ಟೆಯ ಬಳಿ : ಯುಗೊಸ್ಲಾವಿಯ, ಆಲ್ಬೇನಿಯ, ಬಲ್ಗೇರಿಯ ಕಥೆಗಳು –
ಅನು : ಚಿ. ಶ್ರೀನಿವಾಸರಾಜು
ಅದೃಷ್ಟ: ಅಮೆರಿಕ, ಕೆನಡ, ಮೆಕ್ಸಿಕೊ ಕಥೆಗಳು – ಅನು : ವೀಣಾ ಶಾಂತೇಶ್ವರ
ಸಜ್ಜನನ ಸಾವು : ಐಸ್‌ಲೆಂಡ್, ಡೆನ್‌ಮಾರ್ಕ್, ನಾರ್ವೆ, ಸ್ವೀಡನ್, ಫಿನ್‌ಲೆಂಡ್ ಕಥೆಗಳು –
ಅನು : ಕ.ನಂ. ನಾಗರಾಜು
ಡೇಗೆ ಹಕ್ಕಿ : ಇಟಲಿ, ಆಸ್ಟ್ರಿಯ ಕಥೆಗಳು – ಅನು : ಎಸ್. ಅನಂತನಾರಾಯಣ
ಅವಸಾನ : ಗ್ರೀಸ್, ಸೈಪ್ರಸ್, ಟರ್ಕಿ ಕಥೆಗಳು – ಅನು : ಎ. ಈಶ್ವರಯ್ಯ
ತಾತನ ಹುಟ್ಟುಹಬ್ಬ: ಹಾಲೆಂಡ್, ಬೆಲ್ಜಿಯಮ್, ಸ್ವಿಟ್ಜರ್‌ಲೆಂಡ್ ಕಥೆಗಳು –
ಅನು : ಸಿ.ಎಚ್. ಪ್ರಹ್ಲಾದ್‌ರಾವ್
ಬಾಲ ಮೇಧಾವಿ : ಜರ್ಮನಿ ಕಥೆಗಳು – ಅನು : ಎಚ್.ಎಸ್. ರಾಘವೇಂದ್ರರಾವ್
ಇಬ್ಬರು ಗೆಳೆಯರು : ಸ್ಪೇನ್, ಪೋರ್ಚುಗಲ್ ಕಥೆಗಳು – ಅನು : ಕೆ.ವಿ. ನಾರಾಯಣ
ಅಬಿಂದಾ - ಸಯಿದ್ : ಇಂಡೊನೇಷ್ಯ, ಫಿಲಿಪ್ಪೀನ್ಸ್, ಮಲಯ, ಸಿಂಗಾಪುರ,
ಥಾಯ್‌ಲೆಂಡ್ ಕಥೆಗಳು – ಅನು : ಎಸ್ಸಾರ್ಕೆ
ನಿಗೂಢ ಸೌಧ : ಫ್ರಾನ್ಸ್ ಕಥೆಗಳು – ಅನು : ಬಸವರಾಜ ನಾಯ್ಕರ
ಬೆಳಗಾಗುವ ಮುನ್ನ : ಕ್ಯೂಬಾ, ಜಮೇಯಿಕ ಕಥೆಗಳು – ಅನು : ಶ್ರೀಕಾಂತ
ಮರಳುಗಾಡಿನ ಮದುವೆ : ಪಶ್ಚಿಮ ಏಷ್ಯ ಕಥೆಗಳು – ಅನು : ವಾಸುದೇವ
ಕಿವುಡು ವನದೇವತೆ : ದಕ್ಷಿಣ ಅಮೆರಿಕ ಕಥೆಗಳು – ಅನು : ಈಶ್ವರಚಂದ್ರ
ಸಾವಿಲ್ಲದವರು : ಪಂಚ ಮಹಾಕಾವ್ಯಗಳಿಂದ ಆಯ್ದ ಕಥೆಗಳು –
ನಿರೂಪಣೆ : ಸಿ.ಕೆ. ನಾಗರಾಜ ರಾವ್

○ ಶ್ರೀನಿವಾಸ

ಟಾಲ್‌ಸ್ಟಾಯ್ ಮಹರ್ಷಿಯ ಭೂರ್ಜ ವೃಕ್ಷಗಳು

ಶ್ರೀಮಂತರ ಮಗನಾಗಿ ಹುಟ್ಟಿ, ಶ್ರೀಮಂತ ತರುಣನ ದುರ್ನೀತ ಜೀವನವನ್ನು ನಡೆಸಿ, ಯೋಧನಾಗಿ ಕೀರ್ತಿ ಪಡೆದು, ಅತ್ಯುತ್ತಮ ಗ್ರಂಥಗಳನ್ನು ರಚಿಸಿ ಸಾಹಿತ್ಯ ಕೇಸರಿ ಎಂಬ ಖ್ಯಾತಿಯನ್ನು ಗಳಿಸಿ, ಪಿತ್ರಾರ್ಜಿತವಾದ ಆಸ್ತಿಯ ಒಡೆಯನಾಗಿ ಅದನ್ನು ಅಭಿವೃದ್ಧಿಪಡಿಸಿ, ಸಂಸಾರಿಯಾಗಿ ಬಾಳಸುಖವನ್ನು ಸವಿದು ತಣಿದು, ಪ್ರಭು ಲಿಯೋ ಟಾಲ್‌ಸ್ಟಾಯ್ ಮಧ್ಯವಯಸ್ಸಿನಲ್ಲಿ ತನ್ನ ಜೀವನವನ್ನು ಕುರಿತು ತುಂಬ ಬೇಸರಗೊಂಡನು. ಪ್ರಾಣವನ್ನು ಕಳೆದುಕೊಳ್ಳುವುದು ಒಂದೇ ಸಮಾಧಾನಕ್ಕೆ ಮಾರ್ಗ ಎಂಬ ಮಟ್ಟಿಗೆ ತೀವ್ರವಾದ ವೈರಾಗ್ಯಕ್ಕೆ ತುತ್ತಾದನು.

ಸಂಪ್ರದಾಯದ ಆಸ್ತಿಕ ಮನೋಧರ್ಮದ ಸಂಸಾರದಲ್ಲಿ ಬೆಳೆದ ತರುಣ, ವಿದ್ಯೆಯ ದಿನಗಳಲ್ಲಿ ವಿಚಾರದಲ್ಲಿ ತೊಡಗಿ ವಿಚಿಕಿತ್ಸೆಗೆ ಎಡೆಗೊಟ್ಟು ದೇವರಿಲ್ಲ ಎಂಬ ನೆಲೆಗೆ ಬಂದನು. ಈ ನೆಲೆಯಲ್ಲಿ ಜೀವಿಸುವುದು ಅಸಾಧ್ಯವೆಂದು ಮನದಟ್ಟಾಗಿ ಜೀವನದ ವಿಷಯವಾಗಿ ಜನಸಾಮಾನ್ಯರ ಮನೋಧರ್ಮ ಒಂದೇ ಸರಿಯಾದ ಮನೋಧರ್ಮ ಎಂದು ನಿಶ್ಚಯ ಮಾಡಿಕೊಂಡನು.

ಸಿರಿವಂತ ಸುಖಜೀವಿ ಆರೋಗ್ಯವಂತರಾದ ಜನರು ಅತೃಪ್ತರಾಗಿ ಕಷ್ಟದಲ್ಲಿ ತೊಳಲುತ್ತಿರುವಲ್ಲಿ, ದರಿದ್ರ ಕಷ್ಟಜೀವಿ ಅನಾರೋಗ್ಯವಂತರಾದ ಸಾಮಾನ್ಯಜನ ಇದೇ ಜೀವನ ಎಂದು ತಮ್ಮ ಬಾಳುವೆಯನ್ನು ಹರ್ಷದಿಂದ ಒಪ್ಪಿರುತ್ತಾರೆ. ಇದೇ ಸರಿಯಾದ ಮನೋಧರ್ಮ; ಜೀವನವೇ ದೈವ; ಒಪ್ಪಿಗೆಯೇ ಜಾಣು. ಇದು ಪ್ರಭುವಿಗೆ ನಿತ್ಯ ನಿಶ್ಚಲ ಸತ್ಯ ಎಂದು ಕಂಡಿತು.

ಇಂಥ ಸರಳ ಚೇತನರನ್ನು ದಾಸ್ಯದಲ್ಲಿರಿಸಿ ತನ್ನಂತಹ ಸಿರಿವಂತ ಜನ, ಅವರ ಬಹು ಸಂಖ್ಯೆಯ ದುಡಿಮೆಯನ್ನು ತಮ್ಮಂಥ ಕೆಲವೇ ಜನರ ಉಪಯೋಗಕ್ಕೆ ವಿನಿಯೋಗಿಸುತ್ತ, ಈ ಅನ್ಯಾಯ ಸ್ಥಿರವಾಗಲೆಂದು ಆಸ್ತಿ ಮಾಡುವುದು. ಅದನ್ನು ನಡೆಸಲು ಜಾಣರೂ ಅಲ್ಪಸಂಖ್ಯಾತರೂ ಆದ ತಮ್ಮದೇ ಸರಕಾರವನ್ನು ರಚಿಸುವುದು, ಅದು ಆಳಲು ಸಾಧ್ಯವಾಗಲೆಂದು ಸೈನ್ಯವನ್ನು ಬಳಸುವುದು; ಈ ರೀತಿ ರಾಷ್ಟ್ರಗಳಾಗಿ, ರಾಷ್ಟ್ರಗಳು

ಹಲವದರ ಮಧ್ಯೆ ವಿವಾದ ಬಂದಾಗ ಸಂಗ್ರಾಮಗಳನ್ನು ಆರಂಭಿಸುವುದು: ಈ ಕ್ರಮ ನಾಗರಿಕತೆಯ ವ್ಯಾಧಿಯಾಗಿ ಬಿಟ್ಟಿದೆ. ಇದು ಕೊನೆಗಾಣದೆ ಮನುಜ ವರ್ಗಕ್ಕೆ ಕ್ಷೇಮ ಇಲ್ಲ. ಇದು ಪ್ರಭುವಿನ ಕಡೆಯ ನಿರ್ಧಾರವಾಯಿತು.

ಎಂದರೆ, ಆಸ್ತಿ ಮನುಜಕುಲದ ಕ್ಷೇಮಕ್ಕೆ ಎಡರಾದ ಮೊಮ್ಮೊದಲ ಕುತ್ತ.

ಎಂದಮೇಲೆ ತಾನು ಇನ್ನು ಮುಂದೆ ತನ್ನ ಪಿತ್ರಾರ್ಜಿತವಾದ ಆಸ್ತಿಯನ್ನು ಬಳಸಬಾರದು. ತಾನು ಗಳಿಸಿದ್ದ ಆಸ್ತಿಯನ್ನಾದರೂ ತನ್ನದೆಂದು ಇರಿಸಿಕೊಳ್ಳಲಾಗದು. ತಾನು ಬರೆದ ಪುಸ್ತಕಗಳನ್ನು ತನ್ನವೆಂದು ಇರಿಸಿಕೊಂಡು ಬೇರೆಯವರು ಅದನ್ನು ಅಚ್ಚುಮಾಡಲು ಅಡ್ಡಿಯಾಗಬಾರದು. ಮುಖ್ಯ ಇನ್ನು ಮುಂದೆ ಇದು ನನ್ನದು ಎಂದು ಏನನ್ನೇ ಆಗಲಿ ಎಣಿಸಕೂಡದು.

ಈ ನಿಶ್ಚಯಕ್ಕೆ ಬಂದವನೆ ಟಾಲ್‌ಸ್ಟಾಯ್ ಪ್ರಭು, ಈ ಎಲ್ಲ ರೂಪದ ಆಸ್ತಿಯನ್ನು ತಾನು ತೊರೆದಿದ್ದೇನೆ ಎಂದನು. ಇದನ್ನು ಲೋಕ ತಿಳಿಯಲಿ ಎಂದು ಪ್ರಕಟಮಾಡಿದನು. ತಾನು ಪಾಶ್ಚಾತ್ಯಲೋಕದ ಆಧುನಿಕ ಯುಗದ ಸಂತನಾದನು, ಪ್ರವಾದಿಯೆನ್ನಿಸಿಕೊಂಡನು. ತನ್ನಂತೆ ಇತರ ಆಸ್ತಿವಂತರೂ ನಡೆಯಬೇಕು, ಲೋಕದ ಸ್ಥಿತಿಯನ್ನು ಚೆನ್ನಮಾಡಬೇಕು ಎಂದು ಬಯಸಿದನು; ಬಹುಜನ ಹೀಗೆಯೇ ಮಾಡಿಯಾರು ಎಂದು ನಿರೀಕ್ಷಿಸಿ ಸಮಾಧಾನ ಉಂಡನು.

ಲೋಕದ ವಿಚಾರವಂತ ಜನ ಪ್ರಭುವಿನ ಮನಸ್ಸು ಅಕುಟಿಲ ಎನ್ನುವುದನ್ನು ಕಂಡರು; ಇವನ ಭಾವನೆ ಉದಾತ್ತ ಎಂದು ಒಪ್ಪಿದರು. ಇವನ ತ್ಯಾಗವನ್ನು ಮೆಚ್ಚಿದರು, ಹೊಗಳಿದರು. ಆದರೆ ಬಹುಜನ ಇವನು ಹಿಡಿದ ದಾರಿಯನ್ನು ಹಿಡಿಯಲಿಲ್ಲ. ಜೀವನದಲ್ಲಿ ಈ ನಿಲುವು ವ್ಯಕ್ತಿಗೆ ಸಾಧ್ಯವಾದ ನಿಲುವು ಹೊರತಾಗಿ ಒಂದು ಜನಸಮುದಾಯ ವರಿಸಬಹುದಾದ ನಿಲುವಲ್ಲ. ನನ್ನ ಕೈಯಿಂದ ಹಿಡಿದ ಅನ್ನ ನನ್ನದು ಎನ್ನುವುದು ತಪ್ಪಾದರೆ ಯಾವನೇ ಆಗಲಿ ಊಟ ಮಾಡಬಹುದು ಹೇಗೆ ? ಉಳಿದವರು ಹಾಗಿರಲಿ. ಮಹರ್ಷಿಯ ಮನೆಯಲ್ಲೇ ಈ ತತ್ವ ನೂರಕ್ಕೆ ನೂರು ಪಾಲು ನಡೆಯುವಂತಿರಲಿಲ್ಲ. ಪಿತ್ರಾರ್ಜಿತ ಆಸ್ತಿ ಕೂಡದು. ತಾನು ಗಳಿಸಿದ ಆಸ್ತಿ ಕೂಡದು. ತನ್ನ ಪುಸ್ತಕಗಳ ಮೇಲೆ ಸ್ವಾಮ್ಯದ ಕಾಣಿಕೆ ಕೂಡದು. ತನ್ನದು ಎಂದು ವರಮಾನ ಕೂಡದು. ಮನೆಯೊಳಗಿನ ದಿನದಿನದ ಜೀವನ ನಡೆಯುವುದು ಹೇಗೆ ?

ಒಬ್ಬನಿದ್ದರೆ ನಾನು ಹಸಿದುಕೊಂಡಿರುತ್ತೇನೆ ಎನ್ನಬಹುದು. ಟಾಲ್‌ಸ್ಟಾಯ್ ಮನೆಯಲ್ಲಿ ಅದುವರೆಗೆ ಸುಖವಾಗಿ ಬಾಳಿಕೊಂಡು ಬಂದಿದ್ದ ಅವನ ಪತ್ನಿ ಸೋಫಿಯಾ ತಾಯಿ ಇದ್ದಳು. ಇವರ ಮಕ್ಕಳು ಮೂವರು ತರುಣರು. ಮೂವರು ತರುಣಿಯರು ಇದ್ದರು. ಪುಣ್ಯವಂತ ಮನೆತನಗಳ ವಾಡಿಕೆಯಂತೆ ಆಶ್ರಿತರಾದ ಬಂಧುಗಳು ಇದ್ದರು. ಪ್ರಸಿದ್ಧ ಲೇಖಕನ ಪರಿಚಯದ ಲೇಖಕರು ಬಂದುಹೋಗುತ್ತಿದ್ದರು. ಇವರಲ್ಲಿ ಹಲವರು ಬಡತನದಿಂದ ಕಂಗೆಟ್ಟ ಜನ; ಈ ನೆರಳ ಸುಖವನ್ನು ಬಿಟ್ಟರೆ ಬೇರೆ ಕಡೆ ಅನ್ನ ಕಾಣಲಾರದವರು. ಇವರೆಲ್ಲ ದಿನವೂ ವಾಡಿಕೆಯ ಊಟ ಮಾಡಬೇಕು; ವಾಡಿಕೆಯ ಸುಖದಲ್ಲಿ ಬಾಳಬೇಕು. ಇದನ್ನು ನಡೆಸಲು ದಾರಿಯೇನು ?

ಪ್ರಭುಪತ್ನಿ ಸೋಫಿಯಾದೇವಿ, ಗಂಡ ಹೇಳಿದ್ದು ಹೇಳಲಿ, ಈ ಆಸ್ತಿ ಈ ವರಮಾನ ಇಲ್ಲದಿದ್ದರೆ ಇವರು ಯಾರೂ ಉಳಿಯುವಂತಿಲ್ಲ, ಗಂಡನೇ ಬಾಳುವಂತಿಲ್ಲ, ಎಂದು ನಿಶ್ಚಯಿಸಿಕೊಂಡಳು. ಇವನು ಆಸ್ತಿ ಬೇಡವೆನ್ನಬಹುದು. ನಾನು ಹಾಗೆಂದರಾದೀತೇ ? ಮಕ್ಕಳು ಹಾಗೆ ಎನ್ನಬೇಕೇ ? ಹೀಗೆಂದು ಆಕೆ ಗಂಡ ತನ್ನ ಕೈಯಿಂದ ಬಿಟ್ಟೆಸೆದ ವ್ಯವಹಾರ

ಸೂತ್ರವನ್ನು ತನ್ನ ಕೈಗೆ ತೆಗೆದುಕೊಂಡಳು. ಮಹರ್ಷಿ ತನ್ನ ದರ್ಶನವನ್ನು ಪ್ರತಿಪಾದಿಸಿ ಅದರಂತೆ ನಡೆಯತೊಡಗಿದ ಒಡನೆಯೇ ಅವನ ಪ್ರತಿಯಾಗಿ ತಾನು ಆಸ್ತಿಯನ್ನು ರೂಢಿಸಿ ಗಂಡನನ್ನು ಮಕ್ಕಳನ್ನು ಬಂಧುಗಳನ್ನು ಅತಿಥಿ ಮಿತ್ರರನ್ನು ನೋಡಿಕೊಳ್ಳಲು ಮೊದಲು ಮಾಡಿದಳು.

ಈ ಮಿತ್ರರಲ್ಲಿ ಮೂವರು ಚೆರ್ಟ್‌ಕಾಫ್, ಗಾರ್ಕಿ, ಸೂಲರ್‌ಜೆಟ್ಸ್ಕೇ. ಚೆರ್ಟ್‌ಕಾಫ್ ಅತ್ಯುಗ್ರ ಸಮತಾವಾದಿ. ಆಸ್ತಿ ಸಮಾಜವನ್ನು ಹಾಳುಮಾಡಿರುವ ವ್ಯವಸ್ಥೆ ಎನ್ನುವುದು ಇವನದೂ ದೃಢವಾದ ನಂಬಿಕೆ. ಟಾಲ್‌ಸ್ಟಾಯ್ ಪ್ರತಿಪಾದಿಸಿದ್ದ ಸ್ವಾಮ್ಯವಿರುದ್ಧವಾದವನ್ನು ಎತ್ತಿ ಹಿಡಿಯುವವರಲ್ಲಿ ಇವನು ಪ್ರಮುಖ. ಗಾರ್ಕಿ ಸಹ ಆಸ್ತಿಗೆ ವಿರೋಧಿಯೇ. ಆದರೆ ಆಸ್ತಿ ಇರಲಿ ಎನ್ನುವವರು ಆಸ್ತಿಯ ವ್ಯವಸ್ಥೆಯನ್ನು ದುರುಪಯೋಗ ಮಾಡುವಂತೆ ಆಸ್ತಿ ಬೇಡ ಎನ್ನುವ ಈ ಹೊಸಬರೂ ತಮ್ಮ ನೀತಿಯನ್ನು ದುರುಪಯೋಗ ಮಾಡುತ್ತಾರೆ ಎನ್ನುವುದು ಇವನ ನಿಲವು. ಸೂಲರ್‌ಜೆಟ್ಸ್ಕೇ ಸ್ವಲ್ಪ ಇತ್ತ ಸ್ವಲ್ಪ ಅತ್ತ ಒಲೆಯುತ್ತ ಈ ಎರಡು ನಿಲುವಿನ ಮಧ್ಯೆ ನಿಂತವನು.

ಪ್ರಭುವಿನ ನಿವಾಸದ ಬಳಿ ಒಂದು ಭೂರ್ಜವನ ಇದ್ದಿತು. ಈ ಸ್ಥಳ ಈ ಮರಗಳಿಗೆ ತುಂಬ ಅನುಕೂಲವಾಗಿದ್ದಿರಬೇಕು. ಟಾಲ್‌ಸ್ಟಾಯ್ ತರುಣನಾಗಿದ್ದ ದಿನಗಳಲ್ಲಿ ಇಲ್ಲಿ ಈ ಮರ ಕೆಲವು ಇದ್ದವು. ಸ್ಥಳವನ್ನು ಮರಗಳನ್ನು ಅದು ಏಕೋ ಮೆಚ್ಚಿ ಅವನು ಅದೇ ಹೊಲಬಿನಲ್ಲಿ ಆ ದಿನಗಳಲ್ಲೇ ಒಂದು ನೂರು ಮರಗಳನ್ನು ಹಾಕಿಸಿದನು. ಆಮೇಲೆ ಅವು ಬೆಳೆಯುವುದನ್ನು ನೋಡಿ ಸಂತೋಷ ಪಡೆದಿದ್ದನು. ಆಸ್ತಿಗೆ ಒಡೆಯನಾದ ಮೇಲೆ ಇನ್ನೂ ನೂರು ಮರವನ್ನು ನೆಡಿಸಿ ಬೆಳೆಸಿ ಅದನ್ನು ದಿಟವಾಗಿ ಒಂದು ವನವನ್ನಾಗಿ ಮಾಡಿದ್ದನು. ಈ ವಿಷಯ ಅವನಿಗೆ ಬಹಳ ಹೆಮ್ಮೆ. ಈ ಹಿಂದೆ ಅವನು ಯಾವ ಅತಿಥಿಗಳು ಬಂದರೂ ಅವರನ್ನು ಈ ವನಕ್ಕೆ ಕರೆದುಕೊಂಡು ಹೋಗಿ ತೋರಿಸುವನು. ಅದೆಲ್ಲ ತಾನು ಬೆಳೆಸಿದ ಮರ ಎಂದು ಹೆಮ್ಮೆಯಿಂದ ಹೇಳಿಕೊಳ್ಳುವನು; ವಯಸ್ಸಾಗಿ ಕಾಯಿಲೆ ಬಿದ್ದ ಈ ದಿನಗಳಲ್ಲಿ ಕೂಡ ಆಗಾಗ ಸಹಾಯಕರೊಡನೆ ಅಲ್ಲಿಗೆ ಹೋಗಿಬರುವನು. ಹೋಗಲಾಗದ ದಿನ ಮನೆಯ ಕೈಸಾಲೆಯಲ್ಲಿ ಕುಳಿತು ವನದತ್ತ ನೋಡುವುದರಲ್ಲಿ ಸಂತೋಷ ಕಾಣುವನು. ಎಲ್ಲ ಪ್ರೇಮವನ್ನೂ ಬಿಟ್ಟ ಋಷಿಗೆ ಒಂದು ಜಿಂಕೆಯನ್ನು ಕುರಿತು ಕನಿಕರ ಹುಟ್ಟಿ ಅದು ಪ್ರೇಮವಾಗಿ ಬೆಳೆಯಿತೆಂದು ಭಾರತೀಯ ಪುರಾಣ ಹೇಳುವಂತೆ, ಸ್ವಾಮ್ಯ, ಅಭಿಮಾನ, ದುಷ್ಟ ಎಂದು ಪ್ರತಿಪಾದಿಸಿದ್ದ ಋಷಿಕಲ್ಪ ಲೇಖಕಾಗ್ರಣಿಗೆ ಈ ಭೂರ್ಜವನದ ವಿಷಯದಲ್ಲಿ ತನ್ನನ್ನೇ ಕಾಣದೆ ಸ್ವಾಮ್ಯಭಾವ, ಅಭಿಮಾನ ರೂಪುಗೊಂಡವು.

ಮನೆಯ ವೆಚ್ಚಕ್ಕೆ ಹಣ ಬೇಕಾಗಿ ಸೋಫಿಯಾದೇವಿ ಒಮ್ಮೆ ಈ ಮರಗಳಲ್ಲಿ ಹಳೆಯ ಮರ ಹತ್ತನ್ನು ಮಾರುವುದೇ ಎಂದು ಯೋಚನೆ ಮಾಡಿದಳು. ಚೆನ್ನಾಗಿ ಬೆಳೆದು ಚೇಗಾಗಿದ್ದ ಮರಗಳು. ಒಳ್ಳೆಯ ಬೆಲೆ ಬರುತ್ತಿತ್ತು. ಯಾರೋ ಬಂದು ಕೇಳಿಯೂ ಕೇಳಿದರು. ಅಷ್ಟರಲ್ಲಿ ಈ ಸಂಗತಿ ಕಿವಿಗೆ ಬಿದ್ದು ಟಾಲ್‌ಸ್ಟಾಯ್, ಛೇ, ಎಲ್ಲಾದರೂ ಉಂಟೆ, ಎಂಥಾ ವನ, ಮರವನ್ನು ಮಾರಿ ಅದನ್ನು ಕೆಡಿಸುವುದೇ?.... ಎಂದನು.

ಇದು ತಿಳಿದು ಸೋಫಿಯಾ ಆ ಯೋಚನೆಯನ್ನು ಬಿಟ್ಟಳು. ಯಜಮಾನ, ಮರವನ್ನು ಹಾಕಿ ಬೆಳೆಸಿದ್ದವನು; ಈಗ ಕಾಯಿಲೆಯಾಗಿದ್ದಾನೆ; ಮರವನ್ನು ನೋಡುವುದರಲ್ಲಿ ಸಂತೋಷ ಕಾಣುತ್ತಿದ್ದಾನೆ; ಇನ್ನು ಎಷ್ಟು ದಿನ ಈ ಸುಖವನ್ನು ಪಡೆಯಬಹುದೋ, ಎಷ್ಟು ಬೇಗ

ಜೀವನ ಮುಗಿಯಬಹುದೋ ಹೇಳುವಂತಿಲ್ಲ; ಈಗ ಏಕೆ ಈ ಮರಗಳನ್ನು ಕೆಡಿಸಿ ಈ ಮನಸ್ಸಿಗೆ ನೋವುಪಡಿಸುವುದು ?

ಇದಾದ ಕೆಲವೇ ದಿನದಲ್ಲಿ ಇವರ ಉಂಬಳಿಯ ಗ್ರಾಮದ ಜೀತದ ಜನ ನೂರು ಮಂದಿ ಬಂದು ಚೆರ್ಟ್‌ಕಾಫ್‌ನನ್ನು ಕಂಡು "ನಮಗೆ ಯಾರಿಗೂ ಮನೆಯಿಲ್ಲ; ಸಣ್ಣಸಣ್ಣ ಮನೆಗಳನ್ನು ಕಟ್ಟಿಕೊಳ್ಳೋಣವೆಂದಿದ್ದೇವೆ, ಒಡೆಯರಿಗೆ ಹೇಳಿ ನಮಗೆ ಈ ಭೂರ್ಜವನದ ಮರಗಳನ್ನು ಕೊಡಿಸಿ, ಮನೆಕಟ್ಟಿಕೊಳ್ಳುತ್ತೇವೆ; ಅವರು ದೊಡ್ಡ ಮನಸ್ಸು ಮಾಡಿದಾರೆ; ಆಸ್ತಿ ಎನ್ನುವುದು ಬೇಡ ಎನ್ನುತ್ತಿದಾರೆ; ಯಾರಾದರೂ ಬಂದು ಈ ಮರಗಳನ್ನು ಕಡಿದು ಹೊತ್ತುಕೊಂಡು ಹೋದಾರು; ಇವನ್ನು ನಮಗೆ ಕೊಡಿಸಿ" ಎಂದು ಬೇಡಿದರು.

ಚೆರ್ಟ್‌ಕಾಫ್ ಇದನ್ನು ಟಾಲ್‌ಸ್ಟಾಯ್‌ಗೆ ಹೇಳಿದನು. "ಹೇಗೂ ನೀವು ಆಸ್ತಿ ಕೂಡದು ಎನ್ನುವವರು; ಇದು ದಿಟವಾಗಿ ನಿಮ್ಮ ಅಭಿಪ್ರಾಯ. ನಾನು ಬಲ್ಲೆ. ಇದು ಎಲ್ಲರಿಗೂ ತಿಳಿಯುವಂತೆ ಮಾಡುವುದಕ್ಕೆ ಒಳ್ಳೆಯ ಅವಕಾಶ ಒದಗಿದೆ; ಈ ಜೀತದ ಜನರ ಪ್ರಾರ್ಥನೆಯನ್ನು ಸಲ್ಲಿಸಿ," ಎಂದು ಸೂಚಿಸಿದನು.

ಟಾಲ್‌ಸ್ಟಾಯ್ ಒಡನೆ ಏನೂ ಹೇಳಲಿಲ್ಲ. ಚೆರ್ಟ್‌ಕಾಫ್ ಮತ್ತೆ ಈ ಮಾತನ್ನೆತ್ತಿದಾಗ "ಸ್ವಾಮ್ಯ ಕೂಡದು ಎಂದು ಹೇಳಿದ ಮೇಲೆ ನಾನು ಅಪ್ಪಣೆ ಕೊಡುವುದೇನು? ಜೀತ ಉಂಟು ಮರ ಉಂಟು," ಎಂದನು. ಇದು ಅವನು ಸಂತೋಷದಿಂದ ಹೇಳಿದ ಮಾತಲ್ಲ. ಚೆರ್ಟ್‌ಕಾಫ್ ಇದನ್ನು ಬಲ್ಲನು. ಆದರೆ ಅದನ್ನು ಬಳಸಿ ಅವನು ಜೀತದ ಮಂದಿ ಮರ ಕಡಿಯುವುದಕ್ಕೆ ಅಡ್ಡಿ ಇಲ್ಲ ಎಂದು ಮುಂದರಿದನು.

ಇದು ಒಡತಿ ಸೋಫಿಯಾದೇವಿಯ ಗಮನಕ್ಕೆ ಬಂದಿತು. ಆಕೆ "ಯಜಮಾನರು ಹಾಕಿ ಬೆಳೆಸಿದ ಮರ, ಅದನ್ನು ಕಡಿಸುವುದು ಬೇಡ ಎಂದು ನಾನೇ ಸುಮ್ಮನಾದೆ. ಇದನ್ನು ಯಾರೋ ಬಂದು ಕಡಿಯುವಂತೆ ಮಾಡುತ್ತೀಯಾ?" ಎಂದು ಅಡ್ಡಿ ಹೇಳಿದಳು.

ಚೆರ್ಟ್‌ಕಾಫ್, "ಋಷಿಸಮಾನರಾದ ನಿಮ್ಮ ಯಜಮಾನರ ಔದಾರ್ಯ ನಿಮ್ಮಿಂದ ನಿಷ್ಫಲವಾಗುತ್ತಿದೆ, ನಿಮಗೆ ಇದು ತರವಲ್ಲ," ಎಂದನು.

ಆಕೆ "ಯಜಮಾನರ ಔದಾರ್ಯ ಫಲಿಸಲಿ ಎನ್ನುವುದು ನನಗಿಂತ ನಿನಗೆ ದೊಡ್ಡ ವಿಷಯವಾಯಿತೆ? ಈ ಅಧಿಕ ಪ್ರಸಂಗ ಬೇಡ. ನೀವೆಲ್ಲ ಇಲ್ಲಿ ಬಂದು ಊಟ ಮಾಡುತ್ತಾ ಇದ್ದೀರಲ್ಲ, ಸ್ವಾಮ್ಯ ಇಲ್ಲದೆ ಇದನ್ನೆಲ್ಲ ನಡೆಸುವುದು ಹೇಗೆ? ನಮ್ಮ ಮನೆಯ ಮಾತನ್ನು ನಮಗೆ ಬಿಡಿ. ನೀವು ಇದರ ಗೋಜಿಗೆ ಬರಬೇಡಿ," ಎಂದಳು.

ಮಾತಿಗೆ ಮಾತು ಬೆಳೆಯಿತು. ಜಗಳವೇ ಆಯಿತು. ಚೆರ್ಟ್‌ಕಾಫ್ 'ಒಡತಿ ಸೋಫಿಯಾಗೆ ಬುದ್ಧಿ ಸರಿಯಾಗಿಲ್ಲ' ಎಂದು ತೀರ್ಮಾನಿಸಿ "ಇವರು ಬೇಕಾದುದು ಹೇಳಲಿ, ನಾನು ಒಡೆಯರ ಅಭಿಪ್ರಾಯವನ್ನು ನಡೆಸುತ್ತೇನೆ" ಎಂದನು. ಜೀತದ ಮಂದಿಗೆ, "ನೀವು ಬಂದು ಮರಗಳನ್ನು ಕಡಿದುಕೊಂಡು ಹೋಗಿ," ಎಂದನು.

ಜೀತದ ಜನ ಬಂದರು. ಮರಗಳನ್ನು ಕಡಿಯತೊಡಗಿದರು. ಒಡತಿ ಸಂಬಳ ಕೊಟ್ಟು ಬೇರೆ ಜನರನ್ನು ಕರೆಸಿದಳು; ಅವರನ್ನು ತಡೆಯಲು ಏರ್ಪಾಡು ಮಾಡಿದಳು. ಜೀತಕ್ಕೆ ಪೆಟ್ಟಾಯಿತು. ಆ ಜನ ಇವಳು ತುಂಬ ಕ್ರೂರಿ ಎಂದು ಇವಳನ್ನು ನಿಂದಿಸಿದರು. ಸದ್ಯ ಸುಮ್ಮನಾದರು. ಸಂಬಳದ ಕಾವಲು ಹಿಂದಿರುಗಿದೊಡನೆ ಇವರು ಮತ್ತೆ ಬಂದರು; ಮರಗಳನ್ನು ಕಡಿದರು; ತೊಲೆ, ತೀರು, ಕವರು ಎಂದು ಎಲ್ಲವನ್ನೂ ಸಾಗಿಸಿದರು. ಇವರು

ಹತ್ತು ಸಲ ಹೀಗೆ ಮಾಡಿ ಆಕೆ ಹತ್ತು ಸಲ ಇವರನ್ನು ತಡೆದು ಆರು ತಿಂಗಳಾಗುವ ವೇಳೆಗೆ ಭೂರ್ಜವನ ನೆಲಸಮವಾಯಿತು. ವನ ಇದ್ದದ್ದಕ್ಕೆ ಉಳಿದ ಗುರುತೆಂದರೆ ಗರಗಸದಿಂದ ಕೊಯ್ದುಬಿಟ್ಟಿದ್ದ ಮರಗಳ ಬಡ್ಡೆ ಮಾತ್ರ.

ಇಷ್ಟೆಲ್ಲ ನಡೆಯುತ್ತಿರುವಲ್ಲಿ ಟಾಲ್‌ಸ್ಟಾಯ್ ಏನನ್ನೂ ಹೇಳಲಿಲ್ಲ. ಮರಗಳು ಉಳಿಯಲಿ ಎಂದು ಅವನ ಅಪೇಕ್ಷೆ ಎಂದು ಸೋಫಿಯಾದೇವಿ ತಿಳಿದಳು. ಆದರೆ ಅವಳ ಎಲ್ಲ ಯತ್ನ ವ್ಯರ್ಥವಾಯಿತು. ಅವಳು ತೀರ ಹುಚ್ಚಳಂತಾದಳು. ಟಾಲ್‌ಸ್ಟಾಯ್ ಬಾಯಲ್ಲಿ ಹೇಳಲಾರದ ಒಂದು ದುಃಖಕ್ಕೆ ತುತ್ತಾದನು. ಸವೆದುಹೋದನು.

ಆಮೇಲೆ ಕೆಲವು ತಿಂಗಳಲ್ಲಿ ಒಂದು ದಿನ ಅವನು ಯಾರಿಗೂ ಹೇಳದೆ ಮನೆಬಿಟ್ಟು ಎತ್ತಲೋ ಹೊರಟುಬಿಟ್ಟನು. ಅವನು ಹೊರಟುಹೋದ ಮೇಲೆ ಮನೆ ಮಕ್ಕಳಿಗೆ ಅದು ತಿಳಿಯಿತು. ಅವರು ಅವನ ಹಿಂದೆ ಜನವನ್ನು ಕಳುಹಿಸಿದರು. ಆ ಜನ ಅವನನ್ನು ಒಂದು ರೈಲ್ವೆ ಸ್ಟೇಷನ್‌ನಲ್ಲಿ ಕಂಡರು. ಟಾಲ್‌ಸ್ಟಾಯ್ ಆ ವೇಳೆಗೆ ತೀರ ದಣಿದಿದ್ದನು. ಸ್ಟೇಷನ್‌ನಲ್ಲಿ ನಿಂತನು. ಅವನು ಅಲ್ಲಿರುವುದು ತಿಳಿದು ಅವರು ಇವರು ಬಂದರು. ಅಲ್ಲಿಂದ ಅವನನ್ನು ಬೇರೆ ಕಡೆಗೆ ಒಯ್ಯುವ ಯೋಚನೆ ಮಾಡಿದರು. ಇದು ನಡೆಯುವ ಮುನ್ನ ರೈಲ್ವೆ ಸ್ಟೇಷನ್‌ನಲ್ಲಿಯೇ ಅವನು ತೀರಿಕೊಂಡನು.

ಮರ ಹೋದವೆಂಬ ದುಃಖವೇ ? ಹೆಂಡತಿ ತನ್ನ ಔದಾರ್ಯಕ್ಕೆ ಅಡ್ಡಿ ಆದಳೆಂಬ ಬೇಸರವೇ ? ಸ್ವಾಮ್ಯ ಕೂಡದೆಂದು ಬುದ್ಧಿ ಹೇಳುತ್ತಿರುವಲ್ಲಿ ಮರ ತನ್ನದೆಂಬ ಅಭಿಮಾನ ಕಾಡಿತೆಂಬ ಉದ್ವೇಗವೇ ? ಅವನ ಜೀವ ಈ ಭಾವ ಯಾವುದರಲ್ಲಿ ತೊಳಲುತ್ತ ಮುಗಿಯಿತು ? ಇಲ್ಲ ಮೂರೂ ಭಾವ ಆ ಮನಸ್ಸಿನಲ್ಲಿ ಸಾಯುವ ವೇಳೆ ತುಮುಲ ಮಾಡಿದವೋ ?

ಇದನ್ನು ಈಗ ಯಾರೂ ಹೇಳುವಂತಿಲ್ಲ. ○

○ ಆನಂದ

ನಾನು ಕೊಂದ ಹುಡುಗಿ

1

ಆರೇಳು ವರ್ಷಗಳ ಹಿಂದಿನ ಮಾತು. ಬೇಸಿಗೆಯ ರಜದಲ್ಲಿ ನಮ್ಮ (ಮೈಸೂರು) ಸೀಮೆಯನ್ನೆಲ್ಲಾ ಸುತ್ತಿಕೊಂಡು ಬರಬೇಕೆಂದು ಹೊರಟೆ. ನನಗೆ ನಮ್ಮ ದೇಶದಲ್ಲಿರುವ ಹೆಸರುಗೊಂಡ ಶಿಲಾಶಿಲ್ಪಗಳ ವೈಖರಿಯನ್ನೆಲ್ಲಾ ಚಿತ್ರರೂಪದಲ್ಲಿ ಸಂಗ್ರಹಿಸಬೇಕೆಂಬ ಒಂದು ಹುಚ್ಚು ಹಿಡಿದಿತ್ತು. ಸೋಮನಾಥಪುರ, ಬೇಲೂರು, ಹಳೇಬಿಡು ಮುಂತಾದ ಸ್ಥಳಗಳಲ್ಲಿನ ದೇವಾಲಯಗಳ ವರ್ಣನೆಗಳನ್ನು ಪುಸ್ತಕಗಳಲ್ಲಿ ಓದಿದಾಗ 'ಇರಲಿ ಸಾಯದೆ ಬದುಕಿದ್ದರೆ ಒಂದಲ್ಲ ಒಂದು ದಿನ ಅವುಗಳನ್ನೆಲ್ಲಾ ಕಣ್ಣಾರೆ ನೋಡಿಕೊಂಡು ಬರುತ್ತೇನೆ !' ಎಂದುಕೊಂಡಿದ್ದೆ. ಆದುದರಿಂದ ನಾನು ಸಂಚಾರ ಹೊರಟಾಗ ನನ್ನ ಆಸೆಯ ಕನಸು ನಿಜವಾಗು ವಂತಾಯಿತಲ್ಲಾ! – ಎಂದು ಹಿಗ್ಗಿದೆ. ಇಲ್ಲಿ ನಾನು ಮುಂದೆ ಹೇಳುವ ವಿಷಯ – ನನ್ನ ಸಂಚಾರವನ್ನು ಕುರಿತು ಒಂದು ಉಪನ್ಯಾಸವಲ್ಲ – ನನ್ನ ಸಂಚಾರದ ಮಧ್ಯದಲ್ಲಿ, ಒಂದು ಹಳ್ಳಿಯಲ್ಲಿ ನಡೆದ ಒಂದೆರಡು ಸಂಗತಿಯನ್ನು ಕುರಿತು.

ಆ ಹಳ್ಳಿಯ ಹೆಸರು ನಾಗವಳ್ಳಿ. ನಾನು ಅಲ್ಲಿಗೆ ಬರುವ ವೇಳೆಗೆ ನನ್ನ ಸಂಚಾರ ಮುಕ್ಕಾಲು ಪಾಲು ಮುಗಿದಿತ್ತು – ಅನ್ನಬಹುದು. ಅಷ್ಟು ಹೊತ್ತಿಗಾಗಲೆ ಸುಮಾರು ನೂರು–ನೂರೈವತ್ತು ಚಿತ್ರಗಳನ್ನು ಸಂಗ್ರಹಿಸಿದ್ದೆ. ಎಲ್ಲವೂ ನಾನೇ ಸ್ವಂತವಾಗಿ ತೆಗೆದ ಫೋಟೋಗಳು.

ನಾಗವಳ್ಳಿಯಲ್ಲಿ ಕರಿಯಪ್ಪನವರೆಂಬುವರು ಬಹಳ ಗಣ್ಯರಾದವರು. ಆ ಹಳ್ಳಿಗೆಲ್ಲಾ ಯಜಮಾನರಂತಿದ್ದರು. ನಾನು ಅವರ ಮನೆಯಲ್ಲಿಯೇ ಉಳಿದುಕೊಂಡಿದ್ದದ್ದು. ಕಥೆ ಇಲ್ಲಿಂದ ಪ್ರಾರಂಭ ಎಂದು ಇಟ್ಟುಕೊಳ್ಳಬಹುದು.

ನಾನು ಆ ಹಳ್ಳಿಗೆ ಬಂದಾಗ ರಾತ್ರಿ ಸುಮಾರು ಒಂಬತ್ತು ಗಂಟೆಯ ಸಮಯ. ನನ್ನ ಸಾಮಾನುಗಳನ್ನೆಲ್ಲಾ ಒಂದು ಸಂತೆಯ ಗಾಡಿಯಲ್ಲಿ ಹಾಕಿ ನಾನು ಅದರ ಹಿಂದೆ ನಡೆದುಕೊಂಡು ಬಂದೆ. ರಾತ್ರಿಯೆಲ್ಲ, ಆ ಎತ್ತಿನಗಾಡಿಯಲ್ಲಿ ಪ್ರಯಾಣಮಾಡುವುದು

ನನಗೆ ಸರಿಬೀಳಲಿಲ್ಲ. ಆ ರಾತ್ರಿ ಆ ಹಳ್ಳಿಯಲ್ಲೇ ಉಳಿದುಕೊಳ್ಳೋಣ – ಅನ್ನಿಸಿತು. "ಉಳಿದುಕೊಳ್ಳುವುದಕ್ಕೆ ಸರಿಯಾದ ಸ್ಥಳ ಯಾವುದಾದರೂ ಇದೆಯೇ ?" – ಎಂದು ಗಾಡಿಯವನನ್ನು ವಿಚಾರಿಸಿದೆ. ಅವನು ಕರಿಯಪ್ಪನವರ ಹೆಸರನ್ನು ಹೇಳಿ "ಸ್ವಾಮೀ, ಅಪ್ಪಣೆಯಾದರೆ ಅವರ ತಾವ ಹೋಗಿ ಹೇಳ್ತೀನಿ. ಅವರು ಎಲ್ಲಾ ಅನ್ಕೂಲಮಾಡ್ತಾರೆ, ಬುದ್ಧೀ" ಅಂದ. ನಾನು "ಆಗಬಹುದು" ಎಂದೆ. ಇನ್ನು ಹತ್ತು ಮಾರು ಹೋಗುವುದರಲ್ಲಿ ಅವನ ಮನೆ ಸಿಕ್ಕಿತು. ನಾನು ಗಾಡಿಯ ಹತ್ತಿರದಲ್ಲೇ ನಿಂತಿದ್ದೆ. ಗಾಡಿಯವನು ಇಳಿದು ಮನೆಯ ಕಡೆ ಹೋಗಿ ಒಂದೆರಡು ನಿಮಿಷ ಬಿಟ್ಟುಕೊಂಡು ಇನ್ನೊಬ್ಬ ಗಂಡಸಿನೊಡನೆ ಬಂದು "ಬುದ್ಧೀ, ಇವರೇ ಕರಿಯಪ್ನೋರು ಅನ್ನೋರು" ಎಂದು ಹೇಳಿದ. ಕರಿಯಪ್ಪನವರು ನನ್ನ ಸಮೀಪಕ್ಕೆ ಬಂದು ಬಹಳ ನಮ್ರ ಭಾವದಿಂದ ಕೈಮುಗಿದು "ಸ್ವಾಮೀ, ದಯಮಾಡಿ. ಇದು ತಮ್ಮ ಮನೆ ಎಂದೇ ತಿಳೀಬೇಕು" ಎಂದು ಹೇಳಿದರು. ನಾನೂ ಅವರಿಗೆ ಕೈಮುಗಿದು "ತಮಗೆ ತೊಂದರೆ ಕೊಟ್ಟಹಾಗಾಯಿತು" ಎಂದೆ. ಅದಕ್ಕೆ ಅವರು "ಸ್ವಾಮೀ, ಎಲ್ಲಾದರೂ ಉಂಟೆ ! ತೊಂದರೆ ಹೇಗೆ ಸ್ವಾಮೀ? ತಾವು ದೊಡ್ಡ ಮನಸ್ಸು ಮಾಡಿ, ನನ್ನ ಮನೆಗೆ ಬರಲು ಒಪ್ಪಿದಿರಲ್ಲಾ ಅದೇ ನನ್ನ ಪುಣ್ಯ! ತೊಂದರೆ ಗಿಂದ್ರೆ ಅನ್ನಬೇಡಿ, ಸ್ವಾಮೀ; ಹೀಗೆ ದಯಮಾಡಬೇಕು" ಎಂದು ತಮ್ಮ ಮನೆಯ ಕಡೆ ಕೈ ತೋರಿಸಿ ಗಾಡಿಯವನನ್ನ ಕರೆದು "ಲೋ ತಮ್ಮ, ಧಣಿಗಳ ಸಾಮಾನನ್ನೆಲ್ಲಾ ಜಗ್ಲೀ ಮೇಲೆ ತಂದಿಡೋ" ಎಂದು ಹೇಳಿದರು.

ನಾವು ಹೋಗಿ ಅವರ ಮನೆ ಜಗಲಿಯ ಮೇಲೆ ಹಾಸಿದ್ದ ಚಾಪೆಯ ಮೇಲೆ ಕುಳಿತುಕೊಂಡೆವು. ಕರಿಯಪ್ಪನವರದು ದೊಡ್ಡ ಸಂಸಾರ. ತುಂಬಿದ ಮನೆ. ನಾನು ಹೋಗಿ ಕುಳಿತೊಡನೆಯೆ ಒಳಗಿನಿಂದ ಮೂರು ನಾಲ್ಕು ಸಣ್ಣ ಸಣ್ಣ ಮಕ್ಕಳು ಹೊರಕ್ಕೆ ಓಡಿಬಂದು ಕುತೂಹಲದಿಂದ ನಮ್ಮ ಸುತ್ತಲೂ ನಿಂತುಕೊಂಡರು. ನನ್ನ ಹ್ಯಾಟು, ಬೂಟು ಎಲ್ಲಾ ಅವರಿಗೆ ತಮಾಷೆಯಾಗಿ ಕಂಡಿರಬೇಕು !

ಜಗಲಿಯ ಒಂದು ಪಕ್ಕಕ್ಕೆ ಒಂದು ಕೊಠಡಿ. ಮನೆಯ ಆಳು ಅದರ ಬಾಗಿಲನ್ನು ತೆರೆದು, ಗುಡಿಸಿ, ಚಾಪೆಹಾಕಿ, ಒಂದು ದೀಪವನ್ನು ತಂದಿಟ್ಟ. ಗಾಡಿಯವನು ನನ್ನ ಸಾಮಾನುಗಳನ್ನೆಲ್ಲಾ ಆ ಕೊಠಡಿಯೊಳಗೆ ಇಟ್ಟುಬಂದ. ಅವನಿಗೆ ಸಲ್ಲಬೇಕಾಗಿದ್ದ ಬಾಡಿಗೆ ಕೊಟ್ಟು ಕಳಿಸಿಬಿಟ್ಟೆ. ಕರಿಯಪ್ಪನವರು "ಸ್ವಾಮೀ, ಇನ್ನು ಬಟ್ಟೆ ಬಿಚ್ಚಬಹುದಲ್ಲ" ಎಂದರು. ನಾನು ಎದ್ದು ಕೊಠಡಿಯೊಳಗೆ ಹೋಗಿ, ನನ್ನ ಬಟ್ಟೆಗಳನ್ನೆಲ್ಲಾ ಬಿಚ್ಚಿ, ಪಂಚೆ ಉಟ್ಟು, ಷರಟು ಹಾಕಿಕೊಂಡುಬಂದೆ. ಅಷ್ಟು ಹೊತ್ತಿಗೆ ಯಾರೋ ಒಳಗಿನಿಂದ ಬಿಸಿ ನೀರು ತಂದಿಟ್ಟರು. ಕೈಕಾಲು ಮುಖ ತೊಳೆದುಕೊಂಡೆ. ಇನ್ನು ಅರ್ಧ ಗಂಟೆಯಲ್ಲಿ ಊಟವಾಯಿತು. ಪುನಃ ಹೊರಗೆ ಜಗಲಿಯ ಮೇಲೆ ಕುಳಿತುಕೊಂಡು ತಾಂಬೂಲ ಹಾಕಿಕೊಳ್ಳುತ್ತಾ ಮಾತನಾಡುತ್ತಿದ್ದೆವು. ನನ್ನ ಸಂಚಾರದ ವಿಷಯವನ್ನು ಅವರಿಗೆ ವಿವರಿಸಿ ಹೇಳಿದೆ. ನಾನು ಅವರ ಮನೆಯಲ್ಲಿ ಉಳಿದುಕೊಂಡಿದ್ದು ಅವರಿಗೆ ಬಹಳ ಸಂತೋಷಕ್ಕೆ ಕಾರಣವಾಯಿತು. ಅದು ಅವರ ನಡೆನುಡಿಯಲ್ಲೇ ತೋರುತ್ತಿತ್ತು. ಮಾತನಾಡುತ್ತ ಆಡುತ್ತಾ ಅವರ ವಿಷಯವನ್ನು ಸ್ವಲ್ಪ ತಿಳಿದುಕೊಂಡೆ. ಬಹಳ ನೆಮ್ಮದಿವಂತರು. ನಾನೂರು ರೂಪಾಯಿ ಕಂದಾಯ ಕೊಡುತ್ತಾರಂತೆ. ಮನೆಯ ತುಂಬಾ ಜನ; ಆಳುಕಾಳುಗಳು–ದನಕರುಗಳು ಯಾವುದರಲ್ಲೂ ಕೊರತೆಯಿಲ್ಲ. ಮನೆಯನ್ನು ದೊಡ್ಡದಾಗಿ ಕಟ್ಟಿಕೊಂಡಿದ್ದರು. ಆ ಹಳ್ಳಿಗೆಲ್ಲಾ ಅದೇ ದೊಡ್ಡದು. ಎಲ್ಲಕ್ಕೂ ಮಿಗಿಲಾಗಿ ನನ್ನ ಮನಸ್ಸಿನಲ್ಲಿ ನಿಂತದ್ದು ಅವರ ನಿಷ್ಕಪಟವಾದ ನಮ್ರತೆ. ಅದು ಆ ಜನರಿಗೆ ಬಹಳ

ಸ್ವಾಭಾವಿಕವೆಂದು ತೋರಿತು. ಒಟ್ಟಿನಲ್ಲಿ ಅವರ ಮನೆಯಲ್ಲಿ ನನಗೆ ಬಹಳ ಉಪಚಾರ ವಾಗುತ್ತೆ – ಅಂದುಕೊಂಡೆ.

ಊಟವಾದ ಮೇಲೆ ಬಹಳ ಹೊತ್ತು ಮಾತನಾಡುತ್ತಿರಲಿಲ್ಲ. ದಾರಿ ನಡೆದು ಬಂದುದರಿಂದ ಸ್ವಲ್ಪ ಆಯಾಸವಾಗಿತ್ತು. ಅವರಿಗೆ ಆ ವಿಷಯವನ್ನು ತಿಳಿಸಿ, ಕೊಠಡಿಯೊಳಗೆ ಹೋಗಿ ದೀಪವನ್ನು ಆರಿಸಿ ಮಲಗಿಕೊಂಡುಬಿಟ್ಟೆ.

2

ಬೆಳಿಗ್ಗೆ ಎಚ್ಚರವಾದಾಗ ಸುಮಾರು ಆರೂವರೆ–ಏಳು ಗಂಟೆ ಇರಬಹುದು. ಅಷ್ಟು ಹೊತ್ತಿಗಾಗಲೆ ನನ್ನ ಕೊಠಡಿಯ ಹೊರಗೆ ನೀರು ಸಿದ್ಧವಾಗಿತ್ತು! ಮುಖ ತೊಳೆದುಕೊಂಡು ಕೊಠಡಿಯಲ್ಲೇ ಕುಳಿತಿದ್ದೆ. ಕರಿಯಪ್ಪನವರು ತಾವೇ ಕೈಯಲ್ಲಿ ಒಂದು ಬಟ್ಟಲು ಹಾಲನ್ನು ತೆಗೆದುಕೊಂಡು ಬಂದರು. ಅವರ ಮನೆಯಲ್ಲಿ ಕಾಫಿ ಅಭ್ಯಾಸವಿಲ್ಲ. ನನಗೆ ಹಾಲು ಅಭ್ಯಾಸವಿಲ್ಲ. ಹೇಗೋ – ಅವರು ಅಷ್ಟು ಆದರದಿಂದ ತಂದದ್ದನ್ನು ಬೇಡವೆನ್ನಬಾರದೆಂದು ಕುಡಿದೆ. ಆಮೇಲೆ ಅವರನ್ನು ಅಲ್ಲೇ ಕೂರಿಸಿಕೊಂಡು ನಾನು ಸಂಚಾರಮಾಡಿ ತಂದಿದ್ದ ಚಿತ್ರಗಳನ್ನೆಲ್ಲಾ ತೋರಿಸಿ, ಅವುಗಳ ವಿಷಯವಾಗಿ ನಾನು ತಿಳಿದುಕೊಂಡಿದ್ದನ್ನು ಹೇಳಿದೆ. ಕೇಳಿ ಅವರಿಗಾದ ಸಂತೋಷವನ್ನೂ ಆಶ್ಚರ್ಯವನ್ನೂ ನಾನು ವಿವರಿಸಲಾರೆ. ಅವರು ನನ್ನನ್ನು ನೋಡಿ "ಸ್ವಾಮೀ, ತಾವು ಒಪ್ಪೋದಾದ್ರೆ – ಇಲ್ಲೇ ಹತ್ತಿರದಲ್ಲೇ ಒಂದು ದೇವಸ್ಥಾನ ಇದೆ – ರಂಗಪ್ಪನ ಗುಡಿ – ಬಹಳ ಹಳೇದು, ಸ್ವಾಮೀ; ಬಲು ಖಚಿತವಾಗಿದೆ! ಬಹಳ ದೂರಾನು ಇಲ್ಲ" ಎಂದರು. ನನಗೆ ಕಿವಿ ನೆಟ್ಟಗಾಯಿತು.

"ಎಲ್ಲಿ?" ಎಂದು ಕೇಳಿದೆ.

"ಇಲ್ಲೇ, ಇಲ್ಲಿಗೆ ಒಂದು ಹರಿದಾರಿ ದೂರ್ದಾಗಿದೆ; ಅದೋ ನೋಡಿ ಕಾಣ್ತೋಕಿಲ್ವೆ – ಆ ಮರಡಿ ಬೆಟ್ಟ – ಅದರ ಬುಡ್ದಾಗಿದೆ."

ನನಗೆ ಬೇಲೂರಿನಲ್ಲಿ ತೆಗೆದಿದ್ದ ಚಿತ್ರಗಳಲ್ಲಿ ಕೆಲವಕ್ಕೆ ಟಿಪ್ಪಣಿ – ವಿವರಣೆ ಬರೆಯುವುದಿತ್ತು. ಅಲ್ಲದೆ ಲಕ್ಷ್ಮಿಗೆ ಕಾಗದ ಬರೆಯಬೇಕಾಗಿತ್ತು.

"ಸರಿ, ಹಾಗಾದರೆ ನಾಳೆ ಬೆಳಿಗ್ಗೆ ಅಲ್ಲಿಗೆ ಹೋಗಿ ಬರುತ್ತೇನೆ; ಇವತ್ತು ಸ್ವಲ್ಪ ಬರೆಯುವ ಕೆಲಸವಿದೆ" ಎಂದು ಹೇಳಿದೆ.

"ತಮ್ಮ ಚಿತ್ತ–ಹಾಗೇ ಆಗಲಿ" ಎಂದರು.

*   *   *

ಆ ದಿನ ಟಿಪ್ಪಣಿ ವಿವರಣೆ ಬರೆಯುವುದರಲ್ಲೇ ಹನ್ನೆರಡು ಗಂಟೆಯಾಗಿಹೋಯಿತು. ಊಟವಾದ ಮೇಲೆ ಲಕ್ಷ್ಮಿಗೆ ಕಾಗದ ಬರೆಯುವುದಕ್ಕೆ ಕುಳಿತುಕೊಂಡೆ. ನನ್ನ ಸಂಚಾರದಲ್ಲಿ ಪುರುಸತ್ತು ಸಿಕ್ಕಿದಾಗಲೆಲ್ಲ ಅವಳಿಗೆ ಕಾಗದ ಬರೆಯುತ್ತಿದ್ದೆ. ಎಲ್ಲದರಲ್ಲೂ ಮುಕ್ಕಾಲು ಪಾಲು ನನ್ನ ಸಂಚಾರದ ವಿಷಯವೇ – ನಾನು ನೋಡಿದ ದೇವಸ್ಥಾನಗಳು, ನೋಟಗಳು, ಅವುಗಳ ವರ್ಣನೆ ಇತ್ಯಾದಿ. ನನ್ನ ಸಂಚಾರದಲ್ಲಿ ಲಕ್ಷ್ಮಿಯ ನೆನಪು ನಿತ್ಯವೂ ನನ್ನನ್ನು ಎಡೆಬಿಡದೆ ಹಿಂಬಾಲಿಸುತ್ತಿತ್ತು. ಎಷ್ಟೋ ಸಾರಿ "ಅಯ್ಯೋ! ಈ ಸೊಬಗನ್ನು ನೋಡುವುದಕ್ಕೆ ನನ್ನ ಲಕ್ಷ್ಮಿ ಇಲ್ಲವಲ್ಲಾ ಅವಳು ನನ್ನ ಸಮೀಪದಲ್ಲಿ ಇದ್ದಿದ್ದರೆ ಅವುಗಳ ಸೊಬಗು ಇನ್ನೂ ಹೆಚ್ಚುತ್ತಿತ್ತು!" ಅಂದುಕೊಂಡಿದ್ದೇನೆ. ಆ ದಿನ ನಾನು ನಾಗವಳ್ಳಿಗೆ ಬಂದದ್ದು, ಅಲ್ಲಿ ಕರಿಯಪ್ಪನವರ

ಆದರಣೀಯವಾದ ಆತಿಥ್ಯ – ಉಪಚಾರ – ಅವರ ಮಕ್ಕಳು ಮರಿ ವಿಚಾರ ಎಲ್ಲಾ ಬರೆದು – ನಾಳೆ ಮರಡಿ ಬೆಟ್ಟಕ್ಕೆ ಹೋಗಬೇಕೆಂದಿರುವುದನ್ನು ತಿಳಿಸಿ – ಆಮೇಲೆ ನಮ್ಮ ನಮ್ಮ ಕೆಲವು ಮಾತುಗಳನ್ನು ಬರೆದು ಕಾಗದವನ್ನು ಮುಗಿಸಿದೆ. ಆ ಹಳ್ಳಿಯಲ್ಲಿ ಟಪಾಲು ಆಫೀಸು ಇಲ್ಲ. ಒಂದು ಟಪಾಲು ಪೆಟ್ಟಿಗೆ ಮಾತ್ರ ಇದೆ; ವಾರಕ್ಕೆ ಎರಡು ಸಲವೋ ಮೂರು ಸಲವೋ ಬೇಲೂರಿನಿಂದ ಅಂಚೆಯವನು ಬಂದು ಕಾಗದಗಳನ್ನು ತೆಗೆದುಕೊಂಡು ಹೋಗುತ್ತಾನೆ. ವಿಚಾರಿಸಿದ್ದಲ್ಲಿ ಆ ವಿಷಯ ತಿಳಿಯಿತು. ಆದರೆ ಟಪಾಲುಪೆಟ್ಟಿಗೆ ಎಲ್ಲಿತ್ತೋ ಗೊತ್ತಿರಲಿಲ್ಲ. ಆಳು ಯಾರಾದರೂ ಇದ್ದರೆ ಅವನ ಕೈಲಿ ಕಾಗದವನ್ನು ಟಪಾಲುಪೆಟ್ಟಿಗೆಗೆ ಕಳುಹಿಸಬಹುದೆಂದು ಯೋಚಿಸಿ ಕೊಠಡಿಯಿಂದ ಹೊರಗೆ ಬಂದೆ. ನಾನು ಹೊರಗೆ ಬಂದಾಗ ಕೊಠಡಿಗೆ ಎದುರಾಗಿ ಸ್ವಲ್ಪ ದೂರದಲ್ಲಿ ಜಗಲಿಯ ಕಂಬವನ್ನು ಒರಗಿಕೊಂಡು ಒಬ್ಬ ಪ್ರಾಯದ ಹುಡುಗಿ ಕುಳಿತಿದ್ದಳು. ಯಜಮಾನರ ಮಗಳಿರಬಹುದೆಂದು ತೋರಿತು. ನಾನು ಹೊರಗೆ ಬಂದವನು ಆಳನ್ನು ಕಾಣದೆ, ಏನು ಮಾಡಬೇಕೆಂದು ತೋಚದೆ ನಿಂತಿರಲು, ನಾನು ನೋಡಿದಾಕೆಯು ಎದ್ದು ಬಂದು "ಏನು ಬುದ್ದೀ, ಏನಾಗ್ಬೇಕು ? ಅಪ್ಪಣೆಯಾಗಲಿ" ಎಂದು ಕೇಳಿ, ಸ್ವಲ್ಪ ಹಸನ್ಮುಖಿಯಾದಳು. ಆ ಹಳ್ಳಿಹುಡುಗಿಯ ನಯವನ್ನೂ ಸರಳತೆಯನ್ನೂ ನೋಡಿ ನನಗೆ ಸಂತೋಷವಾಯಿತು. ನಾನು ಹೇಳಿದೆ –

"ಏನೂ ಇಲ್ಲವಮ್ಮಾ, ಈ ಕಾಗದಾನ ಟಪಾಲಿಗೆ ಕಳಿಸಬೇಕಾಗಿತ್ತು. ಆ ಪೆಟ್ಟಿಗೆ ಎಲ್ಲಿದೆಯೋ ನಂಗೊತ್ತಿಲ್ಲ. ಹೇಳ್ತೀಯಾ ?"

ಆಕೆ ನಗುತ್ತ ನನ್ನ ಕಡೆಗೆ ಎರಡು ಹೆಜ್ಜೆ ಇಟ್ಟು –

"ಅದ್ಯಾಕ್ಬುದ್ದೀ ಏಟೊಂದು ತೊಂದ್ರೆ ತಮ್ಗೆ! ಆ ಕಾದ್ಗಾನ ಇಲ್ಕೊಡಿ, ನನ್ನೊಡ್ಯಾ– ನಾನೋಗಿ ಹಾಕ್ತಿನ್ನಿ" ಅಂದಳು.

ಅವಳ ಮಾತುಗಳನ್ನು ಕೇಳಿ, ಅವಳೊಡನೆ ಇನ್ನೂ ನಾಲ್ಕು ಮಾತುಗಳನ್ನಾಡಬೇಕೆನ್ನಿಸಿತು.

"ನಿನಗೆ ತೊಂದರೆ ಅಲ್ವೆ?" ಎಂದು ಕೇಳಿದೆ.

"ಅಯ್ಯೋ! ಬುದ್ದೀ ! ಅದ್ಯಾಂಗೆ ತೊಂದರೆ? ತಾವು ದೊಡ್ಡೋರು!"

"ಹಾಗಾದರೆ ನಿನಗೆ ತೊಂದರೆ ಇಲ್ಲವಷ್ಟೆ?"

"ಇಲ್ಲ ನನ್ನೊಡ್ಯಾ! ಇಲ್ಕೊಡಿ, ಆ ಕಾದ್ಗಾನ."

– ಹೀಗೆಂದು ಹೇಳಿ ಎರಡು ಕೈಗಳನ್ನೂ ನೀಡಿದಳು. ನಾನು ಕಾಗದವನ್ನು ಅವಳ ಕೈಗೆ ಕೊಟ್ಟು "ನಿನ್ನ ಹೆಸರೇನು" ಎಂದು ಕೇಳಿದೆ.

"ನನ್ನೆಸ್ರು ಚೆನ್ನಿ" ಎಂದು ಸ್ವಲ್ಪ ನಾಚಿಕೆಯಿಂದ ಹೇಳಿ ಹೊರಟುಹೋದಳು.

ಸೊಗಸಾದ ಹೆಸರು – ಅಂದುಕೊಂಡೆ. ಚೆನ್ನಿ ಚೆನ್ನಾಗೇ ಮಾತನಾಡಿದಳು.

ಅವಳ ಮುಖದಲ್ಲಿನ ಆ ನಮ್ರಭಾವ– ಕಣ್ಣುಗಳಲ್ಲಿ ಆಕೆಯ ತಿಳಿ ಹೃದಯ ನಿರ್ಮಲ ಛಾಯೆ – ಮಾತುಗಳಲ್ಲಿ ಹಳ್ಳಿಗಾಡಿನ ಒಂದು ವಿಧವಾದ ಲಾಲಿತ್ಯ – ಇವು ಪ್ರತಿಯೊಂದು ನನ್ನ ಮನಸ್ಸಿನಲ್ಲಿ ನಾಟಿದವು.

* * *

ಆ ದಿನ ಮಧ್ಯಾಹ್ನ ಊಟವಾದ ಮೇಲೆ ಸ್ವಲ್ಪ ನಿದ್ದೆಮಾಡಿದೆ. ಎಚ್ಚರವಾದಾಗ ಸುಮಾರು ನಾಲ್ಕು ಗಂಟೆ ಇರಬಹುದು. ಮುಖ ತೊಳೆದುಕೊಳ್ಳುವುದಕ್ಕೆಂದು ಕೊಠಡಿಯಿಂದ ಹೊರಗೆ ಬಂದೆ. ಪುನಃ ಅದೇ ಹುಡುಗಿ, ನಾನು ಮೊದಲು ನೋಡಿದ ಸ್ಥಳದಲ್ಲೇ ಕಂಬವನ್ನು

ಒರಗಿಕೊಂಡು ಕುಳಿತಿದ್ದಳು. ನಾನು ಹೊರಗೆ ಬಂದುದನ್ನು ನೋಡಿದೊಡನೆಯೇ ಚಾಚಿದ ಕಾಲುಗಳನ್ನು ಮುದುರಿಕೊಂಡು, ಏನೋ ಒಂದು ವಿಧವಾದ ಅನ್ಯಮನಸ್ಕತೆಯಿಂದ ಸೆರಗಿನ ತುದಿಯಲ್ಲಿ ದಾರದ ಎಳೆಯನ್ನು ಕೀಳಲಾರಂಭಿಸಿದಳು. ನನಗೆ ನೀರು ಬೇಕಾಗಿತ್ತು. ಅಲ್ಲಿ ಕೇಳಲು ಮತ್ತಾರೂ ಇರಲಿಲ್ಲ. ಆಗಲೇ ಒಂದು ಸಲ ಆಕೆಯೊಡನೆ ಮಾತನಾಡಿದ್ದೆನಷ್ಟೆ; ಈಗ ಅದರ ಸಲಿಗೆಯಿಂದ ಅವಳನ್ನೇ ಕುರಿತು "ಚೆನ್ನಮ್ಮಾ, ಸ್ವಲ್ಪ ನೀರು ಬೇಕಿತ್ತು; ಮುಖತೊಳೆಯೋಕೆ" ಅಂದೆ. "ಆಗ್ಬೈದು ನನ್ನೊಡ್ಯಾ" ಎಂದು ಮುಗುಳ್ನಗೆ ನಗುತ್ತ ಏನೋ ಒಂದು ಸಡಗರದಿಂದ ಒಳಕ್ಕೆ ಹೋದಳು. ಚೆನ್ನಮ್ಮ ಹುಟ್ಟುತ್ತಲೇ ಮುಗುಳ್ನಗೆಯನ್ನು ತಂದಿರಬೇಕೆಂದು ತೋರಿತು. ನಾನು ನೋಡಿದಾಗಲೆಲ್ಲಾ ಆಕೆಯ ಆ ಮುಗ್ಧವಾದ ಮುಖವು ತಿಳಿನಗೆಯಿಂದ ಬೆಳಗುತ್ತಿತ್ತು. ಪಟ್ಟಣಗಳಲ್ಲಿ ಯುವತಿಯರ ಮಂದಹಾಸವನ್ನು ಅನೇಕ ಸಂದರ್ಭಗಳಲ್ಲಿ ನೋಡಿದ್ದೇನೆ. ಆದರೆ ಅದು ಸಾಧಾರಣವಾಗಿ, ದೊಡ್ಡ ದೊಡ್ಡ ಮರಗಳನ್ನುರುಳಿಸಿ ಧೂಳೆಬ್ಬಿಸುವ ಬಿರುಗಾಳಿಯಂತೆ, ಮನಸ್ಸಿನಲ್ಲಿ ಗರ್ಜಿಸುವ ಅಲೆಗಳನ್ನೆಬ್ಬಿಸಿ ಅಲ್ಲೋಲಕಲ್ಲೋಲ ಮಾಡುವ ಮುಗುಳ್ನಗೆ! ಚೆನ್ನಮ್ಮನ ಮುಗುಳ್ನಗೆ ಅಂತಹುದಲ್ಲ. ಅದು, ಮೃದುವಾಗಿ ಅಲ್ಲಿ ಸುಳಿದು ಇಲ್ಲಿ ಸುಳಿದು, ಚಿಗುರುಗಳಲ್ಲಿ ತೂರಿ, ಹೂಗೊಂಚಲನ್ನು ಹಾಯ್ದು, ಪರಿಮಳವನ್ನು ಹೊತ್ತು ತರುವ ತಂಗಾಳಿಯಂತೆ, ಹೃದಯದಲ್ಲಿ ಚಿಕ್ಕ ಚಿಕ್ಕ ತರಂಗ ಮಾಲೆಗಳನ್ನು ಹುಟ್ಟಿಸುವ ಸರಳವಾದ ಮುಗುಳ್ನಗೆ! ಬಿರುಗಾಳಿಯಲ್ಲಿ ಸಿಕ್ಕರೆ ಬರೀ ಧೂಳು! ಕಣ್ಣಿಗೆ, ಬಾಯಿಗೆ ಮಣ್ಣು! ಅದರಲ್ಲಿ ಸೌರಭವಿಲ್ಲ. ಈ ಹಳ್ಳಿಯ ಹುಡುಗಿಯ ನಗುವಿನಲ್ಲೊ? ಓ, ಅದು ಮಲ್ಲಿಗೆಯ ಹೂವಿನ ಹಾಗೆ! ಮಲ್ಲಿಗೆಯ ಹೂವಿನದು ಎಂತಹ ಶುಭ್ರತೆ! ಎಣೆಯಿಲ್ಲದ ಪರಿಮಳ! – ಇಷ್ಟು ಯೋಚನೆ ಆಗಿದ್ದಾಗ ಚೆನ್ನಮ್ಮ ನೀರು ತಂದಳು. ಕೈಕಾಲು ಮುಖ ತೊಳೆದುಕೊಂಡು ಕೊಠಡಿಗೆ ಹೋಗುವುದರೊಳಗೆ ಚೆನ್ನಮ್ಮನೇ ಸ್ವಲ್ಪ ತಿಂಡಿ, ಒಂದು ಬಟ್ಟಲಲ್ಲಿ ಹಾಲು ತಂದಿಟ್ಟು ಹೋದಳು. ತಿಂಡಿ ಮುಗಿಸಿಕೊಂಡು, ಹಾಗೆಯೇ ಸುತ್ತಾಡಿಕೊಂಡು ಬರೋಣವೆಂದು ನನ್ನ ಕೊಳಲನ್ನೂ ಸಣ್ಣದೊಂದು 'ಕ್ಯಾಮರಾ'ವನ್ನೂ ತೆಗೆದುಕೊಂಡು ಕೊಠಡಿಯನ್ನು ಬಿಟ್ಟೆ. ಹೊರಗೆ ಬಂದಾಗ ಚೆನ್ನಮ್ಮ! ಅದೇ ಸ್ಥಳದಲ್ಲೇ ಕುಳಿತಿದ್ದಳು. ನಾನು ಮನೆಯನ್ನು ಬಿಟ್ಟು ನಾಲ್ಕಾರು ಮಾರು ಬಂದೆ. ಎತ್ತಕಡೆ ಹೋಗೋಣ – ಎಂದು ಯೋಚನೆಯಾಯಿತು. ಮನೆಯ ಹಿಂದೆ ಅವರ ತೋಟ ಇದೆ ಎಂದು ಕೇಳಿದ್ದುದು ಜ್ಞಾಪಕಕ್ಕೆ ಬಂದು ಅಲ್ಲಿಗೇ ಹೋಗೋಣವೆಂದು ನಿರ್ಧರಿಸಿದೆ. ಆದರೆ ದಾರಿ ಗೊತ್ತಿಲ್ಲ. ಏನು ಮಾಡುವುದು ಎಂದು ಯೋಚಿಸುತ್ತ, ಚೆನ್ನಮ್ಮನನ್ನೇ ಕೇಳಿಬಿಡುವುದು ಎಂದುಕೊಂಡು ತಿರುಗಿ "ಏನಮ್ಮಾ, ನಿಮ್ಮ ತೋಟ ಇದೆಯಂತಲ್ಲ, ಅದನ್ನು ನೋಡೋಣಾಂತ ಇದ್ದೇನೆ. ದಾರಿ ಯಾವುದು ಹೇಳ್ತೀಯಾ?" ಎಂದು ಕೇಳಿದೆ. ಆಕೆ "ಆಗಲಿ ನನ್ನೊಡ್ಯಾ" ಎಂದು ಎದ್ದುಬಂದು ನನ್ನನ್ನು ಮನೆಯ ಹಿಂಭಾಗಕ್ಕೆ ಕರೆದುಕೊಂಡು ಹೋಗಿ, ಒಂದು ಕಾಲುದಾರಿಯನ್ನು ತೋರಿಸಿ "ಇದೇ ನನ್ನೊಡ್ಯಾ ಹಾದಿ ನಮ್ತೋಟಕ್ಕೆ" ಎಂದು ಹೇಳಿದಳು. "ಸರಿ, ಇನ್ನು ಹೋಗುತ್ತೇನೆ" ಎಂದು ಹೇಳಿ ಹೊರಟೆ. ಆ ಕಾಲುಹಾದಿ ಹಿತ್ತಲ ತರಕಾರಿ ತೋಟವನ್ನು ಬಳಸಿಕೊಂಡು ದೊಡ್ಡ ತೋಟಕ್ಕೆ ಹೋಗಿತ್ತು. ಆ ದಾರಿಯಲ್ಲಿ ಸುಮಾರು ಇಪ್ಪತ್ತು ಮಾರು ಹೋಗಿದ್ದೆ. ಆಗ ಗಾಳಿ ಬಂದು ನಾನು ಹೊದೆದುಕೊಂಡಿದ್ದ ಧೋತ್ರದ ತುದಿ ತರಕಾರಿ ತೋಟದ ಬೇಲಿಗೆ ಸಿಕ್ಕಿಕೊಂಡಿತು. ಬಿಡಿಸಿಕೊಳ್ಳುವುದಕ್ಕಾಗಿ ಹಿಂತಿರುಗಿದೆ. ಚೆನ್ನಮ್ಮ! ನಾನು ಅವಳನ್ನು ಎಲ್ಲಿ ಬಿಟ್ಟಿದ್ದೆನೋ ಅಲ್ಲೇ ನಿಂತಿದ್ದಳು. ನಾನು

ದಾರಿ ತಪ್ಪೇನೆಂದು ಶಂಕೆಯೇನೋ ಅವಳಿಗೆ ಅಂದುಕೊಂಡೆ.

ಇನ್ನು ಸುಮಾರು ನೂರು ಗಜ ಹೋಗುವುದರಲ್ಲಿ ತೋಟ ಸಿಕ್ಕಿತು. ಅದು ಬಹಳ ಸೊಗಸಾದ ತೋಟ. ವಿಶೇಷವಾಗಿದ್ದುದು ಅಡಿಕೆ-ತೆಂಗು. ಇನ್ನು ಕೆಲವು ಹಣ್ಣು ಹಂಪಲು ಗಿಡಗಳೂ ಇದ್ದವು. ಸ್ವಭಾವತಃ ರಮ್ಯವಾದ ಆ ತೋಟದ ಸೊಬಗು, ಅಂದು, ಸಾಯಂಕಾಲದ ಸೂರ್ಯನ ಬಂಗಾರದ ಕಾಂತಿಯಲ್ಲಿ ನೂರ್ಮಡಿಯಾಗಿತ್ತು. ತೋಟವನ್ನು ಹೊಕ್ಕು ಹತ್ತಾರು ಹೆಜ್ಜೆ ಹೋಗುವುದರಲ್ಲಿ ಒಂದು ವಿಶಾಲವಾದ ಬಾವಿ ಸಿಕ್ಕಿತು. ಅದು ಯಾತದ ಬಾವಿ. ಒಂದು ಪಕ್ಕದಲ್ಲಿ ನೀರಿನವರೆಗೂ ಇಳಿದು ಹೋಗುವುದಕ್ಕೆ ಮೆಟ್ಟಲು ಗಳಿದ್ದವು. ಬಾವಿಯ ಸುತ್ತಲೂ ಸುಮಾರು ಎರಡು ಅಡಿ ಎತ್ತರ ಕಲ್ಲಿನ ಗೋಡೆ. ನಾನು ಹೋಗಿ ಆ ಗೋಡೆಯ ಮೇಲೆ ಕುಳಿತುಕೊಂಡು ತೋಟದ ಸೊಬಗನ್ನು ಕುಡಿಯಲಾರಂಭಿಸಿದೆ.

3

ಸ್ವಲ್ಪ ಕಾಲ ನನ್ನ ಮನಸ್ಸು ಆ ತೋಟದ ಸೊಬಗಿನ ಪಾನದಿಂದ ಮುದವೇರಿ ಯಾವುದೋ ವರ್ಣಿಸಲಾಗದ ಸುಖವನ್ನನುಭವಿಸಿತು. ತೋಟದ ತಂಪು, ಗಾಳಿಯಲ್ಲಿ ಬೆರೆತು ಹಾಯ್ದು ಹಾಯ್ದು ಬರುತ್ತಿತ್ತು. ಬಾವಿಯ ಸುತ್ತಲೂ ತರತರದ ಹೂವಿನ ಗಿಡಗಳಿದ್ದವು. ಅವುಗಳ ಪರಿಮಳವೆಲ್ಲಾ ತಂಗಾಳಿಯಲ್ಲಿ ಸೂರೆಯಾಗುತ್ತಿತ್ತು. ನಾನಾ ಜಾತಿಯ ಪಕ್ಷಿಗಳ ಕಂಠ ಆಕಾಶದಲ್ಲಿ, ಗಿಡಗಳಲ್ಲಿ, ಮರಗಳಲ್ಲಿ, ಎಲ್ಲೆಲ್ಲಿಯೂ ಕೇಳಿಬರುತ್ತಿತ್ತು. ನನ್ನ ಹೃದಯವು ಪಕ್ಷಿಗಳೊಡನೆ ಪಕ್ಷಿಯಾಯಿತು. ಹೂಗಳೊಡನೆ ಹೂವಾಯಿತು. ಕವಿಗಳು, ಕಾಣದ ಸ್ವರ್ಗವನ್ನು ಏಕೆ ವರ್ಣಿಸುತ್ತಾರೆಯೋ ? – ಅನ್ನಿಸಿತು. ಎಲ್ಲಿ ಸುಖವೋ ಅಲ್ಲೇ ಸ್ವರ್ಗ ! ಹೃದಯವು ಆನಂದದಿಂದ ತುಂಬಿ ಹರಿಯಿತು. ಅದರ ಭರದಲ್ಲಿ ಕೊಳಲನ್ನು ನುಡಿಸಲಾರಂಭಿಸಿದೆ. ಕೊಳಲಿನ ಒಂದು ಸ್ವರವು ನೂರು ಸ್ವರವಾಗಿ ತೋಟವನ್ನೆಲ್ಲಾ ತುಂಬಿತು. ನನ್ನ ಕೊಳಲಿನ ಗಾನಕ್ಕೆ ನಾನೇ ಉಬ್ಬಿಹೋದೆ. ಒಂದೆರಡು ಕೀರ್ತನೆಗಳನ್ನು ಕೊಳಲಲ್ಲಿ ನುಡಿಸಿ ಆಮೇಲೆ ಬಾಯಲ್ಲಿ ಹೇಳುವುದಕ್ಕಾರಂಭಿಸಿದೆ. ತೋಟದಲ್ಲೆಲ್ಲಾ ನಾನೊಬ್ಬನೇ ಎಂಬ ಧೈರ್ಯದಿಂದ, ಬಾಯಿಗೆ ಬಂದಂತೆ ಹಾಡತೊಡಗಿದೆ. ಇದ್ದಕ್ಕಿದ್ದಹಾಗೆಯೇ ನನ್ನ ಹಿಂದೆ 'ಗುಳು ಗುಳು' ಎಂಬ ಶಬ್ದವಾಯಿತು. ನಾನು ತಟ್ಟನೆ ಹಾಡುವುದನ್ನು ನಿಲ್ಲಿಸಿ ತಿರುಗಿ ನೋಡಿದೆ. ನೋಡಿದರೆ ಆ ಹುಡುಗಿ ಚೆನ್ನಿ! ಮೆಟ್ಟಲುಗಳ ಮೂಲಕ ಕೆಳಗೆ ನೀರಿಗಿಳಿದು, ಕೊಡದಲ್ಲಿ ನೀರು ತುಂಬುತ್ತಿದ್ದಳು. ನಾನು ತಿರುಗಿ ನೋಡಿದಾಗ ಅವಳು ತಲೆಯನ್ನೆತ್ತಿ ನನ್ನ ಕಡೆ ನೋಡುತ್ತಿದ್ದಳು. ನನಗೆ ಬಹಳ ನಾಚಿಕೆಯಾಯಿತು. ನಾನು ಪಟ್ಟಣದ ನಾಗರಿಕನೆಂದು ಇವರು ಗೌರವವನ್ನಿಟ್ಟುಕೊಂಡಿದ್ದಕ್ಕೂ, ಈಗ ನಾನು ಗೊಲ್ಲರ ಹುಡುಗನಂತೆ ಕೊಳಲೂದುತ್ತ ಬಾಯಿಗೆ ಬಂದಂತೆ ಅರಚುತ್ತಿದ್ದದ್ದಕ್ಕೂ ಸರಿಹೋಯ್ತು! – ಅಂದುಕೊಂಡೆ. ನಾನು ಮೆಟ್ಟಲುಗಳ ಕಡೆಗೆ ಬೆನ್ನು ತಿರುಗಿಸಿಕೊಂಡು ಕುಳಿತಿದ್ದುದರಿಂದ ಆಕೆ ಬಂದದ್ದು ತಿಳಿಯಲಿಲ್ಲ. ನನ್ನ ಸಂಗೀತದ ಭರದಲ್ಲಿ ಆಕೆಯ ಬಳೆಗಳ ಸದ್ದಾಗಲಿ, ಕಾಲಂದುಗೆಯ ಸದ್ದಾಗಲಿ ಕೇಳಿಸಲಿಲ್ಲ. ಅಂತು ಆಗಿನ ನನ್ನ ಸ್ಥಿತಿ ಬಹಳ ನಾಚಿಕೆಗೆ ಕಾರಣವಾಯಿತು. ಒಂದು ಕ್ಷಣ ನಾನೇ "ಏನಾಯ್ತು ಬಿಡೋ!" ಅಂದುಕೊಂಡೆ. ಆದರೂ ಮನಸ್ಸು ಸಮಾಧಾನವಾಗಲೊಲ್ಲದು. ನಗು ಬರುವ ಹಾಗಾಯಿತು. ಕೊಳಲನ್ನು ಪಕ್ಕದಲ್ಲಿಟ್ಟು 'ಕ್ಯಾಮರಾ'ವನ್ನು ಕೈಗೆ ತೆಗೆದುಕೊಂಡು ಅದನ್ನು ನೋಡುವವನಂತೆ ನಟಿಸಿದೆ.

ಆಕೆ ಕೊಡದಲ್ಲಿ ನೀರು ತುಂಬಿಕೊಂಡು ಮೆಟ್ಟಲುಗಳನ್ನು ಒಂದೊಂದಾಗಿ ಹತ್ತಿ ಬಂದಂತೆ ಬೋಧೆಯಾಯಿತು. ಮೆಟ್ಟಲುಗಳನ್ನೆಲ್ಲಾ ಹತ್ತಿದ ಮೇಲೆ ಆಕೆಯ ಕಾಲ ಸಪ್ಪಳ ಕೇಳಿಸಲಿಲ್ಲ. ನನಗೆ ಆಕೆ ಎಷ್ಟು ಹೊತ್ತಿಗೆ ಹೊರಟು ಹೋಗುತ್ತಾಳೆ ಅನ್ನಿಸಿತು. ಕಾಲ ಸಪ್ಪಳದ ಬದಲು ಕೈಬಳೆಗಳ ಸದ್ದು ಕೇಳಿಸಿತು. ಪುನಃ ಆಕೆಯ ಮುಖವನ್ನು ನೋಡುವುದಕ್ಕೆ ನಾಚಿಕೆಯಾಯಿತು; ಆದರೂ ತಿರುಗಿ ನೋಡಿದೆ! ಆಕೆ ಚೆನ್ನಾಗಿ ಬೆಳ್ಳಗಿದ್ದ ಎರಡು ಹಿತ್ತಾಳೆ ಕೊಡಗಳಲ್ಲಿ ನೀರು ತುಂಬಿಕೊಂಡು, ಮೆಟ್ಟಲುಗಳನ್ನೆಲ್ಲಾ ಹತ್ತಿಬಂದು, ಅವುಗಳನ್ನು ಬಾವಿಯ ಸುತ್ತಲೂ ಇದ್ದ ಕಟ್ಟೆಯ ಮೇಲೆ ಇಟ್ಟಿದ್ದಳು. ಈ ಸಮಯದಲ್ಲಿ ನಾನು ಅವಳನ್ನು ಪುನಃ ನೋಡಿದ್ದು. ನನ್ನ ವಿಚಿತ್ರವಾದ ಸಂಗೀತದಿಂದ ಉಂಟಾಗಿದ್ದ ನಗು ಇನ್ನೂ ಆಕೆಯ ಮುಖದ ಮೇಲೆ ಸುಳಿಯುತ್ತಿತ್ತು. ನನಗೆ ಬಹಳ ನಾಚಿಕೆಯಾಯಿತು. ಮುಖವನ್ನು ತಿರುಗಿಸಿಕೊಂಡು ಕುಳಿತಿದ್ದವನು ಎದ್ದೆ. ಆಕೆ ಏನೋ ಮಾತಾಡಿದ ಹಾಗಾಯಿತು. ನನ್ನ ಮನಸ್ಸಿನ ಗಲಭೆಯಲ್ಲಿ ಅದು ಏನು ಎಂದು ತಿಳಿಯಲಿಲ್ಲ. ಪುನಃ ಆಕೆಯ ಕಡೆಗೆ ತಿರುಗಿ "ಏನಮ್ಮ?" ಎಂದು ಕೇಳಿದೆ. ಆಕೆ "ಪದಾ ಹೇಳೋದ್ಯಾಕ್ಬಿಟ್ರಿ, ನನ್ನೊಡ್ಯಾ?" ಎಂದು ಕೇಳಿದಳು. ಆಕೆಯ ಈ ಪ್ರಶ್ನೆಯಿಂದ ನನ್ನ ಮನಸ್ಸಿನಲ್ಲಾದ ಕಳವಳವೂ ಅವಮಾನವೂ ದೇವರಿಗೇ ಗೊತ್ತು! ಏನು ಹೇಳಬೇಕೋ ಕೂಡಲೇ ಗೊತ್ತಾಗದೆ "ಆ-ಊ" ಎಂದು ಉಪಚಾರಕ್ಕೆ ಹಲ್ಲು ಕಿರಿದು, ಆಮೇಲೆ "ಮುಗಿದು ಹೋಯಿತಮ್ಮಾ" ಎಂದೆ. ಆಕೆ ಕೇಳಿದ ಪ್ರಶ್ನೆ ಅಪಹಾಸ್ಯವಾಗಿ ತೋರಿತಾದರೂ ಅದರಿಂದ ನನಗೆ ಸಿಟ್ಟು ಏಕೆ ಬರಬೇಕು! ನಾನು ಮಾಡಿದ್ದು ಬೆಪ್ಪು ಕೆಲಸ! ನನ್ನ ಆಗಿನ ಮನಸ್ಸಿನ ಸ್ಥಿತಿಯಲ್ಲಿ ಅದು ಅಪಹಾಸ್ಯವಾಗಿ ತೋರಿರಬೇಕೇ ಹೊರತು ನಿಜವಾಗಿಯೂ ಹಸನ್ಮುಖಿಯಾದ ಆ ಹಳ್ಳಿಯ ಮುಗ್ಧೆಗೆ ನನ್ನನ್ನು ಹಾಸ್ಯಮಾಡುವ ಅಭಿಪ್ರಾಯವಿರಲಾರದು ಎಂದು ತೋರಿತು. ಹೇಗೋ ಆದದ್ದು ಆಗಿಹೋಯಿತು, ಇನ್ನು ಈ ಜಾಗ ಬಿಡೋಣ ಅಂದುಕೊಂಡು, ಕೊಳಲನ್ನೂ 'ಕ್ಯಾಮರಾ'ವನ್ನೂ ಕೈಗೆ ತೆಗೆದುಕೊಂಡು ಒಂದೆರಡು ಹೆಜ್ಜೆ ಮುಂದಕ್ಕಿಟ್ಟೆ. ಅಷ್ಟರಲ್ಲೇ "ನನ್ನೊಡ್ಯಾ" ಎಂದು ಕರೆದಳು. "ಪುನಃ ಇದೇನು, ನನ್ನೊಡ್ಯಾ" ಎಂದು ತಿರುಗಿದೆ. ಆಕೆ ತುಂಬಿದ ಒಂದು ಕೊಡವನ್ನು ತಲೆಯ ಮೇಲೆ ಎತ್ತಿ ಇಟ್ಟುಕೊಳ್ಳುತ್ತಾ ಇದ್ದಳು. ಇನ್ನೊಂದು ಕಟ್ಟೆಯ ಮೇಲೆಯೇ ಇತ್ತು. ನಾನು ತಿರುಗಿದ್ದನ್ನು ನೋಡಿ ಆ ಬಿಂದಿಗೆಯನ್ನು ತೋರಿಸುತ್ತಾ "ಬುದ್ಧೀ, ಈ ಬಿಂದಿಗೇನ ಒಸಿ ಎತ್ತಿಕೊಡ್ತೀರಾ?" ಎಂದು ನಾಚಿಕೆಯಿಂದಲೂ ಸ್ವಲ್ಪ ಸಂಕೋಚದಿಂದಲೂ ಕೇಳಿದಳು. ನಾನು "ಓ! ಅಗತ್ಯವಾಗಿ" ಎಂದು ಹೇಳಿ, ಕೈಲಿದ್ದ 'ಕ್ಯಾಮರಾ'ವನ್ನೂ ಕೊಳಲನ್ನೂ ಕೆಳಗಿಟ್ಟು, ಆ ಬಿಂದಿಗೆಯನ್ನು ಎತ್ತಿ ಅವಳ ಸೊಂಟದ ಮೇಲಿಟ್ಟೆ. ನಾನಿಷ್ಟು ಮಾಡಿದ್ದು ಅವಳಿಗೆ ಬಹಳ ಅಗಾಧವಾಗಿ ಕಂಡಿರಬೇಕು. ಅವಳ ಮುಖದ ಮೇಲೆ ಬಹಳ ಸಂತೋಷ ಕಂಡುಬಂತು. ಮನೆಯ ಹಾದಿಯನ್ನು ಹಿಡಿದು ಮೆಲ್ಲಗೆ ನಾಲ್ಕಾರು ಹೆಜ್ಜೆ ಹೋದಳು. ತುಂಬಿದ ಕೊಡಗಳ ಭಾರಕ್ಕೆ ಬಳಕುತ್ತ ಹೋಗುತ್ತಿದ್ದ ಆ ತುಂಬು ಯೌವನವು ಅಂದಿನ ಸಾಯಂಕಾಲದ ಸೂರ್ಯನ ಬಂಗಾರದ ಬೆಳಕಿನಲ್ಲಿ ಅತ್ಯಂತ ಮನೋಹರವಾಗಿ ಕಂಡಿತು. ಕೂಡಲೆ ನನ್ನ ಮನಸ್ಸಿನಲ್ಲಿ ಆಕೆಯ ಆ ನಿಲುವಿನಲ್ಲಿ ಒಂದು ಫೋಟೋ ತೆಗೆಯಬೇಕೆಂಬ ಆಸೆಯಾಯಿತು. 'ಕ್ಯಾಮರಾ'ವನ್ನು ಸಿದ್ಧಮಾಡಿಕೊಂಡು, ಹುಡುಗಿ ಏನು ತಿಳಿದುಕೊಂಡಾಳು ಎಂಬ ಯೋಚನೆಯು ಸಹ ಇಲ್ಲದೆ "ಚೆನ್ನಮ್ಮಾ" ಎಂದು ಕರೆದೆ. ಆಕೆ ಭಾರದ ಜೋಕಿನಲ್ಲಿಯೇ ಮೆಲ್ಲಗೆ ತಿರುಗಿ "ಕರೆದರಾ ನನ್ನೊಡ್ಯಾ?"

ಎಂದು ಕೇಳಿದಳು. ನಾನೂ "ಹೂ" ಎಂದು ಅವಳ ಸಮೀಪಕ್ಕೆ ಹೋಗಿ "ತಾಯಿ, ನೀನು ಒಂದು ಕ್ಷಣ ಹಾಗೇ ನಿಂತಿರುವೆಯಾ ?" ಎಂದು ಕೇಳಿದೆ. ಅವಳಿಗೆ ಸ್ವಲ್ಪ ಆಶ್ಚರ್ಯ ವಾಗಿರಬೇಕು. ಮುಖದಲ್ಲಿ ಅದರ ಚಿಹ್ನೆಯನ್ನು ತೋರುತ್ತ ಹೂಬಿಸಿಲಿಗೆ ಎದುರಾಗಿ ಬಳುಕಿ ನಿಂತಳು. ಅವಳ ಮುಖದ ಮೇಲೆ ಚ್ಯುತಿಯೇ ಇಲ್ಲದ ಆ ಎಳೆನಗು, ಸ್ವಲ್ಪದರಲ್ಲಿ ಮರೆಯಾಗುವುದರಲ್ಲಿದ್ದ ಚಿನ್ನದ ಕಿರಣಗಳಲ್ಲಿ ಬಹಳ ಸುಖವಾಗಿ ಬೆರೆಯುತ್ತಿತ್ತು. ಫೋಟೋ ತೆಗೆದು "ಇನ್ನು ನೀನು ಹೊರಡಮ್ಮಾ" ಎಂದೆ. ಆಕೆ ಕುತೂಹಲದಿಂದ "ಅದೇನ್ಮಾಡಿದ್ರಿ ಬುದ್ದೀ ?" ಎಂದು ಕೇಳಿದಳು. ಆಕೆಗೆ ತಿಳಿಯುವ ಹಾಗೆ ಹೇಳುವುದು ಹೇಗೆ ? "ನಾಳೆ ಹೇಳುತ್ತೇನೆ" ಎಂದೆ. ಆಕೆ ತಿರುಗಿ ನಿಧಾನವಾಗಿ ಮನೆಯ ಕಡೆ ನಡೆದುಹೋದಳು.

4

ಆ ರಾತ್ರಿ ಊಟವಾದ ಮೇಲೆ ಕೊಠಡಿಗೆ ಹೋಗಿ ಹಾಸಿಗೆಯ ಮೇಲೆ ಮಲಗಿಕೊಂಡೆ. ಬೇಗ ನಿದ್ದೆ ಬರಲಿಲ್ಲ. ಸಾಯಂಕಾಲ ತೋಟದಲ್ಲಿ ನಡೆದ ವಿಷಯ ಇನ್ನೂ ಮನಸ್ಸಿನಲ್ಲಿ ಇತ್ತು. ನನ್ನಷ್ಟಕ್ಕೆ ನಾನೇ ನಕ್ಕು – ಲಕ್ಷ್ಮಿಗೆ ಈ ವಿಷಯ ಹೇಳಿದರೆ ಏನಂತಾಳೋ ! ಎಷ್ಟು ನಗುತ್ತಾಳೋ ! ಅಂದುಕೊಂಡೆ. ನನ್ನ ನಗು ಇನ್ನೂ ಹೆಚ್ಚಿತು.

*   *   *

ಹಿಂದಿನ ರಾತ್ರಿ ನಿದ್ದೆ ಮಾಡಿದಾಗ ಬಹಳ ಹೊತ್ತಾಗಿತ್ತೆಂದು ತೋರುತ್ತೆ. ಬೆಳಿಗ್ಗೆ ಎದ್ದಾಗ ಎಂಟು ಗಂಟೆಯಾಗಿಹೋಗಿತ್ತು. ಆದಷ್ಟು ಬೇಗ ಮುಖ ತೊಳೆದುಕೊಂಡು, ತಿಂಡಿತೀರ್ಥ ಮುಗಿಸಿಕೊಂಡು, ಮರಡಿಬೆಟ್ಟಕ್ಕೆ ಹೊರಡಲು ಸಿದ್ಧನಾದೆ. ಯಜಮಾನರು ಒಬ್ಬ ಆಳನ್ನು ಗೊತ್ತುಮಾಡಿಕೊಟ್ಟರು. ಅವನ ಕೈಲಿ ಬೇಕಾದ ಸಲಕರಣೆಗಳನ್ನೆಲ್ಲಾ ಹೊರಿಸಿಕೊಂಡು ಹೊರಟೆ. ಮರಡಿಬೆಟ್ಟದಲ್ಲಿ ಕೆಲಸಗಳನ್ನೆಲ್ಲಾ ಮುಗಿಸಿಕೊಂಡು ಹಿಂತಿರುಗುವ ಹೊತ್ತಿಗೆ ಸುಮಾರು ಹನ್ನೆರಡು ಗಂಟೆಯಾಗಿರಬಹುದು. ಹಿಂತಿರುಗಿ ಬರುತ್ತ, ಕಾಲುಹಾದಿಗೆ ಸ್ವಲ್ಪ ದೂರವಾಗಿ ಹಸುರಿನಲ್ಲಿ ದನಕರುಗಳು ಮೇಯುತ್ತಿದ್ದವು. ಅಲ್ಲಲ್ಲಿ ರೈತರು ಗದ್ದೆಗಳಲ್ಲಿ ಕೆಲಸ ಮಾಡುತ್ತಿದ್ದರು. ಇದ್ದಕ್ಕಿದ್ದಹಾಗೆಯೇ ಸ್ವಲ್ಪ ದೂರದಲ್ಲಿ ಗೊಲ್ಲರ ಹುಡುಗನೊಬ್ಬನು ಲಾವಣಿ ಹೇಳುವುದಕ್ಕಾರಂಭಿಸಿದ. ಅವನಿಗೆ ಯಾರದ್ದೇನು ಹೆದರಿಕೆ ! ಜೋರಾಗಿ ಬಲು ಜೋಕಿನ ಮೇಲೆ ಪ್ರಾರಂಭಿಸಿದ. ಬಹಳ ತಮಾಷೆಯಾಗಿತ್ತು. ಸ್ವಲ್ಪ ಹೊತ್ತು ನಿಂತು ಕೇಳೋಣವೆನ್ನಿಸಿತು. ಆದರೆ ಜತೆಯಲ್ಲಿ ಆಳು ಇದ್ದ. ನಗುವನೇನೋ ಎಂದು ಸಂಕೋಚ. ಅಲ್ಲದೆ ಹಿಂದಿನ ದಿನದ ಸಾಯಂಕಾಲ ಜ್ಞಾಪಕಕ್ಕೆ ಬಂತು. ನಿಲ್ಲಲಿಲ್ಲ. ಹಾಗೆಯೇ ಚೆನ್ನಮ್ಮನ ಜ್ಞಾಪಕವಾಯಿತು. ಆ ಹಳ್ಳಿಗಾತಿಯ ಸ್ವಾಭಾವಿಕವಾದ ಎಳೆನಗು ನನ್ನ ಕಣ್ಣ ಮುಂದೆ ಕುಣಿದಂತಾಯಿತು ಥಳಥಳಿಸುವ ತುಂಬಿದ ಬಿಂದಿಗೆಗಳನ್ನು ಹೊತ್ತು, ಅವುಗಳ ಭಾರಕ್ಕೆ ಬಳುಕಿ ನಿಂತ ಅವಳ ಆ ವಯ್ಯಾರದ ನಿಲುವು ಕಣ್ಣಿಗೆ ಒತ್ತಿದಂತಾಯಿತು. ಚೆನ್ನಮ್ಮ ಮನೆಯ ಯಜಮಾನನ ಮಗಳಿರಬಹುದೆಂದು ಊಹಿಸಿದ್ದನೇ ಹೊರತು ನಿಜವಾದ ವಿಷಯ ಗೊತ್ತಿರಲಿಲ್ಲ. ತಿಳಿದುಕೊಳ್ಳಬೇಕೆಂಬ ಕುತೂಹಲದಿಂದ ಆಳನ್ನು ಕುರಿತು –

"ನಿಮ್ಮ ಯಜಮಾನರ ಮನೆಯಲ್ಲಿರುವ ಆ ಹೆಣ್ಮಗಳು ಯಾರಯ್ಯಾ ?" ಎಂದು ಕೇಳಿದೆ.

ಆಳು ನಿಂತು, ತಿರುಗಿ ನನ್ನನ್ನು ನೋಡುತ್ತ "ಯಾವ ಹೆಣ್ಮಗಳು ಬುದ್ದೀ ?" ಎಂದು ಕೇಳಿದ. ನಾನು ಯಾವಾಕೆಯನ್ನು ಉದ್ದೇಶಿಸಿ ಕೇಳಿದೆನೋ ಅದು ಅವನಿಗೆ ಗೊತ್ತಾಗಲಿಲ್ಲ.

ನಾನು "ಆ ಚೆನ್ನಮ್ಮಾ ಅಂತಿದ್ದಾಳಲ್ಲ, ಆಕೆ" ಎಂದೆ. ಆಳು ನನ್ನ ಕಡೆಯೇ ನೋಡುತ್ತಿದ್ದವನು ನನ್ನ ಪ್ರಶ್ನೆಯನ್ನು ಕೇಳಿ ನಕ್ಕು, ಮುಖವನ್ನು ತಿರುಗಿಸಿಕೊಂಡು "ಯಾಕೆ ಬುದ್ದೀ ?" ಎಂದು ಕೇಳಿದ ! ನನಗೆ ಬಹಳ ಅವಮಾನವಾದ ಹಾಗಾಯಿತು. ನಾಚಿಕೆಯಾಯಿತು. ಈ ಆಳು ನನ್ನ ಪ್ರಶ್ನೆಯಲ್ಲಿ ಏನೋ ದುರಭಿಪ್ರಾಯವನ್ನು ನೋಡುವ ಹಾಗಾಯಿತಲ್ಲಾ – ಎಂದು ನನ್ನ ಮನಸ್ಸಿನಲ್ಲಿ ಕ್ಷಣ ಕಾಲ ಬಹಳ ಗಲಿಬಿಲಿಯಾಯಿತು. ಲಕ್ಷ್ಮಿಯನ್ನು ಬಿಟ್ಟು ನನ್ನ ಜೀವವೇ ಇಲ್ಲವೆಂದು ಈ ಮುಠ್ಠಾಳನು ತಿಳಿಯುವುದು ಹೇಗೆ? ಅವನೇನೋ ವ್ಯಂಗ್ಯವಾಗಿ ನಕ್ಕು "ಯಾಕೆ ಬುದ್ದೀ ?" ಎಂದು ಕೇಳಬಿಟ್ಟ. ನಾನು,

"ಯಾಕೂ ಇಲ್ಲವಯ್ಯ – ಸುಮ್ಮನೆ ಕೇಳಿದೆ – ಕೇಳಬಾರದಾಗಿತ್ತೆ ?" ಎಂದೆ.

"ಅಯ್ಯೋ! ಅದಕ್ಕೇನ್ಬುದ್ದೀ – ಪರವಾ ಇಲ್ಲ. ಆಕೆ ಯಜಮಾನ್ರ ಮಗಳು" ಅಂದ.

ಇನ್ನೊಂದು ಪ್ರಶ್ನೆ ನಾಲಿಗೆ ತುದಿಯವರೆಗೆ ಬಂದಿತ್ತು; ಆದರೆ ತಡೆದೆ! "ಯಾರು ?" ಎಂದು ಕೇಳಿದ್ದಕ್ಕೇ ನಕ್ಕವನು ಇನ್ನು "ಮದುವೆಯಾಗಿದೆಯೇ ?" ಎಂದು ಕೇಳಿದರೆ ಇನ್ನೇನು ತಿಳಿದುಕೊಳ್ಳುವನೋ ಎಂದು ಭಯವಾಯಿತು. ಸುಮ್ಮನಾದೆ.

*　　　*　　　*

ಮನೆಗೆ ಬಂದವನೇ ಸ್ನಾನಮಾಡಿ, ಊಟವನ್ನು ಮುಗಿಸಿಕೊಂಡು, ಹಿಂದಿನ ಸಾಯಂಕಾಲ ತೆಗೆದಿದ್ದ ಚೆನ್ನಮ್ಮನ ಫೋಟೋವಿನ ಮೂರು ನಾಲ್ಕು ಅಚ್ಚು ತೆಗೆದೆ. ಚಿತ್ರ ಬಹಳ ಚೆನ್ನಾಗಿ ಬಂದಿತು. ಮನೆಯವರೆಲ್ಲಾ ಅದನ್ನು ನೋಡಿ ಬಹಳ ಸಂತೋಷಪಟ್ಟರು.

*　　　*　　　*

ಮಧ್ಯಾಹ್ನ ಊಟ ಹೊತ್ತಾಗಿತ್ತು. ಆದ್ದರಿಂದ ರಾತ್ರಿ ಹಸಿವು ತೋರಲಿಲ್ಲ. ರಾತ್ರಿ ಊಟ ಮಾಡುವುದಿಲ್ಲವೆಂದು ಮನೆಯವರಿಗೆ ತಿಳಿಸಿಬಿಟ್ಟೆ. ನಿದ್ರೆಯೂ ಬೇಗ ಬರುವಂತೆ ತೋರಲಿಲ್ಲ. ಏನು ಮಾಡುವುದಕ್ಕೂ ತೋಚದೆ ಸ್ವಲ್ಪ ದೂರ ಸುತ್ತಾಡಿಕೊಂಡು ಬರೋಣವೆಂದುಕೊಂಡು ಹೊರಟೆ; ಪುನಃ ಕೊಠಡಿಗೆ ಬಂದಾಗ ಒಂಬತ್ತು ಗಂಟೆಯಾಗಿಹೋಗಿತ್ತು. ಇನ್ನೂ ನಿದ್ದೆ ದೂರ ಇದ್ದಂತೆ ತೋರಿತು. ದೀಪ ಹಚ್ಚಿ ಹಾಸಿಗೆ ಹಾಸಿ, ಅದರ ಮೇಲೆ ಮಲಗಿಕೊಂಡು ಯಾವುದೋ ಕಾದಂಬರಿಯನ್ನು ತೆಗೆದು ಓದತೊಡಗಿದೆ. ಸುಮಾರು ಹತ್ತು ನಿಮಿಷ ಓದಿರಬಹುದು. ಆಗ ಕೊಠಡಿಯ ಬಾಗಿಲು ಏನೋ ಸದ್ದಾದ ಹಾಗಾಯಿತು. ಗಾಳಿಯೇನೋ – ಅಂದುಕೊಂಡು ಪುನಃ ಪುಸ್ತಕವನ್ನು ನೋಡತೊಡಗಿದೆ. ಪುನಃ ಸದ್ದಾಯಿತು. ಈ ಬಾರಿ ಮೆಲ್ಲನೆ ತಟ್ಟಿದ ಹಾಗಾಯಿತು! ಮಲಗಿದ್ದ ಹಾಗೆಯೇ "ಯಾರಪ್ಪಾ ಅದು?" ಎಂದು ಕೇಳಿದೆ. ಉತ್ತರವಿಲ್ಲ. ಒಂದು ಕ್ಷಣ ಬಿಟ್ಟು ಪುನಃ ಯಾರೋ ಮೆಲ್ಲಗೆ ತಟ್ಟಿದ ಹಾಗಾಯಿತು. ಎದ್ದು ಕುಳಿತು "ಯಾರದು?" ಎಂದು ಕೇಳಿದೆ. ಕೈ ಬಳೆಗಳ ಸದ್ದಾಯಿತು! ಜತೆಗೆ ಕ್ಷೀಣಸ್ವರದಲ್ಲಿ "ನಾನು ಚೆನ್ನಿ" ಎಂದು ಉತ್ತರ ಬಂತು! ನನಗೆ ಆಶ್ಚರ್ಯವಾಯಿತು. ಇಷ್ಟು ಹೊತ್ತಿನಲ್ಲಿ ಇವಳಿಗೆ ನನ್ನಲ್ಲಿ ಏನು ಕೆಲಸ? ...ಏನಾದರೂ ಇರಲಿ ವಿಚಾರಿಸೋಣವೆಂದು ಎದ್ದು, ಬಾಗಿಲನ್ನು ತೆಗೆದು ಹೊರಗೆ ಮುಖಹಾಕಿ "ಏನಮ್ಮಾ?" ಎಂದು ಕೇಳಿದೆ. ನನ್ನ ಕೊಠಡಿಯ ಬೆಳಕು ಸ್ವಲ್ಪವಾಗಿ ಅವಳ ದೇಹದ ಮೇಲೆ ಬೀಳುತ್ತಿತ್ತು. ಅವಳ ಕೈಯಲ್ಲಿ – ಒಂದು ತಟ್ಟೆ, ಅದರಲ್ಲಿ ನಾಲ್ಕೈದು ಬಾಳೆಹಣ್ಣುಗಳು, ಸ್ವಲ್ಪ ಸಕ್ಕರೆ, ಒಂದು ಬಟ್ಟಲಲ್ಲಿ ಸ್ವಲ್ಪ ಹಾಲು ಇಷ್ಟು ಇತ್ತು. ನಾನು "ಏನಮ್ಮಾ?" ಎಂದು ಕೇಳಿದ್ದಕ್ಕೆ ಆಕೆ "ಬುದ್ದೀ, ತಮ್ಗೆ ಈಗ ಊಟ ಇಲ್ಲ; ಅದಕ್ಕೇ ಇದನ್ನ ತಂದೆ, ನನ್ನೊಡ್ಯಾ" ಎಂದಳು. ನನಗೆ ಆಗ ಸ್ವಲ್ಪ ಸ್ವಲ್ಪವಾಗಿ ಹಸಿವು

ತೋರುವುದಕ್ಕಾರಂಭವಾಗಿತ್ತು. "ಬಹಳ ಸಂತೋಷವಮ್ಮಾ" ಎಂದು ಹೇಳಿ ಆಕೆಯ ಕೈಯಿಂದ ಆ ತಟ್ಟೆಯನ್ನು ತೆಗೆದುಕೊಂಡು ಹಾಸಿಗೆಯ ಸಮೀಪದಲ್ಲಿಡಲು ಹೋದೆ. ಚೆನ್ನಮ್ಮ ಹಿಂದೆಯೇ ಕೊಠಡಿಯೊಳಕ್ಕೆ ಬಂದಳು; ನನ್ನ ಎದೆ ಸ್ವಲ್ಪ ಅದುರಿತು! ಆ ಸಮಯ ಹಾಗೆ ಇತ್ತು. ನಾನು ತಟ್ಟೆಯನ್ನು ಹಾಸಿಗೆಯ ಪಕ್ಕದಲ್ಲಿ ಇಟ್ಟು ತಿರುಗಿ "ಇನ್ನೇನೂ ಬೇಡವಮ್ಮಾ; ನೀನು ಇನ್ನು ಹೋಗಬಹುದು" ಎಂದೆ. ಆಕೆ ನಗುತ್ತ "ನಾನಿದ್ರೇನ್ಬುದ್ದೀ, ತಾವು ತಿನ್ನಾರ್ಬ್ದಾ?" ಎಂದು ಕೇಳಿದಳು. ನಾನು "ಓಹೋ! ತಿನ್ನಬಹುದು; ಅದಕ್ಕಲ್ಲ ನಾನು ಹೇಳಿದ್ದು. ಆದರೆ ಈಗ ನನಗೆ ಇನ್ನೇನೂ ಬೇಕಿಲ್ಲ; ಅಲ್ಲದೆ, ಇಷ್ಟು ಹೊತ್ತಿನಲ್ಲಿ ನೀನೊಬ್ಬಳೇ ಇಲ್ಲಿ ಇರ..." ನನ್ನ ಮಾತು ಪೂರೈಸುವುದರೊಳಗಾಗಿ ಅವಳು ನನ್ನ ಕೊಠಡಿಯ ಬಾಗಿಲನ್ನು ಮುಚ್ಚಿ ಅಗಣಿ ಹಾಕಿಬಿಟ್ಟಳು! ಆಕೆ ಕೊಠಡಿಯೊಳಕ್ಕೆ ಬಂದೊಡನೇ ನನ್ನ ಮನಸ್ಸಿನಲ್ಲಿ ಉಂಟಾಗಿದ್ದ ಮಬ್ಬು ಮಬ್ಬಾದ ಯಾವುದೋ ಭಾವನೆಯು ಈಗ ಸ್ಫೂರ್ತಿಗೊಳ್ಳಲಾರಂಭಿಸಿತು. ಅವಳು ಬಾಗಿಲು ಹಾಕಿದ್ದನ್ನು ನೋಡಿ ಇದ್ದಕ್ಕಿದ್ದಹಾಗೆಯೇ ನನ್ನ ಮೈ ನಡುಗಿ ಬಿಸಿಯಾಯಿತು. ಬೆವರು ಮುಖದ ಮೇಲೆಲ್ಲಾ ಮೂಡಿತು. ಗಂಟಲು ಒಣಗಿ ಉಗುಳು ನುಂಗತೊಡಗಿದೆ. ಕಷ್ಟದಿಂದ "ಯಾಕಮ್ಮಾ ಬಾ – ಬಾಗಿಲು ಹಾಕಿದೆ ?" ಎಂದುಕೊಳ್ಳುತ್ತ, ತೆಗೆಯುವುದಕ್ಕೋಸ್ಕರ ಎರಡು ಹೆಜ್ಜೆ ಇಟ್ಟೆ. ಚೆನ್ನಮ್ಮ ಸರ್ರನೆ ಸರಿದು, ಬಾಗಿಲಿಗೆ ಅಡ್ಡಲಾಗಿ ನಿಂತು, ಮುಗುಳ್ನಗೆ ನಗತೊಡಗಿದಳು ! ನನ್ನ ಮೊಳಕಾಲು ಕಳಚಿದಂತಾಯಿತು. ಸರಿ ! ಏನೂ ಸಂಶಯ ಉಳಿಯಲಿಲ್ಲ ! ಅವಳ ಅಭಿಪ್ರಾಯ ನನ್ನ ಎದೆಯ ಮೇಲೆ ಊರಿ ಬರೆದಂತಾಯಿತು ! ನನ್ನ ಮನಸ್ಸಿನಲ್ಲೇ ಅಂದುಕೊಂಡೆ: 'ಇವಳೇ! ಹಳ್ಳಿಗಾಡಿನ ಮುಗ್ಧ ಯುವತಿ !' ಎಂದು.

5

ನನಗೆ ನಿಲ್ಲಲು ಕಾಲೇ ಇಲ್ಲದ ಹಾಗಾಯಿತು. ಹೋಗಿ ಹಾಸಿಗೆಯ ಮೇಲೆ ಕುಳಿತು, ಎರಡು ಕೈಗಳಿಂದಲೂ ತಲೆಯನ್ನು ಹಿಡಿದುಕೊಂಡು ಯೋಚಿಸಲಾರಂಭಿಸಿದೆ.

ಇಲ್ಲಿ, ಮುಂದೆ ನಡೆದ ವಿಷಯವನ್ನು ತಿಳಿಸುವುದಕ್ಕೆ ಮೊದಲು ಬೇರೆ ಒಂದೆರಡು ಮಾತುಗಳನ್ನು ಹೇಳಬೇಕೆನ್ನಿಸುತ್ತದೆ. ಕೇಳಿ. ಆ ದಿನ ರಾತ್ರೆ ನನ್ನನ್ನು ಪಾಪದ ಬಲೆಯಿಂದ ತಪ್ಪಿಸಿ ರಕ್ಷಿಸಿದವಳು ನನ್ನ ಲಕ್ಷ್ಮಿ. ಅವಳ ಪ್ರೇಮವೆಂಬ ಕೋಟೆ ನನ್ನನ್ನು ಸಂಪೂರ್ಣವಾಗಿ ಆವರಿಸಿತ್ತು. ನಾನೂ ಅವಳೂ ಒಂದಾದಂದಿನಿಂದ ಇದುವರೆಗೂ ನಾನು ಅವಳಲ್ಲಿ ಕಾಣದ್ದನ್ನು ಇನ್ನೆಲ್ಲಿಯೂ ಕಾಣಲಾರೆ ಅನ್ನುವ ಹಾಗೆ ಮಾಡಿಬಿಟ್ಟಿದ್ದಳು. ರೂಪಕ್ಕಾಗಲಿ, ಗುಣಕ್ಕಾಗಲಿ, ಪ್ರೇಮಕ್ಕಾಗಲಿ ನಾನು ಅವಳಲ್ಲಿ ಇಟ್ಟ ದೃಷ್ಟಿಯನ್ನು ಬೇರೆ ಕಡೆಗೆ ತಿರುಗಿಸಬೇಕಾಗಿರಲಿಲ್ಲ. ಲಕ್ಷ್ಮಿ ನನ್ನ ಪಾಲಿಗೆ ಇಲ್ಲದೆ ಇದ್ದು, ನಾನು ಆ ರಾತ್ರೆ ಇದ್ದ ಸನ್ನಿವೇಶದಲ್ಲಿ ಅರಕ್ಷಿತವಾದ ನನ್ನ ಮನಸ್ಸು, ಆ ಹಳ್ಳಿಯ ಯುವತಿಯಲ್ಲಿ ಪ್ರವರ್ತಿಸಿದ್ದಿದ್ದರೆ ಅದರಲ್ಲಿ ಆಶ್ಚರ್ಯ ಇರುತ್ತಿರಲಿಲ್ಲವೆಂದು ನನಗೆ ಈಗಲೂ ಬೋಧೆಯಾಗುತ್ತದೆ. ಈ ವಿಷಯ ನಡೆದಾಗ ನನಗೆ ಯೌವನದ ಎಳೆಯ ದಿನಗಳು; ದೃಢಕಾಯನಾಗಿದ್ದೆ. ನನ್ನ ರೂಪವನ್ನು ನಾನು ಹೇಳಿಕೊಳ್ಳುವುದು ಕಷ್ಟವಾದರೂ ಕುರೂಪಿಯಲ್ಲವೆಂದು ಖಂಡಿತವಾಗಿ ಹೇಳಬಲ್ಲೆ. ವಿಷಯ ಚೆನ್ನಾಗಿ ತಿಳಿಯಬೇಕಾದರೆ ಚೆನ್ನಮ್ಮನನ್ನೂ ವರ್ಣಿಸಬೇಕು. ಆಕೆಗೆ ಇಪ್ಪತ್ತು ವರ್ಷಗಳಿಗೆ ಹೆಚ್ಚಿರಲಾರದು. ಅತಿ ಎತ್ತರವೂ ಅಲ್ಲದ, ಅತಿ ಗಿಡ್ಡೂ ಅಲ್ಲದ ಆಕೃತಿ. ಬಣ್ಣ ಎಣ್ಣೆಗೆಂಪು. ಮುಖದ ಮಾದರಿ ಲಕ್ಷಣವೆಂತಲೇ ಹೇಳಬೇಕು: ತುಂಬು ಪ್ರಾಯದಿಂದ ಬಿಗಿದ ಮೈಕಟ್ಟು.

ಆಕೆಯ ತುಟಿಗಳ ಮೇಲೆ ನಾನು ನೋಡಿದಾಗಲೆಲ್ಲಾ ಎಳೆನಗು ಬಹಳ ಸ್ವಾಭಾವಿಕವಾಗಿ ಕಾಣುತ್ತಿತ್ತು. ಕಣ್ಣುಗಳಲ್ಲಿ ಇನ್ನೂ ಹುಡುಗಾಟಿಕೆಯ ಎಳೆ ಮಿಂಚಿನ ಹೊಳಪು ಸುಳಿದಾಡುತ್ತಿತ್ತು. ಎಳೆನಗೆಯೂ ಎಳೆಮಿಂಚೂ ಪರಸ್ಪರ ಬೆರೆತು ಒಂದು ಅಪೂರ್ವವಾದ ಮಾಧುರ್ಯದಲ್ಲಿ ಕೊನೆಗಾಣುತ್ತಿತ್ತು. ಮನಸ್ಸನ್ನು ಅಪಹರಿಸುವುದಕ್ಕೆ ಬೇಕಾದ ಎಲ್ಲಾ ಸಾಧನೆಗಳೂ ಅವಳಲ್ಲಿದ್ದುವೆಂದು ಒಂದು ಮಾತಿನಲ್ಲಿ ಹೇಳಬಹುದು. ಸಾಲದುದಕ್ಕೆ ಆ ದಿನ ರಾತ್ರಿ ಆಕೆಯ ನಡವಳಿಕೆ! 'ಹಳ್ಳಿಗಾಡಿನ ಮುಗ್ಧ ಯುವತಿ'ಯಿಂದ ಸ್ವಲ್ಪ ದೂರವಾಗಿತ್ತು!

ನಾನು ಹಾಸಿಗೆಯ ಮೇಲೆ ಕುಳಿತೊಡನೆಯೇ ಯೋಚನೆಗಳು ಒಂದೊಂದಾಗಿ, ಹತ್ತು ಹತ್ತಾಗಿ, ನೂರು ನೂರಾಗಿ ನುಗ್ಗಿ ಬರತೊಡಗಿ, ನನ್ನ ತಲೆ ಗಾಣದಲ್ಲಿ ಸಿಕ್ಕಿದಂತಾಯಿತು. ನನ್ನ ಮನಸ್ಸು ಕತ್ತಲೆಯ ಸಮುದ್ರದಲ್ಲಿ ಮುಳುಗಿದಂತೆ ತೋರಿತು. ಗಂಟಲು-ಬಾಯಿ ಒಣಗಿ, ಉಗುಳು ನುಂಗುವುದೂ ಕಷ್ಟವಾಯಿತು. ನಾನು ಈ ಯುವತಿಯಲ್ಲಿ ಕಾಮವನ್ನು ಕೆಣಕಿದ್ದೆನೆಂದು ಕನಸಿನಲ್ಲಿಯೂ ಕಾಣೆ! ನನ್ನ ವಿಷಯದಲ್ಲಿ ಇವಳಿಗೆ ಆಸೆ ಹುಟ್ಟಿದ್ದ ಪಕ್ಷದಲ್ಲಿ ಅದಕ್ಕೆ ನಾನು ಯಾವ ವಿಧದಲ್ಲಿಯೂ ಪ್ರೋತ್ಸಾಹ ಕೊಡಲಿಲ್ಲವೆಂದು ಎಂದಾದರೂ ಎಲ್ಲಿ ಬೇಕಾದರೂ ನಿಂತು ಯಾವ ಪ್ರಮಾಣವನ್ನಾದರೂ ಮಾಡಬಲ್ಲೆ! ಇವಳು ತಿಳಿಯದವಳಲ್ಲ! ಅದನ್ನು ಅವಳೇ ತೋರಿಸಿಕೊಂಡಿದ್ದಾಳೆ! ತಿಳಿದೇ ಇಂಥ ಕೆಲಸದಲ್ಲಿ ಮುಂದಾಗಿದ್ದಾಳಲ್ಲಾ! ಇದೇನು ಹುಚ್ಚು! ಇದೂ ಒಂದು ತರದ ಹುಚ್ಚೇ ಸರಿ! ಮನೆಯವರಿಗೆ ತಿಳಿದರೆ ಏನು ಗತಿ! ನಾನು ದೊಡ್ಡ ಮನುಷ್ಯನ ಹಾಗೆ ಇವರ ಮನೆಯಲ್ಲಿ ಅತಿಥಿಯಾಗಿರುವುದು; ಈಗ ಈ ಸರಿರಾತ್ರೆಯಲ್ಲಿ ಇವಳೂ ನಾನೂ ಒಟ್ಟಿಗೆ – ನನ್ನ ಕೊಠಡಿಯಲ್ಲಿ! ...ಮರ್ಯಾದೆ ಉಳಿಯುವ ಹಾಗೆ ತೋರಲಿಲ್ಲ. ಬಂದ ರೀತಿಯೋ – ಕದ್ದು ಬಂದಿದ್ದಾಳೆ! ಇವಳಿಗೆ ಮದುವೆ ಯಾಗಿಲ್ಲವೆ? ನನ್ನ ಮನಸ್ಸಿಗೆ ಬಹಳ ಜಿಗುಪ್ಸೆಯಾಯಿತು. ಈಗ ಒಂದೊಂದಾಗಿ ನನಗೆ ಅವಳ ಹಿಂದಿನ ದಿನ ಸಾಯಂಕಾಲದ ನಡವಳಿಕೆಗಳೆಲ್ಲಾ ಅರ್ಥವಾಗತೊಡಗಿದುವು. ಅವಳು ಆ ಹೊತ್ತಿನಲ್ಲಿ ನನ್ನ ಹಿಂದೆಯೇ ತೋಟಕ್ಕೆ ಏಕೆ ಬಂದಳು? ...ನೀರಿನ ಕೊಡ – ಶುದ್ಧ ನೆವ! ...ನೀರಿನ ಕೊಡವನ್ನು ...ನನ್ನ ಕೈಲಿ ಏಕೆ ಎತ್ತಿಸಿಕೊಂಡಳು? ...ಹೋಗಲಿ, ನಾನು ನೀರಿನ ಕೊಡವನ್ನು ಎತ್ತಿಕೊಟ್ಟಾಗ ಅದರ ಸುತ್ತಲೂ ಕೈ ಹಾಕಬೇಕಾದರೆ ನನ್ನ ಕೈಗೆ ತನ್ನ ಕೈ ಸೋಂಕಿಸಿದಳು. ಆಗ ಅದು ಏನೋ ಆಕಸ್ಮಿಕವೆಂದು ತೋರಿತು. ಇನ್ನೊಂದು ವಿಷಯ. ಅವಳು ಮೊದಲು ಕೊಡವನ್ನು ಎತ್ತುವುದಕ್ಕೋಸ್ಕರ ಬಗ್ಗಿದಾಗ ಅವಳ ಸೆರಗು ಜಾರಿತು. ನಾನು ಅವಳನ್ನು ಆ ಅವಸ್ಥೆಯಲ್ಲಿ ನೋಡಿದಾಗ ಅವಳಲ್ಲಿ ಲಜ್ಜೆಯ ಚಿಹ್ನೆ ಯಾವುದೂ ಕಾಣಲಿಲ್ಲ. ಕೊಡವನ್ನು ತಲೆಯ ಮೇಲೆ ಇಟ್ಟುಕೊಂಡು ನಿಧಾನವಾಗಿಯೇ ಸೆರಗನ್ನು ಮೇಲಕ್ಕೆಳೆದುಕೊಂಡಳು. ಇವುಗಳಲ್ಲೆಲ್ಲಾ ಆಗ ನಾನೂ ಇವಳ ಮುಗ್ಧತೆಯನ್ನು ಕಾಣುತ್ತಿದ್ದೆನೆಂದು ಭಾವಿಸಿದೆನೇ ವಿನಾ, ಇವೆಲ್ಲಾ ನನಗಾಗಿ ಇವಳು ಹರಡುತ್ತಿದ್ದ ಬಲೆಯ ಒಂದೊಂದು ಎಳೆ ಎಂದು ತಿಳಿಯದೆ ಹೋದೆ.

ಈ ಯೋಚನೆಗಳಿಂದ ಅಲ್ಲೋಲಕಲ್ಲೋಲವಾಗಿದ್ದ ನನ್ನ ಮನಸ್ಸನ್ನು ಆದಷ್ಟು ಸ್ತಿಮಿತಕ್ಕೆ ತಂದು, ಇನ್ನು ಈ ಇಕ್ಕಟ್ಟಿನಿಂದ ಹೇಗೆ ಪಾರಾಗಬೇಕೆಂದು ಯೋಚಿಸಲಾರಂಭಿಸಿದೆ. ಸಿಟ್ಟು ತೋರುವುದು ಕಾರ್ಯಕಾರಿಯಲ್ಲ; ಪ್ರಮಾದವಾದೀತೆಂದು ಭಯವಾಯಿತು. ಬೇರೆ ಯಾವುದಾದರೂ ಉಪಾಯದಿಂದ ಇವಳನ್ನು ಮೆಲ್ಲಗೆ ಹೊರಕ್ಕೆ ಸಾಗಹಾಕಬೇಕೆಂದು ಯೋಚಿಸಿದೆ. ಆದರೆ ಏನು ಉಪಾಯ? ಹೇಗೆ ಮಾತನ್ನು ಪ್ರಾರಂಭಿಸಲಿ? ಅಥವಾ ಸುಮ್ಮನೆ

ಮುಸುಕು ಹಾಕಿಕೊಂಡು ಮಲಗಿಬಿಡಲೆ? – ಎಂದು ಯೋಚಿಸಿದೆ. ಅದು ಆಗದ ಕೆಲಸ. ಇವಳು ಇಲ್ಲಿ ಇರುವತನಕ ನನ್ನ ಎದೆಯ ಮೇಲೊಂದು ದೊಡ್ಡ ಬಂಡೆ ಇದ್ದಂತೆಯೇ ಸರಿ. ಇನ್ನೊಂದು ಯೋಚನೆ ತೋರಿತು. ಅದೇ ಸರಿ ಎಂದುಕೊಂಡೆ. ಏನಾದರೂ ಮಾಡಿ, ಅವಳು ಮಾಡುತ್ತಿರುವ ಕೆಲಸ ಬಹಳ ಕೆಟ್ಟದ್ದು – ಬಹಳ ನೀಚವಾದದ್ದು – ಬಹಳ ಪಾಪ – ಎಂದು ಅವಳ ಮನಸ್ಸಿಗೆ ಚೆನ್ನಾಗಿ ನಾಟುವ ಹಾಗೆ ಹೇಳಿ, ಉಪಾಯದಿಂದ ಕಳಿಸಬಿಡಬೇಕೆಂದುಕೊಂಡೆ. ದೇವನು, ಪಟ್ಟಣವಾಸಿಯಾದ ನಾನು ಈ ಹಳ್ಳಿಯ ಹುಡುಗಿಗೆ ಪತಿವ್ರತಾ ಧರ್ಮದ ಮೇಲೆ ಒಂದು ಉಪನ್ಯಾಸವನ್ನು ಕೊಡುವ ಹೊತ್ತನ್ನು ತಂದೊದಗಿಸಿದ್ದಕ್ಕಾಗಿ ನನಗೆ ನಾನೇ ನಗುವಂತಾಯಿತು. ಹಾಗೆಯೇ ತಲೆಯನ್ನು ಎತ್ತಿ ಚೆನ್ನಮ್ಮನ ಕಡೆ ನೋಡಿದೆ. ಚೆನ್ನಮ್ಮ ಇನ್ನೂ ಬಾಗಿಲಿಗೆ ಒರಗಿಕೊಂಡೇ ನಿಂತಿದ್ದಳು. ನನ್ನ ಮುಖದ ಮೇಲೆ ನಗುವನ್ನು ನೋಡಿ ಅವಳೂ ನಕ್ಕಳು. ನನ್ನ ನಗುವಿನಲ್ಲಿ ಅವಳು ಪ್ರೋತ್ಸಾಹವನ್ನೇನಾದರೂ ಕಂಡಳೇನೋ ಎಂದು ಭಯವಾಗಿ ಕೂಡಲೇ ನನ್ನ ನಗುವನ್ನು ನುಂಗಿಕೊಂಡು, ಮೆಲ್ಲಗೆ "ಚೆನ್ನಮ್ಮಾ" ಎಂದು ಕರೆದೆ. ಚೆನ್ನಮ್ಮ "ಏನು ದೇವರೇ?" ಎಂದು, ಎರಡು–ಮೂರು ಹೆಜ್ಜೆ ಇಟ್ಟು, ನನಗೆ ಸ್ವಲ್ಪ ದೂರದಲ್ಲಿ ನಿಂತಳು. ನಾನು "ಕುಳಿತುಕೋ" ಎಂದೆ. ಅವಳು ನನ್ನ ಹಾಸಿಗೆಯ ಮೇಲೆಯೇ ಕುಳಿತುಬಿಟ್ಟಳು! ನಾನು ಸ್ವಲ್ಪ ದೂರ ಸರಿದು, ಒಂದೆರಡು ಸಲ ಉಗುಳು ನುಂಗಿ ಪುನಃ "ಚೆನ್ನಮ್ಮಾ" ಎಂದೆ.

"ಏನು ನನ್ನೊಡ್ಯಾ?" ಎಂದು ಮೆಲ್ಲಗೆ ಕೇಳಿದಳು. ಅವಳ ನಡವಳಿಕೆಗಳು ಇಷ್ಟು ವಿಪರೀತವಾಗಿದ್ದರೂ ಅವಳ ಧ್ವನಿಯಲ್ಲಿ ಇನ್ನೂ ಮುಗ್ಧತೆಯು ಹರಿಯುತ್ತಿತ್ತೆಂದು ಬೋಧೆ ಯಾಗುತ್ತಿತ್ತು; ನಾನು ಪ್ರಾರಂಭಿಸಿದೆ.

"ಚೆನ್ನಮ್ಮಾ, ನೋಡು; ನೀನು ಹೀಗೆ ಮಾಡಬಹುದೆ?"

"ಹ್ಯಾಗೆ ಬುದ್ಧೀ?"

"ಹೀಗೆ – ನಡುರಾತ್ರಿಯಲ್ಲಿ – ಕದ್ದುಬಂದಿ..."

ನಾನು ಮಾತು ಪೂರೈಸಲಿಲ್ಲ. ಅಷ್ಟರಲ್ಲೇ ಅವಳು –

"ಕದ್ದು ಬಂದಿಲ್ಲಾ! ನನ್ನ ದೇವರೇ!" ಎಂದಳು.

"ಹಾಗಾದರೆ?"

ಅವಳಿಂದ ಮಾತು ಹೊರಡಲಿಲ್ಲ. ನಾನು ಹೇಳಿದೆ:

"ನೋಡು, ನಿನ್ನ ಮನೆಯವರಿಗೆ ತಿಳಿದರೆ ನಿನಗೂ ಮರ್ಯಾದೆ ಬರೊಲ್ಲ, ನನಗೂ ಬರೊಲ್ಲ."

"ಅವರೇನೂ ಅನ್ನಾಕಿಲ್ಲ ದೇವರೇ."

ನನಗೆ ಇದ್ದದ್ದೂ ಆಶ್ಚರ್ಯವಾಯಿತು! ಕೇಳಿದೆ:

"ಏನಂದೆ?..."

"ಅವರೂ – ಏನೂ – ಅನ್ನಾಕಿಲ್ಲ – ಅಂದೆ."

"ನೋಡು, ಅವರು ಅನ್ನಲಿ, ಬಿಡಲಿ – ಇದು ನಾನು ಒಪ್ಪದ ಕೆಲಸ ಚೆನ್ನಮ್ಮಾ, ನನಗೆ ಮದುವೆಯಾಗಿದೆ; ನಾನು ಇನ್ನೊಬ್ಬರ ಹೆಂಡತೀನ ಕೆಡ..."

"ಅಯ್ಯೋ! ಬುದ್ಧೀ ಹೀಗ್ಯಾಕಂತೀರಿ! ನನ್ಗೆ ಮದುವೆ ಇಲ್ಲಾ ನನ್ನೊಡ್ಯಾ – ನಾನು ಬಸ್ವಿ"

"ಏನು? –ಏನು? ಏನಂದೆ?"

"ನನ್ನ ಬಸ್ವಿ ಬಿಟ್ಟಿದ್ದಾರೆ – ನನ್ನೊಡ್ಯಾ."

"ಬಸ್ವಿ! ಬಸ್ವಿ!! ಹಾಗಂದರೆ ?"

"ದೇವರಿಗೆ ಬಿಟ್ಟಿದ್ದಾರೆ."

ನಾನು ಎಲ್ಲೂ ನೋಡಿರಲಿಲ್ಲ. ದೇವರಿಗೆ ಬಿಡೋದು – ಬಸ್ವಿ – ಮುಂತಾದ್ದನ್ನ ಕೇಳಿದ್ದೆ ಅಷ್ಟೆ. ಆದರೆ ಅದರ ಅರ್ಥ ತಿಳಿದಿರಲಿಲ್ಲ. ನನಗೆ ಮೊದಲಿನ ಹೆದರಿಕೆ ತಪ್ಪಿ ಕುತೂಹಲ ಹೆಚ್ಚಿತು. ವಿಷಯ ಸ್ವಾರಸ್ಯವಾಗಿದೆ. ತಿಳಿದುಕೊಳ್ಳಬೇಕೆಂದು.

"ದೇವರಿಗೆ ಬಿಟ್ಟರೆ? ಯಾರು?" ಎಂದು ಕೇಳಿದೆ.

"ನಮ್ಮ ಅಪ್ಪನೂ ಅಮ್ಮನೂ."

"ಅದ್ಯಾಕ್ಬಿಟ್ರು?"

"ಬುದ್ಧೀ, ಈಗ ಎಂಟೊರ್ಸದಾಗೆ ನಂಗೆ ಬಲು ದಣುವಾಗಿತ್ತು. ಆಗ ನಮ್ಮ ಅಪ್ನೂ ಅಮ್ನೂ ಮರಡೀ ದೇವರ್ಗೆ ಹರಕೆ ಮಾಡ್ಕೊಂಡ್ರು ನನ್ನೊಡ್ಯಾ. ನನ್ಗೆ ಗುಣವಾದ್ರೆ ಆ ದೇವ್ರ ಹೆಸರ್ನಾಗೆ ನನ್ನ ಬಸ್ವಿ ಬಿಡ್ತೀವಿ ಅಂತ. ನನ್ಗೆ ಗುಣವಾಯ್ತು, ಬುದ್ಧೀ."

"ಹಾಗಾದ್ರೆ, ನೀನು ಮದುವೆ ಮಾಡ್ಕೊಳ್ಳೋದೆ ಇಲ್ಲ!"

"ಇಲ್ಲ, ಬುದ್ಧೀ."

"ಹೀಗೇ ಇರ್ತೀಯಾ?"

"ಹೌದು! ನನ್ನೊಡ್ಯಾ!"

"ಸೂಳೆಯ ಹಾಗೆ!"

ನನ್ನ ಈ ಮಾತನ್ನು ಕೇಳಿ ಅವಳ ಎದೆಯಲ್ಲಿ ಚೂರಿಯನ್ನು ನೆಟ್ಟ ಹಾಗಾಗಿರಬೇಕು. ಒಂದು ಕ್ಷಣದಲ್ಲಿ ಅವಳ ಹುಬ್ಬುಗಳು ಗಂಟಿಕ್ಕಿದವು. ಮೂಗಿನ ಹೊಳ್ಳೆಗಳೂ ತುಟಿಗಳೂ ಅದುರಲಾರಂಭಿಸಿದವು. ಕೋಪಗೊಂಡ ಸ್ತ್ರೀಯ ಮುಖದಲ್ಲಿ ಒಂದು ವಿಧವಾದ ಭೀಷಣತೆಯಿರುತ್ತದೆ. ಅವಳ ಮುಖವು ಆ ಭೀಷಣತೆಯಲ್ಲಿ ತೇಲುತ್ತಿರುವಂತೆ ತೋರಿತು. ಕ್ರೂರವಾದ ದೃಷ್ಟಿಯಿಂದ ನನ್ನನ್ನು ತಿವಿಯುತ್ತ–

"ಬುದ್ಧೀ, ತಾವು ಆ ಮಾತು ಹೇಳಬಾರ್ದು!" ಎಂದಳು.

ಅವಳಲ್ಲಿ ಆದ ಮಾರ್ಪಾಟನ್ನು ನೋಡಿ ನನಗೇಕೋ ಸ್ವಲ್ಪ ದಿಗ್ಭ್ರಮೆಯಾದಹಾಗಾಯಿತು. ಸ್ವಲ್ಪ ಉಗುಳು ನುಂಗುತ್ತ –

"ಯಾವ ಮಾತು ?" ಎಂದು ಕೇಳಿದೆ.

"ನಾವು ಸೂಳೇರಲ್ಲ – ತಿಳೀರಿ !"

ನನಗೆ ಇನ್ನೂ ಆಶ್ಚರ್ಯವಾಯಿತು. ಮದುವೆ ಇಲ್ಲ! ನಡೆವಳಿಕೆ ನೋಡಿದರೆ ವಿಪರೀತ !! ಆದರೂ "ಸೂಳೇರಲ್ಲ!" ನನಗೂ ಸ್ವಲ್ಪ ಸಿಟ್ಟು ಬಂದಂತಾಯಿತು. ನಾನು ಹೇಳಿದೆ–

"ಅಷ್ಟಲ್ಲದೆ ಮತ್ತೇನು ? ನೀನು ಎಲ್ಲರ ಹಾಗೆ ಮದುವೆ ಮಾಡಿಕೊಂಡು ಗರ್ತಿಯ ಹಾಗೆ ಇರೋದು ಬಿಟ್ಟು, ಹೀಗೆ ನಡುರಾತ್ರಿಯಲ್ಲಿ ಮೇಲೆ ಬಿದ್ದು, ಬಂದಿ..."

"ಬುದ್ಧೀ, ನಿಮ್ಗೆ ಇನ್ನೂ ಗೊತ್ತಾಗಿಲ್ವೆ ಬಸ್ವೀರು ಲಗ್ನಾ ಮಾಡ್ಕೊಳ್ಳೋಕ್ಕಾಗ್ದು, ನನ್ನೊಡ್ಯಾ."

"ಯಾಕಾಗ್ದು ?"

"ಹರಕೆ ಒಪ್ಪಿಸ್ಬೇಕಲ್ಲಾ, ಬುದ್ಧೀ ! ಇಲ್ದಿದ್ರೆ ಕೇಡಲ್ವಾ ?"

"ಮದುವೆ ಮಾಡ್ಕೊಂಡ್ರೆ ಹರಕೆ ಒಪ್ಸೋಕಾಗಲ್ವೆ?"

"ಇಲ್ಲಾ ನನ್ನೊಡ್ಯಾ, ಒಬ್ಬನ ಮದ್ವೆ ಮಾಡ್ಕೊಂಡ್ರೆ ನಿಮ್ಮಂಥಾವರ ಸ್ಯಾವೆ ಹ್ಯಾಗ್ಬದ್ದೀ ಮಾಡೋದು ? ಮಾನ ಬರ್ತದಾ ?"

"ಸರಿ. ಇನ್ನೊಬ್ಬನ ಸೇವೆ ಯಾಕೆ ಮಾಡ್ಬೇಕು ?"

"ಮತ್ತೆ ? – ಯಾಕೆ ದೇವ್ರ ಹರಕೆ ಒಪ್ಪಿಸ್ಬೇಡ್ವಾ ?"

"ಹೀಗೆಯೇ ಒಪ್ಪಿಸೋದು ? ದೇವರ ಹೆಸರಿನಲ್ಲಿ ಸೂಳೆಗಾರಿಕೆ ಮಾಡುತ್ತಾ..."

ಥಟ್ಟನೆ ಅವಳು ಪುನಃ ಹುಬ್ಬು ಗಂಟಿಕ್ಕಿ–

"ಬುದ್ದೀ, ಆ ಮಾತು ನನಗೆ ಹೇಳ್ಬೇಡಿ; – ಹೇಳ್ಬೇಡಿ !" ಎಂದು ಒತ್ತಿ ಹೇಳಿದಳು.

"ನೋಡು, ನಾನು ನಿನ್ನ ಗಂಡನಲ್ಲ! ನೀನು ಇಷ್ಟು ರಾತ್ರಿಯಲ್ಲಿ ನನ್ನ ಹತ್ತಿರ ಬಂದಿದ್ದೀಯಲ್ಲ – ಇದು ಯಾರು ಮಾಡುವ ಕೆಲಸ? 'ಸೂಳೇರಲ್ಲ' ಎಂದು ಮಾತ್ರ ಹೇಳುವೆಯಲ್ಲ."

"ನಾವು ಸೂಳೇರಲ್ಲ ಬುದ್ದೀ. ನಾವು ಸೂಳೇರಲ್ಲ; ಸೂಳೇರಿಗೆ ದುಡ್ನಾಸೆ, ನನ್ನೊಡ್ಯಾ. ಅವರು ಜನಗಿನಾ ನೋಡಕಿಲ್ಲ. ಅವರಿಗೆ ಹರಕೆಗಿರಕೆ ಏನೂ ಇಲ್ಲ! ಆ ಕಸಬೇ ಅವರಿಗೆ ಜೀವನ."

"ನೀವು ?"

"ನಾವು ಹಣಗಿಣಾ ಮುಟ್ಟಾಕಿಲ್ಲ, ನನ್ನೊಡ್ಯಾ. ಅಂತಾ ಇಂತಾ ಜನ್ರನ್ನ ಹತ್ರ ಸೇರ್ಸಾಕಿಲ್ಲ. ನಿಮ್ಮಂತಾ ಕುಲೀನ್ರು ಯಾರಾದ್ರು ಬಂದ್ರೆ ಅವ್ರ ಸ್ಯಾವೆ ಮಾಡಿ ಹರಕೆ ಒಪ್ಪಿಸ್ತೀವಿ. ನಮ್ಮನ್ನ ಸೂಳೇರು ಅನ್ಬೇಡಿ, ನನ್ನ ದೇವರೆ."

"ಹಾಗಾದ್ರೆ ಈ ನಿನ್ನ 'ಸ್ಯಾವೆ' ನಿನ್ನ ತಂದೆ ತಾಯಿಗಳಿಗೆ ಗೊತ್ತೊ ?"

"ಇಲ್ವೆ ಬುದ್ದೀ; ಅವ್ರು ಹರಕೆ ಮಾಡ್ಕೊಂಡೋರು – ಅವ್ರಿಗೆ ಗೊತ್ತಿಲ್ದೇ ಇರ್ತದಾ !"

"ಸರಿ, ಅವರೇನೋ ಕಳಿಸಿದರು. ಆದರೆ ನಾನು ಇದಕ್ಕೆ ಒಪ್ಪುತೀನಿ, ಇಲ್ಲಾ ಅನ್ನೋದು ಅವರಿಗೇನು ಗೊತ್ತು? ಯಾವ ಧೈರ್ಯದ ಮೇಲೆ ನಿನ್ನ ನನ್ನ ಹತ್ರ ಕಳಿಸಿದರು ?"

ಈ ಪ್ರಶ್ನೆಗೆ ಕೂಡಲೇ ಉತ್ತರ ಬರಲಿಲ್ಲ. ಮುಗುಳ್ನಗೆ ನಗುತ್ತ ಕೊರಳನ್ನು ಒಂದು ವರಸೆಯಲ್ಲಿ ಬಳುಕಿಸಿ ಓರೆಗಣ್ಣಿನಿಂದ ನೋಡುತ್ತಾ,

"ನೀವು ಮತ್ತೆ ಕೇಳಿದಿರಂತೆ ನಮ್ಮ ಆಳ್ನ – ನಾನು ಯಾರು ಏನು ಎತ್ತ ಅಂತ?" ಎಂದು ಸ್ವಲ್ಪ ನಾಚಿಕೆಯಿಂದ ಹೇಳಿದಳು.

ಈಗ ನನಗೆ ಅರ್ಥವಾಯಿತು – ನಾನು ಆಳನ್ನು ಕೇಳಿದಾಗ ಅವನು ವ್ಯಂಗ್ಯವಾಗಿ ನಕ್ಕು 'ಯಾಕೆ ಬುದ್ದೀ' ಎಂದು ಕೇಳಿದ್ದು! 'ಅಯ್ಯೋ ! ಭಗವಂತಾ !' ಅಂದುಕೊಂಡೆ.

"ಹೌದು, ಚೆನ್ನಮ್ಮಾ ಕೇಳಿದೆ ! ಸುಮ್ಮನೆ ತಿಳಿದುಕೊಳ್ಳೋಣ ಅಂತ ಕೇಳಿದೆ, ಅಷ್ಟೆ. ಚೆನ್ನಮ್ಮಾ, ನನ್ನ ಲಕ್ಷ್ಮಿಯ ಆಣೆಗೂ ಬೇರೆ ಯಾವ ಆಸೆಯೂ ಇಲ್ಲ."

"ಅಯ್ಯೋ ! ಬಿಡೀ ನನ್ನ ದೇವರೇ, ಈಗೇನಾಯ್ತು ? ಇದಕ್ಕೆಲ್ಲಾ ನೀವು ಆಣೆಗೀಣೆ ಇಡಬ್ಯಾಡ್ರಿ !"

"ಹಾಗಲ್ಲ ಚೆನ್ನಮ್ಮಾ, ಕೇಳು, ಹೋದ ಪ್ರಾಣ ಮತ್ತೆ ಬರುತ್ತದೆಯೇ?"

ಚೆನ್ನಮ್ಮ ಸುಮ್ಮನಿದ್ದಳು.

"ಹೇಳು."

"ಇಲ್ಲ, ನನ್ನೊಡ್ಯಾ."

"ಹಾಗಾದ್ರೆ ಕೇಳು, ಹೆಂಗಸಿಗೆ ಮಾನವೇ ಪ್ರಾಣ. ಮಾನ ಕಳಕೊಂಡ ಹೆಂಗಸು ನಾಯಿಗಿಂತ ಕಡಿಮೆ. ಇರೋದೇ ಮಾನ–ನಿಮಗೆ; ನೀವು ಅದನ್ನ ಹೀಗೆ ಮಾರಿಕೋಬಾರದು. ಮಾನ ಬಿಟ್ಟ ಹೆಂಗಸಿಗೆ ನರಕದಲ್ಲೂ ಸ್ಥಳವಿಲ್ಲಾ ಅಂತ ಹೇಳ್ತಾರೆ ತಿಳಿದವರು."

"ಬುದ್ಧೀ, ನೀವು ಹೇಳೋದು ಲಗ್ನ ಆಗಿ ಗಂಡ ಇರೋರ್‍ಗೆ ಸರಿ ನನ್ನೊಡ್ಯಾ. ಅವ್ರು ನಮ್ಮ ಹಾಗಿದ್ರೆ ಅವರನ್ನ ಜಾತಿಯಿಂದ ಹೊರಗೆ ಹಾಕ್ತಾರೆ. ನಮಗೆ ಹಾಗಲ್ಲಾ ದೇವರೆ; ನಮ್ಮನ್ನ ದೇವರಿಗೆ ಬಿಟ್ಟಿದ್ದಾರೆ. ನಮಗೆ ನಿಮ್ಮಂತಾ ಕುಲೀನರ ಸ್ಯಾವೇನೆ –"

"ಅಯ್ಯೋ ಚೆನ್ನಮ್ಮಾ ನಿನಗೆ ತಿಳೀದು. ಇಲ್ಲಿ ಕೇಳು. ದೇವರ ಹೆಸರಿನಲ್ಲಿ ಹೆಂಗಸು ಮಾನಗೆಟ್ಟರೆ ಅವನಿಗೆ ಪ್ರೀತೀನೇ ? ದೇವರಲ್ಲಿ ಹರಕೆ ಇದ್ದರೆ ಆ ದೇವರ ಸೇವೆ ಮಾಡು. ಯಾರು ಬೇಡ ಅನ್ನುತ್ತಾರೆ ? ಅದು ಬಿಟ್ಟು ಹೀಗೆ ಮಾನವನ್ನು ಮಾರಿಕೊಳ್ಳುವುದೆ ?"

"ಬುದ್ಧೀ ತಮ್ಮಂತಾ ಕುಲೀನರೇ ನಮಗೆ ದೇವರು, ನನ್ನೊಡ್ಯಾ. ನಿಮಗೆ ಸ್ಯಾವೆ ಮಾಡಿದರೆ ಅದೇ ನಮ್ಮ ಪುಣ್ಯ."

ಅವಳ ಮಾತುಗಳನ್ನು ಕೇಳಿ ನನ್ನ ಹೃದಯದಿಂದ "ಅಯ್ಯೋ ದೇವರೇ ! ನಿನ್ನ ಹೆಸರಿನಲ್ಲಿ, ನಿನ್ನನ್ನು ಮೆಚ್ಚಿಸುವುದಕ್ಕೋಸ್ಕರ ಎಷ್ಟು ಅನ್ಯಾಯ–ಎಷ್ಟು ಪಾಪ ನಡೆಯುತ್ತಿದೆ !" ಎಂಬ ಉದ್ಗಾರವು ಹೊರಟಿತು. ಸ್ವಲ್ಪ ಕಾಲ ಏನೂ ಮಾತನಾಡದೆ ನನಗೆ ನಾನೇ ಯೋಚಿಸತೊಡಗಿದೆ...

ಇದೇನು ಈ ಜನರ ಮೌಢ್ಯ ! ಪ್ರಪಂಚದಲ್ಲಿ ಇಷ್ಟು ಅಸಹ್ಯಕರವಾದ ವಾಡಿಕೆಯೂ ಉಂಟೇ ! ದೇವರಿಗೆ ಬಿಡುವುದೇನೋ ಸರಿ, ಕೇಳಿದ್ದೇನೆ. ಅದು ಅವರವರ ಭಕ್ತಿ. ಆದರೆ ಈ ಕೆಲಸ ? ಹೀಗೆಯೇ – ಈ ಜನರು ದೇವರಿಗೆ ಹರಕೆಯನ್ನೊಪ್ಪಿಸುವುದು ? ಭಗವಂತನ ದಿವ್ಯವಾದ ಹೆಸರಿನಲ್ಲಿ ಈ ಜನರು ಇಂತಹ ಹೇಯವಾದ ಕೆಲಸವನ್ನು ಮಾಡುತ್ತಿರುವರಲ್ಲಾ! – ಇವರ ಗತಿ ಏನು ? ಈ ಹುಡುಗಿ ಖಂಡಿತವಾಗಿಯೂ ಏನೂ ಅರಿಯದ ಹಳ್ಳಿಗಾಡಿನ ಮುಗ್ಧ ಯುವತಿಯೇ ಸರಿ ! ಜಾರಸ್ತ್ರೀಯರ ಲಕ್ಷಣವೇ ಬೇರೆ; ಇವಳ ರೀತಿಯೇ ಬೇರೆ, ಇವಳು ತನ್ನ ಜನರ ಅಸಹ್ಯಕರವಾದ ವಾಡಿಕೆಗೆ ಬಲಿಬಿದ್ದ ಮುಗ್ಧೆ! ತಾನು ಮಾಡುತ್ತಿರುವ ಕೆಲಸದಿಂದ ದೇವರಿಗೆ ಹರಕೆ ತಲುಪುತ್ತದೆಯೆಂದೇ ಇವಳ ದೃಢವಾದ ನಂಬಿಕೆ. ಅಯ್ಯೋ ! ದೇವಾ ! ತಂದೆ ತಾಯಿಗಳೇ ಕೈಯಾರ ತಮ್ಮ ಒಬ್ಬ ಮಗಳ ಜೀವವನ್ನು ಪಾಪದಿಂದ ತುಂಬುತ್ತಿರುವರಲ್ಲಾ !– ಅವರ ಗತಿ ಏನು ? ಇವಳ ಗತಿ ಏನು ? ಅವರೇನೋ ತಮ್ಮ ಹರಕೆಯಿಂದ ಮಗಳು ಬದುಕಿದಳೆಂದು ತಿಳಿದಿರಬಹುದು. ಆದರೆ ಈಗ ದಿನದಿನವೂ ಅವಳು ಮಾಡುತ್ತಿರುವ ಕೆಲಸದಿಂದ, ಅವಳ ಜೀವನಕ್ಕೆ ಆತ್ಮರೂಪವಾದ ಸ್ತ್ರೀತ್ವವೇ ಸಾಯುತ್ತಿದೆಯಲ್ಲಾ! ಇದನ್ನು ಅವರು ತಿಳಿಯುವ ಬಗೆ ಹೇಗೆ ? ಆಗ, ಮಗುವಾಗಿದ್ದಾಗ, ಒಂದು ದಿನ, ಒಂದು ಕ್ಷಣದಲ್ಲಿ ಸಾಯುವ ಬದಲು, ಈಗ ದಿನದಿನವೂ ಕ್ಷಣಕ್ಷಣವೂ ಸ್ವಲ್ಪ ಸ್ವಲ್ಪವಾಗಿ ಸಾಯುತ್ತಿರುವಳಲ್ಲಾ! ಅದನ್ನು ಇವಳು ತಿಳಿದಿದ್ದಾಳೆಯೇ ? ಇಲ್ಲ ! – ಅದೇ ಆಶ್ಚರ್ಯ ! ತಾನು ಮಾಡುತ್ತಿರುವ ಕೆಲಸ ಸರಿಯಾದದ್ದು – ದೇವರಿಗೆ ಒಪ್ಪಿದ ಕೆಲಸ – ಅವನು ಉಳಿಸಿಕೊಟ್ಟ ಜೀವವನ್ನು ಹೀಗೆ ಕಳೆದರೆ ಅದು ಅವನಿಗೆ ಇಷ್ಟವಾದ ಸೇವೆ –ಎಂದು ಮೊದಲಾಗಿ ಅವಳ ದೃಢವಾದ ನಂಬಿಕೆ. ಮದುವೆಯಾದ ಹೆಂಗಸಿನಲ್ಲಿ ಯಾವ ಕೃತ್ಯವನ್ನು ಅವಳು ಕೆಟ್ಟದು ಎಂದು ಹೇಳುವಳೋ ಆ ಕೃತ್ಯವನ್ನು ತನ್ನ ಜೀವನದ ಧರ್ಮ ಎಂದು ಅನುಸರಿಸುತ್ತಾಳೆ. ಇದಕ್ಕೆ ಅವಳ ತಂದೆ ತಾಯಿಗಳೂ ಸಹಾಯ ! ಪಾಪ ! ಅವರಾದರೂ ಏನು ಮಾಡಿಯಾರು ? ಅವರೂ ಜಾತಿಯ ವಾಡಿಕೆಗೆ ಬಲಿಬಿದ್ದಿದ್ದಾರೆ !...

ಬಲು ದಾರುಣವಾದ ಈ ಯೋಚನೆಗಳಿಂದ ನನ್ನ ಎದೆ ಬಿರಿದಂತಾಗಿ ದೊಡ್ಡದಾಗಿ ನಿಟ್ಟುಸಿರು ಬಿಟ್ಟೆ. ಚೆನ್ನಮ್ಮ ಸುಮ್ಮನೆ ಸೆರಗಿನ ತುದಿಯನ್ನು ತಿರುವುತ್ತಿದ್ದವಳು ನಾನು ನಿಟ್ಟುಸಿರು ಬಿಟ್ಟುದನ್ನು ಕೇಳಿ ನನ್ನ ಕಡೆಗೆ ನೋಡಿದಳು. ಅವಳ ಮುಖದ ಮೇಲೆ ಆಗಲೇ ಏನೋ ಕಳವಳ ತೋರುತ್ತಿತ್ತು. ಇಷ್ಟು ದಿನಕ್ಕೆ ಎಲ್ಲಿಯಾದರೂ ಮದುವೆಯಾಗಿ ನಾಲ್ಕು ಜನರಂತೆ ತಾನೂ ಸುಖವಾಗಿ ಸಂಸಾರ ಮಾಡಿಕೊಂಡಿರುವುದು ಬಿಟ್ಟು, ಈ ಮುಗ್ಧೆ, ಅವರ ಯಾವುದೋ ಒಂದು ಅಸಹ್ಯವಾದ ವಾಡಿಕೆಗೆ ಬಲಿಯಾಗ್ಗಿದ್ದಾಳಲ್ಲಾ-ಎಂಬ ಏನೋ ತಡೆಯಲಾರದ ಒಂದು ಸಂಕಟದಿಂದ ನನ್ನ ಎದೆ ತಲ್ಲಣಿಸಿ, ಕಣ್ಣುಗಳು ಹನಿಗೂಡಿದವು.

"ಚೆನ್ನಮ್ಮಾ, ನಿನ್ನ ಭಾಗದ ದೇವರೇ ನಿನ್ನನ್ನು ಕಾಪಾಡಬೇಕು" ಎಂದು ಹೇಳಿ ಕಣ್ಣೊರಸಿಕೊಂಡೆ. ಚೆನ್ನಮ್ಮನಿಗೆ ನನ್ನ ಕಣ್ಣೀರನ್ನು ನೋಡಿ ಸ್ವಲ್ಪ ಗಾಬರಿಯಾಗಿರಬೇಕು. ನನ್ನ ಹತ್ತಿರಕ್ಕೆ ಸರಿದು ಬಂದಳು. ಅವಳು ಹಾಗೆ ನನ್ನ ಹತ್ತಿರಕ್ಕೆ ಸರಿದು ಬಂದಾಗ ನನಗೆ ದೂರ ಸರಿಯಲು ಮನಸ್ಸು ಬರಲಿಲ್ಲ. ಅವಳು ಮನಸಾ ಪಾಪಿಷ್ಠೆಯಾಗಿರಲಿಲ್ಲ. ಅಜ್ಞಾನದ ಪಾಪಕ್ಕೆ ಅವಳ ದೇಹವು ಮಾತ್ರ ಭಾಗಿಯಾಗಿತ್ತು. ತಾವರೆ ಎಲೆಯ ಮಧ್ಯದಲ್ಲಿ ಒಟ್ಟುಗೂಡಿ ನಿಂತು, ವಜ್ರದಂತೆ ಥಳಥಳಿಸುವ ನಿರ್ಮಲವಾದ ಮಂಜಿನ ಹನಿಯಂತೆ, ಅವಳ ಆತ್ಮವು ಪರಿಶುದ್ಧವಾಗಿತ್ತು. ಅವಳ ಸರಳತೆಯನ್ನು ನೋಡಿ ನನಗೆ ಅತ್ಯಂತ ಕನಿಕರವಾಯಿತು. ಅವಳನ್ನು ನೋಡಿದ ಹಾಗೆಲ್ಲಾ ಅವಳ ವಿಷಯವನ್ನು ಯೋಚಿಸಿದ ಹಾಗೆಲ್ಲಾ ನನ್ನ ಆರಿದ ಕಣ್ಣುಗಳಲ್ಲಿ ಪುನಃ ಪುನಃ ನೀರೂರಿ ಬಂತು. ನನ್ನ ಕಣ್ಣೀರಿನಲ್ಲಿ ಅವಳ ಕಲುಷಿತವಾದ ದೇಹವನ್ನು ತೊಳೆಯೋಣವೆನ್ನಿಸಿತು. ನನ್ನ ದೇಹವೂ ಆತ್ಮವೂ ಅವಳಿಗಾಗಿ ಅತ್ಯಂತ ಸ್ನೇಹವಾಯಿತು. ಮೆಲ್ಲನೆ ಅವಳ ಕೈ ಹಿಡಿದುಕೊಂಡೆ. ನನ್ನ ಮೈ ಸ್ವಲ್ಪ ನಡುಗಿತು. ಕೈ ಬಿಡದೆ ಹಾಗೆಯೇ ಅವಳ ಬೆರಳುಗಳನ್ನು ಸವರುತ್ತ "ಚೆನ್ನಮ್ಮಾ" ಎಂದು ಮೆಲ್ಲನೆ ಕರೆದೆ. ನನ್ನ ಸ್ನೇಹ, ನನ್ನ ಕನಿಕರ ಅವಳ ಆತ್ಮವನ್ನು ಸೋಂಕಿತೆಂದು ತೋರುತ್ತದೆ. ನಾನು ಕೈ ಹಿಡಿದು ಅವಳ ಹೆಸರನ್ನು ಹೇಳಿದೊಡನೆಯೇ ಅವಳು ಇನ್ನೂ ಹತ್ತಿರಕ್ಕೆ ಸರಿದು, ತಲೆಯನ್ನು ತಗ್ಗಿಸಿ ಬಹು ಮೃದುವಾಗಿ "ಏನು ನನ್ನ ದೇವರೇ?" ಎಂದು ಕೇಳಿದಳು. ಅವಳ ಮುಖದ ಮೇಲೆ ಏನೋ ಒಂದು ವಿಧದ ಯೋಚನೆಯೋ-ಕಳವಳವೋ ತೋರುತ್ತಿತ್ತು. ನಾನು ಅವಳ ಮುಖವನ್ನೇ ನೋಡುತ್ತ ಕೇಳಿದೆ-

"ನೋಡು ಚೆನ್ನಮ್ಮಾ, ನಾನು ನಿನ್ನ ದೇವರು ಅಂತ ನೀನು ಹೇಳಲಿಲ್ವೆ?"

"ಹೌದು ನನ್ನೊಡ್ಯಾ, ನೀವೆ ನನ್ನ ದೇವರು."

"ಹಾಗಾದರೆ ನಾನು ಹೇಳಿದ ಹಾಗೆ ನೀನು ಕೇಳಬೇಕಲ್ಲವೆ?"

"ನಿಮ್ಮ ದಾಸಿ ಇದೀನಿ, ಹೇಳಿ ನನ್ನ ದೇವರು."

"ನೀನು ಇನ್ನು ಮುಂದೆ ಈ ಪಾಪದ ಕೆಲಸವನ್ನು ಮಾಡಕೂಡದು. ತಿಳಿಯಿತೆ?"

"ಮತ್ತೆ ಹರಕೆ?-ದೇವರಿಗೆ?"

"ಅಯ್ಯೋ ಆ ಹರಕೆ ಹಾಳಾಯ್ತು! ನೋಡು, ಇಂದು ನಾನು ನಿನ್ನ ದೇವರು ಅಂತ ಹೇಳಿದೆ. ಇದಕ್ಕೆ ಹಿಂದೆ ನೀನು ಇನ್ಯಾರ ಸೇವೆಯನ್ನೂ ಮಾಡಲಿಲ್ಲವೆ?"

ಚೆನ್ನಮ್ಮ ಮಾತನಾಡಲಿಲ್ಲ. ತಲೆಯನ್ನು ತಗ್ಗಿಸಿದಳು.

"ನೋಡು, ಇದಕ್ಕೆ ಹಿಂದೆ ನೀನು ಯಾರ ಯಾರ ಸೇವೆಯನ್ನೋ ಮಾಡಿದ್ದೀಯೆ. ಇಂದು ನಾನು ದೇವರು ಎಂದು ಹೇಳಿ ನನ್ನ ಸೇವೆಗೆ ಬಂದಿದ್ದೀಯೆ. ಒಬ್ಬರು ತಿಂದ

ಎಂಜಲನ್ನು ಇನ್ನೊಬ್ಬರಿಗೆ ಕೊಡಬಹುದೆ? ದೇವರಿಗೆ ಈ ಎಂಜಲ ಹರಕೆಯೆ? ಚೆನ್ನಾ, ನಿನಗೆ ತಿಳಿಯದು – ಇದು ಬಹಳ ಪಾಪಕರವಾದದ್ದು ಎಂದು. ತಿಳಿದಿದ್ದರೆ ಎಂದಿಗೂ ನೀನು ಈ ಪಾಪದ ಕೆಲಸವನ್ನು ಮಾಡುತ್ತಿರಲಿಲ್ಲ. ಸ್ವಲ್ಪ ಯೋಚಿಸಿ ನೋಡು. ನಿನಗೂ ಸೂಳೆಗೂ ಏನು ವ್ಯತ್ಯಾಸ ? ಅವಳಿಗೆ ಅದು ಜೀವನ, ನಿನಗೆ ಜೀವನಕ್ಕೆ ಕಡಮೆಯಿಲ್ಲ. ಆದರೆ ಪಾಪವೇನೋ ಒಂದೇ! ದೇವರು ಈ ಪಾಪವನ್ನು ಎಂದಿಗೂ ಒಪ್ಪನು !"

ಚೆನ್ನಮ್ಮ ಮೌನವಾಗಿ ಎಲ್ಲವನ್ನೂ ಕೇಳಿದಳು. ಮೊದಲಿನ ಭ್ರಾಂತಿ, ಕಳವಳದ ಚಿಹ್ನೆ ಅವಳ ಮುಖದಿಂದ ಜಾರಿತು. ಸ್ವಲ್ಪಸ್ವಲ್ಪವಾಗಿ ಮುಖವು ಬಾಡಿತು. ದೇಹವು ಕುಗ್ಗಿತು. ದೃಷ್ಟಿ ನೆಲವನ್ನು ಹಿಡಿಯಿತು. ಮೆಲ್ಲಗೆ ಅವಳ ಕೈಯನ್ನು ಅಲುಗಿಸಿ 'ಚೆನ್ನಾ' ಎಂದು ಕರೆದೆ. ತಲೆಯೆತ್ತಿ ನನ್ನ ಕಡೆ ನೋಡಿದಳು. ಅವಳ ದೃಷ್ಟಿಯಲ್ಲಿ ದಾರಿತಪ್ಪಿ ಅಲೆಯುತ್ತಿದ್ದ ಮಗುವಿನ ಅಸಹಾಯಕತೆಯ ಛಾಯೆ ತೋರುತ್ತಿತ್ತು. ನನ್ನ ಮಾತು ಸರಿ–ಎಂದು ಅವಳು ಮನಗಂಡಿರಬೇಕು.

"ಚೆನ್ನಾ, ನಾನು ಹೇಳಿದ್ದು ಸರಿಯಲ್ಲವೆ?" ಎಂದು ಕೇಳಿದೆ.

ಚೆನ್ನಮ್ಮ ಬಾಯಿ ಬಿಡಲಿಲ್ಲ. ತಲೆಯನ್ನು ಪುನಃ ತಗ್ಗಿಸಿದಳು. ನಾನು ನೋಡುತ್ತಿದ್ದ ಹಾಗೆಯೇ ಎರಡು ಹನಿ ಕಣ್ಣೀರು ಪಳಪಳನೆ ಅವಳ ಕೆನ್ನೆಗಳ ಮೇಲೆ ಉರುಳಿಬಿದ್ದವು. ಅದೇ ನನಗೆ ಅವಳು ಕೊಟ್ಟ ಮೌನವಾದ ಉತ್ತರವಾಯಿತು. ಅವಳ ಶುಭ್ರವಾದ ಆತ್ಮವನ್ನು ಆವರಿಸಿದ್ದ ಅಜ್ಞಾನದ ತೆರೆಯನ್ನು ತೆಗೆದೆಸೆಯುವ ಕೆಲಸ ನನ್ನ ಪಾಲಿಗಿತ್ತು! ಯಾವುದೋ ಸ್ಥಳವನ್ನು ಸೇರಬೇಕೆಂದು ಒಂದು ಮಾರ್ಗವನ್ನು ಹಿಡಿದು, ಅದರಲ್ಲಿ ಹೆಜ್ಜೆ ಹಾಕುತ್ತ, ಹೆಜ್ಜೆ ಇಟ್ಟ ಹಾಗೆಲ್ಲಾ ಆ ಸ್ಥಳವು ಹತ್ತಿರವಾಗುತ್ತಿದೆಯೆಂದು ನಂಬಿ ಬಹುದೂರ ನಡೆದು ಹೋದಮೇಲೆ, ಯಾರಾದರೂ ದಾರಿಯಲ್ಲಿ ಸಿಕ್ಕು, ನಾವು ಹೊರಟ ಸ್ಥಳಕ್ಕೆ ಅದು ಮಾರ್ಗವಲ್ಲವೆಂದೂ, ಆ ದಾರಿಯಲ್ಲಿ ನಡೆದಷ್ಟೂ ನಾವು ಸೇರಬೇಕೆಂದಿರುವ ಸ್ಥಳದಿಂದ ದೂರವಾಗುತ್ತಿರುವೆವೆಂದೂ ಹೇಳಿದರೆ ಹೇಗಿರುತ್ತದೆ! ನಾನು ನನ್ನ ಮಾತುಗಳಿಂದ ಚೆನ್ನಮ್ಮನ ಹೃದಯದಲ್ಲಿ ಸ್ವಲ್ಪ ಹೆಚ್ಚುಕಡಮೆ ಅದೇ ವಿಧವಾದ ಭಾವನೆಯನ್ನುಂಟುಮಾಡಿದ್ದೆ.

ಚೆನ್ನಮ್ಮ ಬಹಳ ಅತ್ತಳು. ನಾನು ಅವಳನ್ನು ಸಮಾಧಾನ ಮಾಡುತ್ತಾ... "ನೋಡು ಚೆನ್ನಾ, ನಿನ್ನನ್ನು ಕಂಡರೆ ನನಗೆ ಸಿಟ್ಟಾಗಲಿ, ಅಸಹ್ಯವಾಗಲಿ ಇಲ್ಲ. ಹೇಳು, ಸಿಟ್ಟೆ ನನಗೆ?" ಎಂದು ಕೇಳಿದೆ.

ಬಹು ನೊಂದ ಧ್ವನಿಯಿಂದ ಚೆನ್ನಮ್ಮ ಹೇಳಿದಳು–

"ಇಲ್ಲ ನನ್ನೊಡ್ಯಾ."

"ಸರಿ, ನಿನಗೆ ನನ್ನ ಮೇಲೆ ಸಿಟ್ಟೇನಾದರೂ..."

"ಅಯ್ಯೊ ! ನನ್ನ ದೇವರೇ ! ಹಾಗೆ ಹೇಳ್ಬೇಡಿ ! ನಿಮ್ಮನ್ನ ಕಂಡ್ರೆ, ನನ್ನೊಡ್ಯಾ, ನಿಮ್ಮ ಕಾಲ್ಕೆಳ್ಗೆ ಬಿದ್ದು ಹೊರಳಾಡೋಣಾ ಅಂತದೆ ಜೀವ !" ಎಂದು ಹೇಳಿ, ನನ್ನ ಕಾಲು ಹಿಡಿದು, ತನ್ನ ಹಣೆಯಿಂದ ಅದನ್ನು ಮುಟ್ಟುವುದರಲ್ಲಿದ್ದಳು. ನಾನು ಅಷ್ಟಕ್ಕೆ ಬಿಡದೆ ಅವಳನ್ನು ಎಬ್ಬಿಸಿ "ಸರಿ ಹಾಗಾದರೆ, ಎಲ್ಲಿ, ನನ್ನ ಎದೆ ಮೇಲೆ ಕೈ ಇಟ್ಟು ಆಣೆ ಹಾಕು– ಇನ್ಮೇಲೆ ಈ ಕೆಲ್ಸ ಬಿಡ್ತೀನಿ...ಅಂತ" ಎಂದು ಹೇಳಿದೆ.

ಚೆನ್ನಮ್ಮ ನನ್ನೆದೆಯ ಮೇಲೆ ಕೈ ಇಟ್ಟಳು. ಅವಳ ಮುಗ್ಧವಾದ, ನೊಂದ ನೋಟ ನನ್ನ ಕಣ್ಣುಗಳನ್ನು ಹೊಕ್ಕು ಹೃದಯಕ್ಕಿಳಿಯಿತು. ನೊಂದ ನೋಟ... ನೊಂದ ಧ್ವನಿ. ಕಂಪಿಸುತ್ತ ಮೆಲ್ಲಗೆ ಹೇಳಿದಳು –

"ದೇವಾ – ಇನ್ಮೇಲೆ–ಈ ಕೆಲ್ಸ ಮಾಡೋಕಿಲ್ಲ."

ನನ್ನ ಎದೆಯ ಮೇಲಿಂದ ಏನೋ ಭಾರವನ್ನು ಇಳಿಸಿದಂತಾಗಿ ದೊಡ್ಡದಾಗಿ ನಿಟ್ಟುಸಿರುಬಿಟ್ಟೆ. ರಾತ್ರೆ ಬಹಳ ಹೊತ್ತಾಗಿಹೋಗಿತ್ತು. ಆದರೂ ನಿದ್ದೆ ಮಾತ್ರ ಬರುವಂತೆ ತೋರಲಿಲ್ಲ. ಮನದಲ್ಲಿ ಶಾಂತತೆ ಹರಿದಾಡತೊಡಗಿತು. ಚೆನ್ನಮ್ಮ ಒಂದು ಬಾರಿ ಆಕಳಿಸಿದಳು. ನನಗೆ ಅದೇ ನೆವವಾಗಿ "ಚೆನ್ನಾ, ಇನ್ನು ನೀನು ಹೋಗಿ ಮಲಗಿಕೊ" ಎಂದು ಹೇಳಿ ಎದ್ದೆ. ಅವಳೂ ಎದ್ದಳು. ಬಾಗಿಲವರೆಗೂ ಅವಳೊಡನೆ ಹೋಗಿ ನಾನೇ ಬಾಗಿಲನ್ನು ತೆಗೆದೆ. ಬಾಗಿಲಲ್ಲಿ ಪುನಃ ಅವಳ ಕೈ ಹಿಡಿದು ನನ್ನ ಕಡೆಗೆ ತಿರುಗಿಸಿಕೊಂಡು– "ಚೆನ್ನಾ, ಚೆನ್ನಾ, ದೇವರಾಣೆಗೂ ನನಗೆ ನಿನ್ನ ಮೇಲೆ ಸಿಟ್ಟಿಲ್ಲ–ಎಲ್ಲಿ –" ಎಂದು ಹೇಳಿ ನನ್ನೆರಡು ಕೈಗಳಿಂದಲೂ ಅವಳ ಮುಖವನ್ನು ಹಿಡಿದು, ಹಣೆಯ ಮೇಲೆ ಒಂದು ಮುತ್ತು ಕೊಟ್ಟೆ. ಚೆನ್ನಮ್ಮ ಹೊರಟುಹೋದಳು.

6

ಇದ್ದಕ್ಕಿದ್ದ ಹಾಗೆಯೇ ಎಚ್ಚರವಾಯಿತು. ನೋಡಿದರೆ–ಕರಿಯಪ್ಪನವರು! ಅವರೇ ಕೂಗಿ ಎಬ್ಬಿಸಿದ್ದು. ಅವರು ಒಳಗೆ ಹೇಗೆ ಬಂದರೋ, ತಿಳಿಯಲಿಲ್ಲ. ಬಹುಶಃ ರಾತ್ರೆ ಬಾಗಿಲ ಅಗಣಿ ಹಾಕುವುದನ್ನು ಮರೆತಿದ್ದನೇನೋ ಅಂದುಕೊಂಡೆ.

"ಏನು ಯಜಮಾನರೇ ?" ಎಂದು ಕಣ್ಣು ಉಜ್ಜಿಕೊಳ್ಳುತ್ತ ಎದ್ದೆ.

"ಅಯ್ಯೋ ಏನು ಹೇಳಲಿ, ಸ್ವಾಮಿ ! ಅಯ್ಯೊ ನನ್ನ ಕಂದಾ ! ನನ್ನ ಚೆನ್ನಾ!" ಎಂದು ಮಾತು ಪೂರೈಸದೆ ಕರಿಯಪ್ಪನವರು ಕೆಳಗೆ ಬಿದ್ದು ಉರುಳಾಡತೊಡಗಿದರು. ಏನೋ ಒಂದು ತರದ ಅವ್ಯಕ್ತವಾದ ಭೀತಿಯಿಂದ ನನ್ನ ಎದೆ ಬಿರಿದು ರಕ್ತ ಚಿಮ್ಮಿದ ಹಾಗಾಯಿತು. ಅಷ್ಟು ಹೊತ್ತಿಗೆ ಇನ್ನು ಯಾರೋ ಬಂದು "ಸ್ವಾಮೀ ಚೆನ್ನಮ್ಮಾ ತೋಟದ ಬಾವಿಗೆ ಬಿದ್ದು..."

ಅವರ ಮಾತು ಪೂರೈಸುವ ತನಕ ನನ್ನ ಜೀವ ತಡೆಯಲಿಲ್ಲ. ಹಾಸಿಗೆಯಿಂದ ಎದ್ದವನೇ ಹುಚ್ಚನಂತೆ ತೋಟದ ಬಾವಿಯ ಕಡೆಗೆ ಓಡತೊಡಗಿದೆ! ಬಾವಿಯ ಹತ್ತಿರ ಹತ್ತು–ಹನ್ನೆರಡು ಜನ ಗುಂಪು ಕೂಡಿ ನಿಂತಿದ್ದುದು ಕಾಣಿಸಿತು. ಇನ್ನೂ ಜೀವವಿರಬಹುದೇನೋ ಎಂಬ ಒಂದು ಹುಚ್ಚು ಆಸೆ! ಅಯ್ಯೋ ! ಹುಚ್ಚು ಆಸೆಯೇ ಸರಿ; ರಾತ್ರಿಯೇ ಅವಳು ಹೋಗಿ ಬಿದ್ದಿರಬೇಕು–ಇಲ್ಲಿಯವರೆಗೂ ಜೀವ ಇರುವುದುಂಟೇ !–ಎಂಬ ನಿರಾಶೆ ! ಹತ್ತಿರ ಹೋಗಿ ನಿಂತೆ. ಎಲ್ಲರೂ ದಾರಿ ಬಿಟ್ಟರು. ನೋಡಿದೆ ! ಅಯ್ಯೋ ! ಭಗವಂತಾ ! ಅದೆಂತಹ ನೋಟವನ್ನು ನೋಡಿದೆನೋ, ಎದೆಯ ರಕ್ತ ಕಣ್ಣಿನಲ್ಲಿ ಚಿಮ್ಮಿ ಬಂದಂತಾಯಿತು. ಕಣ್ಣುಗಳು ಸಿಡಿದು ಕತ್ತಲೆ ಕವಿದಂತಾಯಿತು.

ಅಷ್ಟೇ ನನಗೆ ಜ್ಞಾಪಕ. ಪುನಃ ಎಚ್ಚರವಾದಾಗ ಅಲ್ಲಿ ನಿಂತಿದ್ದವರಲ್ಲಿ ಒಬ್ಬಿಬ್ಬರು ನನ್ನ ತಲೆಗೂ ಮುಖಕ್ಕೂ ತಣ್ಣೀರೆರಚುತ್ತಿದ್ದರು. ನನ್ನ ಮೂಗಿನಿಂದ ರಕ್ತ ಹರಿದುಬರುತ್ತಿತ್ತು. ನನಗೆ ಯಾವುದೂ ಲಕ್ಷ್ಯವಿಲ್ಲ. ಶವದ ಹತ್ತಿರ ಹೋಗಿ ಜೀವದ ಚಿಹ್ನೆ ಏನಾದರೂ ಇದೆಯೇ– ಎಂದು ಬಹಳ ಆಸೆಯಿಂದ ನೋಡಿದೆ. ಅಯ್ಯೋ ! ಸುಮ್ಮನೆ ಭ್ರಾಂತಿ ! ನನ್ನ ಭ್ರಮೆಯನ್ನು ನೋಡಿ ನನಗೇ "ಅಯ್ಯೋ! ಹುಚ್ಚಾ!" ಅನ್ನಿಸಿತು. ಅವಳ ದೇಹದಲ್ಲಡಗಿದ್ದ ಆ ಅಮಲವಾದ ಹಿಮಕಣವು ಆಗಲೇ ಹಾರಿಹೋಗಿತ್ತು! ಪುಣ್ಯವು ಪಾಪದಿಂದ ಅಗಲಿ ಹೋಗಿತ್ತು! ಅಮೃತವು ಇಂಗಿ ಹೋಗಿ ಉಳಿದದ್ದು ವಿಷದ ಚರಟ.

ಇನ್ನು ಹೆಚ್ಚು ಹೊತ್ತು ಅಲ್ಲಿ ನಿಲ್ಲಲಾಗಲಿಲ್ಲ. ನಿಧಾನವಾಗಿ ಮನೆಯ ಕಡೆ ನಡೆದೆ.

7

ಅದೇ ದಿನ ಸಾಯಂಕಾಲ ನಾನು ಆ ಹಳ್ಳಿಯನ್ನು ಬಿಟ್ಟೆ. ಹೊರಡುವುದಕ್ಕೆ ಮುಂಚೆ ಚೆನ್ನಮ್ಮನ ಫೋಟೋವನ್ನು ಅವರ ಮನೆಯಲ್ಲಿ ಬಿಟ್ಟು ಬಂದೆ. ಅಂತಹ ಹುಡುಗಿಯನ್ನು ಕಳೆದುಕೊಂಡ ಅವರಿಗೆ ಆ ಛಾಯೆಯು ಏನು ಸಮಾಧಾನ ಕೊಟ್ಟೀತು ?

ದಾರಿಯುದ್ದಕ್ಕೂ ಯೋಚನೆ. ಪೊಲೀಸಿನವರೇನೊ "ಆತ್ಮಹತ್ಯೆ" ಎಂದು 'ರಿಕಾರ್ಡು' ಮಾಡಿಬಿಟ್ಟರು. ಆದರೆ ವಸ್ತುತಃ ನಾನೇ ಅವಳನ್ನು ಕೊಂದಹಾಗಾಯಿತು ! ಏನು ಮಾಡಿದರೂ ಈ ಭಾವನೆ ನನ್ನನ್ನು ಬಿಡುವಂತೆ ತೋರಲಿಲ್ಲ. ನಾನು ಹೇಳಿದುದೆಲ್ಲಾ ಅವಳ ಮನಸ್ಸಿಗೆ ನಾಟಿ, ಇರುವುದಕ್ಕಿಂತ ಸಾಯುವುದೇ ಮೇಲಾಗಿ ತೋರಿರಬೇಕು. ನಾನು ಅವಳನ್ನು ನನ್ನ ಕೊಠಡಿಯಿಂದ ಹೊರಕ್ಕೆ ಕಳಿಸಿದಾಗ ಅವಳ ಹೃದಯ ಸಾವಿನಿಂದ ತುಂಬಿತ್ತೆಂದು ಈಗ ತೋರುತ್ತಿದೆ. ಈ ಯೋಚನೆ ಬಂದೊಡನೆಯೇ ನನ್ನ ಎದೆಯನ್ನು ಸೀಳಿ ಕಾದ ಸೀಸೆಯನ್ನು ಹೊಯ್ದಹಾಗಾಯಿತು. ನಾನು ಆ ವೇಳೆಯಲ್ಲಿ ಅವಳನ್ನು ಹೊರಕ್ಕೆ ಕಳಿಸದೆ ಇದ್ದಿದ್ದರೆ ಅವಳ–ಸಾಯಬೇಕೆಂಬ–ಸಂಕಲ್ಪ ದೂರವಾಗುತ್ತಿತ್ತೋ ಏನೋ ! ಬದುಕುತ್ತಿದ್ದಳೋ ಏನೋ ! ಅವಳ ಮನಸ್ಸಿಗೆ ಜೀವನವನ್ನು ನೀಗಬೇಕೆಂಬ ಆಸೆಯನ್ನು ತಂದವನು ನಾನು; ಅದಕ್ಕೆ ಸಂಶಯವಿಲ್ಲ ! ನನಗೆ ಏನು ಅಧಿಕಾರವಿತ್ತು ? ಅವರ ಧರ್ಮ–ಅಧರ್ಮಗಳನ್ನು ತುಲನೆ ಮಾಡುವುದಕ್ಕೆ ನಾನು ಯಾರು ? ನನ್ನ ಮಾತುಗಳು ಒಂದೊಂದೂ ಅವಳನ್ನು ಬಾವಿಯ ವರೆಗೂ ತಳ್ಳಿಕೊಂಡು ಹೋಗಿರಬೇಕು. ಆಮೇಲೆ ಅವಳನ್ನು ಬಾವಿಗೆ ತಳ್ಳಿದ್ದೂ ನನ್ನ ಮಾತುಗಳೇ–ನಾನೇ ! ಅಯ್ಯೋ ! ನಾನೇ ಅವಳನ್ನು ಕೈಯಾರೆ ಕೊಂದಹಾಗಾಯಿತಲ್ಲಾ ; ದೇವರ ಎದುರಿನಲ್ಲಿ ಇದಕ್ಕೆ ಒಂದಲ್ಲ ಒಂದು ದಿನ ಉತ್ತರ ಹೇಳಬೇಕು. ಏನು ಹೇಳಲಿ...?

ಯೋಚನೆಗಳಿಗೆ ತಡೆಯೇ ಇಲ್ಲ.

ನಾಳೆ ಊರು ಸೇರುತ್ತೇನೆ. ಈ ಕತೆಯನ್ನೆಲ್ಲಾ ಹೇಳಿದರೆ ಏನನ್ನುವಳೋ ನನ್ನ ಲಕ್ಷ್ಮಿ!

○ ಅ. ನ. ಕೃಷ್ಣರಾಯ

ಮಣ್ಣಿನ ಮಗ

ಭೈರಸಂದ್ರ, ತಿಪ್ಪಳ್ಳಿ, ಒಡ್ಡರಬೈಲು, ಸುಂಕೇನಹಳ್ಳಿ ಎಲ್ಲಾ ಅರ್ಧ ಫರ್ಲಾಂಗ್ ಅಂತರದಲ್ಲಿದ್ದ ಹಳ್ಳಿಗಳು. ಭೈರಸಂದ್ರದ ಕೆರೆಯೇ ದೊಡ್ಡ ಕೆರೆ. ಅಲ್ಲೇ ಸ್ವಲ್ಪ ತರೀ ಫಸಲು ಆಗುತ್ತಿತ್ತು. ಉಳಿದ ಕಡೆ ರಾಗಿ. ತರೀಫಸಲು ಬೆಳೆಯುತ್ತಿದ್ದ ಭೈರಸಂದ್ರದ ರೈತರನ್ನು ಕಂಡರೆ ಖುಷ್ಕಿ ಬೆಳೆಯುತ್ತಿದ್ದ ಇತರ ಹಳ್ಳಿಯವರಿಗೆ ಒಂದು ಬಗೆಯ ಗೌರವ. ಭೈರಸಂದ್ರದ ಗೌಡ ರಾಮಯ್ಯ ಆ ಪ್ರದೇಶಕ್ಕೆಲ್ಲಾ ಬಲಿಷ್ಠ. ಎರಡು ಜತೆ ದನಯಿಟ್ಟುಕೊಂಡು ತಾನೇ ಸ್ವಂತ ಆರಂಬ ಮಾಡಿಸುತ್ತಿದ್ದ. ಅವನ ಅಪ್ಪಣೆಯಿಲ್ಲದೆ ಸುತ್ತಮುತ್ತಲಿನ ಹಳ್ಳಿಗಳಲ್ಲಿ ಯಾವ ಶುಭಾಶುಭ ಕೆಲಸವೂ ಆಗುವಂತಿರಲಿಲ್ಲ.

ರಾಮಯ್ಯನ ಮಗ ಸಿದ್ದಯ್ಯನಿಗೂ ತಿಪ್ಪಳ್ಳಿ ಗಂಗನಿಗೂ ಪರಮ ಸ್ನೇಹ. ಇಬ್ಬರೂ ಕೋಳಿ ಸಾಕುವುದರಲ್ಲಿ ನಿಪುಣರು. ಆ ತಾಲ್ಲೂಕಿನಲ್ಲಿ ಯಾವ ಹುಂಜದ ಕಾಳಗವಾದರೂ ಬಹುಮಾನ ಸಿದ್ದ, ಗಂಗ ಇವರ ಪಾಲಾಗುತ್ತಿತ್ತು.

ಗಂಗ ಕೇವಲ ಹಳ್ಳಿಯಲ್ಲಿ ಹುಟ್ಟಿ ಬೆಳೆದ ಆಳು. ಮೈಮುರಿದು ದುಡಿಯುವುದು, ಹೊಟ್ಟೆ ತುಂಬ ಎರಡೋ ಮೂರೋ ಗೋಳ (ರಾಗಿ ಮುದ್ದೆ) ಕತ್ತರಿಸುವುದು, ವಿರಾಮ ವೇಳೆಯಲ್ಲಿ ಹುಂಜಕ್ಕೆ ಜಗಳ ಕಾಯುವುದನ್ನು ಕಲಿಸುವುದರಲ್ಲಿ ಅವನ ಜೀವನ ಸಾಗಿತ್ತು. ಸಿದ್ದ ಆಗಾಗ್ಗೆ ತಂದೆ ಜತೆ ಬೆಂಗಳೂರು, ಮೈಸೂರಿಗೆ ಹೋಗಿ ಬಂದಿದ್ದ. ಬೆಂಗಳೂರಿನ ಕರಗ, ಮೈಸೂರಿನ 'ಫೋಜು' ಕಂಡು ಬಂದಿದ್ದ. ಅವನ ಬಾಯಲ್ಲಿ ಅವುಗಳ ವರ್ಣನೆ ಕೇಳುವುದೆಂದರೆ ಗಂಗನಿಗೆ ಇರುಳು ಹಗಲಾಗುತ್ತಿತ್ತು; ಹಗಲು ಇರುಳಾಗುತ್ತಿತ್ತು.

ಗಂಗನಿಗೆ ಸ್ವಂತ ಹೊಲ ಭೂಮಿ ಇರಲಿಲ್ಲ. ಅವನು ಮಾಡುತ್ತಿದ್ದುದು ಅಯ್ಯನವರ ಹೊಲ. ವರ್ಷಾಕಾಲಕ್ಕಾಗುವಷ್ಟು ದವಸ ಬೆಳೆಯುತ್ತಿತ್ತು. ಅವನು ಬೆಳೆದ ಒಂದಂಶ ಧಣಿಗೆ ಹೋಗುತ್ತಿತ್ತು. ಆಗಾಗ್ಗೆ ಸೌದೆ, ಸಾಲುಮರದ ಮಾವಿನಕಾಯಿ, ಸೀಗೆಮೆಳೆಯ ಸೀಗೆಕಾಯಿ ಧಣಿಯವರ ಮನೆಗೆ ಕಳುಹಿಸುತ್ತಿದ್ದ. ಗಂಗನ ಧಣಿ ಬೆಂಗಳೂರಿನಲ್ಲಿ ಸರ್ಕಾರಿ ನೌಕರಿಯಲ್ಲಿದ್ದರು. ಈ

ಜಮೀನಿನ ಆದಾಯ ಅವರು ಗಣನೆಗೆ ತಂದುಕೊಂಡಿರಲಿಲ್ಲ. ಕಂದಾಯ ಕಳೆದು ಒಂದೋ ಎರಡೋ ಮೂಟೆ ದವಸ ಮನೆಗೆ ಬಂದುಬಿದ್ದರೆ ಅವರಿಗೆ ಅತ್ಯಾನಂದವಾಗುತ್ತಿತ್ತು. ಪಿತ್ರಾರ್ಜಿತ ಆಸ್ತಿ, ಇರಲಿ ಎಂದು ಸುಮ್ಮನಿದ್ದರು. ಗಂಗ ಭೂಮಿ ಮಾಲಿಕನಾಗಿರದಿದ್ದರೂ, ಮಾಲಿಕತನದ ಎಲ್ಲ ಸೌಕರ್ಯಗಳೂ ಅವನಿಗಿದ್ದವು.

ಗಂಗನಿಗೆ ತಾಯಿ ಬಿಟ್ಟು ಯಾರೂ ದಿಕ್ಕಿಲ್ಲ. ಮುದುಕಿ ಮಗನನ್ನು ಕಾಡಿ ಕಾಡಿ ಕೊನೆಗೆ ಅವನಿಗೆ ಕೊಡ್ಲಿ ಮಗಳು ತಿಮ್ಮಿಯನ್ನು ಲಗ್ನಮಾಡಿಸಿದ್ದಳು. ತಿಮ್ಮಿ ಗಂಗನ ಜತೆಗೂ ದುಡಿದು ತನ್ನ ಅನ್ನ ತಾನು ಹುಟ್ಟಿಸಿಕೊಳ್ಳುತ್ತಿದ್ದಳು.

ಗಂಗ ಕಂಡಿದ್ದ ಪುಟ್ಟ ಜಗತ್ತಿನಲ್ಲಿ ಅವನು ಸುಖಿ ಎಂದೇ ಹೇಳಬೇಕು. ವರ್ಷಕ್ಕೊಮ್ಮೆ ಶಿವಗಂಗೆ ಪರಸೆಗೆ ಹೋಗಿಬಂದರೆ, ಒಡ್ಡರ ಬೈಲಿನ ಬಯಲು ನಾಟಕ ನೋಡಿಬಂದರೆ ಅವನ ವಿಹಾರ ಮುಗಿಯುತ್ತಿತ್ತು. ಒಂದು ವರ್ಷ ಅವನ ಹುಂಜ ಶಿವಗಂಗೆ ಪರಸೆಯಲ್ಲಿ ಸೀಬೆತೋಪಿನವರ ಹುಂಜ ಹೊಡೆದ ಮೇಲೆ ಗಂಗ ಹೆಂಡತಿಗೆ ಒಂದು ಜತೆ ಬೆಳ್ಳಿ ಕಡಗ ತಂದಿದ್ದ. ಅದರಿಂದ ಅವನಿಗೆ ಸ್ವಲ್ಪ ಜಂಭವು ಬಂದಿತ್ತು. ನಾಲ್ಕು ದಿವಸ ಹೆಂಡತಿ ಮುಂದೆ ಎದೆಯುಬ್ಬಿಸಿಕೊಂಡು ಮಾತನಾಡುತ್ತಿದ್ದ. ತಾಯಿ ಅವನ ತಲೆಯ ಮೇಲೆ ಮುಟ್ಟಿ "ಮುಕ್ಕ ಒಂದು ಜತೆ ಕಡಗ ತಂದು ಮೆರೀತಾನೆ" ಅಂದು ಅವನನ್ನು ಹತೋಟಿಗೆ ತಂದಳು.

ಒಂದು ದಿನ ಸಂಜೆ ಹೊಲದಿಂದ ಬಂದು ಗಂಗ ಎಮ್ಮೆ ಮೈ ತೊಳೆಯುತ್ತ ನಿಂತಿದ್ದ. ರಾಮಯ್ಯ ಅವಸರದಲ್ಲಿ ಬರುತ್ತಿರುವುದು ಕಂಡಿತು.

"ಏನು ಗೌಡರೇ–ಈಸು ದೂರ?"

"ಏನಿಲ್ಲ ಗಂಗಣ್ಣ–ಸಿದ್ದನ್ನ ಕಂಡಿದ್ಯಾ?"

"ಇಲ್ವೇ... ಅಟ್ಟೀಲಿಲ್ವಾ?"

"ಇಲ್ಲಪ್ಪಾ."

"ಒಲದ ಕಡೆ ಓಗವ್ನೋ ಏನೋ?"

"ಎಲ್ಲಿ ಉಡುಕ್ಸಿದ್ರೂ ಸಿಕ್ಕಿಲ್ಲವಯ್ಯ."

"ಅಂಗಾದ್ರೆ ಎಲ್ಲಿಗೋದ?"

"ನೋಡು ಗಂಗಣ್ಣ ನಿಂಗೇನಾದ್ರೂ ಸಿಕ್ಕಿದ್ರೆ ಕಳ್ಸು."

"ಅದ್ಕೇನಂತಾ" ಎಂದ.

ಮೂರು ನಾಲ್ಕು ದಿವಸ ಸಿದ್ದಯ್ಯನ ಪತ್ತೆ ಸಿಗಲೇ ಇಲ್ಲ. ಒಂದು ದಿನ ಗೌಡರೇ ಮತ್ತೆ ಗಂಗನನ್ನು ಹುಡುಕಿಕೊಂಡು ಬಂದರು. ಅವರ ಮುಖದಲ್ಲಿ ತೇಜಸ್ಸಿರಲಿಲ್ಲ. ಕಣ್ಣುಗಳು ಕಾಂತಿಹೀನವಾಗಿದ್ದವು. ನೋವಿನ ಘಾತದಿಂದ ದೇಹ ಕಳೆಗುಂದಿತ್ತು. ಗಂಗನನ್ನು ಕಂಡ ಕೂಡಲೇ ಗೌಡರು 'ಗೋಳೋ' ಎಂದು ಮಕ್ಕಳ ಹಾಗೆ ಅಳುವುದಕ್ಕೆ ಮೊದಲಿಟ್ಟರು. ಗೌಡರ ಕಣ್ಣಲ್ಲಿ ನೀರನ್ನು ಗಂಗನೇ ಆಗಲಿ, ಇತರರೇ ಆಗಲಿ ಕಂಡದ್ದು ಅದೇ ಮೊದಲು. ಗಂಗನ ತಾಯಿ ಸಮಾಧಾನ ಹೇಳಿದಳು.

"ಏನಾಯ್ತು–ರಾಮಪ್ಪಾ? ಏಳು, ಅಳೋದ್ಯಾಕೆ? ಸಿದ್ದಣ್ಣ ಚಿಕ್ಕಿದ್ನಾ?"

"ಏನೇಳ್ಲಿ ಅಮ್ಮಿ... ಒಬ್ನೆ ಮಗಾಂತ ಬಾಳೇಹಣ್ಣಿನ ಗುಡಾಣದಲ್ಲಿ ಬೆಳೆಸ್ದೆ... ಈಗ ಕೈ ಕೊಟ್ಟ."

"ಏನಾದ್ನಪ್ಪಾ..."

"ಫೋಜು ಸೇರ್ಬಿಟ್ನಂತವ್ವಾ–ಸೋಜರ್ ಆಗವ್ನೆ."

"ಅಯ್ಯೋ ಮುನೀಸ್ವರಾ..."

"ಸೋಜರ್ ಆದ್ರೆ ಏನಾಯ್ತು ಗೌಡ್ರೆ?"
ಎಂದು ಗಂಗ ತನ್ನ ಮುಗ್ಧ ರೀತಿಯಲ್ಲಿ ಕೇಳಿದ.

"ಏನಾಯ್ತೇ...ಮನೆ ಆಳಾಯ್ತು.... ಅವನ್ನ ಇಲಾಯ್ತಾಗೆ ಕಳಿಸ್ತಾರೆ...ಅಂದಿ ಎಗ್ಗಣ ತಿನಿಸ್ತಾರೆ... ಜಾತಿ ಕೆಡಸ್ತಾರೆ... ಇನ್ನು ಕುಲಸ್ತರು ಸೇರಿ ಅವನ್ನ ಒರಗೆ ಕಳಿಸ್ತಾರೆ..."

"ಅದ್ಯಾಕೆ ಅಂಗೆ ಮಾಡೋಕೋದ ಐದ?"

"ದುಡ್ಡಿನಾಸೆ ಗಂಗಣ್ಣ...ಕೈತುಂಬ ಸಂಬಳ ಕೊಡ್ತಾರಂತೆ..."

"ದುಡ್ಡಿಗೆ ಕಿಚ್ಚಿಟ್ರು...ನಿಮ್ಗೆ ದ್ಯಾವ್ರು ಯಾವುದು ಕಡ್ಮೆ ಮಾಡವ್ನೆ?"

"ಕಾಲ ಕೆಟ್ಟೋಯ್ತು ರಾಮಪ್ಪ. ಐದಗೋಳು ನಮ್ಮ ಮಾತು ಕೇಳಾಕಿಲ್ಲ" ಎಂದು ತಾಯಿ ಹೇಳಿದಳು.

"ಯಾಕಮ್ಮಿ...ನಿನ್ನ ಮಾತು ನಾನು ಕೇಳಾಕಿಲ್ವಾ."

ಅವನ ಮಾತಿಗೆ ಉತ್ತರ ಹೇಳದೆ ಗಂಗನ ತಾಯಿ ರಾಮಯ್ಯನಿಗೆ "ಮಜ್ಜಿಗೆ ನೀರು ಕುಡ್ಕೊಂಡೋಗು ರಾಮಪ್ಪ" ಎಂದಳು.

"ಏನೂ ಬ್ಯಾಡಮ್ಮಿ... ಐದ ಒಟ್ಟೆಗೆ ಆಲು ಆಕವ್ನೆ" ಎಂದು ರಾಮಯ್ಯ ಕಾಲೆಳೆದುಕೊಂಡು ಮನೆಯ ಕಡೆ ಹೊರಟ.

ಮಗನ ಮೇಲೆ ರಾಮಯ್ಯನ ಕೋಪ ಬಹಳ ದಿನ ಉಳಿಯಲಿಲ್ಲ. ಸಿದ್ದಣ್ಣ ಪ್ರತಿ ತಿಂಗಳೂ ತಪ್ಪದೆ ತಂದೆಗೆ ಹಣ ಕಳುಹಿಸುತ್ತಿದ್ದ. ಆ ಸುದ್ದಿಯನ್ನು ರಾಮಯ್ಯ ಊರು ಊರಿನಲ್ಲಿ ಪ್ರಚಾರ ಮಾಡಿ ತನ್ನ ಮಗನ ಕಲ್ಯಾಣಗುಣವನ್ನು ಚಿತ್ರವತ್ತಾಗಿ ವರ್ಣಿಸಿದ.

ಆರು ತಿಂಗಳುರುಳಿದವು. ಸಿದ್ದಣ್ಣ ಊರಿಗೆ ಬಂದ ಸುದ್ದಿ ಗಂಗಣ್ಣನ ಕಿವಿಮೇಲೆ ಬಿತ್ತು. 'ಅಳೇ ನ್ಯಾಸ್ತ'ನನ್ನು ನೋಡಿಬರಲು ಹೊರಟ.

ಸಿದ್ದಣ್ಣನಲ್ಲಾಗಿದ್ದ ಮಾರ್ಪಾಟನ್ನು ಕಂಡು ಗಂಗ ಬೆರಗಾದ. "ಇವ ನಮ್ಮ ಸಿದ್ದನೇ" ಎಂದು ಮೂಗಿನ ಮೇಲೆ ಬೆರಳಿಟ್ಟುಕೊಂಡ. ಸಿದ್ದ ಎದ್ದು ಬಂದು 'ಬಾರ್ಲೇ' ಎಂದು ಅಪ್ಪಿ ಒಳಕ್ಕೆಳೆದೊಯ್ದಾಗಲೇ ಎಚ್ಚರ.

ಗಂಗ ಸಿದ್ದನನ್ನು ದಿಟ್ಟಿಸಿ ನೋಡಿದ. ರಮಡೋಲ್ ಕ್ಷೌರದ ಹಿಂದಿದ್ದ ಗಂಟುಜುಟ್ಟು ಮಾಯವಾಗಿತ್ತು. ಅದರ ಬದಲು ಕ್ರಾಪು, ಮುಖಕ್ಷೌರ, ಚಲುವೆಯಾದ ಅರಿವೆ, ಚಲ್ಲಣ, ಕೋಟು, ಮೋಜು. ಸಿದ್ದಯ್ಯ ಅರಸುಮಗನ ಹಾಗಿದ್ದ. ಅವನಲ್ಲಾಗಿದ್ದ ಮಾರ್ಪಾಟು ಗಂಗನಲ್ಲಿ ಏನೇನೋ ಭಾವನೆಗಳನ್ನು ಕೆರಳಿಸಿದುವು.

ಸಿದ್ದಯ್ಯ ತಾನು ಫೌಜು ಸೇರಿದ್ದು, ಇಲ್ಲಿ ಕವಾಯತು ಮಾಡುವುದು, ಹೋಟೆಲಿನಲ್ಲಿರುವ ರುಚಿ ರುಚಿಯಾದ ತಿಂಡಿ ತಿನಿಸುಗಳನ್ನು ತಿನ್ನುವುದು ಎಲ್ಲವನ್ನು ವರ್ಣಿಸಿ,

"ನನ್ನ ರಜಾ ಕಳೆಯತ್ಲೂ ಇಲಾಯತೀಗೆ ಕಳಿಸ್ತಾರಂತೆ ಗಂಗಾ. ಪರಂಗ್ಯೋರ ಊರೆಲ್ಲಾ ಕಾಸು ಖರ್ಚಿಲ್ಲದೆ ನೋಡಿಕೊಂಡು ಬತ್ತೇನೆ."

"ಅಂಗಾ..."

"ಅಂಗಲ್ಲದೆ! ಇಲ್ಲೇನೈತ್ಲೆ–ಸುಡುಗಾಡು ಹೊಲ, ಗೊಬ್ಬರ ಗೋಡು–ಕತ್ತೆ ಅಂಗೆ ದುಡಿಯೋದು..."

"ಅಂಗನ್ನಬಾರದು ಸಿದ್ದಣ್ಣ–ಒಲ ಗೊಬ್ಬರಾನೇ ನಮಗೆ ಶಾಸ್ವಿತ–ಬೂಮ್ತಾಯಿ...ಈಟು ದಿವ್ಸ ಅನ್ನ ಕೊಟ್ಟು ಕಾಪಾಡವ್ಳೆ..."

"ಓಗ್ಲೇ...ಗಮ್ಮಾರಾ... ತಿಂಗಳಿಗೆ ಈಗ ನಲವತ್ತೈದು ರೂಪಾಯಿ ಸಂಪಾದಿಸ್ತೀನಿ... ಇನ್ನೆರಡೇ ತಿಂಗಳಿಗೆ ಅರವತ್ತು... ನೋಡು ವರ್ಸಾ ಎರಡು ವರ್ಸದಲ್ಲಿ ಸಾವಿರಾರು ತರದೇಯಿದ್ದರೆ..."

"ಅಂಗಾ..."

"ಅಲ್ಲಿ ಇಂಗ್ರೇಜಿ ಕಲಿಸ್ತಾರೆ...ಸೋಜರೆಲ್ಲಾ ಮುಸಲ್ಮಾನಿ ಮಾತಾಡ್ತಾರೆ."

"ನಿಂಗೂ ಬತ್ತದಾ ಸಿದ್ದಣ್ಣ."

"ಓಟು ಓಟು."

"ಎಲ್ಲಿ ಒಸಿ ಮಾತಾಡು."

"ನೀನು ಇಲ್ಲಿ ಕುಂದ್ರು...ನೀನೆ ಸುಬೇದಾರ್–ಸಿಪಾಯ್ ಎಂತ ಕೂಗು."

"ಸಿಪಾಯ್..."

"ಸಾರ್..."

"ಮುಂದೇನು ಏಳ್ಬೇಕು ಸಿದ್ದಣ್ಣ."

"ಚಾಯ್ ಲಾವ್."

"ಚಾಯ್ ಲಾವ್."

"ಆರ್ರೈಟ್ ಸಾಬಾ."

"ಒಳ್ಳೆ ಪರಂಗಿಯೋರಂಗೆ ಮಾತಾಡ್ತಿ ಸಿದ್ದಣ್ಣ."

"ಔದ್ಲೇ...ನಾನೇನು ಉಡಾಫೆ ಒಡಿತೀನಿಂತ ಅಂದ್ಕೊಡ್ಯೇನಾ ?"

"ಬಟ್ಟೆಯಲ್ಲಾ ಅವರೇ ಕೊಡ್ತಾರೇನ್ಲೇ?"

"ಊ ! ಬಟ್ಟೆ–ಊಟ...ಮಲಗೋಕೆ ಮಂಚ ಎಲ್ಲಾ ಪುಕಸಟ್ಟೆ ಚಿಕ್ತೈತೆ."

"ಮಂಚಾನೂ !"

"ಇದ್ನೋಡು."

ಎಂದು ಕಿಸೆಯಿಂದ ಒಂದು ಸಿಗರೇಟ್ ಪ್ಯಾಕೆಟ್ ತೆಗೆದು ಒಂದು ಸಿಗರೇಟ್ ಎಳೆದು ಗಂಗನ ಬಾಯಿಗಿಟ್ಟು ತಾನೊಂದು ಹಚ್ಚಿದ.

"ಪಸಂದಾಗೈತಲ್ಲಣ್ಣ."

"ಅದೂ ಪುಗಸಟ್ಟೆ."

"ಪೋಜೂಂದ್ರೆ ಏನೋಂತಿದ್ದೆ–ಅದೇ ವೈಕುಂಟ."

"ಇನ್ನೇನೂಂತ ತಿಳಿದೆ ಗಂಗಾ, ನೀನೂ ಬಂದ್ಬಿಡ್ಲೇ–ಇಬ್ರೂ ಜತೇಲಿ ಚಂದಾಕಿರತೈತೆ."

"ಮುದುಕಿ ಬಡ್ಕೊಂತೈತೆ."

"ನಾಕು ದಿವ್ಸ. ನೀನು ಚಂದಾಕಿ ಹಣ ಕಳ್ಸಿದ್ರೆ ಸಂತೋಸವಾಗುತ್ತೆ. ಅಯ್ಯ ಮೊದ್ಲು ಕಾಗಜ ಬರ್ದಾಗ 'ಮನೆಗೆ ಬಾ ಯವ್ವಾರ ಆಡ್ತೀನಿ' ಅಂತ ಎದರಿಸ್ದ. ಈಗ ಕುಸಿಯಾಗಿ ಓಗವ್ನೆ–ಏಸು ದಿನ ಇಂಗೆ ಜೀತ ಮಾಡೋದ್ಲೆ. ನಾವು ಸುಖವಾಗಿರಬ್ಯೇಡ್ವಾ?"

"ಯೋಸ್ನೆ ಮಾಡ್ತೀನಪ್ಪಾ–ನೀನು ಎಂದು ಒಲ್ಡ್ತಿ ?"

"ಇನ್ನೂ ಒಂದು ವಾರ ಟೇಮ್ ಇದೆ ಬುಡು."

"ಅಂಗಾರೆ ಸರಿ."

"ನಾಳೆ ಅತ್ತಲೇ ಬಂದ್ಬುಡು–ಕೋಳಿ ಮಾಡಿಸ್ತೀನಿ."

"ಆರ್ರೈಟ್" ಎಂದ.

ಗಂಗನಿಗೆ ರಾತ್ರಿ ನಿದ್ದೆ ಹತ್ತಲಿಲ್ಲ. ಸಿದ್ದಯ್ಯನ ಮಂತ್ರ ಚೆನ್ನಾಗಿ ನಾಟಿತ್ತು. ಹಾಸಿಗೆ ಮೇಲೆ ಹೊರಳಾಡುತ್ತಿದ್ದ. ತಿಮ್ಮಿ ಹತ್ತಿರ ಬಂದು ನೇವರಿಸಿ 'ಯಾಕೆ ನಿದ್ದೆ ಬರಾಕಿಲ್ವ' ಎಂದಳು. 'ನಿಂಗೆ ಯಾಸಾಟಿಕೆ ಓಗಿ ಬಿದ್ಕೋಳಮ್ಮಿ' ಎಂದು ಗದರಿಸಿದ. ಅವನ ಮನಸ್ಸು ಅಲ್ಲೋಲಕಲ್ಲೋಲವಾಗಿತ್ತು. ಸಿದ್ದಣ್ಣ ಹೇಳಿದ್ದು ಅಕ್ಷರಶಃ ನಿಜವಾಗಿತ್ತು. ಸುಖವಾಗಿ ಗೌಡರ ಮನೆಯಲ್ಲಿ ರಾಜಕುಮಾರನಂತೆ ಬೆಳೆಯುತ್ತಿದ್ದ ಸಿದ್ದಣ್ಣನಿಗೇ ಇದು ಜೀತದ ಬಾಳು ಎನ್ನಿಸಿದಾಗ ಗಂಗನಿಗೆ ಹೇಗಿರಬಹುದು ?

ತನ್ನ ಬಾಳಿನಲ್ಲಿ ಅವನಿಗೆ ಇದ್ದಕ್ಕಿದ್ದಹಾಗೆ ಅಸಹ್ಯ ಹುಟ್ಟಿತು. ವರ್ಷಾಕಾಲ–ಬೆಳಿಗ್ಗೆಯಿಂದ ಸಂಜೆವರೆಗೆ ದುಡಿದರೂ ಸಿಕ್ಕುವುದು ನಾಲ್ಕು ಕಾಳು ರಾಗಿ. ಮಳೆ ತಪ್ಪಿಹೋದರಂತೂ ದೇವರೇ ಗತಿ. ಅಂತಹ ದುರ್ದಿನಕ್ಕೆ ಸಿದ್ಧತೆ ಮಾಡಿಕೊಳ್ಳಬೇಕು. ಕೈಯಲ್ಲಿ ನಾಲ್ಕು ಕಾಸು ಮಾಡಿಕೊಳ್ಳಬೇಕು.

ಮುದುಕಿ ಬಡಿದುಕೊಳ್ಳುತ್ತಾಳೆ. ತಿಮ್ಮಿ ಸೆಟೆದುಕೊಳ್ಳುತ್ತಾಳೆ. ಅವರನ್ನು ಒಪ್ಪಿಸುವುದು ಹೇಗೆ ? ಒಪ್ಪಿಸುವ ಮಾತು ಸುಳ್ಳು–ಸಿದ್ದಣ್ಣನ ದಾರಿಯೇ ದಾರಿ. ಹೇಳದೇ ಕೇಳದೆ ಹೊರಟು ಹೋಗಿಬಿಡಬೇಕು.

ಮುದುಕಿ ಆ ಕೊರಗಿನಲ್ಲಿ ಸತ್ತು ಹೋದರೋ ? ಗಂಗನ ಕಣ್ಣು ಹನಿಗೂಡಿ ಒಂದೆರಡು ಕಂಬನಿಗಳು ಜಾರಿದವು. ತಿಮ್ಮಿಗೂ ನಿದ್ರೆ ಬಂದಿರಲಿಲ್ಲ. ಬುಡ್ಡಿಯ ನಸುಬೆಳಕಿನಲ್ಲಿ ಗಂಡನ ಕಣ್ಣಿನಿಂದಿಳಿಯುತ್ತಿದ್ದ ಕಿರುಗಾಲುವೆಯನ್ನು ಕಂಡಳು. ಮೆಲ್ಲನೆ ಪಕ್ಕಕ್ಕೆ ಹೊರಳಿ ಗಂಗನ ಮೇಲೆ ಕೈ ಬೀಸಿದಳು. ಗಂಗ ಅವಳನ್ನು ಬರಸೆಳೆದು ಅಪ್ಪಿಕೊಂಡ.

ಮಾರನೆಯ ದಿವಸ ಚೆನ್ನಾಗಿ ಮೈತುಂಬಿ ನಿಂತಿದ್ದ ಕೋಳಿಯೊಂದನ್ನು ಕೊಚ್ಚಿ ಮುದುಕಿ ಸಾರುಮಾಡಿ ಗಂಗನಿಗೂ ಸಿದ್ದಣ್ಣನಿಗೂ ಉಣಬಡಿಸಿದಳು. ಊಟ ಮಾಡುತ್ತಿದ್ದಾಗ ಗಂಗ, "ಅವ್ವಾ..." ಎಂದ.

"ಏನಪ್ಪಯ್ಯ?"

"ಸಿದ್ದಣ್ಣ ಏನೋ ಏಳ್ತಾನೆ."

"ಏನು ಮರಿಗೌಡ?"

"ಏನೂ ಇಲ್ಲ ಅಮ್ಮಿ. ನಾಕು ದಿವ್ಸಾ ಗಂಗಣ್ಣನ ಕಳಿಸ್ತೀಯಾ? ಫೋಜು ನೋಡ್ಕೊಂಡು ಬತ್ತಾನೆ."

"ಏನ್ಲೇ–ನೀ ಕೆಟ್ಟದ್ದಲ್ಲದೆ ಗಂಗನ್ನೂ ಕೆಡಸ್ತೀಯಾ–ನಮಗ್ಯಾಕ ಫೋಜು? ಭೂಮಿ ತಾಯಿ ಅನ್ನ ಕೊಡ್ತಾಳೆ–ಉಣ್ಕೊಂಡು ಗೆಯ್ಕೊಂಡು ಸುಕವಾಗಿರೋದು ಬುಟ್ಟುಬುಟ್ಟು."

"ಫೋಜು ಸೇರಲ್ಲ ಅಮ್ಮಿ. ಬೆಂಗ್ಳೂರಲ್ಲಿ ನಾಕು ದಿವಸ ಜತೇಲಿದ್ದು ಬಂದುಬಿಡ್ತಾನೆ. ನಾನು ಆಮೇಲೆ ದೂರಾ ಇಲಾಯ್ತಿಗೆ ಓಗ್ತೀನಿ – ಒಂದೆಲ್ಡು ವರ್ಷ ಬರಾಕಿಲ್ಲ. ನ್ಯಾಸ್ತ ನಾಕ್ದೀಸ ಜತೇಲಿರ್ಲಿಂತ ಆಸೆ ಆಗ್ತೈತೆ."

"ಇದೆಲ್ಲ ಚೆಂದಾಕಿಲ್ಲಪ್ಪ ಸಿದ್ದಣ್ಣ" ಎಂದಳು ಮುದುಕಿ.

"ಸುಮ್ಕೆ ಓಬ್ಬರ್ತೀನಿ ಅವ್ವಾ–ನಂಗೂ ಬ್ಯಾಸರ ಬಂದ್ಯೆತೆ. ಸಿದ್ದಣ್ಣ ಇಲ್ದೆ ಜೀವಕ್ಕೆ ಒಂದು ತರಾ ಆಗ್ತೈತೆ."

"ಏಸು ದೀಸಕ್ಕೆ ಬತ್ತೀ?"

"ನಾಕೈದು ದೀಸ ಅಷ್ಟೆ..."

"ಏನಾರ ಮಾಡ್ಕೊ...ಮಳೆ ಬಂದ್ರೆ ಉಳೋರ್‍ಯಾರು?"

"ಮಳೆಮಕ ಕಂಡ ಕೂಡ್ಲೆ ಬತ್ತೀನಿ...ಅಲ್ಲಿ ಯಾಸಾಟೀಗೂ ನಿಲ್ಲಾಕಿಲ್ಲ?"
ಎಂದು ತಾಯಿಗೆ ಭರವಸೆಯಿತ್ತ. ಗಂಗ, ಸಿದ್ದರ ಮಸಲತ್ತು ಮುದುಕಿಗೆ ಅರ್ಥವಾಗಲಿಲ್ಲ.

ಅವರು ಹೊರಡುವ ದಿನ ರಾಗಿರೊಟ್ಟಿ ಮಾಡಿ ಮುದುಕಿ ಬುತ್ತಿ ಕಟ್ಟಿಕೊಟ್ಟಳು. ಇಬ್ಬರೂ 'ಬಸ್' ನಿಲ್ಲಿಸಿ ಅದರಲ್ಲಿ ಬೆಂಗಳೂರಿಗೆ ಹೊರಟರು. ಸಿದ್ದಯ್ಯನೇ ಬಸ್‌ನವರಿಗೆ ದುಡ್ಡನ್ನು ಫೇಕಿದ.

ನಾಲ್ಕೈದು ದಿವಸ ಕಳೆದುಹೋದವು. ಎರಡು ನಾಲ್ಕೈದು ದಿವಸವೂ ಸಾಗಿಹೋಯಿತು. ಗಂಗನ ಸುದ್ದಿಯಿಲ್ಲ. ಮುದುಕಿ ರಾಮೇಗೌಡರ ಮನೆಯ ಮುಂದೆ ಹೋಗಿ ಸಿದ್ದನಿಗೆ ಶಾಪಾ ಹಾಕಿ ಬಾಯಿ ಬಡಿದುಕೊಂಡಳು. ಮಗ ಮನೆಗೆ ಬರುವ ಲಕ್ಷಣ ಕಾಣಲಿಲ್ಲ.

ಮುದುಕಿ ಕೊರಗಿನಲ್ಲಿ ಹಾಸಿಗೆ ಹತ್ತಿ ಮಲಗಿಕೊಂಡಳು. ಅವಳ ಆರೈಕೆಯಲ್ಲಿ ತಿಮ್ಮಿ ದನಕರುಗಳನ್ನು ದುರ್ಲಕ್ಷಿಸಿದಳು. ಜತೆ ಎತ್ತಿನಲ್ಲಿ ಒಂದು ಫವತಿ ಆಯ್ತು. ಅದನ್ನು ಕಂಡ ಮೇಲಂತೂ ಮುದುಕಿ ಭೂಮಿಹಿಡಿದಳು. ಯಾರೆಷ್ಟು ಸಮಾಧಾನ ಹೇಳಿದರೂ ಅವಳ ದುಃಖ ಕಡಿಮೆಯಾಗಲಿಲ್ಲ.

ಎರಡು ತಿಂಗಳು ಕಳೆದವು. ಒಂದು ದಿನ ಟಪಾಲಿನವನು ಮುದುಕಿಗೆ ಒಂದು ಕಾಗದ, ಇಪ್ಪತ್ತು ರೂಪಾಯಿ ಮನಿಯಾರ್ಡರ್ ತಂದುಕೊಟ್ಟ. ಅವನ ಕೈಯಲ್ಲೇ ಅದನ್ನು ಓದಿಸಿ ಕೇಳಿದಳು; ಅವಳ ಅನುಮಾನ ಸತ್ಯವಾಯಿತು. ಗಂಗನೂ 'ಫೋಜು' ಸೇರಿದ್ದ. ಪುಣೆಯಿಂದ ತಾಯಿಗೆ ಕಾಗದ ಬರೆಸಿ ಕಳಿಸಿದ್ದ.

ಫೋಜು ಸೇರಿದಾಗ ಸಿದ್ದಣ್ಣ ಕೊಟ್ಟಿದ್ದ ಭರವಸೆ ಸಾರ್ಥಕವಾಗಲಿಲ್ಲ. ಸಿದ್ದಣ್ಣನನ್ನು ಎಲ್ಲಿಗೋ ಹೊತ್ತುಹಾಕಿದ್ದರು. ಗಂಗಣ್ಣ ಪುಣೆಗೆ ಹೋಗಬೇಕಾಯಿತು. ಮೂರು ನಾಲ್ಕು ತಿಂಗಳು ಗಂಗ ತನ್ನ ಪಾಡನ್ನು ನೆನೆದುಕೊಂಡು ಹಲುಬಿದ. ಆದರೆ ಸೈನ್ಯದ ಬಾಳು, ಹೊಸ ಸ್ನೇಹ, ಕೈತುಂಬ ಖರ್ಚಿಗೆ ಹಣ, ಮೈತುಂಬ ಖಾಕಿ ಅರಿವೆ, ದಿನಾ ಸಿನೇಮಾ ಅವನ ದುಃಖವನ್ನು ದೂರಮಾಡಿದುವು. ಊರಿಗೆ ತಪ್ಪದೆ ಹಣ ಕಳುಹಿಸಿ ಕಾಗದ ಬರೆಸುತ್ತಿದ್ದ. ಆದರೆ ರಜ ಬಂದಾಗಲೂ ಊರಿಗೆ ಹೋಗಿ ಬರುವ ಧೈರ್ಯಮಾಡಲಿಲ್ಲ. ಊರಿಗೆ ಹೋದರೆ ಹಿಂದಿರುಗುವುದಕ್ಕೆ ಮುದುಕಿ ಬಿಡುವುದಿಲ್ಲವೆಂದು ಅವನಿಗೆ ಚೆನ್ನಾಗಿ ಗೊತ್ತಿತ್ತು.

ಗಂಗ ಬರುತ್ತಾನೆ-ಬರುತ್ತಾನೆ ಎಂದು 'ಅಯ್ನೋರು' ಬಂದು ವರ್ಷ ಕಾದರು. ಅವನ ಸುಳಿವು ಕಾಣದಿರಲು ಹೊಲ ಮಾಡುವುದಕ್ಕೆ ಬೇರೆಯವರಿಗೆ ಒಪ್ಪಿಸಿದರು. ಮುದುಕಿ, ತಿಮ್ಮಿ ಅಲ್ಲೇ ಇರುವುದಕ್ಕೊಪ್ಪಿದರು.

ಗಂಗನಲ್ಲಿ ವಿಶೇಷ ಮಾರ್ಪಾಟು ತಲೆದೋರಿತು. ಸಿದ್ದಣ್ಣನಿಗಾಗಿದ್ದ ಕ್ರಾಪು, ಮೋಜಿನ ಮಾರ್ಪಾಟಿನ ಜತೆಗೆ ಸಿಲ್ಕ್ ವಸ್ತ್ರ, ಸೆಂಟು, ಇತರ ಷೋಕಿ ಸಾಮಾನು ಅವನನ್ನಪ್ಪಿಕೊಂಡವು. ಹೋಟಲಿಗೆ ಹೋದರೆ ನಿಸ್ಸಂಕೋಚದಿಂದ ಐದು ರೂಪಾಯಿ ನೋಟನ್ನು ಒಗೆಯುತ್ತಿದ್ದ. ಇತರ 'ಸೋಜರಾ'ಗಳ ಮುಂದೆ ತಾನೊಬ್ಬ ದೊಡ್ಡ ಸರದಾರ ಎಂದು ತೋರಿಸಿಕೊಳ್ಳುವ ಆಸೆ. ಉರ್ದು-ಇಂಗ್ಲಿಷ್ ಬಿಟ್ಟು ಬೇರೆ ಮಾತಾಡುವುದು ಅವನಿಗೆ ಹೀನಾಯವಾಗಿತ್ತು. ತನ್ನ ಹಿಂದಿನ ಬಾಳುವೆಯ ಸ್ಮೃತಿ ಸಹ ಗಂಗನಲ್ಲಿ ಉಳಿಯಲಿಲ್ಲ. ಆದರೆ ನೆನಪು ಬಂದಾಗ 'ಕೆಟ್ಟ

ಕನಸು' ಎಂದು ಭಾವಿಸುತ್ತಿದ್ದ. ಈಗಿನ ಬಾಳುವೆ ಚಿರಕಾಲ-ಶಾಶ್ವತವಾಗಿ ನಡೆಯುವುದೆಂದು ಅವನ ದೃಢ ವಿಶ್ವಾಸ.

ಅವನ ಕನಸಿನ ಕನ್ನಡಿ ಒಂದು ದಿನ ಒಡೆದುಹೋಯಿತು. ಯುದ್ಧ ನಿಂತು ಹೋದ ಸುದ್ದಿ ಬಂತು. ಗಂಗನಿಗೂ, ಅವನ ಜತೆ ಸೈನ್ಯ ಸೇರಿದ್ದವರಿಗೂ 'ಡಿಸ್‌ಚಾರ್ಜ್' ನೋಟಿಸ್ ಬಂತು. ಗಂಗನ ತಲೆಯ ಮೇಲೆ ಆಕಾಶವೇ ಕಳಚಿ ಬಿದ್ದಂತಾಯಿತು.

ಸಪ್ಪೆಮೋರೆ ಹಾಕಿಕೊಂಡು ಊರಿನ ಕಡೆ ಹೊರಟ. ಮನೆಯ ಬಾಗಿಲಿಗೆ ಬರುತ್ತಾನೆ - ಎಲ್ಲಾ ಹಾಳು ಹಾಳು ಸುರಿಯುತ್ತಿದೆ. ಅವನನ್ನು ಬೆಳಸಿ, ಕಾಪಿಟ್ಟ ಪ್ರಕೃತಿ ಕನಲಿ ನಿಂತಿದೆ. ತಿಮ್ಮಿ ದನ ಅಟ್ಟಿಕೊಂಡು ಹೋಗಿದ್ದಳು. ಒಳಗೆ ಮೃತ್ಯುಶಯ್ಯೆಯಲ್ಲಿ ಮಲಗಿದ್ದ ತಾಯಿಯ ದಾರುಣ ಅವಸ್ಥೆಯನ್ನು ಕಂಡ. ಕರುಳು ಕುತ್ತಿಗೆಗೆ ಬಂತು.

"ಅವ್ವಾ, ಅವ್ವಾ..." ಎಂದ.

ಮುದುಕಿ ಮೆಲ್ಲನೆ ಕಣ್ಣು ಬಿಡಿಸಿಕೊಂಡು ನೋಡಿತು. ಸ್ವರ ತೀರ ಕ್ಷೀಣವಾಗಿತ್ತು.

"ಯಾರಪ್ಪಾ ಅದು ?"

ಗಂಗ ಹತ್ತಿರ ಹೋಗಿ ಕುಳಿತು "ನಾನವ್ವಾ-ಗಂಗಾ" ಎಂದ.

ಮುದುಕಿ ಕೋಪದಿಂದ ಮುಖವನ್ನತ್ತ ತಿರುಗಿಸಿದಳು. ಅವಳ ಶುಷ್ಕ ಕಣ್ಣುಗಳಿಂದ ನಾಲ್ಕು ಹನಿ ಜಾರಿತು.

"ಬಂದ್ಬುಟ್ಟೆ ಕಣವ್ವಾ - ಇನ್ನು ಎಲ್ಲಿಗೂ ಓಗಾಕಿಲ್ಲ."

ಮುದುಕಿ ಮಗನನ್ನೊಮ್ಮೆ ನೋಡಿ, ಕಡು ಶೋಕದಿಂದ,

"ಅಡದವ್ವಂಗೆ ಎಲ್ಡು ಬಗೆದ್ಯೆಲ್ಲೋ ?" ಎಂದಳು.

"ಯಾರಿಗವ್ವಾ..."

"ಭೂಮಿತಾಯಿಗೆ. ಒಲ ಓಯ್ತು-ದನ ಓಯ್ತು-ನಿನ್ನ ಉಂಜ ಗೊಟಕ್ಕಂತು-ಇನ್ನೇನೈತೆ- ನಿಮ್ಮವ್ವನ ಮಣ್ಣು ಮಾಡ್ಬುಡು-ಎಲ್ಲಾ ಮುಗಿತ್ಯೆತೆ."

ತಿಮ್ಮಿ ಅದೇ ಬಂದಿದ್ದವಳು ಮಾತು ಕೇಳಿಸಿಕೊಂಡಳು.

"ಓಗ್ಲಿ ಬುಡು ಮುದುಕಿ. ದಣ್ದು ಬಂದವ್ನೆ. ಯಾಸಾಟೀಗೆ ಗದರಕೊಂತಿ."

"ಈ ಮೂಳ ನಿನ್ನ ಗಂಡಾ ಆಗೋಕ್ಮುಂಚೆ ನನ್ನ ಮಗ ಆಗಿದ್ದ ಕಣೇ ಮೂಳಿ." ಎಂದು ಮುದುಕಿ ಗದರಿಸಿ "ಇಲ್ಲಿ ಬಾರ್ಲೆ-ಸಿಪಾಯಪ್ಪ." ಎಂದು ಮಗನನ್ನು ಹತ್ತಿರ ಕರೆದು ತಲೆ ನೇವರಿಸಿದಳು. ಗಂಗಣ್ಣನಿಗೆ ದುಃಖ ತಡೆಯಲಾಗಲಿಲ್ಲ.

ಮಾರನೆಯ ದಿವಸದಿಂದ ಗಂಗಣ್ಣನಿಗೆ ಹೊತ್ತು ಕಳೆಯುವುದಾಗಲಿಲ್ಲ. ರಾಗಿ ತೆನೆಗೊಂಡು ಬಳಕುತ್ತ ನಿಂತಿತ್ತು. ತನ್ನ ಹೊಲ-ತಾನು ದುಡಿದು ರಕ್ತ ಬಸಿದ ಹೊಲ. ಇಂದೂ ಸಮೃದ್ಧಿಯಾಗಿ ಫಸಲನ್ನು ಹೊತ್ತು ನಿಂತಿದೆ. ಆದರೆ ಆ ಫಲ ತನ್ನದಲ್ಲ. ಇಂದು ಅದರ ಮೇಲೆ ತನಗೆ ಯಾವ ಅಧಿಕಾರವೂ ಇಲ್ಲ. ಗಂಗಣ್ಣನ ರಕ್ತ ಕುದಿಯಿತು. ಗಂಟಲಿಗೆ ಬಂದ ಬಿಸಿರಕ್ತ ನುಂಗಿಕೊಂಡು ಶಾಂತನಾದ.

ಗಂಗನ ಹೊಲದ ಬದಿಯಲ್ಲಿ ಹೋಗುತ್ತಿದ್ದ ರಸ್ತೆಯ ರಿಪೇರಿ ಕೆಲಸ ನಡೆಯುತ್ತಿತ್ತು. ಗಂಗನಿಗೆ ಕೆಲಸ ಸಿಕ್ಕಿತು. ದಿನಕ್ಕೆ ಹನ್ನೆರಡಾಣೆ ಕೂಲಿ ಗಿಟ್ಟುತ್ತಿತ್ತು. ಹೊಟ್ಟೆಪಾಡು ಹಾಗೂ ಹೀಗೂ ಸಾಗುತ್ತಿತ್ತು. ಮುದುಕಿ ಚೇತರಿಸಿಕೊಳ್ಳಲಾರಂಭಿಸಿದ್ದಳು. ಹಾಸಿಗೆಯ ಮೇಲೆ ಎದ್ದು ಕೂಡುತ್ತಿದ್ದಳು-ತೆವಳಿಕೊಂಡು ಅಂಗಳಕ್ಕೆ ಬಂದು ನಸು ಚುರುಕಾದ ಬಿಸಿಲು ಕಾಯುತ್ತಿದ್ದಳು.

ಗಂಗ ಒಂದು ದಿನ ನೆತ್ತಿಯ ಮೇಲೆ ಸ್ವಾಮಿ ಮೂಡುವತನಕ ರಸ್ತೆ ಕೆಲಸ ಮಾಡಿ ಮನೆಗೆ ಬರುತ್ತಿದ್ದ. ಬಿಸಿಲಿನ ತಾಪದಿಂದ ಮುಖ ಕಂಗೆಟ್ಟಿತ್ತು. ಹೊಲದ ಮಧ್ಯೆ ಹಾಯ್ದು ಬರುವಾಗ ಈರಪ್ಪ ರಾಗಿಮೆದೆ ಒಟ್ಟುತ್ತಿದ್ದುದನ್ನು ಕಂಡ. ಈರಪ್ಪ ಗಂಗನನ್ನು ಕರೆದು ಮೆದೆ ತೋರಿಸಿ,

"ಚಿನ್ನದಂಥ ಭೂಮಿ ಗಂಗಪ್ಪ...ಸೊಂಪು ಬೆಳೆಯಾಗೈತೆ" ಅಂದ.

ಗಂಗ ಅದನ್ನು ದಿಟ್ಟಿಸಿ ನೋಡಿದ. ಒಳಗೆ ಸಂತೃಪ್ತನಾಗಿ ನಿಂತಿದ್ದ ಈರಪ್ಪನನ್ನು ದಿಟ್ಟಿಸಿ ನೋಡಿದ. ಒಳಗೆ ಕುದಿಯುತ್ತಿದ್ದ ಲಾವಾರಸ ಕಟ್ಟೆಯೊಡೆದುಕ್ಕಿತು. ಕೈಯಲ್ಲಿದ್ದ ಪಿಕಾಸಿಯನ್ನು ಈರಪ್ಪನ ತಲೆಗೆ ಬೀಸಿದ. ಈರಪ್ಪ ನೆತ್ತರ ಹೊಳೆಯಲ್ಲಿ ಮುಳುಗಿದವನಂತೆ ಅಲ್ಲಿಯೇ ಒರಗಿದ.

ಸುದ್ದಿ ಅರೆಕ್ಷಣದಲ್ಲಿ ಸುತ್ತಮುತ್ತ ಹಬ್ಬಿತು. ಪಟೇಲರು, ಗೌಡರು, ಪೋಲೀಸಿನವರು ಬಂದರು. ಗಂಗನನ್ನು ಹಿಡಿದು ಕೈಗೆ ಬಳೆ ತೊಡಿಸಿದರು. ಮುದುಕಿ ಎದೆ ಎದೆ ಬಡಿದು ಕೊಂಡಳು. ತಿಮ್ಮಿ ಬೀದಿಯ ಮಣ್ಣನ್ನು ತಲೆಗೆ ಹೊಯ್ದುಕೊಂಡಳು.

ಗಂಗ ನೀರವ.

ಬಲೆಗೆ ಬಿದ್ದ ಹುಲಿಯನ್ನು ಹಿಡಿದೊಯ್ಯುವಂತೆ ಅವನನ್ನು ಎಳೆದೊಯ್ದರು.

ಮುದುಕಿ ಸ್ತಂಭೀಭೂತಳಾಗಿ ನೋಡುತ್ತ ನಿಂತಿದ್ದವಳು 'ಭೂಮಿತಾಯಿ ಶಾಪ–ಶಾಪ' ಎಂದು ವಿಕಟವಾಗಿ ಚೀರಿ ಬಿದ್ದುಬಿಟ್ಟಳು. ಅವಳ ದೇಹದ ಒಂದು ಹಿಡಿ ಮಣ್ಣು ತಾಯಿಮಣ್ಣಿನಲ್ಲಿ ಬೆರೆತುಹೋಯಿತು. ❍

○ ಭಾರತೀಪ್ರಿಯ

ಮೋಚಿ

1

"ಬನ್ನಿ, ಮಾಸಾಮಿ."

"ಏನೋ, ಸರಿಯಾಗಿ... ?"

"ವ್ಹೂ... ಬುಡಿ ನನ್ನೊಡ್ಯ, ಕಳ್ಚಿ."

"ಎಷ್ಟು ಕೊಡ್ಬೇಕೋ ?"

"ಐ... ಕೆಲ್ಸ ನೋಡ್ಬಾರ್ದಾ ಶಿವ'?"

"ಅದಿರ್ಲಿ, ನೀ ಹೇಳೋ."

"ತಮ್ಸಂತೋಸ ಬುದ್ಧೀ."

"ಲೇ ಲೇ... ಆ ಕೊನೆ ಸ್ವಲ್ಪ ಚೆನ್ನಾಗಿ..."

"ವೂಸಿ ಸುಮ್ಕಿರಿ ದ್ಯಾವ್ರೇ."

"ಅಲ್ಲ, ಅದ್ನೋಡು... ಎಡಗಡೆ."

"ವ್ಹೂ, ಸರಿಯಾಯ್ತು, ನನ್ನೊಡ್ಯಾ."

"ಎಷ್ಟು ಕೊಡಲೋ ?"

"ನಾ ಯೋಳಿಲ್ವಾ ಬುದ್ಧೀ ?"

"ಏನೊ ?"

"ತಮ್ಮ ಖುಸಿ ಅಂತ."

"ಹ್ಞು... ತೊಗೋ."

"ಸರಿ ಶಿವ. ನಾ ಕೇಳ್ಬ್ಯಾಕ ಇದ್ಕೆ ?"

"ನಿನ್ನ ಹೆಸರೇನೋ ?"

"ಯಾಕುಬುದ್ಧೀ ?"

"ಅಲ್ಲ, ಕೇಳಿದೆ–ಸುಮ್ನೆ."

"ರಾಚಾ ಬುದ್ಧೀ, ರಾಚಾಂತ."

* * *

ಇದ್ದಕ್ಕಿದ್ದಹಾಗೆ ಎಚ್ಚರವಾಯಿತು. ಗಾಬರಿಯಾಗಿ ಕಣ್ಣು ಬಿಟ್ಟು ನೋಡಿದೆ. ಪಕ್ಕದಲ್ಲಿ ಕಮಲು ! ಮುಸಿಮುಸಿ ನಗುತ್ತ –

"ಅದೇನೂಂದ್ರೆ ?"

"ಏನು ?"

"ಅಲ್ಲಾ, ನೀವಂತಾ ಇದ್ದದ್ದು ?"

"ಏನೆ ಹಾಗಂದ್ರೇ ?"

"ಅಲ್ಲಾ, ಅದೇನೋ ರಾಜ ದೊರೆ ಅಂತ..."

"ನಿಂಗೆ ಬುದ್ಧಿ ಇಲ್ಲ ಅಂತ–ಮಲಕ್ಕೊ ಸುಮ್ಮನೆ."

"ಇಲ್ಲಾಂದ್ರೆ ನಿಜವಾಗಲೂ."

"ನೋಡಿದಿಯಾ ಅವಳ್ನ..."

"ಸರಿ, ಕನವರಿಸಿಕೊಳ್ಳುತ್ತಾ ಇದ್ದಿರಿ ಅಂದ್ರೇ..."

"ಹೋಗೇ, ಹುಚ್ಚುಚ್ಚಾಗಿ ಮಾತಾಡಬೇಡ."

ಕಮಲು ಸುಮ್ಮನೆ ಮಲಗಿಕೊಂಡಳು. ನನಗೆ ಪುನಃ ನಿದ್ದೆ ಹತ್ತಲಿಲ್ಲ. ಹಾಗೇ ಕಣ್ಣು ಮುಚ್ಚಿಕೊಂಡೆ... ಹಿಂದಿನ ಸಂಜೆ ನಾನು ಜೋಡು ಹೊಲಿಸುವುದಕ್ಕೆ ಹೋದದ್ದು ಥಟ್ಟನೆ ಜ್ಞಾಪಕಕ್ಕೆ ಬಂದಿತು. ನಾನು ಹೋಗುತ್ತಿದ್ದಾಗ ದಾರಿಯಲ್ಲಿ ಮೋಚಿಯೊಬ್ಬನು ಕೆಲಸವಿಲ್ಲದೆ ಕುಳಿತು ತನ್ನ ಸಣ್ಣ ಹಾರೆಗಳನ್ನು ಒಂದಕ್ಕೊಂದು ಬಡಿದು ತಾಳದಂತೆ ಕುಟ್ಟುತ್ತ ಅದೇನೋ ಕುರುಕಲು ಪದ ಹೇಳಿಕೊಳ್ಳುತ್ತಿದ್ದದ್ದು; ನನ್ನನ್ನು ಕಂಡು ನಗುತ್ತ ಹಾರೆಗಳನ್ನು ಕೆಳಗಿಟ್ಟು– "ಬನ್ನಿ ಮಾಸಾಮಿ" ಎಂದದ್ದು; ಕಡೆಗೆ ನಾನು ಕೊಟ್ಟ ಅರ್ಧಾಣೆಯಲ್ಲೇ ತೃಪ್ತನಾದದ್ದು... ಎಲ್ಲಾ ಜ್ಞಾಪಕಕ್ಕೆ ಬಂದಿತು. ಒಂದು ಸಲ ಪಕ್ಕಕ್ಕೆ ಹೊರಳಿ ನೋಡಿದೆ. ನನ್ನವಳು ಗಾಢನಿದ್ರೆಯಲ್ಲಿದ್ದಂತೆ ತೋರಿದಳು. ನನ್ನನ್ನು ಮಾತನಾಡಿಸಿದಾಗ ಅರಳಿದ್ದ ನಗೆಮುಗುಳು ಇನ್ನೂ ಅವಳ ತುಟಿಯ ಮೇಲೆ ಲಾಸ್ಯ ವಾಡುವಂತಿತ್ತು. ದೂರ ಸರಿದು ಒಂದು ಪಕ್ಕಕ್ಕೆ ತಿರುಗಿ ಕಣ್ಣು ಮುಚ್ಚಿಕೊಂಡೆ. ಅದೇ ಚಿತ್ರ: ತಾಳ ಕುಟ್ಟುತ್ತಿದ್ದ, ಕೆದರಿದ ತಲೆಯ, ಬಿಸಿಲಿನಿಂದ ಬೆಂದ ಮುಖದ ರಾಚ! ಅದೇ, ಅವನದೇ ನಗುಮೊಗ. ಪುನಃ ನನ್ನನ್ನೇ ನೋಡುತ್ತಾ "ಬನ್ನಿ ಮಾಸಾಮಿ" ಎಂದ ಹಾಗಾಯಿತು!

ರಾಚ ತನ್ನ ಮನೆಯಲ್ಲಿ–ಮುರುಕು ಗುಡಿಸಿಲಿನಲ್ಲಿ ಮಲಗಿರಬಹುದಲ್ಲವೆ? ಅವನು, ಅವನ ಹೆಂಡತಿ, ಅವನ ಮಕ್ಕಳು? ...ನನ್ನ ಹಾಗೆ? ಛೇ, ಎಲ್ಲಿಯ ಸಾಮ್ಯ! ನಾನೆಲ್ಲಿ–ಅವನೆಲ್ಲಿ? ಜೋಡು ಹೊಲಿಯುವ ರಾಚ ಅವನು...ಇಲ್ಲಿ ನಾನು–ನನ್ನವಳು. ಸೊಗಸಾದ ಮನೆ; ಮೆತ್ತನೆಯ ಹಾಸಿಗೆ ಬೇಕುಬೇಕಾದ ಪದಾರ್ಥಗಳು. ಇದು ಅವನಿಗಿಲ್ಲ–ಇಲ್ಲ; ಹೌದು–ಅವನ ಕರ್ಮ. ನಾನೆಂಥ ಹುಚ್ಚ! ಅವನು ಯಾರು? ನಾನು ಯಾರು? ... ಬಡತನ... ಬಡತನ... ಅವನು ಕೇಳಿಕೊಂಡು ಬಂದದ್ದು ...ಅವನ ಜೀವನ ಅದು... ಕೇವಲ ವಿಧಿಲಿಖಿತ. ಆದರೂ... ಆದರೂ... ಇದೇನು? ನನ್ನ ಕಣ್ಣಿಂದ ನೀರು! ...ಕಂಬನಿಯನ್ನು ಚಿಮ್ಮಿದೆ; ಬಗೆಹರಿಯಲಿಲ್ಲ.

2

ಬೆಳಗ್ಗೆ ಬಹಳ ಹೊತ್ತಾಗಿ ಎದ್ದೆ. ಅವೊತ್ತೆಲ್ಲಾ ಅದೇಕೋ ಮನಸ್ಸೆ ಸಮಾಧಾನ ಸ್ಥಿತಿಯಲ್ಲಿ ರಲಿಲ್ಲ. ಏನು ಮಾಡುವುದಕ್ಕೂ ಬೇಸರ. ಹೊತ್ತು ಹೇಗೆ ನೂಕಿದೆನೋ ಅರಿಯೆ. ಸಾಯಂಕಾಲ ದೀಪ ಹೊತ್ತಿಸುವ ಹೊತ್ತಿಗೆ ಅದೇ ಸ್ಥಳಕ್ಕೆ ಹೋದೆ, ರಾಚನನ್ನು ಹುಡುಕಿ ಕೊಂಡು. ದೂರದಲ್ಲಿ ಅವನು ಕುಳಿತಿದ್ದುದನ್ನು ಕಂಡು ಬೇಕಂತಲೇ ಜೋಡಿನ ಒಂದು ಕೊನೆಯನ್ನು ಕಿತ್ತುಬಿಟ್ಟೆ. ರಾಚ ಹರಡಿದ ಚರ್ಮದ ಚೂರುಗಳ ನಡುವೆ, ಒಂದು ಹರಕಲು ಗೋಣಿಚೀಲದ ಮೇಲೆ ಕುಳಿತಿದ್ದ.

"ರಾಚ!" ಎಂದೆ.

"ಆ್ಞ... ಏನು ಮಾಸಾಮಿ?"

"ಕಿತ್ತುಹೋಯಿತು..."

"ಐ, ಇದ್ಯಾನಾ ಬುದ್ದಿ... ನೆನ್ನೆ ವೊಲ್ದಿದ್ದಲ್ವಾ?"

"ಹೌದು; ಇವತ್ತೂ ಹೊಲಿ!"

ರಾಚ ನನ್ನ ಮುಖವನ್ನು ಕ್ಷಣಕಾಲ ದಿಟ್ಟಿಸಿ ನೋಡಿದ. ಕೈಲಿದ್ದ ಹಾರೆಗಳನ್ನು ಮೆಲ್ಲನೆ ಕೆಳಗಿಟ್ಟು ನಾನು ಅವನ ಮುಂದೆ ಬಿಟ್ಟಿದ್ದ ಜೋಡನ್ನು ತೆಗೆದುಕೊಂಡು ಹಿಂದೆ ಮುಂದೆ ತಿರುಗಿಸಿ ನೋಡಿ ನೀರಿನಲ್ಲಿ ಅದ್ದಿದ. ತಲೆ ಬಗ್ಗಿಸಿಕೊಂಡು ಮಂಡಿಯ ಮೇಲೆ ಕೈ ಊರಿಕೊಂಡು ಹೊಲಿಯತೊಡಗಿದ. ಹೊಲಿಗೆಯೆಲ್ಲಾ ಆದಮೇಲೆ –

"ಏನು ಕೊಡ್ಬೇಕೋ?" ಎಂದೆ.

"ಯಾನು ಬ್ಯಾಡಿ ಬುದ್ದೀ" ಎಂದ ನಗುತ್ತ. ಸ್ವಲ್ಪ ಹೊತ್ತು ನೀರವ. ನಾನು ಮೆಲ್ಲನೆ ಜೇಬಿಗೆ ಕೈಹಾಕಿ ಒಂದು ರೂಪಾಯಿ ಈಚೆಗೆ ತೆಗೆದೆ. ಅವನು ಅದನ್ನು ಕಂಡು ಆಶ್ಚರ್ಯಚಕಿತನಾಗಿ ನನ್ನನ್ನೇ ದಿಟ್ಟಿಸಿ ನೋಡಿದ.

"ತೊಗೋ, ರಾಚ."

"........."

"ಏನೂ ದಿಗಿಲುಪಡಬೇಡ, ತೊಗೋ."

"ಬ್ಯಾಡಿ ಬುದ್ದೀ."

"ಯಾಕೋ?"

"ತಾವು ದ್ಯಾವ್ರಂಗೆ ನನ್ನೊಡ್ಯಾ, ತಮ್ತಾವ ಇಸ್ಕಳ್ಳೋದಾ?"

"ಪರ್‍ವಾ ಇಲ್ಲ, ತೊಗೋ."

"ಇದ್ಯಾಕ್ಬುದ್ದೀ?"

"ನೀ ತೊಗೋ, ನಾ ಹೇಳುತೀನಿ."

ರಾಚ ಕೈಯೊಡ್ಡಿ ನೆಟ್ಟ ದಿಟ್ಟಿಯಿಂದ ನನ್ನ ಮುಖವನ್ನೇ ನೋಡಿದ. "ಏಳು, ನನ್ನ ಹಿಂದೆ ಬಾ" ಎಂದೆ. ಅವನು ಎದ್ದು ಭಯಗೊಂಡವನಂತೆ ಒಂದು ಹೆಜ್ಜೆ ಹಿಮ್ಮೆಟ್ಟಿ ನಿಂತ. ನನಗೆ ಅರ್ಥವಾಯಿತು. "ಹೆದರಬೇಡ ರಾಚ. ನಿನಗೇನೂ ಮಾಡೋಲ್ಲ" ಎಂದೆ. ಅವನು ತನ್ನ ಹರಕಲು ಗೋಣಿಚೀಲವನ್ನು ಹೆಗಲ ಮೇಲೆ ಹಾಕಿಕೊಂಡು ಕೊಡತಿ, ಮೊಳೆ ಮುಂತಾದುವನ್ನು ಒಂದು ಚರ್ಮದ ಚೀಲದಲ್ಲಿ ಹಾಕಿ ಹೆಗಲಿಗೇರಿಸಿದ. ನನ್ನೊಡನೆ ಬರುವುದಕ್ಕೆ ಸಿದ್ಧನಾದ.

ಒಂದು ಸಲ ಸುತ್ತ ತಿರುಗಿ ನೋಡಿದೆ. ಕತ್ತಲು; ಮಸಕು ಮಸಕು; ಎತ್ತೆತ್ತಲೂ ಮೌನ; ಚಳಿಗಾಳಿ.

"ರಾಚ" ಎಂದೆ.

"ಏನ್ಬುದ್ದೀ?"

"ನಿನ್ನ ಮನೆ ಎಲ್ಲಿ?"

"ಅಲ್ಲಿ–ದೂರ್‍ದಲ್ಲಿ. ಆ ಒಂಗೇ ಮರಗಳ ತಟಾಸಿ."

"ಮನೆಯೋ–ಗುಡಿಸಲೋ?"

"ಗುಡ್ಲು ಬುದ್ದೀ–ಗುಡ್ಲು."

"ನೀನು ನಡಿ ಮುಂದೆ. ಅಲ್ಲಿಗೆ ಬರುತೀನಿ."

"ಅದ್ಯಾಕ್ನನ್ನೊಡ್ಯಾ?"

"ನೀನೇನೂ ಹೆದರಬೇಡ ರಾಚ, ನಿನ್ನ ಮನೆ ನೋಡಬೇಕು. ಅಷ್ಟೆ."

"ಬ್ಯಾಡಿ ದ್ಯಾವ್ರೇ."

"ಯಾಕೋ?"

"ತಾವು... ನೋಡ್ಬಾರ್‍ದು ಬುದ್ದೀ–ಗರೀಬನ್ಗುಡ್ಲು."

"ನೋಡಬಹುದು. ಎಲ್ಲಾ ನೋಡಬಹುದು."

"ಏನ್ಮಾಡ್ಬೇಕ್ಬುದ್ದೀ... ಅಲ್ಲಿ ?"

ನಾನು ಉತ್ತರ ಕೊಡಲಿಲ್ಲ. ಸ್ವಲ್ಪ ಹೊತ್ತು ಬಿಟ್ಟು–

"ರಾಚ" ಎಂದೆ.

"ಅ್ಞ."

"ನಿನಗೆಷ್ಟು ಮಕ್ಕಳು ?"

"ಅವೆ ಬುದ್ದಿ. ನಾಕೈದವೆ."

"ನಿನ್ನ ಹೆಂಡತಿ ?"

"ಇಲ್ಲಾ ದ್ಯಾವ್ರೆ, ಓದ್ಲು."

"ಏನು ಹಾಗಂದ್ರೆ ?"

"ಓದ್ಲು ಬುದ್ದಿ, ತೀರ್ಕೊಂಡ್ಳು."

"ಎಷ್ಟು ವರ್ಷವಾಯಿತು ?"

"ಬಾಳ ದೂರ ಬುದ್ದಿ–ಗೆಪ್ತಿ ಇಲ್ಲ."

"ಮಕ್ಕಳು ದೊಡ್ಡವೋ ಚಿಕ್ಕವೋ ?"

"ಪಿಳ್ಳೆಗಳು ನನ್ನೊಡ್ಯಾ."

ಮಾತನಾಡುತ್ತ ದೂರದಲ್ಲಿ ಒಂದು ಸಣ್ಣ ಮುರುಕು ಗುಡಿಸಲನ್ನು ಕಂಡೆ. ರಾಚ ಬೇಗ ಬೇಗನೆ ನಡೆದ. ಹತ್ತು ಮಾರು ಮುಂದೆ ಹೋದವನು ನಿಂತು ಹಿಂತಿರುಗಿ "ಅದೇ ಬುದ್ದೀ ನನ್ಮನೆ" ಎಂದ. ಏರುತ್ತಿದ್ದ ಕತ್ತಲಲ್ಲಿ ಆ ಗುಡಿಸಲನ್ನು ನೋಡಿದೆ. ಬಹಳ ಹಳೆಯದು. ಮುಂಭಾಗವೆಲ್ಲಾ ಕುಸಿದು ಬೀಳುವಂತಿತ್ತು. ಒಂದು ಚಾಪೆಯ ತಡಿಕೆ ಬಾಗಿಲಾಗಿತ್ತು. ಒಳಗಣಿಂದ ಮಂಕು ಬೆಳಕು ಹೊರ ಚೆಲ್ಲುತ್ತಿತ್ತು. ರಾಚ ಮುಂದೆ ಹೋಗಿ ಬಾಗಿಲನ್ನು ಹಿಂದಕ್ಕೆ ನೂಕಿದ. ಒಳಗಣಿಂದ ಹರಕಲು ಬಟ್ಟೆಯ, ಬಡತನ ನಿರಾಶೆಗಳು ಮೂರ್ತಿವೆತ್ತಂತಿದ್ದ ಮಕ್ಕಳೆರಡು ಹೊರಗೆ ಬಂದವು. ರಾಚ ಮಕ್ಕಳ ಕಡೆ ತಿರುಗದೆ ನನ್ನನ್ನು ನೋಡಿ–

"ತಾವ್ಮುಂದ್ಬರ್ಬಾರ್ದು ಬುದ್ದೀ" ಎಂದ.

"ಯಾಕೋ?"

"ನಾನು ಮೋಚಿ ಬುದ್ದಿ... ಎಡಗೈನವ."

ಸ್ವಲ್ಪ ಹೊತ್ತು ನಿಂತು ಯೋಚಿಸಿದೆ; ಮನಸ್ಸು ಬರಿದಾಗಿತ್ತು.

"ರಾಚ" ಎಂದೆ.

"ಏನ್ಬುದ್ದೀ ?"

"ಇದು ತಗೋ."

"ಅದ್ಯಾನ್ಬುದ್ದೀ ?"

"ತೊಗೋ, ದುಡ್ಡು ತೊಗೋ, ನಿನ್ನ ಮಕ್ಕಳಿಗೆ..."

"ಬ್ಯಾಡಿ, ನನ್ನೊಡ್ಯಾ."

"ಇಲ್ಲ, ನೀ ತಗೋ."

ಸ್ವಲ್ಪ ಹೊತ್ತು ನೀರವ. ರಾಚ ನಿಷ್ಪಂದನಯನಗಳಿಂದ ನನ್ನನ್ನೇ ನೋಡುತ್ತ–

"ಇವೊತ್ತು ಬ್ಯಾಡಿ ದ್ಯಾವ್ರೆ, ನಾಳೆ ಕೊಡಿ" ಎಂದ.

ಆ ಧ್ವನಿಯಿಂದ ಅವನು ರುದ್ಧಕಂಠನಾಗಿದ್ದಂತೆ ಬೋಧೆಯಾಯಿತು. ನಾನು ಒಂದೆರಡು ಹೆಜ್ಜೆ ಹಿಂದಿಟ್ಟು ನಿಧಾನವಾಗಿ ಹಿಂದೆ ತಿರುಗಿದೆ.

"ಕಾವಳ ಯೆಚ್ಚು ಬುದ್ದೀ, ನಾನೂ ಒಂದಿಗೆ ಬತ್ತೀನಿ" ಎಂದ.

"ಏನೂ ಬೇಡ, ನೀನು ಯಾಕೆ?" ಎಂದೆ.

ಆದರೆ ಅವನು ಕೇಳಲಿಲ್ಲ.

3

ಮಾರನೆಯ ಸಂಜೆ ಕತ್ತಲೇರುತ್ತಿದ್ದಂತೆ ರಾಚನನ್ನು ಹುಡುಕಿಕೊಂಡು ಅವನು ಕುಳಿತುಕೊಳ್ಳುವ ಸ್ಥಳಕ್ಕೆ ಹೋದೆ. ಅಲ್ಲಿ ಅವನಿರಲಿಲ್ಲ. ಹಾಗೇ ಅವನ ಗುಡಿಸಲ ಕಡೆ ತಿರುಗಿದೆ. ಒಬ್ಬನೇ ನಡೆದು ದಾರಿ ಗೊತ್ತಿತ್ತು. ಗುಡಿಸಲೂ ಕಾಣಿಸಿತು. ಆದರೆ ಒಳಗಣಿಂದ ಬೆಳಕು ಬರುತ್ತಿರಲಿಲ್ಲ – "ರಾಚ" ಎಂದೆ ಗಟ್ಟಿಯಾಗಿ. ಉತ್ತರವಿಲ್ಲ. ಇನ್ನೂ ಮುಂದೆ ಹೋಗಿ ಬಾಗಿಲ ಹತ್ತಿರ ನಿಂತುಕೊಂಡೆ. ಪುನಃ ಕೂಗಿದೆ... ನೀರವ, ನೀರವ. ಗುಡಿಸಲ ಬಾಗಿಲು ತೆರೆದಿತ್ತು. ಕೂಗುತ್ತ ಒಳಗೆ ಕಾಲಿಟ್ಟೆ. ತಣ್ಣನೆಯ ಗಾಳಿ ಒಳಗಣಿಂದ ಸುತ್ತಿಕೊಂಡು ಸುತ್ತಿಕೊಂಡು ಹೊರಗೆ ಬಂದಿತು. ಗುಡಿಸಲ ಒಳಗೆ–ಹೊರಗೆ ಎತ್ತಲೂ ಕತ್ತಲು ತಾನೇ ತಾನಾಗಿತ್ತು. ಸುತ್ತ ಹುಡುಕಿದೆ ಕೂಗಿದೆ; ನಿಶ್ಶಬ್ದ! "ರಾ...ಚ ಇ...ಲ್ಲ...?" ಎಂದುಕೊಂಡೆ. ಹೊರಗೆ ಬಂದೆ. ಬಾಗಿಲಲ್ಲಿ ನಿಂತು ತಲೆಯೆತ್ತಿ ಮೇಲೆ ನೋಡಿದೆ ಮನೆಯೊಳಗೆ "ರಾಚ ಇಲ್ಲ" ಎಂದು ನುಡಿದೆ. ಬಹುದೂರದ ಅನಂತ ಅತೀತ ಕಾಲಿ ಮಾಮಯ ಶೂನ್ಯದಿಂದ– "ರಾಚ... ಇಲ್ಲ..." ಎಂದು ಮಾರ್ದನಿ ಬಂದಂತಾಯಿತು. ಒಂದು ಗಳಿಗೆಯವರೆಗೆ ನೀರವವಾಗಿ, ನಿಷ್ಪಂದನಯನಗಳಿಂದ ಆ ಶೂನ್ಯವನ್ನೇ ನೋಡುತ್ತ ಶಿಲಾಮೂರ್ತಿಯಂತೆ ನಿಂತೆ.

* * *

ರಾತ್ರಿ ಹಾಸಿಗೆಯ ಮೇಲೆ ಮಲಗಿಕೊಂಡಾಗ ಕಮಲು ಬಂದು ಹತ್ತಿರ ನಿಂತುಕೊಂಡಳು. ಬಾಹ್ಯ ಶೂನ್ಯವಾದಂತಿದ್ದೆ. ಹೃದಯದಾಳದಲ್ಲಿ ಅಂದು ಸಂಜೆ ನಡೆದುದೆಲ್ಲಾ ಗಾಢತರವಾಗಿ ಚಿತ್ರಿತವಾಗಿತ್ತು. ಸಹಿಸಲಾರದೆ ಅಳಿಸುವುದಕ್ಕೆ ಪ್ರಯತ್ನಿಸಿದೆ. ಸಾಧ್ಯವಾಗಲಿಲ್ಲ. ನಾನೆಂಥ ಹುಚ್ಚ! ಅವನ ಕೈ ಹಿಡಿದೆತ್ತಬೇಕೆಂದು ಬಗೆದೆ. ಅವನ ದಾರಿದ್ರ್ಯದ ಅಳಲನ್ನು ತವಿಸುವುದಕ್ಕೆ ತವಕಗೊಂಡೆ. ನಾನು ಯಾರು ಅದನ್ನು ಮಾಡುವುದಕ್ಕೆ? ನನ್ನಿಂದ ತನಗೆ ತೊಂದರೆಯಾಗ ಬಹುದೆಂದು ಅವನು ಭಾವಿಸಿದನೆ? ನಾನು ಅದನ್ನು ಕನಸಿನಲ್ಲಿಯೂ ಎಣಿಸಿರಲಿಲ್ಲವಲ್ಲ. ಇದು ಅವನಿಗೆ ತಿಳಿಯದೆ ಹೋಯಿತೆ? ತಿಳಿದರೂ ಬೇಡವಾಯಿತೊ? ಹೌದು; ಬೇಡವಾಯಿತು. ನನ್ನ ಉಪಕಾರದ ಹೊರೆ ಅವನಿಗೆ ಬೇಡವಾಯಿತು. ಅವನದು ನಿಸ್ವಾರ್ಥ ಜೀವನ; ದುಡಿದು ಹೊಟ್ಟೆ ಹೊರೆಯುವ ಬಗೆ; ನೊಂದು ನೋವನ್ನು ನುಂಗಿಕೊಳ್ಳುವ ಸ್ವಭಾವ. ಅವನ ಬಗೆಗೆ ನಾನು ವ್ಯತಿರಿಕ್ತವಾಗಿ ನಡೆದೆ. ನನ್ನಿಂದ ಅವನು ಈ ಸ್ಥಳವನ್ನು ಬಿಟ್ಟು ಹೊರಟುಹೋದ...ಎಲ್ಲಿಗೆ?

ಈ ನೆನಹು ಹೃದಯವನ್ನು ಹಿಂಡಿಬಿಟ್ಟಿತು. ಬಹುದೂರದಲ್ಲೆಲ್ಲೋ ತುಮುಲ ವಿಪ್ಲವವಾಗುತ್ತಿರುವಂತೆ ಬೋಧೆಯಾಗುತ್ತಿತ್ತು. ಮನಸ್ಸು ಕ್ಷತವಿಕ್ಷತವಾಗಿತ್ತು. ಮೆಲ್ಲನೆ ಕಣ್ತೆರೆದೆ. ಕಮಲು ಮಂಚವನ್ನು ಒರಗಿ ನಿಂತು ಬಾಷ್ಪಪೂರಿತಲೋಚನಳಾಗಿದ್ದಳು. ಅಂತಃಕರಣ ಕರಗಿತು. ಒಳಗೊಂದು ಚಿತ್ರ; ಹೊರಗೊಂದು ಚಿತ್ರ. ಒಂದಕ್ಕೊಂದು ವಿರುದ್ಧ. ಅವಳನ್ನು ನೋಡುತ್ತ ಮೆಲ್ಲನೆ ನುಡಿದೆ.

"ಅವನ ಲೀಲೆ?"

○ ಗೊರೂರು ರಾಮಸ್ವಾಮಿ ಅಯ್ಯಂಗಾರ್

ಪ್ರಾಯಶ್ಚಿತ್ತ

ಕೃಷ್ಣರಾಯ ಪೋಲೀಸ್ ಇನ್‌ಸ್ಪೆಕ್ಟರ್ ಆಗಿ ಇನ್ನೂ ಒಂದು ತಿಂಗಳಾಗಿದ್ದಿತು. ಅವನಿಗೆ ಅಧಿಕಾರದ ಹೆಮ್ಮೆಯೂ ವಿಶೇಷ ವಾಗಿದ್ದಿತು. ಯಾಕೆಂದರೆ, ಅವನ ಜತೆಯ ಒಂಭೈನೂರ ಇಪ್ಪತ್ತು ಅರ್ಜಿದಾರರ ಪೈಕಿ ಹುದ್ದೆ ದೊರಕಿದ್ದುದು ಅವನೊಬ್ಬನಿಗೇಯೆ! ಹೊಸದಾಗಿ ಸರ್ಕಾರಿ ನೌಕರಿಗೆ ಸೇರುವವರಿಗೆಲ್ಲಾ ಇರುವಂತೆ ತಾನು ರಾಜ್ಯದಲ್ಲಿ ಅತ್ಯುಚ್ಚವಾದ ಪದವಿಗೆ ಏರುವೆನೆಂಬ ಆಶೆ ಅವನಿಗೂ ಇದ್ದಿತು.

ಕೃಷ್ಣರಾಯನಿಗೆ ಬಾಳಿನಲ್ಲಿ ಮೂರು ಹಂಬಲಗಳಿದ್ದುವು. ಮೊದಲನೆಯದು, ಬಿ.ಎ. ಪರೀಕ್ಷೆಯಲ್ಲಿ ತೇರ್ಗಡೆಯಾಗ ಬೇಕೆಂಬುದು; ಎರಡನೆಯದು, ಪೋಲೀಸ್ ಇನ್‌ಸ್ಪೆಕ್ಟರ್ ಆಗಬೇಕೆಂಬುದು; ಮೂರನೆಯದು, ನಿವೃತ್ತ ಪೋಲೀಸ್ ಮುಖ್ಯಾಧಿಕಾರಿ ವೆಂಕಟರಾಯರ ಮಗಳು ಜಾನಕಿಯನ್ನು ಮದುವೆಯಾಗಬೇಕೆಂಬುದು. ಅವನ ಮೂರನೆಯ ಆಸೆ ಉಳಿದ ಎರಡು ಆಸೆಗಳಿಗಿಂತ ಪ್ರಬಲವಾಗಿದ್ದಿತು. ಉಳಿದ ಆಸೆಗಳು ಆ ಗುರಿಗೆ ಪೋಷಕಗಳಾಗಿದ್ದವು ಮಾತ್ರ. ಜಾನಕಿ ತನ್ನ ಹೆಂಡತಿಯಾದರೆ ತನ್ನ ಜೀವನದ ಸಾಧನೆಗಳು ಸಿದ್ಧಿಸಿದಂತೆ ಎಂದು ಕೃಷ್ಣರಾಯನು ನಂಬಿದ್ದನು. ಆ ಕಾರ್ಯ ಸಿದ್ಧಿಸುವವರೆಗೆ ತಾನು ಕೃತಕೃತ್ಯನಲ್ಲ ಎಂಬುದು ಅವನ ಭಾವವಾಗಿದ್ದಿತು.

ಕೃಷ್ಣರಾಯನಿಗೆ ನಿವೃತ್ತ ಪೋಲೀಸ್ ಶಾಖಾಧಿಕಾರಿ ವೆಂಕಟರಾಯರ ಮಗಳು ಜಾನಕಿ ಕನಸಿನಲ್ಲಿ ಕಂಡ ಪ್ರತ್ಯಕ್ಷ ಸುಂದರಿಯಾಗಿದ್ದಳು. ಅವಳನ್ನು ಜ್ಞಾಪಿಸಿಕೊಂಡರೇ ಕೃಷ್ಣರಾಯನಿಗೆ ರೋಮಾಂಚವಾಗುತ್ತಿದ್ದಿತು. ಅವನು ಅವಕಾಶವಾದಾಗಲೆಲ್ಲಾ ಅವಳ ಹೆಸರನ್ನು ಉಚ್ಚರಿಸುತ್ತಾ ಚಪ್ಪರಿಸುತ್ತಾ ಅದರ ಸವಿಯನ್ನು ಸವಿಯುತ್ತಿದ್ದನು. ಜಾನಕಿ ಒಳ್ಳೆಯ ದೇವತೆ ಯಂತಹ ಹುಡುಗಿ. ಇಂಟರ್‌ಮೀಡಿಯೆಟ್ ಪರೀಕ್ಷೆಯಲ್ಲಿ ತೇರ್ಗಡೆ ಯಾಗಿದ್ದಳು. ಗಂಧರ್ವಕನ್ನಿಕೆಯಂತೆ ಹಾಡುತ್ತಿದ್ದಳು. ಕೃಷ್ಣ ರಾಯನಿಗಂತೂ ಇಂತಹ ಹೆಣ್ಣು ಈ ಲೋಕದಲ್ಲಿ ಬೇರೆ ಯಾವುದೂ ಇಲ್ಲ ಎಂಬುದು ಖಂಡಿತವಾಗಿದ್ದಿತು. ಜಾನಕಿಗಾಗಿ ಅವನು ಯಾವ ಸಾಹಸವನ್ನಾಗಲಿ ಮಾಡಲು ಸಿದ್ಧನಾಗಿದ್ದನು.

ಅವಳಿಗಾಗಿ ಯಾವ ಬಾವಿಯನ್ನು ಹಾರಲಿ, ಯಾವ ಸಿಡಿಲನ್ನು ಪೊಟ್ಟಣದಲ್ಲಿ ಕಟ್ಟಿ ತಂದುಕೊಡಲಿ, ಯಾವ ರಾಕ್ಷಸರನ್ನು, ಕ್ರೂರಮೃಗಗಳನ್ನು ಕೊಂದು ಇವಳ ಪಾದದ ಮೇಲೆ ಕೆಡವಲಿ, ಎಂಬುದೇ ಕೃಷ್ಣರಾಯನ ಹಂಬಲವಾಗಿದ್ದಿತು. ಅವನು ಜಾನಕಿಗಾಗಿ ತನ್ನ ಅಧಿಕಾರದ ಹೊರತು ಪ್ರಪಂಚದಲ್ಲಿ ಮತ್ತಾವುದನ್ನೂ ಬಿಡಲು ಸಿದ್ಧನಾಗಿದ್ದನು. ಅಧಿಕಾರವನ್ನೇ ಬಿಡಬೇಕಾಗಿ ಬಂದಿದ್ದರೆ ಆಗ ಹೇಗೆ ಮಾಡುತ್ತಿದ್ದನೊ ಅವನಿಗೆ ತಿಳಿಯದು. ಆದರೆ ಅದು ಅಸಂಭವವಾದುದರಿಂದ ಅವನು ಆ ಪ್ರಶ್ನೆಯನ್ನು ಕುರಿತು ಯೋಚಿಸಿರಲಿಲ್ಲ.

ನಿವೃತ್ತ ಪೊಲೀಸ್ ಮುಖ್ಯಾಧಿಕಾರಿ ವೆಂಕಟರಾಯರಿಗೆ, ಕೃಷ್ಣರಾಯ ತಮ್ಮ ಮಗಳ ಸೀರೆಯ ಸೆರಗು ಸುತ್ತಾ ಸುಳಿಯುತ್ತಿರುವುದು ಗೊತ್ತಾಗದೆ ಇರಲಿಲ್ಲ. ಆದರೆ ಆ ಪುಷ್ಪಕ್ಕೆ ಈ ಬಗೆಯ ಭ್ರಮರಗಳು ಮುತ್ತುವುದು ಅಪರೂಪವಲ್ಲದುದರಿಂದ ಅವರು ಮೊದಮೊದಲು ಆ ಉತ್ಸಾಹಿಗಳನ್ನು ಗಮನಿಸಲೇ ಇಲ್ಲ. ಕೃಷ್ಣರಾಯ ಬಿ.ಎ. ಪ್ಯಾಸು ಮಾಡಿದ ಆನಂತರ ಅವರಿಗೆ ಸ್ವಲ್ಪ ಅವನ ಕಡೆ ದೃಷ್ಟಿ ಹೋಯಿತು. ಕೃಷ್ಣರಾಯ ಇನ್‌ಸ್ಪೆಕ್ಟರ್ ಆದಮೇಲೆಯಂತೂ ಅವನನ್ನು ಇನ್ನು ಅಳಿಯನನ್ನಾಗಿ ಮಾಡಿಕೊಳ್ಳಬಹುದೆಂದು ವೆಂಕಟರಾಯರು ತೀರ್ಮಾನಿಸಿದರು. ಅವರು ತಮ್ಮ ಸಮ್ಮತಿಯನ್ನು ಕೃಷ್ಣರಾಯನ ತಂದೆಗೆ ತಿಳಿಸಿದರು. ಪ್ರತ್ಯಕ್ಷವಾದ ದೇವತೆಯನ್ನು ಪೂಜಿಸಲು ಹೋಗುವ ಭಕ್ತನಂತೆ ಅಂದು ಕೃಷ್ಣರಾಯ ಜಾನಕಿಯನ್ನು ನೋಡಲು ಹೋದನು. ಆಕೆ ಗಂಭೀರವಾಗಿ ಕೃಷ್ಣರಾಯನ ಹುದ್ದೆಯನ್ನೂ ಅವನ ಜರ್ಬನ್ನೂ ಅವನ ಪೊಲೀಸ್ ಉಡುಪನ್ನೂ ಕುರಿತು ಸರಸವಾಗಿ ಹಾಸ್ಯ ಮಾಡಿದಳು. ಕೃಷ್ಣರಾಯ ತಾನೂ ಸರಸವಾದ ಭಾಷಣ ಮಾಡಬೇಕೆಂದು ಬಯಸಿ ಇದೆಲ್ಲಾ ದೇವಿಯರ ತೃಪ್ತ್ಯರ್ಥವಾಗಿಯೇ ಎಂದನು. ಜಾನಕಿ ನಗುತ್ತಾ "ನೀವು ಪೊಲೀಸ್ ಇನ್‌ಸ್ಪೆಕ್ಟರ್ ಆಗಬೇಕೆಂದು ನಾನು ಕೇಳಿದೆನೇ" ಎಂದಳು. ಕೃಷ್ಣರಾಯ "ನೀನಲ್ಲ. ನಿಮ್ಮ ತಂದೆಗೆ ಬೇಕಾಗಿದ್ದಿತು" ಎಂದನು. ಜಾನಕಿ ಕುಹಕದಿಂದ "ಹಾಗಾದರೆ ನಮ್ಮ ತಂದೆಯನ್ನು ಮದುವೆಯಾಗಿ" ಎಂದಳು. ಕೃಷ್ಣರಾಯ ಏನೂ ತೋರದೆ "ನೀನು ಬೇಡ ಎಂದರೆ ಈ ಕೆಲಸಕ್ಕೆ ರಾಜೀನಾಮೆ ಕೊಡುತ್ತೇನೆ" ಎಂದು ಹೇಳಿ ಆಕೆಯ ಕೈಯಿಂದ ಪಾರಾದನು.

ಕೃಷ್ಣರಾಯನಿಗೂ ಜಾನಕಿಗೂ ವಿವಾಹ ನಿಶ್ಚಯವಾಯಿತು. ಆದರೆ ಲಗ್ನಕಾಲ ಸಮೀಪಿಸಿರಲಿಲ್ಲವಾಗಿ ಇನ್ನೂ ಮದುವೆಯಾಗಿರಲಿಲ್ಲ. ಹೊಸ ವರುಷದ ಮೊದಲನೆಯ ಲಗ್ನದಲ್ಲಿಯೇ ಮದುವೆ ಮಾಡಿಬಿಡಬೇಕೆಂದು ವಧೂವರರ ಮಾತಾಪಿತೃಗಳು ನಿಶ್ಚಯಿಸಿ ಕೊಂಡರು. ಕೃಷ್ಣರಾಯನಿಗೆ ಪ್ರಪಂಚದಲ್ಲಿ ಸುಖ ಸೌಂದರ್ಯ ಶಾಂತಿಗಳ ಹೊರತೂ ಮತ್ತೇನೂ ಇರುವುದು ತೋರಲೇ ಇಲ್ಲ.

ಆ ವೇಳೆಗೆ ಭಾರತದಲ್ಲಿ "ಬ್ರಿಟಿಷರೆ, ಭಾರತದಿಂದ ತೊಲಗಿ" ಎಂಬ ಕೂಗು ಎದ್ದಿತು. ಭಾರತದ ಜೀವನ ಅಲ್ಲೋಲಕಲ್ಲೋಲವಾಯಿತು. ಭಾರತ ತಾನು ಸ್ವತಂತ್ರವೆಂದು ಸಾರಿತು. ಅದರಂತೆ ನಡೆಯತೊಡಗಿತು. ವಿದ್ಯಾರ್ಥಿಗಳೂ ವಿದ್ಯಾರ್ಥಿನಿಯರೂ ಶಾಲೆ ಕಾಲೇಜುಗಳನ್ನು ಬಿಟ್ಟು ಭಾರತ ಸ್ವತಂತ್ರವೆಂದುಕೊಂಡು ಧೀರರಾಗಿ ಹೊರಟರು. ಕಾರ್ಖಾನೆಗಳ ಕೂಲಿಗಳು ಜೀವದ ಹಂಗು ತೊರೆದು ದೇಶದ ಸ್ವಾತಂತ್ರ್ಯದ ಕರೆಯಲ್ಲಿ ಈಡಾದರು. ಭಾರತ ಹಿಂದೆಂದೂ ತೋರಿಸದ ತ್ಯಾಗವನ್ನು ಪ್ರಕಟಿಸಿತು. ಅದಕ್ಕೆ ವಿರುದ್ಧವಾಗಿ ಪಶುಶಕ್ತಿಗಳು ಎದ್ದು ವಿಕಾರ ರೂಪದಲ್ಲಿ ನರ್ತನಮಾಡಿದವು.

ನಗರದ ಗಾಂಧಿ ಮೈದಾನದಲ್ಲಿ ಶಾಲೆ ಕಾಲೇಜುಗಳಿಂದ ಹೊರಕ್ಕೆ ಬಂದಿದ್ದ

ವಿದ್ಯಾರ್ಥಿನಿಯರ ಪ್ರಚಂಡ ಸಭೆ ನೆರೆದಿತ್ತು. ಮಹಿಳೆಯರು ರಜಪೂತ ರಮಣಿಯರಂತೆ ಸಿಂಹಗರ್ಜನೆ ಮಾಡುತ್ತಾ "ಇನ್ನು ಈ ಅನ್ಯಾಯ ಕೊನೆಯಾಗಲಿ, ಈ ಠಕ್ಕರ ಮೋಸದ ಮಾತುಗಳನ್ನು ನಂಬುವುದು ಸಾಕು. ನಾವು ಸ್ವತಂತ್ರರು, ನಮ್ಮನ್ನು ಆಳಲು ನಾವೇ ಅರ್ಹರು" ಎಂದು ಭಾಷಣ ಮಾಡುತ್ತಿದ್ದರು. ಒಬ್ಬೊಬ್ಬ ಹುಡುಗಿಯೂ ಒಂದೊಂದು ಶಕ್ತಿದೇವತೆಯಾಗಿ ತೋರಿದಳು. ಸಾಧುಗಳ ಯಜ್ಞವನ್ನು ಕೆಡಿಸಲು ಪೂರ್ವಕಾಲದಲ್ಲಿ ಬರುತ್ತಿದ್ದ ರಾಕ್ಷಸರಂತೆ, ಅಲ್ಲಿಗೆ ಕಾಕಿ ಉಡುಪಿನವರು ಬಂದರು. ಅವರ ಕೈಯಲ್ಲಿ ಲಾಠಿಗಳಿದ್ದವು. ಯಾವುದೋ ಹೇಡಿತನದ ಕೆಲಸವನ್ನು ಮಾಡಲು ಹೊರಟವರಂತೆ ಅವರ ಮುಖದಲ್ಲಿ ಪ್ರೇತಕಳೆ ಸುರಿಯುತ್ತಿದ್ದಿತು. ಆ ಗುಂಪಿನಲ್ಲಿ ಕೃಷ್ಣರಾಯನೂ ಕೈಯಲ್ಲಿ ಒನಕೆಯನ್ನು ಹಿಡಿದು ನಿಂತಿದ್ದನು.

ಸಭೆಯ ವೇದಿಕೆಯಲ್ಲಿ ಭಾಷಣದ ಸುರಿಮಳೆ ಪ್ರಾರಂಭವಾಯಿತು: "ಹಿಟ್ಲರ್ ಯುದ್ಧದ ಅಪರಾಧಿಯಾದರೆ ಚರ್ಚಿಲ್ ಸಹ ಯುದ್ಧದ ಅಪರಾಧಿಯೆ. 40 ಕೋಟಿ ಭಾರತೀಯರನ್ನು ಗುಲಾಮಗಿರಿಯಲ್ಲಿಟ್ಟವನ ಅಪರಾಧ ಹಿಟ್ಲರನದಕ್ಕಿಂತ ಕಡಿಮೆಯಿಲ್ಲ. ಭಾರತದ ಗುಲಾಮಗಿರಿ ಜಗತ್ತಿನ ಮೂರನೆಯ ಮಹಾಯುದ್ಧಕ್ಕೆ ದಾರಿ."

ಸಭೆಯಲ್ಲಿ ಹತ್ಯಾಕಾಂಡವನ್ನು ಪ್ರಾರಂಭಿಸಬೇಕಾಗಬಹುದೆಂದು ಅಲ್ಲಿಗೆ ಪೋಲೀಸ್ ಸೂಪರಿಂಟೆಂಡೆಂಟರೇ ಬಂದಿದ್ದರು. ನಮ್ಮ ದೇಶದಲ್ಲಿ ಸಾಧಾರಣವಾಗಿ ಯಾವ ಪೋಲೀಸ್ ಜವಾನ ಬೇಕಾದರೂ ಲಾಠಿ ಪ್ರಯೋಗಕ್ಕೆ ಅಪ್ಪಣೆ ಕೊಡಬಹುದು. ಭಾಷಣಗಳ ಕಾವು ವೇಗವಾಗುತ್ತಿರುವುದನ್ನು ನೋಡಿ ಸೂಪರಿಂಟೆಂಡೆಂಟರು ಕೃಷ್ಣರಾಯನಿಗೆ ಮೃದುವಾಗಿ ಲಾಠಿ ಚಾರ್ಜು ಮಾಡಿ ಎಂದರು. ಕೃಷ್ಣರಾಯ "ಛೇ ಛೇ, ಬೇಡಿ ಸಾರ್, ಬರಿಯ ಸ್ತ್ರೀಯರು. ಒಂದು ಘಳಿಗೆ ಕೂಗಿಕೊಂಡು ಹೋಗುತ್ತಾರೆ" ಎಂದನು. ಸೂಪರಿಂಟೆಂಡೆಂಟರಿಗೆ ತಮ್ಮ ಮಾತನ್ನು ಹೀಗೆ ಪ್ರತಿಭಟಿಸಿದನಲ್ಲ ಎಂಬ ಕೋಪವುಂಟಾಯಿತು. ಸಾಧಾರಣವಾಗಿ ಪೋಲೀಸ್ ದಫೇದಾರರಿಗೇ ತಾವು ಪ್ರಾಜ್ಞರೆಂಬ ಭಾವ ಇರುತ್ತದೆ; ಇನ್ನು ಸೂಪರಿಂಟೆಂಡೆಂಟರವರನ್ನು ಕೇಳಬೇಕೆ ? ಅವರು "ಕಾನೂನಿನ ದೃಷ್ಟಿಯಲ್ಲಿ ಹೆಣ್ಣು ಗಂಡು ಎಲ್ಲಾ ಒಂದೇ" ಎಂದರು. ಆ ವೇಳೆಗೆ ವೇದಿಕೆಯಿಂದ ಮತ್ತೊಂದು ಸಿಂಹಿಣಿ "ಇಂಗ್ಲೆಂಡ್ ಫ್ರಾಂಕೋವಿಗೆ ಆಯುಧವನ್ನು ಕೊಟ್ಟು ಪ್ರೋತ್ಸಾಹಿಸುತ್ತಿದ್ದಾಗ ಜವಹರಲಾಲ್ ನೆಹ್ರು ಸ್ಪೇಯಿನ್ ರಿಪಬ್ಲಿಕ್‌ಗೆ ಸಹಾಯ ಮಾಡಬೇಕೆಂದು ವಾದಿಸುತ್ತಿದ್ದರು. ಇಂಗ್ಲೆಂಡ್, ಅಮೆರಿಕ, ಜಪಾನಿಗೆ ಗುಟ್ಟಾಗಿ ಸಹಾಯ ಮಾಡುತ್ತಿದ್ದರೂ ನೆಹ್ರು ಚೀಣಾವಿಗೆ ಬೇಕಾದ ಸಹಾಯ ಕೊಟ್ಟರು. ಒಂದು ವೈದ್ಯಪಡೆಯನ್ನು ಕಳುಹಿಸಿದರು. ಯುದ್ಧ ಜಗತ್ತಿನ ಸ್ವಾತಂತ್ರ್ಯಕ್ಕೆ ಎಂಬುದು ಠಕ್ಕರ ಮಾತು" ಎಂದು ಗರ್ಜಿಸಿತು. ಸೂಪರಿಂಟೆಂಡೆಂಟರಿಗೆ ಪಿತ್ತ ನೆತ್ತಿಗೆ ಏರಿತು. ಅವರು ಮಾರೀಕೋಣವನ್ನು ಕಡಿಯುವವನ ಆವೇಶದಿಂದ "ಛಾರ್ಜ್" ಎಂದು ಕೂಗಿದರು. ಪೋಲೀಸ್ ವೀರರು ದೊಣ್ಣೆಗಳೊಂದಿಗೆ ಮಹಿಳೆಯರ ಮೇಲೆ ಬಿದ್ದರು.

ಇದ್ದಕ್ಕಿದ್ದಂತೆ ಗುಂಪಿನಲ್ಲಿ ಗೊಂದಲ ಹಾಹಾಕಾರ ಉಂಟಾದವು. ಪೋಲೀಸರು ಮತ್ತರಾಗಿ ಓಡುತ್ತಿದ್ದವರನ್ನೂ ಹೊಡೆದರು. ಸೊಂಟದಿಂದ ಕೆಳಕ್ಕೆ ಲಾಠಿ ಪ್ರಯೋಗಿಸಬೇಕೆಂದು ನಿಯಮವಿದ್ದರೂ ಮಹಿಳೆಯರ ತಲೆಗಳಿಗೆ ಹೊಡೆದರು. ಕೃಷ್ಣರಾಯನೂ ತನ್ನ ಕರ್ತವ್ಯವನ್ನು ಒಳ್ಳೆಯ ದಕ್ಷತೆಯಿಂದಲೇ ಮಾಡಿದನು. ಧೀರನಾದವನು ಕತ್ತಿಯನ್ನು ತಿರುಗಿಸುವಂತೆ ತನ್ನ ಕೈಯಲ್ಲಿದ್ದ ದೊಣ್ಣೆಯನ್ನು ನಾನಾ ಕಡೆಗೆ ತಿರುಗಿಸಿದನು. ಓಡುತ್ತಿದ್ದ ಒಂದು ಗುಂಪನ್ನು

ಅಟ್ಟಿಸಿಕೊಂಡು ಹೋಗಿ ಮೊದಲು ಸಿಕ್ಕಿದ ಸ್ತ್ರೀಯ ತಲೆಯ ಮೇಲೆ ಕೃಷ್ಣರಾಯ ಒಂದು ಬಡಿದನು. ಆಕೆ ಅಯ್ಯೋ ಎಂದುಕೊಂಡು ಕೆಳಕ್ಕೆ ಬಿದ್ದಳು. ಆ ಧ್ವನಿಯನ್ನು ಕೇಳಿ ಕೃಷ್ಣರಾಯ ಬೆಚ್ಚಿಬಿದ್ದನು. ಮೂರ್ಛೆಹೋಗುವುದಕ್ಕೆ ಮುಂಚೆ ಜಾನಕಿಯೂ ಕೃಷ್ಣರಾಯನನ್ನು ಗುರುತಿಸಿದಳು. ಆ ನೋಟದಲ್ಲಿ ಕಂಡ ತಿರಸ್ಕಾರ ಕೃಷ್ಣರಾಯನಿಗೆ ಬರೆ ಹಾಕಿದಂತೆ ಆಯಿತು.

ಆ ಗಳಿಗೆಯಿಂದ ಮುಂದೆ ಕೃಷ್ಣರಾಯನಿಗೆ ಬುದ್ಧಿ ಸ್ವಾಧೀನದಲ್ಲಿರಲಿಲ್ಲ. ಆಮೇಲೆ ಏನು ನಡೆಯಿತೋ ಸರಿಯಾಗಿ ಜ್ಞಾಪಕವಿಲ್ಲ. ಅವನು ಮನೆಗೂ ಹೋಗಲಿಲ್ಲ. ಕಛೇರಿಗೂ ಹೋಗಲಿಲ್ಲ. ನಾನು ಪಾಪಿ, ನಾನು ಹೇಡಿ ಎಂದುಕೊಂಡು ಅವನು ಕೆರೆಯ ಕಡೆಗೆ ಹೋದನು. ಇನ್ನು ಜಾನಕಿಗೆ ಹೇಗೆ ಮುಖ ತೋರಿಸಲಿ? ಕೆರೆಗೆ ಬಿದ್ದು ಸಾಯುತ್ತೇನೆ ಎಂಬುದು ಅವನ ತೀರ್ಮಾನವಾಯಿತು. ಆದರೆ ಕೆರೆಯ ಏರಿಯ ಮೇಲೆ ಒಂದು ಘಂಟೆ ಕುಳಿತು ಶಾಂತವಾಗಿ ಯೋಚನೆ ಮಾಡಿದಾಗ "ಹೀಗೆ ಪ್ರಾಣ ಕಳೆದುಕೊಳ್ಳುವುದು ಹೇಡಿತನ. ಈ ಬಾಳನ್ನು ಇನ್ನೂ ಉತ್ತಮ ಸೇವೆಗೆ ಉಪಯೋಗಿಸಬಹುದು. ನಾನು ಹೇಡಿಯಾದುದರಿಂದಲೇ ಭಾರತ ಸ್ವಾತಂತ್ರ್ಯ ದೇವತೆಗಳ ಮೇಲೆ ದೊಣ್ಣೆ ಎತ್ತಿದೆ. ಈ ಪಾಪಕ್ಕೆ ಭಾರತದ ಸೇವೆಯೇ ಪ್ರಾಯಶ್ಚಿತ್ತ. ಈ ದೇಹ ಇನ್ನು ನನ್ನದಲ್ಲ. ಇದನ್ನು ಭಾರತದ ಸೇವೆಗೆ ಮೀಸಲು ಮಾಡಿದೆ" ಎಂಬುದು ಅವನ ನಿಶ್ಚಯವಾಯಿತು. ಈ ತೀರ್ಮಾನ ಕೃಷ್ಣರಾಯನಿಗೆ ಹಿಂದಾವುದೂ ಕೊಡದ ವಿಚಿತ್ರವಾದ ಆನಂದವನ್ನೂ ಶಾಂತಿಯನ್ನೂ ಕೊಟ್ಟಿತು. ಅವನ ಹಿಂದಿನ ಆಸೆ .ಆಕಾಂಕ್ಷೆಗಳು ಈ ತೀರ್ಮಾನದ ದೃಷ್ಟಿಯಲ್ಲಿ ಅತ್ಯಲ್ಪವಾಗಿ ತೋರಿದವು. ಮೊದಲೇ ಇದು ನನಗೆ ಹೊಳೆಯಲಿಲ್ಲವಲ್ಲಾ ಎಂದು ಅವನಿಗೆ ತನ್ನಲ್ಲಿಯೇ ತಿರಸ್ಕಾರ ಉಂಟಾಯಿತು. ಅವನನ್ನು ಕರ್ತವ್ಯಕ್ಕೆ ಎಚ್ಚರಿಸುವಂತೆಯೋ ಎಂಬಂತೆ ಸ್ವಯಂಸೇವಕರ ಗುಂಪು "ಜೈ ಸ್ವತಂತ್ರ ಭಾರತ, ಭಾರತದ ಕಳ್ಳರನ್ನು ಹೊರದೂಡಿ" ಎಂದುಕೊಂಡು ರಾಷ್ಟ್ರಬಾವುಟವನ್ನು ಹಿಡಿದುಕೊಂಡು ಆ ದಾರಿಯಲ್ಲಿ ಬಂದರು. ಕೃಷ್ಣರಾಯ ತನ್ನ ಕಾಕಿ ಉಡುಪುಗಳನ್ನು ಕೆರೆಗೆ ಎಸೆದನು. ಸ್ವಯಂಸೇವಕರಿಂದ ಒಂದೊಂದು ಖಾದಿ ಬಟ್ಟೆಗಳನ್ನು ಕಿತ್ತು ಧರಿಸಿಕೊಂಡು "ಜೈ ಸ್ವತಂತ್ರ ಭಾರತ" ಎಂದುಕೊಂಡು ಮುಂದೆ ಹೊರಟನು.

ಆ ದಿನ ಸೆರೆಮನೆಗೆ ಸಂದರ್ಶನಕ್ಕಾಗಿಯೂ, ಬಂಧುಗಳನ್ನು ನೋಡಲೂ ಬಂದವರ ಸಂಖ್ಯೆ ಹೆಚ್ಚು. ತನ್ನನ್ನು ನೋಡಲು ಮಹಿಳೆಯೊಬ್ಬಳು ಬಂದಿರುವುದನ್ನು ಕೇಳಿ ಕೃಷ್ಣರಾಯನಿಗೆ ಆಶ್ಚರ್ಯವಾಯಿತು. ಅವನು ಅರ್ಧ ಆಶೆಯಿಂದಲೂ ಅರ್ಧ ಭಯದಿಂದಲೂ ಹೊರಕ್ಕೆ ಬಂದನು. ಜಾನಕಿಯನ್ನು ನೋಡಿ ಅವನಿಗೆ ಏನೂ ಮಾತನಾಡಲು ಬಾಯಿಬರಲಿಲ್ಲ. ಅವಳ ನೆತ್ತಿಯ ಗಾಯಕ್ಕೆ ಕಟ್ಟಿದ ಬಟ್ಟೆ ಹಾಗೆಯೇ ಇದ್ದಿತು. ಕೃಷ್ಣರಾಯ ನಾಚಿಕೆಯಿಂದಲೂ ತಿರಸ್ಕಾರದಿಂದಲೂ ತನ್ನ ಕೈ ನೋಡಿಕೊಂಡನು. ಜಾನಕಿ ಹೆಮ್ಮೆಯಿಂದ "ಇದು ಯಾಕೆ ಹೀಗೆ ಮಾಡಿದಿರಿ ?" ಎಂದಳು. ಕೃಷ್ಣರಾಯ ಒಂದು ಗಳಿಗೆ ಸುಮ್ಮನಿದ್ದು "ಇದು ಪ್ರಾಯಶ್ಚಿತ್ತ" ಎಂದನು.

ಆ ದಿನದ ಪತ್ರಿಕೆಯಲ್ಲಿ ಸೂಪರಿಂಟೆಂಡೆಂಟರು ಮಹಿಳೆಯರ ಮೇಲೆ ಮಾಡಿಸಿದ್ದ ಲಾಠಿ ಛಾರ್ಜನ್ನು ಕುರಿತು ಹೀಗೆ ಪ್ರಕಟವಾಗಿದ್ದಿತು: "ಮಹಿಳೆಯರು ಪೋಲೀಸಿನವರ ಮೇಲೆ ಕಲ್ಲೆಸೆದರು. ಸೂಪರಿಂಟೆಂಡೆಂಟರು ಮೃದುವಾಗಿ ಬೆತ್ತದ ಹೊಡೆತದ ಆರ್ಡರ್ ಕೊಟ್ಟರು."

ಕೃಷ್ಣರಾಯ "ಹೇಡಿಗಳು" ಎಂದುಕೊಂಡು ಪತ್ರಿಕೆಯನ್ನು ಬಿಸಾಡಿದನು. ❍

ತುಚೀಪ್, ತುದಾಂಡ್, ತುಬದ್–ರೆಡೀ

ಆಗಲೇ ಹೊತ್ತೇರಿತು. ಹುಡುಗ ಬೇಗ ಬೇಗ ಹೆಜ್ಜೆ ಇಡುತ್ತಿದ್ದ. ಇಷ್ಟು ವೇಳೆಗಾಗಲೇ ಬೀಡಿ ಫ್ಯಾಕ್ಟರಿಯಲ್ಲಿ ಇರಬೇಕಿತ್ತು. ಆದರೆ ದಾರಿಯಲ್ಲಿ ಗೋಲಿ ಆಡುತ್ತಿದ್ದ ಗೆಳೆಯರ ಗುಂಪಿನಲ್ಲಿ ಬೆರೆತು ತಾನೂ ಗೋಲಿ ಆಡಿದ... ಓ, ಎಷ್ಟು ಸೊಗಸಾಗಿತ್ತು ಆಟ! ಒಂದೊಂದು ಸಲವೂ ತಾನೇ ಗೆದ್ದಿದ್ದ. ಆ ಗೆಲವು ಆಟದ ಸೊಗಸನ್ನು ಇಮ್ಮಡಿಸಿತ್ತು...

ಹೀಗೆ ಆಟದ ಸವಿಯನ್ನೇ ಮೆಲುಕುಹಾಕುತ್ತಾ ಸಾಗಿದಂತೆ ಕರೀಮನಿಗೆ ನಗು ಉಕ್ಕಿದಂತಾಯಿತು. ಗೆಳೆಯರೆಲ್ಲ ಕೂಡಿ "ಬೋಂಡ, ಬೋಂಡ" ಎಂದು ಗೇಲಿ ಮಾಡುತ್ತಿದ್ದ ನಾಯ್ಡು, ತನ್ನ ದಪ್ಪ ದೇಹವನ್ನು ಹೊತ್ತು, ಕುಂಟಲಾರದೆ ಕುಂಟಿದ್ದ. – ಆಟದಲ್ಲಿ ಸೋತು...! ನಾಯ್ಡು ಯಾವಾಗಲೂ ಹೀಗೆಯೇ ಪಾಪ, ಆಟದಲ್ಲಿ ಸೋಲುವುದು, ಕುಂಟುವುದು...

ನಗುನಗುತ್ತಲೇ, ಕತ್ತು ತಗ್ಗಿಸಿ, ನಡೆಯುತ್ತಿದ್ದ ಕರೀಮ್ ಮಂಡಿ ಪೇಟೆಯಲ್ಲಿ ಅಷ್ಟು ದೂರ ಹೋಗುವುದರೊಳಗೆ ಯಾರೋ ಕೂಗಿದಂತಾಯಿತು: "ಕರೀಮ್ – ಕರೀಮ್" ಪರಿಚಿತ ಧ್ವನಿ.

ತಿರುಗಿ ನೋಡಿದಾಗ ಆಗಲೆ ಶಾಲೆಗೆ ಹೊರಟಿದ್ದ ಜನಾರ್ದನ ಕಾಣಿಸಿಕೊಂಡ.

ಕರೀಮನಿಗೆ ಜನಾರ್ದನನಲ್ಲಿ ಬಹಳ ಸ್ನೇಹ. ಇಬ್ಬರೂ ಒಂದೇ ತರಗತಿಯಲ್ಲಿ ಓದುತ್ತಿದ್ದವರು.

"ಇಸ್ಕೂಲಿಗೆ ಹೊರಟೆಯೇನೋ ?" ಕಾತರದಿಂದ ಕೇಳಿದ ಕರೀಮ.

"ಹೂನೋ" ಎಂದ ಜನಾರ್ದನ.

"ಇಷ್ಟು ಬಿರ್‍ರನೆ ಹೊರಟಿದ್ದೀಯಲ್ಲಾ?"

"ಹೂ, ಸಾಮಿ ಮನೆಗೆ ಹೋಗಿ ಅಲ್ಲಿ ಕೊಂಚ ಹೊತ್ತು ಆಟ ಆಡ್ತಾ ಇದ್ದು ಅಲ್ಲೇ ಊಟಮಾಡಿ ಆಮೇಲೆ ಹೋಗ್ತೇನೆ."

"ಓ..." ಎಂದು ರಾಗ ಎಳೆದು ಸುಮ್ಮನಾದ ಕರೀಮನ ಹೃದಯದಲ್ಲಿ ಯಾವುದೋ ಅಸ್ಪಷ್ಟ ಯಾತನೆ ಕಾಣಿಸಿಕೊಂಡಿತು. ಕೈಯಲ್ಲಿ ಪುಸ್ತಕಗಳನ್ನು ಹೊತ್ತಿದ್ದ ಜನಾರ್ದನನನ್ನು ನೋಡಿ ಅಸೂಯೆಯಾದಂತಾಯಿತು. ಜನಾರ್ದನನನ್ನು ನೋಡುತ್ತಾ

ನೋಡುತ್ತಾ ತಾನು ಹೋಗುತ್ತಿದ್ದ ಶಾಲೆ, ಅಲ್ಲಿಯ ಗೆಳೆಯರು, ಆ ಆಟಪಾಠಗಳು ಒಂದೊಂದೂ ಅವನ ನೆನಪಿನ ಚೌಕಟ್ಟಿನೊಳಗೆ ನುಗ್ಗಿ ಬಂದವು... ಕರೀಮನಿಡುತ್ತಿದ್ದ ಒಂದೊಂದು ಹೆಜ್ಜೆಯೂ 'ಅಯ್ಯೋ ಅಯ್ಯೋ' ಎಂದು ಒರಲುವಂತಿತ್ತು.

ಹುಡುಗರಿಬ್ಬರೂ ಕೆಲಹೊತ್ತು ಪರಸ್ಪರ ಮಾತಿಲ್ಲದೆ ಮೌನವಾಗಿ ನಡೆದರು. ಇಬ್ಬರಲ್ಲಿ ಕರೀಮನೆ ಹೆಚ್ಚಾಗಿ ಮಾತಿಗೆ ಮುಖ ತಿರುಗಿಸಿ, ಮೌನವನ್ನು ಬಯಸಿದಂತಿತ್ತು.

ಜನಾರ್ದನನೇ ಮೊದಲು ಮೌನವನ್ನು ಮುರಿದು: "ಯಾಕೋ ಕರೀಮ್ ಸ್ಕೂಲನ್ನು ಬಿಟ್ಟುಬಿಟ್ಟೆ ?" ಎಂದು ಸಹಜವಾಗಿ ಪ್ರಶ್ನಿಸಿದ.

ಪ್ರಶ್ನೆ ಕರೀಮನ ಸಂಕಟವನ್ನು ಹೆಚ್ಚಿಸಿತು. ಕಷ್ಟಪಟ್ಟು ಪ್ರಯತ್ನಪೂರ್ವಕವಾಗಿ "ಅಪ್ಪ ಐತಲ್ಲ, ಬುಡಿಸಿಬುಟ್ಟ" ಎಂದ.

"ಯಾಕೆ ?"

"ಯಾಕೋ, ಸಂಪಾದನೆ ಮಾಡಬೇಕು ಅಂತ ಹೇಳಿ ಐತಲ್ಲ ಇಸ್ಕೂಲ್ ಬುಡಿಸಿಬಿಟ್ಟ, ಬೀಡಿ ಕಾರ್ಖಾನೆಗೆ ಸೇರಿಸಿಬಿಟ್ಟ."

"ಛೆ, ಛೆ, ಹಾಗೆ ಮಾಡಬಾರದಾಗಿತ್ತು, ನಿಮ್ಮ ಅಪ್ಪ. ನೋಡು ನಮ್ಮ ತಂದೆ ಇದಾರಲ್ಲ ಅವರು, ನಮ್ಮ ಚಿಕ್ಕಪ್ಪ ಎಲ್ಲರೂ ಹೇಳ್ತಿರ್‍ತಾರೆ, 'ಹುಡುಗರು ಈ ವಯಸ್ಸಿನಲ್ಲಿ ಓದಬೇಕು' ಅಂತ. ನಿಮ್ಮಪ್ಪ ಬೀಡಿ ಕಾರ್ಖಾನೆಗೆ ಸೇರಿಸಬಾರದಾಗಿತ್ತು ನಿನ್ನ" ಎಂದು ಸಿರಿವಂತಿಕೆಯಲ್ಲಿ ಬೆಳೆದ ಹುಡುಗ ಹೇಳಿದ.

ಹತ್ತು ವರ್ಷದ ಹುಡುಗ ಕರೀಮನಿಗೆ ಏನೂ ಅರ್ಥವಾಗದಿದ್ದರೂ ಆ ಸಮಯಕ್ಕೆ ಜನಾರ್ದನನ ಮಾತೇ ಸರಿ ಎಂದು ತೋರಿತು.

ಹುಡುಗರು ಕವಲುದಾರಿಗೆ ಬಂದು ನಿಂತಿದ್ದರು. ಒಂದು ದಾರಿ ಶಾಲೆಯ ಕಡೆಗೆ, ಇನ್ನೊಂದು ಬೀಡಿ ಕಾರ್ಖಾನೆಯೆಡೆಗೆ ಹೋಗುವುದಿತ್ತು – ಕವಲಾದ ಆ ಗೆಳೆಯರಿಬ್ಬರ ಪ್ರತೀಕದಂತೆ.

"ಹಾಗಾದರೆ ನಾನು ಹೋಗ್ತೀನೋ" ಎಂದು ಹೇಳಿದ ಜನಾರ್ದನ ಶಾಲೆಯೆಡೆ ಕೈತೋರುತ್ತ, "ಅಲ್ಲಿ ನೋಡೋ ಕರೀಮ್ ನಮ್ಮ ಶಾಲೆ ಹತ್ತಿರ ಕಾಣುತ್ತಲ್ಲಾ ಹಳದಿ ಮನೆ – ಅದೇ ಸಾಮಿ ಮನೆ. ನೀನು ನೋಡಿಲ್ಲ ಅವನ್ನ, ತುಂಬ ಒಳ್ಳೆಯವನು. ಸಾಯಂಕಾಲ ಸ್ಕೂಲು ಬಿಟ್ಟ ಮೇಲೆ ನಾವಿಬ್ಬರೂ ಸೇರಿ ಅವನ ಮನೇಲೇ ಚಾಮು, ಕೊಕ್ಕಾಟ ಎಲ್ಲಾ ಆಡ್ತೀವಿ. ಈಗ ನೀನೂ ಬಾರೋ ಚೆನ್ನಾಗಿರುತ್ತೆ."

"ಅಚ್ಚಾ."

ಗೆಳೆಯನ ತುಂಬು ಹೃದಯದ ಕರೆಗೆ ಯಾಂತ್ರಿಕವಾಗಿ ಕರೀಮ, 'ಅಚ್ಚಾ' ಎಂದು ಹೇಳಿದುದೇನೋ ದಿಟ. ಆದರೆ ಮರುಕ್ಷಣವೇ ಕಾರ್ಖಾನೆಯ ನೆನಪಾಗಿ 'ಅದು ಹೇಗೆ ಸಾಧ್ಯ?' ಎಂದು ವಿಚಾರಕ್ಕೊಳಗಾದ. ಆ ಕಾರ್ಖಾನೆಯಲ್ಲಿ ಸಂಜೆಯ ಹೊತ್ತೂ ಕೆಲಸ ತೆಗೆದುಕೊಳ್ಳುತ್ತಿದ್ದರು. ಒಂದೊಂದು ಸಾರಿ ಏಳೂವರೆ ಎಂಟು ಗಂಟೆಯವರೆಗೂ ಸರಿಯಾದ ಬೆಳಕಿಲ್ಲದ ಕೋಣೆಯೊಳಗೆ ಕೂಡಿಸಿಬಿಡುತ್ತಿದ್ದರು. ಬೀಡಿಯನ್ನು ಕಟ್ಟುವಾಗ ಹೊಗೆಸೊಪ್ಪು ತುಂಬಲು ಅನುಕೂಲವಾಗುವಂತೆ 'ಪತ್ತೆ' ಎಲೆಗಳನ್ನು ಕತ್ತರಿಸಿ ಇಡುವುದು ಅವನ ಕೆಲಸವಾಗಿತ್ತು. ಮಧ್ಯೆ, ಯಾವಾಗಲಾದರೂ ಆ ನರಕದಿಂದ ಹೊರಗೆ ಹೋಗಲು ಮಿಸುಕಾಡಿದರೆ ಅಪ್ಪನ ಕ್ರುದ್ಧ ನೋಟ 'ಸುಮ್ಮನೆ ಕುಳಿತುಕೋ' ಎಂದು ಬಲವಂತಪಡಿಸುವಂತಿತ್ತು.

ಜನಾರ್ದನ ದೂರ ದೂರ ಹೋಗುತ್ತಿದ್ದ. ಅವನಾಚೆಗೆ ದೂರದಲ್ಲಿ ಶಾಲೆ ಕಾಣುತ್ತಿತ್ತು. ಶಾಲೆಯನ್ನೇ ನೋಡಿನೋಡಿದಂತೆ ಯಾವುದೋ ಪ್ರಿಯವಾದ ವಸ್ತುವನ್ನು ಕಳೆದುಕೊಂಡ ಅನುಭವವಾಯಿತು ಕರೀಮನಿಗೆ.

ದೀರ್ಘವಾದ ನಿಶ್ವಾಸ ಬಿಟ್ಟು ತನ್ನ ಕಾರ್ಖಾನೆ ದಾರಿ ಹಿಡಿದ. ಮೇಲೆ ಮೇಲೆ ಏರಿದ ಸೂರ್ಯನನ್ನು ನೋಡಿದಂತೆ ಭೀತಿ ಅವನ ಮನಸ್ಸನ್ನು ಆವರಿಸಿತು. ಹೊತ್ತಾಗಿ ಹೋದಲ್ಲಿ ಅಪ್ಪನಿಂದ ನಿಶ್ಚಯವಾಗಿ ಒದೆ ತಿನ್ನಬೇಕಾಗುತ್ತದೆ ಎಂದು ಹೆದರಿದ. ಹಾಳು ಗೋಲಿ ಆಡಲು ಹೋಗಬಾರದಿತ್ತು ಎಂದುಕೊಂಡ...ಹುಂ, ಆದಮೇಲೆ ಇನ್ನೇನು ಮಾಡುವುದು ? – ಮಾಡಿದ್ದುಣ್ಣೋ ಮಹಾರಾಯ! ಅನ್ನುತ್ತಾ ವೇಗವಾಗಿ ಹೆಜ್ಜೆಯಿಟ್ಟ.

ಹತ್ತು ನಿಮಿಷದ ನಡಿಗೆ ಹುಡುಗನನ್ನು ಬೀಡಿ ಫ್ಯಾಕ್ಟರಿಯ ಮುಂದೆ ತಂದು ನಿಲ್ಲಿಸಿತು. ಅಲ್ಲಿ ಹುಡುಗರ ತಂಡವೊಂದು 'ಚಿಣ್ಣಿ' ಆಡುತ್ತಿತ್ತು. ಕರೀಮ ಮುಗ್ಧನಾಗಿ ನೋಡುತ್ತ ನಿಂತ. 'ಚಿಣ್ಣಿ' ಎಂದರೆ ಕರೀಮ ಊಟವಾದರೂ ಬಿಟ್ಟಾನು, ಅಷ್ಟು ಆಸೆ ಆ ಆಟದಲ್ಲಿ! ಗಳಿಗೆಯ ಹಿಂದೆ ಅವನು ಏರಿ ಹೋಗಬೇಕೆಂದಿದ್ದ ಬೀಡಿ ಫ್ಯಾಕ್ಟರಿಯ ಹಂತಗಳನ್ನು ಈಗ ಸಂಪೂರ್ಣವಾಗಿ ಮರೆತಂತಿತ್ತು.

"ತುದಾಂಡ್, ತುಚೀಪ್, ತುಬದ್ – ರೆಡೀ..." ಬಾಗಿ ನಿಂತು ದಾಂಡು ಹಿಡಿದು ಗುಳಿಯಲ್ಲಿದ್ದ ಚಿಣ್ಣಿಯನ್ನೇ ನಿಟ್ಟಿಸುತ್ತಾ ಹುಡುಗ ತಿಮ್ಮಾ ರೆಡ್ಡಿ ಕೂಗಿ ಹೇಳಿದ.

ದೂರದಲ್ಲಿ 'ಯಾರ ಕಡೆಗೆ ಚಿಣ್ಣಿ ಬರುವುದೋ ಅದನ್ನು ಕ್ಯಾಚು ಹಿಡಿದು ಬಿಡಬೇಕು' ಎಂದು ನಿಶ್ಚಯಮಾಡಿ ನಿಂತಿದ್ದ ಎದುರು ಪಕ್ಷದ ಹುಡುಗರು "ರೆಡಿ" ಎಂದು ತಾವೂ ಕೂಗಿ ಉತ್ತರವಿತ್ತರು.

ಕರೀಮನ ಕುತೂಹಲ ಕೆರಳಿತು. ಹೇಗೆ ಹೊಡೆಯುತ್ತಾನೋ, ಚಿಣ್ಣಿ ಎಷ್ಟು ದೂರ ಹೋಗುತ್ತದೋ ಎಂದು ಎಣಿಕೆ ಹಾಕುತ್ತ ಮೈಯೆಲ್ಲ ಕಣ್ಣಾಗಿ ನಿರೀಕ್ಷಿಸುತ್ತ ನಿಂತ.

ತಿಮ್ಮಾ ರೆಡ್ಡಿ ದಾಂಡಿನಿಂದ ಚಿಣ್ಣಿಯನ್ನು ಕುಟುಕಿ, ಮೇಲೆ ನೆಗೆದ ಚಿಣ್ಣಿಯ ಮೇಲೆ ಬಲವಾಗಿ ದಾಂಡು ಮತ್ತೆ ಬೀಸಿದ. ಆದರೆ ಹಾಗೆ ಅವನು ಬೀಸಿದ ದಾಂಡಿಗೂ ಚಿಣ್ಣಿಗೂ 'ಮಿಲಾಖತ್' ಆಗಲಿಲ್ಲ. ಬರಿಯ ಗಾಳಿಯಲ್ಲಿ ದಾಂಡನ್ನು ಬೀಸಿ ಗಿರ್ರನೇ ತನ್ನನ್ನೇ ಒಂದು ಸುತ್ತು ಸುತ್ತಿ ನಿಂತುಕೊಂಡ. ಮೇಲೆ ನೆಗೆದಿದ್ದ ಚಿಣ್ಣಿ ಮತ್ತೊಮ್ಮೆ ಅದೇ ಸ್ಥಳದಲ್ಲೇ ಬಿದ್ದಿತು.

'ಫೌಳ್' ಎಂದು ನಕ್ಕುಬಿಟ್ಟ ಕರೀಮ.

ನಗು ಯಾವಾಗಲೂ ಸಾಂಕ್ರಾಮಿಕ ಅಲ್ಲವೆ...? ಇತರ ಬಾಲಕರೂ ನಕ್ಕರು. ತಿಮ್ಮಾ ರೆಡ್ಡಿಗೆ ಅವಮಾನವಾದಂತಾಗಿ ಕೋಪಬಂದಿತು.

"ಮಹಾ, ನಗ್ತಾ ಇದಾನೆ, ಇವನೇನೋ ಕಡಿದುಹಾಕಿಬಿಡೋ ಹಾಗೆ!" ಎಂದು ಸಿಡಿಮಿಡಿಗುಟ್ಟಿದ.

"ನಂಗೆ ಆಡಾಕೆ ಬುಟ್ರೆ ಐತಲ್ಲಾ ತೋರಸ್ತೀನಿ" ಕರೀಮ ದೃಢವಾಗಿ ಅಚಲ ಆತ್ಮವಿಶ್ವಾಸದಿಂದ ನುಡಿದ.

"ಮಹಾ ಮಹಾ, ನನಗೆ ಗೊತ್ತಿದೆ ಸುಮ್ಮನಿರೋ."

"ಒಂದು ಸರ್ತಿ ಆಟ ಕೊಟ್ಟು ನೋಡ್ತೀಯೇನೋ?"

"ಓಹೋ ಬಾ, ಬೇಕಾದರೆ ಆಡು."

ಸ್ಪರ್ಧೆ ಎಂದರೆ ಕರೀಮನಿಗೆ ಹತ್ತು ಭುಜ ಬಂದುಬಿಡುತ್ತಿತ್ತು. ಇನ್ನೊಬ್ಬರು 'ನೀನು ಈ

ಕೆಲಸ ಮಾಡಲಾರೆ' ಎಂದರೆ 'ಮಾಡೇಮಾಡ್ತೇನೆ' ಎಂಬ ಕೆಚ್ಚು ಅವನನ್ನು ಮುನ್ನುಗ್ಗಿಸುತ್ತಿತ್ತು. ಹುರುಪಿನಿಂದ ಮುಂದೆ ಬಂದು ರೆಡ್ಡಿಯ ಕೈಯಿಂದ ದಾಂಡನ್ನು ಕಸಿದುಕೊಂಡು ಚಿಣ್ಣಿಯನ್ನೆತ್ತಿ 'ಬದ್ದಿ'ನ(ಗುಳಿಯ) ಮೇಲೆ ಪುಟವೇಳಲು ಅನುಕೂಲವಾಗುವಂತೆ ಅದನ್ನಿಟ್ಟು, ದಾಂಡನ್ನು ಆರಾಮವಾಗಿ ತೂಗುತ್ತಾ 'ರೆಡಿ' ಎಂದು ಹೂಂಕರಿಸಿದ. ದೂರದಲ್ಲಿ ನಿಂತ ಹುಡುಗರು ವಾಡಿಕೆಯಂತೆ "ರೆಡಿ" ಎಂದರು.

ದಾಂಡಿನಲ್ಲಿ 'ಟರ್' ಎನ್ನಿಸಿ ಮೇಲಿದ್ದ ಚಿಣ್ಣಿಯನ್ನು ಕೌಶಲ್ಯದಿಂದ ದಾಂಡು ಬೀಸಿ ಹೊಡೆದ. 'ಠಣ್' ಎಂದು ಸದ್ದುಮಾಡುತ್ತಾ, ದೂರದಲ್ಲಿ ನಿಂತ ಹುಡುಗರ ನೆತ್ತಿಯ ಮೇಲೆ ರಭಸದಿಂದ ಹಾರಿಹೋಗಿ ರಸ್ತೆಯ ಕೊನೆಗೆ ಬಹಳ ದೂರದಲ್ಲಿದ್ದ ಚರಂಡಿಯಲ್ಲಿ ಬಿದ್ದಿತು.

ಹುಡುಗರ ತಂಡ ಮುಗ್ಧವಾಗಿ "ಶಹಬಾಸ್" ಎಂದು ಘೋಷಣೆ ಮಾಡಿತು.

ಪೆಚ್ಚಾಗಿ ನಿಂತ ತಿಮ್ಮಾ ರೆಡ್ಡಿಯ ಕೈಗೆ ದಾಂಡು ಕೊಡುವಾಗ ಕರೀಮನ ಮುಖದ ಮೇಲೆ ಸಾವಿರ ಯುದ್ಧಮಾಡಿ ಗೆದ್ದುಬಂದ ಸೈನ್ಯಾಧಿಪತಿಯ ವಿಜಯೋತ್ಸಾಹ ನಲಿಯುತ್ತಿತ್ತು.

ಹೀಗೆ ಗೆದ್ದ ಸಿಂಹದ ಹಾಗೆ ಕರೀಮ ಹಿಗ್ಗುತ್ತಿರುವಾಗ ಅವನ ತಂದೆ ಫ್ಯಾಕ್ಟರಿಯ ಬಾಗಿಲಲ್ಲಿ ನಿಂತು "ಬೇಕೂಫ್, ಏನು ಮಾಡುತ್ತಾ ಇದ್ದೀ ಅಲ್ಲೀ – ಫ್ಯಾಕ್ಟರಿಗೆ ಬರದೇ ?" ಎಂದು ಅಬ್ಬರಿಸಿದ.

ಕರೀಮನ ಹರ್ಷ, ಆ ಕ್ಷಣಕ್ಕೆ ಮಾಯವಾಯಿತು. ಸವಿಗನಸು ಕಾಣುತ್ತಿದ್ದ ಬಡ ಜೀವಿಯೊಬ್ಬ ಆ ಕನಸು ಒಡೆದು ಎದ್ದಾಗ, ಅವನ ಬಾಳುವೆಯ ಭೀಕರ ಕರಾಳ ಸ್ವರೂಪ ಮತ್ತೂ ಚೆನ್ನಾಗಿ ಅವನಿಗೆ ಮನದಟ್ಟಾಗುವಂತೆ ಆ ಹುಡುಗನಿಗೆ ಅನುಭವವಾಯಿತು. ಸುಖರಹಿತವಾದ ಕಾರ್ಖಾನೆಯ ಜೀವನವನ್ನು ನೆನೆಸಿ ಭೀತಿಯಿಂದ ನಡುಗಿದ.

"ಬೇಕೂಫ್, ಬಾರೋ ಇಲ್ಲಿ" ತಂದೆ ಕೂಗುತ್ತಿದ್ದ. ಹೆದರುತ್ತ ಹೆದರುತ್ತ ಮೆಟ್ಟಲೇರಿ ಫ್ಯಾಕ್ಟರಿಯ ಬಾಗಿಲ ಬಳಿ ಸಾರಿದ ಕರೀಮ. ಬಡತನದ ಬೇನೆಯಲ್ಲಿ ಬೆಂದು ಕ್ರೂರಿಯಾದ ತಂದೆ ಕೋಪದಿಂದ ಉರಿಯುತ್ತಿದ್ದ. "ಬೇಕೂಫ್" ಎಂದು ಕಿರುಚಿ, ಫಳಾರನೆ ಹುಡುಗನ ಕಪಾಳಕ್ಕೆ ತೀಡಿದ. ಕರೀಮನ ಕಣ್ಣುಗಳಲ್ಲಿ ಬಳಬಳನೆ ನೀರು ಸುರಿಯಿತು. 'ಹುಡುಗನ ಅವಿವೇಕದಿಂದಾಗಿ, ಅವನ ಕಾರ್ಯದಿಂದ ಸಂಸಾರಕ್ಕೆ ದೊರೆಯುತ್ತಿದ್ದ ಕೆಲವು ಆಣೆಗಳಿಗೂ ಧಕ್ಕೆ ತಗುಲಿತಲ್ಲಾ!' ಎಂದು ಮಾತ್ರ ಯೋಚಿಸುತ್ತಿದ್ದ ತಂದೆಗೆ ಮಗನ ಕಂಬನಿಯ ಕಡೆಗೆ ಲಕ್ಷ್ಯ ಹೋಗಲಿಲ್ಲ. ದರದರನೆ ಹುಡುಗನನ್ನು ಎಳೆದುಕೊಂಡುಹೋಗಿ ಕೋಣೆಯೊಳಗೆ ಕುಕ್ಕರಿಸಿದ. ಹುಡುಗನ ಮುಂದೆ ಅಷ್ಟು 'ಪತ್ತ' ಎಲೆಗಳನ್ನೂ ಒಂದು ಕತ್ತರಿಯನ್ನೂ ಎಸೆದ.

ಕಣ್ಣೀರು ಹರಿಯುತ್ತಿದ್ದಂತೆಯೇ ಎಲೆಗಳನ್ನು ಕತ್ತರಿಸಲು ಆರಂಭಿಸಿದ ಕರೀಮ. ಹೊರಗಿನಿಂದ ಆಗಿಂದಾಗ, ಆಡುವ ಹುಡುಗರ ಗುಂಪಿನಿಂದ 'ತುದಾಂಡ್, ತುಚೀಪ್, ತುಬದ್ – ರೆಡೀ' ಎಂಬ ಕೂಗು ಕೇಳಿ ಬರುತ್ತಿತ್ತು.

ಕೂಗು ಕೇಳಿ ಬಂದಂತೆ ಬಂಧನದಲ್ಲಿ ಸಿಕ್ಕಿಬಿದ್ದ ಹಕ್ಕಿಯಂತೆ ಒದ್ದಾಡುತ್ತಿತ್ತು ಕರೀಮನ ಹೃದಯ.

ಕಣ್ಣಿನಿಂದ ಒಂದೇ ಸಮನೆ ನೀರು ಸುರಿಯುತ್ತಲೇ ಇತ್ತು. ಹೊರಗಿನಿಂದ ಹುಡುಗರ ಕೂಗು ಆಗಾಗ ಕೇಳಿ ಬರುತ್ತಲೇ ಇತ್ತು:

"ತುದಾಂಡ್, ತುಚೀಪ್, ತುಬದ್ – ರೆಡೀ..." ○

○ ತ. ರಾ. ಸು.

O–O=O

1

ಎಷ್ಟೋ ವೇಳೆ ಹೀಗಾಗುತ್ತದೆ.

ಕಂಡದ್ದು ಕಾಣಿಸುವುದಿಲ್ಲ... ಕಣ್ಣು ನೋಡಿದ್ದು ಮನಸಿನ ಮೇಲೆ ಮೂಡದೆ... ದೃಷ್ಟ ಅದೃಷ್ಟ... ವ್ಯಕ್ತ ಅವ್ಯಕ್ತ... ತರ್ಕಬದ್ಧತೆಯಲ್ಲಿಯ ತರ್ಕರಾಹಿತ್ಯ.

ಆ ಬಾವಿ ಹಾಗೇ.

...ರಸ್ತೆಯ ಬದಿಯ ಮೈದಾನದಲ್ಲಿ... ದಿನದಿನವೂ ಅವನು ಓಡಾಡುವ ಹಾದಿ... ಇತ್ತು ; ಇದ್ದರೂ ನೋಡಿರಲಿಲ್ಲ. ಅದೃಷ್ಟದ ಹಾಗೆ... ಸುವ್ಯಕ್ತವಾಗಿದ್ದರೂ ಅವ್ಯಕ್ತ ಅದೃಷ್ಟದ ಬಾವಿ...

ಮೊದಲ ಬಾರಿಗೆ ಕಂಡಾಗ ಆ ಹೆಸರು ಕೊಟ್ಟಿದ್ದ.

..."ಮೊದಲಿಗೆ ಕಂಡಾಗ ಏಸೊಂದು ನಗೆಯಿತ್ತ"...

ಇದ್ದಕ್ಕಿದ್ದ ಹಾಗೇ ಒಂದು ದಿನ ಬಾವಿ ಅವನನ್ನು ತನ್ನ ಹತ್ತಿರ ಕರೆಯಿತು.

2

ಸಂಜೆ ಮಬ್ಬುಗತ್ತಲು...ನೆರೆ ಕವಿದ ಕಣ್ಣಿನಂಥ ಹಗಲು... ಹಿಂದಿರುಗಿ ಬರುತ್ತಿದ್ದ ಆ ದಾರಿಯಲ್ಲಿ... ಮೈದಾನದಲ್ಲಿ ಹತ್ತಾರು ಜನ ಕಲೆತಿದ್ದಾರೆ, ಕೂಗುತ್ತಿದ್ದಾರೆ, ಏನೊ...? ... ದಿಟ್ಟಿಸಿ ನೋಡಿದ...????? ...ಕುತೂಹಲ ಕೆರಳಿ ಹೋದ... ಬಾವಿಯ ಭೇಟಿಯಾಯಿತು – ಅದೃಷ್ಟದ ಬಾವಿ.

ಎಂದೋ ಬಳಕೆ ತಪ್ಪಿ, ಬಳಸುವರಿಲ್ಲದೆ, ಬಳಸಲು ಬಾರದೆ ಸುತ್ತಲ ಗೋಡೆ ಮುರಿದು, ಬಾವಿ... ಸಾವಿನ ಬಾವಿ... ಇತ್ತು. ಸುತ್ತ ಹಸಿರು ಮೇಯುವ ದನಕ್ಕೆ ನೀರು ಕೊಟ್ಟು... ನೆಲದ ಮಟ್ಟಕ್ಕೆ ನೀರು... ಪಾಚಿಕಟ್ಟಿ ಕರ‍್ರಗೆ, ತಣ್ಣಗೆ, ಮಂಕಾಗಿ ಹೊಳೆವ ನೀರು.

ಬಾಗಿ ನೀರು ಕುಡಿಯಲು ಬಾಗಿದ ಕರು, ಜಾರಿ ನೀರಿನ ಪಾಲಾಗಿತ್ತು.... ತಾಯಿ ಹಸು, ನೀರಿನ ಬಲೆಯಲ್ಲಿ ಸಿಲುಕಿದ ಮರಿ ಜೀವವನ್ನು ಕಂಡು, ಹುಚ್ಚು ಹಿಡಿದಂತೆ ಸುತ್ತುತ್ತಿದೆ, ಅರಚುತ್ತಾ ಬರಿಗಣ್ಣು ಅರಳಿಸುತ್ತಾ ಬಾಲವನ್ನು ಮೇಲೆ ಮಾಡಿ...

ನೀರಿನ ಅಂಚಿಗೇ ಧಾವಿಸುತ್ತಿದೆ – ತನ್ನ ಮರಿಜೀವ, ಮೆತ್ತಗೆ ಹೆದರಿ ಹಿಂಜರಿಯುತ್ತದೆ – ತನ್ನ ಜೀವ... ಜೀವನ ಭದ್ರಾಣಿ ಪಶ್ಯತಿ...

ಕರ್ರಗೆ, ತಣ್ಣಗೆ ಹೊಳೆಯುವ ನೀರಿನ ಬಲೆಯಲ್ಲಿ ಜೀವ, ಕರಾಳ, ಶೀತಲ ಸಾವಿನೊಂದಿಗೆ ಹೋರಾಡುತ್ತಿದೆ.

ಹತ್ತು ಕೈ ಹೊರತೆಗೆಯಲೆತ್ನಿಸುತ್ತಿವೆ... ಅವನ ನರ ಬಿಗಿಯಾಗಿ... ಎಳೆದು ಕಟ್ಟಿದ ಶಿಂಜಿನಿ... ಕಣ್ಣು ನೋಡುತ್ತಿದೆ... ಕಾಲ ಸ್ತಬ್ಧವಾಗಿ, ಕಂಪಿಸುತ್ತಾ ನಿಂತಿದೆ ನೀರಿನಂಚಿನಲ್ಲಿ, ಕತ್ತಲು ಕವಿಯುತ್ತಿದೆ. ಕಡೆಗೆ ಕರು ನೀರಿನಿಂದ ಹೊರಬಂತು. ತಾಯಿ ಹಸು, ನೆಲಕ್ಕುರುಳಿ ಉಬ್ಬೆಗ ಪಡುತ್ತಿರುವ ನೀರು ಜಿನುಗುವ, ಕಂಪಿಸುತ್ತಿರುವ ಮೈಯ ಕರುವಿನ ಬಳಿ ಧಿಗ್ಗನೆ ಧಾವಿಸಿ ಮೂಸಿ ನೋಡಿ ನಾಲಗೆಯಿಂದ ನೇವರಿಸಿತು...

ಸಾವು ಬೇಟೆಯನ್ನು ಬಿಟ್ಟುಕೊಟ್ಟಿತ್ತು.

ಅವನ ಮೈ ಕಂಪಿಸಿ ಕ್ರೋಧ ಪಡೆದು ಬಂತು... ಸಿಟ್ಟು... ಎಲ್ಲರ ಮೇಲೆ... ಮುತ್ತಾಳರು... ಹೀಗೇಕೆ ಬಿಟ್ಟರು ಈ ಬಾವಿಯನ್ನು, ಮುನ್ಸಿಪಾಲಿಟಿಯವರಿಗೆ ಹೇಳಿ ಮುಚ್ಚಿಸಲಿಲ್ಲವೇಕೆ ...ಕೊಲೆಪಾತಕರು ...ಏನು ...ಯಾರಿಗೂ ಅಪಾಯವಾಗಿರಲಿಲ್ಲ ...ಎದೆಯಲ್ಲಿ ಸಾವಿಟ್ಟುಕೊಂಡು ...ತಣ್ಣಗೆ, ಕರ್ರಗೆ, ಮಂಕಾಗಿ ಹೊಳೆಯುವ ಸಾವು ...ಸಾವೇ ಬರಬೇಕಾಗಿತ್ತು ಕಣ್ಣು ತೆರೆಸಲು... ತಣ್ಣನೆ ಕೈ ಕಣ್ಣು ತೆರೆಸಬೇಕಾಗಿತ್ತು ...ಯಾರಾದರೂ ಸಾಯಬೇಕಾಗಿತ್ತು.

ಯಾರಾದರೂ ಸಾಯಬೇಕು... ಮಾನವನ ಕಣ್ಣು ತೆರೆಸಲು ಮಾನವ ಸಾಯಬೇಕು ...ಗುಂಡಿನೇಟಿನಿಂದ, ಶಿಲುಬೆಯ ಮೇಲೆ, ವಿಷ ಕುಡಿದು, ನೀರಿನಲ್ಲಿ ...ಮಾನವನ ಕಣ್ಣು ತೆರೆಸಲು ಮಾನವ ಸಾಯಬೇಕು... ಮಾನವನ ಕಣ್ಣು ...ಅನುಕಂಪ ಸಹಾನುಭೂತಿ ಸತ್ತು ಸ್ವಾರ್ಥ ಹೊಳೆವ ಕ್ಷುದ್ರ ಕಣ್ಣು... ತೆರೆಸಲು ಸಾಯಬೇಕು.

ತಣ್ಣಗೆ ಹೊಳೆವ ನೀರಿನಂಚಿನಲ್ಲಿ ಕಂಪಿಸುತ್ತಾ ನಿಂತ ಕಾಲ... ಜೀವ... ಕಾಲ–ಜೀವ... ಪ್ರತಿಮೆ... ವ್ಯಕ್ತ ಅವ್ಯಕ್ತ...

3

ಮೈದಾನದಲ್ಲಿ ಬಾವಿ... ಮನಸ್ಸಿನಲ್ಲಿ ಬಾವಿ... ಭೀಷಣ... ಆಕರ್ಷಕ... ಭೀಷಣ ಆಕರ್ಷಣೆ... ಬದುಕು...

ಭೀತನಾಗಿ... ಆಕರ್ಷಿತವಾಗಿ ಬದುಕಿದ... ತಣ್ಣನೆಯ ನೀರಿನಂಚಿನಲ್ಲಿ... ಬದುಕುತ್ತಿದ್ದ, ದಿನವೂ ಹೋರಾಟಕ್ಕೆ ಹೋಗುತ್ತಿದ್ದ... ಬರುತ್ತಿದ್ದ ಹೂ ಬಯಸಿ, ಮುಳ್ಳಿರಿದು... ದಿನವೂ ಹೋಗಿ ಬರುತ್ತಿದ್ದ... ದಿನವೂ ಬಾವಿಯ ಭೇಟಿ...

ಕೆಲವು ವೇಳೆ ಕ್ರೂರ... ಮಲೆತ ನೀರು ತಣ್ಣಗೆ ಮಂಕು ಹಸಿರು ನೀಲಿಯಾಗಿ ಹೊಳೆಯುತ್ತಿತ್ತು... ನಿರಾಶಾವಾದಿಯ ನಗು... ಕೆಲವು ವೇಳೆ ಬಣ್ಣ ಬಣ್ಣದ ಮೋಡ ನೀರ ಮಡಿಲಿನಲ್ಲಿ... ಕುರೂಪತೆಯಲ್ಲಿ ಸೌಂದರ್ಯ... ಕುರೂಪವನ್ನು ಸುಂದರವಾಗಿಸುವ ಸೌಂದರ್ಯ... ತನ್ನ ಒಲವಿನಂತೆ... ಎಲ್ಲ ಒಲವಿನಂತೆ...

ಬದುಕುತ್ತಿದ್ದ, ದಿನವೂ ಹೋರಾಟಕ್ಕೆ ಹೋಗುತ್ತಿದ್ದ... ಕುರೂಪವನ್ನು ಸುಂದರವಾಗಿಸುವ ಸೌಂದರ್ಯ... ಅವನ ಒಲವು...

ದಿನವೂ ದಾರಿಯಲ್ಲಿ ಬಾವಿ...

4

ಪ್ರಣಯ ದೇಗುಲ, ಪ್ರೇಮ ವಿಗ್ರಹ. ಮಾನವ ಪೂಜಾರಿ. ಹೆಣ್ಣು ಸಂಕೇತ... ಪ್ರೇಮವೇ ಸೌಂದರ್ಯ.

ಬದುಕುತ್ತಿದ್ದ, ದಿನವೂ ತನ್ನ ಹೋರಾಟಕ್ಕೆ ಹೋಗುತ್ತಿದ್ದ... ಹೋರಾಟ ...ಬಾಳಿನ ಕವಿದ ಕತ್ತಲಲ್ಲಿ ಸೌಂದರ್ಯದ ದೀವಟಿಗೆಯನ್ನು ಆರಗೊಡದಿರಲು ...ಭೀತನಾಗಿ ಆಕರ್ಷಿತನಾಗಿ... 'ಬಾ'... 'ಹೋಗು'

ಹೋಗುತ್ತಿದ್ದ, ಬರುತ್ತಿದ್ದ.

... ದಾರಿಯಲ್ಲಿ ಬಾವಿ, ಮನಸಿನೊಳಗೆ ಬಾವಿ

ಹೋಗುತ್ತಿದ್ದ, ಬರುತ್ತಿದ್ದ.

ಜೋಡಿ ಉಕ್ಕಿನ ಹಳಿಯ ಮೇಲೆ ಧಾವಿಸುತ್ತಿದೆ ರೈಲು... ನಿರ್ದಯ ವಾಸ್ತವತೆ... ಶಾಂತಿ, ಪ್ರೇಮ, ತೃಪ್ತಿಯ ನಿಲುದಾಣದತ್ತ... ಭಗ್, ಭಕ್ ಭಕ್, ಭಗ್, ಭಕ್... ಆಸೆ... ನಿರಾಸೆ... ವಿಕರ್ಷಣೆ, ಆಕರ್ಷಣೆ... ನಿರ್ದಯ ವಾಸ್ತವತೆಯ ಜೋಡಿ ಹಳಿ...

ಬದುಕಿದ, ಪ್ರೀತಿಸಿದ, ಪ್ರೀತಿಸಿದವರಿಂದ ಪ್ರೀತಿಸಲ್ಪಡಲು ಪ್ರೀತಿಸಿದ... ನಿಲುದಾಣ... ಒಲವಿಗೆ ಒಲವೇ ಪ್ರತಿಫಲ... ತ್ಯಾಗ... ಪ್ರೇಮಕ್ಕೆ ಕಂಬನಿ ಆಹಾರ... ಸುಖಕ್ಕೆ ದುಃಖವೇ ಬೆಲೆ...

ಬದುಕುತ್ತಿದ್ದ, ಪ್ರೀತಿಸುತ್ತಿದ್ದ, ಪ್ರೀತಿಸಿದವರಿಂದ ಪ್ರೀತಿಸಲ್ಪಡಲು ಬದುಕುತ್ತಿದ್ದ.

5

ಎಲ್ಲರಂತೆ ಅವನು... ಗುಂಪಿನ ಗೋವಿಂದ... ಬಯಕೆ ಬಾಳಿನುಸಿರು... ಸಮಾಜ ಅರ್ಥವ್ಯವಸ್ಥೆ, ತನ್ನತನದ ಚಕ್ರಕ್ಕೆ ಸಿಲುಕಿ ಸುತ್ತುತ್ತಿದ್ದ... ಸುತ್ತುವ ಚಕ್ರ... ವೇಗವಾಗಿ, ಉಗ್ರವಾಗಿ, ಉನ್ಮತ್ತವಾಗಿ, ಸುತ್ತುವ ಚಕ್ರ ...ಚಕ್ರದೊಳಗೆ ಚಕ್ರ...

'ಆಶಾ ಶಾ ಪರಮಂ ದುಃಖಂ'... 'ನಂಬಿ ಕೆಟ್ಟವರಿಲ್ಲ'... ಕೇಳು ಇಲ್ಲವೆನ್ನುವುದಿಲ್ಲ. ಕೇಳು... ಏನು... ಇಲ್ಲವೆನ್ನುವುದಿಲ್ಲ... ಏನು... ಕೊಡುವೆಯಾ... ಏನು... ಏನು... ದೃಷ್ಟಿಹೀನ, ಅರ್ಥಶೂನ್ಯ, ಏನು... ಜಟಿಲಜೀವನ... ಆಧುನಿಕ ಜೀವನ ಚೀರಾಟ... ತರ್ಕಶೂನ್ಯ, ಹಿಂಸಾದಾಯಕ ಚೀರಾಟ...

ಒಲಿದವರ ಒಲವೇ ಬದುಕು... ಬದುಕೆಂಬ ಬವರದ ಅರ್ಥ... 'ಹೇಳದಿರು ಹೋರಾಡಿ ಫಲವಿಲ್ಲವೆಂದು'... 'ಈಸಬೇಕು ಇದ್ದು ಜೈಸಬೇಕು'... 'ಪ್ರಯತ್ನಕ್ಕೆ ಫಲವುಂಟು'... ಗಾದೆಯ ಮಾತು ವೇದದ ಮಾತು...!...! ಭೂತವನ್ನು ಉದಹರಿಸುತ್ತಿರುವ ವರ್ತಮಾನ... ಅನಂತ ಭೂತವನ್ನು ಉದಹರಿಸುತ್ತಿರುವ ಅನಂತ ವರ್ತಮಾನ...

ಬದುಕುತ್ತಿದ್ದ... ಬಯಕೆಯಟ್ಟಿದ ಪಶು... ಆಹಾರ, ನಿದ್ರಾ, ಭಯ, ಮೈಥುನ... ಬಯಕೆಯಟ್ಟಿದ ಪಶು... ಹೆಸರು... ಕೀರ್ತಿ... ರಸ್ತೆಯ ಬದಿಯ ಬೇಲಿಯ ಹೂವು... ಕುರೂಪತೆಯನ್ನು ಸುಂದರವಾಗಿಸುತ್ತಿರುವ ಸೌಂದರ್ಯ...

ಕೆಲವೊಮ್ಮೆ, ಬಳಸದ, ಬಳಸಲು ಬಾರದ ಪಾಚಿಗಟ್ಟಿದ ನೀರಿನ ಮೇಲೆ ಬಣ್ಣ ಬಣ್ಣದ ಮುಗಿಲ ಮರಿಗಳು...

6

ತಣ್ಣಗೆ ಹೊಳೆವ ಮಂಕು ನೀರು... 'ಹಗಲನಟ್ಟಿ ಸಂಜೆ ಬರುತಿದೆ'... ಹೊಳೆವ ನಗುಗಣ್ಣು... ಮಂಜು ಕವಿದಿದೆ... ಕತ್ತಲು ಕತ್ತಲಾದ ಕತ್ತಲನ್ನು ಹೆರುವ ಕತ್ತಲು...

ಕಠೋರ ವಾಸ್ತವತೆಯ ಜೋಡಿ ಹಳಿಯ ಮೇಲೆ ಧಾವಿಸುತ್ತಿರುವ ರೈಲು... ನಿಲ್ದಾಣ... ವಿಫಲತೆ...

ಮೈದಾನದಲ್ಲಿ ಬಾವಿ...

...'ದೇವನಿಹನು ಸಗ್ಗದಲ್ಲಿ ಎಲ್ಲ ಒವಿತು ನೆಲದಲಿ'... 'ಮಾಮೇಕಂ ಶರಣಂ ವ್ರಜ'...??...!!!!...

ಮೈದಾನದಲ್ಲಿ ಬಾವಿ... ಬಳಸದೆ, ಬಳಸಲು ಬಾರದೆ... ವ್ಯಕ್ತಾವ್ಯಕ್ತ... ...ಸಾವಿನ ಬಾಯಿ...

'ಹೀಗೇಕೆ ಬಿಟ್ಟಿರಿ ಈ ಬಾವಿಯನ್ನು... ಮುಚ್ಚಿಸಲಿಲ್ಲವೇಕೆ... ಕೊಲೆಗಡುಕರು... ಉಡಿಯಲ್ಲಿ ಸಾವಿಟ್ಟುಕೊಂಡು...'

'ಸಾವು ಬರಬೇಕಾಗಿತ್ತು ಕಣ್ಣು ತೆರೆಸಲು... ಮಾನವನ ಕಣ್ಣು ತೆರೆಸಲು ಮಾನವ ಸಾಯಬೇಕು...'

'ಮಾನವ ಸಾಯಬೇಕು'... ಯಾರು ?

'ಸಾವಾರ ಕರೆಯುತ್ತಿದೆಯೆಂದು ಕೇಳದಿರು; ನಿನ್ನನ್ನೇ ಕರೆಯುತ್ತಿದೆ'...

ಬೆಚ್ಚಗಿದೆ ತಣ್ಣೀರು... ಒಲವಿನ ಬೆಳಕಿನ ಕಣ್ಣನೋಟಕ್ಕಿಂತ ಬೆಚ್ಚಗಿದೆ. ತಣ್ಣೀರು... 'ಮನಸಿಜನ ಮಾಯೆ ವಿಧಿ ವಿಳಸನದ ನೆರಂಬಡೆಯೆ ಕೊಂಡು ಕೂಗದೆ ನರರಂ'... ತಣ್ಣೀರು... ಸಾಯಬೇಕು; ಕಣ್ಣು ತೆರೆಸಬೇಕು...

7

ಬಯಲು ಬಯಲನೆ ಕೂಡಿ ಬಯಲಾಗಿತ್ತು. ❍

○ ಬಸವರಾಜ ಕಟ್ಟೀಮನಿ

ಬೂಟ್ ಪಾಲಿಶ್

"ಪಾಲಿಶ್... ಬೂಟ್ ಪಾಲಿಶ್..."

ರೈಲು ನಿಲ್ದಾಣ, ಮೋಟಾರು ನಿಲ್ದಾಣ, ಸಿನಿಮಾ ಮಂದಿರ, ನಾಟಕ ಗೃಹ, ಭೋಜನಾಲಯ, ಚಹದಂಗಡಿ ಮೊದಲಾದವುಗಳ ಹತ್ತಿರ ನನ್ನ ಈ ಧ್ವನಿಯನ್ನು ನೀವು ಕೇಳಿದ್ದೀರಿ. ನಿಮಗೆ ಬೇಸರ ಬರಿಸುವಷ್ಟು ಪರಿಚಿತವಾಗಿರಬೇಕು ನನ್ನ ಈ ಧ್ವನಿ. ಉದ್ಯಾನದಲ್ಲಿ ನಿಮ್ಮ ನೂತನ ವಧುವಿನ ಜೊತೆಗೆ ನೀವು ನಗುನಗುತ್ತ ಮಾತನಾಡುತ್ತಿದ್ದರೂ ಸರಿಯೆ, ದಿನಪತ್ರಿಕೆಯನ್ನು ಓದುತ್ತ ರೈಲಿಗಾಗಿ ಕಾಯುತ್ತಿದ್ದರೂ ಸರಿಯೆ, ಟಿಕೆಟ್ಟು ಕೊಳ್ಳಲೆಂದು 'ಕ್ಯೂ'ದಲ್ಲಿ ನಿಂತಿದ್ದರೂ ಸರಿಯೆ, ಅವಸರವಸರವಾಗಿ ರೈಲಿನಿಂದ ಇಳಿದುಬರುತ್ತಿದ್ದರೂ ಸರಿಯೆ, ಹಸಿದು ಊಟಕ್ಕೆ ಧಾವಿಸುತ್ತಿದ್ದರೂ ಸರಿಯೆ, ನಾನು ಅದಾವುದನ್ನೂ ಗಮನಿಸುವುದಿಲ್ಲ. ನನ್ನ ಉದ್ದೇಶವೊಂದೇ: ಬೂಟ್ ಪಾಲಿಶ್. ನನ್ನ ಗುರಿಯೊಂದೇ; ಒಂದಾಣಿಯ ಸಂಪಾದನೆ.

ನನ್ನ ಧ್ವನಿ ಕಿವಿಗೆ ಬೀಳುತ್ತಲೂ ನೀವು ಮುಖವನ್ನತ್ತ ತಿರುಗಿಸುತ್ತೀರಿ, ಹುಬ್ಬು ಏರಿಸುತ್ತೀರಿ, ದೃಷ್ಟಿಯನ್ನು ತೀಕ್ಷ್ಣಗೊಳಿಸುತ್ತೀರಿ. ಆ ದೃಷ್ಟಿ ಬಾಣದ ಏಟಿಗೆಲ್ಲ ಹೆದರುವವನಲ್ಲ ನಾನು; ಅದೆಲ್ಲವೂ ನನಗೆ ಅಭ್ಯಾಸವಾಗಿಹೋಗಿದೆ. ನೀವು ಒರಟು ಸ್ವರದಲ್ಲಿ 'ಬೇಡ'ವೆಂದರೂ ಹಿಂಜರಿಯದೆ ಕೆಳಗೆ ಕುಳಿತು ನಿಮ್ಮ ಬೂಟುಗಳಿಗೆ ಕೈ ಹಾಕುತ್ತೇನೆ. "ಹೆಚ್ಚಿಲ್ಲ ರಾಯರೆ, ಒಂದೇ ಆಣೆ, ಚೆನ್ನಾಗಿ ಪಾಲಿಶ್ ಮಾಡುತ್ತೇನೆ. ಕನ್ನಡಿಯ ಹಾಗೆ ಝುಳಝುಳ ಮಾಡಿಕೊಡುತ್ತೇನೆ" ಎಂದು ವಿನಯಪೂರ್ಣ ಧ್ವನಿಯಲ್ಲಿ ಹೇಳುತ್ತೇನೆ. ನನ್ನ ಕಂಕುಳಲ್ಲಿ ನೇತಾಡುವ ಪುಟ್ಟ ಚೀಲವನ್ನು ನೆಲಕ್ಕಿಟ್ಟು ಅದರೊಳಗಿನಿಂದ ಬ್ರಶ್ ಮತ್ತು ಪಾಲಿಶ್ ಡಬ್ಬಿಗಳನ್ನು ಹೊರದೆಗೆದು ಸಿದ್ಧನಾಗುತ್ತೇನೆ. ಇಂಥ ಸಂದರ್ಭದಲ್ಲಿ ಎಂಥವರಿಗಾದರೂ 'ಪಾಲಿಶ್ ಮಾಡಿಸೋಣವೆ ?' ಎನ್ನಿಸದಿರುವುದಿಲ್ಲ. 'ಏನು ಮಹಾ. ಒಂದಾಣಿ ತಾನೆ ? ಸರಿ' ಎಂದುಕೊಂಡು ಪಾದರಕ್ಷೆಗಳನ್ನು ಕಳಚಿಕೊಡುತ್ತಾರೆ. ಅಲ್ಲಿಯೇ ಕುಳಿತುಕೊಂಡು ನಾನು ನನ್ನ ಕೆಲಸಕ್ಕಾರಂಭಿಸುತ್ತೇನೆ. ಮೊದಲು ಅವುಗಳ ಮೇಲಿನ

ಧೂಳುಗಳನ್ನೆಲ್ಲ ಒರೆಸುವುದು, ಆಮೇಲೆ ಪಾಲಿಶ್ ಮಾಡುವುದು, ಬ್ರಶ್‌ಅನ್ನು ಬಲಗೈಯಲ್ಲಿ, ಪಾದರಕ್ಷೆಯನ್ನು ಎಡಗೈಯಲ್ಲಿ ಹಿಡಿದು ರಭಸದಿಂದ ಉಜ್ಜುವುದು. ಆಗ ನನ್ನ ಕೈಯ ಓಟವನ್ನು ನಿರುಕಿಸುತ್ತ ನಿಂತಿರುವುದೇ ನಿಮಗೊಂದು ಮೋಜು. ಪಾದರಕ್ಷೆಯ ಮೇಲೆ ಬ್ರಶ್ ಆಡಿಸುತ್ತ ಹೇಗೆ ಓಡಿಯಾಡುತ್ತದೆ ನನ್ನ ಕೈ! ಎಂಥ ಕುಶಲ ಕೆಲಸಗಾರನಾದರೂ ನಾಚಬೇಕು ಅದನ್ನು ಕಂಡು. ಈ ಕೌಶಲ್ಯ ಸುಮ್ಮನೆ ಬರುತ್ತದೆಯೆ? ಅದಕ್ಕೂ ಅನುಭವ ಬೇಕು, ಸ್ವಾಮೀ ಅನುಭವ ಬೇಕು. ಈ ವಿದ್ಯೆಯ ಒಳಗುಟ್ಟುಗಳೆಲ್ಲ ತಿಳಿದಿರಬೇಕು.

ನನ್ನ ಕುಂದಿದ ಮುಖವನ್ನೂ, ಕೊಳಕು ಬಟ್ಟೆಗಳನ್ನೂ ಕಂಡು, ನನ್ನ ವಯಸ್ಸನ್ನು ಗುರುತಿಸಿ 'ಇವನಿಗೇನು ಮಹಾ ಅನುಭವ!' ಎನ್ನಬೇಡಿ ಮತ್ತೆ. ನನ್ನ ಐದನೆಯ ವಯಸ್ಸಿನಿಂದ ಇದುವರೆಗೆ, ಹತ್ತು ವರ್ಷಗಳ ಕಾಲ ಬೂಟ್ ಪಾಲಿಶ್ ಬಿಟ್ಟರೆ ಬೇರೆ ಉದ್ಯೋಗವೇ ನನಗಿಲ್ಲ. ಬೂಟ್ ಪಾಲಿಶ್ ಅಂದರೆ ನಾನು–ನಾನು ಅಂದರೆ ಬೂಟ್ ಪಾಲಿಶ್ ಎನ್ನುವಷ್ಟರ ಮಟ್ಟಿಗೆ ನಾನು ಅದರೊಂದಿಗೆ ಬೆರೆತುಕೊಂಡಿದ್ದೇನೆ. ನನ್ನ ಪಾಲಿಗೆ ಬೇರೆ ಪ್ರಪಂಚವೇ ಇಲ್ಲ. ಬೂಟ್ ಪಾಲಿಶ್‌ನ ಪ್ರಪಂಚವೇ ನನ್ನ ಪ್ರಪಂಚ. ಅದನ್ನು ಬಿಟ್ಟರೆ ನನಗಿನ್ನಾವ ದಿಕ್ಕೂ ಇಲ್ಲ.

ಅಚ್ಚರಿಗೊಳ್ಳುವಿರಲ್ಲವೆ ನೀವು? ಆ ಅಚ್ಚರಿಗೇನೂ ಕಾರಣವಿಲ್ಲ ಸ್ವಾಮೀ. ಈ ಪ್ರಪಂಚದಲ್ಲಿ ನನ್ನವನೆಂದರೆ ನಾನೊಬ್ಬನೇ ಒಬ್ಬ. ತಂದೆತಾಯಿಗಳ ಮುಖ ನಾನು ಕಾಣಲಿಲ್ಲ. ನನ್ನ ತಂದೆ ಯಾರು, ತಾಯಿ ಯಾರು ಎನ್ನುವುದನ್ನು ನಾನರಿಯೆ. ನನಗೆ ತಿಳಿವು ಬರುವ ವಯಸ್ಸಿಗೆ ಭಿಕ್ಷುಕನೊಬ್ಬ ನನ್ನನ್ನು ಸಾಕುತ್ತಿದ್ದ. ನನ್ನ ಹಾಗೆಯೇ ಪರದೇಶಿಗಳಾಗಿದ್ದ ಹತ್ತು ಹನ್ನೆರಡು ಹುಡುಗರು ಆತನ ಜೊತೆಗಿದ್ದರು. ನಗರದ ಹೊರಗಿದ್ದ ಹಾಳು ಧರ್ಮಶಾಲೆಯೊಂದರಲ್ಲಿ ನಾವೆಲ್ಲ ವಾಸಿಸುತ್ತಿದ್ದೆವು. ಎಲ್ಲ ಹುಡುಗರ ಕೆಲಸವೂ ಇದೆ: ಬೂಟ್ ಪಾಲಿಶ್. ಬೆಳಗಿನಿಂದ ರಾತ್ರಿಯವರೆಗೆ ನಾವೆಲ್ಲರೂ ಕೆಲಸಮಾಡಿ ಬಂದ ಹಣವನ್ನು ತಂದು ಆತನ ಹತ್ತಿರ ಕೊಡುತ್ತಿದ್ದೆವು. ಆತ ನಮಗೆಲ್ಲ ಅನ್ನ ಹಾಕುತ್ತಿದ್ದ. ಅವನ ಹೆಸರೂ ನನಗೆ ತಿಳಿಯದು. ಪಾಪ, ಮುದುಕ ಕೆಮ್ಮಿನ ರೋಗದಿಂದ ಜರ್ಜರಿತವಾಗಿ ಯಾವಾಗಲೂ ಹಾಸಿಗೆ ಹಿಡಿದು ಬಿದ್ದಿರುತ್ತಿದ್ದ. ಅಂಥ ಸ್ಥಿತಿಯಲ್ಲೇ ಎದ್ದು, ಧರ್ಮಶಾಲೆಯ ಮೂಲೆಯೊಂದರಲ್ಲಿದ್ದ ಕಲ್ಲಿನ ಒಲೆಯ ಮೇಲೆ ಅನ್ನ ಕುದಿಸಿ, ನಾವು ಬರುವ ಹೊತ್ತಿಗೆ ಊಟವನ್ನು ಅಣಿಮಾಡಿ ಇಟ್ಟಿರುತ್ತಿದ್ದ. ನಮ್ಮನ್ನೆಲ್ಲ ತನ್ನ ಹೊಟ್ಟೆಯ ಮಕ್ಕಳಂತೆ ನೋಡಿಕೊಂಡು ಪ್ರೀತಿಯಿಂದ ಊಟ ಮಾಡಿಸುತ್ತಿದ್ದ. ನಾವೆಲ್ಲ ಆತನನ್ನು 'ಅಜ್ಜ' ಎಂದು ಕರೆಯುತ್ತಿದ್ದೆವು. ಮುದುಕ ಒಂದು ದಿನ ಸತ್ತುಹೋದ. ನಾವು ಮತ್ತೆ ಅನಾಥರಾದೆವು. ನಮ್ಮ ಗುಂಪು ಚದುರಿತು. ನಾವೆಲ್ಲ ನಮ್ಮ ನಮ್ಮ ಕಾಲ ಮೇಲೆ ನಿಂತು ಜೀವನ ಸಾಗಿಸಲು ಕಲಿತೆವು.

ಒಂದು ದಿನ – ಆ ದಿನವಿನ್ನೂ ನನಗೆ ಚೆನ್ನಾಗಿ ನೆನಪಿದೆ – ತನ್ನ ಮೈಯಲ್ಲಿ ನೆಟ್ಟಗಿರಲಿಲ್ಲ; ದೇಹ ಬಿಸಿಯಾಗಿತ್ತು. "ಇವೊತ್ತು ಕೆಲಸಕ್ಕೆ ಹೋಗಬೇಡ ಮಗೂ, ಸುಖವಾಗಿ ಮಲಗಿಕೋ" ಎಂದು ಹೇಳಿ ಅಜ್ಜ ನನ್ನನ್ನು ಗೋಣಿಚೀಲವೊಂದರ ಮೇಲೆ ಮಲಗಿಸಿದ್ದ. ಇನ್ನೊಂದು ಗೋಣಿಚೀಲ ಹೊದೆದುಕೊಂಡು ಜ್ವರದಿಂದ ಭಾರವಾಗಿದ್ದ ಕಣ್ಣುಗಳನ್ನು ಮುಚ್ಚಿ ನಾನು ಮಲಗಿದ್ದೆ. ನನ್ನ ಪಕ್ಕದಲ್ಲಿ ಕುಳಿತುಕೊಂಡು ನನ್ನ ಹಣೆಯನ್ನು ನೇವರಿಸುತ್ತ ಮುದುಕ ಹೇಳುತ್ತಿದ್ದ: "ಜ್ವರ ಬಂದು ನೀನಿಲ್ಲಿ ಬಿದ್ದಿದ್ದೀಯ. ಆ ನಿನ್ನ ತಾಯಿ ಈಗ ಎಲ್ಲಿರುವಳೋ? ಎಷ್ಟು ಸುಖಪಡುತ್ತಿರುವಳೋ..."

ನನ್ನ ತಾಯಿ...

ನನ್ನ ತಾಯಿ ಬದುಕಿರಬಹುದೆಂಬ ವಿಚಾರ ನನಗೆ ಗೊತ್ತಾದುದು ಅದೇ ಮೊದಲ ಬಾರಿ. ಎಲ್ಲರಿಗೂ ತಾಯಿಯೊಬ್ಬಾಕೆ ಇರುವಂತೆ ನನಗೂ ಇದ್ದಿರಲೇಬೇಕೆಂಬುದಷ್ಟೆ ನನಗೆ ಗೊತ್ತಿದ್ದುದು. ಆದರೆ, ನಾನು ಹುಟ್ಟುತ್ತಲೂ ಆಕೆ ಸತ್ತುಹೋಗಿರಬೇಕು, ನನ್ನ ತಂದೆಯೂ ಸತ್ತುಹೋಗಿರಬೇಕು ಎಂದು ನಾನು ತಿಳಿದಿದ್ದೆ. ಆದರೆ – ನನ್ನ ತಾಯಿ ಸತ್ತುಹೋಗಿರಲಿಲ್ಲ, ಬದುಕಿದ್ದಾಳೆ, ಸುಖವಾಗಿ ಕಾಲ ತಳ್ಳುತ್ತಿದ್ದಾಳೆ ಎಂಬುದು ಗೊತ್ತಾಗುತ್ತಲೂ ನನ್ನ ಹೃದಯ ಭಯಂಕರವಾಗಿ ಕೂಗಿಕೊಳ್ಳತೊಡಗಿತು: ತಾಯಿ... ನನ್ನ ತಾಯಿ... ನಾನಾಕೆಯನ್ನು ಕಾಣಬೇಕು... ಆಕೆಯ ತೊಡೆ–ಮಡಿಲಲ್ಲಿ ಮುಖ ಮುಚ್ಚಿಕೊಂಡು ಪವಡಿಸಬೇಕು–

"ಎಲ್ಲಿದ್ದಾಳೆ ಅಜ್ಜಾ, ನನ್ನ ತಾಯಿ ?" ಎಂದು ಕೇಳಿದೆ.

ಮುದುಕ ನನ್ನ ತಲೆಗೂದಲಿನಲ್ಲಿ ಬೆರಳು ಆಡಿಸುತ್ತ, ನನ್ನನ್ನು ಸಂತವಿಸುವ ಸ್ವರದಲ್ಲಿ ಹೇಳಿದ: "ಎಲ್ಲಿದ್ದಾಳೊ ಯಾರಿಗೆ ಗೊತ್ತಪ್ಪ! ಅಂತೂ ಇರಬೇಕು ಎಂಬುದಿಷ್ಟೆ ನಿಜ."

"ನೀನಾಕೆಯನ್ನು ನೋಡಿದ್ದೀಯಾ ಅಜ್ಜ ?"

"ಇಲ್ಲ ಮಗೂ, ನೋಡಿದ್ದರೆ ನೀನೇಕೆ ಇಲ್ಲಿರುತ್ತಿದ್ದೆ ? ಇಂಥ ಸ್ಥಿತಿಯಲ್ಲಿ ? ಏನಾದರೂ ಬೇರೆ ವ್ಯವಸ್ಥೆಯಾಗುತ್ತಿತ್ತು."

ಮುದುಕ ಮುಂದೆ ಏನೇನೋ ಹೇಳಿದ. ಅದೆಲ್ಲವೂ ನನಗೆ ಅರ್ಥವಾಗಲಿಲ್ಲ. ನನ್ನ ತಾಯಿ ಇನ್ನೂ ಕುಮಾರಿಯಾಗಿದ್ದಾಗ ಯಾವನೋ ಒಬ್ಬ ಆಕೆಯನ್ನು ಕೆಡಿಸಿದನಂತೆ. ಅದರ ಫಲವಾಗಿ ನಾನು ಹುಟ್ಟಿದೆ. ಆಕೆ ಸಮಾಜಕ್ಕೆ ಹೆದರಿ, ಶಿಶುವಾಗಿದ್ದ ನನ್ನನ್ನೊಯ್ದು ಹನುಮಂತದೇವರ ಗುಡಿಯಲ್ಲಿಟ್ಟು ಹೋದಳಂತೆ. ಅದೆಲ್ಲ ಯಾವುದೋ ಬೇರೆ ಊರಿನಲ್ಲಿ ನಡೆದದ್ದು. ಗುಡಿಗೆ ಕೊಂಚ ದೂರದಲ್ಲಿ ಬಿಡಾರ ಹೂಡಿದ್ದ ಅಜ್ಜ ನನ್ನನ್ನು ಕಂಡು ಕನಿಕರಗೊಂಡು ಸಾಕಿ ಸಲಹಿದನಂತೆ. ಆಗ ಅವನೊಡನಿದ್ದ ಭಿಕ್ಷುಕ ದಂಪತಿಗಳಿಬ್ಬರು ನನ್ನನ್ನು ಮಗನಂತೆ ನೋಡಿಕೊಂಡರಂತೆ, ಆ ಭಿಕ್ಷುಕಿಯ ಮೊಲೆ ಹಾಲು ಕುಡಿದೇ ನಾನು ಬೆಳೆದದ್ದು. ಕೆಲದಿನ ಕಳೆದ ಬಳಿಕ ಅವಳೂ ಸತ್ತುಹೋದಳಂತೆ.

"ನನ್ನ ತಾಯಿ ನನ್ನನ್ನು ಹಾಗೇಕೆ ಬಿಟ್ಟುಹೋದಳು ಅಜ್ಜಾ ?" ಎಂದು ಕೇಳಿದೆ.

"ಅದೆಲ್ಲಾ ನಿನಗೆ ಅರ್ಥವಾಗುವಂತಿಲ್ಲ ಮಗೂ. ದೊಡ್ಡವರ ಮನೆಗಳಲ್ಲಿ ಆಗಾಗ ಹಾಗೆ ನಡೆಯುವುದುಂಟು. ಅದನ್ನೆಲ್ಲ ತಲೆಗೆ ಹಾಕಿಕೊಳ್ಳಬೇಡ, ಸುಮ್ಮನೆ ಮಲಗಿಕೋ ಕಂದ. ನಿನಗೆ ಬಹಳ ಜ್ವರ ಬಂದಿದೆ."

"ಆ ನನ್ನ ತಾಯಿ ಈಗಲೂ ಬದುಕಿರಬಹುದೇ ಅಜ್ಜ ?"

"ಇರಲೇಬೇಕು. ಬೇರೊಬ್ಬನನ್ನು ಲಗ್ನವಾಗಿ ಎಲ್ಲಿಯಾದರೂ ಸುಖದಿಂದ ಕಾಲ ಕಳೆಯುತ್ತಿರಬಹುದು."

"ನನ್ನ ನೆನಪು ಅವಳಿಗಿರಬಹುದೇ ಅಜ್ಜ ?"

"ಖಂಡಿತ ಇರಲೇಬೇಕು. ಅಂದು ಸಮಾಜಕ್ಕೆ ಹೆದರಿ ನಿನ್ನನ್ನಾಕೆ ಹೀಗೆ ಬಿಟ್ಟು ಹೋಗಬೇಕಾಯಿತು. ಆದರೆ, ತಾಯಿಕರುಳು ಕೊರಗದಿರುತ್ತದೆಯೇ ತಮ್ಮ ? ಈಗಲೂ ನಿನ್ನನ್ನಾಕೆ ನೆನೆಯುತ್ತಿರಬಹುದು. ನಿನಗಾಗಿ ಕಣ್ಣೀರು ಸುರಿಸುತ್ತಿರಬಹುದು."

ಅಜ್ಜನ ಆ ಮಾತಿನಿಂದಾಗಿ ನನಗೆ ದುಃಖ ಉಕ್ಕೇರಿ ಬಂದಿತು. ಎಂದೂ ಕಾಣದಿದ್ದ ಆ ತಾಯಿಯನ್ನು ನೆನೆದುಕೊಂಡು ಬಿಕ್ಕಿ ಬಿಕ್ಕಿ ಅತ್ತುಬಿಟ್ಟಿದ್ದೆ. "ನನ್ನ ತಾಯಿ... ಅಜ್ಜ, ನಾನು ನನ್ನ ತಾಯನ್ನ ನೋಡಬೇಕಪ್ಪ. ಏನಾದರೂ ಮಾಡು. ನನ್ನ ತಾಯನ್ನ ಹುಡುಕು" ಎಂದು

ಗೋಗರೆದಿದ್ದೆ. ಅಜ್ಜ ಮೌನವಾಗಿ ಕುಳಿತುಕೊಂಡು ನನ್ನನ್ನು ಸಂತವಿಸುತ್ತಿದ್ದ.

ಅಂದಿನಿಂದ ಒಂದೆರಡು ವರ್ಷಗಳ ಕಾಲ ನನಗೆ ತಾಯಿಯ ಹುಚ್ಚೇ ಹಿಡಿದುಬಿಟ್ಟಿತ್ತು. ಬೂಟ್ ಪಾಲಿಶ್ ಮಾಡುತ್ತ ಅಲ್ಲಿ ಇಲ್ಲಿ ಅಲೆಯುತ್ತಿದ್ದಾಗಲೆಲ್ಲ ಸೀರೆಯ ಸೆರಗನ್ನು ಕಂಡೊಡನೆ ಆ ಹೆಣ್ಣುಮಗಳ ಮುಖವನ್ನು ಆತುರದಿಂದ ನಿರೀಕ್ಷಿಸುತ್ತ ನಿಲ್ಲುತ್ತಿದ್ದೆ. ಪುಟ್ಟ ಮಕ್ಕಳನ್ನು ಕಂಕುಳಲ್ಲೆತ್ತಿಕೊಂಡು ರೈಲು ಹತ್ತುವ ಮುತ್ತೈದೆಯರನ್ನು ಕಂಡಾಗಲೆಲ್ಲ ನನ್ನ ಹೃದಯ ಉಮ್ಮಳಿಸಿಬರುತ್ತಿತ್ತು. ಅವರಲ್ಲಿ ಯಾರಾದರೊಬ್ಬಾಕೆ ನನ್ನ ತಾಯಿಯಾಗಿರಬಹುದೇ ಎಂದು ಆಶೆಯ ಕಂಗಳಿಂದ ನಿಟ್ಟಿಸುತ್ತ ನಿಲ್ಲುತ್ತಿದ್ದೆ. ರೇಶಿಮೆ ಸೀರೆ ಉಟ್ಟು ಸೊಗಸಾಗಿ ಅಲಂಕಾರ ಮಾಡಿಕೊಂಡು ಸಿನಿಮಾಕ್ಕೆ ಹೊರಟ ಸ್ತ್ರೀಯರನ್ನು ನೋಡುತ್ತ ನಿಂತಹಾಗೆ ಇವರಲ್ಲಿ ಯಾರಾದರೊಬ್ಬಳು ನನ್ನ ತಾಯಿಯಾಗಿರಲೂಬಹುದು ಎನ್ನಿಸುತ್ತಿತ್ತು.

ಒಂದು ದಿನ ಹೀಗೇ ನಾಟಕಗೃಹವೊಂದರ ತಲೆಬಾಗಿಲಲ್ಲಿ ನಿಂತಿದ್ದಾಗ ನಡುವಯಸ್ಸಿನ ಗಂಡಹೆಂಡಿರಿಬ್ಬರು ಮೋಟಾರು ಕಾರಿನಿಂದಿಳಿದರು. ಅವರು ಭಾರಿ ಶ್ರೀಮಂತರೆನ್ನುವುದು ಸ್ಪಷ್ಟವಾಗಿದ್ದಿತು. ಬಾಗಿಲಿನ ಮೂಲೆಯಲ್ಲಿ ನಿಂತುಕೊಂಡು ಆಶಾಪೂರ್ಣ ದೃಷ್ಟಿಯಿಂದ ನಾನು ಆ ಹೆಣ್ಣುಮಗಳನ್ನು ನೋಡುತ್ತಿದ್ದೆ. ಆಕೆಯ ದೃಷ್ಟಿಯೂ ಅಕಸ್ಮಾತ್ತಾಗಿ ನನ್ನೆಡೆಗೆ ತಿರುಗಿತು. ಆಕೆಯೂ ಯಾರನ್ನೋ ಹುಡುಕುತ್ತಿದ್ದ ಹಾಗೆ ಕಂಡುಬಂದಿತು. ನನ್ನ ಎದೆ ಡವಡವನೆ ಬಡಿದುಕೊಳ್ಳತೊಡಗಿತು. ನನ್ನನ್ನಾಕೆ ಸೂಕ್ಷ್ಮವಾಗಿ ದಿಟ್ಟಿಸುತ್ತಿದ್ದಾಳೆ. ಗೌರವರ್ಣದ ಆ ತುಂಬುಮೊಗದಲ್ಲಿ ಎಂಥ ಮಮತೆ... ದೊಡ್ಡ ದೊಡ್ಡ ಆ ಸುಂದರ ಕಣ್ಣುಗಳಲ್ಲಿ ಎಂಥ ಅಕ್ಕರೆ... ಎಂದೋ ಕಳೆದುಕೊಂಡಿದ್ದ ಸ್ವಂತ ಮಗುವನ್ನು ಕಂಡೊಡನೆ ಬರಸೆಳೆದು ಎತ್ತಿಕೊಳ್ಳುವ ತಾಯಿಯ ಹಾಗೇ ನನ್ನನ್ನಾಕೆ ನಿರುಕಿಸುತ್ತಿದ್ದಾಳೆ. ಆನಂದದಿಂದ ನನ್ನ ದೇಹವೆಲ್ಲ ಕಂಪಿಸತೊಡಗಿತು. ಹೋ... ಕೊನೆಗೂ ಸಿಕ್ಕಿದಳು ನನ್ನ ತಾಯಿ... ದೇವರು ಕೃಪೆಮಾಡಿದ. ನನ್ನ ತಾಯಿಯನ್ನು ನನಗೆ ಮರಳಿಕೊಟ್ಟ. ಅವ್ವ... ನನ್ನ ಅವ್ವ... ಅಯ್ಯೋ... ಎಷ್ಟು ದಿನಗಳಿಂದ ಕಾದಿದ್ದೆ ನಿನಗಾಗಿ... ನಿನ್ನ ತೋಳುಗಳಲ್ಲಿ ಕುಳಿತುಕೊಂಡು ನಿನ್ನ ಸೆರಗಿನಲ್ಲಿ ತಲೆ ಹುದುಗಿಸಲು ಹೇಗೆ ಹಾತೊರೆಯುತ್ತಿದ್ದೆ... ಅವ್ವಾ...

ನನ್ನ ಆ ಕೊಳಕು ಬಟ್ಟೆ, ಕುಂದಿದ ಮುಖ, ಜಳಕವಿಲ್ಲದ ಕೊಳೆಯಾದ ಶರೀರ, ಹೊಲಸೆದ್ದು ನಾರುವ ತಲೆಗೂದಲು, ಎಲ್ಲವನ್ನೂ ನಾನಾಗ ಮರೆತುಬಿಟ್ಟಿದ್ದೆ. ನಾನೊಬ್ಬ ಬೂಟ್ ಪಾಲಿಶ್ ಹುಡುಗ ಎಂಬ ಅರಿವು ನನಗಾಗ ಇರಲಿಲ್ಲ. ಪ್ರೀತಿಯ ಅದ್ಭುತವಾದ ಮಾಯೆಯಲ್ಲಿ ನಾನು ಈ ಲೋಕವನ್ನೇ ಮರೆತುಬಿಟ್ಟು ಬೇರೊಂದು ಕನಸಿನ ಲೋಕದಲ್ಲಿ ಅಲೆಯುತ್ತಿದ್ದಹಾಗಿದ್ದಿತು. ಕಾತರತೆಯಿಂದ ಎರಡೂ ಕೈ ಮುಂದೆ ನೀಡಿ ತಾಯಿಯನ್ನು ತಬ್ಬಿಕೊಳ್ಳಲು ಮುನ್ನಡೆದೆ.

ಆಕೆ ಒಂದು ಕ್ಷಣ ನಿಂತಲ್ಲಿಯೇ ನಿಂತಿದ್ದಳು. ನನ್ನನ್ನು ಕೌತುಕದಿಂದಲೂ ಕನಿಕರದಿಂದಲೂ ದಿಟ್ಟಿಸಿ ನೋಡಿ ತನ್ನ ಕೈಚೀಲದಿಂದ ರೂಪಾಯಿ ನಾಣ್ಯವೊಂದನ್ನು ತೆಗೆದು ನನ್ನ ಕೈಗಿತ್ತಳು. ಪಕ್ಕದಲ್ಲಿದ್ದ ಆಕೆಯ ಪತಿ 'ನಾಟಕಕ್ಕೆ ಹೊತ್ತಾಯಿತು' ಎಂದು ಅವಸರ ಮಾಡುತ್ತಿದ್ದ. ಆಕೆ ಕೊನೆಯ ಸಲ ನನ್ನನ್ನು ಅಕ್ಕರೆಯಿಂದ ದಿಟ್ಟಿಸಿ ನೋಡಿ ನಿಟ್ಟುಸಿರೊಂದನ್ನು ಬಿಟ್ಟು ಮೆಲ್ಲಗೆ ನಡೆದುಹೋದಳು.

ಕನಸಿನ ಲೋಕದಿಂದ ನಾನು ದೊಪ್ಪನೆ ಕೆಳಕ್ಕೆ ಬಿದ್ದಂತಾಗಿದ್ದಿತು. ನನ್ನ ಹೃದಯಕ್ಕೆ ಬಲವಾದ ಆಘಾತವಾಗಿತ್ತು. ನನ್ನ ತಾಯಿಯನ್ನು ತೋರಿಸಿದಹಾಗೆ ಮಾಡಿ, ಅವಳಿಗಾಗಿ ಅತ್ಯಂತ ಆಸೆಯಿಂದ ನಾನು ಕಾಯುವ ಹಾಗೆ ಮಾಡಿ, ಇನ್ನೇನು ಸಿಕ್ಕಳು ಎನ್ನುವಷ್ಟರಲ್ಲೇ

ಮತ್ತೆ ಅವಳನ್ನು ನನ್ನಿಂದ ದೂರಗೊಳಿಸಿ ವಿಧಿ ನನ್ನನ್ನು ಹಾಸ್ಯಮಾಡಿ ಅಣಕಿಸಿದ್ದ. ಅಂದು ನನಗೆ ಜೀವನವೇ ಬೇಡವೆನಿಸಿತ್ತು. ಆ ಹೆಣ್ಣುಮಗಳು ಕೊಟ್ಟ ರೂಪಾಯಿಯನ್ನು ಚರಂಡಿಗೆಸೆದು ಥಿಯೇಟರಿನ ಎದುರಿಗಿದ್ದ ಚಹದಂಗಡಿಯ ಕಟ್ಟೆಯ ಮೇಲೆ ಅಳುತ್ತ ಬಿದ್ದುಕೊಂಡಿದ್ದೆ. 'ಎಲ್ಲರಿಗೂ ಒಬ್ಬಳು ತಾಯಿ ಇರುತ್ತಾಳೆ. ನನಗೂ ಇದ್ದಾಳೆ. ಆದರೆ ನಾನಾಕೆಯನ್ನು ನೋಡುವಂತಿಲ್ಲ, ಆಕೆಯೊಂದಿಗೆ ಕೂಡಿ ಇರುವಂತಿಲ್ಲ. ಅಯ್ಯೋ...' ಎಂದು ನರಳುತ್ತಿದ್ದೆ.

ನಾಟಕ ಮುಗಿದ ಮೇಲೆ ಮನೆಗೆ ಹೋಗುವಾಗಲಾದರೂ ಆಕೆಗೆ ದಯೆ ಬಂದು ನನ್ನನ್ನು ಕರೆದುಕೊಂಡು ಹೋಗಬಹುದೇನೋ ಎಂಬ ದೂರದ ಆಸೆಯೊಂದು ಉಳಿದಿತ್ತು. ರಾತ್ರಿ ಮೂರು ಗಂಟೆಯವರೆಗೂ ತಲೆಬಾಗಿಲಲ್ಲಿ ಕಾದು ನಿಂತಿದ್ದೆ. ಆದರೆ, ಆಕೆ ನನ್ನ ಕಡೆಗೆ ದೃಷ್ಟಿಯನ್ನು ಸಹ ಹೊರಳಿಸಲಿಲ್ಲ. ಪತಿಯ ಕೈಯಲ್ಲಿ ಕೈಹಾಕಿಕೊಂಡು ನಗುನಗುತ್ತ ಬಂದವಳು ಸಿದ್ಧವಾಗಿ ನಿಂತಿದ್ದ ಮೋಟಾರು ಗಾಡಿಯನ್ನೇರಿ ಹೋಗಿಬಿಟ್ಟಳು.

ಆ ರಾತ್ರಿಯೆಲ್ಲ ನನಗೆ ನಿದ್ದೆ ಬರಲಿಲ್ಲ, ಬರುವಂತಿರಲಿಲ್ಲ. ಕಣ್ಣೀರು ಸುರಿಸುತ್ತ ಹುಚ್ಚನಂತೆ ನಗರದ ಬೀದಿ ಬೀದಿ ಸುತ್ತುತ್ತಿದ್ದೆ. ಸುತ್ತಿ ಸುತ್ತಿ ಕಾಲು ಸೋತಾಗ ರೈಲ್ವೆ ನಿಲ್ದಾಣಕ್ಕೆ ಹೋಗಿ ಮೂಲೆಯೊಂದರಲ್ಲಿ ಬಿದ್ದುಕೊಂಡೆ.

ಈಗಲೂ ಆ ಹುಚ್ಚು ಹೋಗಿಲ್ಲ, ನನಗೆ ನಡುವಯಸ್ಸಿನ ಮಹಿಳೆಯರನ್ನು ಕಂಡಾಗಲೆಲ್ಲಾ ಅವರಲ್ಲೊಬ್ಬಳು ನನ್ನ ತಾಯಿಯಾಗಿರಬಹುದೇ ಎಂದು ಹಲುಬುತ್ತಿರುತ್ತೇನೆ. ನನ್ನ ಪಾಲಿಗೆ ತಾಯಿಯಿದ್ದರೂ ಇಲ್ಲದಂತೆ, ಆಕೆಯನ್ನು ನೆನೆದು ಅಳುವುದರಿಂದ ಉಪಯೋಗವಿಲ್ಲ. ನಾನು ಆಕೆಯನ್ನು ಕಾಣುವುದು ಸಾಧ್ಯವಿಲ್ಲ, ಆಕೆಯೂ ನನ್ನನ್ನು ಕಾಣುವುದು ಸಾಧ್ಯವಿಲ್ಲ, ನನ್ನನ್ನು ಕಂಡರೂ ನಾನು ತನ್ನ ಮಗನೆಂದು ಆಕೆ ಗುರುತಿಸಲಾರಳು. ನಾನು ಇದುವರೆಗೆ ನೋಡಿದ ಸಾವಿರಾರು ಮಹಿಳೆಯರಲ್ಲಿ ನನ್ನನ್ನು ಹೆತ್ತಾಕೆಯೂ ಇದ್ದಿರಬಹುದೊ ಏನೊ! ಆದರೆ ಆಕೆ ಇಂಥವಳೇ ಎಂದು ಗೊತ್ತಾಗುವುದು ಹೇಗೆ ಸಾಧ್ಯ?

ತಿಳಿಯಿತೇ ? ನನಗಾರೂ ಇಲ್ಲ ಈ ಪ್ರಪಂಚದಲ್ಲಿ. ನನ್ನ ಹೆಸರೇನೆಂಬುದು ನನಗೆ ತಿಳಿಯದು. ನನ್ನನ್ನು ಕೂಗಬೇಕಾದರೆ ಜನರು – "ಏ ಬೂಟ್ ಪಾಲಿಶ್" ಎಂದೇ ಕರೆಯುತ್ತಾರೆ. ಆ ಹೆಸರೇ ನನಗೂ ರೂಢಿಯಾಗಿದೆ. ಹೇಳಿ ಕೇಳಿ ಪರದೇಶಿಯಾದವನಿಗೆ ಯಾವ ಹೆಸರಾದರೆ ಏನಂತೆ. ತಾಯಿ ಇದ್ದರೂ ಇಲ್ಲದ ಹಾಗೆ, ತಂದೆ ಯಾರೆಂಬುದು ಗೊತ್ತಿಲ್ಲ. ಎಲ್ಲರೂ ಇರಬಹುದಾದರೂ ಈ ವಿಲಕ್ಷಣ ಲೋಕದಲ್ಲಿ ನಾನು ಮಾತ್ರ ಪರದೇಶಿ. ನನ್ನನ್ನು ಹುಟ್ಟಿಸಿದ ತಂದೆ ಆ ವಿಷಯವನ್ನೊಪ್ಪಿಕೊಳ್ಳಲು ಸಿದ್ಧನಾಗಿಲ್ಲ ಈ ಲೋಕದಲ್ಲಿ. ನಾನು, ನನ್ನಂಥ ಬೇರೆ ಪರದೇಶಿಗಳು... ನಮ್ಮ ಬಾಳು ಬಲು ವಿಚಿತ್ರ ಬಾಳು... ನಾಯಿಗಳ ಬಾಳು ಬೇಕು, ನಮ್ಮದು ಬೇಡ. ನಾಯಿಕುನ್ನಿಗಳು ತಮ್ಮ ತಂತಾಯಿಗಳ ಜತೆಗಾದರೂ ಇರುತ್ತವೆ. ನಮಗೆ ಆ ಯೋಗವೂ ಇಲ್ಲ. ಯಾವ ಪಾಪಕ್ಕಾಗಿ ನಮಗೆ ಈ ಶಿಕ್ಷೆ? ನಾವು ಮಾಡಿದ ಪಾಪವಾದರೂ ಏನು ? ನಾವು ಬದುಕುವುದಾದರೂ ಏತಕ್ಕಾಗಿ ? ಅಂತೂ ಬದುಕುತ್ತಿದ್ದೇವೆ. ಬದುಕಲು ಈ ಬೂಟ್ ಪಾಲಿಶ್. ಅಂತೆಯೇ ಅದೇ ನನ್ನ ಸರ್ವಸ್ವ. ಅದನ್ನು ಬಿಟ್ಟರೆ ನನಗೆ ಬೇರೇನೂ ಇಲ್ಲ. ಯಾವ ಆಸೆಯೂ ಇಲ್ಲ. ಯಾವ ಆಕಾಂಕ್ಷೆಯೂ ಇಲ್ಲ.

"ಪಾಲಿಶ್... ಬೂಟ್ ಪಾಲಿಶ್. ಬರೀ ಒಂದಾಣೆ ಸಾರ್. ಹೆಚ್ಚಿಗಿಲ್ಲ. ಪಾಲಿಶ್... ಬೂಟ್ ಪಾಲಿಶ್." ○

○ ಕೋ. ಚೆನ್ನಬಸಪ್ಪ

ಮುಕ್ಕಣ್ಣನ ಮುಕ್ತಿ

ಗಾಡಿ ಹೊಡೆಯುತ್ತಿದ್ದ ಲಿಂಗಣ್ಣನ ಮಗ ಗಂಗ ಎಡಕ್ಕೆ ಹೂಡಿದ್ದ ಹೋರಿ – 'ಮುಕ್ಕಣ್ಣ'ನನ್ನು ಬಾರುಕೋಲಿನಿಂದ ಬೀಸಿ ಒಮ್ಮೆ ಸೆಳೆದ. ಮುಕ್ಕಣ್ಣನ ಹೊಟ್ಟೆಯ ಮೇಲೆ ಬಾರುಕೋಲಿನ ಸೆಳೆಯ ಬಾಸಾಳಬರೆಯಂತೆ ಮೂಡಿತು! ಹೊಟ್ಟೆಯಲ್ಲಿ ಉರಿಬಿದ್ದ ಮುಕ್ಕಣ್ಣ, ಅರೆಪೆಟ್ಟು ಮಾಡಿದ ನಾಗರಹಾವಿನಂತೆ ಬುಸ್‌ಗರೆದು ಮುನ್ನುಗ್ಗಿತು! ಬಲಕ್ಕೆ ಹೂಡಿದ್ದ 'ಆಲ' ಮುಕ್ಕಣ್ಣನೊಡನೆ ಪ್ರಯಾಸದಿಂದ ಸ್ಪರ್ಧಿಸುತ್ತಿತ್ತು!

ಮಾಲು ತುಂಬಿದ ಬಂಡಿಯನ್ನು ಗೌರೀಪುರದ ಕಣಿವೆಯಲ್ಲಿ ಎಳೆಯುವುದು ಎತ್ತುಗಳಿಗೊಂದು ಯಮಯಾತನೆ! ಹೆಜ್ಜೆ ಹೆಜ್ಜೆಯಿಟ್ಟು ಕಣಿವೆ ಹತ್ತಿನಿಂತರೆ ಮತ್ತೊಮ್ಮೆ ತಾಯಿ ಹೊಟ್ಟೆಯಲ್ಲಿ ಹುಟ್ಟಿಬಂದಂತೆ! ಎಂಥ ಹೆಸರಾದ ಎತ್ತುಗಳೂ ಗೌರೀಪುರದ ಕಣಿವೆಯಲ್ಲಿ ಮುಗ್ಗರಿಸಿ ಮಣ್ಣು ತಿಂದು ಹೋಗುತ್ತವೆ! ಮೂಕ ಜೀವದ ಯಾತನೆ ನೋಡಲಾರದೆ ಗಂಗನ ತಂದೆ ಲಿಂಗಣ್ಣ ಹಿಂದಿನಿಂದ ಗಾಡಿ ದಬ್ಬುತ್ತಿದ್ದ. ಇಳಿವಯಸ್ಸಿನ ಆ ಲಿಂಗಣ್ಣ, ತಲೆಗೆ ಸುತ್ತಿದ್ದ ಒಲ್ಲಿಯನ್ನು ಉಂಡೆ ಮಾಡಿ, ನೆತ್ತಿಗೆ ಕಟ್ಟಿಕೊಂಡು ತಾನೂ ಒಂದು ಮೂಕ ಬಸವನಂತೆ ಉಸಿರು ಕಟ್ಟಿ ಗಾಡಿಯನ್ನು ಹಿಂದಿನಿಂದ ದಬ್ಬುತ್ತಿದ್ದ! ಮುಕ್ಕಣ್ಣ ಸರಕ್ಕನೆ ಎಳೆದುದರಿಂದ ಲಿಂಗಣ್ಣನಿಗೆ ಜೋಲಿ ಬಂದು ಮುಗ್ಗರಿಸು ವಂತಾಯಿತು! ಗಂಗನ ಕೈಯಲ್ಲಿದ್ದ ಮುಕ್ಕಣ್ಣನ ಹಿಡಿಹಗ್ಗ ಕೈಯಿಂದ ಜಾರಿತು. ಮೂಗಿನ ಅಳುಕು ತಪ್ಪಿ ಮುಕ್ಕಣ್ಣ ಬಲಗಡೆ ಆಲನನ್ನು ಮುರಿದು ಮುಂದಕ್ಕೆ ಹೋಯಿತು. ಭಾರವೆಲ್ಲ ತನ್ನ ಮೇಲೆಯೇ ಬಿದ್ದುದರಿಂದ ಆಲ ನಿಂತುಬಿಟ್ಟಿತು.

"ಮುಕ್ಕಣ್ಣನನ್ನು ಹಿಡ್ದು ಹೊಡೆಯೋ ತಮ್ಮ" ಎಂದು ಲಿಂಗಣ್ಣ ಬಂಡಿಯ ಹಿಂದಿನಿಂದ ಕೂಗಿದ.

ಗಂಗ ಇನ್ನೂ 14–15ರ ಹುಡುಗ. ಹೋರಿ ಮುರಿಗೆ ಮಾಡಿ ಎಳೆದರೆ ಹಿಡಿಯುವ ತ್ರಾಣ ಅವನಿಗೆಲ್ಲಿಯದು! ಪಾಪ ಕೊಸರಿಹೋದ ಹಗ್ಗವನ್ನು ಜಗ್ಗಿ ಹಿಡಿದು ನೊಗಕ್ಕೆ ಕಾಲೊದೆದು ಬಲಗೈಯಲ್ಲಿದ್ದ ಬಾರುಕೋಲಿನಿಂದ ಮತ್ತೊಮ್ಮೆ ಜಡಿದ.

"ಕೊಬ್ಬಿ ಎಳಿತೀಯೇನು? ಕೊಬ್ಬಿ! ಕಳ್ಳಭಡವ...!" ಎಂದು

ಗಂಗ ರೇಗಿದ. ಮುಕ್ಕಣ್ಣ ಅವನಿಗಿಂತಲೂ ರೇಗಿ ಮತ್ತೂ ಕೊಸರಿ ಎಳೆಯಿತು. ಮೊದಲೇ ರೋಷದ ಹೋರಿ! ಹೊಡೆತ ತಿಂದರಂತೂ ಹುಲಿಯೇ ಹುಲಿ! ರಸ್ತೆಯ ಮೇಲಿನ ಕಲ್ಲಿನ ಹರಳು, ಗೊರಸಿನ ತುಳಿತಕ್ಕೆ ಕಿಡಿಕಾರಿ ಸಿಡಿದು ಮಾರುದ್ದ ಹಾರುವಷ್ಟು ರಭಸವಾಗಿ ಕಾಲು ತುಳಿದು ನುಗ್ಗಿಬಿಟ್ಟಿತು! ಎದುರಿಗೆ ನಿಂತಿದ್ದ ಘಟ್ಟವನ್ನೇ ಸೀಳಿ ಎತ್ತಿ ಒಗೆಯುವಷ್ಟು ಸಿಟ್ಟಿನಿಂದ ಮುಂದುವರಿಯಿತು. ಮುಕ್ಕಣ್ಣನೊಡನೆ ಜೀವನವೆಲ್ಲ ಕಳೆದಿದ್ದ ಆಲ ನಾಲ್ಕು ಹೆಜ್ಜೆ ಎಣಗಿ ಸುಮ್ಮನೆ ನಿಂತುಬಿಟ್ಟಿತು. ಗಾಡಿ ಏಕಾಏಕಿ ಬಲಕ್ಕೆ ತಿರುಗಿ ರಸ್ತೆಗೆ ಅಡ್ಡವಾಗಿ ನಿಂತುಬಿಟ್ಟಿತು!

ಲಿಂಗಣ್ಣನಿಗೆ ಸಿಟ್ಟುಬಂತು. ಗಾಡಿಯನ್ನು ಕೈಬಿಟ್ಟು ಮುಂದಕ್ಕೆ ಬಂದು "ಹಂಗೇ ರಮ್ಮಿಸಿ ಹೊಡೆಯಾಕ ಬರಲ್ಲ ಅಮ್ತಾತೇನಲೇ ನಿನಗೆ? ಬಾರುಕೋಲು ತಾಯಿಲ್ಲಿ. ನಿನ್ನ ತಲೆ ಬೋಳಿಸ್ತು" ಎಂದ.

"ಕತ್ತೆ ಎಳೆದಂತೆ ಎಳದ್ರೆ ಏನು ಮಾಡ್ಬೇಕು?"

"ಅದು ಯಾತ್ಕಾಗದೀತು ಕತ್ತೆ! ನೀನು ಕತ್ತೆ. ಅನ್ನ ತಿಂಬೋ ಅರಿವಿನ ಪ್ರಾಣೀಗೆ ತಿಳೀಯದ್ದು ಅದಕೇನು ತಿಳೀತದೆ ಪಾಪ!" ಎಂದ ಲಿಂಗಣ್ಣ.

ಬಂಡಿಯ ಕತ್ತರಿಯಿಂದ ಗಂಗ ಇಳಿದುಬಂದು, ಮುಕ್ಕಣ್ಣನ ಮೂಗುದಾರ ಹಿಡಿದುಕೊಂಡು ಬಾರುಕೋಲಿನ ಕಾವಿನಿಂದ ಮುಖಕ್ಕೆ ಒಮ್ಮೆ ತಿವಿದು "ಸರಿ, ಸರಿ! ಬಾಡ್‌ಖಾವ್" – ಎಂದು ಗದರಿಸಿದ.

ಲಿಂಗಣ್ಣನಿಗೆ ಹೊಟ್ಟೆಯಲ್ಲಿ ಉರಿ ಬಿತ್ತು. ಗಂಗನ ಕೈಯೊಳಗಿನ ಬಾರುಕೋಲು ಕಿತ್ತುಕೊಂಡು ತನ್ನ ಹೊಟ್ಟೆಯ ಮಗನೆಂಬುದನ್ನು ಮರೆತು "ಅದೇ ಬಾರುಕೋಲೀಲಿ ನಿನ್ನ ಬಡಿದ್ರೆ?" ಎಂದು ಜೋರಾಗಿ ಗಂಗನಿಗೆ ಬಾರಿಸಿಯೇ ಬಿಟ್ಟ; ಗಂಗ ಸೆಳೆಯ ಚುರುಕು ತಗಲಿ ಚಿಟ್ಟನೆ ಚೀರಿದ. ಲಿಂಗಣ್ಣ ಮುಕ್ಕಣ್ಣನ ಕೆಳಹೊಟ್ಟೆ ನೋಡಿದ. ಎರಡು ಸಾರಿ ಸೆಳೆದ ಬಾರುಕೋಲಿನ ಸೆಳೆಯ ಬಾಸಾಳ ಕಿರುಬೆರಳ ಗಾತ್ರ ಒಂದೊಂದು ಮೊಳದುದ್ದ ಮೂಡಿದ್ದವು. ಲಿಂಗಣ್ಣನಿಗೆ ದುಃಖ ತಡೆಯಲಾಗಲಿಲ್ಲ. ಎತ್ತುಗಳ ಕೊರಳು ಸರಿದು ಮುಕ್ಕಣ್ಣನನ್ನು ಹಿಡಿದುಕೊಂಡು ರಸ್ತೆಯ ಪಕ್ಕಕ್ಕೆ ಹೋಗಿ ಮೈಮೇಲೆ ಕೈಯಾಡಿಸಿದ. ಬಾಸಾಳವನ್ನು ಮುಟ್ಟಿ ಮುಟ್ಟಿ ನೇವರಿಸಿದ. ಮುಕ್ಕಣ್ಣನ ಹಣೆಯ ಮೇಲೆ ತಲೆಯಿಟ್ಟು ಮಗುವಿನಂತೆ ಅತ್ತುಬಿಟ್ಟ!!

"ಹೊಟ್ಟೆ ಏನ್ ತಿಮ್ತಿ, ಹಿಂಗ ಬಡಿಯಾಕೆ? ಅನ್ನ ತಿಂಬೋ ಕೈಲಿ ಬಾಯಿಲ್ಲದ ಬಸ್ವನ್ನ ಬಡೀಬೌದೇನು?" ಎಂದು ಲಿಂಗಣ್ಣ ಗಂಗನ ಕಡೆ ನೋಡಿದ. ಗಂಗ ಮರುಮಾತನಾಡದೆ ಎದುರಿಗಿದ್ದ ಬೆಟ್ಟವನ್ನೇ ನೋಡುತ್ತಿದ್ದ!

"ಅನ್ನ ಹಾಕಿದ ಕೈಗೆ, ಬರೆಯಿಕ್ಬಾರದಲ್ಲೇ ಮನಶ್ಯಾನಾದ ಮೇಲೆ! ಈಸು ವರ್ಷ ದುಡುದು ನಿನ್ನ ಮೈ ಬೆಳಿಸ್ತೆಲ್ಲ. ಅದ್ಕೇ ಕೈಯೆತ್ತಿ ಬಡಿಯಂಗಾದೇನು? ನಿಮ್ಮಂಥ ತಾಯಿಗ್ಗಂಡ್ರು ಹುಟ್ಟೋಬದ್ಲು..." ಲಿಂಗಣ್ಣನಿಗೆ ಕಣ್ಣೀರು ಗಳಗಳನೆ ಸುರಿಯತೊಡಗಿತು. ಮಾತು ಬಾರದೆ ಮುಕ್ಕಣ್ಣನ ಮುಖವನ್ನು ಅಪ್ಪಿಕೊಂಡು ದುಃಖಿಸತೊಡಗಿದ. ಮುಕ್ಕಣ್ಣ ತನ್ನೊಡೆಯನ ಎದೆಯುರಿಯನ್ನರಿತೋ ಏನೋ ತನ್ನ ಕಣ್ಣಲ್ಲೂ ನೀರು ಸುರಿಸತೊಡಗಿತು.

ಲಿಂಗಣ್ಣನಿಗೆ ತಾನು ಮನುಷ್ಯ, ಮುಕ್ಕಣ್ಣ ಪಶು ಎಂಬ ಭೇದಬುದ್ಧಿ ಇರಲೇ ಇಲ್ಲ! ಲಿಂಗಣ್ಣನ 'ಒರಟು' ತಿಳಿವಿಗೆ ಮುಕ್ಕಣ್ಣನಿಗಿಂತ ತಾನು ಶ್ರೇಷ್ಠ ಎನಿಸಿರಲಿಲ್ಲ. ತನ್ನ ಬಾಳು, ತನ್ನ ಬೆಳಕು, ಎಲ್ಲವೂ ಆಲ ಮುಕ್ಕಣ್ಣಗಳ ದುಡಿಮೆಯ ಫಲ! ಕಾಡಾಗಿದ್ದ ಹೊಲವನ್ನು

ನಗುವ ಹೂದೋಟ ಮಾಡಿದ ಸೃಷ್ಟಿಕರ್ತ ತನ್ನ ಎರಡೆತ್ತುಗಳು; ಮೈಯ ಮೂಳೆಯನ್ನೆಲ್ಲ ನುಗ್ಗುನುಗ್ಗು ಮಾಡಿಕೊಂಡು ಹದಿನೈದು ವರ್ಷ ದುಡಿದು ದುಡಿದು ಮುಪ್ಪಾಗಿಬಿಟ್ಟಿದ್ದವು! ಅವುಗಳಿಗೆ ಈ ಮನುಷ್ಯ ಏನು ಪ್ರತಿಫಲ ಕೊಟ್ಟು ಋಣ ತೀರಿಸಬಲ್ಲ! ಹಿಡಿ ಹುಲ್ಲು ಸೆರೆ ನೀರು – ಇಷ್ಟಾದರೆ ಆ ಋಣ ತೀರಬಹುದೆ...?

ಎಷ್ಟೋ ಹೊತ್ತಿನ ಮೇಲೆ ಮುಕ್ಕಣ್ಣನನ್ನು ಹಿಡಿದು ತಂದು ಗಾಡಿಗೆ ಹೂಡಿ ತಾನೇ ಹೊಡೆಯಲು ಕುಳಿತ. ಗಂಗ ಗಾಡಿ ಹತ್ತಿ ಹೇರಿನಮೇಲೆ ಕುಳಿತುಕೊಂಡ. ತುಂಬಿದ ಬಂಡಿಯನ್ನು ಮೈಯೆಲ್ಲ ಬಿಗಿ ಹಿಡಿದು, ಉಸಿರುಕಟ್ಟಿ ಎಳೆಯುತ್ತ ಆಲ, ಮುಕ್ಕಣ್ಣ ಕಣಿವೆ ಹತ್ತುತ್ತಿದ್ದವು. ಎತ್ತುಗಳ ಆ ಅವಸ್ಥೆಯನ್ನು ಕಂಡ ಲಿಂಗಣ್ಣ ಮರುಗಿಬಿಟ್ಟ!

"ಈ ಕಣಿವೆ ಕಡ್ದು ದಾರಿ ಸರಿ ಮಾಡಾಕೆ ಸರಕಾರಕ್ಕೆ ಏನಾಗೈತೋ? ವರುಷಕ್ಕೊಮ್ಮೆ ಗುರಿಯಿಟ್ಟಂಗ್ಬಂದು ಕಂದಾಯ ಸುಲಿಯೋದು ಮಾತ್ರ ಗೊತ್ತು..." ಎಂದು ತನ್ನ ಸಂಕಟದ ಉರಿಯನ್ನು ಸರಕಾರದ ಮೇಲೆ ಕಾರಿದ.

ಬಾರುಕೋಲಿನ ಕುಡಿಚಾಟಿ ಏಟು ತಿಂದ ಗಂಗ ಬಂಡಿಯಲ್ಲಿ ಮುಖ ಸಣ್ಣದು ಮಾಡಿಕೊಂಡು ಕುಳಿತಿದ್ದ. ತಂದೆ ಹಿಂದಿರುಗಿ ಮಗನನ್ನು ನೋಡಿದ. ಮಗನ ಮುಖ ನೋಡಿ ಎಲ್ಲಿಲ್ಲದ ಸಂಕಟ ಎದೆಯಲ್ಲಿ ಭುಗಿಲ್ ಎಂದು ಎದ್ದುಬಿಟ್ಟಿತು! ಈ ಕಾಡಿನಲ್ಲಿ ಅವನನ್ನು ಕಡಿದರೂ ಯಾರು ಕೇಳಬೇಕು? ದೂರಿಕೊಳ್ಳಲು ತಾಯಿಯೇ? ತಿರುಗಿಬೀಳಲು ಶಕ್ತಿಯೇ? ಎದುರಾಗದ ಮಗನನ್ನು ಬಡಿದದ್ದು ನೆನೆಸಿಕೊಂಡು ಲಿಂಗಣ್ಣನ ಕರುಳಿಗೆ ಕೊಳ್ಳಿ ಇಟ್ಟಂತಾಯಿತು. ಕಣ್ಣು ನೀರು ತುಂಬಿ ಮಂಜುಗವಿದವು. ಗಾಡಿಯನ್ನು ನಿಲ್ಲಿಸಿ ಮಗನ ಹತ್ತಿರಕ್ಕೆ ಬಂದ.

"ಬಾಳಾ ಪೆಟ್ಟಾತೇನು?" ಎಂದು ಅಂಗಿಯನ್ನು ಎತ್ತಿ ಬೆನ್ನು ನೋಡಿದ. ಎತ್ತಿನ ಮೈಮೇಲೆ ಬಿದ್ದಂತಹ ಬಾಸಾಳ ಮಗನ ಬೆನ್ನಮೇಲೆ ಸ್ಪಷ್ಟವಾಗಿ ಮೂಡಿದ್ದವು. ಲಿಂಗಣ್ಣ, ಮಗನನ್ನು ತಬ್ಬಿಕೊಂಡು ಬಿಕ್ಕಿಬಿಕ್ಕಿ ಅಳಲಾರಂಭಿಸಿದ! ಗಂಗನೂ ಗಟ್ಟಿಯಾಗಿ ಅತ್ತುಬಿಟ್ಟ! ತಂದೆ ಮಕ್ಕಳ ದುಃಖಕ್ಕೆ ಮೂಕಸಾಕ್ಷಿಯಾಗಿ ಆ ಬೆಟ್ಟಕಾಡು ಮೌನವಾಗಿ ನಿಂತಿದ್ದವು.

"ಮೂಕ ಬಸವಣ್ಣನ ಬಡಿಬಾರ್ದಪ್ಪಾ. ನಮ್ಮಂಗ ಅವಕೇನು ಬಾಯೇ? ತಿರುಗಿ ಹಾಕಿ ಬಡೀಬಲ್ವೇ? ನೂರೇಟು ಬಡಿದ್ರೂ ಬಡಿಸಿಕೊಳ್ತಾವೆ... ಮತ್ತೆ ದನದಂಗ ಎಳೀತಾವೆ, ಬಡೀಬಾರ್ದಪ್ಪಾ..." ಕಣ್ಣೀರಿನಲ್ಲಿ ತನ್ನೆದೆಯ ಭಾರದ ಹೊರೆಯನ್ನು ನೀಗಿ, ಯಾವುದೋ ಒಂದು ನೆಮ್ಮದಿ ನೆಲೆಸಿತ್ತು.

"ಹಿಡ್ದೂ... ಹಿಡ್ದೂ... ಸಾಕಾತು. ಎಡಗೈಯಲ್ಲಿ ಬೊಬ್ಬೆ ಬಂದೈತೆ ಕೊಸರಿ ಎಳದ್ರೆ ನಾನೆಂಗ್ ಹಿಡೀಲಿ... ಸಿಟ್ಟು ಬಂತು. ಒಂದೇಟು ಹೊಡೆದೆ" ಎಂದ ಗಂಗ.

"ಹಂಗೇ ಅದು. ಮುಕ್ಕಣ್ಣ ಯಾವಾಗಲೂ ಮುಂಗೋಪಿ! ಕಳ್ಳು ಹರಕೊಳ್ಳೋ ತನಕ ಎಳೆದದ್ದೂ ಎಳೆದದ್ದೇ. ಅದು ಹೋದಂತೆ ಬಿಟ್ರೆ ನಾಲ್ಕು ದಿನದಾಗೆ ಎದೆ ಕಳಕಂಡುಬಿಡ್ತದೆ! ದುಡುಕಂಡು ತಿಂಬೋ ಬಾಯ್ಗೆ ಮಣ್ಣೇ..."

ಲಿಂಗಣ್ಣ ಮತ್ತೆ 'ಕತ್ತರಿ'ಯ ಮೇಲೆ ಕುಳಿತು ಮುಕ್ಕಣ್ಣನ ಬೆನ್ನ ಮೇಲೆ ಕೈಯಾಡಿಸಿ ತನ್ನೆದೆಯ ಪ್ರೇಮವನ್ನು ಅದರ ಮೇಲೆ ಸುರಿದ. ನಾಲ್ಕು ಸೇರು ಜೋಳವನ್ನು ಮುಕ್ಕಣ್ಣನ ಬೆನ್ನ ಮೇಲೆ ಸುಲಭವಾಗಿ ಹರಡಬಹುದಾಗಿತ್ತು! ಅದರ ಬೆನ್ನು ಅಷ್ಟು ಅಗಲ, ಅಷ್ಟು ದಷ್ಟಪುಷ್ಟ ದೇಹ! ಒಂದೊಂದು ಕಾಲು ಒಂದೊಂದು ಗದೆ! ಎತ್ತಿಟ್ಟರೆ ನೆಲ ಕುಳಿ ಬೀಳಬೇಕು.

ಆಲನೂ ಅಷ್ಟೆ; ಮುಕ್ಕಣ್ಣನಿಗೆ ಸರಿಜೋಡಿಯಾದ ಹೋರಿ. ಮುಕ್ಕಣ್ಣನ ಮುಖ ನೋಡಿದರೆ ಸಿಂಹವನ್ನು ನೋಡಿದಂತಾಗುತ್ತಿತ್ತು. ಹರೆಯದ ಪ್ರಾಯ ಇಳಿಮುಖವಾಗಿದ್ದರೂ ಮುಪ್ಪಿನ ಛಾಯೆ ಸುಳಿದಿರಲಿಲ್ಲ. ಅದಕ್ಕೆ ತಕ್ಕ ಚೆಲುವಾದ ಕೋಡುಗಳು. ಕೋಡಿಗೆ ತಕ್ಕ ಹಿತ್ತಾಳೆಯ ಕೋಡಣಸು. ಕೋಡಿಗೆ ಕುಚ್ಚು ಕಟ್ಟಿ ಜೂಲು ಹಾಕಿದರೆ ಮುಕ್ಕಣ್ಣನನ್ನ ಜನ ನಿಂತು ನೋಡಬೇಕು ! ಆ ವೃಷಭ ಠೀವಿ ಅದರದು.

ಮುಕ್ಕಣ್ಣನ ಭಯಂಕರ ರೂಪಕ್ಕೂ ಅದರ ಸೌಮ್ಯ ಗುಣಕ್ಕೂ ಸಾಮ್ಯವೇ ಇರಲಿಲ್ಲ. ಗಂಗ ಮೂರು ವರ್ಷದ ಮಗುವಾದಾಗ ಮುಕ್ಕಣ್ಣ ಮನೆಗೆ ಬಂತು. ಅಂದಿನಿಂದ ಗಂಗ ಅದನ್ನು ಹಿಡಿಯಲು ಕಲಿತಿದ್ದಾನೆ! ಅದರ ಹೊಟ್ಟೆಯ ಕೆಳಗೆ ತೂರಾಡಿದ್ದಾನೆ. ಕಾಲು ಸಂದಿಯಲ್ಲಿ ನಿಂತು ಉಣ್ಣೆ ಕಿತ್ತಿದ್ದಾನೆ. ಚಿಕ್ಕ ಮಕ್ಕಳು ಮಾಡುವ ಎಲ್ಲ ಚೇಷ್ಟೆಯನ್ನು ಅವನು ಮುಕ್ಕಣ್ಣನೊಡನೆ ಮಾಡಿದ್ದಾನೆ. ಆದರೂ ಅದೆಂದೂ ಏನೂ ಅಪಾಯ ಯಾರಿಗೂ ಮಾಡಿರಲಿಲ್ಲ. ಮುಕ್ಕಣ್ಣನ ಬುದ್ಧಿ ಮನುಷ್ಯರ ಬುದ್ಧಿಗಿಂತಲೂ ಚುರುಕು. ಲಿಂಗಣ್ಣ ಗಾಡಿ ಹೂಡಿ ಗಂಗನನ್ನು ಗಾಡಿಯ ಮೇಲೆ ಕೂಡಿಸಿಬಿಟ್ಟರೆ ತೀರಿತು; ಎಲ್ಲಿಗೆ ಹೋಗಬೇಕೋ ಅಲ್ಲಿಗೇ ಹೋಗಿ ನಿಲ್ಲುತ್ತಿದ್ದವು. ದಾರಿಯ ಒಗ್ಗಾಲಿ, ಕಲ್ಲು, ದುಂಡಿಯನ್ನೆಲ್ಲ ತಪ್ಪಿಸಿ ತಾವೇ ಹೋಗಿಬಿಡುತ್ತಿದ್ದವು. ಗಂಗನ ಕೈಲಿ ಗಾಡಿಯ ನೊಗ ಎತ್ತುವುದಕ್ಕಾಗುತ್ತಿರಲಿಲ್ಲ. ಅವನು ಆಲ, ಮುಕ್ಕಣ್ಣಗಳನ್ನು ನೊಗಕ್ಕೆ ನಿಲ್ಲಿಸಿ, ನೊಗದ ಒಂದು ಕೋಪು ತುಳಿದರೆ ಮುಕ್ಕಣ್ಣ ತಾನಾಗಿಯೇ ಬಂದು ಹೆಗಲು ಕೊಡುತ್ತಿತ್ತು! ಇಂಥ ಮುಕ್ಕಣ್ಣನನ್ನು ಲಿಂಗಣ್ಣ ತನ್ನ ಮಗನಿಗಿಂತ ಹೆಚ್ಚಾಗಿ ಪ್ರೀತಿಸಿದ್ದರಲ್ಲಿ ಏನು ಆಶ್ಚರ್ಯ!! ಲಿಂಗಣ್ಣನ ಅರ್ಧ ಜೀವವೇ ಅವನೆತ್ತುಗಳು. ದನಕಟ್ಟುವ ಮನೆಯಲ್ಲಿ ಮನುಷ್ಯರು ಮಲಗಬಾರದೆಂದು ಆರೋಗ್ಯಶಾಸ್ತ್ರ ಹೇಳುತ್ತಿದ್ದರೂ ಲಿಂಗಣ್ಣನಿಗೆ ತನ್ನೆತ್ತುಗಳ ಗಂಟೆಯ ಟಿಂಟಿಣಿಯ ನಾದ ಕೇಳುತ್ತ ಮಲಗಿದರೆ ನಿದ್ರೆ ಹತ್ತುತ್ತಿತ್ತು! ಗಂಟೆಯ ಸದ್ದು ಕೇಳದಿದ್ದರೆ ಅವನಿಗೆ ಕಿವಿ ಕಿವುಡಾದಷ್ಟು ತೊಂದರೆಯಾಗುತ್ತಿತ್ತು. ಅಲ್ಲದೆ, ಆಲ, ಮುಕ್ಕಣ್ಣ ದುಡಿಯುತ್ತಿದ್ದುದೇನು ಕಡಿಮೆಯೇ ? ಅವು ದುಡಿದ ಹಣವನ್ನೆಲ್ಲ ಹಾಗೆಯೇ ಇಟ್ಟಿದ್ದರೆ ಒಂದು ಖಜಾನೆ ತುಂಬುತ್ತಿತ್ತು! ಆದರೆ, ಲಿಂಗಣ್ಣ ತನ್ನ ದೊಡ್ಡ ಕುಟುಂಬದ ಪೋಷಣೆ ಮಾಡುವುದಲ್ಲದೆ, ಅವರಪ್ಪ ಮಾಡಿದ್ದ ಸಾಲದ ಹೊರೆಯೂ ಅವನ ಹೆಗಲ ಮೇಲೆ ಭೂತದಂತೆ ಕುಳಿತಿತ್ತು!

ತಂದೆ ಮಕ್ಕಳಿಬ್ಬರೂ ಹೊಸಪೇಟೆಯ ಸಂತೆ ಮಾಡಿಕೊಂಡು ಊರು ಸೇರಿದರು. ಮರುದಿನ ಸೋಮವಾರ ಕಾರುಹುಣ್ಣಿಮೆಯ ಹಬ್ಬ! ಮುಂಗಾರು ಮಳೆ 'ಧೋ' ಎಂದು ಸುರಿದುಬಿಟ್ಟಿತ್ತು! ಬೇಸಿಗೆಯ ಬೇಗೆ ಮೆಲ್ಲಮೆಲ್ಲನೆ ಅಡಗಿ ಮಳೆಗಾಲದ ಮಾಧುರ್ಯ, ಗಾಳಿಯಲ್ಲಿ ತೀಡಿ ಬರುತ್ತಿತ್ತು. ಬೇವು, ಬಾಗೆಯ ಹೂವು ಮೊದಲ ಮಳೆಯಲ್ಲಿ ತೇಲಿಬಂದು ಹಳ್ಳದ ಎರಡೂ ದಂಡೆಯಲ್ಲಿ ಹೆಪ್ಪು ಕಟ್ಟಿಕೊಂಡಿತು. ಸಕಾಲಕ್ಕೆ ಮಳೆ ಬಂದರೆ ರೈತರಿಗೆ ಶಿವ ಪ್ರತ್ಯಕ್ಷನಾದಂತೆ. ಅವರ ಆನಂದವೇ ಆನಂದ! ಕಾರುಹುಣ್ಣಿಮೆಯಲ್ಲಿ ಉನ್ಮಾದಗ್ರಸ್ತರಾಗುತ್ತಾರೆ! ಮುಕ್ಕಣ್ಣನಂಥ ಮಿಕ್ಕ ಹೋರಿಯನ್ನು ಕಟ್ಟಿದ ಲಿಂಗಣ್ಣನಿಗೆ ಅಪಾರ ಸಂತೋಷ. ಹೊಸಪೇಟೆಯಿಂದ ತಂದಿದ್ದ ಬಣ್ಣವನ್ನು ಎತ್ತುಗಳ ಕೋಡುಗಳಿಗೆ ಸವರಿ ಶೃಂಗಾರ ಮಾಡಿದ. ಮೈ ತೊಳೆದುಕೊಂಡು ತಂದು ನಿಲ್ಲಿಸಿದ. ಆಲ ಮುಕ್ಕಣ್ಣ ಮುತ್ತಿನ ಮುದ್ದೆಯಂತೆ ಕಾಣುತ್ತಿದ್ದವು. ಜನರ ದೃಷ್ಟಿ ಆಗಬಾರದೆಂದು ಮೈತುಂಬ ಜೂಲು ಹಾಕಿ ಲಿಂಗಣ್ಣ ಹಗಲೆಲ್ಲ ಶೃಂಗಾರ ಮಾಡಿದ. ಹಣೆತುಂಬ ಆಗುವ ಬಾಸಿಂಗ ಸಿದ್ಧಗೊಳಿಸಿದ.

ಕಾರುಹುಣ್ಣಿಮೆಯಲ್ಲಿ ಎಲ್ಲರೂ ಎತ್ತು ಹಿಡಿಯುವುದು ರೈತರ ಒಂದು ವ್ರತ. ಊರ ಸಾಹುಕಾರ ತಿಪ್ಪಣ್ಣನವರು, ಮಠದಯ್ಯನವರು, ಗೊಂಚಿಗಾರರು... ಎಲ್ಲರ ಎತ್ತುಗಳೂ ಕಾರುಹುಣ್ಣಿಮೆಯಲ್ಲಿ ಮೆರವಣಿಗೆ ಹೊರಡುತ್ತವೆ. ಮಠದಯ್ಯನವರ ಹೋರಿಯ ಹಿಂದೆ ಎಲ್ಲರೂ, ಮೆರವಣಿಗೆಯಲ್ಲಿ ಭಾಗವಹಿಸುವರು. ಅಯ್ಯನವರ ಮನೆಯ ಪಕ್ಕದಲ್ಲಿದ್ದ ಲಿಂಗಣ್ಣನ ಮುಕ್ಕಣ್ಣ ಅವರ ಹೋರಿಯ ಹಿಂದೆ ಮೊದಲನೆಯದಾಗಿ ಪ್ರತಿವರ್ಷ ಮೆರವಣಿಗೆ ಹೊರಡುತ್ತದೆ. ಈ ವರ್ಷವೂ ಹಾಗೆಯೇ ಬಂದರು. ಊರ ಮಧ್ಯದ ಅಂಗಳಕ್ಕೆ ಬಂದಾಗ ಸಾಹುಕಾರ ತಿಪ್ಪಣ್ಣನ ಮಗ ಗುಡ್ಡದಪ್ಪ, ತಮ್ಮ ಹೋರಿಯನ್ನು ಮುಂದಕ್ಕೆ ಹೊಡೆದುಕೊಂಡು ಬಂದ. ಲಿಂಗಣ್ಣನ ಮಗ ಗಂಗ ರೆಪ್ಪೆ ಬಡಿಯುವುದರ ಒಳಗಾಗಿ ಮುಕ್ಕಣ್ಣನನ್ನು ಸಾಹುಕಾರರ ಹೋರಿಯ ಮುಂದೆ ತಂದು ನಿಲ್ಲಿಸಿದ! ಗುಡ್ಡದಪ್ಪನಿಗೆ ಕೋಪಬಂತು. ಹಗಲೆಲ್ಲ ಕಷ್ಟಪಟ್ಟು, ಮನೆಯ ಆಭರಣಗಳನ್ನೆಲ್ಲ ಕೋಡಿಗೆ ಸುತ್ತಿ ಅಲಂಕರಿಸಿದ ತನ್ನೆತ್ತು ಹಿಂದೆ ಬೀಳುವುದನ್ನು ಆತ ಸಹಿಸಲಾರದೆ ಹೋದ. ಐದಾರು ಮಾರು ದಾಟಿದ ಮೇಲೆ ಮತ್ತೆ ಗುಡ್ಡದಪ್ಪ ಮುಂದಾಗಲು ಬಂದ. ಅವರ ಮೇಲೆಯೇ ಕಣ್ಣಿಟ್ಟಿದ್ದ ಗಂಗ ಸೊನ್ನೆಯಿಟ್ಟು ಮುಕ್ಕಣ್ಣನನ್ನು ಮೂರು ಮಾರು ಕುಪ್ಪಳಿಸಿದ! ಗುಡ್ಡದಪ್ಪ ಈ ಸೋಲು ಸಹಿಸಲಾರದೆ ತನ್ನ ಹೋರಿ ಅರುಗು ಮಾಡಿಸಿಕೊಂಡು ಹಾರಿಕೆ ಹಾರಿಸಿಕೊಂಡು ಮೆರವಣಿಗೆಯ ಮುಂದಕ್ಕೆ ತಂದು ನಿಲ್ಲಿಸಿಯೇ ಬಿಟ್ಟ! ಆಗ ಈಗ ಎನ್ನುವುದರ ಒಳಗಾಗಿ ಎಲ್ಲರೂ ತಮ್ಮತಮ್ಮ ಹೋರಿಗಳನ್ನು ಮುಂದಕ್ಕೆ ಹಿಡಿತರಲು ಪ್ರಯತ್ನಿಸಿದರು. ಗಂಗ ಕೇಕೆಹಾಕಿ ಮುಕ್ಕಣ್ಣನನ್ನು ಹಾರಿಸಿಯೇ ಬಿಟ್ಟ! ಗುಡ್ಡದಪ್ಪನಿಗೂ ಗಂಗನಿಗೂ ಮಾತು ಬಿಸಿಯಾಯಿತು. ಊರ ಜನ ಒಬ್ಬೊಬ್ಬರು ಒಂದೊಂದು ಪಕ್ಷಕ್ಕೆ ನಿಂತು ಗದ್ದಲವೇ ಆರಂಭವಾಯಿತು. ಮಠದಯ್ಯನವರು ಬಂದು ಲಿಂಗಣ್ಣನ ಮುಕ್ಕಣ್ಣನಿಗೆ ಅಗ್ರಸ್ಥಾನ ಕೊಟ್ಟು ನ್ಯಾಯ ಬಗೆಹರಿಸಿ ಹೋದರು.

ಗುಡ್ಡದಪ್ಪನಿಗೂ ಕೂಡಿದ ಜನರಲ್ಲಿ ಊರ ಮಧ್ಯದಲ್ಲಿ ಆದ ಈ ಅವಮಾನವನ್ನು ಸಹಿಸುವುದಾಗಲಿಲ್ಲ. ಅವನ ಹೊಟ್ಟೆಯಲ್ಲಿ ಹೊಟ್ಟೆಕಿಚ್ಚಿನ ಕಿಡಿ ಧಗಧಗಿಸಿ ಉರಿಯಲಾರಂಭಿಸಿತು. "ಹೊಟ್ಟೆಗೆ ಗತಿಯಿಲ್ಲದಿದ್ದರೂ ಈ ಸೂಳೆಮಕ್ಕಳಿಗೆ ಬಲು ಅಭಿಮಾನ" ಎಂದ ಗುಡ್ಡದಪ್ಪ ಗಂಗನ ಕಿವಿಗೆ ಬೀಳುವಂತೆ.

"ಕೈಲಿ ಕಡಿಯೋದು ಆಗದಿದ್ರೂ ಒಣ ಜಂಭ ಸಾಹುಕಾರ್‍ರಿಗೆ" ಎಂದ ಇವನು. "ಅಂತ ಭೂಪಸ ರುಸ್ತುಂ ಹೋರಿ ಕಟ್ಟಿ ಮುಂದೆ ನಿಲ್ಲಬೇಕು!" ಎಂದೂ ಆಡಿಬಿಟ್ಟ.

ಗುಡ್ಡದಪ್ಪನಿಗೆ ಈ ಮಾತು ಕೇಳಿ ಎದೆಗೆ ಈಟಿ ಇರಿದಂತಾಯಿತು. ಅವನಿಗೆ ಸಿಟ್ಟು-ಅವಮಾನ, ಅಶಕ್ತಿ ಎಲ್ಲ ಮುತ್ತಿಕೊಂಡು ಕಣ್ಣೇ ಕಾಣಲಾರದಂತಾಯಿತು. ಅವರ ಆಳಿಗೆ ಹೇಳಿ ತಾನು ಮನೆಗೆ ಬಂದು ಮಲಗಿಬಿಟ್ಟ. ಅವನಿಗೆ ನೂರಾರು ಯೋಚನೆ. ತಾನೂ ಮುಕ್ಕಣ್ಣನಂಥ ಹೋರಿ ತರಬೇಕು.

* * *

ಮರುದಿನ ಬೆಳಗ್ಗೆ ತಿಪ್ಪಣ್ಣ ಸಾಹುಕಾರ್‍ರು ಲಿಂಗಣ್ಣನನ್ನು ಕರೆ ಕಳಿಸಿದರು. ಹಿಂದಿನ ದಿನದ ಮೆರವಣಿಗೆಯ ಗದ್ದಲ ಅವನಿಗೂ ಗೊತ್ತಿತ್ತು. ಆದರೆ ಅವನ ದೃಷ್ಟಿಯಲ್ಲಿ ಅದೇನೂ ಮಹತ್ವದ ಸಂಗತಿಯಾಗಿರಲಿಲ್ಲ! ಊರ 'ದೈವ'ದ ಮುಂದೆ ಬಡವ, ಬಲ್ಲಿದರ ಪ್ರಶ್ನೆಯೆಲ್ಲಿದೆ? 'ದೈವ'ವೆಲ್ಲ ಮೆರವಣಿಗೆ ಹೊರಟಾಗ ಬಲ್ಲಿದರಿಗೇ ಹೆಚ್ಚಿನ ಗೌರವ ಬೇಕೆಂದು ತಿಪ್ಪಣ್ಣನವರು. ಯಾಕೆ ಬಯಸಬಹುದು? ಅದು ಲಿಂಗಣ್ಣನ ಭಾಗಕ್ಕಾದರೂ ಮರೆತ ಮಾತಾಗಿತ್ತು.

ಲಿಂಗಣ್ಣ ಬಂದಾಗ ಸಾಹುಕಾರರ ಮನೆಯೊಳಗಿನ ಹಕ್ಕೆಯಿಂದ ಹೋರಿಗಳು ಬಂದುವು. ಲಿಂಗಣ್ಣ ಅವುಗಳನ್ನು ತುರಿಸಿ, ಗಂಗೆದೊಗಲಿನ ಮೇಲಿನ ಉಣ್ಣೆ ಕಿತ್ತು, ಮೈದೂಬಿ ಆದರಿಸುತ್ತಾ: "ಮೈ ಎಷ್ಟು ಗಬ್ಬಾಗೈತ್ರಿ ಸಾಹುಕಾರ್ರೆ. ನಿನ್ನೆ ಮೈ ತೊಳಿದಿದ್ರೋ ಹ್ಯಾಂಗೊ... ಆಗಲೇ ಕಣ್ಣೀಲಿ ನೋಡಂಗಿಲ್ಲ. ಹಕ್ಕೆಲ್ಲ ಸಗಣಿ, ಗಂಜು ನಿಂತಂಗೈತಿ ನೋಡ್ರಿ" ಎಂದ.

"ಏನು ಮಾಡೋದು ಲಿಂಗಣ್ಣ... ನಮ್ಮ ಕೈಲಿ ಕಡಿಯೋದು ಆಗಲ್ಲ. ಈ ಆಳುಮಕ್ಕಳು ಅಂಬೋ ತಾಯಿಗ್ಗಂಡ್ರು ತಮಗಿಷ್ಟ ಬಂದಂಗ ಹಕ್ಕೆ ಹೊಡಿತಾರೆ..."

"ಆಳು ಮಾಡಿದ ಕೆಲಸ ಹಾಳೇ ಧಣೇರ. ನಮ್ಮ ಹಕ್ಕೆ, ಉಂಬೋ ಮನೆ ಇದ್ದಂಗಿದ್ರೇ ನಮ್ಮ ಎತ್ತು ನಿಲ್ಲೋದು. ಕಾಲಾಣ ಸಗಣಿಯಿದ್ರೆ ಬೆಳಗಾತನಕ ನಮ್ಮೆತ್ತು ಮೈ ನೆಲಕ್ಕೆ ಹಾಕೇವೇನ್ರಿ..." ಎಂದ ಲಿಂಗಣ್ಣ ಸಲುಗೆಯಲ್ಲಿ. ಸಾಹುಕಾರರು ಏನೋ ತಮ್ಮ ಕೆಲಸದಲ್ಲಿ ತಾವು ತೊಡಗಿದ್ದರು. ಲಿಂಗಣ್ಣ ಮುಂದುವರಿಸಿದ: "ಹತ್ತಿಪ್ಪತ್ತು ದನದಾಗೆ ಯಾವುದನ್ನು ನೋಡ್ತಾರೋ ಯಾವುದಿಲ್ಲೋ ಈ ಆಳುಮಕ್ಳು. ಹೋದ್ರೂ ಗ್ವಾದ್ಲೀಗೆ, ಹುಲ್ಲೆಳೆದ್ರು, ಬಂದುಬಿಟ್ರು. ಯಾವುದು ತಿಂತು, ಯಾವುದಕ್ಕೆ ಸಿಕ್ಕಿತು, ಅಂಬೋದು ಅವರಿಗೇನ್ರಿ ನೀವು ಹೊಟ್ಟೆ ಮಕ್ಳಂಗೆ ಪೋಷಣೆ ಮಾಡಿದ್ರೆ ದನಗಳ್ಳೀ ಸಾಹುಕಾರ್ರೆ..." ಎಂದ ಲಿಂಗಣ್ಣ.

"ಇದ್ದ ದನಗಳದೇ ಈ ಹಾಡು, ಮತ್ತೊಂದು ಜತೀ ತರಬೇಕು ಅಂತ ನಮ್ಮುಡುಗ ಕುಣೀತಾನೆ" ಎಂದರು ಸಾಹುಕಾರರು.

"ಒಳ್ಳೆ ಮುಂಗಾರಿ ಹಂಗಾಮಿಗೆ ಯಾರು ಕೊಡ್ತಾರಿ ಸಾಹುಕಾರ್ರೆ, ಎಲ್ಲರಿಗೂ ಹಸುವು... ದಾವಣಗೇರಿಗೆ ಹೋದ್ರೆ ಅಪ್ಪ ಅಂಬೋ ಅಂತವು ಬರ್ತಾವೆ ನೋಡ್ರಿ."

"ಈಗ ಯಾರು ಹೋಗಿ ಬರಬೇಕು. ನಿನ್ನ ಜತೆ ಕೊಟ್ಟುಬಿಡು..." ಎಂದು ನಕ್ಕರು. ಲಿಂಗಣ್ಣನಿಗೆ ಈ ಮಾತು ಕೇಳಿ ಸಿಡಿಲು ಹೊಡೆದಂತಾಯ್ತು! ತನ್ನ ಕಣ್ಣೋ ಕಾಲೋ ಕಡಿದಿಟ್ಟು ಹೋಗೆಂದರೆ ಲಿಂಗಣ್ಣ ಅಷ್ಟು ವ್ಯಸನ ಮಾಡುತ್ತಿರಲಿಲ್ಲ. ಅವನು ಕಣ್ಣು ಸುಕ್ಕಿ, ಬಾಯಿ ತೆರೆದು ಹೆದರಿಕೆಯಿಂದ "ಇರೋವು ಒಂದು ಜತೀ. ಅದ ಕೊಂಡು ತಿಂಬೋ ಕೋಳಿ ಕಾಲು ಮುರುದಂಗೆ ಆದೀತ್ರೀ ಧಣೇರ...?" ಎಂದು ಒಂದು ತರಹ ದುಃಖ ಮಿಶ್ರಿತ ದೈನ್ಯದಿಂದ ಅರಿಕೆ ಮಾಡಿಕೊಂಡ.

"ನಮ್ಮನೆಗಳವು ಒಂದು ಜತೆ ಹಿಡಕೊಡ್ತೀನಿ. ನಿನ್ನವು ಕೊಟ್ಟು ಬಿಡು..." ಎಂದ ತಿಪ್ಪಣ್ಣ.

"ಏ... ಇಲ್ಲ ಬಿಡ್ರಿ ಸಾಹುಕಾರ್ರೆ, ಅದಾಗಲ್ಲ ನನ್ನ ಕೈಲಿ."

"ಆಗದಿದ್ರೆ, ನನ್ನ ಹಣ ಬಡ್ಡಿ ಇಲ್ಲಿ ಬಡದು ಎದ್ದೋಗು. ತಿಳಿತೋ ಇಲ್ಲೋ. ಏ ಕಾಶೀಮ! ಲಿಂಗಣ್ಣನ ತರಬಿ ವಸೂಲು ಮಾಡಲೇ" ಎಂದು ಸಾಹುಕಾರರು ಇದ್ದಕ್ಕಿದ್ದಂತೆ ಭೀಕರವಾಗಿಬಿಟ್ಟರು. ಪೆಟ್ಟಿಗೆಯ ಬಾಗಿಲನ್ನು 'ಧಡಂ'ನೆ ಮುಚ್ಚಿ ಬೀಗದ ಕೈಯನ್ನು ಉಡಿದಾರದಲ್ಲಿ ಕಟ್ಟಿಕೊಳ್ಳುತ್ತ ಸಾಹುಕಾರರು ಎದ್ದು ಮನೆಯೊಳಗೆ ಹೋಗಿಬಿಟ್ಟರು.

ಲಿಂಗಣ್ಣನಿಗೆ ಆಕಾಶವೇ ಕಳಚಿದಂತಾಯಿತು. ಸಜೀವವಾಗಿ ಅವನನ್ನು ಭೂಮಿಯಲ್ಲಿ ಹೂತಿದ್ದರೂ ಅಷ್ಟು ಯಾತನೆ ಅವನಿಗಾಗುತ್ತಿರಲಿಲ್ಲ. ಉಸಿರಾಡುವುದಕ್ಕೂ ಅವನಿಗೆ ಪ್ರಯಾಸ ವೆನಿಸತೊಡಗಿತು. ಬುದ್ಧಿಗೆ ಜೋಮು ಹಿಡಿದಂತೆ ಲಿಂಗಣ್ಣನಿಗೆ ಯಮಯಾತನೆ ಯಾಯಿತು. ಹದಿನೈದು ವರ್ಷ ದುಡಿದ ತನ್ನ ಆಲ, ಮುಕ್ಕಣ್ಣನಿಲ್ಲದೆ ತಾನು ಬದುಕುವುದನ್ನು ಅವನು ಊಹಿಸಿಯೂ ಇರಲಿಲ್ಲ! ಇಂದು ಏಕಾಏಕಿ ಈ ಮಾರಣ ಸದೃಶ ಏಟು ಬಿದ್ದುದರಿಂದ ಲಿಂಗಣ್ಣ ಮೂಕನಂತೆ ಕುಳಿತುಬಿಟ್ಟ. ಕಾಶೀಮ ಮತ್ತೊಂದು ಕಡೆ ನಿಂತುಬಿಟ್ಟ. ಎಷ್ಟೋ

ಹೊತ್ತಿನ ಮೇಲೆ ಸಾಹುಕಾರರು ಬಂದು "ಏನಮ್ತಿಯೋ ಲಿಂಗಣ್ಣ, ಹಣ ಹಣದ ಬಡ್ಡಿ ಬಡ್ದು ಓಗ್ತಿಯೋ! ಆಲ, ಮುಕ್ಕಣ್ಣನನ್ನು ಹಿಡಿಕೊಡ್ತೀಯೋ" ಎಂದರು.

"ನನ್ನ ವಲ ಮನೆ ಬೇಕಾದ್ರೆ ಕಟ್ಟಿಕೊಟ್ಟೇನು, ಆಲ, ಮುಕ್ಕಣ್ಣನ್ನ ಮಾತ್ರ ಕೇಳಬ್ಯಾಡ್ರಿ" ಎಂದು ಲಿಂಗಣ್ಣ ಗಟ್ಟಿ ಮನಸು ಮಾಡಿ ಹೇಳಿಬಿಟ್ಟ!

"ನಿನ್ನ ಹೊಲ ಮನೆ ಬರ್ಸಿಕೆಂಬೋದ್ಕಲ್ಲ ನಾವು ಬೆಳ್ಳಿ ರೂಪಾಯಿ ನಿನಗೆ ಮುಂಡಮೋಚಿದ್ದು! ಒಳ್ಳೆ ಮಾತೀಲಿ ನಮ್ಮ ಬಾಕಿ ಚುಕ್ತ ಮಾಡಿ ಎದ್ದು ಓಗು" ಎಂದು ಗುಡುಗು ಹಾಕಿದರು.

"ಈಗ ನನ್ನ ಮೈಯಿಳೇ ಬಡದ್ರೂ ಒಂದು 'ದಮಡಿ' ರೊಕ್ಕಾ ಇಲ್ರೀ. ಸುಗ್ಗೀತನಕ ತಡಕಂಡ್ರೆ ನಾವು ಉಪವಾಸವಿದ್ದು ನಿಮ್ಮ ಬಾಕಿ ಹರೀತೀನಿ. ಮಾಡೋದು ಮಾಡಿಕೊಳ್ಳಿರಿ" ಎಂದು ಲಿಂಗಣ್ಣ ಎದ್ದು ದಡದಡ ಹೋಗಿಯೇ ಬಿಟ್ಟ! ಕೋಪವೇ ಮೈವೆತ್ತುಬಂದಂತೆ ಹೋಗುತ್ತಿದ್ದ ಲಿಂಗಣ್ಣನನ್ನು ತರುಬುವುದು ಕಾಶೀಮನ ಮನಸ್ಸಿಗೂ ಹೊಳೆಯಲಿಲ್ಲ! ಸಾಹುಕಾರರು ಕಾಶೀಮನನ್ನು ಬಾಯಿಗೆ ಬಂದಂತೆ ಬೈದುಬಿಟ್ಟರು. ಸಾಹುಕಾರರ ಮನಸ್ಸಿನಲ್ಲಿ ಕೀಟ ಕೊರೆಯಲಾರಂಭಿಸಿತು. ಅಭಿಮಾನ ಚುಚ್ಚಿದ ಅವರು, ಗದ್ದಕ್ಕೆ ಕೈ ಕೊಟ್ಟು ಎಷ್ಟೋ ಹೊತ್ತು ಕುಳಿತುಕೊಂಡು: 'ಮುಕ್ಕಣ್ಣನ್ನ ಉಳ್ಸಿಕೊಳ್ಳೀ, ಆ ಮುಂಡೇ ಮಗ...' ಎಂದು ಗೊಣಗಿಕೊಂಡರು. ಸಾಹುಕಾರರಿಗೆ ನೆಮ್ಮದಿ ಜಾರಿತು! ಲಿಂಗಣ್ಣ ಎತ್ತು ಕೊಡದಿದ್ದುದಕ್ಕಿಂತ ಅವನು ಅವರನ್ನು ಉಲ್ಲಂಘಿಸಿ ನಡೆದ 'ಅವಿಧೇಯತೆ'ಯನ್ನು ನೆನೆದು ತಿಪ್ಪಣ್ಣನವರ ಹೃದಯ ಕುದಿಯತೊಡಗಿತು! ಅಭಿಮಾನ ಭಂಗವಾಯಿತೆಂದು ಅವರು ಉರಿ ಉರಿಯಾದರು. ಮೇಲುಪ್ಪರಿಗೆಯ ಸಿರಿವಂತನ ಮಾತನ್ನು ಧಿಕ್ಕರಿಸಿ ನಡೆದೆದ್ದು ಹೋದ ಆ ಬೀದಿಯ ಭಿಕಾರಿಯ ಸೊಕ್ಕು ಕಂಡು ತಿಪ್ಪಣ್ಣನವರಿಗೆ ಆಶ್ಚರ್ಯವಾಯಿತು!

"ಏನಲೇ ಕಾಶಿಮಾ...ಾ ಾ, ಎಷ್ಟಲೇ ಸೊಕ್ಕು. ಆ ನನ್ನ ಮಗನೀಗೆ?" ಎಂದು ದೊಡ್ಡ ಗಂಟಲಿನಿಂದ ಅಬ್ಬರಿಸಿದರು!

"ಸೊಕ್ಕಿದವರೂ ಸೊರಗಿದವರೂ ಒಂದೇ ಅಮ್ತಾರಲ್ರೀ ಧಣೀರೆ... ಹಂಗೇ" ಎಂದು ಕಾಶೀಮ ತಿಪ್ಪಣ್ಣನವರ ಕೋಪಕ್ಕೆ ಉಪಶಾಂತಿ ಹೇಳಿದ, "ಅಲ್ಲೋ ಅವನು ಎದ್ದು ಹೋಗಾಕೆ ನೀನು ಯಾಕೆ ಬಿಟ್ಟೀ ಅಂತ" ಎಂದರು ತಿಪ್ಪಣ್ಣನವರು. "ಅವನ್ನ ತಡವು ಬೌದೇನ್ರೀ ಸಾವುಕಾರ್ರೇ? ಎಲ್ಲೆನ್ನ ಉಂಟೇ? ನಮ್ಮ ಮರ್ಯಾದಿ ಉಳೀತು ಅಂತ ಇಟ್ಟುಕೊಳ್ಳಿ."

ತಿಪ್ಪಣ್ಣನವರಿಗೆ ಲಿಂಗಣ್ಣ ಎದ್ದು ಹೋದ ಎದೆಗಾರಿಕೆ, ಅವನ ಕೆರಳಿದ ಮೂರ್ತಿ ಮಾತಿನಲ್ಲಿದ್ದ ಗಡಸುತನ... ಎಲ್ಲ ಕಣ್ಣಿನ ಮುಂದೆ ಸುಳಿದವು, ಅವನನ್ನು ತಡವಿದ್ದರೆ ಬಾಲತುಳಿದ ನಾಗರಹಾವು ಕೆಣಕಿದಂತೆ ಎಂದು ತಿಪ್ಪಣ್ಣನವರಿಗೆ ಅಸ್ಪಷ್ಟವಾಗಿ ಗೋಚರವಾಯಿತು. ಕಾಶೀಮ ಲಿಂಗಣ್ಣನನ್ನು ತರುಬಿದ್ದರೆ ಏನಾಗುತ್ತಿತ್ತು? ಬಹುಶಃ ಲಿಂಗಣ್ಣ ಕಾಶೀಮನನ್ನು ಕೆಳಕ್ಕೆ ದಬ್ಬಿ ಮುಂದುವರಿಯುತ್ತಿದ್ದ. ಸಾಹುಕಾರರು ಕೋಪದ ಭರದಲ್ಲಿ ಲಿಂಗಣ್ಣನನ್ನು ರಟ್ಟೆ ಹಿಡಿದು ನಿಲ್ಲಿಸುತ್ತಿದ್ದರು. ಆಗ... "ಏನು ಮಾಡ್ತಿದ್ನೋ ಏನಿಲ್ಲೋ? ಹ್ಯಾಂಗ ಹೇಳೇ ಬಕ್ರೀ ಧಣೀರ?" ಎಂದು ಕಾಶೀಮ ತಿಪ್ಪಣ್ಣನವರ ಯೋಚನೆಯನ್ನೆಲ್ಲ ಹಿಂಬಾಲಿಸಿದವನಂತೆ, ನುಡಿದ.

"ಹೋಗ್ಲಿ ಬಿಡು; ಮತ್ತೆ ಏನ್ಮಾಡ್ಬೇಕು ಅಮ್ತಿಯೋ?" ಎಂದರು.

"ದಾವಾ ಮಾಡಿ ಕೋರ್ಟಿಗೆ ಎಳೀಬೇಕ್ರೀ ಆ ಮಾದರ್ ಚೋದ್ಗೆ" ಎಂದ ಕಾಶೀಮ.

"ಥೂತ್... ನಿನಗೆ ತಿಳೀಲಿಲ್ಲ ಬಿಡೋ ಸಾಬಾ" ಎಂದು ತಿಪ್ಪಣ್ಣನವರು ಎದ್ದು ಒಳಗೆ ಹೋಗಿಬಿಟ್ಟರು.

* * *

ಲಿಂಗಣ್ಣ ಕೋಪದ ಭರದಲ್ಲಿ ತಿಪ್ಪಣ್ಣನವರನ್ನು ಉಲ್ಲಂಘಿಸಿ ಎದ್ದು ಬಂದ ಮೇಲೆ ಅವನ ಮನಸ್ಸಿನಲ್ಲಿ ಯಾವುದೋ ಒಂದು ಅಸ್ಪಷ್ಟ ಭೀತಿಯ ಭೈರಿಗೆ ಕೊರೆಯಲಾರಂಭಿಸಿತು. ಕೋಪಗೊಂಡ ತಿಪ್ಪಣ್ಣನವರು ಏನು ಮಾಡಲಾರರು ? ಅವರು ವಿಷವಿಟ್ಟುಕೊಂಡು ಸೇಡು ತೀರಿಸಿಕೊಳ್ಳಬೇಕೆಂದರೆ ತನ್ನ ಮನೆ ಉಳಿದೀತೆ ? ಹೊಲದ ಪೈರು ನಿಂತೀತೆ? ಕಣದಲ್ಲಿ ಒಟ್ಟಿದ ಬಣವೆ ಇದ್ದೀತೆ ? ಮನೆಯ ಮುಂದೆ ನಿಲ್ಲಿಸಿದ ಗಾಡಿಯನ್ನೇ ಎಲ್ಲಿಗಾದರೂ ಹೊಡೆಸಿದರೆ ? ನೇಗಿಲಿಗೆ ಹೂಡಿದ ಮುಕ್ಕಣ್ಣನನ್ನು ಹಾಡುಹಗಲೇ ಬಿಚ್ಚಿ ಹೊಡೆಸಿಕೊಂಡು ಹೋದರೆ ಅವರನ್ನು ಯಾರು ಕೇಳಬೇಕು... ಲಿಂಗಣ್ಣ ತನ್ನ ಉದ್ಧಟತನದಿಂದಾಗಬಹುದಾದ ಭೀಕರ ಪರಿಣಾಮಗಳನ್ನು ಕುರಿತು ಯೋಚಿಸುತ್ತ ಮನೆ ಸೇರಿದ. ಜಗಲಿಯ ಕಂಬಕ್ಕೆ ಒರಗಿ ಕೂತು ಅವನ ಬುದ್ಧಿ ತತ್ತರಿಸುವಂತೆ ಯೋಚಿಸಿಯೇ ಯೋಚಿಸಿದ. ಯೋಚನೆ ಮಾಡಿದಂತೆಲ್ಲ ಅವನ ಬುದ್ಧಿ ಸ್ವಾಧೀನ ತಪ್ಪಿ ನಡೆಯಲಾರಂಭಿಸಿತು ! ಪ್ರಜ್ವಲಿಸಿ ಉರಿವ ದೀಪ ಮಂಕುಕಟ್ಟಿ ಕ್ಷೀಣವಾಗುವಂತೆ ಅವನ ಬುದ್ಧಿ ಮಂಕಾಯಿತು. ಕಣ್ಣು ಮಸುಕಾದವು. ಕಂಬದಲ್ಲಿದ್ದ ತಗಣಿಗಳು ಲಿಂಗಣ್ಣನ ಮೈಯ ರಕ್ತವನ್ನು ಯಥೇಚ್ಛವಾಗಿ ಹೀರಿದವು. ಆದರೆ ಲಿಂಗಣ್ಣನಿಗೆ ಪ್ರಜ್ಞೆಯೇ ಇರಲಿಲ್ಲ !

ಮಧ್ಯಾಹ್ನ ಎತ್ತುಗಳಿಗೆ ನೀರು ಕುಡಿಸಲೆಂದು ಗಂಗ, ಆಲ, ಮುಕ್ಕಣ್ಣಗಳನ್ನು ಕಣದಿಂದ ಬಿಟ್ಟುಕೊಂಡು ಬಂದ. ಲಾಳ ಕಟ್ಟಿದ ಕಾಲುಗಳನ್ನು ಛಂದೋಬದ್ಧವಾಗಿ ಎತ್ತಿಡುತ್ತಾ, ಕುತ್ತಿಗೆಯಲ್ಲಿ ಕಟ್ಟಿದ್ದ ಹುಬ್ಬಳ್ಳಿಯ ಗಂಟೆಯನ್ನು ಸದ್ದು ಮಾಡುತ್ತಾ ಮುಕ್ಕಣ್ಣ ಬರುವದನ್ನು ಲಿಂಗಣ್ಣ ದೂರದಿಂದಲೇ ಗುರುತಿಸಿದ. ಕಳೆದ ಹದಿನೈದು ವರ್ಷಗಳಿಂದ ಮುಕ್ಕಣ್ಣನ ನಡಿಗೆ, ಗಂಟೆಯ ಸದ್ದನ್ನು ಕೇಳಿದ್ದ ! ನಡುರಾತ್ರಿಯಲ್ಲಿ ಕಗ್ಗತ್ತಲೆಯ ಹೆಗ್ಗಾಡಿನಲ್ಲಿ ಬೇಕಾದರೂ ಮುಕ್ಕಣ್ಣನ ಆಗಮನವನ್ನು ಲಿಂಗಣ್ಣ ಕಣ್ಣುಮುಚ್ಚಿಕೊಂಡು ಗುರುತಿಸುತ್ತಿದ್ದ ! ಮುಕ್ಕಣ್ಣ ಮನೆಯೊಳಗೆ ಬಂದು ಮುಸುರೆಯ ಬಾನಿಗೆ ಬಾಗದೆ ಲಿಂಗಣ್ಣನ ಮುಂದಕ್ಕೆ ಬಂದು ನಿಂತಿತು ! ಪರವಶನಾಗಿ ದಿಕ್ಕುತೋಚದೆ, ಕಣ್ಣು ಕಾಣದೆ ಕುಳಿತಿದ್ದ ಲಿಂಗಣ್ಣನಿಗೆ ಮುಕ್ಕಣ್ಣ ಬಂದು ಮೂರನೆಯ ಕಣ್ಣು ತೆರೆದಂತಾಯಿತು. ನೀರಿಡಿಸಿ ಬಂದಿದ್ದ ಮುಕ್ಕಣ್ಣನ ಹಣೆಯ ಮೇಲೆ ಕೈಯಾಡಿಸಿ, ಕೋಡುಗಳ ಸಂದಿನಲ್ಲಿ ಬೆರಳು ತೂರಿಸಿ, ಆದರಿಸಿದ. ಕುಲಗುರು ಮನೆಗೆ ಬಂದರೆ ಎದ್ದು ಹೋಗಿ ಕರೆತರುವ ಭಕ್ತನಂತೆ ಲಿಂಗಣ್ಣ ಮುಕ್ಕಣ್ಣನನ್ನು ಮೈದಡವಿ ನೀರಿನ ಬಾನಿಗೆ ಕರೆದುಕೊಂಡು ಹೋದ. ಆಲ, ಮುಕ್ಕಣ್ಣಗಳೆರಡು ನೀರು ಕುಡಿದು ಹಕ್ಕೆಯಲ್ಲಿ ಜೋಡಿಯಾಗಿ ನಿಂತುಕೊಂಡವು. ಗಂಗಣ್ಣ ಕಣ್ಣಿಯಿಟ್ಟು ಊಟಕ್ಕೆ ಮನೆಯೊಳಕ್ಕೆ ಹೋದ.

ಲಿಂಗಣ್ಣ ಮತ್ತೆ 'ತಗಣಿಯ ಕಂಬಕ್ಕೆ' ಒರಗಿಕೂತುಕೊಂಡು ಯೋಚನೆಯ ಕಡಲಿನಲ್ಲಿ ಮುಳುಗಿಬಿಟ್ಟ ! ಅದರ ಆಳದಲ್ಲಿ ಸಿಲುಕಿ ಅವನು ಉಸಿರುಕಟ್ಟಿ ಏದುವಂತಾಯಿತು ! ಎಂಟೆತ್ತಿನ ಗಂಟೆಯನ್ನು ಹೊಡೆಯುವಂತೆ ಲಿಂಗಣ್ಣ ಉಸಿರು ಬಿಗಿಹಿಡಿದು ನಿಧಾನವಾಗಿಬಿಡುತ್ತಿದ್ದ ! ಎದುರಿಗೇ ನಿಂತಿದ್ದ ಮುಕ್ಕಣ್ಣನ ಮುಖವನ್ನು ತದೇಕ ದೃಷ್ಟಿಯಿಂದ ನೋಡಿದ. ಮರುಕ್ಷಣವೇ, ಮುಕ್ಕಣ್ಣನಿಗೆ 'ದೃಷ್ಟಿ'ಯಾದೀತೆಂದು ನೋಟವನ್ನು ಬೇರೆ ಕಡೆ ತಿರುಗಿಸಿದ. ಮುಕ್ಕಣ್ಣ ಮನುಷ್ಯರ

ಮನಸ್ಸಿನ ಒಳಿತು ಕೆಡುಕು, ನಗೆ ದುಗುಡಗಳನ್ನು ತಿಳಿಯಲಾರದ ಮಗುತನ ಮೌಢ್ಯದಿಂದ ಲಿಂಗಣ್ಣನನ್ನೇ ಬಿಟ್ಟ ಕಣ್ಣುಗಳಿಂದ ನೋಡುತ್ತಿತ್ತು! ಲಿಂಗಣ್ಣನ ಕಣ್ಣಲ್ಲಿ ನೀರು ನಿರಾತಂಕವಾಗಿ ಹರಿಯುತ್ತಿತ್ತು. ಲಿಂಗಣ್ಣನ ಹೆಂಡತಿ ಗೌರಮ್ಮ ಬಾನಿಗೆ ಮುಸುರೆ ಸುರಿಯಲು ಬಂದಾಕೆ, ಲಿಂಗಣ್ಣನ ಕಣ್ಣೀರು ಕಂಡು ಗಾಬರಿಗೊಂಡು, "ಅದ್ಯಾಕ್ರೀ ಕಣ್ಣೀರ್ತಂದ್ರಲ್ಲ? ತುಂಬಿದ ಮನಿಯಾಗ ಗಂಡುಮಕ್ಕಳು ಕುಂತಗೊಂಡು ಕಣ್ಣೀರ್ತಂದ್ರೆ..." ಎಂದಳು.

ಲಿಂಗಣ್ಣ ಉಟ್ಟ ಪಂಚೆಯಿಂದ ಕಣ್ಣುಜ್ಜಿಕೊಂಡು ಮತ್ತೆ ಮೂಕ ಬಸವಣ್ಣನಂತೆ ಕೈಕಟ್ಟಿ ಕುಳಿತುಕೊಂಡ.

"ಯಾಕ್ರಿ ಕಣ್ಣೀರು ತಂದ್ರೆಲ್ಲ?" ಎಂದಳು ಮತ್ತೊಮ್ಮೆ.

"ಇನ್ ನಮ್ಮನೆ ಉಳಿಯಾಂಗಿಲ್ಲ ನೋಡು..." ಎಂದ ಲಿಂಗಣ್ಣ.

"ಐ ಬಿಡ್ರೀ! ಯಂತಾ ಮಾತಾಡ್ತೀರೀ!" ಎಂದು ಗೌರಮ್ಮ ಸರಕ್ಕನೆ ಒರೆಯಿಂದ ಕತ್ತಿಯನ್ನು ಕಿತ್ತಂತೆ ಅತೃಪ್ತಿಯನ್ನೂ ಅಸಮಾಧಾನವನ್ನೂ ವ್ಯಕ್ತಪಡಿಸಿದಳು. ಗೌರಮ್ಮ ಮುಸುರೆಯ ಬೋಗುಣಿಯನ್ನು ಒಳಗಿಟ್ಟು ಬಂದು ಬಾಗಿಲ ತೋಳಿಗೆ ಒರಗಿ ನಿಂತು:

"ಏನಾತ್ರಿ ಮಾರಾಯ್ರ... ಏನೇನೋ ಅಮ್ತೀರಲ್ಲ" ಎಂದಳು.

"ಇನ್ನೇನಾಗಬೇಕೆ ಮಾರಾಳೇ... ಮುಕ್ಕಣ್ಣನ್ನ ಸಾಹುಕಾರ್ರಿಗೆ ಕೊಡಬೇಕಂತೆ!"

"ಕೊಡಲ್ಲಾ ಅಂದ್ರೆ ಆತ್ರಿ. ಅದಕೆಲ್ಲ..."

"ಅಷ್ಟು ಸುಲೂಬ ಅಂತ ತಿಳಿದೇನು ನೀನು. ಕೊಡಲ್ಲ ಅಂತ ಅಂದ್ರೆ ಸೌಕಾರ ಏನು ಮಾಡಬೌದು ಗೊತ್ತೇನು...?"

"ಏನು ಮಾಡ್ಯಾರ್ರೀ ಅವರು. ಏನ್ ನಮ್ಮ ಅಣೇಬರಾನೇ ಒತ್ತುಕೊಂಡು ಓದಾರೇನ್ರಿ?"

"ಮುಕ್ಕಣ್ಣ ಅಂದ್ರೆ ನಮ್ಮ ಅಣೇಬರ ಅಲ್ಲ ಅಂತ ಮಾಡೀದಿ ಏನು ನೀನು? ಮುಕ್ಕಣ್ಣ ನಮ್ಮ ಮನೆಗೆ ಕಾಲಿಟ್ಟಾಗಿನಿಂದ ನಮಗೇನೂ ದರಿದ್ರಿಲ್ಲೋಡು. ಮುಕ್ಕಣ್ಣನ ಕಾಲುಗುಣ! ನಾವೂ ಒಬ್ಬ ಬಾಳ್ಳೇದಸ್ತಾಗಿ ಅದೀವಿ, ಇಲ್ದಿದ್ರೇ..." ಎಂದು ಲಿಂಗಣ್ಣ ನಿಟ್ಟುಸಿರು ಬಿಟ್ಟ.

"ಏನು ಮೊಗಲಾಯಿ ಆಗ್ಲಿಲ್ಲ ಬಿಡ್ರಿ ನೀವಂತು. ಒಳ್ಳೆ ಗಂಡುಮಕ್ಳು ಕುಂತ್ಗಂಡು ಈ ಬುಳ್ಳಣ್ಣನಿಗೆ ಹೆದ್ರಿ ಕುಂತ್ರೇ ಊರಾಗ ಬಾಳ್ವೇ ಮಾಡಿದಂಗೇ ಆತು ಬಿಡ್ರಿ" ಎಂದು ಗೌರಮ್ಮ ಒಳಗೆ ಹೋದಳು.

ಲಿಂಗಣ್ಣನಿಗೆ ಮಾತ್ರ ತಿಪ್ಪಣ್ಣನವರ ಭಯ ತಪ್ಪಲಿಲ್ಲ. ಅವನಿಗೆ ತನ್ನ ಹೊಲ, ಕಣ, ಮನೆ, ಮುಕ್ಕಣ್ಣನನ್ನು ಕಾಯುವುದೇ ಮಹಾ ಕಷ್ಟವಾಯಿತು. ತನ್ನ ಕಣ್ಣುಬೊಂಬೆಯಂತೆ ಮುಕ್ಕಣ್ಣನನ್ನು ಜೋಪಾನ ಮಾಡುತ್ತಿದ್ದ. ಮುಕ್ಕಣ್ಣ ಕಣ್ಮರೆಯಾದರೆ ಅವನಿಗೆ ಕಣ್ಣೇ ಇಂಗಿದಂತಾಗುತ್ತಿತ್ತು. ಸಾಹುಕಾರರ ಸಿಟ್ಟು ನೆನಸಿಕೊಂಡರಂತೂ ಅವನಿಗೆ ಎದೆಯೊಡೆಯುತ್ತಿತ್ತು...

ಮಳೆಗಾಲ ಬಂತು. ಬಿತ್ತನೆಯ ಕೆಲಸವೆಲ್ಲ ಮುಗಿದು ಎತ್ತುಗಳಿಗೆ ಕೊಂಚ ವಿರಾಮ ದೊರಕಿತು. ಅಲ್ಲಲ್ಲಿ ಹಸಿಯ ಹುಲ್ಲೂ ಬಿತ್ತು. ಊರ ಸುತ್ತಮುತ್ತ ಎತ್ತ ನೋಡಿದರೂ ದೃಷ್ಟಿ ಹಬ್ಬುವವರೆಗೆ ಎದೆ ಎತ್ತರದ ಹಸಿರು ಜೋಳ ಕೊಬ್ಬಿನಿಂತು ತೂಗುತ್ತಿತ್ತು. ಜನಗಳಿಗೂ ದನಗಳಿಗೂ ಹರುಷದ ಕಡಲು ಭೂಮಿಯ ಮೇಲೆ ಬೆಳೆದಂತೆ, ಪೈರು ಹುಲುಸಾಗಿ ಬಂತು. ಲಿಂಗಣ್ಣನ ಈ ಆನಂದದಲ್ಲಿ ಸಾಹುಕಾರರ ಭೂತದ ನೆನಪು ಕ್ರಮೇಣ ಕುಗ್ಗಿತು.

ಒಂದು ದಿನ ಹಸಿಯ ಹುಲ್ಲು ಮೇಯಲು ಹೋಗಿ ಮುಕ್ಕಣ್ಣ, ಅಳ್ಳೆ ಬಿರಿದು ಬಂತು!

ಲಿಂಗಣ್ಣ ರಾತ್ರಿ ಎತ್ತುಗಳ ಮೈ ತಿಕ್ಕುವಾಗ ಮುಕ್ಕಣ್ಣನ ಬಿರಿದ ಅಳ್ಳೆ ನೋಡಿ "ಏ ತಮ್ಮಾ, ಎಲ್ಲನ್ನ ಜೋಳ ಗೀಳಕ್ಕೆ ಮುಕ್ಕಣ್ಣ ಬಿದ್ದಿತ್ತೇನೋ" ಎಂದು ಕೇಳಿದ.

"ಇಲ್ಲ" ಎಂದ ಗಂಗ.

"ಹಂಗಾರ ಹೊಟ್ಟೆ ಯಾಕೋ ಒಂದಿಷ್ಟು ಊದ್ದಂಗೆ ಐತಲ್ಲೊ..."

"ಊದಾಕ ಏನಾಗೈತೆ. ಸಂಜೇತನಕ ಹುಲ್ಲು ತಿಂದ್ಯೆತೆ."

"ದಿನಾ ಹುಲ್ಲು ತಿಂದ್ ಬರಲ್ಲೇನು? ದಿನಾ ಇಂಗೇ ಇರುತ್ತಿತ್ತೆ?"

"ಏನೋ ಅಪ್ಪ, ಇವೊತ್ತ್ಯಾಕ ಹಂಗಾಗೇತೋ ಏನೋ?"

ಲಿಂಗಣ್ಣನಿಗೆ ಕಳವಳಕ್ಕಿಟ್ಟುಕೊಂಡಿತು. ಮುಕ್ಕಣ್ಣ ಬುಸಗರೆಯುತ್ತಿತ್ತು. ಹೊಟ್ಟೆ ತುಂಬ ಮೇದು ಬಂದ ದನ ದೀರ್ಘ ಶ್ವಾಸೋಚ್ಛ್ವಾಸ ಮಾಡುವುದು ಸಹಜ; ಸ್ವಾಭಾವಿಕ.

"ಬಂದ ಮ್ಯಾಲೆ ನೀರು ಕುಡಿತೇನೋ ತಮ್ಮ?"

"ಊಂ, ಹಳ್ಳದಾಗೆ ಕುಡೀತಲ್ಲ?"

ಲಿಂಗಣ್ಣನಿಗೆ ಸಮಾಧಾನವಾಗಲಿಲ್ಲ. ಅಟ್ಟದ ಮೇಲಿನ ಹುಲ್ಲನ್ನು ಗೋದಲಿಗೆ ಹಾಕಿದ. ಆದರೆ ಮುಕ್ಕಣ್ಣ ಅದನ್ನು ಮೂಸಲಿಲ್ಲ. ಆಲ ಎದ್ದು ನಿಂತು ಒಂದೆರಡು ಪಾಸೆ ಹುಲ್ಲು ತಿಂದಿತು. "ಯಾಕೋ ಮುಕ್ಕಣ್ಣ ಹುಲ್ಲು ತಿನ್ನಲೊಲ್ಲದಲ್ಲೋ" ಎಂದ ಲಿಂಗಣ್ಣ.

"ಹಗಲೆಲ್ಲ ಹಸೇ ಹುಲ್ಲು ಮೇದು ಬಂದು ಇನ್ನೇನು ತಿಂದೀತಪ್ಪ?"

ಲಿಂಗಣ್ಣ ಇರಬಹುದು ಎಂದು ಊಹಿಸಿದ. ಸುತ್ತಲೂ ಲಾಟೀನು ಹಿಡಿದು ಮುಕ್ಕಣ್ಣನ ಮೈ ಸವರಿ ನೋಡಿದ, ಮುಕ್ಕಣ್ಣನ ಸಗಣಿಯನ್ನು ಪರೀಕ್ಷಿಸಿದ. ತಂದೆಯ ಪೇಚಾಟವನ್ನು ನೋಡಿ ಗಂಗ "ಒಂದಿಷ್ಟು ಮಲಗಿ ಎದ್ರೆ ಎಲ್ಲ ತಿಳೀತದೆ ಬಿಡಪ್ಪ. ಮಲಕ್ಕೊಂಡು ಮೆಲುಕು ಹಾಕ್ಲಿ. ನಾವು ಉಂಬಾನ ಬಾ" ಎಂದು ಕರೆದ. ಲಿಂಗಣ್ಣ ಮನಸ್ಸಿನಲ್ಲಿ ಮನಸಿಲ್ಲದೆ ಊಟಕ್ಕೆಂದು ಹೋದ. ಲಿಂಗಣ್ಣ ಊಟ ಮಾಡಿ ಕೈ ತೊಳೆಯುವಾಗ ಮುಕ್ಕಣ್ಣ ಮಲಗಿಕೊಂಡ ಸದ್ದು ಕೇಳಿಸಿತು. "ಮುಕ್ಕಣ್ಣ ಮಲಗಿತೇನು?" ಎಂದು ಹೆಂಡತಿಯನ್ನು ಕೇಳಿದ. "ಊಂ" ಎಂದು ಗೌರಮ್ಮ ಹೇಳಿದಳು. ಊಟ ಮುಗಿಸಿ ಎದ್ದು ಬಂದು ಮುಕ್ಕಣ್ಣನನ್ನು ನೋಡಿದ. ಮೆಲುಕುಹಾಕುತ್ತಿರಲಿಲ್ಲ. ಬಾಯಲ್ಲಿ ಜೊಲ್ಲು ದಾರದಂತೆ ಇಳೆ ಬಿದ್ದಿತ್ತು. ಲಿಂಗಣ್ಣನಿಗೆ ದಿಗಿಲಾಯಿತು! ಮುಕ್ಕಣ್ಣನಿಗೆ ಏನೋ ಆಗಿದೆ ಎಂದು ಖಂಡಿತವಾಯಿತು. ಗಿಡ ತರಲೆಂದು ಲಾಟೀನು ಹಿಡಿದುಕೊಂಡು ಬೀಸುಕಾಲ ಹಾಕಿಕೊಂಡು ಅವನಿಗೆ ಗೊತ್ತಿದ್ದ ಎಡೆಗಳಿಗೆಲ್ಲ ಕತ್ತಲಲ್ಲಿ ನುಗ್ಗಿದ! ಅವನ ದುರದೃಷ್ಟಕ್ಕೆ ಎಲ್ಲಿಯೂ ಸಿಕ್ಕಲಿಲ್ಲ! ಊರ ಸ್ಮಶಾನದಲ್ಲೂ ಅಲೆದಾಡಿದ. ತಲೆಬುರುಡೆಯನ್ನು ಎಡವಿದ! ಮೂಳೆಯನ್ನು ತುಳಿದು ಮುಂದುವರಿದ! ಸಿದಿಗೆಯ ಕಟ್ಟಿಗೆಯನ್ನು ತೆಗೆದೊಗೆದ! ಅವನೇ ಭೂತದಂತಿರಲು ಬೇತಾಳನ ಹೆದರಿಕೆ ಅವನಿಗೆಲ್ಲಿಯದು? ಸ್ಮಶಾನವನ್ನೆಲ್ಲ ಸುತ್ತಾಡಿ ಮುಕ್ಕಣ್ಣನಿಗೆ ಗಿಡ ಹುಡುಕಿ ತಂದ, ಲಿಂಗಣ್ಣ ಮನೆ ಸೇರುವ ಹೊತ್ತಿಗೆ ಮುಕ್ಕಣ್ಣನ ಹೊಟ್ಟೆ ನಗಾರಿಯಾಗಿತ್ತು. ನಾಲ್ಕೂ ಕಾಲು ಚಾಚಿಕೊಂಡು ಮುಕ್ಕಣ್ಣ ಕಕ್ಕಸ ಬಡುತ್ತಿತ್ತು! ಹಕ್ಕೆಯ ತುಂಬ ಮುಕ್ಕಣ್ಣ ಬಿದ್ದುಕೊಂಡು ಕಣ್ಣು ಅರಳಿಸಿ ದೈನ್ಯದಿಂದ ನೋಡುತ್ತಿತ್ತು. ಮುಕ್ಕಣ್ಣನ ಸ್ಥಿತಿಯನ್ನು ನೋಡಿ ಲಿಂಗಣ್ಣನ ಬುದ್ಧಿ ಕುಸಿದುಬಿತ್ತು. ಗಿಡವನ್ನು ಬಿಸಾಡಿ ಮುಕ್ಕಣ್ಣನ ಮುಖದ ಮೇಲೆ ಬಿದ್ದು ಲಿಂಗಣ್ಣ ಕಣ್ಣು ಕಿತ್ತ ಕರಡಿಯಂತೆ 'ಹೂ' ಎಂದು ಅಬ್ಬರಿಸಿಕೊಂಡ. ಕೇರಿಯ ಜನರೆಲ್ಲಾ ನೆರೆದರು. ಮುಕ್ಕಣ್ಣನಿಗೊದಗಿದ ದುಃಸ್ಥಿತಿಯನ್ನು ಕಂಡು ರೈತರ ಎದೆಯೊಡೆದು ಕಣ್ಣೀರು ಚಿಮ್ಮಿತು.

ಕೆಲವರು ಗಿಡವನ್ನು ಅರೆದು ಗೊಟ್ಟದಲ್ಲಿ ಹಾಕಿ ಮುಕ್ಕಣ್ಣನ ಬಾಯಿಗಿಟ್ಟರು. ಆದರೆ ಗಿಡದ ಒಂದು ಹನಿ ಹೊಟ್ಟೆಗೆ ಸೇರಲಿಲ್ಲ. ಬೆಳಗಾಗುವುದರಲ್ಲಿ ಮುಕ್ಕಣ್ಣನ ಕಣ್ಣಲ್ಲಿ ಪಾಪೆ ಇರಲಿಲ್ಲ. ಮನೆಯ ಮಂದಿಯೆಲ್ಲಾ ತಮ್ಮ ತಂದೆ ತೀರಿದಾಗ ಅಳುವಂತೆ ರೋದಿಸಿದರು. ಎದೆ ಬಿರಿದು ಸೀಳುವಂತೆ ಮೊರೆಯಿಟ್ಟರು. ಲಿಂಗಣ್ಣ ಮುಕ್ಕಣ್ಣನ ಮುಂಗಾಲ ಮೇಲೆ ಬಿದ್ದು ಗೋಳಾಡಿದ.

ಮುಕ್ಕಣ್ಣನನ್ನು ತನ್ನ ಹೊಲದ ಮೂಲೆಯಲ್ಲಿ ಹೂಳಿ ಬಂದ. ಮುಕ್ಕಣ್ಣನಿಲ್ಲದೆ ಆಲ ಒಂಟಿಯಾಗಿ ಹಕ್ಕೆಯಲ್ಲಿ ನಿಲ್ಲಲಾರದೆ ಹಂಬಲಿಸಿತು. ಸಣ್ಣ ಕರುವಿನಂತೆ 'ಅಂಬಾ' ಎಂದು ಕೂಗಿಕೊಂಡಿತು; ಕಣ್ಣುಗಳೆರಡೂ ನೀರು ಸುರಿಸಿ ಬರಿದಾದವು. ಲಿಂಗಣ್ಣ ಎದೆಯೊಡೆದು ಒಂದೇ ವಾರದಲ್ಲಿ ಮುಕ್ಕಣ್ಣನ ದಾರಿ ಹಿಡಿದ!

ವಯಸ್ಸಾಗದ ಮಗನನ್ನು ಕಟ್ಟಿಕೊಂಡು ಅಲ್ಲಿ ಬದುಕುವುದು ಗೌರಮ್ಮನಿಗೆ ಅಸಾಧ್ಯವೆನಿಸಿತು. ತನ್ನ ತೌರುಮನೆಗೆ ಹೊರಟುಹೋದಳು. ಲಿಂಗಣ್ಣನ ಮನೆ ಮುರಿದು ಕದ ಕಟ್ಟಿತು !

ಸಿರಿವಂತರಿಗೆ, ಬಡವರ ಮನೆ ಮುರಿಯುವುದೆಂದರೆ ಹುಡುಗರು ನೊಣ ಬಡಿದುಹಾಕಿದಂತೆ.

○ ಪಾಟೀಲ ಪುಟ್ಟಪ್ಪ

ಕೋಡೀಹಳ್ಳಿಯ ಜಮೀನುದಾರರು

ಜಮೀನುದಾರ ಕಡೇಕೋಡಿಯವರೆಂದರೆ ಅರ್ಧ ಸರಕಾರವೆಂದೇ ಹೇಳಬೇಕು. ಅವರು ಸರಕಾರದ ಬಳಿಗೆ ಹೋಗುವುದಕ್ಕಿಂತಲೂ ಸರಕಾರವೇ ಅವರ ಬಳಿಗೆ ಹೋಗುತ್ತಿತ್ತು.

ಬೆಳಗಾವಿಗೆ ಯಾವನೇ ಮಂತ್ರಿ ಬರಲಿ, ಅಧಿಕಾರಿ ಬರಲಿ ಕಡೇಕೋಡಿಯವರ ಮನೆಗೆ ಸಂದರ್ಶನ ಕೊಡದೆ ಆ ನಗರದ ಅವರ ಭೆಟ್ಟಿ ಮುಗಿಯುತ್ತಲೇ ಇರಲಿಲ್ಲ. ದೇಶಕ್ಕೆ ಸ್ವಾತಂತ್ರ್ಯ ಬಂದರೂ ಈ ಸಾಹುಕಾರರ ಸುಬೇದಾರಿ ಮಾತ್ರ ಅವರವರ ಪ್ರದೇಶದಲ್ಲಿ ಇನ್ನೂ ನಿರಾತಂಕವಾಗಿ ನಡೆದೇ ಇತ್ತು.

ಸ್ನೇಹಿತರನ್ನು ಗೆಲ್ಲುವುದು ಹೇಗೆ, ಜನರನ್ನು ಪ್ರಭಾವಿತರನ್ನಾಗಿ ಮಾಡುವುದು ಹೇಗೆ ಎಂಬ ಪುಸ್ತಕವನ್ನು ಡೇಲ್ ಕಾರ್ನೀಗಿ ಬಹುಶಃ ಕಡೇಕೋಡಿಯವರನ್ನು ನೋಡಿಯೇ ಬರೆದಿರಬೇಕು. ಜನರನ್ನು ಮರುಳುಮಾಡುವ ಗುಣವನ್ನು ಅವರು ಕುಶಲ ಕಲೆಯಾಗಿ ಬೆಳೆಸಿಕೊಂಡು ಬಂದಿದ್ದರು.

ನಿನ್ನೆ ಅಪರಿಚಿತರಂತೆ ಬೆಳಗಾವಿಗೆ ಬಂದ ಅಧಿಕಾರಿಗಳು ಈ ದಿನ ಅವರ ಆತ್ಮೀಯ ಸ್ನೇಹಿತರಾಗಿ ಪರಿಣಮಿಸುತ್ತಿದ್ದರು.

ಚರ್ಮ ನಮ್ಮ ದೇಹಕ್ಕೆ ಹೊಂದಿಕೊಂಡಿರುವಂತೆ ಕಡೇಕೋಡಿಯವರು ಅಲ್ಲಿಯ ಕ್ಲಬ್ಬು, ಆಟಗಾರಿಕೆ, ಮನರಂಜನೆ ಮುಂತಾದ ಎಲ್ಲ ಸಾಮೂಹಿಕ ಚಟುವಟಿಕೆಗಳಲ್ಲಿಯೂ ಹಾಸುಹೊಕ್ಕಾಗಿ ಹೆಣೆದುಕೊಂಡಿದ್ದರು. ಕಡೇಕೋಡಿಯವರು ಕ್ಲಬ್ಬಿನೊಳಗೋ ಕ್ಲಬ್ಬಿನೊಳಗೆ ಕಡೇಕೋಡಿಯವರೋ ಎಂಬುದನ್ನು ವಿಂಗಡಿಸಿ ಹೇಳುವುದು ಕಷ್ಟವಾಗಿತ್ತು.

ಎಷ್ಟೋ ಜನ ಗಂಡಂದಿರು ಆಸೆ ಹರಿಯದ ಪ್ರೇತದಂತೆ ಈ ಭೂಮಿಯ ಮೇಲೆ ಬದುಕಿ ಹೋಗುತ್ತಾರೆ. ತಮ್ಮ ಬದುಕಿನ ಆಶೋತ್ತರಗಳ ಸಾಫಲ್ಯವನ್ನು ಅವರು ತಮ್ಮ ಪತ್ನಿಯರಲ್ಲಿ ಕಾಣುವುದೇ ಇಲ್ಲ. ಅವರವರ ದೃಷ್ಟಿಕೋನಗಳಲ್ಲಿ ದಕ್ಷಿಣೋತ್ತರಗಳ ವ್ಯತ್ಯಾಸ ಇರುತ್ತದೆ.

ಈ ವಿಚಾರದಲ್ಲಿ ಕಡೇಕೋಡಿಯವರು ಮಾತ್ರ ಭಾಗ್ಯಶಾಲಿಗಳೆಂದೇ ಹೇಳಬೇಕು. ತಮ್ಮ ತಾಳಕ್ಕೆ ತಕ್ಕಂತೆ ಕುಣಿಯುವ ಹೆಂಡತಿಯನ್ನು ಅವರು ಪಡೆದಿದ್ದರು.

ವಯಸ್ಸು ನಲವತ್ತೈದನ್ನು ಮಿಕ್ಕಿದ್ದರೂ ಆಕೆ ಇಪ್ಪತ್ತೈದರ ಯೌವನವನ್ನು ತೋರಿಸುತ್ತಿದ್ದಳು. ಮೊದಲೇ ಮಾಟವಾಗಿದ್ದ ಆಕೆ, ಅಧರ-ರಾಗಪುಷ್ಪ ಪರಾಗಗಳಿಂದ ತನ್ನನ್ನು ತಿದ್ದಿ ತೀಡಿಕೊಂಡು ಮೋಹಕವಾಗಿ ಕಾಣುತ್ತಿದ್ದಳು.

ಕಡೇಕೋಡಿಯವರ ಮನೆಯ ಆಕರ್ಷಣೆ ಅನೇಕರಿಗೆ ಇದ್ದುದಕ್ಕೆ ಪ್ರಮೀಲಾಬಾಯಿಯೇ ಪ್ರಮುಖ ಕಾರಣವಾಗಿದ್ದಳೆಂಬುದನ್ನು ಪ್ರತ್ಯೇಕವಾಗಿ ಹೇಳಬೇಕಾದುದೇನೂ ಇಲ್ಲ.

ಸರಕಾರದಲ್ಲಿ ಕಡೇಕೋಡಿಯವರ ಪ್ರಸ್ಥ ಬೆಳೆಯುವುದಕ್ಕೆ ಇನ್ನೊಂದು ಮುಖ್ಯ ಕಾರಣ ಇದ್ದಿತು. ಮುರಾರಜಿ ದೇಸಾಯಿಯವರು ಮುಂಬಯಿ ರಾಜ್ಯದಲ್ಲಿ ರೈತರಿಗೆ ಹೊಲದ ಹಕ್ಕುದಾರಿಕೆಯನ್ನು ನೀಡಿದಾಗ, ಜಮೀನುದಾರರಲ್ಲಿಯೇ ಮೊದಲಿಗರಾಗಿ ಇವರು ಸರಕಾರೀ ನೀತಿಯನ್ನು ಮುಕ್ತಕಂಠವಾಗಿ ಪ್ರಶಂಸೆ ಮಾಡಿದ್ದರು; ಸ್ವಾಗತಿಸಿದ್ದರು. ಕಡೇಕೋಡಿಯವರಿಗೆ ತಮ್ಮ ಜಮೀನುದಾರಿಯು ಬೇಕಾಗಿದ್ದಂತೆ ಜನಾನುರಾಗವೂ ಬೇಕಾಗಿತ್ತು.

ಅವರು ಸಮಯ ನೋಡಿ, ಭೂಸುಧಾರಣೆಯ ಯೋಜನೆಯನ್ನು ಸ್ವಾಗತಿಸಲು ಮುಂದಾಗಿದ್ದರು. ಮುರಾರಜಿಯವರು ಆಗ ಬೆಳಗಾವಿಗೆ ಭೆಟ್ಟಿ ಕೊಡುವವರಿದ್ದರು.

ಸಭೆ ಸಮಾರಂಭಗಳಲ್ಲಿ ಜನರನ್ನು ಕ್ವಚಿತ್ತಾಗಿ ಮಾತನಾಡಿಸುತ್ತಿದ್ದ ಮುರಾರಜಿಯವರು ಕಡೇಕೋಡಿಯವರನ್ನು ತಬ್ಬಿಕೊಂಡು, ಇನ್ನುಳಿದ ಜಮೀನುದಾರರು ಅವರ ಮಾದರಿಯನ್ನು ಅನುಸರಿಸಬೇಕೆಂದು ಕರೆಕೊಟ್ಟಿದ್ದರು.

ಭೂಸುಧಾರಣಾ ಕ್ರಮಕ್ಕೆ ಇನ್ನುಳಿದ ಜಮೀನುದಾರರು ವಿರೋಧವಾಗಿದ್ದಾಗ ಕಡೇಕೋಡಿಯವರು ಅದಕ್ಕೆ ಅನುಕೂಲರಾದರೆಂದ ಮೇಲೆ ಸರಕಾರದಲ್ಲಿ ಅವರ ವರ್ಚಸ್ಸು ಸ್ವಾಭಾವಿಕವಾಗಿಯೇ ಬೆಳೆದುಕೊಂಡಿತು.

ಮೇಲಿನ ಮಂತ್ರಿಯಿಂದ ಹಿಡಿದು ಕೆಳಗಿನ ಅಧಿಕಾರಿಯವರೆಗೆ ಹಬ್ಬಿಕೊಂಡಿದ್ದ ಬಹು ವಿಸ್ತಾರವಾದ ಆಡಳಿತ ಜಾಲವೆಲ್ಲವೂ ಕಡೇಕೋಡಿಯವರಿಗೆ ಅನುಕೂಲವರ್ತಿಯಾಗಿದ್ದಿತು.

ಹೀಗೆ ಸರಕಾರದಲ್ಲಿ ಸಕಲವೂ ಅವರಿಗೆ ಅನುಕೂಲವಾಗಿದ್ದ ಸಮಯದಲ್ಲಿ, ಕಬ್ಬಿನ ಮೇಲೆ ಜೇನು ಕಟ್ಟಿದಂತೆ, ರಾಣೆಯವರು ಬೆಳಗಾವಿಗೆ ಕಲೆಕ್ಟರರಾಗಿ ಬಂದರು.

ರಾಣೆಯವರ ಸ್ವಭಾವ ಗುಣ ಯಾರಿಗೂ ತಿಳಿಯದು. ಕಚೇರಿಯಲ್ಲಿ ಮಾತ್ರ ಅವರು ಬಹು ಗಂಭೀರವಾಗಿ ಕಾಣಿಸುತ್ತಿದ್ದರು. ಅವರು ಬೆಳಗಾವಿಗೆ ಬಂದ ಒಂದೆರಡು ದಿನಗಳಲ್ಲಿಯೇ ಅವರನ್ನು ಕಡೇಕೋಡಿಯವರು ತಮ್ಮ ಕಡೆಗೆ ಒಲಿಸಿಕೊಂಡರೆಂದು ಹೇಳಿದರೆ, ಕಡೇಕೋಡಿಯವರ ಸಾಮರ್ಥ್ಯದ ಬಗೆಗೆ ಹೆಚ್ಚಿನದೇನನ್ನೂ ಹೇಳಿದಂತಾಗುವುದಿಲ್ಲ. ಜನರೆಲ್ಲರೂ ಚಕಿತರಾಗುವಂತೆ ಅವರ ಸ್ನೇಹವು ಜನ್ಮಾಂತರದ ಸಂಬಂಧ ಎಂಬಂತೆ ಬಹು ಗಾಢವಾಗಿ ಪರಿಣಮಿಸಿತು.

ಕಲೆಕ್ಟರ ಸಾಹೇಬರಿಗೆ ಮನೆಯ ಕಡೆಗೆ ಅಷ್ಟೊಂದು ಆಸಕ್ತಿ ಇರಲಿಲ್ಲ. ಇದನ್ನು ಕಡೇಕೋಡಿಯವರು ಆರಂಭಕ್ಕೆ ಕಂಡುಕೊಂಡರು. ರಾಣೆಯವರ ಹೆಂಡತಿ ಯಾವಾಗಲೂ ರೋಗದಿಂದ ನರಳುತ್ತ ಕೃಶಳಾಗಿ ಹೋಗಿದ್ದಳು. ಅತ್ತ ಕಡೆಯ ಆಸಕ್ತಿ ಕಡಿಮೆಯಾಗಿದ್ದುದರಿಂದ, ರಾಣೆಯವರಿಗೆ ಬದುಕಲು ಬೇಕಾಗಿದ್ದ ಬದಲಾವಣೆಯನ್ನು ಅವರ ಕೆಲಸವೇ ಅವರ ಜೀವನಕ್ಕೆ ಒದಗಿಸಿಕೊಟ್ಟಿತ್ತು. ಜಿಲ್ಲೆಯೊಳಗಿನ ಕಾರ್ಯ ಚಟುವಟಿಕೆಗಳಿಗೆಲ್ಲ ಅವರು ವಿಶೇಷ ಬಗೆಯ ಚಾಲನೆಯನ್ನೂ ಒದಗಿಸಿಕೊಟ್ಟಿದ್ದರು.

ತಮಗೆ ವಿಶ್ರಾಂತಿ ಬೇಕೆನಿಸಿದಾಗ ಅವರು ಕ್ಲಬ್ಬಿನ ಕಡೆಗೆ ಹೋಗುತ್ತಿದ್ದರು. ಅವರ ವಿರಾಮಕ್ಕೆ ಕಡೇಕೋಡಿಯವರು ಅನೇಕ ಬಾಗಿಲುಗಳನ್ನು ತೆರೆದು ತೋರಿಸಿದ್ದರು.

ಕಲೆಕ್ಟರರಿಂದ, ಪೋಲೀಸ್ ಸೂಪರಿಂಟೆಂಡೆಂಟರಿಂದ ಏನಾದರೂ ಕೆಲಸ ಆಗಬೇಕಾಗಿದ್ದರೆ ಜನರು ಕಡೇಕೋಡಿಯವರನ್ನೇ ಹಿಡಿಯಬೇಕು ಎನ್ನುವಷ್ಟು ದೂರ ಅವರ ಪ್ರವರ ಹಬ್ಬಿಕೊಂಡಿತು. ಅದರಲ್ಲಿಯೂ ಪ್ರಮೀಲಾಬಾಯಿಗೆ ಹೇಳಿದರೆ ಕೆಲಸ ಇನ್ನೂ ಹೆಚ್ಚು ಸುಲಭ ಎಂದು ಜನ ಆಡಿಕೊಳ್ಳತೊಡಗಿದ್ದರು.

ಮೊದಮೊದಲು ಕಲೆಕ್ಟರರು, ಕಡೇಕೋಡಿಯವರು, ಹಾಗೂ ಪ್ರಮೀಲಾಬಾಯಿ – ಮೂವರೂ ಸೇರಿ ಬೇಟೆಗೆಂದೋ, ವಿಹಾರಕ್ಕೆಂದೋ, ಪ್ರೇಕ್ಷಣೀಯ ಸ್ಥಳ ನೋಡಲೆಂದೋ ಹೋಗುತ್ತಿದ್ದರು. ಬರಬರುತ್ತ ಆ ಗುಂಪು ಇಬ್ಬರಿಗೆ ಸೀಮಿತವಾಯಿತು. ಕಡೇಕೋಡಿಯವರು ಹೋದರೆ ಹೋದರು, ಇಲ್ಲದಿದ್ದರೆ ಇಲ್ಲ. ರಾಣೆಯವರೊಂದಿಗೆ ಪ್ರಮೀಲಾಬಾಯಿ ಮಾತ್ರ ಇದ್ದೇ ಇರುತ್ತಿದ್ದಳು.

ತಮ್ಮ ಜಮೀನಿನ ಬಗೆಗೆ ಎಂದೂ ಹೊರಳಿ ನೋಡದಿದ್ದ ಕಡೇಕೋಡಿಯವರಿಗೆ ಒಮ್ಮೆಲೇ ಅತ್ತ ಆಸಕ್ತಿ ಉಂಟಾಯಿತು. ಅವರು ಮೇಲಿಂದ ಮೇಲೆ ರೈತರ ಬಳಿಗೆ ಹೋಗುವುದು, ಅವರ ಅನುವು ಆಪತ್ತು ವಿಚಾರಿಸುವುದು ಮುಂತಾದುವನ್ನು ಮಾಡತೊಡಗಿದರು.

ಅವರ ರೈತರೆಲ್ಲರೂ ತುಂಬ ಒಳ್ಳೆಯ ಜನರು; ಅವರು ಯಾವ ಮೋಸಗಾರಿಕೆಯನ್ನೂ ಅರಿಯದ ಮುಗ್ಧರು. ಕಡೇಕೋಡಿಯವರ ತಂದೆ ತಾತಂದಿರ ಕಾಲದಿಂದಲೂ ಅವರು ಆ ಭೂಮಿಯನ್ನು ಮಾಡಿಕೊಂಡು ಬಂದಿದ್ದರು. ತಮಗೆ ಅನ್ನ ನೀಡುತ್ತ ಬಂದಿದ್ದ ಭೂಮಿತಾಯಿಯನ್ನು ಅವರು ತಮಗಿಂತಲೂ ಹೆಚ್ಚು ಚೆನ್ನಾಗಿ ನೋಡಿಕೊಂಡಿದ್ದರು.

ಸಾಹುಕಾರರು ತಮ್ಮ ಬಗೆಗೆ ಹಿಂದೆಂದೂ ವಹಿಸದಿದ್ದ ಆಸಕ್ತಿಯನ್ನು ಈಗ ವಹಿಸಿದುದರ ಕಾರಣ ಮಾತ್ರ ಅವರಿಗೆ ತಿಳಿಯಲೇ ಇಲ್ಲ.

ಕೋಡೀಹಳ್ಳಿಯ ಜಮೀನುದಾರರಾದ ಕಡೇಕೋಡಿಯವರು ತಮ್ಮ ರೈತರೆಲ್ಲರನ್ನೂ ಒಮ್ಮೆ ವಿಹಂಗಮ ದೃಷ್ಟಿಯಿಂದ ನೋಡಿದರು.

ಅವರ ಊಳಿಗಕ್ಕೆ ಸೇರಿದ್ದ ಆ ಮೂವತ್ತು ಕುಟುಂಬಗಳಲ್ಲಿ ಸ್ಥಿತಿವಂತರಾಗಿದ್ದವರು ಯಾರೂ ಇರಲಿಲ್ಲ. ಭೂಮಿಯನ್ನು ಅಗೆಯುತ್ತ ಅವರು ತಮ್ಮ ಆಯುಷ್ಯವನ್ನೇ ಕಳೆದಿದ್ದಾರೆ. ಐವತ್ತು ಅರವತ್ತು ವರ್ಷಗಳ ದುಡಿತದ ನಂತರವೂ ಅವರು ನಿರ್ಗತಿಕರಾಗಿಯೇ ಉಳಿದಿದ್ದಾರೆ.

ಒಂದು ವೇಳೆ ತಾವು ತಮ್ಮ ಜಮೀನು ಮಾರಬೇಕೆಂದರೂ ಕಡೇಕೋಡಿಯವರು ಅವರಲ್ಲಿ ಯಾರಿಗೆ ಮಾರಬೇಕು ? ಮತ್ತು ತೆಗೆದುಕೊಳ್ಳುವಂಥವರು ಅವರಲ್ಲಿ ಯಾರು ಇದ್ದಾರೆ ? ಅಕಸ್ಮಾತ್ತಾಗಿ ಹೊರಗಿನವರಲ್ಲಿ ಯಾರಾದರೂ ಕೊಳ್ಳುತ್ತಾರೆಂದರೆ ರೈತರ ವಶದಲ್ಲಿ ಭೂಮಿ ಇರುವವರೆಗೂ ಅವರು ಯಾರೂ ಜಮೀನು ಕೊಳ್ಳಲು ಮನಸ್ಸು ಮಾಡುವುದಿಲ್ಲ.

ಕಡೇಕೋಡಿಯವರ ಮನಸ್ಸಿನಲ್ಲಿ ಹಲವಾರು ವಿಚಾರಗಳು ಸುಳಿದುಹೋದವು.

ಅವರು ಅರವತ್ತರ ಅಂಚನ್ನು ಸಮೀಪಿಸುವುದಕ್ಕೆ ಇನ್ನು ಒಂದೆರಡು ವರ್ಷ ಮಾತ್ರ ಬಾಕಿ ಇದ್ದವು. ರೈತರ ಬಳಿಗೆ ಹೋಗಿ, ಆರು ತಿಂಗಳಿಗೊಮ್ಮೆ ವರ್ಷಕ್ಕೊಮ್ಮೆ ಅವರು ಕೊಟ್ಟಷ್ಟನ್ನು ತೆಗೆದುಕೊಂಡು ಬರುವುದಕ್ಕಿಂತಲೂ ಒಮ್ಮೆ ಭೂಮಿಯನ್ನೆಲ್ಲ ಮಾರಿಕೊಂಡು ಕೈತೊಳೆದುಕೊಳ್ಳ ಬಾರದೇಕೆ ? ಈ ವಿಚಾರವನ್ನೂ ಅವರು ಕಲೆಕ್ಟರರೊಂದಿಗೆ ಸಮಾಲೋಚಿಸಿ ಅವರ ಬೆಂಬಲವನ್ನು ಪಡೆದುಕೊಂಡಿದ್ದರು.

ಆದರೆ, ಜಮೀನನ್ನು ರೈತರಿಂದ ಬಿಡಿಸುವುದು ಹೇಗೆ ?

ಕಡೇಕೋಡಿಯವರು ಒಂದು ಸಲ ಕಲೆಕ್ಟರಿಗೆ ಹೇಳಿ ಕೋಡಿಹಳ್ಳಿಯಲ್ಲಿ ಅವರು ಕ್ಯಾಂಪು ಹಾಕುವಂತೆ ಮಾಡಿದ್ದರು.

ರೈತ ಮೌಲಾಸಾಬಿ ಆಗ ಆಲೀಮನೆಯನ್ನು ಹೂಡಿದ್ದ. ಸಾಹೇಬರೂ, ಸಾಹುಕಾರರೂ ತನ್ನ ಆಲೀಮನೆಗೆ ಬರುತ್ತಾರೆನ್ನುವ ಸುದ್ದಿಯನ್ನು ತಿಳಿದು ಅವನು ಸಂತೋಷಗೊಂಡಿದ್ದ. ತನ್ನ ಒಡೆಯರು ಸಂತುಷ್ಟರಾಗುವಂತೆ ಅವರನ್ನು ಉಪಚರಿಸಬೇಕೆಂದು ಅವನಿಗೆ ಆಶೆ. ಅವನಲ್ಲಿ ಕೃತ್ರಿಮತೆ ಯಾವುದೂ ಇರಲಿಲ್ಲ. ತನಗೆ ಬರಿ ಹೊಟ್ಟೆಯಾದರೂ ಚಿಂತೆಯಿಲ್ಲ, ಸಾಹೇಬರ ಸರಂಜಾಮಕ್ಕೆಲ್ಲ ಅವನೇ ಸರಬರಾಯ ಒದಗಿಸಿದ್ದ.

ಆಲೀಮನೆ ತಮ್ಮದೇ ಎನ್ನುವ ಆಢ್ಯತೆಯಿಂದ ಕಡೇಕೋಡಿಯವರು ಅಲ್ಲಿ ಬಂದವರಿಗೆ ಎಲ್ಲರಿಗೂ (ಕಾಕಂಬಿಯನ್ನು ತಿನ್ನಿಸಿ) ಕಬ್ಬಿನ ಹಾಲನ್ನು ಯಥೇಷ್ಟವಾಗಿ ಕುಡಿಸಿದ್ದರು.

ಕಲೆಕ್ಟರರು ಕೋಡಿಹಳ್ಳಿಗೆ ಬಂದು ಹೋದ ಮೇಲಂತೂ ತಲಾಟಿ ತಹಸೀಲ್ದಾರರು ಎಲ್ಲರೂ ಕಡೇಕೋಡಿಯವರು ಹೇಳಿದಂತೆ ಕುಣಿಯತೊಡಗಿದರು.

ಒಂದು ದಿನ ರೈತರಿಗೆ ಗೊತ್ತಾಗದಂತೆ, ಅವರು ಮಾಡುತ್ತಿದ್ದ ಜಮೀನನ್ನು ಹಕ್ಕಿನ ಪತ್ರಿಕೆಯಲ್ಲಿ ಸ್ವಂತ ಸಾಗುವಳಿ ಎಂದು ಕಡೇಕೋಡಿಯವರು ತಮ್ಮ ಹೆಸರಿನಲ್ಲಿ ನಮೂದು ಮಾಡಿಸಿಕೊಂಡು ಬಿಟ್ಟರು. ಏನೂ ಅರಿಯದ ಆ ಮುಗ್ಧ ರೈತರಿಗೆ ಇದರ ಗಂಧ ಕೂಡ ತಿಳಿಯಲಿಲ್ಲ.

ಹಕ್ಕಿನ ಪತ್ರಿಕೆಯಲ್ಲಿ ಜಮೀನು ಸ್ವಂತ ಸಾಗುವಳಿ ಎಂದು ಉಲ್ಲೇಖಗೊಂಡ ಮೇಲೆ ಕಡೇಕೋಡಿಯವರ ಆಶೆ ಚಿಗುರಿತು.

ದೇವರು ಕೊಟ್ಟಿದ್ದ ವರವನ್ನು ಪೂಜಾರಿ ರೈತರಿಂದ ಕಸಿದುಕೊಂಡಿದ್ದ. ಬೇಲಿಯೇ ಎದ್ದು ಹೊಲವನ್ನು ಮೇಯತೊಡಗಿದ್ದರಿಂದ ಸರಕಾರದ ಸದುದ್ದೇಶ ನಿರರ್ಥಕವೆನಿಸಿತ್ತು.

ಕಡೇಕೋಡಿಯವರು ತಮ್ಮ ರೈತರನ್ನು ಕರೆಸಿ ಜಮೀನನ್ನು ಬಿಡಬೇಕೆಂದು ಹೇಳಿದರು. ಏಕಾಏಕಿ ಈ ಸುದ್ದಿಯನ್ನು ಕೇಳಿ ರೈತರಿಗೆ ಬರಸಿಡಿಲು ಬಡಿದಂತಾಯಿತು.

"ನನ್ನೊಡೆಯ, ನಿಮ್ಮ ಭೂಮಿ ಬಿಟ್ಟು ನಾವು ಎಲ್ಲಿಗೆ ಹೋಗಬೇಕು ?" ಎಂದು ಮೌಲಾಸಾಬಿಯ ವಿಧವಾ ಹೆಂಡತಿ ಬೂಬು ಜಮೀನುದಾರರಿಗೆ ಧೈರ್ಯದಿಂದ ಹೇಳಿಕೊಂಡಳು. ಅವಳ ಗಂಡ ವಿಷಮಜ್ವರಕ್ಕೆ ತುತ್ತಾಗಿ ಮೂರು ಮಕ್ಕಳನ್ನು ತನ್ನ ಹಿಂದೆ ಬಿಟ್ಟು ಆಕೆಯ ದುಃಖ ಹಾಗೂ ಹೊರೆಯನ್ನು ಹೆಚ್ಚುಮಾಡಿ ಹೋಗಿದ್ದ. ಸಾಹುಕಾರರ ಹೇಳಿಕೆಯನ್ನು ಕೇಳಿ ಬೂಬು ಭಯಗ್ರಸ್ತಳಾಗಿದ್ದಳು.

ಆ ಜಮೀನನ್ನು ಬಿಟ್ಟು ಬದುಕಬೇಕೆಂದರೆ, ಅವಳಿಗಾಗಲಿ, ಇನ್ನುಳಿದ ರೈತರಿಗಾಗಲಿ ಬೇರೆ ಯಾವ ಅವಲಂಬನವೂ ಇರಲಿಲ್ಲ. ಕರಿಯ, ಕಾಳ, ನಿಂಗ, ಭರಮ, ಎಲ್ಲ, ಭೀಮ, ಜಮಾಲ, ದುರುಗ, ಮೊದಲಾದ ಇನ್ನುಳಿದ ಹತ್ತಾರು ರೈತರ ಸ್ಥಿತಿಯೂ ಅವಳಂತೆಯೇ ಇದ್ದಿತು.

"ಧಣಿಯರೇ, ನಮ್ಮ ಕೈಯೊಳಗಿನ ತುತ್ತು ಕಸಿದುಕೊಳ್ಳಬೇಡಿರಿ. ನಾವು ನಿಮ್ಮ ಮಕ್ಕಳಾಗಿ ಬೆಳೆದು ಬಂದಿದ್ದೇವೆ" ಎಂದು ಬೂಬು ಹೇಳಿದ ಮಾತಿಗೆ ಇನ್ನುಳಿದ ರೈತರೂ ದನಿಗೂಡಿಸಿದರು.

"ಇಲ್ಲ, ಈಗ ನನಗೆ ಮೊದಲಿನಂತೆ ಬಂದು ನೋಡಿಕೊಳ್ಳಲಿಕ್ಕೆ ಆಗುವುದಿಲ್ಲ. ನಾನೂ ಏನಾದರೂ ಒಂದು ವ್ಯವಸ್ಥೆ ಮಾಡಲೇಬೇಕಾಗಿದೆ."

"ನೀವು ಬರಬೇಡಿರಿ ಧಣಿಯರೇ, ನಿಮಗೇನು ಮುಟ್ಟಿಸಬೇಕಾಗಿದೆಯೋ ಅದನ್ನು ಹೊತ್ತಿಗೆ ಸರಿಯಾಗಿ ತಂದು ಮುಟ್ಟಿಸುತ್ತೇವೆ. ನಮ್ಮನ್ನು ಹೊರದೂಡಿ ನಮ್ಮ ಹೊಟ್ಟೆಯ ಮೇಲೆ ಹೊಡೆಯ ಬೇಡಿರಿ. ನಿಮ್ಮ ಕಾಲಿಗೆ ಬಿದ್ದು ಬೇಡಿಕೊಳ್ಳುತ್ತೇವೆ" ಎಂದು ರೈತರೆಲ್ಲರೂ ಆರ್ತರಾಗಿ ಕೇಳಿಕೊಂಡರು.

ರೈತರ ಬಿನ್ನಹವನ್ನು ಕೇಳಿ ಕಡೇಕೋಡಿಯವರ ಹೃದಯ ಹಾಗೂ ನಿರ್ಧಾರ ಎರಡೂ ಕರಗಲಿಲ್ಲ. ಅವರು ಕಠಿಣ ಮನಸ್ಕರಾಗಿಯೇ ಹೇಳಿದರು:

"ನೀವು ಭೂಮಿಯನ್ನು ಬಿಡಲೇಬೇಕು. ಬೇರೆ ದಾರಿಯೇ ಇಲ್ಲ."

ಅಷ್ಟರಲ್ಲಿ ಅಲ್ಲಿಗೆ ಪ್ರಮೀಲಾಬಾಯಿಯವರ ಆಗಮನವಾಯಿತು. ಬೂಬು ಅಳುತ್ತ ಅವಳೆಡೆಗೆ ಹೋಗಿ, ಅವಳ ಪಾದದ ಮೇಲೆ ಬಿದ್ದು "ತಾಯಿ, ನೀನೆ ನಮ್ಮನ್ನು ಈಗ ಉಳಿಸಬೇಕು" ಎಂದು ಗೋಗರೆದು ಕೇಳಿದಳು.

ರೈತರಿಂದ ಜಮೀನನ್ನು ಬಿಡಿಸಬೇಕೆಂಬ ವಿಚಾರದಲ್ಲಿ ಕಡೇಕೋಡಿಯವರು ತಮ್ಮ ಹೆಂಡತಿಯ ಸಲಹೆ ಪಡೆದಿದ್ದರೆನ್ನುವುದು ಆ ರೈತರಿಗೆ, ಪಾಪ, ಹೇಗೆ ಗೊತ್ತಾಗಬೇಕು ?

ಆಧುನಿಕತೆಗೆ ಮನಸೋತಿದ್ದ ಪ್ರಮೀಲಾಬಾಯಿಗೆ ಹಳ್ಳಿಯ ಸಹವಾಸವೆಂದರೆ, ಹಳ್ಳಿಯವರೊಂದಿಗೆ ವ್ಯವಹಾರವೆಂದರೆ ಎಷ್ಟೆಷ್ಟೂ ಆಗುತ್ತಿರಲಿಲ್ಲ.

ಕ್ಲಬ್ಬು ಜೀವನಕ್ಕೆ ಒಗ್ಗಿದ ಆ ನವನಾಗರಿಕ ನಾರಿಯು ಹಳ್ಳಿಯ ಜೀವನ, ಹೊಲ, ಮನೆ ಇವುಗಳನ್ನು ತೆಗೆದುಕೊಂಡು ಏನು ಮಾಡುತ್ತಾಳೆ ? ಮಕ್ಕಳಿಲ್ಲದ ಅವಳಿಗೆ ಚೆಲ್ಲಾಟ ಮಾಡುವುದರ ವಿನಾ ಜೀವನದಲ್ಲಿ ಬೇರೆ ಯಾವ ಚಿಂತೆಯೂ ಇರಲಿಲ್ಲ.

ಬೂಬು ಅವಳ ಕಾಲು ಹಿಡಿದು ಬೇಡಿಕೊಳ್ಳುತ್ತಿದ್ದಾಗ, ಪ್ರಮೀಲಾಬಾಯಿ "ಥೂ ! ತೆಗೆ, ಕೆಟ್ಟ ಕೈಯಿಂದ ನನ್ನ ಕಾಲು ಹಿಡಿದು ಹೊಲಸು ಮಾಡಬೇಡ" ಎಂದು ತಿರಸ್ಕಾರ ಸೂಚಿಸಿದ್ದಳು. ಅದೇ ಹೊತ್ತಿಗೆ ಹೊರಗೆ ಹೋಗಿದ್ದ ಅವಳ ನಾಯಿಮರಿ, ಟೆರೀ, ಓಡಿಬಂದಿತು. ಅದನ್ನು ಎತ್ತಿಕೊಂಡು ಪ್ರಮೀಲಾಬಾಯಿ ತನ್ನೆದೆಗೆ ಅಪ್ಪಿಕೊಂಡು ಮುದ್ದು ಮಾಡತೊಡಗಿದಳು.

* * *

ನಿರ್ವಂಚನೆಯಿಂದ ದುಡಿದು ಭೂಮಿಯನ್ನು ಹಸನು ಮಾಡಿ ಬಂಗಾರ ಬೆಳೆಯುವಂತೆ ಮಾಡಿದ್ದ ಆ ರೈತರನ್ನು ನೋಡಿದಾಗ ಕಡೇಕೋಡಿಯವರ ಮನಸ್ಸಿನಲ್ಲಿ ಅವರ ಬಗೆಗೆ ಒಂದೊಂದು ಸಲ ಕೃತಜ್ಞತೆಯ ಭಾವನೆ ಮೂಡುತ್ತಿತ್ತು. ಆದರೆ, ಮರುಕ್ಷಣ ಜಮೀನುದಾರಿಯ ಅಟ್ಟಹಾಸ ಎದುರು ಬಂದು ಅವರ ಮನಸ್ಸು ಕಲ್ಲಾಗುತ್ತಿತ್ತು.

ಇನ್ನುಳಿದ ಜಮೀನುದಾರರ ಜಮೀನುಗಳು ಹುಲ್ಲುಹತ್ತಿ ಏನನ್ನೂ ಬೆಳೆಯದಂಥ ಸ್ಥಿತಿಯಲ್ಲಿದ್ದಾಗ, ಕೋಡಿಹಳ್ಳಿಯ ರೈತರು ಕಡೇಕೋಡಿಯವರ ಜಮೀನನ್ನು ಅಂಗೈಯಂತೆ ಮಡಕಟ್ಟಾಗಿ ಮಾಡಿದ್ದರು.

ತಮ್ಮ ಜಮೀನಿನ ಫಲವತ್ತತೆಯನ್ನು ಕಂಡಿದ್ದ ಕಡೇಕೋಡಿಯವರು ತಮ್ಮ ಸರಿಜೋಡಿಯ ಸಾಹುಕಾರರನ್ನೆಲ್ಲ ಕುರಿತು "ಜಮೀನುದಾರಿಯನ್ನು ನೋಡಿಕೊಂಡು ಹೋಗುವುದು ನಿಮ್ಮಿಂದೇನಾಗುತ್ತದೆ ?" ಎಂದು ಹಂಗಿಸುತ್ತಿದ್ದರು.

ಸ್ವತಃ ಜಮೀನು ಮಾಡಿಸುತ್ತಿದ್ದ ಭೂ ಒಡೆಯರು ಕೂಡ ಇಂಥ ಮಾತು ಆಡುವ ಧೈರ್ಯ ತೋರುತ್ತಿರಲಿಲ್ಲ.

ಹೊಲ ಹಚ್ಚಗಾಯಿತೆಂದರೆ ಒಡೆಯನ ಕಣ್ಣು ಕೆಂಪಗಾಗುತ್ತವೆ ಎಂದು ಹೇಳುತ್ತಾರೆ. ಕಡೇಕೋಡಿಯವರು ಕೂಡ ಈಗ ಅದನ್ನೇ ತೋರಿಸಿಕೊಟ್ಟಿದ್ದರು.

ರೈತರು ಜಮೀನನ್ನು ಚೆನ್ನಾಗಿ ಇಟ್ಟು ಅದರ ಬೆಲೆಯನ್ನು ಹೆಚ್ಚು ಮಾಡಿದ್ದರು. ಅದನ್ನು ಮಾರಲು ಇದೇ ಹೊತ್ತು ಎಂದು ಕಡೇಕೋಡಿಯವರು ಗತ್ತು ಹೂಡಿದರು. ಅವರು ರೈತರನ್ನು ಕರೆಸಿ ಜಮೀನನ್ನು ಮಾರುವ ವಿಚಾರದಲ್ಲಿರುವುದರಿಂದ ಅವರೆಲ್ಲರೂ ಅದನ್ನು ಬಿಟ್ಟುಬಿಡಬೇಕೆಂದು ನಿರ್ದಾಕ್ಷಿಣ್ಯವಾಗಿ ಹೇಳಿಬಿಟ್ಟರು. ರೈತರು ಏನು ಹೇಳಿದರೂ ಅವರ ಮನಸ್ಸು ಕರಗಲಿಲ್ಲ.

ಕಡೇಕೋಡಿಯವರ ಕುಳಗಳೆಲ್ಲರೂ ಚಿಂತೆ ಹಾಗೂ ಅವಮಾನಗಳಿಂದ ಸಣ್ಣವರಾಗಿ ತಮ್ಮ ಗ್ರಾಮಕ್ಕೆ ಹಿಂದಿರುಗಿದರು.

ಅವರಿಗೆ ಮುಂದೇನು ಮಾಡಬೇಕೆನ್ನುವುದೇ ತೋಚಲಿಲ್ಲ. ಭತ್ತದ ಕೊಯ್ಲು ಆದ ಮೇಲೆ ನೋಡಿದರಾಯಿತೆಂದು ಅವರಲ್ಲಿ ಕೆಲವರು ಇಂದಿನ ಚಿಂತೆಯನ್ನು "ನಾಳೆ ತಳ್ಳಿ ನಿಶ್ಚಿಂತರಾದರು. ಅವರ ವರ್ಷದ ಆಶೆಯೆಲ್ಲವೂ ಭತ್ತದ ಬೆಳೆಯ ಮೇಲೆಯೇ ನಿಂತಿತ್ತು.

ಈ ಮಧ್ಯೆ ಕಾಯಿಪಲ್ಯ ಮಾರಿಕೊಂಡು ಬರಲು ಬೆಳಗಾವಿಗೆ ಹೋಗಿದ್ದ ಬೂಬು ಅವರ ಹಳ್ಳಿಗೆ ಹೊಸ ಸುದ್ದಿಯನ್ನು ತಂದಿದ್ದಳು. ಅವಳ ಬಳಿಯಲ್ಲಿ ಕಾಯಿಪಲ್ಯ ತೆಗೆದುಕೊಳ್ಳಲು ಬಂದಿದ್ದ ಯಜಮಾನರೊಬ್ಬರು ಅವಳೆದುರು ರೈತಾಪಿ ಜಮೀನನ್ನು ಬಿಡಿಸಿಕೊಳ್ಳಲು ಜಮೀನುದಾರರಿಗೆ ಬರುವುದಿಲ್ಲವೆಂದು ಹೇಳಿದ್ದರು.

ಶಾನುಭೋಗ ಹನುಮಂತಪ್ಪನವರಿಗೆ ಆಗ ಒಂದು ಹೊಸ ಅವಕಾಶ ದೊರೆತಂತಾಯಿತು. ಹಳ್ಳಿಯ ಇಂಥ ಅವಕಾಶ ಸಿಕ್ಕುವುದನ್ನೇ ಅವರು ನೋಡುತ್ತಾರೆ: ಇಲ್ಲದಿದ್ದರೆ, ಒಂದನ್ನು ನಿರ್ಮಾಣ ಮಾಡುತ್ತಾರೆ.

ಕಡೇಕೋಡಿಯವರ ಆಗ್ರಹಕ್ಕೆ ಮಣಿದು, ಅವರಿಂದ ಒಂದಿಷ್ಟು ಕೈ ಬೆಚ್ಚಗೆ ಮಾಡಿಸಿಕೊಂಡು ಶಾನುಭೋಗ ಹನುಮಂತಪ್ಪನವರು ಹಕ್ಕಿನ ಪತ್ರಿಕೆಯಲ್ಲಿ ರೈತರ ಹೆಸರನ್ನು ತೊಡೆದು ಹಾಕಿ, ಭೂಮಾಲೀಕರಿಂದ ಸ್ವಂತ ಸಾಗುವಳಿಯಲ್ಲಿದೆ ಎಂದು ಬರೆದು ಹಾಕಿದ್ದರು.

ಈಗ ಅವರೇ ಮುಂದೆ ಹೋಗಿ "ಸಾಹುಕಾರರು ನಿಮ್ಮನ್ನು ಬಿಡಿಸಬೇಕೆಂದು ಮಾಡಿದ್ದಾರೆ; ಏನು ಮಾಡಬೇಕೆನ್ನುತ್ತೀರಿ ?" ಎಂದು ರೈತರಿಗೆಲ್ಲ ಕೇಳಿದ ಪ್ರಶ್ನೆಯನ್ನು ಬೂಬುವಿಗೆ ಕೇಳಿದರು.

ತಲಾಟಿ ಹನುಮಂತಪ್ಪನವರು ಉಳಿದ ರೈತರನ್ನು ಬಿಟ್ಟು ಆಕೆಯನ್ನು ಕೇಳುವುದಕ್ಕೆ ಒಂದು ಪ್ರಬಲ ಕಾರಣವೂ ಇದ್ದಿತು. ಅವಳ ಯೌವನ ಹಾಗೂ ಅಸಹಾಯಕತೆಗಳು ಅವರನ್ನು ಪ್ರಚೋದಿಸಿದ್ದವು.

"ಇದರಲ್ಲಿ ನಮಗೇನು ತಿಳಿದೀತು ? ನೀವೇ ಏನಾದರೂ ಒಂದು ದಾರಿ ತೋರಿಸಿಕೊಡಬೇಕು" ಎಂದು ಬೂಬು ಅವರನ್ನು ಬೇಡಿಕೊಂಡಳು.

"ನಾನು ನಿನಗೆ ದಾರಿ ತೋರಿಸಿಕೊಡುತ್ತೇನೆ. ನೀನು ನನಗೆ ಏನಾದರೂ ಕೊಡಬೇಕಾಗುತ್ತದೆ" ಎಂದು ಹನುಮಂತಪ್ಪ ಮೆಲ್ಲನೆ ರಾಗ ಎಳೆದರು.

"ನಾನು ಕೈಲಾಗದ ಬಡವಿ. ನಿಮಗೇನು ಕೊಟ್ಟೇನು" ಎಂದು ಬೂಬು ತನ್ನ ದಾರಿದ್ರ್ಯವನ್ನು ತೋಡಿಕೊಂಡಳು.

ತಾನು ಕಾಯಂ ರೈತಳೆಂದೂ ತನ್ನನ್ನು ಭೂಮಿಯಿಂದ ಹೊರದೂಡುವ ಅಧಿಕಾರ ಜಮೀನುದಾರರಿಗೆ ಇಲ್ಲವೆಂದೂ ತನ್ನನ್ನು ಭೂಮಿ ಬಿಡುವಂತೆ ಒತ್ತಾಯಿಸುತ್ತಿರುವ ಜಮೀನುದಾರರನ್ನು ತಡೆಗಟ್ಟಬೇಕೆಂದೂ ಬೂಬು ಕಲೆಕ್ಟರ ಕಡೆಗೆ ಅರ್ಜಿ ಕೊಟ್ಟಿದ್ದಾಳೆ ಎಂಬುದನ್ನು ತಿಳಿಯುತ್ತಲೂ ಕಡೇಕೋಡಿಯವರು ಕಿಡಿಕಿಡಿಯಾದರು.

ಅದೇ ಒಕ್ಕಣಿಕೆಯ ಅರ್ಜಿಗಳು ಇನ್ನುಳಿದ ರೈತರಿಂದಲೂ ಬಂದಿದ್ದವು.

"ಏನೋ ಹೋಗಲಿ ಎಂದು ಸುಮ್ಮನಿದ್ದರೆ ಈ ರೈತ ಸೂಳೇಮಕ್ಕಳು ಮಿತಿಮೀರಿದ್ದಾರೆ. ಇವರಿಗೆ ಪಾಠ ಕಲಿಸುತ್ತೇನೆ" ಎಂದು ಕಡೇಕೋಡಿಯವರು ಪ್ರಮೀಲಾಬಾಯಿಯ ಎದುರು, ಅವಳು ತಿಳಿದಿಲ್ಲವೆಂಬಂತೆ, ತಮ್ಮ ಪೌರುಷವನ್ನು ಹೇಳಿಕೊಂಡರು.

"ಜಮೀನು ಮಾರಿ, ನಿಶ್ಚಿಂತರಾಗಿರಿ ಎಂದು ನಾನು ಆಗ ಹೇಳಿದರೆ ನೀವು ಕೇಳಲಿಲ್ಲ.

ರೈತರು ನಮ್ಮವರಿದ್ದಾರೆ ಎಂದು ಅವರನ್ನು ತಲೆಯ ಮೇಲೆ ಕುಳ್ಳಿರಿಸಿಕೊಂಡಿರಿ. ಈಗ ಅವರು ನಿಮ್ಮ ಮರ್ಯಾದೆ ಏನು ಉಳಿಸಿದರು ?" ಎಂದು ಪ್ರಮೀಲಾಬಾಯಿ ಆಕ್ಷೇಪಣೆ ಮಾಡಿದಳು.

"ಅವರು ಅರ್ಜಿ ಕೊಟ್ಟಿದ್ದಾರೆನ್ನುವ ದಾಖಲೆ ಉಳಿದರಲ್ಲವೇ ನನ್ನ ಮರ್ಯಾದೆಯ ಪ್ರಶ್ನೆ ಬರುವುದು ?" ಎಂದು ಕಡೇಕೋಡಿಯವರು ಪತ್ನಿಯ ಎದುರು ತಮ್ಮ ಆತ್ಮಪೌರುಷವನ್ನು ಪುನಃ ಪ್ರಕಟಿಸಿದರು. "ನನ್ನ ಕೈ ತೋರಿಸದಿದ್ದರೆ ನಾನು ಕಡೇಕೋಡಿಯೇ ಅಲ್ಲ."

ರೈತರಿಗೆಲ್ಲ ಪಾಠ ಕಲಿಸಬೇಕೆಂಬ ಆಲೋಚನೆಯಲ್ಲಿ ಸಂಪೂರ್ಣ ಮಗ್ನರಾಗಿದ್ದ ಅವರಿಗೆ ಆ ಸಂಜೆ, ಕಲೆಕ್ಟರರು ಮನೆಗೆ ಬರುವವರಿದ್ದಾರೆ ಎಂಬುದು ಕೂಡ ನೆನಪಿಗೆ ಬರಲಿಲ್ಲ. ತಹಸೀಲ್ದಾರರನ್ನು, ಪೊಲೀಸ್ ಸೂಪರಿಂಟೆಂಡೆಂಟರನ್ನು ನೋಡಿ ಬರುವುದಾಗಿ ಹೆಂಡತಿಗೆ ಹೇಳಿ ಅವರು ಅವಸರದಿಂದ ಮನೆಯಿಂದ ಹೊರಹೊರಟರು.

ಪ್ರಮೀಲಾಬಾಯಿ ಕಲೆಕ್ಟರರು ಮನೆಗೆ ಬರುವ ಸಂಗತಿಯನ್ನು ಕಡೇಕೋಡಿಯವರ ಗಮನಕ್ಕೆ ತಂದುಕೊಟ್ಟಳಾದರೂ ಅದು ಅವರಿಗೆ ಕೇಳಿಸಿತೋ ಇಲ್ಲವೋ. ಅವರು ಹೆಂಡತಿಯ ಮಾತನ್ನು ಕಿವಿಯ ಮೇಲೆ ಹಾಕಿಕೊಂಡಂತೆ ಕಾಣಲಿಲ್ಲ. ಕಲೆಕ್ಟರು ತಮ್ಮ ಹೆಂಡತಿಯೊಂದಿಗೆ ಸಲುಗೆಯಿಂದ ಇದ್ದುದು ಕಡೇಕೋಡಿಯವರಿಗೆ ತಿಳಿದೇ ಇತ್ತು. ಅವರೇ ಅಂಥ ಸಲುಗೆಯನ್ನು ಪ್ರೋತ್ಸಾಹಿಸಿಕೊಂಡು ಬಂದಿದ್ದರು.

ಹೊಸ ಸಮಾಜದ ಕೆಲವು ಯಶಸ್ವೀ ಜನರ ಜೀವನದ ರೀತಿಯೇ ಹಾಗೆ; ಕೆಲಸ ಸಾಧಿಸುವ ಅನುಕೂಲಸಿಂಧು ಮಾರ್ಗವನ್ನು ಅನುಸರಿಸಿದ ಅವರು ಯಾವ ತ್ಯಾಗಕ್ಕಾದರೂ ಸಿದ್ಧರಾಗಿರುತ್ತಾರೆ. ಕಡೇಕೋಡಿಯವರು ಆ ನವೀನ ಸಮಾಜದ ಪ್ರಾತಿನಿಧಿಕ ಪ್ರತೀಕವೆನಿಸಿದ್ದರು.

ಭತ್ತದ ಕೊಯ್ಲು ಆಗಲೇ ಆರಂಭವಾಗಿತ್ತು. ಹುಲುಸಾದ ಬೆಳೆಯಿಂದ ತಮ್ಮ ವರ್ಷದ ಗಂಜಿ ಲಭಿಸಿತೆಂದು ರೈತರೆಲ್ಲರೂ ಹರ್ಷದಿಂದ ಹಿಗ್ಗಿದರು.

ಬೂಬು ತನ್ನ ಮೂವರು ಮಕ್ಕಳನ್ನು ರಝಾಕ್, ಆಲೀ ಹಾಗೂ ಹುಸೇನಬಿಯವರನ್ನು ಬದುವಿನ ಮೇಲೆ ಆಡಲು ಬಿಟ್ಟು, ಕುಡಗೋಲು ಹಿಡಿದುಕೊಂಡು ಗದ್ದೆಗೆ ಇಳಿದಿದ್ದಳು.

ಕಾಳ, ಕರಿಯ, ನಿಂಗ, ಭೀಮ, ಭರಮ, ಜಲ್ಲ, ದುರುಗ, ಜಮಾನ, ಎಲ್ಲರೂ ತಮ್ಮ ಮನೆ ಮಂದಿಯೊಂದಿಗೆ ಗದ್ದೆಯಲ್ಲಿ ಭತ್ತ ಕೊಯ್ಯುವುದಕ್ಕೆ ತೊಡಗಿದ್ದರು.

ಹಳ್ಳಿಯ ಹಾಡುಗಳಿಗೆ ಆಗ ಮಹಾಪೂರ ಬಂದಿತ್ತು.

ತನ್ನ ಬದುಕಿನ ತಿರುವುಮುರುವುಗಳ ಬಗೆಗೆ ಅವಲೋಕಿಸುತ್ತ ಭತ್ತ ಕೊಯ್ಯತೊಡಗಿದ್ದ ಬೂಬುವಿಗೆ ಕಡೇಕೋಡಿಯವರು ಗದ್ದೆಯ ಅಂಚಿನಲ್ಲಿ ಬಂದು ನಿಂತುದು ಕಾಣಿಸಲೇ ಇಲ್ಲ.

ಅವಳ ಮಕ್ಕಳಲ್ಲಿ ದೊಡ್ಡವನಾದ ಆರು ವರ್ಷದ ರಝಾಕನು ಅವರು ಬಂದುದನ್ನು ನೋಡಿದ್ದ. ಅವನು ಓಡಿ ಬಂದು ತಾಯಿಗೆ ತಿಳಿಸಿದ. ಕೊಯ್ಲು ನಡೆದಿರುವುದನ್ನು ನೋಡಲು ಧಣಿಯರು ಬಂದಿರಬೇಕೆಂದು ಬೂಬು ಎಣಿಸಿದ್ದಳು.

"ಜಮೀನು ಬಿಡಬೇಕೆಂದರೆ ಈಗ ನೀನು ಭತ್ತ ಕೊಯ್ಯುವುದಕ್ಕೆ ಶುರು ಮಾಡಿದೆ ಏನು ?" ಎಂದು ಕಡೇಕೋಡಿಯವರು ಕಣ್ಣು ಕೆಂಪಗೆ ಮಾಡಿಕೊಂಡು ಹೂಂಕರಿಸಿದರು.

"ಧಣಿಯರೇ, ನೀವು ಹೀಗೆ ಸಿಟ್ಟು ಮಾಡಿದರೆ ನಾವು ಎಲ್ಲಿಗೆ ಹೋಗಬೇಕು ? ನಿಮ್ಮ ಅನ್ನ ತಿಂದು ಬದುಕಿದ್ದೇವೆ. ನಿಮ್ಮ ಋಣದಲ್ಲಿ ನಾವು ಬಿದ್ದಿಲ್ಲ. ದುಡಿದು ಮುಟ್ಟಿಸಿದ್ದೇವೆ. ಬಿತ್ತಿ ಬೆಳೆದು ನಿಮಗೆ ಕೊಡಬೇಕಾದ್ದನ್ನು ತಪ್ಪದೇ ಕೊಟ್ಟಿದ್ದೇವೆ" ಎಂದು ಬೂಬು ಅವರ ಅಂತಃಕರಣಕ್ಕೆ ಅರಿಕೆ ಮಾಡಿಕೊಂಡಳು.

ಅವಳ ಮಾತನ್ನು ಕೇಳಿದ ಕಡೇಕೋಡಿಯವರು ತುಳಿಸಿಕೊಂಡ ಸರ್ಪದಂತೆ ಕೆರಳಿದರು. ಕಿಡಿಗೆದರಿದ ಕೆಂಡದಂತೆ ಅವರು ತಪ್ತರಾಗಿದ್ದರು. ಬೈಗಳು ಅವರ ಬಾಯಿಂದ ಪಟಪಟನೆ ಉದುರಿದವು.

"ಬಾಯಿ ಮುಚ್ಚು ರಂಡೆ, ನಿನ್ನ ನಾಲಿಗೆ ಯಾಕೋ ಬಹಳೇ ಉದ್ದವಾಯಿತು. ಯಾರನ್ನು ಕಟ್ಟಿಕೊಂಡು ನೀನು ನನ್ನ ಮೇಲೆ ಅರ್ಜಿ ಕೊಟ್ಟೆ? ನೀನು ಕಣ್ಣು ಮುಚ್ಚಿಕೊಂಡು ಹಾಲು ಕುಡಿದರೆ ಯಾರಿಗೂ ಕಾಣುವುದಿಲ್ಲವೆಂದು ತಿಳಿದುಕೊಂಡೆಯಾ ? ನೋಡುತ್ತೇನೆ. ಈಗ ಯಾವನು ಬಂದು ನಿನ್ನನ್ನು ಉಳಿಸುತ್ತಾನೆಯೋ !"

"ಸಾಹುಕಾರ್‍ರೇ ನೀವು ದೊಡ್ಡವರು. ಬಾಯಿ ಇದೆಯೆಂದು ದೊಡ್ಡ ಮಾತು ಆಡಬಾರದು. ನಾವು ಬಡವರಾಗಿರಬಹುದು. ಆದರೆ, ನಾವು ಮರ್ಯಾದೆ ಬಿಟ್ಟು ಬದುಕಿಲ್ಲ."

"ಗರತಿ ಗಂಗವ್ವನಂತೆ ಮರ್ಯಾದೆಯ ಮಾತನ್ನಾಡುತ್ತಾಳೆ ಗಯ್ಯಾಳಿ. ನಿಮ್ಮನ್ನೆಲ್ಲ ಇಲ್ಲಿಂದ ಕಂಬಿ ಕೀಳಿಸದಿದ್ದರೆ ನಾನು ಕಡೇಕೋಡಿಯ ಜಮೀನುದಾರನೇ ಅಲ್ಲ."

ಸ್ವಾಭಿಮಾನ ಕೆಣಕಿದಂತೆ ಆಗಿದ್ದ ಅವರು ಸಮಾಧಾನಗೊಳ್ಳುವ ಸ್ಥಿತಿಯಲ್ಲಿ ಇರಲಿಲ್ಲ. ಅವರು ಮಾತು ಮುಗಿಸುತ್ತಿದ್ದಂತೆಯೇ ಒಂದು ಪೊಲೀಸ್ ಪಡೆ ಅಲ್ಲಿ ಕಾಣಿಸಿಕೊಂಡಿತು.

ರೈತರೆಲ್ಲರೂ ಭಯಗ್ರಸ್ತರಾಗಿ ಅವರ ಕಡೆ ನೋಡಿದರು. ಆಲೀ ಹಾಗೂ ಹುಸೇನಬಿ ಅಳುತ್ತ ಬಂದು ಬೂಬುವನ್ನು ಅಪ್ಪಿಕೊಂಡರು.

ಪೊಲೀಸರು ಬಂದಿದ್ದಾರೆನ್ನುವ ಸುದ್ದಿ ಗುಡಿಸಲುಗಳಿಗೆ ಹೋಗಿ ಮುಟ್ಟಿತು. ಮುದುಕರು ಹಾಗೂ ಮಕ್ಕಳು ತಮಗೆಲ್ಲ ಏನು ಅನಾಹುತ ಕಾಯ್ದಿದೆಯೋ ಎಂದು ಓಡಿ ಬಂದರು.

ಕಡೇಕೋಡಿಯವರು ಪೊಲೀಸರಿಗೆ ದೂರು ಕೊಟ್ಟಿದ್ದರು. ಕೋಡಿಹಳ್ಳಿಯ ಜನರು ಜೋರು ಜುಲುಮೆಯಿಂದ ತಮ್ಮ ಹೊಲದಲ್ಲಿ ಅಕ್ರಮ ಪ್ರವೇಶ ಮಾಡಿ ತಾವು ಬೆಳೆದ ಭತ್ತವನ್ನು ಕೊಯ್ದು ಒಯ್ಯಲು ಹೊಂಚು ಹೂಡಿರುವರೆಂದು ಅವರು ತಮ್ಮ ದೂರಿನಲ್ಲಿ ಹೇಳಿಕೊಂಡಿದ್ದರು.

ರೈತರು ಬೆಳೆ ಎತ್ತಿಕೊಂಡು ಹೋಗಲು ಕುಡುಗೋಲು ಹಿಡಿದು ಗದ್ದೆಗಳಲ್ಲಿ ನಿಂತುದು ಪೊಲೀಸರಿಗೆ ಮೇಲೆಯೇ ಕಾಣುವಂತಿತ್ತು. ಅವರು ಗದ್ದೆಗೆ ಇಳಿದು ಹೋಗಿ ರೈತಾಪಿ ಜನರನ್ನೆಲ್ಲ ಬಂಧಿಸಿ "ನಡೆಯಿರೋ ಕಳ್ಳಸೂಳೇಮಕ್ಕಳೇ" ಎಂದು ಅವರ ಬೆನ್ನಿಗೆ ಮೇಲೆ ಬಾರಿಸಿದರು.

ಹೆಂಗಸರು ಮಕ್ಕಳು ಹಲುಬಿಕೊಳ್ಳತೊಡಗಿದರು. ಬೂಬು ತನ್ನ ಪುಟ್ಟ ಮಗಳು ಹುಸೇನಬಿಯನ್ನು ಎತ್ತಿಕೊಂಡಿದ್ದಳು. ತಮ್ಮ ತಾಯಿಯನ್ನು ಏನೋ ಮಾಡುತ್ತಾರೆಂದು ಆಲೀ ಹಾಗೂ ರಝಾಕ ಆಕ್ರೋಶ ಮಾಡತೊಡಗಿದ್ದರು.

ಪೊಲೀಸರು ತಮ್ಮನ್ನು ಬಂಧಿಸುವುದನ್ನು ಪ್ರತಿಭಟಿಸಿದ ಕಾಳ ಹಾಗೂ ಭರಮ ಇಬ್ಬರಿಗೂ ಪೊಲೀಸ್ ಪ್ರಸಾದ ಸ್ವಲ್ಪ ಹೆಚ್ಚೆನಿಸುವಷ್ಟು ಲಭಿಸಿತ್ತು. ರೈತರೆಲ್ಲರೂ ಅಸಹಾಯಕರಾಗಿ ಕೂಗಿಕೊಂಡರು. ಎದುರಿಗೆ ಬಂದಿದ್ದ ದುರಾಗ್ರಹವನ್ನು ಎದುರಿಸುವ ಶಕ್ತಿ ಅವರಲ್ಲಿ ಯಾರೊಬ್ಬರಿಗೂ ಇರಲಿಲ್ಲ.

ಕೋಡಿಹಳ್ಳಿಯ ರೈತರನ್ನು ಪೊಲೀಸರು ಕರೆದೊಯ್ಯುತ್ತಿದ್ದಂತೆ, ಆಲೀ ಹಾಗೂ ರಝಾಕರಿಬ್ಬರೂ ಕರುಳು ಕಿತ್ತುಬರುವಂತೆ ದೊಡ್ಡ ದನಿ ತೆಗೆದು ಆಕ್ರೋಶ ಮಾಡತೊಡಗಿದರು. ಪೊಲೀಸರು ಅವರನ್ನು ಬೂಬುವಿನ ಹಿಡಿತ ತಪ್ಪಿಸಿ ಆಚೆಗೆ ದೂಡಿದರು. ಆ ಸಮಯಕ್ಕೆ ಸರಿಯಾಗಿ ಜಮಾಲನ ತಾಯಿ ಓಡಿ ಬಂದು ಅವರನ್ನು ಹಿಡಿದುಕೊಳ್ಳದಿದ್ದರೆ ಆ ಹುಡುಗರು ಹೋಗಿ ತಗ್ಗಿನಲ್ಲಿ ಬೀಳುತ್ತಿದ್ದರು.

ಬೂಬು ಹೋಗುತ್ತಿರುವಾಗ ತಲಾಟೆ ಹನುಮಂತಪ್ಪನವರು ಆ ಜನಸಂದಣಿಯಲ್ಲಿಯೇ ಕಣ್ಣು ಸನ್ನೆ ಮಾಡಿ ಅವಳಿಗೇನೋ ಅಭಯ ಹೇಳಿದಂತಾಯಿತು. ತೊಂದರೆಯಲ್ಲಿ ಸಿಲುಕಿಕೊಂಡ ವ್ಯಕ್ತಿಯು ತನಗೆ ಅನಿರೀಕ್ಷಿತ ವಲಯಗಳಿಂದ ಸಹಾಯ ಬರುವುದೆಂದು ಅಪೇಕ್ಷೆ ಇರಿಸಿಕೊಂಡಿರುತ್ತಾನೆ. ಹನುಮಂತಪ್ಪನವರ ಬಗೆಗೆ ಬೂಬು ಕೂಡ ಅಂಥ ಆಸೆಯನ್ನು ಇರಿಸಿಕೊಂಡಿದ್ದರೆ ಆಶ್ಚರ್ಯವೇನೂ ಇಲ್ಲ.

ಅವಳು ಆಸೆ ಇರಿಸಿಕೊಂಡಂತೆ ಬೆಳಗಾವಿಗೆ ಹೋದ ಮೇಲೆ ಬೂಬು ಹಾಗೂ ಇನ್ನುಳಿದರೆ ರೈತರನ್ನು ಜಾಮೀನು ತೆಗೆದುಕೊಂಡುಬಿಟ್ಟರು. ಹನುಮಂತಪ್ಪನವರು ಬೆಳಗಾವಿಯಲ್ಲಿ ಒಬ್ಬ ಸಾಮಾಜಿಕ ಕಾರ್ಯಕರ್ತನನ್ನು ಹಿಡಿದು, ಅವನಿಂದ ನೆರವು ಪಡೆದು, ಕೋಡಿಹಳ್ಳಿಯ ರೈತರಿಗೆ ಜಾಮೀನು ಲಭಿಸುವಂತೆ ಮಾಡಿದ್ದರು.

ಪೊಲೀಸ್ ಬಂಧನದಲ್ಲಿದ್ದ ಒಕ್ಕಲು ಮಕ್ಕಳೆಲ್ಲರೂ ಜಮೀನುದಾರರ ಮೇಲೆ ಸೇಡು ತೀರಿಸಿಕೊಳ್ಳುವ ಪ್ರತೀಕಾರದ ಭಾವನೆ ತಳೆದಿದ್ದರು. ಪೊಲೀಸ್ ದೌರ್ಜನ್ಯವನ್ನು ಕುರಿತು ಹಾಗೂ ಜಮೀನುದಾರೀ ಅತ್ಯಾಚಾರವನ್ನು ಕುರಿತು ಅವರು ದೊರೆಯ ತನಕ – ಮಂತ್ರಿಗಳ ವರೆಗೆ ದೂರು ಕೊಟ್ಟರು.

ಮಂತ್ರಿಗಳ ಕಡೆಗೆ ರೈತರ ತಕರಾರು, ವಿಚಾರಣೆಗೆಂದು ಕಲೆಕ್ಟರ್ ರಾಣೆಯವರ ಕಡೆಗೆ ಬಂದಿತು. ಈ ಸಂಗತಿ ಕಡೇಕೋಡಿಯವರಿಗೆ ತಿಳಿಯಲು ತಡವಾಗಲಿಲ್ಲ. "ಹೇಗಿದೆ ನನ್ನ ಜಮೀನುದಾರೀ ಕೈ" ಎಂದು ಅವರು ಪ್ರಮೀಲಾಬಾಯಿಯ ಎದುರು ತಮ್ಮ ಶೌರ್ಯವನ್ನು ಅಟ್ಟಹಾಸಪಟ್ಟು ಹೇಳಿಕೊಂಡರು.

ರೈತರು ತಮ್ಮ ಹಳ್ಳಿಗೆ ಹಿಂದಿರುಗುವುದಕ್ಕೆ ಮುಂಚೆಯೇ ಕಡೇಕೋಡಿಯವರು ಹೊರಗಿನಿಂದ ಆಳನ್ನು ತರಿಸಿ ಭತ್ತದ ಪೈರನ್ನು ಕಟಾವು ಮಾಡಿಸಿಕೊಂಡು ಹೋಗಿದ್ದರು.

ಬೂಬು ಬಂದು, ಸಾಹುಕಾರರು ಬೆಳೆ ಒಯ್ದುದನ್ನು ಕೇಳಿದ ಮೇಲೆ ಅವಳಿಗೆ ನಡುಹಗಲಿನಲ್ಲಿಯೇ ಕಾರ್ಗತ್ತಲು ಕವಿದಂತಾಯಿತು. ತನ್ನ ಗಂಡ ಸತ್ತಾಗ ತಾನು ಈಗ ಆದಷ್ಟು ನಿರ್ಗತಿಕಳಾಗಿರಲಿಲ್ಲವೆಂದು ಅವಳಿಗೆ ಅನಿಸಿತು. ಆಕೆ ಮಕ್ಕಳನ್ನು ಮುಂದೆ ಕುಳ್ಳಿರಿಸಿಕೊಂಡು ತಲೆಯ ಮೇಲೆ ಕೈ ಹೊತ್ತು ಕುಳಿತುಬಿಟ್ಟಳು.

ಮುಂದಿನ ಸುಗ್ಗಿಯವರೆಗೆ ಹೊಟ್ಟೆಯ ತಗ್ಗು ತುಂಬುವುದು ಹೇಗೆ, ಜೀವ ಹಿಡಿದುಕೊಂಡು ಇರುವುದು ಹೇಗೆ ಎಂದು ಅವಳು ಚಿಂತಾಗ್ರಸ್ತಳಾಗಿದ್ದಳು. ರೈತರೆಲ್ಲರ ಎದುರಿನಲ್ಲಿಯೂ ಜಮೀನುದಾರರಿಂದ ನ್ಯಾಯ ದೊರಕಿಸುವ ಪ್ರಶ್ನೆಗಿಂತಲೂ ಬದುಕುವ ಪ್ರಶ್ನೆ ಹೆಚ್ಚು ದೊಡ್ಡದಾಗಿ ಧುತ್ತೆಂದು ಎದ್ದು ನಿಂತಿತ್ತು.

ಆ ಸಮಯದಲ್ಲಿ ಅವಳಿಗೆ ಸಂಪೂರ್ಣ ದಿಕ್ಕು ತಪ್ಪಿದಂತಾಗಿತ್ತು. ಹೊತ್ತಿಗೆ ಸರಿಯಾಗಿ ತಲಾಟೆ ಹನುಮಂತಪ್ಪನವರ ಸವಾರಿ ಅಲ್ಲಿಗೆ ದಯಮಾಡಿಸಿತು. ಅವರು ಆಸರಾಗಬಹುದೆಂದು ಬೂಬು ಬಗೆದಿದ್ದಳು.

ಬೂಬುಗೆ ಹಿಡಿದ ಚಿಂತೆ ಒಂದಾಗಿದ್ದರೆ, ಹನುಮಂತಪ್ಪನವರಿಗೆ ಹಿಡಿದ ಚಿಂತೆ ಇನ್ನೊಂದು ಆಗಿತ್ತು. ಕಡೇಕೋಡಿಯವರಂತೆ ಆಗ ಅವರಿಗೂ ತನ್ನ ಪಾಲು ಬೇಕಾಗಿತ್ತು.

ಆಸತ್ತು ಬೇಸತ್ತು ಜಗತ್ತು ಅಂಜಿಸುವುದೆಂದು ಮನೆಯ ರಕ್ಷೆಯನ್ನು ಅಪೇಕ್ಷಿಸಿ, ಮನೆಗೆ ಬಂದರೆ, ಮನೆಗೆ ಮನೆಯೇ ಎದ್ದು, ಬೂಬುವನ್ನು 'ಅವುಕ್' ಎಂದು ಅಂಜಿಸತೊಡಗಿತ್ತು.

○ ವ್ಯಾಸರಾಯ ಬಲ್ಲಾಳ

ಕಾಡು ಮಲ್ಲಿಗೆ

"ದೋ ಇಡ್ಲಿ ಸಾಂಬಾರ್, ದೋ ಬಟಾಟಾ ವಡಾ, ಏಕ್ ಕಡಕ್ ಮಸಾಲಾ..."

ಬೆಳಗಿನಿಂದ ಬರೇ ಎರಡು ಕಪ್ ಚಾ ಕುಡಿದು ಏಕಾದಶಿ ನಡೆಸಿದ್ದ ನನಗೆ ಪಾರಣೆಗೆ ತಿಂಡಿಯ ಬ್ರಹ್ಮಾಂಡ ಬೇಕಾಗಿತ್ತು. ಈ ಹೊಟ್ಟೆಬಾಕತನದ ಸ್ವಾರಸ್ಯವನ್ನು ಗುರುತಿಸಿಯೋ ಎಂಬಂತೆ ಹುಡುಗ ನಗೆ ತಂದುಕೊಂಡು "ಕಡಕ್ ಮಸಾಲಾ ಬನಾವೊ, ಮಸಾಲಾ..." ಎಂದು ಕೂಗಿಕೊಂಡು ಒಳಗೆ ಧಾವಿಸಿದ.

ಆ ಹೋಟೆಲಿಗೆ ನಾನು ಬಂದಿದ್ದುದು ಅದು ಮೊದಲನೆಯ ಸಲವಲ್ಲ. ಆ ಹುಡುಗನನ್ನು ಕಂಡುದು ಮಾತ್ರ ಅದೇ ಮೊದಲು; ಅಥವಾ ಕಂಡಿದ್ದರೂ ಇರಬಹುದು; ಗುರುತಿಸಿದುದು ಅಂದೇ.

ಒಂದು ಗ್ಲಾಸ್ ನೀರು, ತಟ್ಟೆಯಲ್ಲಿ ಇಡ್ಲಿ ಸಾಂಬಾರ್ ಹಿಡಿದು ಕೊಂಡು ಹುಡುಗ ನಾನಿದ್ದೆಡೆ ಬರುತ್ತಿದ್ದಾಗ ಒಂದು ಪ್ರಮಾದ ನಡೆಯಿತು. ವೇಳೆಯ ದುರುಪಯೋಗ ಸಲ್ಲದು, ಎಂದು ನಾನು ಕೈಯಲ್ಲಿದ್ದ ಕನ್ನಡ 'ಮಾರ್ಕ್ಸ್‌ವಾದ'ದ ಪುಟ ಮಗುಚುತ್ತಿದ್ದೆ. ಹುಡುಗ ನನ್ನನ್ನು ಸಮೀಪಿಸುತ್ತಿದ್ದಾನೆನ್ನುವಾಗ ಅವನ ಕೈಯ ಗ್ಲಾಸ್ ಕೆಳಗುರುಳಿ ಪುಡಿಪುಡಿಯಾಯಿತು. ಬಳಿಯಲ್ಲಿ ಕುಳಿತಿದ್ದವರೊಬ್ಬರಿಗೆ ಸಾಂಬಾರಿನ ಅಭಿಷೇಕವಾಗಿತ್ತು.

ಹುಡುಗನ ದೃಷ್ಟಿ ಎಲ್ಲಿದ್ದಿತೋ ಅಥವಾ ಅವನಿಗೆ ಇದಿರಾಗಿ ಬರುತ್ತಿದ್ದ ಮೇಜೊರೆಸುವ ಹುಡುಗನನ್ನು ಡಿಕ್ಕಿ ಹೊಡೆದು ಈ ಪ್ರಮಾದ ನಡೆಯಿತೋ ತಿಳಿಯಲಿಲ್ಲ. ಏನಿದ್ದರೂ ಅಜಾಗರೂಕತೆಯ ಪರಿಣಾಮವಿದೆಂಬುದು ಮಾತ್ರ ಸ್ಪಷ್ಟವಾಗಿತ್ತು.

ಪುಡಿಯಾದ ಗಾಜಿನ ಚೂರುಗಳನ್ನು ಹೆಕ್ಕಲು ಹುಡುಗ ಬಗ್ಗಿದ. ಮರುಕ್ಷಣದಲ್ಲಿ ಸಾಂಬಾರಿನ ಅಭಿಷೇಕದಿಂದ ಬಟ್ಟೆಯನ್ನು ಹೊಲಸು ಮಾಡಿಕೊಂಡವರ ಅಂಗಿ ತೊಳೆಯಲು ನೀರು ತರಲೆಂದು ಧಾವಿಸಲು ಎದ್ದ. ಅಷ್ಟರಲ್ಲಿಯೇ ಗಾಜಿನ ಚೂರು ಯಾರ ಕಾಲಿಗಾದರೂ ತಾಗಿ ಇನ್ನಷ್ಟು ಗಲಭೆಗೆ ಅವಕಾಶವಾಗ ಬಹುದೆಂದು ಪುನಃ ತನ್ನ ಕೈ ರಕ್ತಮಯವಾಗಬಹುದೆಂಬ ಪರಿವೆಯೂ ಇಲ್ಲದೆ, ಪುಡಿಯಾದ ಗಾಜಿನ ಚೂರುಗಳನ್ನು ಅವಸರವಸರವಾಗಿ ಸಂಗ್ರಹಿಸತೊಡಗಿದ.

ಆಗ ಬಂತು ಸಹಸ್ರನಾಮ.

"ಕಣ್ಣ್ ಪುಡಾತ್ ಪೋತುಂಡಂಬೆ. ಬೋ...ನೆ"

(ಕಣ್ಣು ಒಡೆದು ಹೋಗಿದೆಯೇನು? ಬೋ...ನೆ) ತುಳುವಿನ ಜ್ಞಾನವಿದ್ದ ನನಗೆ ಹುಡುಗನೂ ಹೋಟೆಲ್ ಮಾಲಿಕನೂ ದಕ್ಷಿಣ ಕನ್ನಡಿಗರೆಂದು ತಿಳಿಯಲು ಕಷ್ಟವಾಗಲಿಲ್ಲ.

ಮೂರು ದಿಕ್ಕಿನಿಂದ ಆರಂಭವಾದ ಬೈಗಳ ಸುರಿಮಳೆಯಿಂದ ಹುಡುಗ ಕಂಗಾಲಾದ. ಮಾಲಿಕನ ಬೈಗಳ ಜೊತೆಗೆ, ಬಟ್ಟೆ ಹಾಳಾಯಿತೆಂದು ಶಪಿಸತೊಡಗಿದ್ದ – ಗಿರಾಕಿ. ಗಿರಾಕಿಯ ವಸ್ತ್ರವನ್ನು ತೊಳೆಯಲೆಂದು ಮಾಲಿಕನ ಆಜ್ಞೆಯಂತೆ ನೀರು, ಸಾಬೂನು ತಂದಿದ್ದ ಒಬ್ಬ ಸಹೋದ್ಯೋಗಿ – ಈ ಮೂವರು ಏಕಕಾಲದಲ್ಲಿ ಹುಡುಗನನ್ನು ಬಯ್ಯತೊಡಗಿದಾಗ, ಅವನು ಗಾಜಿನ ಚೂರುಗಳನ್ನು ಸಂಗ್ರಹಿಸುತ್ತ, ಒಂದೆರಡು ಕಡೆ ಕೈಯಲ್ಲಿ ಗಾಯಮಾಡಿಕೊಂಡಿದ್ದರೂ ಗಮನಿಸದೆ ತನ್ನ ಕೆಲಸವನ್ನು ಮುಂದುವರಿಸುತ್ತಿದ್ದಂತೆಯೇ ಅಳತೊಡಗಿದ.

ಸದ್ದಿಲ್ಲದೆ ಅಳು. ಅಪಮಾನದಿಂದ ಅಧೈರ್ಯದಿಂದ ನಿಂದೆಯಿಂದ ಸಂಕುಚಿತವಾಗಿದ್ದ, ಮುದುಡಿಹೋಗಿದ್ದ. ಕೆನ್ನೆಗಳ ಮೇಲೆ ಕಣ್ಣೀರು ಇಳಿದು ಬರುತ್ತಿತ್ತು. ನಿಂದೆಯಿಂದಾಗಿ ಕೆದರಿದ ಸ್ವಾಭಿಮಾನ ಹುಡುಗನ ಮುಖಕ್ಕೆ ರಕ್ತ ವರ್ಣವನ್ನು ಕೊಟ್ಟಿತ್ತು.

ಆ ದುಃಖದಲ್ಲೂ ಹುಡುಗನ ಮುಖ ಅತ್ಯಂತ ಸುಂದರವಾಗಿ ಕಾಣುತ್ತಿತ್ತು.

"ಛೆ! ಇರಲಿ ಬಿಡಿ. ಸಣ್ಣ ಹುಡುಗ. ಏನೋ ತಪ್ಪಿ ಬಿತ್ತು. ಯಾಕೆ ಬಯ್ಯುತ್ತೀರಿ?" ಎಂದು ಆಗ ಸಮೀಪದಲ್ಲೇ ಇದ್ದ ಮಾಲಿಕರನ್ನುದ್ದೇಶಿಸಿ ತುಳುವಿನಲ್ಲೇ ಹೇಳಿದೆ.

ಸಿಟ್ಟಿನಿಂದ ಸರ್ಪದಂತೆ ಸಿಡಿದೆದ್ದು ಅವರು ಕೊಟ್ಟ ಉತ್ತರದಿಂದ ನಾನು ದಂಗಾದೆ.

"ನಿಮಗೆ ಗೊತ್ತಿಲ್ಲವಯ್ಯಾ, ಇಷ್ಟರತನಕ ಹನ್ನೆರಡು ಗ್ಲಾಸು ಪುಡಿಯಾದವು. ತಿಂದದ್ದನ್ನು ಕಣ್ಣಿನಲ್ಲಿ ಕಾರುತ್ತಾರೆ. ಸೊಕ್ಕಿನ ಹುಡುಗರು. ಇವರ ಅಪ್ಪನ ಗಂಟೇನು ಹೋಗುತ್ತದೆ– ಹೋಟೆಲಿನ ಸಾಮಾನು ಪುಡಿಯಾದರೆ?"

ಹುಡುಗನ ಪರವಾಗಿ ಸಹಾನುಭೂತಿ ಮಾತುಗಳನ್ನಾಡಿದೆನೆಂದೋ ಏನೋ ಹುಡುಗ ಗಾಜು ಕೂಡಿಸುತ್ತಿದ್ದವನು ನನ್ನೆಡೆಗೆ ನೋಡಿದ. ನನ್ನೆಡೆ ನೋಡುತ್ತಿದ್ದನೆಂದು ನಾನು ತಿಳಿದಿದ್ದೆ. ಅವನು ನೋಡುತ್ತಿದ್ದುದು ನನ್ನ ಕೈಯಲ್ಲಿದ್ದ ಪುಸ್ತಕದ ಕಡೆ.

ಕಾಫಿ ಉಪಾಹಾರ ಮುಗಿಸಿ ಹಣ ಕೊಡುತ್ತಿದ್ದಾಗ ನಾನು ಮಾಲಿಕರೊಡನೆ ಕೇಳಿದೆ.

"ಗ್ಲಾಸಿನ ಹಣವನ್ನು ಹುಡುಗನ ಸಂಬಳದಿಂದ ತೆಗೆಯುತ್ತೀರೇನು?" ಅವರು ನನ್ನನ್ನು ಎಲ್ಲಿಯ ಅಧಿಕ ಪ್ರಸಂಗಿಯೆಂದು ಭಾವಿಸಿದರೂ ಏನೋ, ಆದರೆ ಅವರ ವ್ಯವಹಾರ ಕುಶಲತೆ ಸಿಟ್ಟಿಗೆಡೆಗೊಡಲಿಲ್ಲ. ನಗುತ್ತಲೇ ಉತ್ತರ ಬಂತು.

"ಒಂದು ಎರಡು ಗ್ಲಾಸಾದರೆ ನೋಡಿಕೊಳ್ಳಬಹುದು. ಡಜನ್‌ಗಟ್ಟಲೆ ಪುಡಿಯಾಗುವಾಗ ಸಂಬಳದಲ್ಲೇ ತೆಗೆಯಬೇಕಲ್ಲವೆ?"

"ಗ್ಲಾಸಿನ ಹಣವೆಷ್ಟು...?"

ಈಗ ಆಸಾಮಿಗೆ ನನ್ನ ಉದ್ದೇಶದ ಪರಿಚಯವಾಗತೊಡಗಿತೇನೋ.

"ಛೆ! ಛೆ! ಛೆ! ಹಾಗೇನೂ ಇಲ್ಲ. ನೀವು ಕೊಡುವುದು ಬೇಡ. ಈ ಸಲ ನಾನು ಹುಡುಗನಿಂದ ವಸೂಲು ಮಾಡುವುದಿಲ್ಲ. ಹಾಗೇನು ನಾವು ಮನುಷ್ಯರಲ್ಲವೆ? ನಮಗೆ ಹೃದಯವಿಲ್ಲವೆ?"

ನಾನು ಮರುಮಾತನಾಡದೆ ಅಲ್ಲಿಂದ ಹೊರಬಿದ್ದೆ.

"ನಾವು ಮನುಷ್ಯರಲ್ಲವೆ? ನಮಗೆ ಹೃದಯವಿಲ್ಲವೆ?"

ಇದ್ದಿದ್ದರೆ ಎಷ್ಟು ಚೆನ್ನಾಗಿತ್ತು!

ಹಣಕೊಡುವ ಉದ್ದೇಶ ಗ್ಲಾಸು ಪುಡಿಯಾದಾಗ ನನಗೆ ಖಂಡಿತವಾಗಿ ಇದ್ದಿಲ್ಲ. ಹುಡುಗ ಅಳುತ್ತಿದ್ದಾಗಲೂ ನನ್ನಲ್ಲಿ ಅವನ ಕುರಿತು ಅನುಕಂಪ ಮೂಡಿದ್ದುದೇನೋ ನಿಜವಾದರೂ ಗ್ಲಾಸಿನ ಹಣವನ್ನು ನಾನು ತೆರುವುದೊಳಿತು ಎಂಬ ಯೋಚನೆ ಮೂಡಿರಲಿಲ್ಲ. ತ್ರಿಮೂರ್ತಿಗಳು ಏಕ ಕಾಲದಲ್ಲಿ ಬೈಗಳ ಸುರಿಮಳೆಗರೆದಾಗಲೂ, ಸ್ವಲ್ಪ ಮಟ್ಟಿಗೆ ಹುಡುಗನದೂ ತಪ್ಪಿಲ್ಲವೇ, ಈಗ ಅತ್ತೇನು ಪ್ರಯೋಜನ ಎಂಬುದೊಂದು ಸಮಾಧಾನವೂ ಮೂಡಿತ್ತು. ಆದರೆ ನಾನು ಅವನ ಕುರಿತು ಸಹಾನುಭೂತಿಯ ಮಾತನ್ನಾಡಿದಾಗ ಹುಡುಗ ನನ್ನೆಡೆ ನೋಡದೆ, ಆ ಸಂದರ್ಭವನ್ನು ನನ್ನ ಕೈಲಿದ್ದ ಕನ್ನಡ ಪುಸ್ತಕವನ್ನು ದಿಟ್ಟಿಸಿ ನೋಡಲು ಉಪಯೋಗಿಸಿಕೊಂಡುದು ನನಗೆ ಸ್ಪಷ್ಟವಾಗಿ ಗೋಚರಿಸಿದುದರಿಂದ, ನನ್ನ ಅಂತಃಕರಣ ಕಲಕಿದಂತಾಗಿ ಗ್ಲಾಸಿನ ಹಣಕೊಡುವ ಯೋಚನೆ ಮಾಡಿದೆ.

ಇದೇ ಕಾರಣದಿಂದಾಗಿ ಮಾರನೇ ದಿನ ಅದೇ ಹೊತ್ತಿಗೆ, ಅದೇ ಹೋಟೆಲಿನಲ್ಲಿ ಹಿಂದಿನ ದಿನ ನಾನು ಕುಳಿತಿದ್ದ ಜಾಗಕ್ಕೆ ಹೋಗಿ ಕುಳಿತುಕೊಂಡೆ. ನನ್ನ ಕೈಯಲ್ಲಿ ಬೇಕೆಂದೇ ನಾನು ಹಿಂದಿನ ದಿನ ಓದುತ್ತಿದ್ದ ಪುಸ್ತಕವನ್ನು ಬಿಡಿಸಿ ಹಿಡಿದಿದ್ದೆ.

ಹುಡುಗ ಧಾವಿಸಿ ನನ್ನ ಬಳಿ ಬಂದ. ನನ್ನ ಪರಿಚಯ ಚೆನ್ನಾಗಿದೆಯೆಂದು ತೋರಿಸುವಂತೆ ನಗುತ್ತ "ಏನು ಕೊಡಲಿ ಸಾರ್ !" ಎಂದ ಕನ್ನಡದಲ್ಲಿ.

ಆ ಪ್ರಶ್ನೆ ಕೇಳುವಾಗಲೂ ಹುಡುಗನ ದೃಷ್ಟಿಯಿದ್ದುದು ನನ್ನ ಕೈಲಿದ್ದ ಪುಸ್ತಕದ ಮೇಲೆ.

"ಬರೇ ಒಂದು ದೋಸೆ, ಕಾಫಿ ಹಿಡಿದುಕೊಂಡು ಬಾ. ಆದರೆ ಗ್ಲಾಸು ಮಾತ್ರ ಜೋಕೆ" ಎಂದಿಷ್ಟೆ ಹೇಳಿದೆ.

ಗ್ಲಾಸಿನ ಹೆಸರೆತ್ತಿದೊಡನೆ ಹುಡುಗನ ಮುಖ ಒಂದು ಕ್ಷಣ ಕಪ್ಪಾಯಿತು. ಒಂದೇ ಕ್ಷಣ. ಹಿಂದಿನ ದಿನ ಅನುಭವಿಸಿದ ಅಪಮಾನವೇದನೆಯ ತೆರೆ ಮುಖದ ಮೇಲೆ ಎದ್ದಂತೆ, ಒಂದು ಕ್ಷಣ ಹುಡುಗನ ಕಣ್ಣುಗಳಲ್ಲಿ ಅಸಹಾಯ ದೈನ್ಯ ಮೂಡಿದ್ದುದನ್ನು ನಾನು ಗುರುತಿಸಿದೆ. ಆದರೆ ಒಂದೇ ಕ್ಷಣ. ಹುಡುಗನ ದೃಷ್ಟಿ ನನ್ನ ಮೇಲಿರಲಿಲ್ಲ; ಪುಸ್ತಕದ ಮೇಲಿತ್ತು. "ಇಲ್ಲ ಸಾರ್..." ಎನ್ನುತ್ತ ನಗುತ್ತ ಒಳಹೋದ.

ತುಂಬ ಜಾಗರೂಕತೆಯಿಂದ ಹುಡುಗ ಮರಳಿಬಂದ. ಈ ಬಾರಿ ಯಾವ ಪ್ರಮಾದವಾಗಲಿಲ್ಲ.

ಆದರೆ ತನ್ನ ಕೆಲಸ ಮುಗಿದ ಮೇಲೂ ಹುಡುಗ ನನ್ನನ್ನು ಬಿಟ್ಟು ಹೋಗುವ ಯೋಚನೆಯಲ್ಲಿರಲಿಲ್ಲ. ಅವನ ಕಣ್ಣಿದ್ದುದು ನನ್ನ ಕೈಯ ಪುಸ್ತಕದ ಮೇಲೆ. ಈ ಆತುರವನ್ನು ಗುರುತಿಸಿದಷ್ಟೂ ಹೆಚ್ಚು ನಾನು ಆ ಕುರಿತು ಬೇಕೆಂದೇ ಉದಾಸೀನತೆಯನ್ನು ತೋರಿಸಿದೆ. ಪುಸ್ತಕದ ಹೆಸರು ಮೇಲೆದ್ದು ತೋರುವಂತಿತ್ತು. ಸ್ವಾಭಾವಿಕತೆಯ ಸೋಗಿನಲ್ಲಿ ಅದನ್ನು ಮಗುಚಿ ಹೆಸರು ಕಾಣದಂತೆ ಮಾಡಿದೆ, ಆದರೂ ಹುಡುಗ ನಿಂತೇ ಇದ್ದ.

"ಇನ್ನೇನು ಬೇಕು ಸಾರ್ ?..."

"ಏನೂ ಬೇಡ" ಎಂದು ತೆಗೆದ ಬಾಯಿಗೆ ಹೇಳಿದೆ. ಆದರೂ ಅವನಿಗೆ ಅಲ್ಲಿಂದ ಹೋಗುವ ಮನಸ್ಸಿದ್ದಂತೆ ಕಂಡುಬರಲಿಲ್ಲ.

ಹತ್ತಿರದ ಟೇಬಲ್ ಹುಡುಗನ ಪಾಲಿನದಾಗಿತ್ತು. ಅಲ್ಲಿ ಬಂದು ಕೂತು ಐದು ನಿಮಿಷ ಕಾದಿದ್ದ ಗಿರಾಕಿಯೊಬ್ಬ ಸಿಟ್ಟಿನಿಂದ "ಕೋಯಿ ನಹೀ ಹೈ" ಎಂದು ಕೂಗುವುದಕ್ಕೂ ಮಾಲಕ 'ಸೋಂಪಾ' ಎಂದು ಕರೆಯುವುದಕ್ಕೂ ಸರಿಹೋಯಿತು. ಸೋಂಪ ಪ್ರಜ್ಞೆ ತಿಳಿದೆದ್ದವನಂತೆ, ತಿರುಗಿ ತನ್ನ ಕರ್ತವ್ಯ ಕ್ಷೇತ್ರದ ಕಡೆ ನಡೆದ.

"ಕ್ಯಾ ದೇನಾ ಸಾಬ್ ?"

ಆ ದನಿಯಲ್ಲಿ ಕರುಳು ಕತ್ತರಿಸುವ ಯಾಚನೆಯಿತ್ತು. ಹಿಂದಿನ ದಿನ ಹುಡುಗ ಅಳುತ್ತಿದ್ದ. ಇಂದು ಮಾತನಾಡುತ್ತಿದ್ದ. ಆ ಅಳುವಿಗೂ ಈ ಮಾತಿಗೂ ಯಾವ ವ್ಯತ್ಯಾಸವೂ ಇಲ್ಲ ಎಂದೆನಿಸಿತು ನನಗೆ. ಅದೇ ಮುದ್ದು ಮುಖದಲ್ಲಿ, ಹಸುಳೆಯ ಮುಖದಲ್ಲಿ. ಆ ಹದಿನಾಲ್ಕು ಸುಗ್ಗಿ ಕಾಣದ ಕಂಠದಲ್ಲಿ ಎಪ್ಪತ್ತರ ಅನುಭವದ ಮಾರ್ದವವಿತ್ತು.

ನನಗೆ ಕುತೂಹಲಕ್ಕಿಂತ ಹೆಚ್ಚು ಕಕ್ಕುಲಾತಿಯ ನೆನಪಾಯಿತು.

ಖಾಕಿ ಚಣ್ಣ, ಬಿಳಿಯ ಶರ್ಟು, ತಲೆಗೊಂದು ಗಾಂಧಿ ಟೊಪ್ಪಿ! ಬೇರೆ ಯಾವ ಆಡಂಬರ ಇಲ್ಲದ ಹುಡುಗ. ಚೆಂಡು, ಬುಗುರಿ, ಬಣ್ಣದ ಕಟ್ಟಿಗೆಗಳೊಡನೆ ಆಡುತ್ತಿರಬೇಕಾಗಿದ್ದ ಹುಡುಗ.

"ಕ್ಯಾ ಚಾಹಿಯೆ ಆಪ್‌ಕೋ ?" ಎನ್ನುತ್ತಿದ್ದ.

ನನ್ನ ಕಾಫಿ ಸೇವನೆಯ ಗತಿ ಅತ್ಯಂತ ಮಂದವಾಗಿತ್ತು. ಹುಡುಗ ಪುನಃ ನನ್ನ ಬಳಿ ಬಂದ... ಬಿಲ್ ಕೊಡುವ ನೆಪದಿಂದ; ಆಗ, ಬೇಕೆಂದೇ, ಪುಸ್ತಕದ ಮೇಲುಹೊದಿಕೆ ಸರಿಯಾಗಿ ಕಾಣುವಂತೆ ನನ್ನ ತೊಡೆಯ ಮೇಲೆ ಬಿಡಿಸಿಟ್ಟಿದ್ದೆ. ಹುಡುಗ ಬಂದುದು ಬಿಲ್ ಕೊಡಲೆಂದಾದರೂ ಕೇಳಿದುದು "ಇನ್ನೇನು ಬೇಕು ಸಾರ್ ?" ಎಂದು.

"ಏನೂ ಬೇಡ ಮಹರಾಯ – ಬಿಲ್" ಎಂದೆ.

ಬಿಲ್ ಬರೆಯುತ್ತಿದ್ದಂತೆ ಹುಡುಗ ಪುಸ್ತಕದ ಕಡೆ ನೋಡುತ್ತಿದ್ದವನು, ನಾನು ಇಷ್ಟರಲ್ಲಿಯೇ ಹೋಗಲಿದ್ದೇನೆಂದು ನಿಶ್ಚಯವಾದೊಡನೆ, ಎಲ್ಲಿಲ್ಲದ ಧೈರ್ಯ ತಂದುಕೊಂಡನೆಂದು ಕಾಣುತ್ತದೆ.

"ಕನ್ನಡ ಪುಸ್ತಕವಲ್ಲವೆ ಸಾರ್ ?" ಎಂದ. ಹಾಗೆ ಕೇಳಿ ಕೈ ಮುಂದೆ ಮಾಡಿದ.

ಹುಡುಗನ ಕುತೂಹಲವನ್ನು ಇನ್ನೂ ಕೆಣಕಬಾರದೆಂದು ಪುಸ್ತಕವನ್ನು ಅವನ ಕೈಯಲ್ಲಿ ಕೊಡುತ್ತ, "ಒಂದು ಗ್ಲಾಸ್ ನೀರು ತಾ, ನೋಡುವ" ಎಂದು ಹೇಳಿದೆ. ಅವಸರವಸರವಾಗಿ ಬಳಿಯಲ್ಲೇ ಬೇರೊಂದು ಟೇಬಲಿನಲ್ಲಿದ್ದ ಒಂದು ಗ್ಲಾಸ್ ನೀರನ್ನು ನನ್ನ ಮುಂದಿಟ್ಟು ಹುಡುಗ ಪುಸ್ತಕವನ್ನು ನೋಡುವುದರಲ್ಲಿ ಮಗ್ನನಾದ.

ಮೊದಲು ನೋಡಿದುದು ಬೆಲೆ. "ಓ! ಎರಡು ರೂಪಾಯಿ." ತಾನು ಕೊಂಡುಕೊಳ್ಳುವ ಸ್ಥಿತಿಯಲ್ಲಿಲ್ಲ ; ಮೂರಾಣೆ ನಾಲ್ಕಾಣೆಯಾಗಿದ್ದರೆ ಹೇಗಾದರೂ ಕೊಂಡುಕೊಳ್ಳುತ್ತಿದ್ದೆ ಎಂಬರ್ಥದ ಭಾವ ಪ್ರಕಟವಾಗುತ್ತಿತ್ತು.

"ನಿನಗೆ ಅದು ಅರ್ಥವಾಗಲಿಕ್ಕಿಲ್ಲ ಬಿಡು. ಅದೇನು ಕಥೆ ಪುಸ್ತಕವಲ್ಲ" ಎಂದು ನಾನು ಸಮಾಧಾನಪಡಿಸುವ ರೀತಿಯಲ್ಲಿ ಹೇಳಿದೆ.

ಮಾರ್ಕ್ಸ್‌ವಾದ; ಅಂದರೆ ಕಾರ್ಲ್ ಮಾರ್ಕ್ಸ್‌ನ ಸಿದ್ಧಾಂತದ ಸಾರ ಸಂಗ್ರಹವಲ್ಲವೆ ಸಾರ್ ? ಸಾಮ್ಯವಾದವಲ್ಲವೆ ? ನಾನು ನಮ್ಮ ಮಾಷ್ಟ್ರ ಹತ್ತಿರ ಬೇಡಿ ಇಂಥಾದ್ದೇ ಒಂದು ಪುಸ್ತಕ ಓದಿದ್ದೇನೆ ಸಾರ್."

"ಮಾಷ್ಟ್ರ ಹತ್ತಿರ ? ಎಲ್ಲಿ ಊರಿನಲ್ಲೇ ?"

"ಅಲ್ಲ ಸಾರ್. ಇಲ್ಲಿ ಮುಂಬಯಿಯಲ್ಲಿ ರಾತ್ರಿ ಶಾಲೆಯ ಮಾಷ್ಟ್ರು."

"ಹೋ ! ನೀನು ರಾತ್ರಿ ಶಾಲೆಗೆ ಬೇರೆ ಹೋಗುತ್ತೀ ?"

"ಹೌದು ಸಾರ್. ಫೋರ್ತ್ ಸ್ಟ್ಯಾಂಡರ್ಡ್, ಇಂಗ್ಲಿಷ್."

ಹುಡುಗ ತನ್ನ ಆತ್ಮಚರಿತ್ರೆಯನ್ನೇ ಬಿಡಿಸಿ ಹೇಳುವ ಸಡಗರದಲ್ಲಿದ್ದಂತೆ ಕಂಡಿತು.

"ಹಾಗೇನು ? ಎಲ್ಲಿ ? ಬಜಾರ್‌ಗೇಟ್, ಅಥವಾ ಬಾಂಬೆ ಫೋರ್ಟ್ ?"

"ಅಲ್ಲ ಸಾರ್, ಜೈಲ್ ಹಿಂದೆ."

"ಹಾಗಾದರೆ ಶ್ರೀನಿವಾಸರಾಯರ ಗುರುತಿರಬೇಕು ನಿನಗೆ."

"ಅವರೇ ಸಾರ್. ನಾನು ಹೇಳಿದ ಮಾಷ್ಟ್ರು ಅವರೇ."

ಅಷ್ಟರಲ್ಲಿ "ಸೋಂಪಾ" ಎಂದು ಪುನಃ ಕರೆ ಬಂತು. ಹುಡುಗನಿಗೆ ಅಲ್ಲಿಂದ ತೆರಳದೆ ನಿವೃತ್ತಿಯಿದ್ದಿಲ್ಲ! ನನಗೂ ಬೇಗ ಹೋಗಬೇಕಿತ್ತು. ಹೊರಡಲೆಂದು ಎದ್ದಾಗ, ಹುಡುಗನ ಕೈಲಿದ್ದ ಪುಸ್ತಕವನ್ನು ಸ್ವಾಭಾವಿಕವಾಗಿಯೇ ಪಡೆಯಲೆಂದು ಕೈನೀಡಿದೆ. ಮನಸ್ಸಿಲ್ಲದ ಮನಸ್ಸಿನಿಂದ ಹುಡುಗ ಪುಸ್ತಕವನ್ನು ಮರಳಿ ಕೊಟ್ಟು "ಕ್ಯಾ ದೇನಾ ಸಾಬ್ ?" ಎಂದುಕೊಂಡು ಹೋದ.

ನಾನಾಗಿ 'ಪುಸ್ತಕವನ್ನು ಓದಿಕೊಡು' ಎಂದು ಹೇಳಲಿಲ್ಲ. ಹುಡುಗನಿಗೆ ಓದುವ ಅಪೇಕ್ಷೆಯಿದ್ದರೂ ಬಹುಶಃ ನನ್ನನ್ನು ಕೇಳುವುದು ತಪ್ಪಾಗಬಹುದೆಂದು ಕೇಳದೆಯೇ ಉಳಿದ.

ನಾನು ಅಲ್ಲಿಂದ ಹೊರಬಿದ್ದೆ.

ಹೋಟೆಲಿನ ಮೆಟ್ಟಲಿಳಿದು ಬಂದು ಆ ಅಡ್ಡರಸ್ತೆಯನ್ನು ದಾಟಿ ನಾನು ಹಾರ್ನ್‌ಬೀ ರಸ್ತೆಗೆ ಬರುವುದರೊಳಗಾಗಿ ಈ ಘಟನೆಯ ವಿಚಾರ ಮರೆತುಹೋಗಬೇಕಿತ್ತು. ಸ್ವಾಭಾವಿಕವಾದ ಓದಿನ ಆಸಕ್ತಿಯ ಬಡಪಾಯಿ ಹಸುಳೆಯೊಂದು ಹೊಟ್ಟೆಯ ಪಾಡಿಗಾಗಿ ದೂರದ ಮುಂಬಯಿಗೆ ಬಂದಿದೆ. ಈ ದುಡಿತದ ಆಯಾಸದ ನಡುವೆಯೂ ಓದಿನ ಆಸೆಯನ್ನಿಟ್ಟು ಕೊಂಡಿದೆ. ನನ್ನ ಕೈಯಲ್ಲಿ ಕನ್ನಡ ಪುಸ್ತಕ ಕಂಡು ಹುಡುಗನ ಆಸಕ್ತಿ ಕೆರಳಿ ನಮ್ಮಿಬ್ಬರ ಪರಿಚಯವಾಯಿತು ಎಂದಿಷ್ಟೇ ಯೋಚನೆಯಲ್ಲಿ ಈ ಘಟನೆಯ ಮುಕ್ತಾಯವಾಗಬೇಕಿತ್ತು. ಹಾಗಾಗಲಿಲ್ಲ. ಹೀಗಾಗದಿರಲು ಎರಡು ಕಾರಣ: ಮೊದಲನೆಯದು ಆ ಹೋಟೆಲು; ಎರಡನೆಯದು ಶ್ರೀನಿವಾಸರಾಯರು.

ಆ ಹೋಟೆಲಿನ ದಾರಿಯಲ್ಲಿ ತಿಂಗಳಿಗೆ ಎರಡು ಮೂರು ಬಾರಿಯಾದರೂ ತಿರುಗುವ ಪ್ರಸಂಗ ಬಂದೇ ಬರುತ್ತಿತ್ತು. ಹಾಗೆ ಬರುವಾಗ, ಕಾಫಿಯ ಹೊತ್ತು ಕೂಡಿ ಬಂದಾಗ, ನಾನು ಅಲ್ಲಿಗೇ ಹೋಗುತ್ತಿದ್ದೆ. ಬರೇ ಒಂದು ಕುತೂಹಲ ನಿಮಿತ್ತ ಆ ಹುಡುಗ ಕಣ್ಣಿಗೆ ಬಿದ್ದಾಗ, ಅವನಿದ್ದಲ್ಲಿಗೆ ಹೋಗಿ ಕಾಫಿ ಉಪಾಹಾರ ಬೇಡುತ್ತಿದ್ದೆ. ಕನ್ನಡಿಗನೆಂದು, ಕನ್ನಡದ ಅಭಿಮಾನಿಯೆಂದು ಆ ಹುಡುಗ ನನ್ನಲ್ಲಿ ಒಂದು ವಿಲಕ್ಷಣ ಪಕ್ಷಪಾತ ತೋರಿಸುತ್ತಿದ್ದ. ಈ ಪಕ್ಷಪಾತ ಪರಿಚಯ ಬೆಳೆಯಲು ತುಂಬ ಅನುಕೂಲ ಮಾಡಿಕೊಟ್ಟಿತು. ಆದರೆ ನಾನು ಹುಡುಗನ ಜೀವನದ ವಿಚಾರ ಬೇಕಂದೇ ಯಾವ ಪ್ರಶ್ನೆಯನ್ನೂ ಕೇಳುತ್ತಿರಲಿಲ್ಲ. ಹೀಗೆ ಕೇಳಿದಾಗ ಬರಬಹುದಾದ ಉತ್ತರ ಕಳವಳಕ್ಕೆಡೆಗೊಡುವುದೆಂದು ಊಹಿಸುವ ಚೈತನ್ಯ ನನಗಿದ್ದಿತಾದ ಕಾರಣ, ಹುಡುಗನೊಡನೆ ಮಾತನಾಡುವಾಗ ಹೆಚ್ಚಾಗಿ 'ಲೋಕಾಭಿರಾಮ'ವನ್ನೇ ಬಳಸುತ್ತಿದ್ದೆ. ಹುಡುಗನ ಬುದ್ಧಿಶಕ್ತಿ ಹಾಗೂ ಪ್ರಾಯಕ್ಕೆ ಹೆಚ್ಚೆಂದು ಕಾಣಬಹುದಾದ ಜ್ಞಾನ ಸಂಗ್ರಹವೇ ಈ ಆತ್ಮೀಯತೆಗೆ ಮುಖ್ಯ ಕಾರಣವಾಗಿದ್ದುವೆಂದರೂ ಸರಿಯೆ. ಆದರೆ ಹುಡುಗನ ಪಕ್ಷಪಾತ ಅತಿಯಾಗಿದೆಯೆಂದು ತಿಳಿಯುವ ಪ್ರಸಂಗ ಬಂದಾಗ ನಾನು ಎಚ್ಚರಿಸಬೇಕಾಗಿ ಬಂತು.

ಮತ್ತೊಂದು ಸಂದರ್ಭದಲ್ಲಿ ನನ್ನ ಕೈಯಲ್ಲಿ ಯಾವುದೋ ಒಂದು ಕನ್ನಡ ಪುಸ್ತಕವಿತ್ತು. ಅದೂ ಕಥೆಯ ಪುಸ್ತಕವಾಗಿರಲಿಲ್ಲ. ಹುಡುಗನಿಗೆ ಇಷ್ಟರಲ್ಲೇ ನನ್ನ ಕೈಯ ಪುಸ್ತಕಗಳನ್ನು ನೋಡಿ ಪುಟ ಮಗುಚಿ ಮರಳಿ ಕೊಡುವ ಅಭ್ಯಾಸ ಬೆಳೆದು ಬಂದಿತ್ತು. ಅಂದು ಕೂಡಾ ಆ ಪುಸ್ತಕವನ್ನು ನೋಡಿಯಾದ ಮೇಲೆ ಇಲ್ಲದ ಧೈರ್ಯ ತಂದುಕೊಂಡು "ನಾನು ಇದನ್ನು ಓದಿಕೊಡಲೇ ಸಾರ್ ?" ಎಂದು ಕೇಳಿದ.

ಆ ಹುಡುಗನೊಡನೆ ಸಲಿಗೆ ಬೆಳೆದಿದ್ದುದು ನಿಜವಾದರೂ, ಅವನು ಓದಲು ನನ್ನಿಂದ ಪಡೆಯುವ ಪುಸ್ತಕ ಮರಳಿ ನನ್ನ ಕೈಗೆ ದೊರಕೀತೇ ಎಂಬ ಸಂದೇಹ ಇಷ್ಟು ದಿನವೂ

ನನ್ನನ್ನು ಕಾಡುತ್ತಿದ್ದುದರಿಂದ, ನಾನಾಗಿ, "ಈ ಪುಸ್ತಕವನ್ನು ಓದಿನೋಡು" ಎಂದು ಹೇಳಿರಲಿಲ್ಲ. ಇಂದು ಅವನಾಗಿ ಕೇಳಿದಾಗ ಆ ಸಂದೇಹವನ್ನು ಬದಿಗಿರಿಸಿ, "ಇನ್ನು ನಾಲ್ಕು ದಿನ ಬಿಟ್ಟು ಬರುತ್ತೇನೆ. ಓದಿಕೊಡು. ಆದರೆ ಜಾಗ್ರತೆ. ಅದು ಬೇರೆಯವರಿಗೆ ಕೊಡಬೇಕಾದ ಪುಸ್ತಕ" ಎಂದಿದ್ದೆ. ಹುಡುಗ ಸಂತೋಷದಿಂದ ಸೈಗುಟ್ಟಿದ್ದ.

ಹಾಗೆ ನಾಲ್ಕು ದಿನ ಬಿಟ್ಟು ನಾನು ಆ ಹೋಟೆಲಿಗೆ ಹೋಗಿದ್ದಾಗ ನನ್ನ ಜೊತೆಯಲ್ಲಿ ಇಬ್ಬರು ಗೆಳೆಯರಿದ್ದರು. ಹುಡುಗ ತನ್ನ ಮಾತಿನಂತೆ ಪುಸ್ತಕವನ್ನು ಹಿಂದಿರುಗಿಸಿದ; ಅಷ್ಟೇ ಅಲ್ಲದೆ ತನ್ನ ಕೃತಜ್ಞತೆಯನ್ನು ಸೂಚಿಸಲು ಬಿಲ್ ಬರೆಯುವಾಗ ಒಂದು ರೂಪಾಯಿ ಎರಡಾಣೆಯೆಂದು ಬರೆಯಬೇಕಾದಲ್ಲಿ ಬರೇ ಹತ್ತು ಆಣೆಯೆಂದು ಬರೆದು ಕೊಟ್ಟ. ಬಿಲ್ ನನ್ನ ಕೈ ಸೇರಿದೊಡನೆಯೇ ಈ ವಂಚನೆಯ ಪಕ್ಷಪಾತದ ಅರ್ಥ ನನಗಾಯಿತು. ಜೊತೆಗೆ ಸಿಟ್ಟೂ ಬಂದಿತು. "ಲೆಕ್ಕ ಬರುವುದಿಲ್ಲವೆ ನಿನಗೆ, ಫೋರ್ತ್ ಸ್ಟ್ಯಾಂಡರ್ಡ್ ಕಲಿಯುವ ಹುಡುಗನಿಗೆ ?" ಎಂದು ಗದರಿಸಿದೆ. ಹುಡುಗನ ಮುಖ ಕೆಂಪೇರಿ ಬೆವರಿತು. ಬೇಗನೆ ತನ್ನ ತಪ್ಪನ್ನು ಮುಚ್ಚಲೆಂದು "ಮರೆತುಬಿಟ್ಟೆ ಸಾರ್, ಕ್ಷಮಿಸಿ" ಎಂದು ಬೇಗ ಬೇರೆ ಬಿಲ್ ಬರೆದುಕೊಟ್ಟ. ಆಮೇಲೆ ಇಂಥ ವಂಚನೆಗೆ ಆತ ಕೈಹಾಕಲಿಲ್ಲ.

ಈ ಘಟನೆ ನಡೆದು ಕೆಲವು ವಾರಗಳಾದ ಮೇಲೆ 'ಸೋಂಪ' ಮಾಷ್ಟ್ರು ಶ್ರೀನಿವಾಸರಾಯರ ಅಚ್ಚುಮೆಚ್ಚಿನ ಶಿಷ್ಯ ಎಂದು ತಿಳಿಯುವ ಸಂದರ್ಭ ಒದಗಿ ಬಂತು.

ಶ್ರೀನಿವಾಸರಾಯರ ಪರಿಚಯ ನನಗಾದದ್ದು ಒಂದು ವಿಚಿತ್ರ ರೀತಿಯಲ್ಲಿ: ಸುಮಾರು ಒಂದೂವರೆ ವರ್ಷಕ್ಕೆ ಹಿಂದೆ, ಅಂದರೆ 1949ರ ಆದಿಯಲ್ಲಿ. ಮುಂಬಯಿ ಮುನಿಸಿಪಾಲಿಟಿ ಯವರು ವರ್ಲಿ ವಿಭಾಗದಲ್ಲಿದ್ದ ಸಾವಿರಾರು ಗುಡಿಸಲು ಕೊಂಪೆಗಳನ್ನು ಶಹರದ ಆರೋಗ್ಯದ ಹೆಸರಿನಿಂದ ಅಗ್ನಿಗಾಹುತಿ ಮಾಡಿದ್ದರು. ಈ ಸುದ್ದಿ ಪತ್ರಿಕೆಗಳಿಗೆ ದೊರಕಿದಾಗ ಈ ಗುಡಿಸಲು ನಿವಾಸಿಗಳಾದ ಬಡಪಾಯಿ ಜನತೆಯ ಪರ, ಹಾಗೂ ಮುನಿಸಿಪಾಲಿಟಿಯ ಕರ್ತವ್ಯದಕ್ಷತೆಯ ಪರ – ಹೀಗೆರಡು ವಾದಗಳೆದ್ದು ಒಂದೆರಡು ದಿನಗಳ ಮಟ್ಟಿಗೆ ಪತ್ರಿಕೆಗಳಲ್ಲಿ ಒಂದು ಚರ್ಚೆಗೆಡೆ ಗೊಟ್ಟಿದ್ದವು. ಈ ಸಂಬಂಧ ಅಧಿಕಾರಿಗಳ ವರ್ತನೆಯನ್ನು ಟೀಕಿಸುವಂತೆ ಒಂದೆರಡು ಚಿತ್ರಗಳು ನಾನು ಕೆಲಸ ಮಾಡುತ್ತಿದ್ದ ಪತ್ರಿಕೆಯಲ್ಲಿ ಪ್ರಕಟವಾಗಿದ್ದುದರಿಂದ, ನಮ್ಮ ಪತ್ರಿಕೆಯ ಸಹಾಯ ಸಿಗಬಹುದೆಂಬ ಅಪೇಕ್ಷೆಯಿಂದ ಮಾತನಾಡಲು ನಮ್ಮ ಕಾರ್ಯಾಲಯಕ್ಕೆ ಶ್ರೀನಿವಾಸರಾಯರು ಮತ್ತು ಅವರ ಪತ್ನಿ ಬಂದಿದ್ದರು. ನಿತ್ಯ ದುರ್ಗಂಧ, ಕಶ್ಮಲಗಳ ನರಕಗಳಾದ ಈ ಕೊಂಪೆಗಳಲ್ಲಿ ವಾಸಿಸುವವರ ಪರವಾಗಿ ಮಾತನಾಡಲು ಬಂದ ಈ ಕನ್ನಡಿಗರು ಯಾರು ಎಂದು ನಾನು ವಿಚಾರಿಸಿದಾಗ ಅವರ ಪರಿಚಯವಾಯಿತು. ಗಂಡ ಹೆಂಡತಿ ಇಬ್ಬರೂ ಅಧ್ಯಾಪಕರು ಹಾಗೂ ಸಮಾಜಸೇವಕರು. ಇವರ ಕೆಲಸ ಶಹರದ ದರಿದ್ರನಾರಾಯಣರ ವಸತಿಗಳಲ್ಲಿ ಭಾರತದ ನಿತ್ಯ ದುಃಖಿಗಳಿಗೆ, ಶುಚಿತ್ವ, ಆರೋಗ್ಯರಕ್ಷಣೆ, ಸಮಾಜನೀತಿ, ಓದುಬರಹ ಇವುಗಳ ಸಾಮಾನ್ಯ ಜ್ಞಾನವನ್ನು ಮಾಡಿಸಿಕೊಡುವುದು. ಮುಂಬಯಿಯಲ್ಲಿ ಇವರಿಗೆ ವಿಸ್ತಾರವಾದ ಕಾರ್ಯಕ್ಷೇತ್ರವಿತ್ತು. ಧಾರಾವಿ, ಮಾಹಿಮ್, ಮಾತುಂಗ, ಶಿವ್, ಕುರ್ಲಾ, ವರ್ಲಿ, ಪರೇಲ್ ಮುಂತಾದ ಸ್ಥಳಗಳ ಚಿಂದಿಬಟ್ಟೆ, ರಟ್ಟಿನ ತುಂಡು, ಗೋಣಿಚೀಲಗಳ ಮನೆಗಳ ನರಕ ನಿವಾಸಿಗಳಿಗೆ ಸಾಮಾನ್ಯ ಜ್ಞಾನ ಶಿಕ್ಷಣ ಕೊಡಲು ಒಂದು ಶತಮಾನವೂ ಕಡಿಮೆಯೇ. ವರ್ಲಿಯ ಬಡಪಾಯಿಗಳಿಗೆ ಬೇರೆ ಹೋಗಲು ದಿಕ್ಕಿಲ್ಲ. ನಗರ ಪಾಲಕರು ಇವರಿಗೆ ಬೇರೆ ಸ್ಥಳ ಒದಗಿಸದೆ ಈ ಕೊಂಪೆಗಳಿಗೆ ಬೆಂಕಿಯಿಡಲು ನಿಶ್ಚಯಿಸಿದುದು ತಪ್ಪು. ಈ ಅನ್ಯಾಯದ ವಿರುದ್ಧ ಪತ್ರಿಕೆಗಳು ಯುದ್ಧ

ಹೂಡಬೇಕು ಎಂದು ಬೇಡಲು ಶ್ರೀನಿವಾಸರಾಯರು ಮತ್ತು ಅವರ ಪತ್ನಿ ನಮ್ಮ ಕಾರ್ಯಾಲಯಕ್ಕೆ ಬಂದಿದ್ದರು.

ಅಂದಿನಿಂದ ನನಗೆ ಶ್ರೀನಿವಾಸರಾಯರ ಪರಿಚಯ. ಇದಾಗಿ ಆರು ತಿಂಗಳಲ್ಲಿ ಅವರ ಹೆಂಡತಿ ಕ್ಷಯರೋಗದಿಂದ ತೀರಿಕೊಂಡರು. ಒಂದು ಉದಾತ್ತ ಧ್ಯೇಯ ಪ್ರೇರಿತ ದಂಪತಿಗಳಿಗೆ ಇಂಥ ಗಂಡಾಂತರ ಬಂದು ಶ್ರೀನಿವಾಸರಾಯರು ಒಂಟಿಯಾಗುವಂತಾದುದರಿಂದ ನನಗೆ ತುಂಬ ದುಃಖವಾಗಿತ್ತು; ಆಗ ಸಂತಾಪ ಸೂಚಿಸಲೆಂದು ಅವರಲ್ಲಿಗೆ ಹೋಗಿದ್ದೆ. ಅಂದಿನಿಂದ ನಮ್ಮಲ್ಲಿ ಒಂದು ತೆರನಾದ ಆತ್ಮೀಯತೆಯೂ ಬೆಳೆದಿತ್ತು. ಅವರ ಪತ್ನಿ ತೀರಿಕೊಂಡರೂ ಅವರ ಕರ್ತವ್ಯ ನಿರ್ವಹಣಕ್ಕೆ ಚ್ಯುತಿ ಬಂದಿರಲಿಲ್ಲ. ಊರಿನಲ್ಲಿ ತಕ್ಕಮಟ್ಟಿಗೆ ಅನುಕೂಲ ಸ್ಥಿತಿಯಲ್ಲಿದ್ದವರು. ಆಡಂಬರವಿಲ್ಲದ ಸ್ವಂತ ಜೀವನದ ಖರ್ಚಿಗೆ, ಅವರಿಗೆ ಬಂದ ಹಣ ಸಾಕಾಗುತ್ತಿತ್ತು. ಪತ್ನಿ ತೀರಿದ ಮೇಲೆ ಅವರು ಪುನಃ ಮದುವೆಯ ಆಲೋಚನೆ ಮಾಡಲಿಲ್ಲ. ತಾನು ತನ್ನದೆಂದು ನಿಶ್ಚಯಿಸಿಕೊಂಡ ಕೆಲಸವಾಯಿತು, ತಾನಾಯಿತು ಎಂದಿದ್ದರು. ರಾತ್ರಿ ಶಾಲೆಯಲ್ಲಿ ಅಧ್ಯಾಪಕರ ಕೊರತೆಯಿದೆಯೆಂದು ತಿಳಿದಾಗ ದುಡಿಮೆಯ ಜೊತೆಗೆ ಓದಿಗೆ ಹಾತೊರೆಯುವ ಜೀವಿಗಳಿಗೆ ತನ್ನದೂ ಅಲ್ಪ ಸೇವೆಯಿರಲಿ ಎಂದು, ಸಂಬಳವಿಲ್ಲದೆ ತಾನು ಕೆಲಸ ಮಾಡುತ್ತೇನೆಂದು ಒಪ್ಪಿಕೊಂಡು ಬಂದಿದ್ದರು. ಹೀಗಾಗಿ 'ಸೋಂಪ'ನ ಪರಿಚಯ ನನಗೆ ಮೊದಲು ಆದಾಗ, ಅವನು 'ಜೈಹಿಂದ್'ನ ಹೆಸರು ಎತ್ತಿದಾಗ, ನನಗೆ ಶ್ರೀನಿವಾಸರಾಯರ ನೆನಪು ತಕ್ಷಣ ಬಂದಿತ್ತು.

'ಸೋಂಪ'ನ ಪಕ್ಷಪಾತ ಪ್ರಸಂಗ ನಡೆದು ಎರಡು ಮೂರು ವಾರಗಳಾಗಿರಬಹುದು – ನನಗೆ ಶ್ರೀನಿವಾಸರಾಯರನ್ನು ಕಾಣಬೇಕಾಗಿ ಬಂದಿತ್ತು. ಮುಂಬಯಿಯ ದರಿದ್ರನಾರಾಯಣರ ವಿಚಾರ ನಾನು ಸಿದ್ಧಪಡಿಸುತ್ತಿದ್ದ ಒಂದು ಲೇಖನಕ್ಕೆ ಕೆಲವು ಅಂಕೆಸಂಖ್ಯೆಗಳ ಸಹಾಯ ಬೇಕಾಗಿದ್ದಿತಾದ ಕಾರಣ ಶ್ರೀನಿವಾಸರಾಯರನ್ನು ಹುಡುಕಿಕೊಂಡು ಅವರ ಮನೆಗೆ ಹೋದೆ.

ಅವರ ಮನೆ, ಅದನ್ನು ಗೂಡೆಂದರೂ ಸರಿಯೆ, ಇದ್ದುದು ಪರೇಲ್ ಟ್ರಾಮ್ ಜಂಕ್ಷನ್ನಿಗೆ ತುಸು ದೂರದಲ್ಲಿ. ನಾನು ಹೋದುದು ಒಂದು ಭಾನುವಾರ ದಿನ, ಅದೂ ಸಂಜೆಯ ಹೊತ್ತು. ಅವರು ಇರಬಹುದೇ ಇಲ್ಲವೆ ಎಂಬ ಸಂದೇಹವಿತ್ತು. ಅದೂ ಅವರ ಮನೆ ತಲುಪಿ, ಬಾಗಿಲ ಬಳಿ ನಿಂತಾಗ, ನಾನು ತಪ್ಪಿ ಬೇರೆಲ್ಲಿಗಾದರೂ ಬಂದಿದ್ದೇನೆಯೇ ಎಂಬ ಸಂದೇಹ ಬಂತು.

ಮನೆಯ ಬಾಗಿಲು ಮುಚ್ಚಿತ್ತು. ಒಳಗಿನಿಂದ ಬೇಂದ್ರೆಯವರ 'ವಸಂತ ಮುಖ'ವನ್ನು ಯಾರೋ ಹಾಡುತ್ತಿದ್ದರು.

ಉದಿತ ವನ
ಮುದಿತ ಮನ
ವಿಧ ವಿಧ ವಿಹಗ ಸ್ವನ

ಇದುವೆ ಜೀವ
ಇದು ಜೀವನ
ಪವನದಂತೆ ಪಾವನ

ಏನೋ ವಿಧ ಏನು ಹದ
ಗಾಳಿಗೊಡೆದ ಬುದ್ಬುದ
ಬೆಳಕೆ ಬದುಕು ಎಂಬ ಮುದ
ಜೀವ ಹೊಮ್ಮಿ ಚಿಮ್ಮಿದ...

ನಾನು ಬಾಗಿಲು ದೂಡಿ ಒಳಗೆ ಹೋದೆ. ಒಳಗಿನ ದೃಶ್ಯದಿಂದ ನನಗಾದ ಆಶ್ಚರ್ಯ ಅಷ್ಟಿಷ್ಟಲ್ಲ.

ಕೋಣೆಯಲ್ಲಿ ಇದ್ದ ಒಂದು ಹರಕು ಮಂಚದ ಮೇಲೆ 'ಸೋಂಪ' ಮಲಗಿದ್ದ. ಬಳಿಯಲ್ಲಿಯೇ ಇದ್ದ ಒಂದು ಮೂರೂವರೆ ಕಾಲಿನ ಟೀಪಾಯಿಯ ಮೇಲೆ, ಒಂದು ಔಷಧಿಯ ಸೀಸೆ, ಒಂದು ಪಾತ್ರೆ ತುಂಬ ನೀರು, ಒಂದು ಥರ್ಮಾಮೀಟರ್, ಗ್ಲೂಕೋಸ್ ಡಬ್ಬ, ಇವಿಷ್ಟು ಇದ್ದವು. ಕೋಣೆಯ ಮೂಲೆಯಲ್ಲಿದ್ದ ಅಡುಗೆಯ ಚಿಟ್ಟೆಯಲ್ಲಿದ್ದ ಸ್ಟವ್‌ನಲ್ಲಿ ಒಂದು ಪಾತ್ರೆ ತುಂಬ ಹಾಲು ಕುದಿಯುತ್ತಿತ್ತು. ಕೋಣೆಯಲ್ಲಿ ಶ್ರೀನಿವಾಸರಾಯರು 'ಸೋಂಪ' ಇವರನ್ನು ಬಿಟ್ಟು ಬೇರೆ ಬೇರೆ ವಯಸ್ಸಿನ ಆರು ಹುಡುಗರಿದ್ದರು. ಬಾಗಿಲ ಬಳಿಯ ಮೂಲೆಯೊಂದರಲ್ಲಿ ಬಹುಶಃ ಆಗತಾನೆ ಹಾಲು ಕೊಟ್ಟಿದ್ದ ದೂದ್‌ಭಯ್ಯಾ, ತನ್ನ ಪಾತ್ರೆ ಹಿಡಿದುಕೊಂಡು ಕುಳಿತು ಹಾಡು ಕೇಳುತ್ತಿದ್ದ.

ಹಾಡುತ್ತಿದ್ದವರು ಶ್ರೀನಿವಾಸರಾಯರೆ?

ನಾನು ಒಳ ಬಂದೊಡನೆಯೇ ಅವರು ಹಾಡು ನಿಲ್ಲಿಸಿದರು. "ಓ ಹೋ ಹೋ; ಬಹಳ ಅಪರೂಪವಾಗಿ ಬಂದಿರಲ್ಲ, ಬನ್ನಿ ಕುಳಿತುಕೊಳ್ಳಿ" ಎಂದೆದ್ದು ಬಂದು, ತಾನು ಕುಳಿತು ಕೊಂಡಲ್ಲೇ ಜಮಖಾನೆಯಲ್ಲಿ ಜಾಗ ತೋರಿಸಿದರು.

ನನ್ನ ಆಶ್ಚರ್ಯವನ್ನು ಗುರುತಿಸಿಯೋ ಏನೋ "ಇವರೆಲ್ಲರ ಪರಿಚಯ ಬಹುಶಃ ನಿಮಗಿಲ್ಲ. ಇವರೆಲ್ಲ ನನ್ನ ವಿದ್ಯಾರ್ಥಿಗಳು, ಅವ ನೋಡಿ ಶಿವಶೆಟ್ಟಿ, ಲಾರೆನ್ಸ್ ಕಂಪನಿಯಲ್ಲಿ ಸಿಪಾಯಿ. ಇವನು ಗೋವಿಂದ ಮರಕಾಲ, ವಾರ್ಡನ್‌ನಲ್ಲಿದ್ದಾನೆ. ಅಲ್ಲಿ ಮೂಲೆಯಲ್ಲಿದ್ದಾನಲ್ಲ ತಬುರ, ನ್ಯೂ ಇಂಡಿಯಾದಲ್ಲಿದ್ದಾನೆ. ಅವನೂ ಸಿಪಾಯಿ. ಈ ಕುಳ್ಳ ಶಂಕರ ಕೋಟಿಯಾನ್ ಐ.ಸಿ.ಐ. ನಲ್ಲಿದ್ದಾನೆ. ಇನ್ನಿಬ್ಬರಿದ್ದಾರಲ್ಲ ಪುತ್ರನ್ ಮತ್ತು ಸುವರ್ಣ, ಇವರಿಬ್ಬರೂ 'ಬರ್ಮಾ ಶೆಲ್'ನ ಸಿಪಾಯಿಗಳು. ಇವನು (ಮಲಗಿದ್ದಾನಲ್ಲ) ಸೋಮಪ್ಪ ಪೂಜಾರಿ, ಇವನು ಮಾತ್ರ ಹೋಟೆಲು ಕೆಲಸಗಾರ..."

ಶ್ರೀನಿವಾಸರಾಯರು ಇನ್ನೂ ಮಾತನಾಡುವುದರಲ್ಲಿದ್ದರು. ಆದರೆ ಮಲಗಿದ್ದ, ತುಂಬಾ ಕೃಶನಾಗಿದ್ದ ಸೋಮಪ್ಪ ಪೂಜಾರಿ – ಅವನ ಸಂಪೂರ್ಣ ಹೆಸರು ನನಗೆ ತಿಳಿದುದು ಅಂದೆ– ನನ್ನನ್ನು ನೋಡಿ ನಗುತ್ತಿದ್ದ.

"ಇವನ ಪರಿಚಯ ನನಗಿದೆ. ತುಂಬ ಕಡಕ್ ಮಸಾಲೆ ತಿನ್ನಿಸಿದ್ದಾನೆ," ಎಂದು ನಾನು ರಾಯರ ಮಾತಿಗೆ ತಡೆ ಹಾಕಿದೆ.

"ಪಾಪ; ಒಂದು ವಾರದಿಂದ ಜ್ವರವೆಂದು ಮಲಗಿದ್ದಾನೆ. ಹೋಟೆಲಿನವರು ಆಸ್ಪತ್ರೆಗೆ ಸೇರಿಸುವುದರಲ್ಲಿದ್ದರು. ಅಲ್ಲಿ ಗುರುತು ಪರಿಚಯವಿರದ ಈ ಬಡ ಹುಡುಗರಿಗೆ ದೇವರೇ ಗತಿ – ನರ್ಸ್ ಡಾಕ್ಟರುಗಳಿಲ್ಲ; ಅದಕ್ಕಾಗಿ ನಾನು ಇಲ್ಲಿಗೆ ಕರೆದುಕೊಂಡು ಬಂದೆ. ಪೆರಾ ಟ್ಯಾಫ್ಯಾಡ್ ಅಂತ. ಜ್ವರ ಇಳಿಯುತ್ತಿದೆ" ಎಂದರು.

ಎಲ್ಲರ ಜೊತೆಗೆ, ಹಾಲು ಕೊಟ್ಟ ಭಯ್ಯಾಜಿ ಕೂಡಾ ಹಾಲು ಕುಡಿಯುವಾಗಲೂ ನಮ್ಮ ಜೊತೆಗೇ ಇದ್ದ. ನನಗೂ ಸಕ್ಕರೆ ಬೆರಸಿದ ಹಾಲು ಬಂತು. (ಹಾಲು ಕುಡಿಯುತ್ತಿದ್ದಾಗ) ಹುಡುಗರನ್ನು ಕರೆಸಿ ಹಾಲು ಹಾಡುಗಳ ಸತ್ಕಾರದ ಸಂಭ್ರಮ ತೋರಿಸುವುದು ಶ್ರೀನಿವಾಸರಾಯರ ವಿಶ್ರಾಂತಿಯ ಕುರುಹೇ ಎಂದೊಂದು ಆಲೋಚನೆ ನನ್ನ ಮನಸ್ಸಿನಲ್ಲಿ ಕ್ಷಣಕಾಲ ಸುಳಿಯಿತಾದರೂ ಬಂದವರಿಗೆ ಚಾ ಕಾಫಿಯ ಅನಿಷ್ಟ ಕುಡಿಸುತ್ತಿಲ್ಲವಲ್ಲ ಎಂಬ ಸಮಾಧಾನ ಮೂಡಿ ಆ ಯೋಚನೆ ಮಾಯವಾಯಿತು.

ನಾನು ಬಂದ ಕೆಲಸವನ್ನು ಮರೆತು "ಹಾಡಿಗೆ ಅಡ್ಡ ಬಂದೆ" ಎಂದೆ, ಅರ್ಧ ಉಪಚಾರಕ್ಕಾಗಿ.

"ಛೆ! ಛೆ! ಹಾಗೇನೂ ಇಲ್ಲ. ಹುಡುಗರು ಹಾಡಿ ಎನ್ನುವಾಗ ಹಾಡದಿರಲಿಕ್ಕಾಗುತ್ತದೆಯೆ? ಅದೂ ಏನೋ ಭಾನುವಾರದ ರಜೆಯ ಸಂಭ್ರಮದಲ್ಲಿ ಬಂದಿದ್ದಾರೆ. ಅವರ ವಿಶ್ರಾಂತಿಯ ಸಡಗರದಲ್ಲಿ ನನ್ನದೂ ಪಾಲಿರಲಿ ಎಂದು ಹಾಡಿದೆ. ನನಗೂ ಇವತ್ತು ಶಾಲೆಯಿಲ್ಲ" ಎಂದರು.

ನಾನು ಆ ವಿಚಾರ ಮತ್ತೆ ಮಾತನಾಡದೆ ನಾನು ಬಂದ ಕೆಲಸದ ಉದ್ದೇಶ ತಿಳಿಸಿದೆ. ಅವರು ನನಗೆ ಬೇಕಾದ ಮಾಹಿತಿಯನ್ನು ಎರಡು ಮೂರು ದಿನಗಳಲ್ಲಿ ಕೊಡುವೆನೆಂದು ಭರವಸೆ ಕೊಟ್ಟ ಮೇಲೆ ಅಲ್ಲಿಂದ ಹೊರಬಿದ್ದೆ.

ನಾನು ದಾರಿ ಸೇರುವ ತನಕ ಶ್ರೀನಿವಾಸರಾಯರು ಜೊತೆಗೆ ಬಂದಿದ್ದರು. ಆ ದೀಪ ಕಾಣದ ಕಟ್ಟಡದ ಮೆಟ್ಟಲಿಳಿದು ಬರುವಾಗ ಅರ್ಧ ಏನಾದರೂ ಮಾತನಾಡಬೇಕೆಂದು, ಅರ್ಧ ತನ್ನ ಕುತೂಹಲದ ಪರಿಹಾರ ಸಿಗಬೇಕೆಂದು "ಈ ಕತ್ತಲೆಯ ಕೋಣೆಯಲ್ಲಿ ನುಸಿ, ತಗಣಿಗಳ ಮಧ್ಯೆ, ಹೆಂಗಸರೂ ಇಲ್ಲದಾಗ ಟ್ಯಾಫ್ಯಾಡ್ ರೋಗಿಯ ಆರೈಕೆಯೆ? ಇದಕ್ಕಿಂತ ಆಸ್ಪತ್ರೆ ಮೇಲಲ್ಲವೆ ಶ್ರೀನಿವಾಸರಾಯರೆ?" ಎಂದು ಕೇಳಿದೆ.

ಅವರು ನನ್ನ ಪ್ರಶ್ನೆಯಿಂದ ನೊಂದುಕೊಂಡರೋ ಏನೋ. ಕ್ಷಣಕಾಲ ಮಾತನಾಡಲಿಲ್ಲ. ಆಮೇಲೆ ಉತ್ತರ ಬಂತು.

"ನನ್ನ ಮನೆ, ನನ್ನ ಉದ್ದೇಶಗಳ ಪರಿಚಯ ಚೆನ್ನಾಗಿದ್ದಿದ್ದರೆ ನೀವು ಈ ಮಾತು ಹೇಳುತ್ತಿರಲಿಲ್ಲ. ಆದರೂ ನೀವು ಹೇಳಿದುದು ಸರಿಯಿರಬಹುದು. ಸೋಮಪ್ಪನನ್ನು ಆಸ್ಪತ್ರೆಗೆ ಕಳುಹಿಸದಿರಲು ಇನ್ನೊಂದು ಕಾರಣವೂ ಇದೆ. ಅದನ್ನು ನಾನು ಬಹಿರಂಗಪಡಿಸಲಾರದವ ನಾಗಿದ್ದೇನೆ" ಎಂದರು.

ಆಮೇಲೆ ಆ ವಿಚಾರ ನಾನು ಮಾತನಾಡಲಿಲ್ಲ.

ಮತ್ತೆ ಮೂರು ದಿನಗಳು ಕಳೆದ ಮೇಲೆ ಶ್ರೀನಿವಾಸರಾಯರು, ತಾವು ಕೊಟ್ಟ ಮಾತಿನಂತೆ ನನಗೆ ಬೇಕಿದ್ದ ವಿವರಗಳನ್ನೆಲ್ಲ ಸಂಗ್ರಹಿಸಿಕೊಂಡು ನಮ್ಮ ಕಾರ್ಯಾಲಯಕ್ಕೆ ಬಂದಿದ್ದರು. ಹೀಗೆಯೇ ಮಾತನಾಡುತ್ತಿದ್ದಾಗ ಸೋಮಪ್ಪನ ವಿಚಾರ ಬಂತು.

"ಹೇಗಿದ್ದಾನೆ, ಹುಡುಗ?" ಎಂದೆ.

"ಚಿಂತಿಲ್ಲ, ಸುಧಾರಿಸುತ್ತಿದ್ದಾನೆ. ಜ್ವರ ಬಿಟ್ಟಿದೆ. ಆದರೂ ಟ್ಯಾಫ್ಯಾಡ್ ನೋಡಿ; ರಿಲಾಪ್ಸ್ ಆಗದಂತೆ ಜಾಗ್ರತೆಯಾಗಿರಬೇಕಲ್ಲವೆ? ನಮ್ಮಲ್ಲೇ ಇದ್ದಾನೆ" ಎಂದರು.

"ಹುಡುಗನಿಗೆ ಕಲಿಯುವುದರಲ್ಲಿ ತುಂಬ ಆಸಕ್ತಿಯಿರುವಂತೆ ಕಾಣುತ್ತದೆ. ನನ್ನ ಕೈಯಲ್ಲಿ ಕನ್ನಡ ಪುಸ್ತಕವಿದ್ದಾಗಲೆಲ್ಲಾ ಮೈಯೆಲ್ಲ ಕಣ್ಣಾಗಿ ನೋಡುತ್ತಿದ್ದ" ಎಂದೆ.

"ಹೌದು ನೋಡಿ, ಕ್ಲಾಸಿನಲ್ಲಿ ಅಗ್ರಸ್ಥಾನ ಅವನಿಗೆ. ಅವನು 'ಕಡ್ಡಾಯ ಶಿಕ್ಷಣದ ಅವಶ್ಯಕತೆ' ವಿಚಾರ ಬರೆದ ಪ್ರಬಂಧ ಒಂದು ನೀವು ಓದಬೇಕು. ನಮ್ಮ ಮಂತ್ರಿ ಮಹಾಶಯರು ಬರೆಸಿ ಓದುವ ಭಾಷಣಗಳು ಅದರ ಸಾಲಿನಲ್ಲಿ ನಿಲ್ಲವು."

"ಹುಡುಗ ಚಿಕ್ಕವನಾದರೇನು ರಾಯರೆ; ಅನುಭವದ ಆಳದಿಂದ ಬರೆಯುವ ಮಾತು ಗಳಲ್ಲವೇನು ಅವು? ಹೋಟೆಲಿನ ದುಡಿತ, ನಿಂದೆ, ನಿಷ್ಠುರ ವೇದನೆಗಳ ಪರಿಚಯವಿದ್ದ ಹುಡುಗ, ಶಿಕ್ಷಣದ ಅವಶ್ಯಕತೆಯ ಕುರಿತು ಮಾತನಾಡುವಂತೆ ಸಾಮಾನ್ಯ ವಿದ್ಯಾರ್ಥಿ ಮಾತನಾಡಿಯಾನೇ?"

ಶ್ರೀನಿವಾಸರಾಯರ ಮನಸ್ಸಿನ ಉದ್ವೇಗ ಹೆಚ್ಚಿದ್ದುದು ಅವರ ಮುಖಭಾವದಿಂದ

ವ್ಯಕ್ತವಾಗುತ್ತಿತ್ತು. ಅವರನ್ನು ಕೆಣಕಿ ಅವರ ಮಾತುಗಳನ್ನು ಕೇಳಬೇಕೆಂಬ ಆಸೆಯಿಟ್ಟುಕೊಂಡೇ ನಾನಾ ರೀತಿಯ ಮಾತನಾಡಿದ್ದೆ.

"ಸಾಮಾನ್ಯವಾಗಿ ಎಲ್ಲ ರಾತ್ರಿ ಶಾಲೆಗಳೂ ವಿದ್ಯಾರ್ಥಿಗಳ ಹಾಗೆಯೇ ನೋಡಿ. ಓದುವ ಆಸೆ, ಕಲಿಯುವ ಆಸೆ, ಈ ಬಡಪಾಯಿಗಳಿಂದ ಕಳ್ಳತನವನ್ನು ಮಾಡಿಸುತ್ತಿದೆ. ಪುಸ್ತಕ ಕೊಂಡುಕೊಳ್ಳಲು ಚೈತನ್ಯವಿಲ್ಲದೆ ತಾವು ದುಡಿಯುತ್ತಿರುವ ಆಫೀಸುಗಳಿಂದ ಪೆನ್ಸಿಲು, ಕಾಗದ ಕದ್ದಿರುವ ವಿದ್ಯಾರ್ಥಿಗಳೆಷ್ಟು ಬೇಕು ನಿಮಗೆ ? ರಸ್ತೆಯ ದೀಪದಡಿ ಓದುವ ಹುಡುಗರ ಸಂಖ್ಯೆ ಬೇಕೆ? ವಿ.ಟಿ. ಸ್ಟೇಶನ್ನಿನ ಇಂಡಿಕೇಟರಿನ ಬುಡದ ಬೆಳಕಿನಲ್ಲಿ ಓದುವ ಹುಡುಗರೂ ಇದ್ದಾರೆಂದರೆ ನಿಮಗೆ ಆಶ್ಚರ್ಯವಾಗುವುದೇ ?"

"ಇಲ್ಲ" ಎಂದಿಷ್ಟೇ ಹೇಳಿದೆ ನಾನು.

ಮಾತನಾಡುತ್ತ ನಾನು ರಾಯರ ಜೊತೆಗೆ ಪ್ರೆಸ್ಸು ಬಿಟ್ಟು ಬಂದಿದ್ದೆ. ಇನ್ನೇನು ಅವರು ನನ್ನನ್ನು ಬೀಳ್ಕೊಟ್ಟು ತಮ್ಮ ದಾರಿ ಹಿಡಿದು ಸಾಗಬೇಕಿತ್ತು. ಆಗ ರಾಯರು ಏನನ್ನೋ ಮರೆತವರಂತೆ ನನ್ನೊಡನೆ ಹೇಳಿದರು.

"ಒಂದು ವಿಚಾರ ಮಾತನಾಡಲು ಸಂಕೋಚವಾಗುತ್ತದೆ. ನಿಮ್ಮಿಂದ ಒಂದು ಸಹಾಯ ಸಾಧ್ಯವಾಗಬಹುದಾದರೆ ಹೇಳುತ್ತೇನೆ" ಎಂದರು.

ನನಗೆ ಆದ ಆಶ್ಚರ್ಯಕ್ಕೆ ಮೇರೆಯಿರಲಿಲ್ಲ.

"ಅರೆ ! ಇಲ್ಲಿಯತನಕ ಬರುವವರೆಗೆ ಸುಮ್ಮಗಿದ್ದು ಅನುಮಾನಿಸುವುದೆ ? ಹೇಳಿಯಲ್ಲ ಅಷ್ಟು ಸಂಕೋಚ ಏಕೆ ? ನನ್ನಿಂದಾಗುವ ಸಹಾಯವಾದರೆ ಖಂಡಿತ ಮಾಡುತ್ತೇನೆ."

"ನನ್ನ ಸಂಬಂಧಿಕನೊಬ್ಬ ತುಂಬ ಕಷ್ಟದಲ್ಲಿದ್ದಾನೆ. ನನಗೆ ಒಂದು ನೂರು ರೂಪಾಯಿಗಳ ಅಗತ್ಯವಿದೆ."

"ನೂರು ರೂಪಾಯಿ ?"

ರಾಯರು ಒಂದು ಕ್ಷಣ ಮುಖವನ್ನೆತ್ತಿ ನನ್ನನ್ನು ನೋಡಿದರು. ನನ್ನ ಮಾತಿನಲ್ಲಿ ಬರೀ ಕುತೂಹಲವಿದ್ದಿತೇ, ಅಥವಾ ಮೈತ್ರಿಯ ವ್ಯವಹಾರದಲ್ಲಿ ಹಣಕಾಸು ತಲೆಹಾಕಿತೆಂದು ತಿರಸ್ಕಾರವಿದ್ದಿತೇ ಎಂದು ಗುರುತಿಸಲಿದ್ದಿರಬಹುದು,

"ಹೌದು ನೂರು ರೂಪಾಯಿ. 25ನೆಯ ತಾರೀಖಿಗೆ ಮರಳಿ ಕೊಡುತ್ತೇನೆ. ತಮಗೆ ಸಾಧ್ಯವಾದರೆ ಮಾತ್ರ, ಇಲ್ಲವಾದಲ್ಲಿ ಬೇಡ."

ನಾನು ಕ್ಷಣ ಕಾಲ ಯೋಚಿಸಿದೆ. ಅಷ್ಟು ಹಣ ಆಗ ನನ್ನ ಬಳಿಯಿರಲಿಲ್ಲ, ನಿಜ. ಆದರೆ ಒಂದು ಆದರ್ಶಜೀವಿ ಕಷ್ಟದಲ್ಲಿ ಬಿದ್ದಿರುವಾಗ ಹದಿನೈದು ದಿನಗಳ ಮಟ್ಟಿಗಾದರೂ ನನ್ನಿಂದಾಗಬಹುದಾದ ಸಹಾಯ ಮಾಡುವುದು ನನ್ನ ಕರ್ತವ್ಯವೆಂದು "ಪ್ರೆಸ್ಸಿಗೆ ಬನ್ನಿ ಕೊಡುತ್ತೇನೆ" ಎಂದು ಅವರನ್ನು ವಾಪಸ್ಸು ಕರೆದುಕೊಂಡು ಹೋಗಿ, ಒಬ್ಬಿಬ್ಬರು ಗೆಳೆಯರನ್ನು ಬೇಡಿ, ನೂರು ರೂಪಾಯಿ ಕೂಡಿಸಿಕೊಟ್ಟೆ.

ಶ್ರೀನಿವಾಸರಾಯರು ರೂಪಾಯಿ ಪಡೆದುಕೊಂಡು ಹೋದಮೇಲೆ 'ನನ್ನ ಹಣ ಮರಳಿ ನನ್ನ ಕೈಸೇರೀತೇ' ಎಂಬ ಸಂಶಯದ ವಿಷಗಾಳಿ ಮೊತ್ತಮೊದಲು ನನ್ನ, ಶ್ರೀನಿವಾಸರಾಯರ ವ್ಯವಹಾರ ಕ್ಷೇತ್ರವನ್ನು ಪ್ರವೇಶಿಸಿತು.

ಅದಕ್ಕೆ ಕಾರಣವಿಷ್ಟೆ:

ಶ್ರೀನಿವಾಸರಾಯರು ಅಲ್ಲಿಂದ ಕಣ್ಮರೆಯಾದೊಡನೆಯೇ ಹಣ ಕೊಟ್ಟಿದ್ದ ಗೆಳೆಯನೊಬ್ಬ

ಅವರ ವೇಷಭೂಷಣಗಳನ್ನು ಕಂಡು ನನ್ನೊಡನೆ ನಗೆ ಮಾತು ಆಡಿದ್ದ "ಎಂಥ ಸನ್ಯಾಸಿಗೆ ಹಣ ದೊರಕಿಸಿಕೊಟ್ಟೆಯಪ್ಪ, ಇದು ಹಿಂದೆ ಬರುವುದೆಂಬ ನಂಬಿಕೆಯಿದೆಯೇ?" ಎಂದು. ಈ ಮಾತಿನಿಂದ ನನಗೆ ಸಹಜವಾಗಿ ಸಿಟ್ಟು ಬರಬೇಕಿತ್ತು. ಆದರೆ ಬರಲಿಲ್ಲ. ಬಹುಶಃ ಒಂದು ತಿಂಗಳಲ್ಲಿ ಒಂದು ನೂರು ರೂಪಾಯಿಗಳನ್ನು ಒಮ್ಮೆಗೇ ಕಳೆದುಕೊಂಡರೆ ಆ ಪೆಟ್ಟನ್ನು ಸಹಿಸಿಕೊಳ್ಳುವಷ್ಟು ನನ್ನ ಆರ್ಥಿಕ ಸ್ಥಿತಿ ಭದ್ರವಾಗಿರದ ಕಾರಣ ಈ ಮಾತಿನಿಂದ ಸಲ್ಲದ ಸಂದೇಹ ನನ್ನ ತಲೆಯಲ್ಲಿ ಸುಳಿಯಿತೇನೋ. ಅವರು ಹಣಕೊಡದೆ ಹೋದರೆ? ಅವರಿಗೆ ಮರಳಿ ಕೊಡುವಷ್ಟು ಅನುಕೂಲವುಂಟಾಗದೆ ಹೋದರೆ? ನನ್ನ ಲೇಖನದ ಸಂಬಂಧ ನನಗೊದಗಿಸಿದ ಮಾಹಿತಿಗೆ ಪ್ರತಿಫಲ ರೂಪವಾಗಿ ನನ್ನಿಂದ ಈ ರೀತಿ ದುಡ್ಡು ಸೆಳೆಯುವ ಯೋಚನೆ ಮಾಡಿದ್ದರೆ! ನನಗೆ ತಿಳಿದ ಮಟ್ಟಿಗೆ ಮುಂಬಯಿಯಲ್ಲಿ ಯಾರೂ ಸಂಬಂಧಿಕರಿರದ ಶ್ರೀನಿವಾಸರಾಯರಿಗೆ ಈ ಆಪತ್ತಿನ ಹಣ ಕೇಳುವ ಸಂಬಂಧಿಕ ಒಮ್ಮೆಗೆ ಹೇಗೆ ಪ್ರಕಟವಾದ!

ಇವೆಲ್ಲ ಕ್ಷುದ್ರ ಆಲೋಚನೆಗಳೆಂದು ನಾನು ತಿಳಿದಿದ್ದೆನಾದರೂ ಅವು ಆಗ ಏಕೆ ನನ್ನನ್ನು ಮುತ್ತಿದುವೆಂದು ಹೇಳಲಾರೆ. ಶ್ರೀನಿವಾಸರಾಯರ ಸ್ವಭಾವ, ಪರಿಚಯ, ಅವರ ಸೇವಾ ಮನೋವೃತ್ತಿ, ನ್ಯಾಯ ನಿಷ್ಠುರತೆ, ಪ್ರಾಮಾಣಿಕತೆಗಳ ಪರಿಚಯ ಸಾಧಾರಣವಾಗಿಯಾದರೂ ಇದೆಯೆಂದು ಹೇಳುವ ಸ್ಥಿತಿಯಲ್ಲಿದ್ದ ನಾನು ಆ ರೀತಿ ಯೋಚಿಸಬಾರದಾಗಿತ್ತು. ಆದರೂ ಮನೆ ತುಂಬ ಹುಡುಗರನ್ನು ಕಲೆಹಾಕಿಕೊಂಡು ಸೇರಿಗೆ ಒಂದು ರೂಪಾಯಿಯ ಹಾಲಿನ ಸತ್ಕಾರ ಮಾಡುವ ಶ್ರೀನಿವಾಸರಾಯರಿಗೆ ದುಡ್ಡಿನ ಬೆಲೆ ತಿಳಿದಿದೆಯೇ ಎಂಬ ಆರ್ಥಿಕ ವೇದಾಂತಗಳ ಗಾಳಿಯೂ ಮನಸ್ಸಿನ ಕಾರ್ಯಕ್ಷೇತ್ರದಲ್ಲಿ ಬೀಸದಿರಲಿಲ್ಲ.

ಇದಕ್ಕೆ ಸರಿಯಾಗಿ ನಾಲ್ಕಾರು ದಿನಗಳಾದ ಮೇಲೆ ನಾನು ಸೋಮಪ್ಪನ ಹೋಟೆಲಿಗೆ ಕಾಫಿ ಕುಡಿಯಲು ಹೋಗಿದ್ದಾಗ ಹೀಗೆಯೇ ಹೋಟೆಲು ಮಾಲಕನನ್ನು ಪ್ರಶ್ನಿಸುವ ಸಂದರ್ಭ ಒದಗಿ ಬಂತು.

"ನಿಮ್ಮ ಹುಡುಗ ಸೋಮಪ್ಪ ಹೇಗಿದ್ದಾನೆ? ಟ್ಯಾಫ್ಯಾಡ್ ಅಂತಲ್ಲ!" ಎಂದಿಷ್ಟೆ ಕೇಳಿದ್ದೆ, ಹುಡುಗನ ಆರೋಗ್ಯದ ವಿಚಾರ ಅವರಿಗೆ ತಿಳಿದಿರಬಹುದೆಂಬಾಸೆಯಿಂದ.

ಆದರೆ ಅವರು ಕೆರಳಿ ಕೆಂಪಾಗಿ ಗುಡುಗಿದಂತೆ ಬಂದ ಉತ್ತರದಿಂದ ನಾನು ಕಂಗಾಲಾಗುವ ಪರಿಸ್ಥಿತಿಯೊದಗಿ ಬಂತು.

"ಆ ಹುಡುಗನಿಗೆ ಜ್ವರವೆ, ಮಂಡೆ ಮಾರಿಯೆ? ಅವನನ್ನು ಕೆಲಸದಿಂದ ತೆಗೆದು ಹಾಕಿದ್ದೇನೆ ರಾಯರೆ. ಶುದ್ಧ ಬಚ್ಚಾಲಿ. ಊರಿನಿಂದ ಇಲ್ಲಿಯ ತನಕ ಕರೆದುಕೊಂಡು ಬಂದು ಊಟ, ತಿಂಡಿ, ಸಂಬಳಗಿಂಬಳ ಎಲ್ಲ ಕೊಟ್ಟರೆ, ಮೀಸೆ ಬಾರದ ಈ ಹುಡುಗರಿಗೆ ಧಿಮಾಕು ತಲೆಗಡರಿಹೋಗುತ್ತದೆ. ಎರಡು ಶಬ್ದ ಓದಲಿಕ್ಕೆ ಬಂದ ಕೂಡಲೇ ಇವರೆಲ್ಲ 'ಸೋಶಾಲಿಸ್ಟ್', 'ಕಮ್ನಿಸ್ಟ್', ಮಾತಾಡುತ್ತಾರೆ. ಇರುವ ಸಹವಾಸವೆಲ್ಲ ಕೆಟ್ಟ ಘಟಿಂಗರದ್ದೆ. ಅವನಿಗೆ ಜ್ವರವೂ ಇಲ್ಲ, ಗಿರವೂ ಇಲ್ಲ, ಇಲ್ಲಿ ತಿಂದದ್ದು ಈಗ ಕಣ್ಣಲ್ಲಿ ಕಾರುತ್ತಿದ್ದಾನೆ."

ನಾನು ಬರೇ "ಹಾಗೇನು" ಎಂದು ಹೇಳಿ ಅಲ್ಲಿಂದೆದ್ದು ಬಂದೆನಾದರೂ ನನ್ನ ಮನಸ್ಸಿನಲ್ಲಿ ಒಂದು ವಿಪ್ಲವ ಆರಂಭವಾಯಿತು.

ಶ್ರೀನಿವಾಸರಾಯರು ಸೇವಾಧರ್ಮದ ಜೊತೆಗೆ ರಾಜಕಾರಣವನ್ನೂ ಬೆರೆಸಿಕೊಂಡಿದ್ದಾರೆಯೆ?

ಹೀಗಿದ್ದರೂ ಕೇಡೇನು ಬಂತು? ಎಂದು ಆತ್ಮಸಮರ್ಥನೆಯನ್ನು ಮಾಡಿಕೊಂಡೆನಾದರೂ "ನಾನು ಕೊಟ್ಟ ನೂರು ರೂಪಾಯಿಗಳು ಒಂದು ರಾಜಕೀಯ ಆಪತ್ತಿನ ಸಲುವಾಗಿ

ಇರಬಹುದೆ?" ಎಂಬ ಶಂಕೆ ತನ್ನ ತಾನೆ ಬಂತು. ಹಾಗೆಯೇ,

"ಸೋಮಪ್ಪನನ್ನು ಆಸ್ಪತ್ರೆಗೆ ಕೊಂಡೊಯ್ಯದೆ ಮನೆಯಲ್ಲೇ ಇಟ್ಟುಕೊಳ್ಳಲು ಒಂದು ವಿಶೇಷ ಕಾರಣವಿದೆ ; ಅದನ್ನು ಬಹಿರಂಗಪಡಿಸಲಾರದವನಾಗಿದ್ದೇನೆ" ಎಂದು ಅಂದು ಹೇಳಿದ್ದ ಅವರ ಮಾತು ನೆನಪಿಗೆ ಬಂತು. ಅವರ ಮನೆಯಲ್ಲಿ ಆ ಮಾತಿಗೆ ನಾನು ಏನೊಂದೂ ಮಹತ್ವವನ್ನು ಕೊಟ್ಟಿರಲಿಲ್ಲ. ಆದರೆ ಈಗ ಅದೇ ಮಾತಿನ ಹಿಂದೆ ಕಪಟವಲ್ಲದಿದ್ದರೂ ನಾನರಿಯದ ಪ್ರತ್ಯೇಕ ಹಂಚಿಕೆ ಯೋಜನೆಗಳಿರಬಹುದೆಂಬ ತಿಳಿವಿನಿಂದ ನನಗೆ ಬೇಸರವಾಯಿತು.

ಹೊರಗೆ ಜೋರಾಗಿ ಮಳೆ ಬರುತ್ತಿತ್ತು. ನಾನು ಮತ್ತೆ ಮತ್ತೆ ಹೋಟೆಲು ಮಾಲಕ ಹೇಳಿದ ಮಾತನ್ನೇ ಮೆಲುಕು ಹಾಕುತ್ತಿದ್ದೆ: "ಇರುವ ಸಹವಾಸವೆಲ್ಲ ಕೆಟ್ಟ ಘಟಿಂಗರದ್ದೆ."

ಹಾಗಾದರೆ ಶ್ರೀನಿವಾಸರಾಯರು ಘಟಿಂಗರೆ ?

"ಅಂಥ ತ್ಯಾಗಜೀವಿ ಮೇಲೆ ಆರೋಪವೇ" ಎಂದು ಒಂದು ಕ್ಷಣ ಮನಸ್ಸಿನಲ್ಲಿ ಅಂದುಕೊಂಡೆ. ಆದರೆ ಮರುಗಳಿಗೆಯಲ್ಲಿ ನನ್ನ ನೂರು ರೂಪಾಯಿ ಮರಳದೆ ಇದ್ದರೆ ಎಂಬ ಆಲೋಚನೆ ಪುನಃ ತಲೆಯೆತ್ತಿತು.

ಪ್ರಯತ್ನಪೂರ್ವಕ ಶ್ರೀನಿವಾಸರಾಯರ ವಿಚಾರ ಯೋಚನೆ ಮಾಡುವುದನ್ನೇ ನಿಲ್ಲಿಸಿದೆ–25ನೆಯ ತಾರೀಖಿನ ತನಕ.

ಶ್ರೀನಿವಾಸರಾಯರ ಎಲ್ಲ ಗುಣಗಳನ್ನು ನಿರ್ಧರಿಸಲು ನಾನು ನೂರು ರೂಪಾಯಿಗಳ ಮೇಲೆ ಪಣ ತೊಟ್ಟಿದ್ದೆ. ನನ್ನ ಗೆಳೆಯರು ನನ್ನನ್ನು ಹಣಕ್ಕಾಗಿ ಕಾಡಬಹುದು ಎಂಬ ಭೀತಿಯೇ ಈ ಯೋಚನೆಯ ಮೊರೆಹೋಗುವಂತೆ ಮಾಡಿತೇನೋ.

ಆದರೆ 25ನೆಯ ತಾರೀಖಿಗೆ ಶ್ರೀನಿವಾಸರಾಯರು ನಮ್ಮ ಕಾರ್ಯಾಲಯದ ಬಳಿ ಸುಳಿಯದಿದ್ದುದರಿಂದ ನನ್ನ ಮನಸ್ಸಿನ ಅಸಮಾಧಾನ ಹೆಚ್ಚಿತು.

ದಿನ ಕಳೆದಂತೆ ಅವರ ಕುರಿತು ನನಗಿದ್ದ ಉತ್ಕಟಾಭಿಮಾನ ಮಾಯವಾಗತೊಡಗಿತು. ಯಾವುದೋ ಒಂದು ಗುಪ್ತ ಕಾರಸ್ಥಾನಕ್ಕಾಗಿ, ಇಲ್ಲವೇ ದುಂದುವೆಚ್ಚಕ್ಕಾಗಿ ನನ್ನಿಂದ ಹಣ ಸುಲಿದಿದ್ದಾರೆ; ಇನ್ನು ಎಂದಾದರೊಂದು ದಿನ ಕೊಡಬಹುದು; ಆದರೂ ಪ್ರಾಮಾಣಿಕತೆಯ ಹಾದಿಯಲ್ಲಿ ಶ್ರೀನಿವಾಸರಾಯರಿಗೆ ವಿಶ್ವಾಸವಿಲ್ಲ ಎಂಬ ನಿರ್ಧಾರಕ್ಕೆ ಬಂದೆ.

ನನ್ನ ನಿರ್ಧಾರ ಈ ರೀತಿಯದಾಗಿದ್ದರೂ ನಾನಾಗಿ ಅವರನ್ನು ಹುಡುಕಿಕೊಂಡು ಹೋಗಲಿಲ್ಲ. ಹೋಗಲು ಸರಿಯಾಗಿ ಅವಕಾಶವೂ ದೊರಕಲಿಲ್ಲ. ಒಂದು, ಎರಡನೆಯ ತಾರೀಖು ಬರಲಿ, ಆಗಲೂ ಶ್ರೀನಿವಾಸರಾಯರಿಗೆ ನನ್ನ ನೆನಪಾಗದಿದ್ದರೆ, ಅವರನ್ನು ಹುಡುಕೋಣ ಎಂದು ನಿಶ್ಚಯಿಸಿದೆ.

ಆಗಸ್ಟ್ 31, 1950 ಗುರುವಾರ ಹೊತ್ತು ಕಂತುವ ಸಮಯ ನಾನು ಅವರನ್ನು ಪುನಃ ಕಂಡೆ.

ಮುಂಬಯಿಯಲ್ಲಿ ಸಾರ್ವತ್ರಿಕ ಸಹಾನುಭೂತಿಯ ಸಾಂಕೇತಿಕ ಮುಷ್ಕರದ ದಿನ ಅದು. ಬೋನಸ್ ಬೇಡಿಕೆಗಾಗಿ ಮುಷ್ಕರ ಹೂಡಿದ್ದ ಎರಡೂವರೆ ಲಕ್ಷ ಗಿರಣಿ ಕೂಲಿಗಾರರಿಗೆ ಸಹಾನುಭೂತಿ ಸೂಚಿಸಿ ಸಾಂಕೇತಿಕ ಮುಷ್ಕರವಾಗಬೇಕೆಂದು ಕೊಟ್ಟಿದ್ದ ಕರೆಗೆ ಶಹರ ಉತ್ತರ ಕೊಟ್ಟುದು ಆಗಸ್ಟ್ 31ರಂದು. ಶಹರದ ವ್ಯವಹಾರವೆಲ್ಲ ಆ ದಿನದ ಮಟ್ಟಿಗೆ ಕದಡಿತ್ತು. ಆಗ ತಾನೇ ಬಂದಿದ್ದ ಗೋಳೀಬಾರಿನ ಸುದ್ದಿಯಿಂದ ನೊಂದುಕೊಂಡಿದ್ದ ನಾನು ನನ್ನ ಸರದಿಯ ಕೆಲಸ ಮುಗಿಸಿ ಮನೆಗೆ ಮರಳುವವನು. ಅಷ್ಟರಲ್ಲಿ ಶ್ರೀನಿವಾಸರಾಯರು ನಾನಿದ್ದಲ್ಲಿಗೆ ಬಂದರು.

ಅವರ ಮುಖ ಬಿಳುಪೇರಿತ್ತು. ಕಣ್ಣು ಕೆಂಪಾಗಿತ್ತು, ತಲೆಯೆಲ್ಲ ಕೆದರಿತ್ತು. ಅವರನ್ನು ನೋಡಿದಾಗಲೇ ಏನೋ ಅನಾಹುತವಾಗಿದೆಯೆಂದು ಹೇಳುವಂತಿತ್ತು. ಆದರೆ ನಾನು, ಬಹುಶಃ ನೂರು ರೂಪಾಯಿ ಹಿಂದಿರುಗಿಸಲು ಇನ್ನೂ ಸ್ವಲ್ಪ ಅವಕಾಶ ಕೊಡಿ ಎಂದು ಕೇಳಲು ಇದೊಂದು ವೇಷವಿರಬಹುದು ಎಂದು ನಿಶ್ಚಯಿಸಿದ್ದೆ. ಅವರು ಬಂದು 'ನಮಸ್ಕಾರ' ಹೇಳಿದಾಗ ಉದಾಸೀನನಾಗಿಯೇ ಪ್ರತಿ ನಮಸ್ಕಾರ ಹೇಳಿದೆ.

"ಸ್ವಲ್ಪ ಅವಶ್ಯದ ಕೆಲಸವಿತ್ತು. ನನ್ನ ಜೊತೆಗೆ ಹತ್ತು ನಿಮಿಷ ಹೊರಗೆ ಬರುತ್ತೀರಾ?..." ಎಂದು ಕೇಳಿದರು.

"ಇಲ್ಲ" ಎಂದು ತೆಗೆದ ಬಾಯಿಗೆ ಉತ್ತರ ಕೊಟ್ಟು ನಾನು ಅವರ ಮುಖ ನೋಡಿದೆ.

ನನ್ನ ಮುಖವೇ ನನ್ನ ಮನಸ್ಸಿನ ನೈಷ್ಠುರ್ಯವನ್ನು ಪ್ರತಿಬಿಂಬಿಸಿರಬೇಕು. ಅವರಿಗೆ ನೋವಾಯಿತೆಂದು ಕಾಣುತ್ತದೆ.

"ಕ್ಷಮಿಸಿ ನಿಮ್ಮ ರೂಪಾಯಿ ಕೊಡಲು ಆರು ದಿನ ತಡ ಮಾಡಿದೆ" ಎಂದು ಹೇಳಿದವರೇ ಕಿಸೆಯಿಂದ ಹತ್ತು ರೂಪಾಯಿಗಳ ಹತ್ತು ನೋಟುಗಳನ್ನು ಹೊರಗೆ ತೆಗೆದು ನನ್ನ ಮುಂದಿಟ್ಟರು.

ನಾನು ಮಾತನಾಡಲಿಲ್ಲ. ಆದರೆ ಹಿಂದೆಂದೂ ಅನುಭವಿಸದಷ್ಟು ಅವಮಾನದ ಯಾತನೆ ನನಗಾಯಿತು. ಸುಮ್ಮಸುಮ್ಮನೆ ಒಂದು ವ್ಯಕ್ತಿಯ ವಿಚಾರ ಏನೆಲ್ಲ ಕಲ್ಪನೆಗಳನ್ನು ಹಚ್ಚಿಕೊಂಡಿದ್ದೆನಲ್ಲಾ ಎಂದೆನಿಸಿತು.

ಅವರೇ ಪುನಃ ಮಾತನಾಡಿದರು.

"ಸೋಮಪ್ಪ ತೀರಿಹೋದ. ನಿಮಗೆ ಗುರುತಿದ್ದ ಹುಡುಗ... ಆ ರಾತ್ರಿ ಶಾಲೆಯ ವಿದ್ಯಾರ್ಥಿ."

ನಾನು ಗಡಿಬಿಡಿಯಿಂದೆದ್ದು ನಿಂತಾಗ, ಇದಿರು ನಿಂತ ಶ್ರೀನಿವಾಸರಾಯರೂ ಮಸುಕು ಮಸುಕಾಗಿ ಕಂಡರು.

"ಏನು?"

"ಸೋಮಪ್ಪ... ಆ ಹೋಟೆಲು ಹುಡುಗ... ಸಂಜೆಗೆ ತೀರಿಕೊಂಡ."

"ಬನ್ನಿ" ಎಂದು ನಾನು ಅವರನ್ನು ಎಳೆದುಕೊಂಡು ಕೋಟು ಸಿಕ್ಕಿಸಿಕೊಂಡು ಪ್ರೆಸ್ಸಿನಿಂದ ಹೊರಬಿದ್ದೆ.

"ಏನು ಟ್ಯಾಯ್ಫಾಯ್ಡ್ ಜ್ವರ ನಿಲ್ಲಲೇ ಇಲ್ಲವೇ? ಎಲ್ಲಿ ನಿಮ್ಮಲ್ಲಿಯೇ ತೀರಿಕೊಂಡನೆ...?"

"ಟ್ಯಾಯ್ಫಾಯ್ಡ್‌ನಿಂದಲ್ಲ... ಇವತ್ತು ಗುಂಡು ತಾಗಿ ಹುಡುಗ ತೀರಿಕೊಂಡ. ಪರೇಳನಲ್ಲಿ...?"

ಮಾತನಾಡುತ್ತಿದ್ದವರು ಶ್ರೀನಿವಾಸರಾಯರೇ ಎಂದು ಸಂಶಯ ಬರುವಂತಿತ್ತು. ಆ ಕತ್ತಲಿನಲ್ಲಿ ಅವರು ಅಳುತ್ತಿದ್ದರೇ ಏನೆಂದು ತಿಳಿಯುವಂತಿರಲಿಲ್ಲ.

ಹೊರಗೆ ಬಂದೊಡನೆಯೇ "ನೀವು ಬರುತ್ತೀರಾ ಕೆ.ಇ.ಮ್.ಗೆ ? ಇವತ್ತು ಟ್ರಾಮ್ ಸಿಕ್ಕುವ ಹಾಗಿಲ್ಲ; ಟ್ಯಾಕ್ಸಿಯಲ್ಲಿ ಹೋಗಬೇಕು" ಎಂದರು.

ನಾನು ಉತ್ತರ ಹೇಳದೆ ಸಮೀಪದಲ್ಲಿದ್ದ ಒಂದು 'ಟ್ಯಾಕ್ಸಿ'ಯನ್ನು ಕರೆದೆ.

ಕಾರಿನಲ್ಲಿ ಕುಳಿತ ಮೇಲೆ ನಾನು ಅವರ ಮುಖ ನೋಡುವ ಸಾಹಸ ಮಾಡಿದೆ. ಅವರು ಅಳುತ್ತಿದ್ದರು.

"ಇವತ್ತು ಸಂಜೆಗೆ ಸೋಮಪ್ಪ ತೀರಿಕೊಂಡ, ನಿರಪರಾಧಿ ಹುಡುಗ ಈ ಕೂಲಿಕಾರ – ಸರ್ಕಾರದ ಯುದ್ಧಕ್ಕೆ ಬಲಿಯಾದ..."

"ಅಲ್ಲ! ಆ ಗಲಾಟೆಯ ಸ್ಥಳಕ್ಕೆ ಹೋಗುವ ಅವಶ್ಯಕತೆಯೇನಿತ್ತು ಸೋಮಪ್ಪನಿಗೆ...?"

ಅವರಿಂದ ನನ್ನ ಪ್ರಶ್ನೆಗೆ ಉತ್ತರ ಬರಲಿಲ್ಲ. ಆದರೆ ಮಾತು ಮುಂದುವರಿಯಿತು.

"ಒಬ್ಬನೇ ಮಗ. ದುಡಿದು ಓದಿ ದೊಡ್ಡವನಾಗುತ್ತೇನೆಂದು ಬಂದ. ಇಪ್ಪತ್ತು ರೂಪಾಯಿ ಸಂಬಳದಲ್ಲಿ ಹದಿನೈದು ರೂಪಾಯಿ ಮನೆಗೆ ಕಳಿಸುತ್ತಿದ್ದ. ಇಂಥ ಹುಡುಗ ಹೋಗಿಬಿಟ್ಟ. ಪಾಪ ಇನ್ನು ಆ ಬಡ ಪ್ರಾಣಿಗಳ (ತಂದೆ ತಾಯಿಗಳ) ಗತಿಯೇನೋ ದೇವರಿಗೇ ಗೊತ್ತು."

ಆಮೇಲೆ ನನ್ನ ಪ್ರಶ್ನೆಗೆ ಉತ್ತರ ಬಂತು.

"ಒಬ್ಬಳೆ ಒಬ್ಬಳು ಅಕ್ಕ ಆ ಹುಡುಗನಿಗೆ. ಅವಳೂ ಇಲ್ಲಿಯೇ ಇದ್ದಾಳೆ. ಅವಳ ಗಂಡ ಯಾವುದೋ ವರ್ಕ್‌ಶಾಪ್‌ನಲ್ಲಿ ದುಡಿಯುತ್ತಾನೆ. ಆದರೆ ಅವನಿಗಿಲ್ಲದ ಕೆಟ್ಟ ಅಭ್ಯಾಸಗಳಿಲ್ಲ. ತನ್ನನ್ನು ಕೆಡಿಸಿಕೊಂಡದ್ದಲ್ಲದೆ ಹೆಂಡತಿಯ ಆರೋಗ್ಯವನ್ನು ಹಾಳುಮಾಡಿ ಅವಳಿಗೆ ಕ್ಷಯರೋಗ ಹಿಡಿಸಿದ್ದಾನೆ. ಆ ಹುಡುಗಿಯ ನರಳಾಟ, ಅವನು ಕೊಡುವ ಉಪದ್ರವ ನೋಡಿದರೆ ಇಡೀ ಮುಂಬಯಿಯೇ ಒಂದು ನರಕ ಎಂದು ಕಾಣುತ್ತದೆ. ಮುಂಬಯಿಯಲ್ಲೇ ಇರುವ ಒಬ್ಬ ತಮ್ಮನನ್ನು ನಂಬಿಕೊಂಡು ಆ ಹೆಣ್ಣು ಜೀವಹಿಡಿದು ನಿಂತಿತ್ತು. ಇನ್ನು ಅದೂ ಕಣ್ಣು ಮುಚ್ಚುವುದೇನೋ."

'ಟ್ಯಾಕ್ಸಿ' ಒಂದೇ ಸಮನೆ 'ಕೆ.ಇ.ಎಮ್.' ಕಡೆಗೆ ಓಡುತ್ತಿತ್ತು.

"ಸೋಮಪ್ಪನಿಗೆ ಜ್ವರ ಬಂದಾಗ ನಮ್ಮ ಮನೆಯಲ್ಲಿ ನಿಲ್ಲಿಸಿಕೊಂಡದ್ದು ಆ ಹುಡುಗಿಗಾಗಿಯೇ. ಆಸ್ಪತ್ರೆಯಲ್ಲಿದ್ದರೆ, ಅಲ್ಲಿಯ ಹೊತ್ತಿಗೆ ಸರಿಯಾಗಿ ಅವಳು ಮನೆಯಿಂದ ತಮ್ಮನನ್ನು ನೋಡಲು ಹೋಗಬೇಕು. ಇದಕ್ಕೆ ಗಂಡ ಪ್ರತಿ ಹೇಳಿದರೆ ಅವಳು ಮನೆಯಿಂದ ಹೊರಡುವಂತಿಲ್ಲ. ತನ್ನ ಮನೆಯಲ್ಲಿಟ್ಟುಕೊಂಡು ತಮ್ಮನ ಆರೈಕೆ ಮಾಡಲು ಅವನು ಒಪ್ಪಿಗೆ ಎಷ್ಟು ಮಾತ್ರವೂ ಸಿಗುವಂತಿಲ್ಲ. ಆಗ ಸೋಮಪ್ಪನನ್ನು ನಾನೇ ಮನೆಗೆ ಕರೆದುಕೊಂಡು ಬಂದೆ. ನಮ್ಮ ಮನೆಯಿಂದ ಅವರ ಮನೆಗೆ ಬಹಳ ದೂರವಿಲ್ಲದ ಕಾರಣ ಗಂಡನಿಲ್ಲದ ವೇಳೆಯಲ್ಲಿ ಅವಳು ನಮ್ಮಲ್ಲಿಗೆ ಬಂದು ಹೋಗಬಹುದಿತ್ತು."

ಮಳೆಯಿಲ್ಲದೆ ಸೆಕೆ ವಿಪರೀತವಾಗಿತ್ತು, ಕಾರು ಮುಂದೋಡುತ್ತಿತ್ತು.

"ಸೋಮಪ್ಪ ಸ್ವಲ್ಪ ಸರಿಯಾದನೆನ್ನುವಾಗ ಅವಳ ಅವಸ್ಥೆ ಕಠಿಣಕ್ಕೆ ಬಂತು. ಆ ಬಡ ಸಂಸಾರ ಸ್ಟ್ರೆಪ್ಟಾಮೈಸಿನ್ ತರಲು ದುಡ್ಡಿಗೆ ಎಲ್ಲಿ ಹೋಗುವುದು? ಹೀಗಾಗಿ ನಾನು ನೂರು ರೂಪಾಯಿ ಕೇಳಿಕೊಂಡು ನಿಮ್ಮ ಬಳಿ ಬಂದೆ..."

ನಾನು ನನ್ನನ್ನೇ ಸಾವಿರಬಾರಿ ಮನಸ್ಸಿನಲ್ಲೇ ಶಪಿಸಿದೆ.

"ಹೋಟೆಲಿನ ಕೆಲಸ ಜ್ವರದಲ್ಲಿ ಬಿದ್ದಾಗಲೇ ಹೋಗಿದೆ. ಬೇರೆಲ್ಲಿಯಾದರೂ ನೋಡೋಣ. ಈಗ ಸಧ್ಯ ನೀನು ಆರಾಮವಾಗಿರು ಎಂದಿದ್ದೆ. ಇವತ್ತು ಅಕ್ಕನನ್ನು ನೋಡಲೆಂದು ಹೋಗಿದ್ದನೆಂದು ಕಾಣುತ್ತದೆ. ಹೇಗೆ ಆ ಗಲಾಟೆಯ ನಡುವೆ ಸಿಲುಕಿ ಕೊಂಡನೋ ಗೊತ್ತಿಲ್ಲ. ನಾನು ಧಾರಾವಿಯಿಂದ ಮರಳಿಗೆ ಮನೆಗೆ ಹೋದಾಗ ಸೋಮಪ್ಪ ಇರಲಿಲ್ಲ. ಗಲಾಟೆಯ ಸುದ್ದಿ ಕೇಳಿಯೇ ನಾನು ಹೆದರಿ ಅವನ ಅಕ್ಕನ ಮನೆಗೆ ಹೋದೆ. ಅಲ್ಲಿಯೂ ಇರಲಿಲ್ಲ..."

ಶ್ರೀನಿವಾಸರಾಯರು ಬಿಕ್ಕಿಬಿಕ್ಕಿ ಅಳುತ್ತಿದ್ದರು. ಕಾರು "ಕೆ.ಇ.ಎಮ್."ಅನ್ನು ಸಮೀಪಿಸುತ್ತಿತ್ತು.

○ ತ್ರಿವೇಣಿ

ಸಮಸ್ಯೆಯ ಮಗು

ನನ್ನ ಬೂಟ್ಸಿನ ಸದ್ದು ಕೇಳಿ ಹಿಂದಿರುಗಿ ನೋಡದೆ ವೇಗವಾಗಿ ನಡೆಯುತ್ತಿದ್ದ ಹುಡುಗ ತಟ್ಟನೆ ನಿಂತ. ಬೆದರುಗಣ್ಣುಗಳಿಂದ ಸುತ್ತಮುತ್ತಲೂ ನೋಡಿ ನಂತರ ಪುನಃ ವೇಗವಾಗಿ ನಡೆಯುವುದಕ್ಕೆ ಪ್ರಾರಂಭಿಸಿದ. ನನಗೆ ಹುಡುಗನ ಬೆದರಿಕೆಯಿಂದ ಕೂಡಿದ ವರ್ತನೆ ನೋಡಿ ಸಂಶಯವಾಯಿತು. ಧಾವಿಸಿ ಹೋಗಿ ಎದುರಿಗೆ ನಿಂತು "ಮಗೂ" ಎಂದೆ.

ಹುಡುಗ ಸಣ್ಣನೆ ಚೀರಿ ನನ್ನ ಕಡೆ ನೋಡಿದ. ಅವನ ಚೀರುವಿಕೆಯಲ್ಲಿ ಪ್ರತಿಕ್ಷಣಕ್ಕೂ ಯಾರಾದರೂ ತನ್ನನ್ನು ಹಿಂಬಾಲಿಸಿ ಬರಬಹುದೆಂಬ ಕಲ್ಪನೆಯಿತ್ತು. ನನ್ನನ್ನು ನೋಡಿ ಅವನಿಗೆ ಸ್ವಲ್ಪ ಸಮಾಧಾನವಾಯಿತು. ಹುಡುಗನಿಗೆ ಸುಮಾರು ಐದು ವರ್ಷವಿರಬಹುದು. ಕೋಮಲವಾದ ಮುಖ ಬಿಸಲಿನ ತಾಪಕ್ಕೆ ಬಾಡಿ ಕೆಂಪೇರಿತ್ತು. ಗುಂಗುರು ಕೂದಲು ದಟ್ಟವಾಗಿ ಅವನ ಕಣ್ಣುಗಳ ಮೇಲೆ ಕವಿದು ರಸ್ತೆ ಕಾಣದಂತೆ ಮಾಡಿತ್ತು. ಹುಡುಗ ಆಗಾಗ್ಗೆ ತನ್ನ ಕೈಗಳಿಂದ ಕೂದಲಿನ ಹೊರೆಯನ್ನು ಹಿಂದಕ್ಕೆ ತಳ್ಳುತ್ತಿದ್ದ.

"ನೀನು ಯಾರು ಮಗೂ ?"

ಹುಡುಗ ನನ್ನಿಂದ ಓಡಿ ಹೋಗಲು ಯತ್ನಿಸಿದ. ಅದರಿಂದ ನನ್ನ ಸಂಶಯ ಬಲವಾಯಿತು. ನನ್ನ ಒರಟಾದ ಕೈಗಳಲ್ಲಿ ಅವನ ಎಳೆಯ ಕೈಗಳು ನೋಯುವಂತೆ ಬಿಗಿಯಾಗಿ ಹಿಡಿದು ಸ್ವಲ್ಪ ಗಟ್ಟಿಯಾದ ಧ್ವನಿಯಲ್ಲಿ,

"ನೀನು ಯಾರು ? ಪೊಲೀಸರಿಗೆ ಕೊಡಬೇಕೋ ?" ಎಂದು ಗದರಿಸಿದೆ.

ಹುಡುಗ ನಡುಗುವ ಧ್ವನಿಯಲ್ಲಿ "ಬೇಡ" ಎಂದ.

"ನಿನ್ನ ಹೆಸರೇನು ?"

"ನಾಗೇಂದ್ರ"

ನಾನು ಕರುಣೆಯಿಂದ "ಮನೆ ದಾರಿ ತಪ್ಪಿಹೋಗಿದೆಯೇನು ?" ಎಂದೆ. ಹುಡುಗ ಮಾತನಾಡಲಿಲ್ಲ. ಅಪರಾಧಿಯಂತೆ ತಲೆ ತಗ್ಗಿಸಿದ.

"ಯಾಕೆ ಮಾತನಾಡಲ್ಲ ? ನಿನಗೆ ಮನೆ ದಾರಿ ಗೊತ್ತಿಲ್ಲದಿದ್ದರೆ

ನಾನು ಕರೆದುಕೊಂಡು ಹೋಗುತ್ತೀನಿ. ನಿಮ್ಮ ತಂದೆ ಹೆಸರೇನು ?"

ಹುಡುಗ ಮತ್ತಷ್ಟು ಧ್ವನಿ ತಗ್ಗಿಸಿ "ಮನೆ ದಾರಿ ನನಗೆ ಗೊತ್ತು" ಎಂದ. ನಾನು ಅವನ ಕೈ ಹಿಡಿದೆಳೆದು "ಹಾಗಾದರೆ ಮನೆ ತೋರಿಸು ನಡಿ. ನಿನ್ನ ಮನೆಗೆ ಬಿಡುತ್ತೇನೆ" ಎಂದೆ. ಹುಡುಗ ಅಸಮಾಧಾನದಿಂದ ಒಂದೆರಡು ಬಾರಿ ಉಗುಳು ನುಂಗಿ, ಸುಮ್ಮನೆ ನಿಂತ.

"ನಿನಗೆ ಮನೆಗೆ ಹೋಗಲು ಇಷ್ಟವಿಲ್ಲವೇನು ?"

"ಇಲ್ಲ."

"ದೊಡ್ಡವರ ಕೈಲಿ ಜಗಳ ಆಡಿಕೊಂಡು ಮನೆ ಬಿಟ್ಟು ಓಡಿಹೋಗುತ್ತಿದ್ದೀಯಾ? ನಡಿ, ಪೊಲೀಸಿಗೆ ಕೊಟ್ಟು ಜೈಲಿಗೆ ಹಾಕಿಸುತ್ತೇನೆ."

ಜೈಲು ಎನ್ನುತ್ತಲೇ ಹುಡುಗ ಹೆದರಿದ. "ಅಯ್ಯೋ ಬೇಡ, ಬೇಡ ಮನೆಗೆ ಹೋಗೋಣ, ಜೈಲಿಗೆ ಬೇಡ" ಎಂದು ಕೂಗಿದ.

ನಾನು ಗೆಲುವಿನಿಂದ "ನಡಿ ಹಾಗಾದರೆ, ಮನೆ ತೋರಿಸು" ಎಂದೆ.

"ನಾನೇ ಹೋಗ್ತೀನಿ."

ನಾನು ಬಿರುಸಾಗಿ "ಬೇಡ, ನಾನು ನಿನ್ನ ಜೊತೆಯಲ್ಲೇ ಬರುತ್ತೇನೆ" ಎಂದೆ. ಹುಡುಗ ಮೊಂಡುತನದಿಂದ ಬೀದಿಯ ಧೂಳಿನಲ್ಲೇ ಕುಳಿತು ಅಳತೊಡಗಿದ.

ನಾನು ಮೃದುವಾಗಿ "ಯಾಕೆ ನಾಗೇಂದ್ರ?" ಎಂದು ಕೇಳಿದೆ.

ಹುಡುಗ ಬಿಕ್ಕುತ್ತ "ಮತ್ತೆ...ನಂಗೆ...ಮನೇಗೆ ಹೋಗೋಕೆ ಇಷ್ಟವಿಲ್ಲ, ಅವರೆಲ್ಲಾ ನನ್ನ ಹುಡುಕಲಿ, ನಾನು ಹೋಗೋಲ್ಲ. ಅವರೆಲ್ಲಾ ಹುಡುಕಲಿ" ಎಂದ. ನಾನು ಆಶ್ಚರ್ಯದಿಂದ ಬಗ್ಗಿ ಅವನ ಕೈ ಹಿಡಿದೆತ್ತಿ "ಅವರೆಲ್ಲಾ ಎಂದರೆ ಯಾರು ?" ಎಂದೆ.

"ಅಣ್ಣ, ಅಮ್ಮ."

"ನಿನ್ನ ಹುಡುಕುತ್ತಿದ್ದಾರೆಯೇ ?"

"ಹೂಂ. ಅವರೆಲ್ಲಾ ಹುಡುಕಲೀಂತಾನೇ ನಾನು ಮನೆ ಬಿಟ್ಟು ಓಡಿಹೋಗ್ತಾ ಇರೋದು."

ನನ್ನ ಸಮಸ್ಯೆ ಬಲವಾಯಿತು. ಇದೆಲ್ಲಿಯ ವಿಚಿತ್ರ ಹುಡುಗ! ತಾಯಿ, ತಂದೆ ಹುಡುಕಲೆಂದೇ ಮನೆ ಬಿಟ್ಟು ಓಡಿಹೋಗುತ್ತಿರುವನಂತೆ! ಇಂತಹ ವಿಚಿತ್ರ ಬಾಲಕನನ್ನು ನಾನು ನೋಡಿಯೇ ಇರಲಿಲ್ಲ. ನಾನು ಒಳ್ಳೆಯ ಮಾತಿನಿಂದ "ಹಾಗೆಲ್ಲಾ ಮಾಡಬಾರದು ನಾಗೇಂದ್ರ. ಪಾಪ! ನಿನ್ನ ತಾಯಿ, ತಂದೆ ನಿನ್ನನ್ನು ಈಗ ಎಷ್ಟೊಂದು ಹುಡುಕು ತ್ತಿರುವರೋ? ನೀನು ಹೀಗೆ ಓಡಿಹೋದರೆ ಅವರಿಗೆ ದುಃಖವಾಗುತ್ತದೆ. ಇನ್ನೊಬ್ಬರಿಗೆ ತೊಂದರೆ ಕೊಡಬಾರದಪ್ಪ. ದೊಡ್ಡವರ ಕೈಲಿ ಜಗಳ ಆಡಿಕೊಂಡು ಮನೆ ಬಿಟ್ಟು ಓಡಿಹೋಗಬಾರದು" ಎಂದು ಹೇಳಿದೆ.

ಹುಡುಗ "ಇಲ್ಲಾರೀ. ನಾನು ಜಗಳ ಆಡೋದೆ ಇಲ್ಲ" ಎಂದು ಒತ್ತಿ ಹೇಳಿದ.

"ನೀನು ಬಹಳ ಜಾಣ ಹುಡುಗ. ಆದರೆ ಮನೆ ಬಿಟ್ಟು ಓಡಿಹೋಗಬಾರದು. ನೀನು ಬಹಳ ಚಿಕ್ಕ ಹುಡುಗ, ಹೆದರಿಕೆ ಆದರೆ ಏನು ಮಾಡುತ್ತಿಯಪ್ಪ? ಏಳು, ನಾನು ಮನೆಗೆ ಕರೆದುಕೊಂಡು ಹೋಗಿಬಿಡುತ್ತೇನೆ."

ಹುಡುಗ ಅರ್ಧ ಮನಸ್ಸಿನಿಂದ ಮೇಲಕ್ಕೆದ್ದ. ಬಟ್ಟೆಯ ಮೇಲೆ ಕುಳಿತಿದ್ದ ಧೂಳನ್ನು ನಾನು ಒದರಿದೆ. ನಾಗೇಂದ್ರನ ಪುಟ್ಟ ಹೆಜ್ಜೆಗಳೊಡನೆ ನನ್ನ ನಡಿಗೆಯ ವೇಗವನ್ನೂ ಕಡಿಮೆ ಮಾಡಿದೆ.

"ನೀನು ಮನೆ ಬಿಟ್ಟು ಯಾವಾಗ ಹೋದೆ?"

"ಬೆಳಗ್ಗೇನೇ ಓಡಿಬಂದೆ. ನಾನು ಮನೆ ಬಿಟ್ಟು ಹೊರಟಾಗ ಅಮ್ಮ, ಅಣ್ಣ ಯಾರೂ ಎದ್ದಿರಲೇ ಇಲ್ಲ." ನಾನು ಗಡಿಯಾರ ನೋಡಿದೆ. ಮಧ್ಯಾಹ್ನ ನಾಲ್ಕು ಗಂಟೆಯಾಗಿತ್ತು. ಹುಡುಗನೊಡನೆ ವಿನೋದವಾಗಿ ಮಾತನಾಡುತ್ತ ಹೊರಟೆ. ಅರ್ಧಗಂಟೆ ನಡೆದ ಮೇಲೆ ಹುಡುಗ ಒಂದು ಪುಟ್ಟ ಮನೆಯ ಮುಂದೆ ನಿಂತು "ಇದೇ ನಮ್ಮನೆ" ಎಂದ.

"ನಡಿ ಒಳಗೆ."

"ಊಹೂಂ."

ನಾನು ಬಲವಂತದಿಂದ ನಾಗೇಂದ್ರನ ತೋಳು ಹಿಡಿದು ಒಳಗೆ ಕರೆದೊಯ್ದೆ. ಹುಡುಗ ಪ್ರತಿಭಟಿಸುತ್ತಾ ನನ್ನ ಹಿಂದೆ ಬಂದ. ಎರಡು ಸಾರಿ ಬಾಗಿಲು ತಟ್ಟಿದೆ. ಅತ್ತು ಅತ್ತು ಆಕೆಯ ಕಣ್ಣುಗಳು ಕೆಂಪಗೆ ಊದಿಕೊಂಡಿದ್ದವು. ದುಃಖದಿಂದ ಭಾರವಾದ ಧ್ವನಿಯಲ್ಲಿ "ಯಾರು?" ಎಂದರು. ನಾನು ನನ್ನ ಹಿಂದೆ ಅವಿತಿದ್ದ ನಾಗೇಂದ್ರನನ್ನು ಬಲವಂತದಿಂದ ಎಳೆದು ಮುಂದೆ ನಿಲ್ಲಿಸಿದೆ. ಆಕೆಯ ಕಣ್ಣುಗಳು ಸಂತೋಷದಿಂದ ಅರಳಿದವು. ಮುಖದ ಮೇಲಿನ ದುಗುಡ, ಕಳವಳ ಮರೆಯಾಯಿತು.

"ನಾಗೇಂದ್ರ... ನಾಗೇಂದ್ರ..." ಎಂದು ಕೂಗುತ್ತ ಓಡಿ ಬಂದು ಅವನನ್ನು ಅಪ್ಪಿಕೊಂಡರು. ನಾಗೇಂದ್ರ ಸಂತೋಷ ತೃಪ್ತಿಯಿಂದ ನನ್ನ ಕಡೆ ನೋಡಿದ. ನಾಗೇಂದ್ರನನ್ನು ಮುದ್ದಾಡಿ ಸ್ವಲ್ಪ ಉದ್ವೇಗ ಇಳಿದ ನಂತರ ಆಕೆ ನನ್ನ ಕಡೆ ತಿರುಗಿ ಕೃತಜ್ಞತೆಯಿಂದ "ನೋಡಿ, ಬೆಳಗಿನಿಂದ ಇವನ ಸುಳಿವೇ ಇಲ್ಲ. ಇವರು ಹುಡುಕುವುದಕ್ಕೆ ಹೋಗಿದ್ದಾರೆ. ಇನ್ನೂ ಬಂದಿಲ್ಲ. ಇವತ್ತು ಒಲೆ ಹೊತ್ತಿಸಲು ಸಹ ಮನಸ್ಸಾಗಲಿಲ್ಲ. ಬೆಳಗಿನಿಂದ ನನಗೆ ಮಂಕು ಕವಿದಿತ್ತು. ನಿಮಗೆಷ್ಟು ವಂದನೆ ಅರ್ಪಿಸಿದರೂ ಕಡಿಮೆ. ಈ ಸಲವೂ ಸೇರಿ ಮೂರು ಬಾರಿ ಮನೆ ಬಿಟ್ಟು ಹೋಗಿದ್ದ. ಎಲ್ಲಾ ಹುಡುಗರಂತೆ ಇವನೂ ಇದ್ದಿದ್ದರೆ ನಮಗೆ ಯೋಚನೆಯಾಗುತ್ತಿರಲಿಲ್ಲ. ನಾಗೇಂದ್ರನಿಗೆ ಸ್ವಲ್ಪ ಹುಚ್ಚು" ಎಂದರು.

ಹುಚ್ಚು! ನನಗೆ ಆಶ್ಚರ್ಯವಾಯಿತು. ಅವನೊಡನೆ ಸ್ನೇಹವಾದ ಒಂದೆರಡು ಗಂಟೆಯಲ್ಲಿಯೇ ಅವನು ಬಹಳ ಬುದ್ಧಿವಂತನಾದ ಹುಡುಗನೆಂಬುದನ್ನು ಅರಿತಿದ್ದೆ. ಅವನ ಬುದ್ಧಿಪೂರ್ವಕವಾದ ಪ್ರಶ್ನೆಗಳಿಗೆ ಉತ್ತರ ಹೇಳಲು ತೊದಲಿದ್ದೆ. ಇಷ್ಟು ಬುದ್ಧಿವಂತ, ಸುಂದರ ಬಾಲಕನಿಗೆ ಹುಚ್ಚೆ? ನನಗೆ ನಂಬಿಕೆಯುಂಟಾಗಲಿಲ್ಲ.

"ನಾನಿನ್ನು ಬರುತ್ತೇನೆ. ನಮಸ್ಕಾರ" ಎನ್ನುತ್ತಾ ಕೈ ಜೋಡಿಸಿದೆ. ಆಕೆ ಖಂಡಿತವಾದ ಧ್ವನಿಯಲ್ಲಿ "ಅದೆಲ್ಲ ಆಗುವುದಿಲ್ಲ. ಅವರು ಬರುವವರೆಗೂ ನೀವು ಇದ್ದೇ ಹೋಗಬೇಕು. ಕಾಫಿ, ತಿಂಡಿ ತೆಗೆದುಕೊಳ್ಳದೇ ಹಾಗೆ ಹೊರಡುವುದೇ? ಎಂದಿಗೂ ಆಗುವುದಿಲ್ಲ. ಸ್ವಲ್ಪ ತಂಪಾದ ಮೇಲೆ ಹೊರಡುವಿರಂತೆ ಕುಳಿತುಕೊಳ್ಳಿ" ಎಂದರು. ನಾನು ಆಕೆಯ ಮಾತು ಮೀರಲಾರದೆ ಕುಳಿತೆ. ನಾಗೇಂದ್ರ ನನ್ನನ್ನೇ ನೋಡುತ್ತಾ ಸ್ವಲ್ಪ ದೂರದಲ್ಲಿ ನಿಂತಿದ್ದ. ಅವನಿಗೆ ಹುಚ್ಚೆ! ಅವನ ಮುಗ್ಧ ಕಣ್ಣುಗಳು, ಗುಂಗುರು ಕೂದಲು, ಎಳೆಯ ಮುಖ ನೋಡುವವರಿಗೆ ಹುಚ್ಚು ಹಿಡಿಸುವಂತಿದ್ದವು. ಮುಖ, ಕಣ್ಣುಗಳಲ್ಲಿ ಸ್ವಲ್ಪವಾದರೂ ಹುಚ್ಚಿನ ಕಳೆಯಿರಲಿಲ್ಲ.

"ನಾಗೇಂದ್ರ, ಹತ್ತಿರ ಬಾ" ಎಂದು ಕರೆದೆ, ನಾಗೇಂದ್ರ ಬಂದು ಎದುರಿಗೆ ನಿಂತ. ನನ್ನೆರಡು ಕೈಗಳಿಂದಲೂ ಅವನ ಮುಖ ಹಿಡಿದು ಅವನ ಕಣ್ಣುಗಳನ್ನೇ ಆಳವಾಗಿ ದಿಟ್ಟಿಸಿ ನೋಡಿದೆ. ಹುಚ್ಚನ ವಿಕಟಹಾಸ ಅವನ ಕಂಗಳಿಂದ ತೂರಿ ಬರುತ್ತಿರಲಿಲ್ಲ. ಅವನ

ಕಣ್ಣುಗಳನ್ನು ದಿಟ್ಟಿಸಿ ನೋಡಿದಾಗ ಅವನ ಹೃದಯಾಂತರಾಳದಲ್ಲಿ ಅಡಗಿದ್ದ ಮೂಕವೇದನೆಯ ಅರಿವು ನನಗಾಯಿತು. ಶಾಂತವಾದ ಮುಖದ ಹಿಂದೆ ಅಗೋಚರವಾಗಿ ದುಃಖ ತರಂಗಗಳೇಳುತ್ತಿದ್ದವು. ಆ ನೋವಿನ ಕಾವು, ತಿಳಿಯಾದ ಕಣ್ಣುಗಳ ಹಿಂದೆ ಆಗಾಗ್ಗೆ ಮೂಡಿ ಮಾಯವಾಗುತ್ತಿತ್ತು. ತನಗಾಗುತ್ತಿದ್ದ ಸಂಕಟವನ್ನು ಹುಡುಗ ಮತ್ತೊಬ್ಬರೊಡನೆ ಹೇಳಿಕೊಳ್ಳಲಾರದವನಾಗಿದ್ದ. ಆ ದುಃಖ ಒಳಗೆ ಅವನ ಹೃದಯವನ್ನು ಹಿಂಡಿ ಗಾಸಿಗೊಳಿಸುತ್ತಿತ್ತು. ಅವನ ಸ್ಥಿತಿ ನೋಡಲಾರದೆ ಬೇರೆ ಕಡೆ ತಿರುಗಿದೆ.

ತಲೆ ಕೂದಲು ನರೆತಿದ್ದ ಸ್ವಲ್ಪ ವಯಸ್ಸಾದವರೊಬ್ಬರು ಬಳಲಿಕೆಯಿಂದ ಕಂಗೆಟ್ಟು ಒಳಗೆ ಬಂದರು. ನಾಗೇಂದ್ರನನ್ನು ನೋಡುತ್ತಲೆ ಅವರ ಆಯಾಸವೆಲ್ಲ ಮರೆಯಾಯಿತು. "ಜಾನಕೀ, ನಾಗೇಂದ್ರ ಬಂದಿದಾನೆ" ಎಂದು ಕೂಗಿದರು.

"ಆಗಲೇ ಬಂದ. ಸ್ವಲ್ಪ ಕಾಫಿ ತಿಂಡಿ ತರುತ್ತೇನೆ" ಎಂದಾಕೆ ಒಳಗಿನಿಂದಲೇ ಜವಾಬಿತ್ತರು. ಆತ ನನ್ನ ಕಡೆ ತಿರುಗಿ "ನಿಮ್ಮ ಉಪಕಾರ ಬಹಳ ದೊಡ್ಡದು ಸಾರ್. ಈ ಹುಡುಗನಿಗಾಗಿ ಬೆಳಗಿನಿಂದ ಒಂದೇ ಸಮ ತಿರುಗುತ್ತಾ ಇದೀನಿ. ತಿರುಗಿ ತಿರುಗಿ, ನನ್ನ ಕಾಲು ಬಿದ್ದುಹೋಯಿತು. ಇವತ್ತು ನನಗೂ, ಅವಳಿಗೂ ಊಟ ಸಹ ಇಲ್ಲ. ಹಿಂದೆ ಎರಡು ಸಲ ಇದೇ ರೀತಿ ಓಡಿಹೋಗಿದ್ದ" ಎಂದರು.

"ಇನ್ನು ಮೇಲೆ ನೀವು ನಿಮ್ಮ ಮೊಮ್ಮಗನ ಮೇಲೆ ಒಂದು ಕಣ್ಣಿಟ್ಟಿರುವುದು ಒಳ್ಳೆಯದು."

"ಮೊಮ್ಮಗನಲ್ಲ ಸಾರ್, ನನ್ನ ಮಗ ನಾಗೇಂದ್ರ. ಬಹಳ ವರ್ಷ ನನಗೆ ಮಕ್ಕಳಾಗಲಿಲ್ಲ. ನಾನೂ ಅವಳೂ ಎಷ್ಟೋ ತೀರ್ಥಯಾತ್ರೆ ಮಾಡಿ ಕೊನೆಗೆ ಮಕ್ಕಳ ಆಸೆಯನ್ನೇ ಬಿಟ್ಟಿದ್ದೆವು. ಕೊನೆಗೆ ಯಾರೋ ಹೇಳಿದರು 'ನಾಗರ ಪ್ರತಿಷ್ಠೆ ಮಾಡಿಸಿ' ಅಂತ. ನಾನು, ಆಕೆ ಸುಬ್ರಹ್ಮಣ್ಯಕ್ಕೆ ಹೋಗಿ ನಾಗರ ಪ್ರತಿಷ್ಠೆ ಮಾಡಿ ಬಂದೆವು. ಕೊನೆಗಾಲದಲ್ಲಿ ಈ ನಾಗೇಂದ್ರ ಹುಟ್ಟಿದ. ಈಗ ಅವನಿಗೆ ಐದು ವರ್ಷವಾಗಿದೆ. ಇವನ ತಮ್ಮ ನಾಗೇಶ ಹುಟ್ಟಿ ಆರು ತಿಂಗಳಾಯಿತು" ಎಂದರು.

ನಾನು ಚೇಷ್ಟೆಯಿಂದ ನಾಗೇಂದ್ರನ ಕಡೆ ತಿರುಗಿ "ನಾಗೇಂದ್ರ, ನಿನ್ನ ತಮ್ಮನ್ನ ತಂದು ತೋರಿಸೋ, ನಾನು ನೋಡಬೇಕು" ಎಂದೆ.

ನಾಗೇಂದ್ರನ ಮುಖ ಬಿಳುಪೇರಿತು. ದ್ವೇಷ, ತಿರಸ್ಕಾರ, ಪ್ರತಿಹಿಂಸೆ ಅವನ ಕಣ್ಣುಗಳಿಂದ ಧುಮುಕಿದವು. ಅವನ ಮುಖಭಾವ ನೋಡಿ ನಾನು ನಡುಗಿದೆ. ತಂದೆ ಗಾಬರಿಯಿಂದ,

"ಅಯ್ಯೋ ಸಾರ್, ನಾಗೇಂದ್ರನಿಗೆ ಮಾತ್ರ ಹೇಳಬೇಡಿ. ನಾಗೇಶನ್ನ ಅವನ ಕಣ್ಣಿಗೆ ನಾವು ಬೀಳಿಸುವುದೇ ಇಲ್ಲ. ನಾಗೇಶನ್ನ ನೋಡಿದರೆ ಅವನ ಬುದ್ಧಿ ಕೆರಳುತ್ತದೆ. ಆ ಮಗುವಿನ ಮೇಲೆ ವಿಷ ಕಾರುತ್ತಾನೆ" ಎನ್ನುತ್ತಾ ನನ್ನ ಕಡೆ ಬಗ್ಗಿ ಪಿಸುಮಾತಿನಲ್ಲಿ,

"ನಾನು ಮಾಡಿದ ಕರ್ಮ. ನಾಗೇಂದ್ರನಿಗೆ ಸ್ವಲ್ಪ ಹುಚ್ಚು" ಎಂದರು.

ಜಾನಕಮ್ಮ ಎರಡು ತಟ್ಟೆಗಳಲ್ಲಿ ತಿಂಡಿಯನ್ನೂ, ಕಾಫಿಯನ್ನೂ ತಂದಿಟ್ಟರು. "ತಗೊಳ್ಳಿ ಸಾರ್" ಎಂದರು ಗೋಪಾಲರಾಯರು. ನಾನು ನಿಧಾನವಾಗಿ ತಿನ್ನುತ್ತಾ,

"ನಾನು ಕೆಲವು ಪ್ರಶ್ನೆಗಳನ್ನು ಕೇಳಲೇ ಸಾರ್? ತಾವು ಏನೂ ತಿಳಿದುಕೊಳ್ಳಬಾರದು" ಎಂದೆ.

"ಅಗತ್ಯವಾಗಿ ಕೇಳಿ."

"ನಿಮ್ಮ ವಂಶದಲ್ಲಿ ಹುಚ್ಚಿದೆಯೆ?"

ಗೋಪಾಲರಾಯರು ಸ್ವಲ್ಪ ಹುಬ್ಬುಗಂಟು ಹಾಕಿ "ನಮ್ಮ ವಂಶದಲ್ಲಿ ಹುಚ್ಚು! ಇಲ್ಲ

ಸಾರ್, ಯಾರಿಗೂ ಇಲ್ಲ. ಎಲ್ಲರಿಗೂ ಬುದ್ಧಿ ಚೆನ್ನಾಗಿದೆ. ಈಗ ನನ್ನ ಗ್ರಹಚಾರದಿಂದ ನಾಗೇಂದ್ರನಿಗೆ ಹುಚ್ಚಿದೆ" ಎಂದರು.

"ಇನ್ನೊಂದು ಮಾತು. ಹುಡುಗ ಎಂದಾದರೂ ಬಹಳ ಹೆದರಿಕೊಳ್ಳುವಂತಹ ಪ್ರಸಂಗವೇನಾದರೂ ನಡೆದಿದೆಯೇ? ಚೆನ್ನಾಗಿ ಜ್ಞಾಪಿಸಿಕೊಂಡು ಹೇಳಿ. ಬೆಂಕಿ, ನೀರು, ಕತ್ತಲೆ, ಬಹಳ ಜೋರಾದ ಸದ್ದು ಇವುಗಳಿಂದ ಹುಡುಗರು ಗಾಬರಿಯಾಗುವುದುಂಟು. ನರಗಳ ದುರ್ಬಲತೆಯಿಂದ ಎಳೆಯ ಮನಸ್ಸಿಗೆ ಗಾಬರಿಯಾದರೆ ಸ್ವಲ್ಪ ವಿಚಿತ್ರವಾಗಿ ವರ್ತಿಸುವುದುಂಟು."

ಆತ ಎರಡು ನಿಮಿಷದಲ್ಲಿ ಕಳೆದ ಐದು ವರ್ಷಗಳನ್ನೂ ಮಗುಚಿ ಹಾಕಿದರು.

"ಇಲ್ಲ ಸಾರ್, ಅಂತಹ ಪ್ರಸಂಗ ಯಾವುದೂ ನಡೆದಿಲ್ಲ. ಬಹಳ ಕಾಲಕ್ಕೆ ಹುಟ್ಟಿದ ಮಗ ಅಂತ ನಾನು, ಜಾನಕಿ ನಮ್ಮ ಜೀವವನ್ನೇ ತೇಯ್ದು ಸಾಕಿದೆವು. ಅವನ ಮಾತಿಗೆ ಪ್ರತಿಯಾಡುತ್ತಿರಲಿಲ್ಲ. ಅವನು ಬಯಸಿದ ವಸ್ತು ತಂದುಕೊಡುತ್ತಿದ್ದೆವು. ಅವನ ಪ್ರತಿಯೊಂದು ಆಸೆಯನ್ನೂ ನನ್ನ ಶಕ್ತಿ ಮೀರಿ ಪೂರ್ಣಗೊಳಿಸಿದ್ದೇನೆ. ಒಬ್ಬನೇ ಮಗ ಎಂದು ಬಹಳ ಮುದ್ದಿನಿಂದ ಸಾಕಿದೆವು. ಎಷ್ಟೋ ಬಾರಿ ಅರ್ಧ ರಾತ್ರಿಯಲ್ಲಿ ಅವನು 'ಜಾರುಗುಪ್ಪೆ'ಗೆ ಹೋಗಬೇಕು ಎಂದು ಹಠ ಹಿಡಿದಾಗ ಕರೆದುಕೊಂಡು ಹೋಗಿದ್ದೇನೆ. ಇದರಿಂದ ಮಿತ್ರರ ಅಪಹಾಸ್ಯಕ್ಕೆ ಗುರಿಯಾಗಿದ್ದೇನೆ. ಆದರೆ ಇದ್ದಕ್ಕಿದ್ದಹಾಗೆ ಅದೇನಾಯಿತೋ ದೇವರೇ ಬಲ್ಲ."

"ಹಾಗಾದರೆ ನಾಗೇಂದ್ರ ಮುದ್ದಿನ ಮಗು ಅಂತ ಹೇಳಿ."

"ಹೂಂ. ಹಾಗೇನೆ ಸರಿ. ಮಕ್ಕಳಿಲ್ಲ ಅಂತ ಹಂಬಲಿಸಿ ಕೊನೆಗೆ ಹುಟ್ಟಿದ ವರಪುತ್ರ. ಆದರೆ..." ಜಾನಕಮ್ಮನವರು ಗೋಡೆಗೊರಗಿ ನಿಂತಿದ್ದವರು ಕಣ್ಣೊರೆಸಿಕೊಳ್ಳುತ್ತಾ "ನಮ್ಮ ಕರ್ಮ, ಈಗ ಬುದ್ಧಿ ಸ್ವಲ್ಪ ವಕ್ರವಾಗಿದೆ" ಎಂದು ವಾಕ್ಯವನ್ನು ಪೂರೈಸಿದರು. ಆ ದಂಪತಿಗಳ ದುಃಖದಲ್ಲಿ ನಾನೂ ಭಾಗಿಯಾದೆ. "ದುಃಖ ಪಡಬೇಡಿಮ್ಮ. ಏನೋ ಹುಡುಗು ಬುದ್ಧಿ. ದೊಡ್ಡವನಾದ ಮೇಲೆ ಸರಿಯಾಗುತ್ತಾನೆ. ಎಷ್ಟು ದಿನಗಳಿಂದ ಹೀಗಾಗಿದೆ?"

"ಈಗ್ಗೆ ಸುಮಾರು ಆರೇಳು ತಿಂಗಳಿಂದ ಹೀಗಾಗಿದೆ. ಹೆಚ್ಚು ಕಡಿಮೆ ನಮ್ಮ ನಾಗೇಶ ಹುಟ್ಟಿದಾಗಿನಿಂದ ಹೀಗಾಗಿದೆ. ಅಲ್ಲವೆ ಜಾನಕಿ?"

ಜಾನಕಮ್ಮ ತಲೆ ಅಲುಗಿಸಿ ಸಮ್ಮತಿ ಸೂಚಿಸಿದರು. ಒಳಗಿನಿಂದ ಚಿಟ್ಟನೆ ಚೀರಿದ ಶಬ್ದ ಕೇಳಿ ಬಂತು. ಜಾನಕಮ್ಮ ಹೆದರಿಕೆಯಿಂದ ಸುತ್ತ ನೋಡಿ "ನಾಗೇಂದ್ರ ಎಲ್ಲಿ? ಮಗೂ ಹತ್ತಿರ ಹೋಗಿದ್ದಾನೆ. ನಮ್ಮ ಮಾತಿನಲ್ಲಿ ಅವನು ಒಳಗೆ ಹೋದದ್ದೆ ತಿಳಿಯಲಿಲ್ಲ. ಮಗು ಅವನ ಕೈಗೆ ಸಿಕ್ಕಿದರೆ ಕೊಂದೇಬಿಡುತ್ತಾನೆ" ಎನ್ನುತ್ತಾ ಒಳಗೋಡಿದರು. ಒಂದೆರಡು ನಿಮಿಷಗಳಲ್ಲಿ ಚೀರಿ ಅಳುತ್ತಿದ್ದ ಆರು ತಿಂಗಳ ಮಗುವಿನೊಡನೆ ಈಚೆಗೆ ಬಂದರು. ಮಗುವಿನ ಎಳಸಾದ ಕೆನ್ನೆಯನ್ನು ರಕ್ತ ಚಿಮ್ಮುವಂತೆ ಕಚ್ಚಿ ನಾಗೇಂದ್ರ ಓಡಿ ಹೋಗಿದ್ದ. ಗೋಪಾಲರಾಯರು ಕ್ರೋಧದಿಂದ ಮೇಲೆದ್ದರು.

"ನೀವೇ ನೋಡಿ ಸಾರ್. ಮಗೂ ಕೆನ್ನೆ ಕಚ್ಚಿದ್ದಾನೆ. ಅವನನ್ನು ಹುಚ್ಚರ ಆಸ್ಪತ್ರೆಗೆ ಸೇರಿಸಿ ನಿಶ್ಚಿಂತನಾಗಿರುತ್ತೇನೆ. ನನಗಿರುವವನು ಒಬ್ಬನೇ ಮಗ ಎಂದುಕೊಂಡು ಹಾಯಾಗಿದ್ದು ಬಿಡುತ್ತೇನೆ. ಅವನ ಹುಚ್ಚು ದಿನದಿನಕ್ಕೆ ಕೆರಳುತ್ತಿದೆ" ಎನ್ನುತ್ತಾ ನಾಗೇಂದ್ರನಿಗಾಗಿ ಹುಡುಕತೊಡಗಿದರು.

ಒಂದೆರಡು ಘಳಿಗೆಯಲ್ಲಿ ಅವನ ಕಪ್ಪು ಗುಂಗುರು ಕೂದಲನ್ನು ತಮ್ಮ ಮುಷ್ಟಿಯಲ್ಲಿ

ಹಿಡಿದು ಎಳೆದು ತಂದರು. ನಾಗೇಂದ್ರ ಬುಸುಗುಟ್ಟುತ್ತಿದ್ದ. ರೋಷವೇರಿದ್ದ ತಂದೆ ನಾಗೇಂದ್ರನಿಗೆ ನಾಲ್ಕಾರು ಏಟು ಹಾಕಿ "ಇನ್ನೊಂದು ದಿನ ಮಗುವಿನ ತಂಟೆಗೆ ಹೋದರೆ ಸಿಗಿದು ಬಿಡುತ್ತೀನಿ" ಎಂದರು. ಜಾನಕಮ್ಮ ಸ್ವಲ್ಪ ದೂರದಲ್ಲಿ ನಿಂತಿದ್ದವರು ಓಡಿ ಬಂದು ನಾಗೇಂದ್ರನನ್ನು ಬಿಡಿಸಿಕೊಂಡರು. ನಾಗೇಂದ್ರ ಅಳುತ್ತ ಮೂಲೆಯಲ್ಲಿ ಕುಳಿತ.

"ನೀವೇ ನೋಡಿದಿರಲ್ಲಾ ಸಾರ್ ಇವನ ಹುಚ್ಚಾಟಾನ. ಜಾನಕಿ, ಮಗುವಿನ ಕೆನ್ನೆಗೆ ಔಷಧಿ ಹಾಕು" ಎಂದು ಹೆಂಡತಿಗೆ ಅಪ್ಪಣೆ ವಿಧಿಸಿದರು. ಎಲ್ಲವನ್ನೂ ಮೌನವಾಗಿ ನೋಡುತ್ತಿದ್ದ ನಾನು "ಹುಡುಗ ಸ್ವಲ್ಪ ಅಪಾಯಾನೇ ಸ್ವಾಮಿ. ಎಲ್ಲರನ್ನೂ ಹೀಗೆ ಹೊಡೆದು ಬಡಿದು ಮಾಡ್ತಾನೇನು?" ಎಂದು ಕೇಳಿದೆ.

"ಇಲ್ಲ ಸಾರ್. ನನ್ನ ತಂಟೆಗೆ, ಅವಳ ತಂಟೆಗೆ ಬರೋದೆ ಇಲ್ಲ. ನಾವು ಹೇಳಿದ ಹಾಗೆ ಕೇಳ್ತಾನೆ. ನಾಗೇಶನ ವಿಚಾರದಲ್ಲಿ ಹೊರತು ಮಿಕ್ಕೆಲ್ಲ ವಿಷಯಗಳಲ್ಲಿ ನಮ್ಮ ಮಾತಿಗೆ ಪ್ರತಿ ಆಡೋಲ್ಲ."

ನಾನು ಕುತೂಹಲದಿಂದ "ಹಾಗಾದರೆ ನಿಮಗೆ ಸ್ವಲ್ಪವೂ ತೊಂದರೆ ಕೊಡುವುದಿಲ್ಲ" ಎಂದೆ.

"ಇಲ್ಲ."

"ಅವನ ಸ್ನೇಹಿತರ ವಿಚಾರದಲ್ಲಿ ಹೇಗಿರ್ತಾನೆ ? ಸ್ನೇಹಿತರನ್ನೂ ಹೊಡೆಯುತ್ತಾನೋ ?"

"ಇಲ್ಲ. ಅವನ ಸ್ನೇಹಿತರಿಗೆಲ್ಲಾ ಅಚ್ಚುಮೆಚ್ಚಾಗಿದ್ದಾನೆ. ಅವರೊಡನೆ ಸರಿಯಾಗಿರುತ್ತಾನೆ."

"ಸ್ನೇಹಿತರ ತಮ್ಮಂದಿರೊಡನೆ ಹೇಗೆ ವರ್ತಿಸುತ್ತಾನೆ ? ನಿಮ್ಮ ನಾಗೇಶನ ವಯಸ್ಸಿನಷ್ಟೇ ಮಕ್ಕಳೊಡನೆ ಹೇಗಿರುತ್ತಾನೆ ?"

"ಈಗ್ಗೆ ಒಂದು ತಿಂಗಳ ಹಿಂದೆ ನನ್ನ ತಂಗಿ ಇಲ್ಲಿಗೆ ಬಂದಿದ್ದಳು. ನಾಗೇಶನ ವಯಸ್ಸಿನದೇ ಒಂದು ಮಗು ಅವಳಿಗಿದೆ. ಅದರೊಡನೆ ಚೆನ್ನಾಗಿ ಆಟವಾಡಿಕೊಂಡಿದ್ದ ಸಾರ್. ನಾಗೇಶನ್ನ ನೋಡಿದರೆ ಸಾಕು ಕೆಂಡವಾಗಿಬಿಡುತ್ತಾನೆ."

ಇದುವರೆಗೂ ಕತ್ತಲು ಕವಿದಿದ್ದ ಮನಸ್ಸಿನಲ್ಲಿ ಸ್ವಲ್ಪ ಬೆಳಕು ಬಿತ್ತು. ಸ್ವಲ್ಪ ಉತ್ಸಾಹದಿಂದ ಹೇಳಿದೆ.

"ಹಾಗಾದರೆ ನನ್ನದೊಂದು ಮಾತು ಕೇಳಿ ಸ್ವಾಮಿ. ನಾನು ಒಂದೆರಡು ದಿನ ಬಂದು ನಾಗೇಂದ್ರನ ನಡವಳಿಕೆ, ವರ್ತನೆ ಪರೀಕ್ಷಿಸಬೇಕು."

"ಹಾಗೆ ಆಗಲಿ ಸಾರ್. ನಾಳೆ ಎಷ್ಟು ಹೊತ್ತಿಗೆ ಬರುತ್ತೀರಿ ?"

"ಸಂಜೆ ಐದು ಗಂಟೆಯ ಹೊತ್ತಿಗೆ ಬರುತ್ತೇನೆ."

"ಆಗಬಹುದು. ಒಂದು ಪಕ್ಷ ನಾನಿಲ್ಲದಿದ್ದರೆ ಸಂಕೋಚಪಟ್ಟುಕೊಳ್ಳಬೇಡಿ. ಇದು ನಿಮ್ಮ ಮನೆ ಅಂತಾನೆ ಭಾವಿಸಬೇಕು."

"ಆಗಲಿ, ನಾನಿನ್ನು ಬರ್ತೀನಿ, ನಮಸ್ಕಾರ. ನಾಗೇಂದ್ರ, ನಾಳೆ ನಿನ್ನೊಡನೆ ಆಡಲು ಬರುತ್ತೇನೆ. ಮನೆಯಲ್ಲೆ ಇರು" ಎಂದೆ. ನಾಗೇಂದ್ರ ಒಪ್ಪಿದ. ನಾನು ಮನೆಗೆ ಹೊರಟೆ.

ಮಾರನೆಯ ದಿನ ಐದು ಗಂಟೆಯ ಹೊತ್ತಿಗೆ ಸರಿಯಾಗಿ ಗೋಪಾಲರಾಯರ ಮನೆಗೆ ಹೋದೆ.

"ಗೋಪಾಲರಾಯರು ಇದ್ದಾರೆಯೇ ?"

"ಇಲ್ಲ. ಇನ್ನೇನು ಬರುತ್ತಾರೆ. ಲೋ ನಾಗೇಂದ್ರ, ಯಾರು ಬಂದಿದಾರೆ ನೋಡು ಬಾ" ಎಂದು ಜಾನಕಮ್ಮ ಕೂಗಿದರು. ನಾಗೇಂದ್ರ ಓಡುತ್ತಾ ನನ್ನ ಬಳಿಗೆ ಬಂದ.

"ಏನು ಮಾಡ್ತಾ ಇದ್ದೆ ನಾಗೇಂದ್ರ?" ನಾಗೇಂದ್ರ ಬದಲು ಹೇಳದೆ ಸುಮ್ಮನೆ ನಿಂತಿದ್ದ. "ತಮ್ಮ ಏನು ಮಾಡ್ತಾ ಇದಾನೆ ಮಗೂ?" ...ನಾಗೇಂದ್ರ ಸಿಟ್ಟಿನಿಂದ ತುಟಿ ಕಚ್ಚಿ "ಮಲಗಿರಬೇಕು. ನಾನು ನೋಡಲಿಲ್ಲ" ಎಂದ. ಅಷ್ಟು ಹೊತ್ತಿಗೆ ಗೋಪಾಲರಾಯರು ಬಂದರು.

"ಯಾವಾಗ ಬಂದಿರಿ ಸ್ವಾಮಿ ?"

"ಇದೇ ತಾನೇ ಬಂದೆ."

"ಜಾನಕಿ, ನಾಗೇಶ ಎಲ್ಲಿ ? ಅವನಿಗೊಂದು ಸ್ವೆಟರ್ ಕೊಂಡು ತಂದಿದ್ದೇನೆ. ಕರೆದುಕೊಂಡು ಬಾ, ಹಾಕಿ ನೋಡೋಣ" ಎಂದರು. ಜಾನಕಮ್ಮ ನಾಗೇಶನನ್ನು ಎತ್ತಿಕೊಂಡು ಬಂದರು. ರಾಯರು ಸ್ವೆಟರ್ ತೊಡಿಸಿ "ನೋಡಿ ಸಾರ್, ಇವನಿಗೆ ಅಂಗಿ ಎಷ್ಟು ಚೆನ್ನಾಗಿ ಒಪ್ಪತ್ತೆ. ಈ ರೋಜಾ ಬಣ್ಣದ ಉಲ್ಲನ್ ದಾರ ಅವನಿಗೆ ಹೇಳಿ ಮಾಡಿಸಿದಂತಿದೆ. ನಮ್ಮ ನಾಗೇಂದ್ರ ಇಷ್ಟು ಒಳ್ಳೆ ಬಿಳುಪಿಲ್ಲ. ಮಗುವಾಗಿದ್ದಾಗ ನಾಗೇಶನಷ್ಟು ಬೆಳವಣಿಗೆಯೂ ಇರಲಿಲ್ಲ. ಯಾವಾಗಲೂ ಮೊದ್ದು. ಸುಮ್ಮನೆ ಮಲಗಿರುತ್ತಿದ್ದ. ನಮ್ಮ ನಾಗೇಶ ಬಹಳ ಬುದ್ಧಿವಂತ. ಇನ್ನೂ ಆರು ತಿಂಗಳು. ಆಗಲೇ ಮನೆಯಲ್ಲೆಲ್ಲಾ ಅಂಬೆಗಾಲಿಡಲು ಹೋಗುತ್ತಾನೆ, ನೋಡಿ ಸಾರ್. ಹೇಗೆ ನಗ್ತಾನೆ ? ಇವನಾದರೂ ನಮ್ಮ ವಂಶ ಮುಂದಕ್ಕೆ ತಂದರೆ ಸಾಕು. ನಾಗೇಂದ್ರನಲ್ಲಿ ಆಸೆ ಎಂದೋ ಹೊರಟುಹೋಯಿತು. ಎಲ್ಲಿ ಅವನು ಪುಂಡ ?"

ನಾನು ಸುತ್ತ ನೋಡಿದೆ. ನಾಗೇಂದ್ರ ಅದಾವ ಮಾಯದಲ್ಲಿ ಜಾರಿಹೋಗಿದ್ದಾನೋ? ಅಡಿಗೆಮನೆಯೊಳಗೆ ಶಬ್ದವಾಯಿತು. ಜಾನಕಮ್ಮ ಒಳಗೆ ಹೋಗಿ ಬಲವಂತದಿಂದ ನಾಗೇಂದ್ರನನ್ನು ಎಳೆದುಕೊಂಡು ಬಂದರು. ನಾಗೇಂದ್ರನ ಕೈ ಬೆರಳುಗಳಿಂದ ರಕ್ತ ಹರಿಯುತ್ತಿತ್ತು. ಜಾನಕಮ್ಮ "ತಾನಾಗಿ ಈಳಿಗೆ ಮಣೇಲಿ ಬೆರಳು ಕುಯಿದುಕೊಂಡಿದ್ದಾನೆ. ಈ ಹುಡುಗನಿಗೆ ಏನು ಮಾಡಬೇಕು" ಎಂದರು. ಗೋಪಾಲರಾಯರು ನಾಗೇಶನ ಗುಣವರ್ಣನೆ ಸಾಕುಮಾಡಿ ನಾಗೇಂದ್ರನ ಶುಶ್ರೂಷೆಗೆ ಓಡಿದರು. ನಾಗೇಂದ್ರನ ಕಣ್ಣುಗಳು ವಿಚಿತ್ರ ತೃಪ್ತಿಯಿಂದ ನರ್ತಿಸಿದವು. ಗೋಪಾಲರಾಯರು ನನ್ನ ಕಡೆ ತಿರುಗಿ "ನೋಡಿ ಸಾರ್, ಇವನು ಯಾವಾಗಲೂ ಹೀಗೆ ಮಾಡ್ತಾನೆ. ಹಿಂದೆ ಒಂದು ದಿನ ನಾನು, ಅವಳು ನಾಗೇಶನಿಗೆ 'ಚಂದ್ರ'ನನ್ನು ತೋರಿಸುತ್ತಾ ಇದ್ದರೆ ಒಳಗೆ ಹೋಗಿ ಹಾಲಿನ ಒಲೆಯಿದ್ದ ಕೆಂಡವನ್ನು ಬೇಕೆಂದು ತುಳಿದು ಬಂದ. ತನ್ನ ದೇಹವನ್ನೆ ದಂಡಿಸಿಕೊಳ್ಳುತ್ತಾನೆ. ಇಲ್ಲದಿದ್ದರೆ ನಾಗೇಶನನ್ನು ದಂಡಿಸುತ್ತಾನೆ. ಇವನೊಬ್ಬ ಸಮಸ್ಯೆಯ ಮಗು ಆಗಿದ್ದಾನೆ" ಎಂದರು.

ನಾನು "ರಾಯರೇ, ನಾನೊಂದು ಮಾತು ಹೇಳುತ್ತೇನೆ. ತಾವು ಕೋಪಿಸಬಾರದು. ನಾಗೇಂದ್ರ ಸಮಸ್ಯೆಯ ಮಗು ಅಲ್ಲ. ಆದರೆ ನೀವು ಸಮಸ್ಯೆಯ ಪಿತೃಗಳು ಅಂದರೆ ನಂಬಿಕೆಯಾಗ್ತದೆಯೇ?" ಎಂದು ಕೇಳಿದೆ. ರಾಯರು ಆಶ್ಚರ್ಯದಿಂದ,

"ಹಾಗೆಂದರೇನು ಸ್ವಾಮಿ? ಸ್ವಲ್ಪ ಬಿಡಿಸಿ ಹೇಳಿ" ಎಂದರು. ನಾನು ವಿವರಿಸತೊಡಗಿದೆ.

"ನಿಮಗೆ ಮದುವೆಯಾದ ಬಹಳ ವರ್ಷಗಳವರೆಗೆ ಮಕ್ಕಳಾಗಲಿಲ್ಲ. ನಿಮ್ಮ ಹೃದಯದಲ್ಲಿ ತುಂಬಿದ್ದ ಪ್ರೀತಿ, ಮಮತೆ ತುಂಬಿದಂತೆಯೇ ಇತ್ತು. ಮಕ್ಕಳಿಗಾಗಿ ಅನೇಕ ವರ್ಷಗಳು ಹಂಬಲಿಸಿ ನಂತರ ನಾಗೇಂದ್ರ ಜನ್ಮ ತಾಳಿದ. ನಿಮ್ಮ ಹೃದಯದಲ್ಲಿ ಅಡಕವಾಗಿದ್ದ ಪ್ರೀತಿ, ಮಮತೆ, ಪುತ್ರಸ್ನೇಹ ಪ್ರಕಟವಾದವು. ತುಂಬಿದ ಕೆರೆ ಕಟ್ಟೆಯನ್ನೊಡೆದಾಗ ನೀರು ಬಹಳ ರಭಸದಿಂದ ಹರಿಯುವಂತೆ, ಪ್ರೀತಿಸಿದ ವಸ್ತು ಸಿಕ್ಕಿದ ನಂತರ ಅವನನ್ನು ನಿಮ್ಮ ಪ್ರೀತಿಯಲ್ಲಿ

ತೇಲಿಸಿದಿರಿ. ನಾಗೇಂದ್ರನನ್ನು ವಿಶೇಷವಾಗಿ ಮುದ್ದಿಸಿದಿರಿ. ಅವನನ್ನು ನೀವು ನಾಲ್ಕು ಮಕ್ಕಳಂತೆ ಸಾಕಲಿಲ್ಲ. ಆದುದರಿಂದ ಅವನು ಇತರ ಹುಡುಗರಂತೆ ಆಗಲಿಲ್ಲ. ತಾಯಿ ತಂದೆಯ ಅತೀ ಮುದ್ದಿನಿಂದ ಅವನಿಗೆ ತಾನು ಎಲ್ಲರಿಗಿಂತ ಮೇಲೆಂಬ ಭಾವನೆ ಬಂದಿತ್ತು. ನಾಗೇಂದ್ರ ಮನೆಗೊಬ್ಬ ಪುಟ್ಟ ಸರ್ವಾಧಿಕಾರಿಯಾದ. ನಾಗೇಂದ್ರ ಐದು ವರ್ಷ ಪ್ರತಿಸ್ಪರ್ಧಿಯಿಲ್ಲದೆ ತಾಯಿ ತಂದೆಯ ಕಣ್ಮಣಿಯಾಗಿದ್ದ."

"ಅನಂತರ ನಾಗೇಶ ನಿಮ್ಮ ಜೀವನದಲ್ಲಿ ಪ್ರವೇಶ ಮಾಡಿದ. ನಾಗೇಂದ್ರನಿಗೆ ಮೊದಲು ಸಲ್ಲಿಸುತ್ತಿದ್ದ ಪ್ರೀತಿ, ವಾತ್ಸಲ್ಯ ಈಗ ದೂರವಾಯಿತು. ಪ್ರೀತಿಯ ಪ್ರವಾಹ ಈಗ ಕಿರಿಯ ಮಗುವಿನ ಕಡೆ ಹರಿಯಿತು. ನಿಮ್ಮ ಮನಸ್ಸನ್ನೆಲ್ಲಾ ನಾಗೇಶ ತಾನೇ ತಾನಾಗಿ ಆಕ್ರಮಿಸಿದ. ನಾಗೇಂದ್ರನಿಗೆ ಇದರಿಂದ ವೇದನೆಯಾಯಿತು. ತನ್ನ ತಾಯಿ, ತಂದೆ ತನ್ನ ವಿಷಯದಲ್ಲಿ ಉದಾಸೀನ ಭಾವನೆ ತಳೆದಿದ್ದಾರೆ, ಮೊದಲಿನ ಏಕಾಗ್ರತೆ ಅವರಲ್ಲಿಲ್ಲ. ತನಗೆ ಬೇಕಾಗಿದ್ದ ಪ್ರೀತಿ ನಾಗೇಶ ಅಪಹರಿಸಿದ್ದಾನೆ ಎಂಬ ವಿಷಯ ಅವನ ಮನಸ್ಸನ್ನು ಚುಚ್ಚಿತು. ಮೊದಲು ನಾಗೇಂದ್ರನನ್ನು ಅತಿ ಪ್ರೀತಿಸಿ, ಅನಂತರ ಅನಾದರ ತೋರಿಸಲಾರಂಭಿಸಿದಿರಿ. ನಾಗೇಶ ತನ್ನ ತಮ್ಮ ಎಂದು ಸೋದರ ವಾತ್ಸಲ್ಯ ತೋರುವುದರ ಬದಲು ಅವನು ತನ್ನ ಪ್ರತಿಸ್ಪರ್ಧಿ ಎಂದು ಶತ್ರುತ್ವ ತೋರಿಸಲಾರಂಭಿಸಿದ. ನೀವು ನಾಗೇಶನ ಸಮೀಪದಲ್ಲಿಲ್ಲವೆಂದು ತಿಳಿದು ಬಂದಾಗ ಅವನನ್ನು ದಂಡಿಸಿ ಸ್ವಲ್ಪ ತೃಪ್ತನಾಗುತ್ತಾನೆ. ಮತ್ಸರ ಅವನನ್ನು ಈ ಕಾರ್ಯಗಳಿಗೆ ಪ್ರೇರೇಪಿಸಿತು."

"ನೀವು ನಾಗೇಂದ್ರನಿಗೆ ಹುಚ್ಚು ಎಂದು ತಿಳಿದಿರಿ. ಇದರಿಂದ ನಾಗೇಂದ್ರನ ಸ್ಥಿತಿ ಮತ್ತಷ್ಟು ಶೋಚನೀಯವಾಯಿತು. ನಾಗೇಶನಿಂದ ನಿಮ್ಮ ಮನಸ್ಸನ್ನು ತನ್ನ ಕಡೆ ಸೆಳೆದುಕೊಳ್ಳಲು ಬಡಪಾಯಿ ತನ್ನ ದೇಹವನ್ನೇ ದಂಡಿಸಿಕೊಳ್ಳಲಾರಂಭಿಸಿದ. ನೀವಿಬ್ಬರೂ ಕಿರಿಯ ಮಗುವಿನ ಆಟಪಾಠಗಳಲ್ಲಿ ತನ್ಮಯರಾಗಿದ್ದಾಗ ತನ್ನ ದೇಹವನ್ನು ದಂಡಿಸಿಕೊಂಡು ನಿಮ್ಮ ಗಮನವನ್ನು ತನ್ನ ಕಡೆ ತಿರುಗಿಸಿಕೊಳ್ಳಲು ಪ್ರಯತ್ನಿಸಿದ. ನಿನ್ನೆ ದಿನ ಅವನು ಮನೆಯಿಂದ ಓಡಿಬಂದಿದ್ದಾಗ ನಾನು ಮನೆಗೆ ನಡಿ ಎನ್ನಲು, ಅಣ್ಣ ಹುಡುಕಲೆಂದೇ ಮನೆಯಿಂದ ಓಡಿಬಂದಿದ್ದೇನೆ ಎಂದು ತಿಳಿಸಿದ. ನೀವು ಅವನಿಗಾಗಿ ಹಂಬಲಿಸುವಿರಿ ಎನ್ನುವ ಅಂಶ ಅವನಿಗೆ ಬೇಕು? ತನ್ನ ವಿಷಯ, ತನ್ನ ಇರುವಿಕೆ ನಿಮ್ಮ ಗಮನಕ್ಕೆ ತಂದುಕೊಡಲು ಮನೆಯಿಂದ ಓಡಿಹೋಗುವುದು, ದೇಹ ದಂಡಿಸಿಕೊಳ್ಳುವುದು ಮುಂತಾದ ಕಾರ್ಯಗಳಿಗೆ ಮೊದಲಾಯಿತು. ನಾಗೇಂದ್ರನಿಗೆ ಖಂಡಿತ ಹುಚ್ಚಲ್ಲ ರಾಯರೇ, ನೀವು ಅವನಿಗೆ ಮಾಡುತ್ತಿರುವ ಲಾಲನೆ ಸಾಲದು."

"ಅವನೆದುರಿಗೆ ನಾಗೇಶನನ್ನು ಅತಿಯಾಗಿ ಮುದ್ದಿಸಬೇಡಿ. ಇಬ್ಬರಲ್ಲಿಯೂ ನಿಮಗೆ ಪಕ್ಷಪಾತವಿಲ್ಲ. ಇಬ್ಬರೂ ನಿಮಗೆ ಬೇಕು, ಇಬ್ಬರನ್ನೂ ನೀವು ಪ್ರೀತಿಸುತ್ತೀರಿ ಎಂಬುದನ್ನು ಅವನಿಗೆ ತೋರಿಸಿರಿ. ಒಂದು ಗಿಡ ಸರಿಯಾಗಿ ಬೆಳೆಯಬೇಕಾದರೆ ನೀರು ಹೇಗೆ ಅವಶ್ಯವೋ, ಒಂದು ಮಗು ನಾಲ್ಕು ಜನರಂತೆ ಆಗಬೇಕಾದರೆ ತಾಯಿ ತಂದೆಯ ಪ್ರೀತಿ, ಲಾಲನೆ, ಸ್ನೇಹ ಅವನಿಗೆ ಅವಶ್ಯಕವಾಗಿ ಬೇಕು. ನೀರಿಲ್ಲದೆ ಗಿಡ ಒಣಗುವಂತೆ, ಲಾಲನೆಯಿಲ್ಲದ ಮಗುವಿನ ಮನಸ್ಸು ಒಣಗುತ್ತದೆ. ಎಳೆಯ ಭಗ್ನ ಹೃದಯ ಹೊರಗೆ ಪ್ರೀತಿಯನ್ನು ಅರಸುತ್ತದೆ. ಇಂದಿನಿಂದ ನೀವು ಇಬ್ಬರನ್ನೂ ಒಂದೇ ಸಮ ಪ್ರೀತಿಸಿ, ವಾಸ್ತವವಾಗಿ ನೀವು ನಾಗೇಶನನ್ನು ಹೆಚ್ಚಾಗಿ ಪ್ರೀತಿಸಿದರೂ, ನಿಮ್ಮ ಭಾವನೆ ಆ ಎಳೆಯ ಹೃದಯಕ್ಕೆ ಗೋಚರವಾಗುವುದು ಬೇಡ."

ರಾಯರು ತಲೆತಗ್ಗಿಸಿ ನನ್ನ ಮಾತು ಕೇಳುತ್ತಿದ್ದರು. ಕೊನೆಗೆ ತಗ್ಗಿದ ಧ್ವನಿಯಲ್ಲಿ,

"ಬಹಳ ದೊಡ್ಡ ತಪ್ಪು ಮಾಡಿದೆ ಸಾರ್, ಇಂದಿನಿಂದ ನನ್ನ ಕೈಲಾದ ಮಟ್ಟಿಗೆ ನಾಗೇಂದ್ರನನ್ನು ತಿದ್ದುವ ಪ್ರಯತ್ನ ಮಾಡುವೆ. ನನ್ನ ವರ್ತನೆಯನ್ನು ತಿದ್ದುಕೊಳ್ಳುತ್ತೇನೆ" ಎಂದರು.

"ನಾನಿನ್ನು ಬರ್ತೀನಿ ರಾಯರೇ. ನಾಗೇಂದ್ರ, ನಿನ್ನ ಬೆರಳು ಹೇಗಿದೆ? ನಾನು ಹೋಗಿ ಬರಲಾ? ಇನ್ನಾವಾಗಲಾದರೂ ಬರುತ್ತೇನೆ. ನಮಸ್ಕಾರ" ಎನ್ನುತ್ತಾ ಹೊರಬಿದ್ದೆ.

ಎರಡು ತಿಂಗಳು ನನಗೆ ಗೋಪಾಲರಾಯರ ಮನೆಗೆ ಹೋಗಲು ಆಗಲಿಲ್ಲ. ನಾಗೇಂದ್ರನನ್ನು ಕಾಣುವ ಬಯಕೆ ದಿನದಿನಕ್ಕೆ ಹೆಚ್ಚಾಯಿತು. ಆ ಪುಟ್ಟ ಸ್ನೇಹಿತನಿಗಾಗಿ ಮನಸ್ಸು ಕಾತರಗೊಳ್ಳುತ್ತಿತ್ತು. ಒಂದು ದಿನ ಸಂಜೆ ಬಿಡುವು ಮಾಡಿಕೊಂಡು ರಾಯರ ಮನೆಗೆ ಹೋದೆ.

ಹಾಲಿನಲ್ಲಿ ನಾಗೇಶ ಮಲಗಿದ್ದ. ನಾಗೇಂದ್ರ ಅವನ ಪಕ್ಕದಲ್ಲಿ ಕುಳಿತು ಬಣ್ಣದ ಬಲೂನನ್ನು ಊದಿ ತಮ್ಮನ ಮುಂದೆ ಹಿಡಿಯುತ್ತಿದ್ದ. ನಾಗೇಶ ರಂಗು ರಂಗಿನ ಬಲೂನು ಹಿಡಿಯಲು ಕೈ ಚಾಚಿ ವಿಫಲನಾಗಿದ್ದ. ಬಲೂನು ದೂರ ಚಿಮ್ಮಿದಾಗ ನಾಗೇಶ ಸಂತೋಷದಿಂದ ಕೇಕೆ ಹಾಕುತ್ತಿದ್ದ. ತಮ್ಮನ ಸಂತೋಷವನ್ನು ನೋಡಿ ನಾಗೇಂದ್ರ ತೃಪ್ತಿಯಿಂದ ನಗುತ್ತಿದ್ದ.

"ಏನೋ ನಾಗೇಂದ್ರ, ನಾನು ಯಾರು ನೆನಪಿದೆಯಾ? ಅಣ್ಣ, ತಮ್ಮ ಇಬ್ಬರೂ ಬಹಳ ಕೆಲಸದಲ್ಲಿರುವ ಹಾಗಿದೆ" ಎಂದೆ. ನಾಗೇಂದ್ರ ನಾಚಿಕೆಯಿಂದ ನಕ್ಕು, ಎದ್ದು ಓಡಿ ಬಂದು ನನ್ನ ಕೈಹಿಡಿದು,

"ಮಾವ, ನಾಗೇಶ ಈಗ ಕುಳಿತುಕೊಳ್ಳಕ್ಕೆ ಪ್ರಯತ್ನಿಸುತ್ತಾನೆ. ಯಾವಾಗಲೂ ಅವನ ಜೊತೆ ನಾನು ಆಡಬೇಕು. ನಾನು ಆಡದಿದ್ದರೆ ಅಳುತ್ತಾನೆ" ಎಂದ.

"ಅಣ್ಣ ಎಲ್ಲಿ?"

"ಒಳಗಿದ್ದಾರೆ. ಅಣ್ಣಾ, ಮಾವ ಬಂದಿದ್ದಾರೆ. ನೋಡು ಬಾ" ನಾಗೇಂದ್ರ ಉತ್ಸಾಹದಿಂದ ಕೂಗಿದ.

ಗೋಪಾಲರಾಯರು ಒಳಗಿನಿಂದ ಬಂದು ನನ್ನನ್ನು ಸ್ವಾಗತಿಸಿದರು. ಮಾತಿಗೆ ಮೀರಿದ ಕೃತಜ್ಞತೆ ನೋಟದಲ್ಲಿತ್ತು. ○

○ ಅನುಪಮಾ ನಿರಂಜನ

ಮಣ್ಣುದಿಬ್ಬದ ಮೇಲೆ

ಮಣ್ಣುದಿಬ್ಬದ ಮೇಲಿನಿಂದ ಸರಸರನೆ ಕೆಳಗಿಳಿದು ಬಂದಳು ಆ ಪುಟ್ಟ ಹುಡುಗಿ. ಅವಳ ಬಲಗೈಯಲ್ಲಿದ್ದ ಒಡಕು ಬಳೆಗಳು ಜಣಜಣ ಸದ್ದು ಮಾಡಿದುವು; ಕೊರಳಲ್ಲಿದ್ದ ಕೆಂಪುಮಣಿಯ ಸರಗಳು ಒಂದಕ್ಕೊಂದು ತಾಗಿದುವು. ಮುದ್ದೆಯಾಗಿದ್ದ ಚಿಂದಿ ಲಂಗವನ್ನು ಮತ್ತಷ್ಟು ಬಿಗಿಯಾಗಿ ಕಟ್ಟಿಕೊಂಡು ಹುಡುಗಿ ತಲೆಗೆ ಎರಡೂ ಕೈಗಳನ್ನು ಆನಿಸಿ ಆಕಾಶದ ಕಡೆಗೆ ಕತ್ತೆತ್ತಿ ನೋಡಿದಳು.

ಆಕಾಶವನ್ನು ಮೋಡ ಮುಸುಕಿತ್ತು. ಬೆಳಗಿನ ಸಮಯವಾದರೂ ಸೂರ್ಯನ ಸುಳಿವೇ ಇರಲಿಲ್ಲ. "ಶೀಲೀ... ಶೀಲೀ..." ಎಂದು ಮಣ್ಣುದಿಬ್ಬದ ಮೇಲಿನಿಂದ ಒಬ್ಬ ಹುಡುಗ ಕೂಗತೊಡಗಿದ. ಹುಡುಗಿ "ಬಾ ಸೋನ್ಯಾ" ಎಂದು ಮಾರುತ್ತರಿಸಿದಳು. ಒಂದು ಪುಟ್ಟ ಕಲ್ಲನ್ನು ತಮಾಷೆಗೆಂದು ಅವನ ಕಡೆಗೆ ಎಸೆದಳು. ಹುಡುಗ ಗುಡಿಸಲಿಗೊರಿಗಿಸಿಟ್ಟಿದ್ದ ಒಂದು ಪುಟ್ಟ ಗುದ್ದಲಿ ಮತ್ತು ಚಿಕ್ಕ ಮಂಕರಿ ಎತ್ತಿಕೊಂಡು ಕೆಳಗಿಳಿದು ಬಂದ.

"ಶೀಲೀ ಕೈ ತತ್ತಾ" ಎಂದು ಅವನೆಂದಾಗ, ಶೀಲಿ ಅವನ ಕೈಯನ್ನು ಹಿಡಿದು ತನ್ನ ಹೆಗಲ ಮೇಲೇರಿಸಿಕೊಂಡಳು. ಕುರುಡು ಸೋನ್ಯಾ ತಂಗಿಯನ್ನು ಹಿಂಬಾಲಿಸಿದ.

ರಂಗೋಲಿಯ ಗುಡ್ಡ ಸಮೀಪಿಸಿದಾಗ ಅವರಿಬ್ಬರೂ ನಿಂತರು. ಸೋನ್ಯಾ ಮಕ್ಕರಿ ಕೆಳಗೆ ಹಾಕಿ ಅಗೆಯತೊಡಗಿದ. ಅವನು ಅಗೆದ ಹಾಗೆ ಶೀಲಿ ರಂಗೋಲಿಯನ್ನು ಮಕ್ಕರಿಯೊಳಗೆ ತುಂಬಿದಳು. ಅಷ್ಟು ಹೊತ್ತಾದರೂ ಸೂರ್ಯ ಮುಖ ತೋರಿಸಲೇ ಇಲ್ಲ. ಶೀಲಿ ಯೋಚನಾಪೂರ್ಣವಾಗಿ ಆಕಾಶದ ಕಡೆಗೆ ನೋಡುತ್ತಾ "ಮಳೆ ಬರೋ ಅಂಗೈತೆ ಸೋನ್ಯಾ!" ಎಂದಳು.

ಹರಿದ ಅಂಗಿಯ ಚುಂಗಿನಿಂದ ಮುಖ ಒರೆಸಿಕೊಂಡು, ರಂಗೋಲಿಯ ಮಕ್ಕರಿ ಹೊತ್ತು ಸೋನ್ಯಾ ಹಿಂದೆ ಹೊರಟ. ಅಣ್ಣನ ಕೈ ತನ್ನ ಹೆಗಲ ಮೇಲಿಟ್ಟುಕೊಂಡು "ರಂಗೋಲೀವ್ವಾ... ರಂಗೋಲೀ" ಎಂದು ಕೂಗುತ್ತಾ ಚಿಂದಿ ಜಂಪರಿನ ಮೇಲೆ ಬಿದ್ದಿದ್ದ ಕೆಂಪುಸರಗಳೊಡನೆ ಆಟವಾಡುತ್ತಾ ಶೀಲಿ ಮುಂದೆ ಹೊರಟಳು.

ರಂಗೋಲಿ ಮಾರಾಟವಾಗಲಿಲ್ಲ. "ಓಟ್ಟೆ ಅಸೀತದಾ" ಎಂದಳು ಶೀಲಿ. ಸೋನ್ಯಾ ಮಾತಾಡಲಿಲ್ಲ. ಶೀಲಿಗಿಂತ ಮೂರು

ವರ್ಷ ದೊಡ್ಡವನು ಅವನು. ಹತ್ತು ವರ್ಷದ ಅವನ ಬದುಕಿನ ಅವಧಿಯಲ್ಲಿ ಹಸಿವು, ಕಷ್ಟ, ದುಃಖ ಅನುಭವಿಸಿ ಅನುಭವಿಸಿ, ಅವನ ಮೈ ಮನ ಕಲ್ಲಾಗಿದ್ದುವು.

ಅವನು ಮಾತು ಮರೆಸಿ, "ಶೀಲಿ, ನಂಗೆ ಕಣ್ಣಿದ್ದಿದ್ರೆ ಎಂಗಿರ್ತಿತ್ತು ?" ಎಂದು ಕೇಳಿದ.

ಶೀಲಿಯ ಮುಖ ಅರಳಿತು, "ಚೆಂದಾಗಿರ್ತಿತ್ತು" ಎನ್ನುತ್ತಾ ಅವಳು ಚಪ್ಪಾಳೆ ತಟ್ಟಿ, ಮರುಕ್ಷಣ ನಿರುತ್ಸಾಹದ ದನಿಯಲ್ಲಿ "ಆದ್ರೆ ಕಣ್ಣಂಗೆ ಬರ್ತವೋ ನಿಂಗೆ" ಎಂದು ಪ್ರಶ್ನಿಸಿದಳು.

ಸೋನ್ಯಾನ ಕುರುಡು ಕಣ್ಣುಗಳಲ್ಲಿ ನೀರೊಸರಿತು.

ಅವರು ದಾರಿಗುಂಟ ಸಾಗಿದಾಗ ಮನೆಯಾಕೆಯೊಬ್ಬಳು ಕೂಗಿ ಕರೆದಳು. ಮಕ್ಕರಿಯಲ್ಲಿದ್ದ ರಂಗೋಲಿಯನ್ನೆಲ್ಲಾ ಸುರಿದು, ಸೋನ್ಯಾ, "ಒಂದು ಮುದ್ದೆ ಇಟ್ಟು ಇಕ್ಕಿಬಿಡ್ರವ್ವಾ ಸಾಕು !" ಎಂದ.

ಮನೆಯಾಕೆ ಅವನ ಕುರುಡುಕಣ್ಣು ನೋಡಿದಳು. ಆಸೆಯ ಕಣ್ಣುಗಳಿಂದ ತನ್ನನ್ನೇ ದಿಟ್ಟಿಸುತ್ತಿದ್ದ ಕಪ್ಪು ಹುಡುಗಿ ಶೀಲಿಯನ್ನು ನೋಡಿದಳು. ಏನು ಅನಿಸಿತೋ ಏನೋ ಒಂದು ಮುದ್ದೆ ಹಿಟ್ಟು ಒಂದು ದೊನ್ನೆಯಲ್ಲಿಷ್ಟು ಸಾರು ತಂದುಕೊಟ್ಟಳು.

ಆ ಮನೆಯಿಂದ ಹೊರಬರುತ್ತ ಶೀಲಿ "ಅಣ್ಣಾ, ತಿಂದಾಕಾನಾ ?" ಎಂದು ಕೇಳಿದಳು. ಇಬ್ಬರೂ ಕಾಂಪೌಂಡಿನ ನೆರಳಿನಲ್ಲಿ ಕುಳಿತರು. ಹಸಿದ ಹೊಟ್ಟೆ ಕ್ಷಣಮಾತ್ರದಲ್ಲಿ ಹಿಟ್ಟನ್ನು ಕಬಳಿಸಿತು. ಸೋನ್ಯಾ ಗೋಡೆಗೊರಗಿ ಕುಳಿತು ತನ್ನ ಕುರುಡುಕಣ್ಣುಗಳ ಮೇಲೆ ಕೈಯಾಡಿಸುತ್ತಾ ಕುಳಿತ. ಹೊಟ್ಟೆ ತುಂಬಿದ ಶೀಲಿ ಮಣ್ಣಿನ ಮೇಲೆ ಸಂತೋಷದಿಂದ ಉರುಳಿಕೊಂಡಳು.

ಇದ್ದಕ್ಕಿದ್ದಂತೆ ಮಳೆಹನಿಗಳು ಬಿದ್ದುವು.

"ಮಳೆ ಬತ್ತೈತೆ ಶೀಲಿ" ಎಂದು ಸೋನ್ಯಾ ಕೂಗಿಕೊಂಡ. ಮನೆಯಲ್ಲಿ ತಾವು ತರುವ ತಿಂಡಿಗಾಗಿ ಕಾದಿದ್ದ ರುದ್ರರೂಪಿ ತಾಯಿಯನ್ನು ನೆನೆದು ಅವರಿಬ್ಬರೂ ನಡುಗಿದರು. ಶೀಲಿ ಲಗುಬಗೆಯಿಂದ ಮೇಲೆದ್ದು ಸೋನ್ಯಾನ ಕೈಹಿಡಿದಳು, ಇಬ್ಬರೂ ಸರಸರನೆ ಮನೆಯ ಕಡೆ ಹೊರಟರು.

ಅವರು ದಿಬ್ಬ ಸಮೀಪಿಸುವ ಹೊತ್ತಿಗೆ ಅವರವ್ವ ಗುಡಿಸಲ ಬಾಗಿಲಿನಲ್ಲಿ ನಿಂತು, ಬಾಯಿಗೆ ಕೈಯಿಟ್ಟುಕೊಂಡು, "ಓ... ಸೋನ್ಯಾ... ಶೀಲೀ" ಎಂದು ಒಂದೇ ಉಸಿರಿನಲ್ಲಿ ಒರಲುತ್ತಿದ್ದಳು. "ಬಂದ್ವಿ ಅವ್ವಾ..." ಎಂದು ಎಳೆಯರು ಮರುಧ್ವನಿ ಕೊಟ್ಟರು. ದಡದಡನೆ ಅವರು ದಿಬ್ಬ ಹತ್ತಿ ಬರುವ ಹೊತ್ತಿಗೆ ಮಳೆ ಜೋರಾಯಿತು.

"ಏನೂ ಸಿಕ್ಕಿಲ್ಲವ್ವೊ" ಎಂದು ಸೋನ್ಯಾ ಅಳುಮುಖದಿಂದ ತಾಯಿಗೆ ಹೇಳಿದ.

ಗುಡಿಸಲಿನ ತಟಕಿ ಮುಂದೆ ಮುಚ್ಚಿ ತಾಯಿ ಒಳಗೆ ಹೋದಳು. ಬಿಸಿಲಿನ ಹೊತ್ತಿನಲ್ಲಿ ಆಯ್ದು, ಗುಡ್ಡೆಮಾಡಿದ್ದ – ತರಗೆಲೆಕಡ್ಡಿ ಹೊತ್ತಿಸಿ ಉರಿಮಾಡಿದಳು. ನಡುಗುತ್ತಾ ಮೈಕೈ ಮುದುರಿಕೊಂಡು ಮೂವರೂ ಉರಿಯ ಸುತ್ತಲೂ ಕುಳಿತರು.

ರೊಯ್ ರೊಯ್ ಎಂದು ಗಾಳಿ ಬೀಸಿದ ಏಟಿಗೆ, ಗುಡಿಸಲೇ ಹಾರಿ ಹೋಗುವುದೇನೋ ಎನಿಸಿತು ಅವರಿಗೆ. ಆದರೆ ಅಂಥ ಗಾಳಿಯನ್ನು ಆ ಗುಡಿಸಲು ಅದೆಷ್ಟು ಸಾರೆ ಇದಿರಿಸಿತ್ತೋ ಏನೊ! ಚಳಿ ಜಾಸ್ತಿಯಾಗಿ ಅವರು ಆ ಉರಿಯಲ್ಲೂ ನಡುಗಿದರು. ಅಷ್ಟರಲ್ಲಿ ಗುಡಿಸಲಿನ ತಟಕಿ ಮುಂದೆ ಮಾಡಿ ನಾಯಕ ಒಳಗೆ ಬಂದ. ಅವನು ಹೊದೆದಿದ್ದ ದುಪಟಿ ಪೂರ್ಣ ನೆನೆದುಹೋಗಿತ್ತು. ಅದನ್ನು ಗುಡಿಸಲಿನ ಮಾಡಕ್ಕೆ

ತೂಗುಹಾಕಿ, ನೆನೆದುಹೋದ ತುಂಡುಪಂಚೆಯಲ್ಲೇ ಆತನೂ ನಡುಗುತ್ತಾ ಕುಳಿತುಕೊಂಡ, ಉರಿಯ ಮುಂದೆ.

"ಏನನ್ನಾ ತಂದ್ಯಾ? ಒಟ್ಟೆಗಿಲ್ದೆ ನಾವೆಲ್ಲಾ ಸಾಯ್ಬೇಕೂಂತ ಮಾಡೀಯಾ ?" ಎಂದು ತಾಯಿ ಆರ್ಭಟಿಸಿದಳು. ನಾಯಕ ಮೊದಲಿಗಿಂತಲೂ ಮುದುರಿ, ಜೋಲು ಮೋರೆ ಹಾಕಿಕೊಂಡು ಕುಳಿತ. ಅದುವರೆಗೂ ಸುಮ್ಮನೆ ಕುಳಿತಿದ್ದ ಶೀಲಿ, "ಅವ್ವ, ರಂಗೋಲಿ ಕೊಡಾಕೆ ಓಗ್ತೀವಲ್ಲೇ... ಆಯಮ್ಮ ಒಳ್ಳೇ ಶ್ಯಾಲೆ ಉಟ್ಕಂಡಿದ್ರು!" ಎಂದಳು. ಮೊದಲೇ ಕೋಪದಿಂದ ಧುಮುಗುಟ್ಟುತ್ತಿದ್ದ ತಾಯಿ, ರಪರಪ ಎಂದು ಶೀಲಿಯ ಬೆನ್ನಮೇಲೆ ಗುದ್ದಿದಳು. ಅಳುತ್ತಾ ಶೀಲಿ ಅಲ್ಲೇ ಬಿದ್ದುಕೊಂಡಳು. ಅಳುತ್ತಳುತ್ತಲೇ ಅವಳಿಗೆ ನಿದ್ದೆಯೂ ಬಂತು. ಕುರುಡ ಸೋನ್ಯಾ ಬಿಸಿಯಾದ ಕೈಗಳನ್ನು ಕೆನ್ನೆಗೆ ಮುಟ್ಟಿಸಿಕೊಳ್ಳುತ್ತಾ 'ಬೆಂಕಿ ಯಾವ ಬಣ್ಣ ಇರಬೋದು?' ಎಂದು ಯೋಚಿಸುತ್ತಾ ಕುಳಿತ.

ಖಟ್ ಖಡಿಲ್ ಎಂದು ಮಿಂಚು ಹೊಡೆಯಿತು. ಗಾಳಿ ವೇಗವಾಗಿ ಬೀಸತೊಡಗಿತು. ಮಳೆಯ ಆರ್ಭಟವೂ ಜೋರಾಯಿತು. ಆಗ ನಾಲ್ಕು ಗುಡಿಸಲುಗಳಾಚೆಗೆ ಯಾರೋ ಕಿರಿಚಿಕೊಂಡರು. "ಯವ್ವಾ ಓಯ್ತಲ್ಲೇ ಯವ್ವಾ" ಅದರ ಜೊತೆಗೆ ಅಳುವ ಧ್ವನಿ. ಕುಳಿತವರು ಬಾಗಿಲ ಕಡೆಗೆ ಮುಖ ಮಾಡಿದರು. ಅಷ್ಟು ಹೊತ್ತಿಗೆ ಪಕ್ಕದ ಗುಡಿಸಲಿನ ವಾಗೀಶಿಯ ಧ್ವನಿ ಕೇಳಿಸಿತು. "ನನ ಗುಡ್ಲು ಕಡೆ ಸುಳೀಬ್ಯಾಡ್ರಿ!"

ನಾಯಕ ಗುಡಿಸಲಿನ ಬಾಗಿಲು ತೆರೆದುಕೊಂಡು ಹೊರಗೆಹೋದ. ತಮ್ಮ ಗುಡಿಸಲು ಮುಂದೆ ನಿಂತ ಇಬ್ಬರು ಹೆಂಗಸರು ಮತ್ತು ಒಬ್ಬ ಮುದುಕನನ್ನು ಏನಾಯಿತೆಂದು ವಿಚಾರಿಸಿ ಒಳಗೆ ಕರೆತಂದ.

"ಪಾಪ, ಅವ್ರ ಗುಡ್ಲು ಕುಸೀತಂತ್ಯೇ !" ಎಂದ ನಾಯಕ, ಬಿರುಗಣ್ಣು ಬಿಡುತ್ತಿದ್ದ ಹೆಂಡತಿಯ ಕಡೆಗೆ ನೋಡುತ್ತಾ. ಬಂದವರು ಬೆಂಕಿಯ ಸುತ್ತಲೂ ಕುಳಿತರು. ಆದರೂ ಚಳಿ ಹೋಗಲಿಲ್ಲ. ಗುಡಿಸಲಿನ ಮೂರು ಕಡೆಯಿಂದ ಸೋರಿ ಬರುತ್ತಿದ್ದ ನೀರು ಸ್ವಲ್ಪ ಸ್ವಲ್ಪವಾಗಿ ಬೆಂಕಿಯನ್ನು ಆರಿಸುತ್ತಿತ್ತು.

"ಆ ವಾಗೀಶಿ ಮನಸ್ತಿ ಅಲ್ಕಣ್ಣವ್ವ! ಗುಡ್ಲು ಕುಸೀತಂತ ಓದ್ರೆ ನನ್ ಗುಡ್ಲು ಕಡೆ ಸುಳೀಬ್ಯಾಡ್ರಿ ಅಂದ್ಬಿಟ್ಲು. ಅವಳ್ಗೆ ಎಂತಾ ಗತಿ ಬತ್ತೈತೋ ನೋಡ್ಕಂಡಿರು !"

"ಒಟ್ಟೆಗೆ ಇಟ್ಟಿಲ್ದೆ ನಾವ್ ಸಾಯ್ತಾ ಇದೀವಿ. ಇವ್ಳು ಶಾಲೆ ಉಟ್ಕಂಡು ಮೆರೆದ್ದೂ ಮೆರೆದ್ದೆ!" ಎಂದು ತಾಯಿ ವಾಗೀಶಿಯ ಗುಡಿಸಲ ಕಡೆಗೆ ತಿರುಗಿ ಥೂ ಎಂದು ಉಗುಳಿದಳು.

ಆ ವಾಗೀಶಿ ಆರ್ಮುಗಂನ ಹೆಂಡತಿ. ಅವರದೇ ಒಂದು ಪುಟ್ಟ ಕಥೆ.

"ದಯಾನಂದ ಫ್ಲೋರ್ ಮಿಲ್ಸ್"ನಲ್ಲಿ ಕೆಲಸಮಾಡಲು ಆರ್ಮುಗಂ ಹೋಗುತ್ತಿದ್ದ. ಗೋಧಿ, ರಾಗಿ, ಅಕ್ಕಿ, ಜೋಳ ಮುಂತಾದವುಗಳನ್ನು ಯಂತ್ರಕ್ಕೆ ಹಾಕಿ ಬೀಸಿಕೊಡುವ ಕೆಲಸ.

"ಬಾಳ ಬೇಸ್ರದ ಕೆಲ್ಸ" ಎಂದು ಅವನು ಯಾವಾಗಲೂ ಗೊಣಗುತ್ತಿದ್ದ.

ಬೆಳಗ್ಗೆ ಏಳು ಗಂಟೆಗೆಲ್ಲಾ ಆರ್ಮುಗಂ ಮಿಲ್ಲಿನಲ್ಲಿರಬೇಕು. ಯಜಮಾನರ ಆಜ್ಞೆ ಹಾಗೆ. ಇದ್ದದ್ದೋ ಇಲ್ಲದ್ದೊ ಇಷ್ಟು ತಿಂದು ಆರ್ಮುಗಂ ಕೆಲಸಕ್ಕೆ ಹೊರಡುತ್ತಿದ್ದ. ಬೆಳಗಿನಿಂದ ಸಂಜೆಯವರೆಗೆ ಒಂದು ಗಳಿಗೆ ಬಿಡುವಿಲ್ಲದ ಹಾಗೆ ಆ ಯಂತ್ರದ ಜೊತೆ ತಾನೂ ಯಂತ್ರವಾಗಿ ದುಡಿಯುತ್ತಿದ್ದ. ಅಷ್ಟು ದುಡಿತಕ್ಕೆ ದಿನಕ್ಕೆ ಹತ್ತಾಣೆ ಕೂಲಿ. ಮೂರು ಜನರ ಸಂಸಾರ ಏನು ತಿಂದು ಬದುಕಬೇಕು ? ಆದರೂ ಅವರಿನ್ನೂ ಬದಕುತ್ತಲೇ ನಡೆದಿದ್ದರು.

ವಾಗೀಶಿ ಜಂಭದ ಹೆಂಗಸು. ತಿನ್ನಲಿಕ್ಕಿಲ್ಲದಿದ್ದರೂ ಬಿಂಕ ಬಹಳ. ಮಣ್ಣುದಿಬ್ಬದ ಮೇಲಿರುವ ಇತರ ಹೆಂಗಸರನ್ನು ಕಂಡರೆ ಅವಳಿಗೆ ತಿರಸ್ಕಾರ.

ಒಮ್ಮೆ ವಾಗೀಶಿ ಹಟ ತೊಟ್ಟಿದ್ದಳು. "ಶ್ಯಾಲೆ ತಂದ್ಕಡು" ಎಂದು. ಅದಕ್ಕಾಗಿ ಗಂಡಹೆಂಡರಿಬ್ಬರೂ ಒಂದು ವಾರ ಉಪವಾಸ ಬಿದ್ದರು. ಬಚ್ಚಿಟ್ಟಿದ್ದ ಹತ್ತು ರೂಪಾಯಿಗಳನ್ನು ಗಂಡನ ಕೈಗೆ ತಂದುಕೊಟ್ಟಳು ವಾಗೀಶಿ. ಹಾಗೆ ಹೊಸ ಸೀರೆ ಬಂತು. ವಾಗೀಶಿ ಅದನ್ನುಟ್ಟು ಓಣಿಯಲ್ಲೆಲ್ಲಾ ಓಡಾಡಿದಳು. ಮಾತನಾಡಿಸಿದ ನಾಯಕನ ಹೆಂಡತಿಯ ಕಡೆಗೆ ನೋಡಿ "ಇಶೀ" ಎಂದು ಮಗುವನ್ನು ಕರೆದುಕೊಂಡು ಬಂದುಬಿಟ್ಟಿದ್ದಳು.

ಅದು ಅವಳ ಕತೆ. ಆರಿಹೋಗುತ್ತಿದ್ದ ಬೆಂಕಿಯ ಮುಂದೆ ಕುಳಿತು ಚಳಿ ಹೋಗಲಾಡಿಸಿ ಕೊಳ್ಳುತ್ತಿದ್ದವರ ಮಾತಿಗೆ ವಾಗೀಶಿ ವಸ್ತುವಾದಳು.

"ಅವಳಿಗೊಳ್ಳೇದಾಗಾಕಿಲ್ಲ, ದೇವರವ್ನೆ!" ಎಂದು ಬಂದಾಕೆಯೊಬ್ಬಳು ನೆಟಿಕೆ ಮುರಿದಳು.

ಮಧ್ಯಾಹ್ನದ ಹೊತ್ತಿಗೆ ಮಳೆ ಪೂರ್ತಿ ನಿಂತಿತು. ಅದುವರೆಗೂ ಮರೆಯಾಗಿದ್ದ ಸೂರ್ಯ ನೆತ್ತಿಯ ಮೇಲೆ ಕಾಣಿಸಿಕೊಂಡನು. ಮುದುರಿ ಕುಳಿತಿದ್ದವರೆಲ್ಲಾ ಹೊರಗೆ ಬಂದರು.

ನಾಯಕ ಆಕಾಶ ನೋಡಿದ. ದೂರದಲ್ಲಿ ಮೂಡಿದ ಬಣ್ಣಬಣ್ಣದ ಕಾಮನ ಬಿಲ್ಲು ನೋಡಿ, "ಇನ್ನು ಮಳೆ ಬರಾಕಿಲ್ಲ!" ಎಂದ.

ಶೀಲಿ ಎದ್ದು ಕುಳಿತಳು. ಕಣ್ಣು ಹೊಸಕಿಕೊಂಡು ಹೊರಬಂದಾಗ, ಗುಡಿಸಲ ಮುಂದೆ ನಿಂತ ನೀರು ಅವಳನ್ನು ಕೂಗಿ ಕರೆಯಿತು. ಆ ಕೊಚ್ಚೆ ನೀರನ್ನು ಕೈ ಬೊಗಸೆಯಲ್ಲಿ ಹಿಡಿದು ಕೆಳಗೆ ಬಿಟ್ಟಳು. ಕಾಲನ್ನು ನೀರಿನಲ್ಲಿಟ್ಟು ನೀರು ಚಿಮ್ಮುತ್ತಾ ಆಡತೊಡಗಿದಳು.

ನಾಯಕ ಅತ್ತಿತ್ತ ನೋಡಿದ. ಬಾಯಲ್ಲಿ ತುಂಬಿಟ್ಟುಕೊಂಡಿದ್ದ ಅಡಕೆಲೆ ಉಗಿದಾದ ಮೇಲೆ, ಮೈ ಮುರಿದುಕೊಂಡು ಆಕಳಿಸಿದ. ಮುರಿದುಹೋದ ಗುಡಿಸಲನ್ನು ಎತ್ತಿ ಸರಿಪಡಿಸುವವರನ್ನು ನೋಡಿ ಅವನಿಗೆ ಖುಷಿಯಾಯಿತು. ತನ್ನ ಗುಡಿಸಿಲಿನೊಳಗೆ ನುಗ್ಗಿ ಸೂರಿಗೆ ಸಿಕ್ಕಿಸಿದ್ದ ದುಪಟಿ ತೆಗೆದು ತಲೆಗೆ ಕಟ್ಟಿಕೊಂಡ.

"ಎಲ್ಲಿಗೊಬ್ಬಂಟಿ ?" ಎಂದು ನೀರು ಗುಡಿಸುತ್ತಿದ್ದ ತಾಯಿ ಕೇಳಿದಳು. ಅವನು ಮುಸುಮುಸು ನಕ್ಕು "ಗುಡ್ಲು ಸರಿಮಾಡ್ತವ್ರೆ, ನೋಡ್ಕಂಬರ್‍ತೀನ್ಲೇ !" ಎಂದು ಹೊರಗೆ ಹೆಜ್ಜೆ ಹಾಕಿದ.

ಮನೀ ಕೆಲ್ಸ ಇವರಿಗೆ ಬ್ಯಾಡ; ಬ್ಯಾರೆಯೋರ ಕೆಲ್ಸಾಂದ್ರೆ ಪರಾಣ! ಎಂದು ತಾಯಿ ಗೊಣಗಿಕೊಂಡಳು. ಮೂಲೆಯಲ್ಲಿ ಗೋಡೆ ದಿಟ್ಟಿಸುತ್ತಾ ಕುಳಿತ ಸೋನ್ಯಾನನ್ನು ನೋಡುತ್ತಾ ಅವಳ ಕಣ್ಣು ಹನಿಗೂಡಿದುವು.

ಸ್ವಲ್ಪ ಹೊತ್ತಿನಲ್ಲೇ ಕುಸಿದುಹೋದ ಗುಡಿಸಿಲಿನ ಬಳಿ ನಾಲ್ಕಾರು ಜನ ಸೇರಿದರು. ನಾಯಕ ಮಣ್ಣು ಅಗೆದುಕೊಟ್ಟ. ಕೊನೆಯ ಮನೆಯ ಹುಡುಗ ಮಣ್ಣು ಕಲೆಸಿದ. ಮನೆ ಮುರಿದ ಅಜ್ಜನ ಸೊಸೆ ಮಣ್ಣು ಹೊತ್ತಳು. ಸೊಸೆಯ ಗಂಡ ಮಣ್ಣಿನ ಗೋಡೆ ಕಟ್ಟಿದ. ಐದಡಿ ಎತ್ತರದ ಗೋಡೆ ಕಟ್ಟಿ, ಅದರ ಮೇಲೆ ತೆಂಗಿನಗರಿಯ ಮಾಡು ಹೊದೆಸಿದರು. ಅಷ್ಟೇ ಅವರ ಮನೆ, ಅರಮನೆ.

ಇಷ್ಟೆಲ್ಲಾ ನಡೆದಿದ್ದಾಗಲೂ ಶೀಲಿ ನೀರಿನಲ್ಲಿ ಆಡುತ್ತಲೇ ಇದ್ದಳು. ಇದ್ದಕ್ಕಿದ್ದಂತೆ "ಏಯ್!" ಎಂದು ಯಾರೋ ಕೂಗಿದ ಸದ್ದಾಗಿ, ಕೂದಲು ಹಿಂದೆ ಸರಿಸಿ ತಿರುಗಿ ನೋಡಿದಳು. ದಿಬ್ಬಕ್ಕೆ ತುಸು ದೂರದಲ್ಲೆ ಒಬ್ಬಾತ ಬರುತ್ತಿದ್ದುದು ಕಾಣಿಸಿತು. ಆತ ಹತ್ತಿರ ಹತ್ತಿರ ಬಂದ ಹಾಗೆ ಇವಳು ಕಣ್ಣರಳಿಸಿ ನೋಡಿದಳು. ಮೊದಲು ಥಳಥಳಿಸುತ್ತಿದ್ದ ಜರೀಪೇಟೆ ಕಂಡಿತು. ಆಮೇಲೆ

ಕಂಡದ್ದು ಗಿರಿಜಾ ಮೀಸೆ. ಅನಂತರ ಉಣ್ಣೆಯ ಕಪ್ಪು ಕೋಟು, ದಿಬ್ಬದ ಸುತ್ತಲೂ ನಿಂತಿದ್ದ ನೀರಿನಲ್ಲಿ ಜೋಪಾನವಾಗಿ ಕಾಲಿಡುತ್ತಾ ಮಲ್ಲಿನ ಪಂಚೆ ಎತ್ತಿಕೊಂಡು ಬರುತ್ತಿದ್ದ ಆತ. ದಿಬ್ಬ ಸಮೀಪಿಸುತ್ತಲೇ "ಏಯ್ ಹುಡುಗೀ" ಎಂದು ಮತ್ತೆ ಕೂಗಿದ.

ಶೀಲಿ ಹುಬ್ಬುಗಂಟಿಕ್ಕಿ ಕೆಳಗಿಳಿದು ಬಂದಳು. ಅವನನ್ನು ಕಾಲಿನಿಂದ ತಲೆಯವರೆಗೂ ದಿಟ್ಟಿಸಿ ನೋಡಿದಳು.

ಅವನ ಬೆಳ್ಳಗಿನ ಪಂಚೆ ಕೊಚ್ಚೆ ತಾಗಿ ಅಲ್ಲಲ್ಲಿ ಕೆಂಪಾಗಿತ್ತು. ಬಲಗೈಲಿ ಛತ್ರಿಯೊಂದನ್ನು ಊರಿ ಹಿಡಿದಿದ್ದ. ಆ ಕೈ ಬೆರಳುಗಳಲ್ಲಿ ಹೊಳೆಯುತ್ತಿದ್ದ ಉಂಗುರಗಳನ್ನು ಕಂಡು ಶೀಲಿಗೆ ವಿಸ್ಮಯವಾಯಿತು. ಸಂಕೋಚವಿಲ್ಲದೆ ಅವಳು ಕೇಳಿಯೇಬಿಟ್ಟಳು.

"ಎಂತಾ ಕಲ್ಲು ಅವು? ತಳತಳ ಪಳಪಳಾಂತವೆ ?"

ಸಾಹುಕಾರನಿಗೆ ರೇಗಿತು. ಮುಖವೆಲ್ಲಾ ಕೆಂಪಾಯಿತು. ಯಾರೀ ಚಿಕ್ಕ ಪೋರಿ? ಮೈ ಮೇಲೊಂದು ಬಟ್ಟೆ ಹಾಕಿಕೊಳ್ಳಲು ಗತಿಯಿಲ್ಲ. ಅಂಥವಳು ತನ್ನನ್ನ ಪ್ರಶ್ನೆ ಬೇರೆ ಕೇಳುತ್ತಿದ್ದಾಳೆ. ಇದೇನು ಬೀದಿಯಲ್ಲಿ ಬಿದ್ದಿರುವ ಕಲ್ಲುಗಳೆ ? ಸಹಸ್ರ ಸಹಸ್ರ ರೂಪಾಯಿ ಸುರಿಸಿರುವ ವಜ್ರಗಳು. ಹಾಗೆಂದುಕೊಳ್ಳುತ್ತಾ ಅವಳನ್ನು ದುರದುರನೆ ನೋಡಿ, "ನಿಮ್ಮಪ್ಪ ಅವನೇನೆ ?" ಎಂದು ಪ್ರಶ್ನಿಸಿದ.

ಶೀಲಿ ಓಡುತ್ತಾ ಹೋಗಿ ನಾಯಕನನ್ನು ಕರೆತಂದಳು.

"ಅಡ್ಡಬಿದ್ದೆ ಬುದ್ಧೀ" ಎಂದು ನಾಯಕ ಎರಡು ಕೈಗಳನ್ನು ಮುಗಿದು ಹಲ್ಲು ಕಿರಿದ.

"ಇಲ್ಲಿ ಮನೆ ಕಟ್ಟಿಸ್ಬೇಕೂಂತ ಮಾಡಿದೀನಿ. ಇದು ನನ್ನ ಜಮೀನು ಗೊತ್ತಿದೆಯೋ ಇಲ್ಲವೋ ?"

"ಗೊತ್ರೀ ನನ್ನೊಡ್ಯಾ."

"ಇನ್ನೆರಡು ದಿನಗಳೊಳಗೆ ನೀವೆಲ್ಲಾ ಜಾಗ ಖಾಲಿ ಮಾಡ್ಬೇಕು. ಇಲ್ದಿದ್ರೆ ಆಳುಗಳನ್ನು ಕರ್‍ಕೊಂಡ್ಬಂದು ಒದ್ದೋಡಿಸ್ತೀನಿ !"

ಅಷ್ಟು ಹೊತ್ತು ಹಲ್ಲು ಕಿರಿಯುತ್ತಿದ್ದ ನಾಯಕನ ಮುಖ ಗಂಭೀರವಾಯಿತು.

"ಎಲ್ಲೋಗಾನಾ ಬುದ್ದಿಯೋರೆ ?" ಎಂದು ಆತ ಕೇಳಿಕೊಂಡ.

"ನನ್ನೇನು ಕೇಳ್ತೀ ಬಡ್ಡಿಮಗ್ನೆ? ಒಳ್ಳೆ ಮಾತ್ನಿಂದ ಹೋದ್ರೋ ಸರಿ... ಇಲ್ದಿದ್ರೆ ಪೊಲೀಸಿನೋರನ್ನ ಕರ್‍ಕೊಂಡ್ಬರ್‍ಬೇಕಾಗುತ್ತೆ!"

ಕ್ಷಣಮಾತ್ರದಲ್ಲಿ ಹತ್ತಾರು ಜನ ಅಲ್ಲಿ ಸೇರಿದರು. ಬಿಸಿಲಿನಲ್ಲಿ ಮಿರುಗುತ್ತಿದ್ದ ಅವರ ಕಪ್ಪು ಮೈಗಳನ್ನು ನೋಡಿ ಸಾಹುಕಾರನಿಗೆ ದಿಗಿಲಾಯಿತು. ಅದನ್ನು ತೋರಿಸಿಕೊಳ್ಳದೆ ಅವನು ದಪ್‌ದಪ್ ಎಂದು ಸದ್ದುಮಾಡುತ್ತಾ ಅಲ್ಲಿಂದ ಹೊರಟುಹೋದ.

ಅವನು ಮರೆಯಾಗುವುದನ್ನೇ ಆ ಜನ ನೋಡುತ್ತಾ ನಿಂತಿದ್ದರು. ಅವರೆಲ್ಲರ ಮುಖದ ಮೇಲೆ ಮ್ಲಾನತೆಯ ಗೆರೆಗಳು ಕಾಣಿಸಿಕೊಂಡವು.

"ಎಲ್ಲಿ ಓಗಾನಾ" ಎಂದು ನಾಯಕ ಆಕಾಶದ ಕಡೆಗೆ ನೋಡುತ್ತಾ ನಿಂತ.

ಅವರ ದಿಬ್ಬದ ಸುತ್ತಲೂ ನಿಂತಿದ್ದ ನೀರು, ಸುತ್ತಮುತ್ತಲ ಸಮಾಜದ ಸಂಪರ್ಕದಿಂದ ಅವರನ್ನು ಬೇರ್ಪಡಿಸಿತ್ತು. ಪ್ರಪಂಚದ ಎಲ್ಲ ಜನರಿಂದಲೂ ತಾವು ಬೇರೆ, ನಮ್ಮ ಜೊತೆಗೆ ಯಾರೂ ಇಲ್ಲ, ಎನ್ನುವ ಭಾವ ಅವರ ಮನಸ್ಸಿನಲ್ಲಿ ಹಣಿಕಿಹಾಕುತ್ತಿತ್ತು.

ಅಲ್ಲಿ ಸೇರಿದ ನಾಲ್ಕಾರು ಯುವಕರು, "ನಾವೀ ಜಾಗ ಬಿಟ್ ಓಗಾಕಿಲ್ಲ, ಓರಾಡಾನ!"

ಎಂದು ಕಿರಿಚಾಡಿದರು ಅವರು.

"ಯಾವುದ್ರಿಂದ ಓಡಾಡೋದು. ನಮ್ಕೈಲಿ ಏನೈತೆ? ಅವರ್ತಾವ ಸರ್ಕಾರ ಐತೆ, ಪೊಲೀಸವ್ರೆ!" ಎಂದು ಹಿರಿಯರು ಹೇಳಿದರು.

"ಅಂಗಾದ್ರೆ ಏನ್ಮಾಡಾನ? ಎಲ್ಲಿಗೋಗಾನ?"

"ಇಲ್ಲಿನ ಋಣ ಅರೀತು. ಒರಡಾನ ಇನ್ನ...ಎಲ್ಲಿಗೆ? ಇಂಗೇ ದಾರಿಗುಂಟ..." ಎಂದು ತಲೆಯ ಮೇಲೆ ಕೈ ಹೊತ್ತ ನಾಯಕ.

ಆರ್ಮುಗಂನ ಪಕ್ಕದಲ್ಲಿ ಕುಳಿತು ವಾಗೀಶಿ ಅಳುತ್ತಾ "ನಾವೆಲ್ಲಿಗೋಗೋದು?" ಎಂದು ರೋದಿಸತೊಡಗಿದಳು. ಹಟ್ಟಿಯಲ್ಲಿ ಒಟ್ಟಾಗಿ ಕುಳಿತಿದ್ದ ಹಿರಿಯರ ಕಡೆಗೆ ಕೈಮಾಡಿ ತೋರಿಸಿ ಆರ್ಮುಗಂನೆಂದ: "ಅವರೆಲ್ಲಾ ಎಲ್ಲಿ ಒಗ್ತಾರೋ ಅಲ್ಲೆ."

ತಾನಿಷ್ಟು ದಿವಸ ದೂರಿದ ತಾಯಂದಿರ ಜೊತೆಗೇ ಇನ್ನು ತಾನು ಬಾಳಬೇಕಲ್ಲಾ ಎಂಬುದನ್ನು ನೆನೆಸಿಕೊಂಡು ವಾಗೀಶಿ ಸಂಕಟದಿಂದ, ದುಃಖದಿಂದ ಬಿಕ್ಕಿಬಿಕ್ಕಿ ಅತ್ತಳು. ಅಳುವಿನಲ್ಲಿ ಅಹಂಕಾರ ಕರಗಿತು. ವಾಗೀಶಿ ಮಗುವನ್ನು ಕರೆದುಕೊಂಡು ಹೋಗಿ ತನ್ನಂತೆಯೇ ಭಿಕಾರಿಗಳಾದ ಇತರ ತಾಯಂದಿರ ಬಳಿ ಕುಳಿತಳು.

ಮರುದಿನ ಮುಂಜಾವದ ನಸುಬೆಳಕಿನಲ್ಲಿ ಅವರೆಲ್ಲಾ ಹೊರಟರು. ಮೈ ಮೇಲೆ ಹೊತ್ತ ಮಕ್ಕರಿ, ಗುದ್ದಲಿ, ಮಡಿಕೆಕುಡಿಕೆಗಳು, ಮಾಡಿಗೆ ಹೊದಿಸಿದ್ದ ತೆಂಗಿನಗರಿಗಳು, ಹರುಕುಬಟ್ಟೆಯ ಗಂಟುಗಳು, ಇವಿಷ್ಟೇ ಅವರ ಆಸ್ತಿ. ಇದು ಹಗಲು-ರಾತ್ರೆ, ಹುಟ್ಟಿದಾಗಿನಿಂದ ದುಡಿದು ಅವರು ಸಂಪಾದಿಸಿದ್ದ ಹಿರಿಯ ಆಸ್ತಿ.

ಕಾಗೆಗಳು ಚೀರುತ್ತಿದ್ದವು. ಅವರು ಆವರೆಗೆ ಸಾಕಿದ ನಾಯಿಗಳು ಬೌ ಬೌ ಎಂದು ಬೊಗಳುತ್ತಾ ಆ ಜಾಗದಿಂದ ತಾವು ಯಾಕೆ ಹೋಗಬೇಕು ಎಂದು ಪ್ರಶ್ನಿಸುತ್ತಿದ್ದವು. ಮಕ್ಕಳು ಹಸಿವಿನಿಂದ ಅಳುತ್ತಿದ್ದರು. ದೂರದಿಂದ ನಿಂತು ನೋಡಿದವರಿಗೆ ಕಾಣಿಸುತ್ತಿದ್ದುದು ಮಸಕುಮಸಕಾದ ಆಕೃತಿಗಳು ಮಾತ್ರ. ಎಲ್ಲಿಗೋ ಕೊನೆಯಿಲ್ಲದ ಪಯಣಕ್ಕೆ ಹೊರಟ ಯಾತ್ರಿಕರಂತಿದ್ದರು ಅವರು.

ಬೆಳಕು ಹರಿದಾಗ, ಸಾಹುಕಾರರ ಆಳುಜನ ಬಂದು ಗುಡಿಸಲುಗಳನ್ನು ಉರುಳಿಸತೊಡಗಿದರು.

ಸೋನ್ಯಾನ ಕೈಯನ್ನು ತನ್ನ ಹೆಗಲಮೇಲಿಟ್ಟುಕೊಂಡು ನಡೆದಿದ್ದ ಶೀಲಿ ದೂರದಿಂದ ತಿರುಗಿನೋಡಿದಳು. ಸಾಹುಕಾರರ ಆಳುಗಳು ತಮ್ಮ ಗುಡಿಸಲನ್ನೂ ಕಿತ್ತುಹಾಕುತ್ತಿದ್ದುದನ್ನು ಕಂಡು ಕೂಗಾಡಿದಳು.

"ಅವ್ವಾ ನೋಡ್ಲೇ! ಅವ್ರು ನಮ್ ಗುಡ್ಲನ್ನ ಕಿತ್ತಾಕ್ತಿರೋದೂ..."

ಎಲ್ಲರೂ ತಿರುಗಿ ನೋಡಿದರು. ಸಾಹುಕಾರರ ಆಳುಜನ ತಮ್ಮ ಗುಡಿಸಲುಗಳಿಗೆ ಹಾಕುತ್ತಿದ್ದ ಏಟು ತಮ್ಮ ಹೃದಯಕ್ಕೆ ತಗಲುತ್ತಿದ್ದಂತೆ ಅವರಿಗೆ ಭಾಸವಾಯಿತು.

ಹಾಗೆ ಮಣ್ಣುದಿಬ್ಬ ನೆಲಸಮವಾಯಿತು. ಆ ಸ್ಮಶಾನದ ಮೇಲೆ ಇನ್ನು ಸ್ವಲ್ಪ ಸಮಯದಲ್ಲೇ ಸಾಹುಕಾರನ ಮಹಡಿ ಮನೆಯ ನಿರ್ಮಾಣ. ○

○ ವೀಣಾ ಶಾಂತೇಶ್ವರ

ಹನುಮಾಪುರದಲ್ಲಿ ಹನುಮಜಯಂತಿ

1

ಹನುಮಜಯಂತಿಯ ದಿನ ಮುಂಜಾನೆ ಹನುಮಾಪುರದ ಚಾವಡಿಯಲ್ಲಿ ಸಾಧಾರಣ ದೊಡ್ಡದೇ ಅನ್ನಬಹುದಾದ ಜನರ ಗುಂಪೊಂದು ಸೇರಿತ್ತು. ಕೆಲವರ ಮುಖಗಳಲ್ಲಿ ಹೇಳತೀರದ ರೋಷ; ಇನ್ನು ಕೆಲವರಲ್ಲಿ ಅಷ್ಟೇ ತೀವ್ರವಾದ ಹಟ; ಉಳಿದ ಬಹಳ ಜನರಲ್ಲಿ ಕುತೂಹಲ. ಸೇರಿದ ಜನರಲ್ಲಿ ರಾಮಗೌಡರು, ಗೋಪಾಲಾಚಾರ್ಯರು, ಸರಪಂಚ ಶಂಕರಶೆಟ್ಟರು ಮುಂತಾದ ಒಬ್ಬಿಬ್ಬರನ್ನು ಬಿಟ್ಟರೆ ಉಳಿದವರೆಲ್ಲ ಬಿಸಿರಕ್ತದವರೇ. ಗಂಟೆ ಇನ್ನೂ ಎಂಟೇ ಆಗಿದ್ದರೂ ಬೇಸಿಗೆಯ ಉರಿಬಿಸಿಲು ಮೈ-ನೆತ್ತಿ ಸುಡುತ್ತಿತ್ತು. ಬರಿಯ ಪಂಚೆ ಅಥವಾ ಧೋತ್ರ ಮಾತ್ರ ಉಟ್ಟಿದ್ದ ಜನಗಳ ಕರಿಯ ಬಣ್ಣ ಬಿಸಿಲಿಗೆ ಮಿಂಚುತ್ತಿತ್ತು. ಆದರೆ ಯಾರಿಗೂ ಬಿಸಿಲಿನ ಪರಿವೆ ಇದ್ದಂತಿರಲಿಲ್ಲ. ಕಾರಣ – ಮೊದಲನೆಯದಾಗಿ, ಅವರೆಲ್ಲ ಹನುಮಾಪುರದಲ್ಲೇ ಹುಟ್ಟಿ ಬೆಳೆದವರು. ಅಲ್ಲಿಯ ಕರಿಮಣ್ಣಿಗೆ ಉರಿಬಿಸಿಲಿಗೆ ಹೊಂದಿಕೊಂಡು ಜೀವನ ನಡೆಸುತ್ತಿದ್ದವರು. ಎರಡನೆಯದಾಗಿ, ಇಂದು ಮುಂಜಾನೆ ಅವರು ಯಾರೂ ಬಿಸಿಲಿನ ಪರಿವೆ ಮಾಡುವ ಮನಃಸ್ಥಿತಿ ಯಲ್ಲಿರಲಿಲ್ಲ. ಅವರೆಲ್ಲ ಇಲ್ಲಿ ಕಳೆದ ವರ್ಷವಿಡೀ ಊರಲ್ಲಿ, ಊರ ಜನದ ಮನದಲ್ಲಿ ಹೊಗೆಯಾಡುತ್ತಲಿದ್ದು ಇಂದು ಒಮ್ಮೆಲೇ ಭುಗಿಲ್ಲೆಂದ ಸಮಸ್ಯೆಯೊಂದರ ಸೋಕ್ಷಮೋಕ್ಷವನ್ನು ಇತ್ಯರ್ಥ ಮಾಡಲೆಂದು. ಹನ್ನೆರಡು ಗಂಟೆಗೆಲ್ಲ ಊರಿನ ಹನುಮಂತ ದೇವರ ತೇರು ಹೊರಡಬೇಕು. ಅಷ್ಟರೊಳಗಾಗಿ ಸಮಸ್ಯೆ ಬಗೆಹರಿಯಬೇಕು. ಅಂತೆಯೇ ಜನರೆಲ್ಲ ಪಂಚರ ಸಮೇತವಾಗಿ ಚಾವಡಿಯಲ್ಲಿ ಸೇರಿದ್ದರು.

ಜಗಳಕ್ಕೆ ಕಾರಣ ಗುಡಿಯಲ್ಲಿ ಕಲ್ಲಾಗಿ ನಿಂತ ಹನುಮಂತ ದೇವರು. ಹನುಮಾಪುರದ ಹನುಮಂತ ಸುತ್ತಲೆಲ್ಲ ಬಹಳ ಪ್ರಸಿದ್ಧಿ ಪಡೆದ ಜಾಗೃತವೆನಿಸಿದ ದೇವರು. ಸಾಕ್ಷಾತ್ ಶ್ರೀರಾಮದೇವರು ಅವತಾರ ಸಮಾಪ್ತಿ ಮಾಡುವ ಮುನ್ನ ನಮ್ಮ ಭಕ್ತಾಗ್ರೇಸರನಾದ ಹನುಮಂತನನ್ನು ಕರೆದು ಆತ ಕಲಿಯುಗದಲ್ಲಿ ಪಾಪೀ ಜನರ ಕಲ್ಯಾಣಾರ್ಥವಾಗಿ ಹನುಮಾಪುರದಲ್ಲಿ ನೆಲೆಸಬೇಕೆಂದು ಅಪ್ಪಣೆ

ಕೊಡಿಸಿದರೆಂದೂ ಸ್ವಾಮಿಯ ಆಜ್ಞಾಪಾಲನೆಗಾಗಿ ಹನುಮಂತ ರಾಮಾಯಣ ಕಾಲದಿಂದಲೇ ಇಲ್ಲಿ ನೆಲೆನಿಂತನೆಂದೂ ಸ್ಥಳಪುರಾಣ. ಆ ಹಳ್ಳಿಗೆ ಆ ಹೆಸರು ಬಂದಿದ್ದೂ ಈ ದೇವರಿಂದಲೇ. ಊರಿನ ಜನರ ಜೀವನದಲ್ಲಿ ಹನುಮಂತ ಒಂದಾಗಿ ಹೋಗಿದ್ದಾನೆ. ಆತನ ಅಪ್ಪಣೆ ಇಲ್ಲದೆ ಊರಲ್ಲಿ ಯಾರೂ ಏನೂ ಮಾಡುವುದಿಲ್ಲ. ಮಗಳ ಲಗ್ನ ನಿಶ್ಚಯ ಮಾಡಬೇಕಾದರೆ, ಹೊಲ ಮಾರಬೇಕಾದರೆ, ದಾಯಾದಿಯ ಸೊಕ್ಕು ಮುರಿಯಬೇಕಾದರೆ, ಮಳೆಯಾಗದಿದ್ದರೆ, ಎಮ್ಮೆ ಕಳೆದರೆ – ಎಲ್ಲಕ್ಕೂ ಹನುಮಂತನ ಪ್ರಸಾದ ಅವರಿಗೆ ಬೇಕು.

ಊರಿನ ಜನಸಂಖ್ಯೆ ಮೂರು ನೂರಕ್ಕೂ ಕಡಿಮೆ. ಅವರಲ್ಲಿ ಒಂದು ಕಾಲುಭಾಗಕ್ಕಿಂತ ಕಡಿಮೆ ಬ್ರಾಹ್ಮಣರು; ಇನ್ನೊಂದು ಕಾಲುಭಾಗಕ್ಕಿಂತ ತುಸು ಹೆಚ್ಚು ಲಿಂಗಾಯತರು; ಉಳಿದವರು ಒಕ್ಕಲಿಗರು, ಹೊಲೆಯರು. ಬ್ರಾಹ್ಮಣರ ಮಣ್ಣಿನ ಮನೆಗಳೆಲ್ಲ ಗುಡಿಯ ಸುತ್ತಲಿನ, ಅಗಸೀ ಬಾಗಿಲ ಒಳಗಡೆಯ ಆವರಣದಲ್ಲಿ; ಬಾಗಿಲಾಚೆ ಲಿಂಗಾಯತರ ಹಂಚಿನ ಮನೆಗಳು; ಇದು ಬಿಟ್ಟು ಅರ್ಧ ಫರ್ಲಾಂಗಿನಾಚೆ ಕೆಳಜಾತಿಯವರೆನ್ನಿಸಿದವರ ಹಟ್ಟಿಗಳು. ದೇವರ ಪೂಜಾರರು ಎಂದಿನಿಂದಲೂ ಶೆಟ್ಟರ ಮನೆತನದವರು. ಮುಂಜಾನೆ ಊರ ಬ್ರಾಹ್ಮಣರು ಊರಾಚೆಯ ನದಿಯಲ್ಲಿ ಸ್ನಾನ-ಆಹ್ನಿಕ ಮುಗಿಸಿ ಗುಡಿಗೆ ಬಂದು ಅಭಿಷೇಕ ಮಾಡಿ ಹೊರಗೆ ಬಂದ ನಂತರವೆ ಪೂಜಾರಿಯಾದ ಶೆಟ್ಟಿ ಹೊಳೆಗೆ ಹೋಗಿ ಜಳಕಮಾಡಿ ಒದ್ದೆಯಲ್ಲೇ ಗುಡಿಗೆ ಬಂದು ಪೂಜೆ ಮಾಡುವನು. ನಂತರದ ಆರತಿಗೆ ಎಲ್ಲರೂ ಸೇರುವರು. ವರ್ಷಕ್ಕೊಮ್ಮೆ ಬರುವ ಹನುಮಜಯಂತಿ ಆ ಊರಿಗೆ ದೊಡ್ಡ ಹಬ್ಬ. ಅಂದು ಬ್ರಾಹ್ಮಣರು ದೇವರಿಗೆ ವಿಶೇಷ ಪಂಚಾಮೃತ ಅಭಿಷೇಕ, ಪವಮಾನ ಹೋಮ ಮಾಡುವರು. ನಂತರ ನೂರಾರು ವರ್ಷಗಳ ಹಿಂದಿನ ಹಳೆಯ ಕಟ್ಟಿಗೆಯ ತೇರು ವಾದ್ಯ ವೈಭವಗಳೊಂದಿಗೆ ಅಗಸಿಯಿಂದ ಹೊರಟು, ಊರಲ್ಲಿ ಒಂದು ಸುತ್ತು ಹಾಕಿ, ಗುಡಿಯ ಎದುರಿಗೆ ಬಂದು ನಿಲ್ಲುವುದು. ತೇರಿನಿಂದ ಉತ್ಸವ ಮೂರ್ತಿಯನ್ನು ಕೆಳಗಿಳಿಸಿದ ನಂತರ ಗುಡಿಯೊಳಗೆ ತರುವ ಮುನ್ನ ಮೊದಲು ಊರಿನ ಹಿರಿಯ ಗೋಪಾಲಾಚಾರ್ಯರು ತೆಂಗಿನಕಾಯಿ ಒಡೆದು ಮಂಗಳಾರತಿ ಮಾಡುವರು. ನಂತರ ಇನ್ನೊಬ್ಬ ಹಿರಿಯ ರಾಮಗೌಡರು ಎರಡನೇ ಕಾಯಿ ಒಡೆಯುವರು. ಅವರ ಮನೆಯ ಹೆಂಗಸರು ಆರತಿ ಬೆಳಗುವರು. ಇದು ಪುರಾತನ ಕಾಲದಿಂದಲೂ ನಡೆದುಬಂದ ಸಂಪ್ರದಾಯ.

ಇಂದಿನ ಜಗಳಕ್ಕೆ ಕಾರಣವೂ ಇದೇ. ಪಟ್ಟಣದಿಂದ ಅಲ್ಪಸ್ವಲ್ಪ ವಿದ್ಯೆ ಕಲಿತು ಬಂದ ರಾಮಗೌಡರ ಕಿರಿಯ ಮಗ ವೀರಭದ್ರಗೌಡ ಹಾಗೂ ಆತನ ಚಮಚಾಗಳಾದ ಹಳ್ಳಿಯಲ್ಲಿನ ಇತರ ಕೆಲ ಅನ್ಯಜಾತಿಯ ತರುಣರು ಒಂದು ವರ್ಷದಿಂದಲೂ ನ್ಯಾಯವೆಬ್ಬಿಸಿದ್ದರು-ಉತ್ಸವ ಮೂರ್ತಿಗೆ ಮೊದಲ ಕಾಯನ್ನು ಯಾವಾಗಲೂ ಬ್ರಾಹ್ಮಣರೇ ಏಕೆ ಒಡೆಯಬೇಕು ? ದೇವರ ಪೂಜೆ ಮಾಡುವವರು ಶೆಟ್ಟರು; ದೇವಾಲಯದ ಟ್ರಸ್ಟಿನ ಚೇರ್‌ಮನ್‌ರು ಗೌಡರು; ಹಬ್ಬ-ಹುಣ್ಣಿಮೆ-ಉತ್ಸವಗಳಂದು ಗುಡಿಯ ಪೌಳಿನಲ್ಲಿ ಮಂಟಪ-ದೀಪ ಹಾಕುವವರು, ಅಲಂಕಾರ ಮಾಡುವವರು, ಎಲ್ಲ ವೆಚ್ಚ ಹೊರುವವರು, ಅಯ್ಯನವರು; ದಿನಾ ಗುಡಿಯ ಕಸಬಳಿಯುವ ದೇವದಾಸಿಯರು, ಶನಿವಾರಕ್ಕೊಮ್ಮೆ ಪಾಲಕಿಯ ನಂತರ ಸಂಗೀತ ಸೇವೆ ಸಲ್ಲಿಸುವವರು ಹೊಲೆಯರು. ಹೀಗಿದ್ದಾಗ ದೇವರೊಂದಿಗೆ ಏನೂ ಸಂಬಂಧವಿಲ್ಲದ ಈ ಬ್ರಾಹ್ಮಣರಿಗೇಕೆ ಮೊದಲು ಕಾಯಿ ಒಡೆಯುವ ಹಕ್ಕು ? ಇಷ್ಟು ವರ್ಷ ಊರಿನ ಬ್ರಾಹ್ಮಣರು ಅಲ್ಪ ಶ್ರಮದಿಂದ ಅತಿ ಲಾಭ ಅನುಭವಿಸಿದ್ದು ಸಾಕು. ಲಿಂಗಾಯತರೇಕೆ ಕಡಿಮೆ? ರಾಮಗೌಡರೇಕೆ ಮೊದಲು

ಕಾಯಿ ಒಡೆಯಬಾರದು? ಈಗ ಕಾಲ ಬದಲಾಗಿದೆ. ಮೊದಲಿನ ಹಾಗೆ ಬ್ರಾಹ್ಮಣರು ತಾವೇ ಶ್ರೇಷ್ಠರೆಂದು ಸಾಧಿಸುವ ಹಾಗಿಲ್ಲ. ಹಾಗೆನ್ನುವವರನ್ನು ಗುಂಡಿಕ್ಕಿ ಕೊಲ್ಲಬೇಕು. ನಮ್ಮ ಹಕ್ಕುಗಳಿಗಾಗಿ ನಾವು ಹೋರಾಡಬೇಕು. ಇಷ್ಟು ದಿನ ನಮಗೆ ಅನ್ಯಾಯವಾಗಿದೆ. ಇನ್ನು ನಾವು ಸುಮ್ಮನಿರುವುದಿಲ್ಲ. ಈ ಸಲ ರಾಮಗೌಡರಿಂದಲೇ ಮೊದಲು ಕಾಯಿ ಒಡೆಸತಕ್ಕದ್ದು. ಇದು ವೀರಭದ್ರಗೌಡ ಹಾಗೂ ಸಂಗಡಿಗರ ಹಟ.

ಗೋಪಾಲಾಚಾರ್ಯರ ಏಕಮೇವ ಪುತ್ರ ಕೇಶವಾಚಾರಿಗೆ ಹಾಗೂ ಉಳಿದ ಬ್ರಾಹ್ಮಣರಿಗೆ ಇದು ದೊಡ್ಡ ಅವಮಾನ. ಪ್ರಾಣದೇವರು ಅಂದರೇನು. ಈ ಶೂದ್ರರು ಪ್ರಾಣದೇವರೊಂದಿಗೆ ತಮ್ಮ ಸಂಬಂಧ ಜೋಡಿಸುತ್ತಾರೆಂದರೇನು – ಎಂದು ಅವರು ಕುದಿಯುತ್ತಿದ್ದಾರೆ. ತಲೆತಲಾಂತರದಿಂದ ತಮಗೆ ಸಲ್ಲುತ್ತ ಬಂದ ಈ ಗೌರವ ಕಸಿಯಲು ಈ ಮಕ್ಕಳು ಎಷ್ಟರವರು? ಇವರ ಯೋಗ್ಯತೆಯೇನು? ಸ್ತೋತ್ರವಿಲ್ಲದೆ, ಮಂತ್ರವಿಲ್ಲದೆ, ಮಂಗಲಾಷ್ಟಕವಿಲ್ಲದೆ, ಮೊಹರಮದಲ್ಲಿ ಮುಸಲರು ಅಲ್ಲಾ ದೇವರ ಮುಂದೆ ಹಾರೆಯಿಂದ ತೆಂಗಿನಕಾಯಿ ಒಡೆಯುವ ಹಾಗೆ ಇವರು ಕಾಯಿ ಒಡೆದರೆ ಪ್ರಾಣದೇವರು ಸ್ವೀಕರಿಸಿಯಾರೆ? ಇಂಥ ಅನ್ಯಾಯವನ್ನೆಂದಿಗೂ ಆಗಗೊಡಬಾರದು. ಇದು ಬ್ರಹ್ಮಮತ.

ಹೊತ್ತು ಏರುತ್ತ ಬಂದಿತ್ತು. ಗುಂಪು ಬಿಟ್ಟು ತುಸು ದೂರ ಕುಳಿತ ಮುದುಕ ರಾಮಗೌಡರ ಮುಖದಲ್ಲಿ ಏನೋ ಕಳವಳ. ಎಲ್ಲ ನೋಡುತ್ತ ಸುಮ್ಮನೆ ಕೂತ ಗೋಪಾಲಾಚಾರ್ಯರಿಗೂ ಎಲ್ಲೋ ಏನೋ ತಪ್ಪುತ್ತಿದೆ ಎಂಬ ಅನಿಸಿಕೆ.

"ನಾವೇನ ಕೇಳಾಕಿಲ್ಲ ಬಿಡ್ರಿ ಈ ಸರೆ. ಕಾಯಿ ನಾವ ಒಡೆಯಾವ್ರು, ಯಾ ಮಗಾ ಅಡ್ಡ ಬರುತಾನೋ ನೋಡ್ತೇವಿ." – ಬಿಸಿಲು ಏರಿದಂತೆ ವೀರಭದ್ರಗೌಡನ ಧ್ವನಿ ಏರುತ್ತಿತ್ತು.

"ಅಧ್ಯಾಂಗ ಒಡೀತೀರಿ ? ಶಾಸ್ತ್ರಸಮ್ಮತ ಆಗೂದಿಲ್ಲ ಅದು. ಪ್ರಾಣದೇವರು ಒಪ್ಪೂದಿಲ್ಲ ಅದ್ನ" ಕೇಶವಾಚಾರಿಯ ವಾದ.

ಸಮಸ್ಯೆಗೆ ಒಮ್ಮೆಲೇ ಬೇರೆ ರೂಪ ಬಂದಿತು.

"ಆಹಾಹಾ ಆಚಾರೀ, ರಾಮನವಮೀ ದಿನಾ ಊರ ಪ್ರಸ್ತ ಆದಾಗ ಹಿತ್ತಲಬಾಗಿಲಿಂದ ಮರಾ ತುಂಬಾ ಉಂಡೀ ಕಳವು ಮಾಡಿಕೊಂಡು ಹೋಗತೀಯಲ್ಲ. ಒಪ್ಪತಾನೇನು ದೇವರು ಅದನ್ನ?"

"ನನ್ನ ತಪ್ಪ ತಗೀತೀಯಾ ಅಯೋಗ್ಯ? ನಿನ್ಹಾಂಗ ಎಲ್ಲಾರ ಹೊಲಾ ಒತ್ತಿ ಇಟಗೊಂಡ, ಎರಡು ದುಡ್ಡ ಸಾಲಕ್ಕ ನಾಕು ದುಡ್ಡು ಬಡ್ಡೀ ಹಾಕಿ ಮಂದೀ ರಕ್ತಾ ಹೀರೂದಿಲ್ಲ ನಾನು."

"ಬಿಡಬಿಡಲೇ, ಗೊತ್ತೈತ ನೀವು ಆಚಾರೆಪ್ಪಗೋಳು ಮಡೀಯಿಂದ ತೀರಥಾ ತಗೊಂಡು ಬಂದು ಹೊತ್ತ ಮುಳುಗಿದ ಮ್ಯಾಲೆ ಹುಸೇನಿಸಾಬೀ ಹಟ್ಟಿಗೆ ಹೋಗಿ ಕಂಟ್ರೇಡೀಪೋ ಕುಡಿಯೋದು."

"ಮಗನ, ನೀವೆಲ್ಲಾ ಶಿವಪೂಜಾ ಮಾಡಿ ಬಂದು ಅದೇ ಹಟ್ಟ್ಯಾಗ ಕೋಳಿ ಹೊಡೀತೀರಲ್ಲ, ಕಂಡಿಲ್ಲೇನು ನಾವು?"

ಸುಮ್ಮನಿರುವುದು ಇನ್ನು ಸಾಕು ಎನಿಸಿತು ಶಂಕರಶೆಟ್ಟರಿಗೆ: "ತಮ್ಮಗೋಳ್ಯಾ, ಇದು ರೀತಿ ಅಲ್ರೆಪಾ. ನಾವು ಎದಕ್ಕ ಇಲ್ಲಿ ಕೂಡೇವಿ ಅದನ್ನು ಮದ್ಲ ನಿಶ್ಚೇ ಮಾಡೂಣು. ಎಟೊತ್ತಾತು, ತೇರು ಹೊಂಡಬೇಕು ಇನಾ."

ಗೋಪಾಲಾಚಾರ್ಯರೂ ದನಿಗೂಡಿಸಿದರು: "ಹೌದು, ರಥೋತ್ಸವದ ವ್ಯಾಳ್ಯಾ

ಮೀರಬಾರದು. ಹೀಂಗ ನೀವು ಬಡಿದಾಡೂದು ಬಿಟ್ಟು ಹಿರೇರಿಗೆ ಬಿಡ್ರಿ ಎಲ್ಲಾ, ಪಂಚರು ಹೇಳಿದಾಂಗ ನಡಕೊಳ್ರಿ. ಕಲ್ಯಾಣ ಆಗತದ. ಹಾಂಗ ನೋಡಿದ್ರ ಪ್ರಾಣದೇವರಿಗೇ ಕೇಳಬೇಕಿತ್ತು ಈ ಪ್ರಶ್ನೆ. ನೀವು ಹಟಾ ಹಿಡಿದೀರಂತ ಪಂಚರು ಕೂಡ್ಯಾರ."

ವೀರಭದ್ರಗೌಡ, ಕೇಶವಾಚಾರಿ ಸುಮ್ಮನಾದರೂ ಗುಂಪಿನಲ್ಲಿ ಗದ್ದಲ ನಡೆದೇ ಇತ್ತು. ಪಂಚರು ಸಮಾಲೋಚನೆಗೆ ಕೂತಾಗ ಅವರ ಮಾತು ಕೇಳಿಸದಷ್ಟು ಗದ್ದಲ. ತಮ್ಮ ತಮ್ಮ ಪಕ್ಷಗಳಿಗೆ ಜಯ ದೊರಕಿಸಲು ಎರಡು ಗುಂಪುಗಳವರಿಗೂ ಪೈಪೋಟಿ. ಪರಸ್ಪರರ ಮೇಲಿನ ಆರೋಪಗಳಿಗಂತೂ ಕೊನೆಯೇ ಇಲ್ಲ.

ಅರ್ಧ ತಾಸಿನ ನಂತರ, ಇನ್ನೂ ನಂತರ ಉತ್ಸವಮೂರ್ತಿಯ ಎದುರಿಗೆ ಒಂದು ಕಡೆ ಗೋಪಾಲಾಚಾರ್ಯರ ಕಡೆಯವರೂ ಇನ್ನೊಂದು ಕಡೆ ರಾಮಗೌಡರ ಕಡೆಯವರೂ ಕೂಡಿಯೇ ಏಕ ಕಾಲಕ್ಕೆ ಕಾಯಿ ಒಡೆಯಬೇಕೆಂದು ಪಂಚರು ತೀರ್ಪಿತ್ತಾಗ ಗದ್ದಲ ಒಮ್ಮೆಲೇ ಜೋರಾಯಿತು. "ಇಲ್ಲ. ಶಕ್ಯ ಇಲ್ಲ, ನಾವ ಮೊದಲ" "ಅದ್ಯಾಕ್ಯಾದೀತು ? ಇಷ್ಟು ದಿನ ಅವರದ್ದಾತು, ಇನ್ನ ನಾವು ಮೊದ್ಲ ಒಡೆಯಾವ್ರು."

'ಶಿವ ಶಿವಾ', 'ಹರಿ ಹರೀ'ಗಳ ಮಧ್ಯೆ ಯಾರ ಮಾತೂ ಯಾರಿಗೂ ಕೇಳಿಸದಂತಾಯಿತು.

2

ಮಧ್ಯಾಹ್ನ ಹನ್ನೆರಡೂವರೆ. ದೇವರ ತೇರು ಸಾಲಂಕೃತವಾಗಿ ತುತ್ತೂರಿ-ಶಹನಾಯಿಗಳೊಂದಿಗೆ ಊರಿನ ಎಲ್ಲ ಜನರ ನಡುವಿನಿಂದ ಹಾಯ್ದು ಗಂಭೀರವಾಗಿ ಗುಡಿಯ ಮುಂದೆ ಬಂದು ನಿಂತಿತು. ಏನಾಗುವುದೋ ಎಂದು ಎಲ್ಲರ ಎದೆಗಳಲ್ಲಿ ಧಡಧಡಿಕೆ. ಹೆಂಗಸರಿಗಂತೂ ವಿಪರೀತ ಕುತೂಹಲ. ಹನ್ನೆರಡು ವರ್ಷಗಳಿಂದ ಹಾಸಿಗೆ ಹಿಡಿದಿದ್ದ, ತೊಂಬತ್ತು ದಾಟಿದ ರಂಗಜ್ಜಿ ಸಹ ಕುತೂಹಲ ತಾಳದೆ ಮೊಮ್ಮಗಳ ಸಹಾಯದಿಂದ ಬಾಗಿಲಿಗೆ ಬಂದು ಕೂತಿದೆ. ಎಂದೂ ಮಂದಿಯಲ್ಲಿ ಮುಖತೋರದ, ಹದಿನೆಂಟರಲ್ಲೆ ಬೋಳಮ್ಮನಾಗಿ ಕೂತ ಸುಶೀಲಾ, ವೇದಮೂರ್ತಿ ಶ್ರೀನಿವಾಸಾಚಾರ್ಯರ ಕಿರಿಮಗಳು, ಇಂದು ಹೊರ ಬಂದು ಅಶ್ವತ್ಥಕಟ್ಟೆಯ ಮರೆಗೆ ನಿಂತು ನೆರೆದವರನ್ನು ನೋಡುತ್ತಿದ್ದಾಳೆ. ಸದಾ ಲಿಂಗಪೂಜೆಯಲ್ಲಿ ಹೊತ್ತುಗಳೆಯುವ ರಾಮಗೌಡರ ಹೆಂಡತಿ ಹಿರಿಯ ಗೌಡಶಾನಿ ತನ್ನ ಮಡಿ ಮರೆತು ಹೊಲತಿ ಕಾಳಿಯ ಪಕ್ಕದಲ್ಲೇ ನಿಂತಿದ್ದಾಳೆ. ತೇರಿನ ಎದುರಿಗೆ ಎಡಗಡೆ ರಾಮಗೌಡ, ಅವರ ಹಿಂದೆ ಅವರ ಮಕ್ಕಳು, ಉಳಿದ ಲಿಂಗಾಯತರು, ಒಕ್ಕಲಿಗರು. ಬಲಗಡೆ ಗೋಪಾಲಾಚಾರ್ಯರು ಹಾಗೂ ಉಳಿದ ಬ್ರಾಹ್ಮಣ ವೃಂದ.

"ಪಟ್ಟಣಕ್ಕೆ ಹೋಗಿ ಛಲೋ ರಾಜಕೀಯ ಕಲ್ತು ಬಂದಾನ ವೀರಭದ್ರ. ಮೂರೂ ಹೊತ್ತು ಬಡದಾಡಿ ಸಾಯತಿದ್ದ ಈ ಒಕ್ಕಲಿಗ್ಯಾರ ಜೋಡಿ. ಈಗ ನಮ್ಮನ್ನ ಮೆಟ್ಟಿ ಹಾಕಲಿಕ್ಕೆ ಹ್ಯಾಂಗ ಇವರ್ನೆಲ್ಲಾ ಕೂಡಿಸಿಕೊಂಡಾನ ನೋಡ್ರಿ" – ಕೇಶವಾಚಾರಿ ತಡೆಯದೇ ಅಂದ. ವೀರಭದ್ರನ ಉತ್ತರ ಬಾಣದಂತೆ ಹಾರಿಬಂತು "ಈ ರಾಜಕೀಯ ಕಲ್ಯಾಕ ಎಲ್ಲ್ಯೂ ಹೋಗಬೇಕಾಗಿಲ್ಲ. ಇವೆಲ್ಲಾ ಇದ್ಯಾ ಕಲಿಸಾಕ ಅದೀರೆಲಾ ನೀವು ಹಾರೂರ ಮಂದಿ" ಕೇಶವಾಚಾರಿ ಏನೋ ಅನ್ನಬೇಕು, ಆದರೆ ಅಷ್ಟರಲ್ಲಿ ಉತ್ಸವಮೂರ್ತಿಯನ್ನು ಕೆಳಗಿಳಿಸಲಾಯಿತು. 'ಹ, ಗೌಡ್ರ, ಮುಂದಾಗ್ರಿ.' 'ಆಚಾರಿರ ನಡೀರ ಮುಂದ'-ಗಳ ಮಧ್ಯೆ ಕೈಯಲ್ಲಿ ಕಾಯಿ ಹಿಡಿದ ರಾಮಗೌಡರು ಗೋಪಾಲಾಚಾರ್ಯರ ಕಡೆ ನೋಡಿದರು. ಒಮ್ಮೆಲೆ ಅವರಿಗೆ ಬಹಳ

ವರ್ಷಗಳ ಹಿಂದೆ ತಾವಿಬ್ಬರೂ ಹುಡುಗರಾಗಿದ್ದಾಗ, ಒಮ್ಮೆ ಕೆರೆಯ ದಂಡೆಯ ಮಾವಿನ ತೋಪಿನಲ್ಲಿ ಹೀಚು ಗಾಯೊಂದನ್ನು ಗುಬ್ಬಿ ಎಂಜಲು ಮಾಡಿ ತಿಂದದ್ದು ನೆನಪಾಯಿತು. ಗೋಪಾಲಾಚಾರ್ಯರ ಕೈಯಲ್ಲಿನ ಕಾಯಿ ಕೈಯಲ್ಲೇ ಇತ್ತು. ಕಣ್ಣು ರಾಮಗೌಡರ ಕಣ್ಣಲ್ಲಿ. ಎರಡೂ ಗುಂಪುಗಳ ಜನಕ್ಕೆ ಈ ಮೌನ ಅಸಹ್ಯವಾಗಿ ಒಮ್ಮೆಲೇ ನೂಕುನುಗ್ಗಲು ಪ್ರಾರಂಭ ವಾಯಿತು. ಹೋ ಎಂಬ ಅರಚಾಟದಲ್ಲಿ ರಾಮಗೌಡರ ಹಿಂದಿನಿಂದ ಮುಂದೆ ನುಗ್ಗಿದ ಒಬ್ಬಾತ ಅವರ ಕೈಯಲ್ಲಿನ ಕಾಯಿ ಕಸಿದು ಒಡೆದ. ಕಾಯಿ ಒಡೆಯಿತೋ ಇಲ್ಲವೊ, ಮುಗಿಲು ಮುಟ್ಟುವಂತೆ ಕಿರುಚಿತು ಆಚಾರ್ಯರ ಹಿಂದಿನ ಜನ. ಗದ್ದಲದಲ್ಲಿ ಆಚಾರ್ಯರ ಕೈಯಲ್ಲಿನ ಕಾಯಿ ಎಲ್ಲಿ ಬಿತ್ತೋ. ಮುಂದೆ ನುಗ್ಗಿದ ಕೇಶವಾಚಾರಿಯ ಗುದ್ದು ಯಾರ ಬೆನ್ನ ಮೇಲೆ ಬಿತ್ತೊ, ವೀರಭದ್ರನ ಕೈಯಲ್ಲಿಯ ಲಾಠಿ ಯಾರ ಕಾಲು ಮುರಿಯಿತೋ, ಯಾರ ಯಾರ ತಲೆ ಒಡೆದರೋ, ಯಾರು ಬ್ರಾಹ್ಮಣರೋ, ಯಾರು ಶೂದ್ರರೋ ಒಟ್ಟು ಗುಡಿಯ ಆವಾರವೆಲ್ಲ ರಣರಂಗ. – ಎಲ್ಲದಕ್ಕೆ ಮೂಕಪ್ರೇಕ್ಷಕನಾಗಿ ನಿಂತಿದ್ದ ಗುಡಿಯಲ್ಲಿನ ಆಂಜನೇಯ.

3

ಅಂದು ಸಂಜೆ ಹೊಲದಿಂದ ಸೀದಾ ಮನೆಗೆ ಬಂದ ವೀರಭದ್ರಗೌಡ. ದಿನಾ ದಾರಿಯಲ್ಲಿನ ಬಸಪ್ಪನ ಚಾದಂಗಡಿಯಲ್ಲಿ ಬೆಂಚಿನ ಮೇಲೆ ಕುಕ್ಕುರುಗಾಲು ಹಾಕಿ ಕೂತು ಚಹಾ ಕುಡಿಯುತ್ತ ಸಂಜೆ ತಾಸೆರಡು ಕಳೆಯುವುದು ಅವನ ವಾಡಿಕೆ. ಆಗ ಊರಿನ ಇತರ ಲಿಂಗಾಯತ ಹುಡುಗರೂ ಅಲ್ಲಿ ನೆರೆಯುವರು. ಅವರಿಗೆಲ್ಲ ಆತ ಇತ್ತೀಚೆಗೆ ಹನುಮಾಪುರದ ಹೊರಗೆ ಜಗತ್ತಿನಲ್ಲಿ ಹೇಗೆ ಅನ್ಯಜಾತಿಯ ಜನ ಮುಂದೆ ಬರುತ್ತಿದ್ದಾರೆ, ಹೇಗೆ ಈ ಹೊಸ ಜಗತ್ತಿನಲ್ಲಿ ಮೊದಲಿನ ಹಾಗೆ ಎಲ್ಲದಕ್ಕೂ ಬ್ರಾಹ್ಮಣರ ಕಡೆ ನೋಡಬೇಕಾದ ಪ್ರಸಂಗ ಇಲ್ಲವೇ ಇಲ್ಲ; ಹೇಗೆ ಹೊಸ ಕ್ರಾಂತಿಯೊಂದು ಸುರುವಾಗಿದೆ, ಹೇಗೆ ಈ ಬ್ರಾಹ್ಮಣರನ್ನು ಎಲ್ಲ ರೀತಿಯಿಂದ ದೂರವಿರಿಸಿದಾಗ ಮಾತ್ರ ತಮ್ಮ ಉದ್ಧಾರ ಸಾಧ್ಯ – ಇತ್ಯಾದಿ ಬಗ್ಗೆ ಆವೇಶದಿಂದ ಹೇಳುತ್ತಿದ್ದ. ಈಗೀಗ ಈ ಸಭೆಗೆ ಒಕ್ಕಲಿಗರೂ ಬಂದು ಸೇರುತ್ತಿದ್ದರು. ಆದರೆ ಇಂದು ಮಧ್ಯಾಹ್ನದ ಗದ್ದಲದಿಂದ ಆತನ ಮನಸ್ಸು ವ್ಯಗ್ರವಾಗಿತ್ತು. ಅಂತೆಯೇ ಆತ ಸೀದಾ ಮನೆಗೆ ನಡೆದುಬಂದ. ಕಟ್ಟೆ ಮೇಲೆ ಹುಕ್ಕಾ ಸೇದುತ್ತಾ ಕೂತ ಅಪ್ಪನ ಕಡೆ ನೋಡದೆ, ಒಳಗಡೆ ಜಗುಲಿಯ ಮೇಲಿನ ಒಂದು ಮೂಲೆಯಲ್ಲಿ ಎಂದಿನಂತೆ ನರಳುತ್ತ ಬಿದ್ದುಕೊಂಡಿದ್ದ ಸದಾ ರೋಗಿ ಹೆಂಡತಿಯನ್ನು ಮಾತಾಡಿಸದೆ ಸೀದಾ ಒಳಗೆ ಹೋದ. ಅಡಿಗೆಮನೆಯನ್ನು ತೊಳೆಯುತ್ತಿದ್ದ ತಾಯಿಯನ್ನು ನೋಡಿದಾಗ ಇಂದೇಕೋ ಸಂಜೆಯ ಹೊತ್ತಿನಲ್ಲಿ ಇಡೀ ಮನೆಯನ್ನು ತೊಳೆದಿದ್ದು ಆತನ ಲಕ್ಷ್ಯಕ್ಕೆ ಬಂತು. ಮೂಲೆಯಲ್ಲಿನ ಬಚ್ಚಲಲ್ಲಿ ಕಾಲು ತೊಳೆಯುತ್ತಿದ್ದಂತೆ ಆತ ಕೇಳಿದ, "ಇದೇನನೀಯವ್ವ, ಚೆಂಜೀ ಹೊತ್ತಿನಾಗ ಮನೀ ತೊಳ್ಯಾಕ ನಿಂತಿದಿ ?"

ಸರ್‍ರನೆ ಮಗನ ಕಡೆ ತಿರುಗಿದಳು ಗೌಡಶಾನಿ "ನೀ ಬಂದ್ಯಾಯಪ್ಪಾ ? ಮದ್ಯಾನದಾಗ ನಿನ್ನ ಕರ್‍ಯಾಕ ಹಚಗೊಡಬೇಕು ಅಂತಿದ್ನಿ. ಯೇನ ಹೇಳ್ಲಿ, ನಿನ್ನ ಹೆಣ್ತಿ ಒಮ್ಮಿಕಿಲೇ ಕಣ್ಣ ಬೆಳ್ಳಗೆ ಮಾಡಿದ್ಲು, ಈ ಸುಡುಗಾಡ ಊರಾಗ ಒಬ್ಬ ದಾಗದಾರನ ಮಣ್ಣ ? ತಿರಗಾಮುರಗೀ ಆ ಗೋಪಾಲಾಚಾರೀ ಔಸೂದ್ದೇನ ಗತಿ, ಇವತ್ತ ಆಕಿನ್ನ ನೋಡಾಕ ಆ ಆಚಾರಿ ಒಳತನಾ

ಬಂದಾ. ಏನ ಮಣ್ಣ ಕೊಟ್ರಾ. ಜರಾ ಕಮ್ಮ ಆತು. ಈಗ ಮನಿಗ್ಯಾಳು. ಗಾಬರಾಸಿಬಿಟ್ಟೇವು ಎಲ್ಲಾರೂ. ಈ ವಾರಾ ಗಾಡೀ ಕಟ್ಟಿಸಿಗೊಂಡಕ್ಯಾಸಿ ಶಾರಕ್ಕ ಹೋಗಿ ಭಲೋ ದಾಗದಾರನ್ನ ಕರಕೊಂಡು ಬಾ. ಇಂಜೇಶನ್ನರ ಕೊಡ್ಲಿ. ಈ ಗೋಪಾಲಾಚಾರಿ ಮನೀಗೆ ಬರೂದೂ ಸಾಕು ಮನೀ ಎಲ್ಲಾ ಈ ಹಾರೂರ ಮುದುವನಿಂದ ಮುಡಚೆಟ್ಟಾಗಿ ನಾ ಸತಗೋತ ತೊಳ್ಯೂದೂ ಸಾಕು."

* * *

ಗೌಡರ ಸೊಸೆಗೆ ಚಿಕಿತ್ಸೆ ಮಾಡಿ ತಮ್ಮ ಬೇರು–ನಾರುಗಳ ಚಿಕ್ಕ ಪೆಟ್ಟಿಗೆಯನ್ನು ಹೊತ್ತು ಮನೆಗೆ ಹಿಂದಿರುಗಿದ ಗೋಪಾಲಾಚಾರ್ಯರು ಬಾಗಿಲಲ್ಲೆ ನಿಂತು ಹೆಂಡತಿಯನ್ನು ಕೂಗಿದರು "ಏ, ಈ ಪೆಟ್ಟಿಗೀ ಒಳಗ ಒಯ್ದಿಡ, ನಾ ಹೀಂಗ ಒಂದಿಷ್ಟು ಶ್ರೀನಿವಾಸಚಾರ್ಯರ ಕಡೆ ಹೋಗಿ ತುಳಸೀ ತಗೊಂಡು ಬರ್ತಿನಿ."

ಹೊರಗೇ ನಿಂತು, ಬಾಗಿಲಿಗೆ ಬಂದ ಹೆಂಡತಿಗೆ ಪೆಟ್ಟಿಗೆ ಕೊಟ್ಟು ಹಾಗೆಯೇ ತಮ್ಮ ಅಂಗವಸ್ತ್ರದಲ್ಲಿ ಕಟ್ಟಿಕೊಂಡು ಬಂದಿದ್ದ ತಾಜಾ ರಾಜಗಿರಿ ಸೊಪ್ಪಿನ ಎರಡು ದೊಡ್ಡ ಸೂಡುಗಳನ್ನೂ ಅವಳಿಗೆ ಕೊಡುತ್ತಾ ಆಚಾರ್ಯರೆಂದರು "ಇಕಾ, ಹಿಡಿ. ನಾಳೆ ಪ್ರಾಣದೇವರ ನೇವೇದ್ಯಕ್ಕೆ ಪಲ್ಯಾ ಇಲ್ಲಾ ಅಂತ ಜೀವಾ ತಿಂತಿದ್ದಿ. ಬಂತಿಲ್ಲೋ ಪಲ್ಯಾ? ರಾಮಗೌಡಾ ಪಾಪ ಕೇಳದನ ಕೊಟ್ಟಾ."

ಥಟ್ಟನೆ ಪಲ್ಯದ ಸೂಡುಗಳನ್ನು ಬದಿಯ ಕಟ್ಟೆಯ ಮೇಲೆ ಚೆಲ್ಲಿ ಮುಖ ಸಿಂಡರಿಸಿ ಆಕೆ ಅಂದಳು, "ಅಯ್ಯ ಸುಡ್ಲಿ, ಮೊದಲ ಹೇಳಬಾರ್ದ? ನೀರ ಹಾಕಿ ಒಳಗೆ ತಗೋತಿದ್ದೆ. ನಿಮಗ ಹಜಾರಬಾರೆ ಹೇಳೀನಿ. ಹೀಂಗ ಮೈಲಿಗೀ ಮಾಡಬ್ಯಾಡ್ರೀ ಅಂತ. ಸುಮ್ಮನ ರೊಕ್ಕಾ ಕೊಡೂ ಅನ್ರಿ ಅವ್ರಿಗೆ ಔಷಧ ಕೊಟ್ಟಿದ್ದಕ್ಕ. ಇಲ್ದಿದ್ರೆ ಔಷಧಾನ ಕೊಡಬ್ಯಾಡ್ರಿ, ಸಾಯ್ಲಿ ಸೂಳೆಮಕ್ಳು."

ಬದಿಯಲ್ಲೇ ನಿಂತಿದ್ದ ಕೇಶವಾಚಾರಿ: "ಹಾಂಗ ನೋಡಿದರ ಅವರ ರೊಕ್ಕಾನೂ ನಮಗೆ ಮೈಲಿಗೀನ ಅಪ್ಪಾ, ಶೂದ್ರರ ಮನೀಗೆ ಹೋಗೂದ ನನಗೆ ಸೇರೂದಿಲ್ಲ."

4

ಅಂದು ರಾತ್ರಿ ಹನ್ನೆರಡು ಗಂಟೆ. ಹುಣ್ಣಿಮೆಯಾದರೂ ಯಾಕೋ ಒಮ್ಮೆಲೇ ಮಳೆ ಹನಿಯತೊಡಗಿದ್ದರಿಂದ ಅಮಾವಾಸ್ಯೆಯ ಹಾಗೆ ದಟ್ಟ ಕತ್ತಲು ಕವಿದಿತ್ತು. ಸುತ್ತಲಿನ ನಾಲ್ಕು ಮಾರುಗಳಾಚೆ ಏನೂ ಕಾಣಿಸದಷ್ಟು ಕತ್ತಲು. ಇಡಿಯ ಹಳ್ಳಿ–ಗುಡಿಯಲ್ಲಿನ ಆಂಜನೇಯ ಸಹ – ನಿದ್ರಿಸಿದಂತೆ ಕಾಣುತ್ತಿತ್ತು.

ಊರಾಚೆಯ ಕೆರೆಯ ದಂಡೆಯ ಮೇಲಿನ ಮಾವಿನ ತೋಪಿನಲ್ಲಿ ಈಶಾನ್ಯದ ಮೂಲೆಯ ಕಡೆ ದಾಪುಗಾಲು ಹಾಕುತ್ತ ನಡೆದಿದ್ದ ಕೇಶವಾಚಾರಿ. ನಡೆಯುತ್ತ ನಡೆಯುತ್ತ, ನಿಂತು ನಿಂತು ನೋಡುತ್ತ, ಮತ್ತೆ ಮುಂದೆ ನಡೆದಂತೆ ಆತನಿಗೇಕೋ ಇಂದು ತಾನು ದಾರಿ ತಪ್ಪಿದೆನೇ ಅನಿಸತೊಡಗಿತು. ತಾನು ಎಲ್ಲಿದ್ದೇನೆಂದು ಖಚಿತಪಡಿಸಿಕೊಳ್ಳಲು ಆತ ಒಂದ ನಿಮಿಷ ನಿಂತಲ್ಲೇ ನಿಂತು ಸುತ್ತ ನೋಡಿದ. ಹೆಜ್ಜೆಯ ಸಪ್ಪಳು. ಅದರೊಂದಿಗೇ ತುಂಬಿದ ತೋಳುಗಳೆರಡು ಹಿಂದಿನಿಂದ ಆತನನ್ನು ಬಳಸಿದವು: ಇದೇನು ಆಚಾರೆಪ್ನೋರು ಇಂದ ದಾರೀನ ತಪ್ಪೀರಿ? ದಿನದ ಜಾಗೇದಾಗ ಕುಂತ ಕುಂತ ಸಾಕಾಗಿ ಹುಡಿಕ್ಯಾಡಿಕೊಂತ ಬಂದೆ

ನಾ. ಇಲ್ಲೆ ಬ್ಯಾಡ ನಡೀರಿ, ನಮ್ಮ ಜಾಗೇಕ್ಕ ಹೊಗೋಣು. ಏನ ಮರೆವ ನಂದೇವ್ರಿಗೆ ಮಾತು ಮುಗಿಸಲು ಕೊಡದೆ ಹೊಲತಿ ಕಾಳಿಯನ್ನು ಬಿಗಿದಪ್ಪಿ ನೆಲದ ಮೇಲುರುಳಿದ ಕೇಶವಾಚಾರಿಗೆ ನಿಜವಾಗಿ ಎಲ್ಲ ಮರೆವಾಯಿತು.

ಒಮ್ಮೆಲೆ ಬೆಳದಿಂಗಳು ಮೂಡಿ ಬೆಳಕಾದುದರಿಂದ ಸಾವರಿಸಿಕೊಂಡು ಎದ್ದಳು ಕಾಳಿ– "ನಾ ಹೇಳ್ನಿಲ್ಲsa, ಈ ಅರೀದ ಜಾಗೇ ಬ್ಯಾಡ ಅಂತ ? ಏನ ಸಪ್ಪಳಾಕ್ಕೇತಿ ಆ ಕಂಟ್ಯಾಗ" – ಎನ್ನುತ್ತ. ಹಾವು–ಗೀವು ಇದ್ದೀತೆಂದು ಅತ್ತ ತಿರುಗಿ ನೋಡಿದ ಕೇಶವಾಚಾರಿ ಆಕೆ ತೋರಿದ ದಿಕ್ಕಿನತ್ತ – ನೋಡುತ್ತಲೇ ಇದ್ದುಬಿಟ್ಟ; ಕಂಟಿಯೊಳಗಿನಿಂದ ಝಾಡಿಸಿಕೊಂಡು ಎದ್ದ ಮನುಷ್ಯಾಕೃತಿಗಳೆರಡು ಕೈಯಲ್ಲಿ ಕೈ ಸೇರಿಸಿ ಊರ ಕಡೆ ಮುಖ ಮಾಡಿ ಹೊರಟಿದ್ದವು. ಒಂದು ಗಂಡು ಮತ್ತು ಒಂದು ಹೆಣ್ಣು, ಹೌದು, ವೀರಭದ್ರಗೌಡ ಮತ್ತು – ಮತ್ತು ವೇದವಿದ್ಯಾ ಪಾರಂಗತ ಶ್ರೀನಿವಾಸಾಚಾರ್ಯರ ನಾಚುಬುರುಕ ಮುಗ್ಧ ಮಗಳು, ವಿಧವೆ ಸುಶೀಲಾ. ❍

○ ಕೆ. ಸದಾಶಿವ

ನಲ್ಲಿಯಲ್ಲಿ ನೀರು ಬಂದಿತು !!!

ಆರು ಮನೆಗಳ ಸಾಲು ವಠಾರದಲ್ಲಿ ಸೀತಮ್ಮ ಮತ್ತು ರಂಗಮ್ಮನ ಮನೆಗಳು ಒಂದು ಗೋಡೆಯ ಆಚೆ ಈಚೆಯವು. ಸೀತಮ್ಮನ ಮನೆಯಲ್ಲಿ ಕುಳಿತ ರಂಗಮ್ಮ ಹರಟೆ ಕೊಚ್ಚುತ್ತಿದ್ದಳು.

ಕೆಂಪು ಮೋಡ ಪಡುವಣದಲ್ಲಿ ಕರಿ ರೂಪ ತಳೆದು ತಾಸೆರಡು ಇವರ ಮಾತಿನ ಹೊರಳಾಟದಲ್ಲಿ ಕಂಡೂ ಕಾಣದಂತೆ ಮಾಯವಾಗಿತ್ತು.

ಸೀತಮ್ಮನ ಬಸಿರೊಳಗೆ ಜೀವವೊಂದು ಹೊರಳಾಡಿತು... ಇಂದೋ ನಾಳೆಯೋ... ಎನ್ನುವಂತಿತ್ತು.

"ಬಹಳ ದಿಗಿಲಾಗುತ್ತರೀ... ರಂಗಮ್ಮ..."

ಹತ್ತು ಹೆತ್ತ ರಂಗಮ್ಮನ ಮುಂದೆ ನಾಚಿಕೆಯಿಂದ ಅಂದಳು –ಏನಾಗಬಹುದು 'ಅಂದು' ಎಂಬುದನ್ನು ಕೇಳಿ ತಿಳಿದಿದ್ದವಳು ಅನುಭವಿಸದೇ ಇದ್ದುದರಿಂದ ಈವರೆಗೂ...

"ಹಾಗೆಲ್ಲಾ ದಿಗಿಲುಪಟ್ಕೊಬಾರದು ತಾಯಿ..."

ಹೆತ್ತ ಹತ್ತರಲ್ಲಿ ಏಳನ್ನೇ ಉಳಿಸಿಕೊಂಡಿದ್ದ ಆಕೆ ಧೈರ್ಯ ಕೊಡುವ ಮಾತನ್ನು ಎಸೆದಳು... ಕತ್ತಲ ಕೋಣೆಯಲ್ಲಿ ರೆಪ್ಪೆಯಾಡಿಸದ ಜೀವ ಹೊರಳಿದುದರಿಂದ ತಾಯಿ ದೇಹಕ್ಕೆ ನೋವು ಆಗಿತ್ತು... ಕೆಂಪೇರಿದ ಮುಖವನ್ನು ತಗ್ಗಿಸಿದಳು... ನಾಚಿಕೆ ಬಂದು ತುಟಿ ಎರಡಾಗಲು ಬಿಡಲಿಲ್ಲ.

ಒಣಗಿದ ಬರಿದಾದ ಅನ್ನದ ಪಾತ್ರೆಯನ್ನು 'ನೆನಸಲು' ಅಡಿಗೆ ಮನೆಗೆ ಮೆಲ್ಲನೆದ್ದು ಹೋದಳು ಸೀತಮ್ಮ. ನೀರಿಗೆಂದು ನಲ್ಲಿ ತಿರುಗಿಸಿದಾಗ ಅಚ್ಚರಿಯಾಯಿತು... ದಾರವಾಗಿ ಸುರಿಯುತ್ತಿದ್ದ ನೀರನ್ನು ಕಂಡು... ಘಳಿಗೆಯೆರಡರಲ್ಲಿ ಸುರಿಯುವ ದಾರವೂ ನಿಲ್ಲಬಹುದೆನ್ನಿಸಿತು.

"ನೀರು ನಿಲ್ಲೋಹಾಗಿದೆ ರಂಗಮ್ಮ..."

ಕೆಟ್ಟ ವಾರ್ತೆಯೊಂದು ಕಿವಿಗೆ ಬಿದ್ದಂತೆ, ಕುಳಿತ ತಳಕ್ಕೆ ಬಿಸಿಯೇರಿದಂತೆ ಎದ್ದೋಡಿದಳು ಮನೆಗೆ – ರಂಗಮ್ಮ. ಕೊಡವನ್ನು ನಲ್ಲಿಯ ಬುಡದಲ್ಲಿಟ್ಟು ನಲ್ಲಿ ತಿರುಗಿಸಿದಳು. ಧೈರ್ಯ ವಾಯಿತು – ಹುರಿಯಷ್ಟು ಗಾತ್ರ ಸುರಿಯುತ್ತಿದ್ದ ನೀರನ್ನು ನೋಡಿ.

ಹಾಗಲ್ಲಿ ನಲ್ಲಿ ತಿರುಗಿಸಿದುದರಿಂದ ಸೀತಮ್ಮನ ಮನೆಯ ನಲ್ಲಿ ಕೋಪಿಸಿ ಕೊಂಡಿತು – ಕೂಗಿತು.

"ಕೊರ್..."

ಸೀತಮ್ಮ ನೋಡಿದಳು... ಹಿಂದೆ ಬದುಕಿದ್ದ ಅಜ್ಜ ಮರಣಶಯ್ಯೆಯಲ್ಲಿ ಉಬ್ಬಸದಿಂದ ನರಳಿದಾಗ ಅವನ ಮೂಗಿನಿಂದ ಇಂಥದೇ ಒಡಕು ಸ್ವರ ಹೊರಟಿತ್ತು.

ದಾರವಾಗಿದ್ದುದು ಹನಿಯಾಯಿತು... ಕೊನೆಗೂ ನಿಂತಿತು.

ಎಂದೂ ಹೀಗೆಯೇ.

ಆಚೆ ಮನೆಯಲ್ಲಿ ನಲ್ಲಿ ತಿರುಗಿಸಿದಾಗ ಇವಳ ಮನೆಯ ನಲ್ಲಿ 'ಗೊರ್' ಎಂದು ಗುರುಗುಟ್ಟಿ ಮುಷ್ಕರ ಹೂಡುವುದು... ಪಾಪವೆನಿಸಿ ಆಕೆ ಬಿಟ್ಟರೆ ಇಲ್ಲಿ ನೀರು ಬರಬಹುದು – ಅಷ್ಟೆ.

ನೀರು ತುಂಬಿಡಲು ಮರೆತುದು ಆಕಸ್ಮಿಕವಾಗಿ... ಹಾಗೆ ಮರೆತುದೇ ಅಚಾತುರ್ಯವಾಯಿತು... ನೀರು ನುಂಗಿ ನಿಂತ ನಲ್ಲಿಯನ್ನೆ ದೀಪದ ಬೆಳಕಿನಲ್ಲಿ ನೋಡುತ್ತಿದ್ದ ಸೀತಮ್ಮನಿಗೆ ರಂಗಮ್ಮನ ಮನೆಯಲ್ಲಿ ಬುಳುಬುಳೆಂದು ನೀರು ಕೊಡದಲ್ಲಿ ತುಂಬಿಕೊಳ್ಳುತ್ತಿದ್ದುದು ಕೇಳಿಸದೇ ಇರಲಿಲ್ಲ... ಬಿಂದಿಗೆ ಮುಕ್ಕಾಲು ತುಂಬಿ ಕತ್ತಿನವರೆಗೂ ನೀರು ಏರುತ್ತಿದ್ದ ಸದ್ದು ಆಲಿಸಿದಾಗ, ಇನ್ನು ಆಕೆ ನಲ್ಲಿ ನಿಲ್ಲಿಸಬಹುದೆಂದು ಯೋಚಿಸಿದಳು... ಆದರೆ ಬಿಂದಿಗೆ ತುಂಬಿದಾಗ ಅದರ ನೀರನ್ನು ಹಂಡೆಗೆ ಸುರಿದು ಪುನಃ ನಲ್ಲಿಯ ಬುಡಕ್ಕೆ ಬಿಂದಿಗೆಯಿಟ್ಟ ಸದ್ದು ಕೇಳಿದಾಗ ತನ್ನ ಎಣಿಕೆ ತಪ್ಪೆಂದು ಗ್ರಹಿಸಿದಳು... ಬಸಿರೊಳಗೆ ಭಾರ ಇದ್ದುದರಿಂದ ನಿಲ್ಲಲಾರದೆ ಅಲ್ಲೆ ಕುಳಿತಳು... ನೋವು ಈಗೊಮ್ಮೆ ಆಗೊಮ್ಮೆ ಕಾಣಿಸಿಕೊಳ್ಳುತ್ತಿತ್ತು.

"ಕುಡಿಯೋಕೆ ತೊಟ್ಟು ನೀರಿಲ್ಲ... ಬಿಡ್ತೀರಾ ರಂಗಮ್ಮಾ..."

ರಂಗಮ್ಮನಿಗೆ ಕೇಳುವಂತೆ ಏರುದನಿಯಲ್ಲಿ ಕೂಗಿದಳು.

ರಂಗಮ್ಮ – ಎಣಿಸುತ್ತಿದ್ದಳು – ಹಂಡೆ ತುಂಬಲು ನಾಲ್ಕು ಬಿಂದಿಗೆ... ಕೊಳತಪ್ಪಲೆಗೆ ಎರಡು... ದೊಡ್ಡ ಬಾನಿಗೆ...

"ನಾಳೆ ನೀರು ಹಾಕ್ತೀಯಾ ?"

ಅಚ್ಚರಿಯಿಂದ ಗಂಡನ ಕಡೆ ನೋಡಿದ್ದಳು.

"ಯಾವ ದೇವ್ರು ನಿಮಗಿಂಥಾ ಬುದ್ಧಿ ಕೊಟ್ನೋ... ಸದ್ಯ ಹಾಕ್ಕೊಳ್ಳಿ..."

ಪತಿರಾಯ ಬೆಳಿಗ್ಗೆಯಷ್ಟೇ ನುಡಿದಿದ್ದರು... ಹಂಡೆಗೆ ನೀರು ತುಂಬುವಾಗ ಆ ನೆನಪು ಆಯಿತು... ಸದ್ಯ ಹಂಡೆ ಕೊಳತಪ್ಪಲೆ ತುಂಬುವಷ್ಟಾದರೂ ನೀರು ಬಂದರೆ ಬೆಳಿಗ್ಗೆ 'ಅವರಿಗೆ' ನೀರು ಹಾಕಬಹುದು... ಹಾಳು ಮುಂಡೇದು... ಇಂದೇ ನಿಲ್ಲಬೇಕೆ ?...

"ರ‍್ರೀ ರಂಗಮ್ಮ... ಸ್ವಲ್ಪ ನೀರು ಬಿಡ್ರಿ... ಕುಡಿಯೋಕೆ ತೊಟ್ಟೂ ಇಲ್ಲ..."

ತಾರಸ್ಥಾಯಿಯಲ್ಲಿ ಸೀತಮ್ಮ ಕಿರುಚಿದುದು ನೀರು ಸುರಿಯುವ ಸದ್ದಿಗೂ ಮಿಗಿಲಾಗಿ ಕೇಳಿತು...

('ಅಬ್ಬಾ !... ಎಷ್ಟು ಜೋರಾಗಿ ಹೊಡ್ಕೊತಾಳೆ ಬಾಯಿ ಬಡ್ಕಿ?...')

"ಬಿಡ್ತೀನಿ ತಾಳ್ರಿ..." ಈಕೆಯೂ ಅಷ್ಟೇ ಜೋರಾಗಿ ಉತ್ತರಿಸಿದಳು...

'ಕೊನೆಗೂ ಕೇಳಿಸ್ತಲ್ಲ... ಅಬ್ಬಾ... ಸ್ವಲ್ಪ ನೀರು ಬಿಡೀಂದ್ರೆ ಹೇಗೆ ಆಡ್ತಾರಪ್ಪ... ಏನು ತಲೆಮೇಲೆ ಹಾಕ್ಕೊಂಡು ಹೋಗ್ತಿದ್ರೆ..' ನಲ್ಲಿಯ ದಂಡೆಯ ಮೇಲೆ ಕುಳಿತ ಸೀತಮ್ಮ

ಯೋಚಿಸಿದಳು – ನಾಲ್ಕು ನಾಲ್ಕು ಬಾರಿ ಕೂಗಿದ ನಂತರ ಆಕೆ ಉತ್ತರಿಸಿದುದಕ್ಕಾಗಿ.

ಮತ್ತೂ ಮೂರು ನಿಮಿಷವಾಯಿತು...

ಸಣ್ಣಗೆ ನೋವು ಕಾಣಿಸಿಕೊಂಡಿತು... ಮುಖದಲ್ಲಿ ಕಂಡೂ ಕಾಣದಂತೆ ಬೆವರು ಮೂಡಿತು... ಜೊತೆ ಜೊತೆಯಲ್ಲೇ ಭಯವೂ ಆಯಿತು. ಪತಿರಾಯ ಊರಲ್ಲಿಲ್ಲ... ಬೆಳಿಗ್ಗೆಯಷ್ಟೇ ದೊಡ್ಡ ಸಾಹೇಬರೊಡನೆ ದೂರದೂರಿಗೆ ಇನ್‌ಸ್ಪೆಕ್ಷನ್ನಿಗೆಂದು ಹೋಗಿದ್ದರು. ಅವರಿರುವಾಗಲೇ ನೋವು ಕಾಣಿಸಿಕೊಂಡಿದ್ದರೆ ಪ್ರಯಾಣವನ್ನು ತಪ್ಪಿಸಬಹುದಿತ್ತು... 'ರೆ' ಪ್ರಪಂಚದಲ್ಲಿ ತೇಲಾಡುವಷ್ಟರಲ್ಲೇ ನೆನಪಾಗಿ ಕೂಗಿದಳು...

"ರ್‍ರೀ... ಸ್ವಲ್ಪ ನೀರು ಬಿಡ್ರಿ..."

ಆಕೆಯ ಹೆಸರನ್ನೂ ಕೂಗಿ ಕರೆಯುವ ಸಂಯಮವನ್ನು ಕಳೆದುಕೊಂಡಳು.

"ಸರಿ... ಇದ್ದದ್ದೇ... ಇನ್ನು ಮೂರೂ ಕೊಡ ಆದಮೇಲೆ ಮಹಾರಾಯ್ತಿ ಹಾಗೆ ಎಲ್ಲಾ ನೀರನ್ನೂ ಅವಳೇ ಕುಡೀಲಿ... ಯಾರು ಬೇಡವೆಂದರು?... ನಾನೇನು ತಲೆ ಮೇಲೆ ಹೊತ್ಕೊಂಡು ಹೋಗಬೇಕೆ?..."

ಗೊಣಗುಟ್ಟಿದ ರಂಗಮ್ಮ ಮತ್ತೆ ಕೂಗಿ ಹೇಳಿದಳು–

"ಆಯ್ತೂರೀ... ಬಿಡ್ತೀನೀ..." 'ಅಯ್ಯೋ, ಯಾಕೆ ಹೊಡ್ಕೊಳ್ತಿ'– ಎನ್ನುವ ಧಾಟಿಯಲ್ಲೇ.

ಹಾಗೆ ಕೂಗುಹಾಕುವಾಗಲೇ ಕೂಸಿನ ಕಿರಿಬೆರಳ ಗಾತ್ರದಲ್ಲಿ ಸುರಿಯುತ್ತಿದ್ದ ನೀರಿಗೂ ಕ್ಷಯವಾಗಿ ಕೊನೆಗೆ ನಿಂತಿತು.

ನಲ್ಲಿ ಕೂಗಿತು... 'ಗೊರ್...'

"ಥತ್!... ಇನ್ನೆರಡು ಕೊಡವಾಗಿದ್ರೆ ಸಾಕಾಗಿತ್ತು... ಹಾಳು ಮುಂಡೇದು" – ನಲ್ಲಿ ಕೆಲಸಗಾರರಿಗೂ ಕೂಡಿಸಿಯೇ ಹಿಡಿ ಶಪಿಸಿದಳು ರಂಗಮ್ಮ.

ನೀರು ನಿಂತಿದ್ದುದು ಕೇಳಿಸಿತು – ಸೀತಮ್ಮನಿಗೆ. 'ಕೊನೆಗೂ ನಿಲ್ಲಿಸಿದರಲ್ಲ' ನಲ್ಲಿಯನ್ನು ತಿರುಗಿಸಿದಳು.

ನೀರು ನಿಂತಿತ್ತು!

ಸೀತಮ್ಮನಿಗೆ ವ್ಯಥೆಯಾಯಿತು... ದುಃಖವಾಯಿತು...

'ಛೆ!... ಆಕೆಗೆ ಅಷ್ಟೂ ಕರುಣೆ ಬರಲಿಲ್ಲ!... ಕುಡಿಯೋದಕ್ಕೆ ನೀರಿಲ್ಲಾಂದ್ರೂ ನಿಲ್ಲಿಸಲಿಲ್ಲವಲ್ಲ!... ಒಂದೆರಡು ಚೊಂಬಿನಷ್ಟಾದರೂ ಆಗಿದ್ದರೆ ಸಾಕಿತ್ತು...' ಯೋಚಿಸುತ್ತಲೇ ಮತ್ತೆ ಕೂಗಿದಳು.

"ರ್‍ರೀ... ಸ್ವಲ್ಪ ಬಿಡ್ರಿ..." – ಸಹನೆ ಮೀರಿ, ದುಃಖ ಎದೆಯಲ್ಲಿ ಒತ್ತಿ ಬಂದಿದ್ದರೂ, ಕೋಪ ಮೈಯುದ್ದಕ್ಕೂ ಮಿಂಚಿದ್ದರೂ ತೋರಗೊಡದೆ ಕೂಗಿದಳು.

"ನಿಲ್ಲಿಸ್ದೀನ್ರೀ..."

ದಿಗಿಲಾಯಿತು ಸೀತಮ್ಮನಿಗೆ... ಯೋಚಿಸಿದಂತೆಯೇ ನೀರು ಪೂರ್ತಿ ನಿಂತುಹೋಗಿತ್ತು.

'ಅಬ್ಬಾ, ಕೊನೆಗೂ ಹಟ ಸಾಧಿಸಿದರಲ್ಲ ಆಕೆ!' – ಎಂದೆನಿಸಿತು. ಕಣ್ಣಿನಲ್ಲಿ ಹನಿಯೊಂದು ತುಳುಕಿತು. 'ಹತ್ತು ಹೆತ್ತವರಾದರೇನು? – ಕರುಳಿಗೆ ಮಾತ್ರ ಮರುಕವಿಲ್ಲ' – ಎಂದುಕೊಂಡಳು.

ನೋವು ಮತ್ತೆ ಕಾಣಿಸಿಕೊಂಡಿತು. ಹಸಿವು ಪೈಪೋಟಿ ಹೂಡಿತ್ತು. ಮೆಲ್ಲನೆ ಹೊರಳಿ ತಟ್ಟೆಯನ್ನಿಟ್ಟುಕೊಂಡಳು. ಚೊಂಬೊಂದರಲ್ಲಿ ಹಗಲಿನಲ್ಲಿ ನೀರಿಟ್ಟಿದುದು ನೆನಪಿಗೆ ಬಂದಿತು. ಆಸೆಗಣ್ಣಿನಿಂದ ಮೂಲೆಯಲ್ಲಿದ್ದ ಚೊಂಬನ್ನು ನೋಡಿದಳು. ತುಂಬ ಅಲ್ಲದಿದ್ದರೂ ಮುಕ್ಕಾಲು ಚೊಂಬು ನೀರಿತ್ತು. ತುಸು ಧೈರ್ಯವಾಯಿತು.

ಅನ್ನ ಬಡಿಸಿಕೊಂಡು ಅರ್ಧ ಊಟವಾಗುವಾಗಲೇ ಮತ್ತೊಮ್ಮೆ ನೋವು ಹೆಚ್ಚಿತು.

"ಹಾಗೇನಾದ್ರೂ ನೋವು ಕಾಣಿಸಿಕೊಂಡ್ರೆ ಸ್ವಲ್ಪ ಜೀರಿಗೆ ಕಷಾಯ ಮಾಡಿ ಕುಡೀರಿ... ಹಾಗೂ ನಿಲ್ದೆ ಇದ್ರೆ ಬಂದು ಕರೀರಿ... ಬರ್‍ತೀನಿ..."

ಮೊನ್ನೆಯಷ್ಟೇ ಸೂಲಗಿತ್ತಿ ಸುಂದರಮ್ಮ ಮನೆಗೆ ಬಂದು ತನ್ನನ್ನು ಪರೀಕ್ಷಿಸಿ ಹೋಗುವಾಗ ನುಡಿದಿದ್ದರು.

"ಹೆದರಿಕೆ ಏನೂ ಇಲ್ಲವಷ್ಟೆ?"

"ಛೆ!... ನಾನಿಲ್ವೆ?..."

ಪತಿ ಕೇಳಿದುದಕ್ಕೆ ಸುಂದರಮ್ಮ ಹಾಗೆ ಧೈರ್ಯವಿತ್ತಿದ್ದರು... ಪಾಪ... ಎಷ್ಟು ಒಳ್ಳೆಯವರಾಕೆ!... ತನಗೆ ತಾಯಿಯಿಲ್ಲ... ತವರಿಗೆ ಕರೆಸಿಕೊಳ್ಳುವಷ್ಟು ಇರುವ ತಂದೆಗೆ ಚೈತನ್ಯವಿಲ್ಲವೆಂದಾಕೆಗೆ ತಿಳಿದಾಗ, ಹೆತ್ತಮ್ಮನಿಗೂ ಮಿಗಿಲಾಗಿ ಮರುಗಿದ್ದರು.

ನೆನಪು ಒಡೆಯಿತು...

ಕಷಾಯ ಮಾಡಿಕೊಳ್ಳಬೇಕು...ಕೈಯಲ್ಲಾಗದು ಎಂದು ಮನವರಿಕೆಯಾದಾಗ ರಂಗಮ್ಮನಿಗೆ ಕರೆಯುವುದೇ ಎಂದು ಒಮ್ಮೆ ಯೋಚಿಸಿದಳು. ಮರುಕ್ಷಣವೇ ಸ್ವಾಭಿಮಾನ ಕೆರಳಿತು... 'ಉಹುಂ...ಬೇಡ... ಚೊಂಬು ನೀರಿಗಾಗಿ ಎಷ್ಟೆಲ್ಲ ಆಡಿದರಾಕೆ? ನಾನಾಗಿ ಏಕೆ ಕೂಗಲಿ?...?' ಎನಿಸಿತು.

ನೋವಿನಿಂದಾಗಿ ಅನ್ನ ಗಂಟಲಿಗಿಳಿಯಲಿಲ್ಲ... ಎದ್ದು ಕೈತೊಳೆದು, ಕಷ್ಟದಿಂದಲೇ ಅಗ್ಗಿಷ್ಟಿಕೆ ಹಚ್ಚಿ ಎರಡು ಲೋಟ ನೀರನ್ನು ಕುದಿಸಿ ಕಷಾಯ ಮಾಡಿದಳು...

ನಲ್ಲಿಯಲ್ಲಿ ನೀರು ನಿಲ್ಲುವಾಗಲೇ ರಂಗಮ್ಮನಿಗೆ ಕೋಪ ಉಕ್ಕೇರಿತ್ತು... ಇನ್ನೊಂದೆರಡು ಬಿಂದಿಗೆ ಎನ್ನುವಷ್ಟರಲ್ಲೇ ನೀರು ನಿಂತಿತ್ತು. ಅಷ್ಟರಲ್ಲೇ ಸೀತಮ್ಮನ ಕೂಗು ಕೇಳಿಸಿತು. ಮೈ ಉರಿಯುರಿಯಾಯಿತು. ನೀರು ನಿಂತಿತೆಂದು ತಾನು ಯೋಚಿಸುವಾಗಲೇ ಅವಳು ಹಾಗೆ "ನೀರು ನಿಲ್ಲಿಸಿ" – ಎಂದು ಕೂಗಿ ಕೆಣಕುವುದೇ? '...ಹೊಟ್ಟುರಿದುಕೊಂಡ್ಲು... ಈಗ ಸಾಯ್ಲಿ ನೋಡೋಣ... – ಎನ್ನಿಸಿತು. ತುಂಬಿಟ್ಟ ಹಂಡೆ, ಪಾತ್ರೆಗಳಿಗೆ ಮುಚ್ಚಿ, ಗುಟುಕು ನೀರು ಕುಡಿದು, ದೀಪವಾರಿಸಿ ಹಜಾರಕ್ಕೆ ಬಂದಳು... ಆಗಲೇ ಪತಿರಾಯರು ಗೊರಕೆ ಹೊಡೆಯುತ್ತಿದ್ದರು... ಮಕ್ಕಳು ಕನಸು ಕಾಣುತ್ತಿದ್ದರು... ಗೋಡೆಗೆ ಸಿಕ್ಕಿಸಿದ್ದ ಬುಡ್ಡಿಯನ್ನು ತೆಗೆದುಕೊಂಡು ರೂಮಿಗೆ ಹೋಗಿ ಗಂಟೆ ನೋಡಿದಳು. ಹನ್ನೊಂದೂವರೆಯಾಗಿತ್ತು. ಪುನಃ ಹಜಾರಕ್ಕೆ ಬಂದು ಹಾಸಿಗೆಯನ್ನು ಬಿಡಿಸಿದಳು. ಹಾಸಿಗೆ ಬಿಡಿಸುವಾಗ ಅನ್ನಿಸಿತು–ಆಕೆ ನೀರಿಲ್ಲವೆಂದು ಹೊಡ್ಕೊಂಡ್ಲು... ಕೇಳಿದರೆ ಚೊಂಬು ನೀರು ಕೊಡುತ್ತಿರಲಿಲ್ಲವೆ?... ಏನಿಲ್ಲದಿದ್ದರೂ ಜಂಭವೊಂದಿಷ್ಟಾದರೂ ಇದೆ... ಹುಂ...ಯಾರು ಕೇಳ್ತಾರೆ ಇದನ್ನೆಲ್ಲ... ಸೆಟೆದು ಕೂತರೆ ಕೂರಲಿ... ಯಾರಿಗೆ ನಷ್ಟ? ನೀರು ನಿಂತದ್ದು ನನ್ನ ತಪ್ಪೆ?...'

ಹಾಸಿಗೆ ಹೊರಳಿಸಿ ಧೂಳು ಕೊಡಹಿದಳು... ತಟಕ್ಕನೆ ಹಾಲು ಮುಚ್ಚಿಡದೇ ಇದ್ದುದು ನೆನಪಾಗಿ ಅಡಿಗೆಮನೆಗೋಡಿದಳು–

ಮಾಡಿದ ಕಷಾಯವನ್ನು ಆರಿಸಿ, ಕುಡಿದು ಹೊರಬಂದು ಹಾಸಿಗೆ ಬಿಚ್ಚಿ ರಗ್ಗನ್ನು ಝಾಡಿಸಿದಳು ಸೀತಮ್ಮ –

'ನಾನಿನ್ನು ನಾಲ್ಕು ದಿನ ಊರಲ್ಲಿರೋಲ್ಲ' 'ತಾಯಿ– ದಯವಿಟ್ಟು ಆಕೇನ ನೋಡ್ಕೊಳ್ಳೋ ಭಾರ ತಮ್ದು– ರಾತ್ರಿ ನೀವು ನಮ್ಮನೇಲಿ ಸ್ವಲ್ಪ ಮಲ್ಕೊಂಡಿದ್ರೆ–'

'ಅಯ್ಯೋ ಅದ್ಕೇನು – ನಾನೇನು ಮನುಷ್ಯಳಲ್ಲವೇ... ಖಂಡಿತಾ ಮಲ್ಕೋತೀನಿ– ನೀವು ನಿರಾತಂಕವಾಗಿ ನಿಮ್ಮ ಕೆಲ್ಸಕ್ಕೆ ಹೋಗಿ – ನನ್ನ ಮಕ್ಳಲ್ಲಿ ಒಬ್ಳು ನಿಮ್ಮ ಸೀತಮ್ಮ–'

ದೂರದೂರಿಗೆ ಪತಿರಾಯ ಹೋಗುವ ಮುನ್ನ ಆಕೆಯನ್ನು ಕರೆದು ನುಡಿದು, ತನಗೆ ಸಂತೈಸಿ, ಧೈರ್ಯ ತುಂಬಿ, ಕಾಲು ಕಿತ್ತಿದುದು – ಎಲ್ಲ ನೆನಪಿಗೆ ಬಂದಿತು... ಪಾಪ ಅವರು ದೂರದಲ್ಲಿದ್ದರೂ ಮನಸ್ಸು ಮನೆಯನ್ನೇ ಕುರಿತು ಚಿಂತಿಸುತ್ತಿರಬಹುದೆಂದು ಎದೆ ನುಡಿಯಿತು – ಅಂತೆಯೇ ಕತ್ತಲಲ್ಲಿ ತಾನೊಬ್ಬಳೇ ಇರಬೇಕಾದ ಪರಿಸ್ಥಿತಿಯನ್ನು ಯೋಚಿಸಿದಾಗ ತುಡಿಯುವ ಎದೆಯಲ್ಲಿ ಭಯ ತುಂಬಿತು. ಆಕೆಯನ್ನು ಮಲಗಲು ಕರೆಯುವುದೇ ಎಂದು ಯೋಚಿಸುವಾಗ ಮತ್ತೊಂದು ಮನಸ್ಸು 'ಊಹೂ... ನೋಡೋಣ... ಆಕೆಯೇ ಬರಬಹುದು... ಬೆಳಿಗ್ಗೆಯಷ್ಟೇ ತನ್ನ ಗಂಡನೊಂದಿಗೆ ಹಾಗೆ ಧೈರ್ಯ ಕೊಟ್ಟಿರಲಿಲ್ಲವೆ ?... ಅದು ನೆನಪಿರದೇ ಇರುತ್ತದೆಯೇ... ?' ಎಂದಿತು.

ಭಯದ ನಡುವೆಯೇ ಬಂದ ಬಿಗುಮಾನ ಭೂತವಾಯಿತು...

ಬೇಕೆಂದೇ ರಗ್ಗನ್ನು ಮತ್ತೊಮ್ಮೆ ಬಿರುಸಾಗಿ ಝಾಡಿಸಿದಳು ಆಕೆಗೆ ಕೇಳಿಸಲೆಂದು. ಸದ್ದು ಕೇಳಿ ಬರಬಹುದು...

ಹಾಗೊಂದು ವೇಳೆ ಬಾರದಿದ್ದರೆ ?

ಆಗ ತಾನೇ ಕೂಗುವುದೇ ? ಅಥವಾ...

ಹಾಸಿಗೆಯ ಮೇಲುಹೊದಿಕೆಯನ್ನು ಝಾಡಿಸುವವರೆಗೂ ಪ್ರಶ್ನೆಗೆ ಉತ್ತರಿಸಲೆತ್ನಿಸಿದಳು... ಅಸ್ಪಷ್ಟ ಉತ್ತರ ಭಯಾನಕವಾಗಿತ್ತು... ಗೌರವಕ್ಕೆ ಕಮ್ಮಿಯೆನಿಸಿಕೊಂಡು ಕರೆಯುವುದೂ ಆಗದ ಮಾತು. ಹಾಗೆಂದು ಒಬ್ಬಳೇ ಮಲಗುವುದೂ ಅಸಾಧ್ಯದ ವಿಷಯ... ಹೊಟ್ಟೆಯೊಳಗಿನ ನೋವು ಒಮ್ಮೊಮ್ಮೆ ಅವಳ ನಿಶ್ಚಯವನ್ನು ಸಡಿಲಿಸುತ್ತಿತ್ತು– ಧೈರ್ಯವನ್ನು ಕರಗಿಸುತ್ತಿತ್ತು... 'ಥೂ, ಹಾಳು ನೋವು...' ಎಂದೆಂದುಕೊಳ್ಳುವಾಗಲೇ ನೋವು ಕಳೆದು ಮುಂದೆ ತಾನು ಕಾಣಬಹುದಾದ ದೃಶ್ಯವನ್ನು ಕಲ್ಪಿಸಿಕೊಂಡಾಗ ಮೈಯುದ್ದಕ್ಕೂ ನಾಚಿಕೆ ಹರಿದಂತಾಯಿತು... ದೀಪ ಚಿಕ್ಕದು ಮಾಡಿ ಹಾಸಿಗೆಯ ಮೇಲೆ ಮೈಯಾನಿಸಿ, ಮಂದ ಬೆಳಕಿನಲ್ಲಿ ಬೆಣ್ಣೆ ಮಗುವಿನ 'ಆ' ಫೋಟೋವನ್ನು ನೋಡುತ್ತ ಆಕೆ ಬರುವುದನ್ನೇ ಕಾಯುತ್ತಿದ್ದಳು...

ರಗ್ಗು ಝಾಡಿಸಿದುದು ರಂಗಮ್ಮನಿಗೂ ಕೇಳಿಸಿತು.

"ಏನು...ಕೇಳಿಸ್ತ ?..."

"ಏನು ?..."

"ರಾತ್ರಿ ಅವಳ ಮನೇಲಿ ಮಲ್ಕೋತೀನಿ..."

"ಅದೇನು ?..."

"ಆತ ಊರಲ್ಲಿಲ್ಲ–ಹೇಳಿಹೋದ್ರು– ಪಾಪ ದಿನ ತುಂಬ್ದೋಳು–"

"ಆಗ್ಲಿ–ಅದ್ಕೇನು–"

ಹಗಲಿನೂಟವಾಗುವಾಗಲೇ ಪತಿಯಿಂದ ಅನುಮತಿ ಪಡೆದಿದ್ದಳು. ಸೀತಮ್ಮ ರಗ್ಗು ಝಾಡಿಸಿದಾಗ ಅದು ನೆನಪಿಗೆ ಬಂದಿತು. ಆದರೂ ಸುಮ್ಮನಿದ್ದಳು– ಅವಳಿಗೆ ಕೋಪ ಬಂದರೆ ತಾನೇನು ಮಾಡಲು ಸಾಧ್ಯ ! – ಇಷ್ಟು ಸಣ್ಣ ವಿಷಯಕ್ಕೆಲ್ಲ ಕೋಪಿಸಿಕೊಂಡಳೆಂದರೆ ಯಾರಾದರೂ ನಕ್ಕಾರು – ಸೆಟೆದು ಕೂತರೆ ಕೂರಲಿ ತನಗೇನು ಅಗತ್ಯ, ಹೋಗಿ ದಮ್ಮಯ್ಯ ಗುಡ್ಡೆ ಹಾಕಿ ಮಾತನಾಡಲು ? – ಚೋಟುದ್ದದವಳಿಗೆ ಹತ್ತು ಹೆತ್ತ ತಾನು ಹೆದರುವುದೆ ? –

ದೀಪ ದೊಡ್ಡದಾಗಿಯೇ ಉರಿಯುತ್ತಿತ್ತು. ಬೆಳಗಿನಿಂದ ಕೆಲಸ ಮಾಡಿ ಸೋತ ಮೈ ಹಾಸಿಗೆಗಾಗಿ ಹಾತೊರೆಯುತ್ತಿತ್ತು. ಹಾಸಿಗೆಯ ಮೇಲೆ ಕುಳಿತವಳು ಹಾಗೆಯೇ ಮಲಗಿದ ಮಗುವನ್ನು ಸ್ವಲ್ಪ ಸರಿಸಿ, ದೀಪವನ್ನು ಕೈದೂರವಾಗಿಟ್ಟು ಮೈ ಚಾಚಿದಳು–ಹಾಯೆನಿಸಿತು–

– ದೀಪ ದೊಡ್ಡದಾಗಿಯೇ ಉರಿಯುತ್ತಿತ್ತು–

ನಿದ್ದೆಯಿಂದ ಕಣ್ಣು ಊದಿದ್ದರೂ ಪ್ರಯತ್ನಿಸಿ ದೊಡ್ಡದು ಮಾಡಿಕೊಂಡೇ ಕಾಯುತ್ತಿದ್ದಳು, ಆಕೆಯೇ ಕೂಗಲೆಂದು–

"ಅಯ್ಯೋ–ಅಯ್ಯೋ–ನಾ ಸತ್ತೆ–"

"......"

ಮಗುವನ್ನಾಡಿಸುತ್ತಿದ್ದ ರಂಗಮ್ಮ ಕಿವಿಯುದ್ದ ಮಾಡಿದಳು–

"ಅಯ್ಯೋ–ಅಯ್ಯೊ...?"

ಸೂರು ನಡುಗಿತು – ನೆಲ ಆಡಿತು–?

ರೂಮಿನ ತುಂಬ ಹೊಗೆ ಹೆಪ್ಪುಗಟ್ಟಿ ಉಸಿರು ನಿಂತಿತು –

ಸುತ್ತ ಮಕ್ಕಳು ನಗುತ್ತಿದ್ದರು–

ಹ್ಹ ಹ್ಹ ಹ್ಹ ಹ್ಹ ಹ್ಹ ಹ್ಹ ಹ್ಹ ಹ್ಹ ಹ್ಹ ಹ್ಹ ಹ್ಹ ಹ್ಹ...

ಘಳಿಗೆಯೂ ಕಳೆಯಲಿಲ್ಲ– ಸೀತಮ್ಮನ ಪತಿ ಎದುರು ನಿಂತು ಬೆಂಕಿ ಕಣ್ಣು ಬೀರಿದ–

ನರ್ಸು ಕಿಡಿಕಿಡಿಯಾಗಿ ನೋಡಿದಳು...

ತನ್ನ ಪತಿ ನುಂಗುವಂತೆ ದೃಷ್ಟಿಸಿದ...

"ಏನ್ರಿ– ಕತ್ತೆ ಹಾಗಿದೀರಿ... ಸ್ವಲ್ಪ ನೋಡ್ಕೊಳ್ಳೋಕೆ ಆಗಲಿಲ್ಲವೆ?"

"ಅಷ್ಟ್ಯಾಕ್ರಿ ಹೆತ್ರಿ? –ಸುಡ್ರಿ..."

"ಅಯ್ಯೋ ರಾಕ್ಷಸೀ!..."

ರಂಗಮ್ಮ ಕೈಬೀಸಿ ಎಲ್ಲರನ್ನೂ ಬಡಿಯಲೆತ್ನಿಸಿದಳು... ಕೈ ಮೇಲೆ ಏಳಲೊಲ್ಲದು–

ಸೀತಮ್ಮ ಬಿದ್ದಿದ್ದಾಳೆ...

ರಕ್ತದ ಕೆರೆಯಲ್ಲಿ ಈಜುತ್ತಿದ್ದಾಳೆ ರಂಗಮ್ಮ–

ಹುಟ್ಟಿದ ಮಗು ಕಣ್ಣು ಬಿಟ್ಟು ಬೊಬ್ಬೆಯಿಕ್ಕುತ್ತಿದೆ...

ಸೂರು ನಡುಗುತ್ತಿದೆ...

......

ಧಡಕ್ಕನೆ ಎಚ್ಚರವಾಯಿತು ರಂಗಮ್ಮನಿಗೆ– ಕಣ್ಣು ಬಿಟ್ಟ ಕೂಡಲೇ ದೊಡ್ಡದಾಗಿ ಉರಿಯುತ್ತಿದ್ದ ದೀಪದ ಬೆಳಕು ಭಯಂಕರವಾಗಿ ಕಂಡಿತು... ಪಕ್ಕದಲ್ಲಿದ್ದ ಮಗು ಕಿರುಚುತ್ತಿತ್ತು... ಅಳುವ ಮಗುವನ್ನು ತೊಡೆಯ ಮೇಲೇರಿಸಿಕೊಂಡು ತಟ್ಟಿದಳು – ನಿದ್ದೆಯ ಪರೆ ಜಾರಿ ತನ್ನ ಅರಿವು ಹತ್ತಿದಾಗ ಧೈರ್ಯವಾಯಿತು... ಮಗುವು ಮಲಗಿತು... ರೂಮಿಗೆ ಹೋಗಿ ಗಂಟೆ ನೋಡಿದಾಗ ತನ್ನ ಕಣ್ಣನ್ನು ತಾನೇ ನಂಬಲಿಲ್ಲ... ಆಗಲೇ ನಾಲ್ಕೂವರೆಯಾಗಿತ್ತು... ಹೊರಗೆ ಅಲ್ಲಲ್ಲಿ ಕಾಗೆ ಕೂಗುವುದು ಕೇಳಿಸುತ್ತಿತ್ತು. ಬುದ್ಧಿ ತಿಳಿಯಾಗುವ ಹೊತ್ತಿಗೆ ರಾತ್ರಿ ನಡೆದುದು ಜ್ಞಾಪಕವಾಗಿ ಎದೆ ಬಿಗಿಯಿತು. 'ಅಂತೂ ಮೊಂಡು ಹಿಡಿದಳು ಹುಡುಗಿ, ತನಗೆ ವಯಸ್ಸಾಗಿ ದಂಡ. – ಹೆಂಗಸಿಗೆ ಅಷ್ಟೊಂದು ಶಾಠ್ಯವಿರಬಾರದು'... ಎನಿಸಿತು. ಮೆಲ್ಲನೆದ್ದು ಹೋಗಿ ಹಂಡೆಯೊಲೆಗುರಿಯಿಕ್ಕಿದಳು.

ನೀರು ಕಾಯುವವರೆಗೂ ಮನೆಗೆಲಸ ಮಾಡುತ್ತಿದ್ದಳು. ಪದೇಪದೇ ಸೀತಮ್ಮನ ಮನೆಯ ಬಾಗಿಲನ್ನು ನೋಡುತ್ತಿದ್ದಳು...

ಪತಿರಾಯ ಬಚ್ಚಲಿನಿಂದ ಎದ್ದರು. ಒದ್ದೆ ಮಾಡಿದ್ದ ಟವೆಲನ್ನು ಒಗೆಯಲು ವಠಾರದ ವರೆಲ್ಲರಿಗೂ ಒಂದೇ ಆದ ನಲ್ಲಿಯ ಬುಡದಲ್ಲಿದ್ದ ಕಲ್ಲಿನ ಬಳಿ ಕೊಂಡೊಯ್ದಳು. ನಲ್ಲಿಯಲ್ಲಿ ನೀರಿನ್ನೂ ಬಂದಿರಲಿಲ್ಲ. ಎಂತಲೇ, ಒಳಗಿನಿಂದ ಒಂದು ತಪ್ಪಲೆ ನೀರು ತಂದಿಟ್ಟು ಕೊಂಡಳು...

ಬಟ್ಟೆಯೊಗೆಯುವ ಸದ್ದಿನಿಂದ ಸೀತಮ್ಮನಿಗೂ ಎಚ್ಚರವಾಯಿತು. ಕಣ್ಣು ಬಿಟ್ಟಾಗ ದೀಪ ಸಣ್ಣದಾಗಿ ಉರಿಯುತ್ತಿತ್ತು. ಏನೋ ನೆನಪಾಗಿ ಮೈ ಜುಮ್ಮೆಂದಿತು... ಸದ್ಯ! – ನೋವು ನಿಂತಿತು. ಮೆಲ್ಲನೆದ್ದು ಹಿಂದಿನ ಬಾಗಿಲು ತೆರೆದು ಬಚ್ಚಲಿಗೆ ಹೋದಳು. ಹೋಗುವಾಗ ತಿರುಗಿ ನೋಡಿದಳು. ರಂಗಮ್ಮನನ್ನು ನೋಡಿದ ಕೂಡಲೇ ರಾತ್ರಿಯಾದುದೆಲ್ಲ ನೆನಪಾಗಿ ಎದೆ ಹಿಂಡಿತು. ಮೌನದಿಂದ ಒಳಹೋಗಿ ಹಂಡೆಯಲ್ಲಿ ಬಗ್ಗಿ ನೋಡಿದಳು. ತಳ ಹಿಡಿದಿದ್ದ ನೀರು ಅವಳ ಮುಖವನ್ನು ಅರ್ಧ ಮಾತ್ರ ಬಿಂಬಿಸಿ ಕೆಣಕಿತು. ಖಾಲಿ ಬಿಂದಿಗೆಯನ್ನು ಸೊಂಟಕ್ಕೇರಿಸಿದಳು – ಮೂರು ಮನೆಯಾಚೆಯಿರುವ ಬಾವಿಯಿಂದ ನೀರು ತರಲು.

ಬಚ್ಚಲು ಮನೆಯಿಂದ ಹೊರಬಂದು ರಂಗಮ್ಮನ ಮುಂದೆಯೇ ಮೌನವಾಗಿ ಮುಂದುವರಿದಳು – ತಲೆ ತಗ್ಗಿಸಿಕೊಂಡು.

"ಬಿಂದಿಗೇನ ಇಲ್ಲಿ ಕೊಡು, ಸೀತಮ್ಮ –"

ರಂಗಮ್ಮ ನುಡಿದಳು.

ಈಕೆ ಕಿವುಡಿಯಂತೆ ಹೆಜ್ಜೆಯೊಂದನ್ನು ಮುಂದಿಟ್ಟಾಗ, ರಂಗಮ್ಮ ಸೀತಮ್ಮನ ಕಂಕುಳಲ್ಲಿದ್ದ ಖಾಲಿ ಬಿಂದಿಗೆಯ ಬಾಯಿಗೆ ಕೈಯಿಟ್ಟಳು–

ಎದುರಿಗಿದ್ದ ನಲ್ಲಿ 'ಕೊರ್...' ಎಂದು ಕೂಗಿತು.

ಮುಂಜಾವಿನ ನೀರು ಬಲು ರಭಸದಿಂದ ಕಲ್ಲಮೇಲೆ ಸುರಿಯಿತು. ಸುರಿದ ನೀರು ಆಳುದ್ದ ಚಿಮ್ಮಿ ಇಬ್ಬರ ಮುಖಕ್ಕೂ ಸಿಂಪಡಿಸಿತು. ಸೀತಮ್ಮ ರಂಗಮ್ಮನ ಮುಖವನ್ನು ನೋಡಿದಳು. ರಂಗಮ್ಮನ ಕಣ್ಣಲ್ಲಿ ಕಂಡೂ ಕಾಣದಂತೆ ಹನಿಯೊಂದು ತುಳುಕಿ ದೃಷ್ಟಿ ಮಸುಕಾಯಿತು. ಮುಖವನ್ನು ಅತ್ತ ಹೊರಳಿಸಿದಳು !!! ❍

○ ಪಿ. ಲಂಕೇಶ್

ಕುರುಡು ಕಾಂಬಾಣ

ಕಾಡಿನಂದದಿ ಕರಲು, ಕಲ್ಲಿನಂದದಿ ಎದೆಯು
ಕಾಡುವದು ಕಾಣದೇ ಹಗಲು ಇರುಳೂ
ಮಾಡಿದ್ದ ಬೇಸಾಯ ಮಣ್ಣುಗೂಡುವದಯ್ಯೊ
ಮಾಡಬೇಕಿನ್ನೇನು ಕೈಸಾಗದಯ್ಯಾ — ದ. ರಾ. ಬೇಂದ್ರೆ

ನಮ್ಮ ಮನೆಯ ಮಲ್ಲಿಗೆಯ ಬಳ್ಳಿಯ ಮೇಲೆ ಕೂತು ಅತ್ತೊಮ್ಮೆ – ಇತ್ತೊಮ್ಮೆ ತೂಗಾಡಿದ ಹಕ್ಕಿ ಪುರ್ರನೆ ಹಾರಿ ಹೋಯಿತು. "ಅಬ್ಬ, ಎಷ್ಟೊಂದು ಬಣ್ಣ ಅದಕ್ಕೇ – ರೀ ಏನಂತಾರ್ರೀ ಆ ಹಕ್ಕೀಗೆ" – ಎಂದು ಪಾರ್ವತಿ ಮೆಲ್ಲಗೆ ಕೇಳಿದಳು. ನಾನು ಯಾವುದೋ ಸುಳ್ಳು ಹೆಸರು ಹೇಳಿದೆ.

"ಏನು ಬಿಡ್ತೀರ್ರಿ ಬುರುಡೆ – ಹಾಗಿಲ್ಲದೆ ನೀವು ಮೇಷ್ಟ್ರಾಗಿ ಕಾಲ ಹಾಕ್ತೀರಾ ?" ಎಂದಳು ಪಾರ್ವತಿ. ನಾನು ನಕ್ಕೆ. ಮಂಗಳವಾರ, ಬುಧವಾರ ಎರಡು ದಿನವೂ ರಜೆಯಿದ್ದುದರಿಂದ, "ಮಂಗಳವಾರವಂತೂ ಕ್ಷೌರಮಾಡಿಸಿಕೊಳ್ಳೋಹಾಗಿಲ್ಲ. ಬುಧವಾರ ಜ್ಞಾಪಕ ಮಾಡು" ಎಂದು ಮುಂತಾಗಿ ಪಾರ್ವತಿಯ ಹತ್ತಿರ ಗೊಣಗಿ ಕಾಲೇಜಿನಿಂದ ತಂದ ಪುಸ್ತಕವನ್ನು ಓದಹತ್ತಿದೆ. ಪುಸ್ತಕ ಎಷ್ಟು ಒಳ್ಳೆಯದಾಗಿದ್ದರೂ ಲೆಕ್ಕವಿಲ್ಲದಷ್ಟು ತಕರಾರು ಎತ್ತುವ, ನೊಣದ ಮೀಸೆ ಎಣಿಸುವ ಗುಣ ನನ್ನದು. ವಿಮರ್ಶಕನ ನಿಲುವು ಅಂದರೆ ಹಾಗಿರಬೇಕು– ಎಂದು ಬೆನ್ನು ಚಪ್ಪರಿಸಿಕೊಳ್ಳುವುದು ಅಭ್ಯಾಸ. "ನಮ್ಮಲ್ಲಿ ವಿಮರ್ಶೆ ಕಡಿಮೆ" ಎಂದು ನಾನು ಹೇಳಿದರೆ "ಇರುವ ವಿಮರ್ಶಕರಲ್ಲಿ ನಾನು ಒಬ್ಬ" ಎಂದು ಅರ್ಥ. ಆದರೆ ಅವೊತ್ತು ನನ್ನ ಮನಸ್ಸಿನ ವಿಮರ್ಶಕನಿಗೆ ಗರ ಹೊಡೆದಿತ್ತು. ಪುಸ್ತಕಕ್ಕೂ ಕಣ್ಣಿಗೂ ನಂಟು ಬೆಳೆದುಹೋಯಿತು. ಹಾಕಿದ ಕನ್ನಡಕವನ್ನು ಮಧ್ಯಾಹ್ನದವರೆಗೆ ತೆಗೆಯಲಿಲ್ಲ. ಓದುತ್ತ ಹೋದ ಹಾಗೆ ಐರ್ಲೆಂಡಿನ ಹಸಿರು ನನ್ನ ಮನಸ್ಸಿನಲ್ಲಿ ಮನೆ ಮಾಡಿತು. ಹತ್ತೊಂಬತ್ತನೆಯ ಶತಮಾನದ ಐರಿಷ್ ಕ್ರಾಂತಿ ಕಣ್ಣೆದುರು ನಡೆದಹಾಗಾಯಿತು. ಫ್ಲಹರ್ಟಿಯ ಆ ಪುಸ್ತಕದಲ್ಲಿ ನಾನು ಮೆಚ್ಚಿದ ಸಾಲು ಒಂದಕ್ಕಿಂತ ಹೆಚ್ಚು ಸಲ ಮನಸ್ಸಿನಲ್ಲಿ ರೆಕ್ಕೆ ಬಿಚ್ಚಿತು. "ವಿಶಾಲ ಮನಸ್ಸು ಎಷ್ಟು ಹರ್ಷ ದಾಯಕ !" ಇನ್ನೊಬ್ಬರಿಂದ ಏನನ್ನಾದರೂ ಇಸಿದುಕೊಂಡಾಗ

ಕೃತಜ್ಞತೆಯಿಂದ ಎದೆ ಭಾರವಾಗುತ್ತದೆ. ಅದು ಹಿತಕರವಲ್ಲ. ಇನ್ನೊಬ್ಬರಿಗೆ ಏನನ್ನಾದರೂ ಕೊಟ್ಟರೆ – ಪಡೆದುಕೊಂಡವನನ್ನು ಋಣದಲ್ಲಿ ಸಿಕ್ಕಿಸಿದ ಹಾಗಾಗುತ್ತದೆ. ಅದೂ ಒಳ್ಳೆಯದಲ್ಲ. ಹಾಗಾದರೆ ಮನಸ್ಸಿನ ವೈಶಾಲ್ಯಕ್ಕೆ ಯಾವುದು ಹೆಗ್ಗುರುತು?

ಹೀಗೆ ಮನಸ್ಸಿನ ಅಭಿಮನ್ಯುವನ್ನು ಚಕ್ರವ್ಯೂಹದಲ್ಲಿ ಸಿಕ್ಕಿಸಿ ಸಿಗರೇಟಿನ ಹೊಗೆಯಲ್ಲಿ ಒಂದು ದಿನ ಕಳೆದೆ. "ಈವೊತ್ತು ಬುಧವಾರ. ನಾಳೆ ಒಂದನೇ ತಾರೀಕು ಅಂತ ಗೊತ್ತು ತಾನೆ?" ಎಂದಳು ಪಾರ್ವತಿ.

"ಗೊತ್ತು" ಅಂದೆ.

"ಒಂದನೇ ತಾರೀಖು ಸಂಬಳದ ದಿನ ಅಂತ ಗೊತ್ತು ತಾನೆ?"

"ಗೊತ್ತು."

"ಈವೊತ್ತು ಕ್ಷೌರಮಾಡಿಸಿಕೊಳ್ಳೋದು ಮರೆತಿಲ್ಲ."

"ಇಲ್ಲ."

ಮರೆಯುವುದು ಸಾಧ್ಯವೆ? ಇನ್ನು ತಡಮಾಡಿದರೆ ಕಿವಿಯ ಮೇಲಕ್ಕೆ ಚಾಚಿಕೊಂಡು ಕುತ್ತಿಗೆಯ ಹತ್ತಿರ ಸುರುಳಿ ಸುತ್ತಿಕೊಳ್ಳುವ ಕೇಶರಾಶಿಗೆ ತಕ್ಕ ಶಾಸ್ತಿ ಮಾಡಲೇಬೇಕೆಂದು ನನ್ನ ಮಾಮೂಲು ಸೆಲೂನಿಗೆ ಹೋಗಿ ಕುರ್ಚಿಯ ಮೇಲೆ ಕೂತೆ. ಗಿರಾಕಿಗಳು ಹೆಚ್ಚು ಜನ ಇರಲಿಲ್ಲ. ಇದ್ದವರು ಹುಡುಗರು – ಮಕ್ಕಳು. ಎಂದೂ ಹೆಚ್ಚಾಗಿ ಮಾತನಾಡಿದ್ದನ್ನೇ ನಾವು ನೋಡದ ಮೈಲಿ ಮುಖದ ಹಜಾಮ ಆವೊತ್ತು ಮೆಲ್ಲಗೆ ಕೇಳಿದ, ಸೋಪು ಹಚ್ಚುತ್ತ:

"ತಮಗೆ ತಾಯಿ ಇದ್ದಾರಾ ಸಾರ್?"

"ಇದ್ದಾರಪ್ಪ, ಊರಲ್ಲಿ. ಇಲ್ಲಿರೋರು ನಾನು ನನ್ನ ಹೆಂಡತಿ ಅಷ್ಟೆ" ಅಂದೆ.

ಏಕೆ ಆ ಪ್ರಶ್ನೆ ಹಾಕಿದನೋ ಎಂದು ನಾನು ಯೋಚಿಸುತ್ತಿದ್ದಾಗ,

"ನೀವೊಬ್ಬರೇ ಮಕ್ಕಳಾ ಸಾರ್?"

"ಹೌದು."

"ನಿಮ್ಮ ತಂದೆ ತಾಯಿ ಎಲ್ಲಾ ಊರಲ್ಲಿರಬೇಕು ಅಲ್ಲವೇ ಸಾರ್?"

ಅವನ ಮುಖ ನೋಡಿದೆ. ನಾನು ಹಿಡಿದುಕೊಂಡಿದ್ದ ಕುರ್ಚಿಯ ಕೈಗಳಷ್ಟೇ ತಣ್ಣಗೆ ಇದ್ದ ಹಾಗಿತ್ತು. ಎರಡು ಕಣ್ಣುಗಳು ಇಷ್ಟಾದರೂ ಅಲ್ಲಾಡಲಿಲ್ಲ. "ಇಲ್ಲವಪ್ಪ, ತಂದೆ ಇಲ್ಲ. ನಮ್ಮ ಅಮ್ಮ, ಅಕ್ಕ ಭಾವ ಎಲ್ಲರೂ ಒಟ್ಟಿಗೇ ಇದಾರೆ. ಯಾಕೆ?"

"ಯಾಕೂ ಇಲ್ಲ ಸಾರ್, ಸುಮ್ಮನೆ ಕೇಳಿದೆ."

ಆಮೇಲೆ ಕ್ಷೌರ ಮುಗಿದು ನಾನು ಅಂಗಡಿಯಿಂದ ಹೊರಬಿದ್ದರೂ ಕೂಡ ಅವನು ತುಟಿ ಎರಡು ಮಾಡಲಿಲ್ಲ. ಅದು ಅವನ ಸ್ವಭಾವ, ಮನುಷ್ಯ ಹುಟ್ಟಿರುವುದು ಮಾತನಾಡುವುದಕ್ಕಲ್ಲ –ಎಂದು ತೋರಿಸುವ ಹಾಗೆ ಮೈಲಿ ಮುಖದ ಕ್ಷೌರಿಕನ ನಡತೆ. ಅದು ನಾನು ಕೂಡ ಮೆಚ್ಚುವುದು. ಶಿವಮೊಗ್ಗೆಯ ನನ್ನ ಮೂರು ವರ್ಷದ ಬದುಕಿನಲ್ಲಿ ಬೇರೆ ಕ್ಷೌರದ ಅಂಗಡಿಗೆ ಹೋದವನಲ್ಲ. ಎಲ್ಲಿ ಹೋದರೂ ತಲೆ ಪ್ರತಿಷ್ಠೆಯ ಹಜಾಮ. ನಿಮ್ಮ ಕೆಲಸ ಯಾವುದು? ಸಂಬಳ ಎಷ್ಟು ಬರುತ್ತದೆ? ಮಕ್ಕಳೆಷ್ಟು? ಹೋದ ಸಲ ಎಲ್ಲಿ ಕ್ಷೌರ ಮಾಡಿಸಿದ್ದಿರಿ? ಮುಂತಾಗಿ. ಅದನ್ನು ಕಂಡು ತಿಂಗಳುಗಟ್ಟಲೆ ಹುಡುಕಿ ಮೈಲಿ ಮುಖದ ಹಜಾಮನನ್ನು ಹಿಡಿದೆ. ಆತ ಮಾತನಾಡುವವನಲ್ಲ. ಮಾತಿನ ಮೂಲಕ ಸಲಿಗೆ ಬೆಳೆಸಿ ಗಿರಾಕಿಗಳನ್ನು 'ಬುಕ್ಕು' ಮಾಡುವವನಲ್ಲ. ಗಿರಾಕಿಗಳ ಕ್ಷಣಿಕ ಸ್ನೇಹಕ್ಕಾಗಿ ಹಂಬಲಿಸಿ ಕುಳಿತವನಲ್ಲ. ಇಷ್ಟು ಮೂಕವಾಗಿರುವ

ಮನುಷ್ಯ ಹಲವಾರು ಕಾಯಂ ಗಿರಾಕಿಗಳನ್ನು ಹಿಡಿದಿದ್ದಾನೆಯೇ ಅಂದರೆ, ಅದೂ ಇಲ್ಲ. ಯಾವಾಗಲೂ ಒಬ್ಬರೋ ಇಬ್ಬರೋ ಗಿರಾಕಿಗಳು. ಇವನ ಜೀವನ ಹೇಗೆ ಸಾಗುತ್ತಿದೆ – ಎಂದು ನನಗೆ ಕೆಲವೊಮ್ಮೆ ಕುತೂಹಲ. ಆದರೆ ಮೊದಲ ದಿನ. "ಸಿಸರ್ ಕಟ್ ಮಾಡು. ನನ್ನ ತಲೆ ಚಪ್ಪಟೆ–ಪಕ್ಕದಲ್ಲಿ ಹೆಚ್ಚು ಕತ್ತರಿಸಬೇಡ", ಎಂದು ಸೂಚಿಸಿದ ಮೇಲೆ ವರ್ಷಗಟ್ಟಲೆ ನನ್ನ–ಅವನ ನಡುವಿನ ಮೌನ ಮುರಿದಿರಲಿಲ್ಲ. ನನ್ನ ಪಾಲಿಗೆ ಅವನು ಯಂತ್ರವಾಗಿದ್ದ. ನಾನು ಅವರ ಯಂತ್ರವಾಗಿದ್ದೆ. ಹಜಾಮನ ಸ್ನೇಹ ನನಗೇಕೆ ಬೇಕು ? ಇದರಿಂದಾಗಿಯೋ ಏನೋ ನಮ್ಮಿಬ್ಬರ ನಡುವೆ ವಿಚಿತ್ರ ರೀತಿಯ ಆತ್ಮೀಯತೆ ಬೆಳೆದಿತ್ತು.

ಬುಧವಾರ ಮನೆಗೆ ಹೋಗಿ ಖುಷಿಯಿಂದ ಹೆಂಡತಿಯ ಹತ್ತಿರ ಹಜಾಮ ಕೇಳಿದ್ದನ್ನು ಹೇಳಿದೆ. ಬಹಳ ದಿನಕ್ಕೊಂದು ಸಲ ಮಾತಾಡುವವರ ಮಾತುಗಳಲ್ಲಿ ತೂಕ ಹೆಚ್ಚೆಂದು ಕಾಣುತ್ತದೆ. ಹಜಾಮನ ಮಾತು ನನ್ನ ಮನಸ್ಸಿನಲ್ಲಿ ಸ್ಥಿರವಾಗಿದ್ದವು. ಆದರೆ ಅದೆಲ್ಲ ಪಾರ್ವತಿಗೆ ಬೇಡ. ಆಕೆಯ ಔದಾಸೀನ್ಯ ಕಂಡು "ಕಾಫಿ ಆಗಿದೆ ತಾನೆ ?" ಅಂದೆ.

"ಆಗಿದೆ, ಕುಡೀರಿ. ಆದರೆ ಸಂಬಳದ ವಿಚಾರ ನೀವು ಯೋಚನೇನೆ ಮಾಡೊಲ್ಲ. ಏನೆಲ್ಲ ಖರ್ಚಿದೆ ನೋಡಿ. ಆ ಹಾಳು ಓನರ್ ಮನೆ ಬಾಡಿಗೆ ಬೇರೆ ಜಾಸ್ತಿ ಮಾಡಿದ್ದಾನೆ. ಕಾಟ್‌ಗೆ ಆರ್ಡರ್ ಕೊಟ್ಟಿದ್ದೇನೆ ಅಂದ್ರಿ" ಎಂದು ಮುಂತಾಗಿ ಸಂಜೀವನ ಕುಲಾವಿ, ಹಾಲಿನವರೆಗೆ ಬಜೆಟ್ ಓಡಿತು.

ನಾನು ಸುಮ್ಮನಿದ್ದದ್ದು ಕಂಡು ಪಾರ್ವತಿ ಮುಂದುವರಿಸಿದಳು:

"ಸಂಜೀವನ ಚೈನಿನ ವಿಚಾರ ಏನಾಯ್ತು ?"

ನಾನು ಯೋಚಿಸುತ್ತಿದ್ದಂತೆ,

"ಕಾಲು ಚೀಲ, ಸ್ವೆಟರ್..."

ನಾನು ಸುಮ್ಮನಿದ್ದದ್ದು ಕಂಡು ಆಕೆಗೆ ರೇಗಿತು. ರೇಗಬೇಡ ಅಂದೆ. ಒಂದೇ ತಿಂಗಳಲ್ಲಿ ಅಷ್ಟೆಲ್ಲ ಕೊಂಡುಕೊಂಡರೆ ಸಾಲಗಾರನ ಮನೆಯ ಆಳಾಗಬೇಕಾದೀತು ಎಂದು ಎಚ್ಚರಿಸಿದೆ. ಹಾಗೆ ಎಚ್ಚರಿಸುವಾಗ ನನಗನ್ನಿಸುತ್ತಿತ್ತು – ಮೊದಲ ಮಗು ನಡೆಯುವಂತಾದಾಗ ನಾಲ್ಕು ಒಳ್ಳೆಯ ಬಟ್ಟೆ, ಒಂದು ಒಳ್ಳೆಯ ಚೈನು ಕೊಡಿಸುವುದಕ್ಕೆ ಹಿಂದೆಮುಂದೆ ನೋಡಿದರೆ ಹೇಗೆ ? ಆಗ ಪಾರ್ವತಿಯೂ ಹಾಗೆ ಯೋಚಿಸಿರಬೇಕು. ಸಿಟ್ಟಿನಿಂದ ಅಂದಳು: "ಹಾಗಾದರೆ ನೋಡಿ, ದುಡ್ಡಿನ ವಿಚಾರ ನನ್ನ ಹತ್ತಿರ ಎತ್ತಲೇಬೇಡಿ. ಏನಾದರೂ ಮಾಡ್ಕೊಳ್ಳಿ..."

ಪಾರ್ವತಿ ಹಾಗೆ ರೇಗಿದರೆ ಮನೆಯಲ್ಲಿ ಶಾಂತಿಯೆಂಬುದಕ್ಕೆ ಜಾಗವಿಲ್ಲ. ಆದ್ದರಿಂದ "ಛೆ, ಸುಮ್ಮನಿರು ಪಾರ್ವತಿ, ಎಲ್ಲಾ ಆಗುತ್ತೆ" ಅಂದೆ.

ಪಾರ್ವತಿ ತುಟಿಯಲ್ಲಿ ಗೆಲುವಿನ ನಗೆ.

ತಿಂಗಳ ಕೊನೆಯ ದಿನ ಈ ರೀತಿಯ ಮರಳಿನ ಮನೆ ಕಟ್ಟುವುದರಲ್ಲಿ, ಕಟ್ಟಿ ಬೀಳುವುದರಲ್ಲಿ, ಕಳೆಯಿತು. ಆಗ ಮೈ ತುಂಬಿಕೊಂಡ ಯೋಜನೆಗಳು ಸಂಬಳಕ್ಕೆ ಒಗ್ಗದಷ್ಟು ಬೆಳೆದಾಗ ಆದ ನಿರಾಶೆಗೆ ಮರು ತಿಂಗಳು ಉತ್ತರ.

ಹೆಂಡತಿ ಮಗುವಿನೊಂದಿಗೆ ಸುಖ ಅನುಭವಿಸುವ ನಾನು ಅಷ್ಟಕ್ಕೆ ಸುಮ್ಮನಿದ್ದರೆ ಎಷ್ಟು ಸೊಗಸು ! ಆದರೆ ಅದು ಮನುಷ್ಯನ ಸ್ವಭಾವವಲ್ಲ.

ಒಂದನೆಯ ತಾರೀಖು ಗುರುವಾರ ಬೆಳಗ್ಗೆ ಮುಖ ತೊಳೆದುಕೊಂಡು ಟವಲಿನಿಂದ ಒರೆಸಿಕೊಳ್ಳುತ್ತ ಜಗುಲಿಗೆ ಬಂದೆ. ಬಿಸಿಲು ಬೆಚ್ಚಗಿತ್ತು. ಮಲ್ಲಿಗೆಯ ಬಳ್ಳಿ ಚೆನ್ನಾಗಿ

ಬೆಳೆದುಕೊಳ್ಳುತ್ತಿದೆ. ಇನ್ನೇನು ಕಮಾನು ಹತ್ತಿ ಹೂ ಬಿಡುತ್ತದೆ ಅಂದುಕೊಂಡೆ. ಪ್ರಪಂಚ ನನ್ನ ಬಗ್ಗೆ ಒಳ್ಳೆಯದಾಗಿತ್ತು. ಗೇಟು ತೆಗೆದುಕೊಂಡಿತು. ಪ್ರಸನ್ನಚಿತ್ತನಾಗಿದ್ದ ಕಪ್ಪನೆಯ ಮನುಷ್ಯನೊಬ್ಬ ನನ್ನ ಕಡೆಗೆ ಬಂದ... ಮೈಲಿ ಮುಖದ ಹಜಾಮ! ನನ್ನೆದುರು ನಿಂತು ನಮಸ್ಕಾರ ಮಾಡಿದ. ನನಗೆ ಎಷ್ಟು ಆಶ್ಚರ್ಯವಾಯಿತೆಂದರೆ, ನಾನು ಪ್ರತಿ ನಮಸ್ಕಾರ ಕೂಡ ಮಾಡಲಿಲ್ಲ. ಕತ್ತಿ, ಕತ್ತರಿ ಹಿಡಿದಾಗ ಮಾತ್ರ ಅವನನ್ನು ನೋಡಿದ್ದ ನನಗೆ ಅವನ ಸಿವಿಲಿಯನ್ ನಮಸ್ಕಾರ ಎಡವಟ್ಟಾಗಿ ಕಂಡಿತು. ನಿನ್ನೆ ಅಂಗಡಿಯಲ್ಲಿ ನನ್ನ ಪಾಲಿಗೆ ಯಂತ್ರವಾಗಿದ್ದ ಹಜಾಮ ನನ್ನನ್ನೇ ನೋಡುತ್ತಾ ಹೇಳಿದ: "ನನ್ನ ತಾಯಿ ತೀರಿಹೋದರು ಸಾರ್."

ಸಾಧಾರಣವಾಗಿ ನಾನು ಭಾವನೆಗಳನ್ನು ತೋರುವ ಮನುಷ್ಯನಲ್ಲ, ಸಣ್ಣ ಕಾರಣಕ್ಕಾಗಿ ಗೊಳೋ ಎಂದು ಅಳುವ ಜನ ನನಗೆ ಶತ್ರುಗಳ ಹಾಗೆ. ಈಗ ಕೂಡ ಮಾತಿನಲ್ಲೂ, ಮುಖದಲ್ಲೂ ಬದಲಾವಣೆ ತೋರದಿರಲು ಯತ್ನಿಸಿದೆ. ಅವನ ಒಣಗಿದ ಕೂದಲು, ನನ್ನನ್ನೇ ನೋಡುತ್ತಿದ್ದ ಕಣ್ಣು, ಹೆಗಲ ಮೇಲಿದ್ದ ಟವಲು, ಕಾಲುಗಳನ್ನು ಬಳಸಿದ್ದ ಕೆಂಪು ಪಂಚೆಯನ್ನು ಗಮನಿಸಿ, ನಿನ್ನೆಯ ಅವನ ಮಾತುಗಳನ್ನು ನೆನಸಿಕೊಂಡೆ. ಅವನು ಅಂದ: "ಹೆಣ ಹಾಗೆ ಬಿದ್ದಿದೆ ಸಾರ್... ಒಂದು ಹದಿನೈದು ರೂಪಾಯಿ ಬೇಕಿತ್ತು."

ನನ್ನ ಗಂಭೀರ ಪ್ರಕೃತಿಯ ಬಗ್ಗೆ ನನಗೆ ಹೆಮ್ಮೆ; ಸ್ವಲ್ಪವೂ ಉದ್ರೇಕಗೊಳ್ಳದೆ ಹೇಳಿದೆ: "ಸಂಬಳ ತಗೊಂಡಿಲ್ಲಪ್ಪ, ಮಧ್ಯಾಹ್ನ ಬಾ."

ಮೈಲಿ ಮುಖದ ಹಜಾಮ ಇನ್ನೊಂದು ಮಾತೂ ಆಡದೆ ಹಿಂದಿರುಗಿದ. ಗೇಟು ಮುಚ್ಚಿಕೊಂಡು ಆತ ನಿಧಾನವಾಗಿ ಹೋಗುವುದನ್ನೇ ನೋಡುತ್ತಿದ್ದೆ. ಅವನ ಎಡಗಾಲು ಸ್ವಲ್ಪ ಚಿಕ್ಕದಾಗಿತ್ತು.

ಹೆಂಡತಿಯ ಹತ್ತಿರ ಹೇಳಿದೆ:

"ಪಾರ್ವತಿ, ನೀನು ಏನಂತೀ ಅನ್ನೋದು ನನಗ್ಗೊತ್ತು. ಆದರೆ ಕ್ಷೌರದವನಿದ್ದಾನಲ್ಲ, ಅವನಿಗೆ ಹತ್ತು ರೂಪಾಯಿ ಕೊಡಲೇಬೇಕು. ಬೇಡ ಅಂದರೆ ನಿನ್ನಾಣೆ!" ಎಂದು ಕಾರಣ ವಿವರಿಸಿದೆ. ಪಾರ್ವತಿಯನ್ನು ನೋಡಿದೊಡನೆ ಹದಿನೈದು ರೂಪಾಯಿಗೆ ಮಾತು ಕೊಟ್ಟದ್ದು ಹತ್ತಕ್ಕೆ ಇಳಿದದ್ದು ಕಂಡು ಸಂಕೋಚವಾಯಿತು. ಯಾರೋ ಒಬ್ಬ ನಿಷ್ಪ್ರಯೋಜಕ ದಾರಿಹೋಕ ಹಜಾಮನಿಗಾಗಿ ಸುಳ್ಳನ್ನೇಕೆ ಹೇಳುವುದು ಎಂದುಕೊಂಡು ಬಲಾತ್ಕಾರದಿಂದ, "ಹತ್ತಲ್ಲ ಹದಿನೈದು ರೂಪಾಯಿ" ಅಂದೆ. ಪಾರ್ವತಿಗೆ ತಡೆಯಲಾರದಷ್ಟು ಕೋಪ. ಹಜಾಮನ ಹೆಸರು ಗೊತ್ತೆ, ಎಂದಳು. ಇಲ್ಲ, ಅಂದೆ. ಯಾವ ರೀತಿಯ ಸ್ನೇಹ ಎಂದಳು. ಸ್ನೇಹವೇನೂ ಅಲ್ಲ, ಅಂದೆ. ಅವನ ಮನೆ ಯಾವ ಕಡೆಗಿದೆ ಎಂದಳು. ಗೊತ್ತಿಲ್ಲ ಅಂದೆ. ಕೊನೆಯಲ್ಲಿ ಅವಳ ನಿರ್ದಯದ ಪ್ರಶ್ನೆಯ ಧಾಟಿಗೆ ಬೇಸರಗೊಂಡು, "ನೀನೊಂದು ಕತ್ತೆ, ಅದೆಲ್ಲಾ ಗೊತ್ತಿದ್ದರೆ ಮಾತ್ರ ದುಡ್ಡು ಕೊಡಬೇಕೆ? ನಂಬಿಕೆ, ವಿಶ್ವಾಸ ಅನ್ನೋದು ಇರಲೇ ಬೇಡವೆ?" ಅಂದೆ. "ಹಾಗಾದರೆ ನಂಬಿಕೆ ಇದೆ ಅಂತ ಹಾದಿಯಲ್ಲಿ ಹೋಗೋ ಭಿಕಾರಿಗಳಿಗೆಲ್ಲ ದುಡ್ಡು ಚೆಲ್ಲಿ!" ಎಂದು ಪಾರ್ವತಿ ಕೂಗಿದಳು. "ಅವನು ಬೀದೀಲಿ ಹೋಗೋ ಭಿಕಾರಿ ಅಲ್ಲ" ಎಂದುಬಿಟ್ಟು ಸುಮ್ಮನಾದೆ.

ಮಧ್ಯಾಹ್ನ ಕಾಲೇಜಿಗೆ ಹೋಗಿ ಸಂಬಳ ತಂದೆ.

ಹಜಾಮನಿಗೆ ಹದಿನೈದು ರೂಪಾಯಿ ಕೊಟ್ಟರೆ ಬಜೆಟ್ ಯಾವ ರೀತಿಯಲ್ಲಿ ಬದಲಾಗಬಹುದೆಂದು ನೋಡಿದೆ. ಹದಿನೈದು ರೂಪಾಯಿಯೆಂದರೆ ಸಂಜೀವನ ಎರಡು

ಶರ್ಟು, ಒಂದು ಜೊತೆ ಕಾಲುಚೀಲ ಅಥವಾ ಪಾರ್ವತಿಗೊಂದು ವಾಯಿಲ್ ಸೀರೆ. ಅಥವಾ ನನಗೆ ಬಹಳ ದಿನಗಳಿಂದ ಬೇಕಾದ ಒಂದು ಪೆನ್ನು, ಒಳ್ಳೆಯದೊಂದು ಟೈ. ನಾಲ್ಕು ಒಳ್ಳೆಯ ಇಂಗ್ಲಿಷ್ ಚಿತ್ರಗಳು, ಗೋಪಿ ಹೋಟೆಲಿನಲ್ಲಿ ಐದಾರು ಸಲ ಸ್ವೀಟ್, ಕಾರ, ಕಾಫಿ. ಬೆಂಗಳೂರಿಗೆ ಹೋಗದೆ ಎಷ್ಟು ದಿನವಾಯಿತು! ಜೋಗದ ಜಲಪಾತ ತೋರಿಸುವುದಾಗಿ ಪಾರ್ವತಿಗೆ ಎರಡು ವರ್ಷದಿಂದ ಒಂದೇ ಸಮನೆ ಸುಳ್ಳು ಹೇಳುತ್ತಿದ್ದೇನೆ!

ಮಧ್ಯಾಹ್ನ ಎರಡು ಗಂಟೆಗೆ ಗೇಟಿನ ಸಪ್ಪಳ. ಬೆಚ್ಚಿ ಬೀಳದೆ ಹಜಾಮನ ಹತ್ತಿರ ಹೋದೆ. ಸರಾಗವಾಗಿ ಸುಳ್ಳು ಹೇಳಿಬಿಟ್ಟೆ: "ನೋಡು, ಇನ್ನೂ ಕಾಲೇಜಿಗೆ ಹೋಗಿಲ್ಲ. ಸಾಯಂಕಾಲ ಬರ್ತೀಯಾ?" ನನಗೆ ಮೈಮೇಲೆ ಮುಳ್ಳು ಮೂಡಿದಂತಾಯಿತು. ಸುಳ್ಳು ಹೇಳುವುದನ್ನು ಹಜಾಮನೇ ಕಲಿಸುತ್ತಿರುವುದಾಗಿ ತೋರಿತು. ಇಂಥ ಇಕ್ಕಟ್ಟಿಗೆ ಸಿಕ್ಕಿಸಿದ ಆತನ ಮೇಲೆ ಕೋಪ ಬಂತು "ಐದು ರೂಪಾಯಿಯಾದರೆ ಸಾಧ್ಯವಾಗಬಹುದೂಂತ ಕಾಣುತ್ತೆ" ಅಂದೆ.

ಹಾಗೆ ಹೇಳಿದಾಗ ಆತ ನಾಲ್ಕು ಮಾತುಗಳಲ್ಲಿ ಬೇಡಿಕೊಂಡಾನು ಎಂದುಕೊಂಡಿದ್ದೆ. ಎಣಿಕೆ ಸುಳ್ಳಾಯಿತು. ಅವನು ನಿಂತ ಕಾಲ ಮೇಲೆ ಹಿಂದಕ್ಕೆ ತಿರುಗುತ್ತಿದ್ದಾಗ "ಹೆಸರು ಕೂಡ ಕೇಳಲಿಲ್ಲವಲ್ಲ" ಎಂದು ನನ್ನ ವ್ಯವಹಾರ ಜ್ಞಾನದ ಕೊರತೆಗಾಗಿ ಮರುಗಿ, "ನಿನ್ನ ಹೆಸರೇನಯ್ಯ?" ಅಂದೆ. ಪ್ರಶ್ನೆ ಒಣಗಿತ್ತು.

"ಕಾಳ ಸಾರ್" ಎಂದು ಹೊರಟುಹೋಗುವುದರಲ್ಲಿದ್ದ. ಆಗ ನಿಲ್ಲಿಸಿ ಕೇಳಿದೆ:

"ಎಲ್ಲಿದೆ ನಿನ್ನ ಮನೆ?"

"ಪಿಳ್ಳಂಗೇರಿ ಕಡೆ ಸಾರ್" ಅಂದ.

"ನಿನ್ನ ತಂದೆ ಹೆಸರು?"

"ನನ್ನ ತಂದೆ ಇಲ್ಲ ಸಾರ್. ನಿಂಗ ಅಂತ– ಸತ್ತುಹೋದರು."

"ಎಷ್ಟು ದುಡೀತಿಯ ತಿಂಗಳಿಗೆ?"

"ಬಹಳ ಕಮ್ಮಿ ಸಾರ್, ಇಪ್ಪತ್ತೈದೂ ಆಗಲ್ಲ, ಖರ್ಚು ಹೋಗಿ." ಇಷ್ಟಾದ ಮೇಲೆ ಹೊರಟುಹೋದ.

ನನ್ನೆದೆಯಲ್ಲಿ ನೋವಾಗುತ್ತಿತ್ತು. ಅಂಥ ಪ್ರಶ್ನೆ ಹಾಕಬಾರದಿತ್ತು ಅಂದುಕೊಂಡೆ. ನೀರವತೆಯಲ್ಲಿ ಬೆಳೆದಿದ್ದ ಅವನ ನನ್ನ ನಡುವಿನ ವಿಶ್ವಾಸಕ್ಕೆ ಮಾತಿನಿಂದ ಚ್ಯುತಿ ಬಂದಂತೆ ಭಾಸವಾಯಿತು.

ಆದರೆ ಮರುಘಳಿಗೆಯಲ್ಲಿ, 'ಏನು ಮಹಾ ಆದದ್ದು, ಎಲ್ಲರೂ ಕೇಳಲೇಬೇಕಾದ ಎರಡು ಪ್ರಶ್ನೆಗಳಿಂದ' ಎಂದು ಧೈರ್ಯ ತಂದುಕೊಳ್ಳತೊಡಗಿದೆ. 'ಐದು ರೂಪಾಯಿ ಬಿಟ್ಟಿ ಬರುತ್ತದೆಯೆ?' ಎಂದು ನನ್ನನ್ನೇ ನಾನು ಕೇಳಿಕೊಂಡೆ. ಪಾರ್ವತಿಯನ್ನು ಕರೆದು "ನೋಡು ಚಿನ್ನ, ಆ ಬದ್ಮಾಷ್ ಕತ್ತೆ ಬೆಳೆದ ಹಾಗೆ ಬೆಳೆದಿದ್ದಾನೆ – ತಾಯಿಯ ಶವಸಂಸ್ಕಾರ ಮಾಡೋಕೆ ಹತ್ತು ರೂಪಾಯಿ ಮಿಗಿಸಿಲ್ಲ" ಅಂದೆ. ನನ್ನನ್ನು ನಾನು ಸಮರ್ಥಿಸಿಕೊಳ್ಳತೊಡಗಿದೆ. ವ್ಯವಹಾರ ಜ್ಞಾನವಿಲ್ಲದೆ ಒಬ್ಬರ ಮೇಲೆ ಒಬ್ಬರು ಮುಗ್ಗರಿಸಿ ಬೀಳುವಷ್ಟು ದಟ್ಟ ಜನಸಂದಣಿಯ ಈ ಪ್ರಪಂಚದಲ್ಲಿ ಬದುಕೋದು ಕಷ್ಟ. ನಾನಾ ತರ ಜನ ಇದ್ದಾರೆ. ಮುಖ ನೋಡಿ ಊಹಿಸೋದು ಸಾಧ್ಯವೇ ಇಲ್ಲ. ಈ ಹಜಾಮ ಒಳ್ಳೆಯವನು ಅಂತ, ನಾನು ತಿಳಿದಿದ್ದೇನೆ. ಒಳ್ಳೆಯವನು ಅನ್ನೋಕೆ ಸ್ಪಷ್ಟ ಕಾರಣ ಇಲ್ಲದಿದ್ದರೂ ಹಾಗೆ ನಾನು ನನ್ನನ್ನೇ ನಂಬಿಸಿ ಕೊಂಡಿದ್ದೇನೆ. ಅವನು ನನ್ನ ಹತ್ತಿರ ಸರಿಯಾಗಿ ಮಾತಾಡಿಲ್ಲ; ಅವನನ್ನು ನಾನು ಸರಿಯಾಗಿ

ಅರ್ಥಮಾಡಿಕೊಂಡಿಲ್ಲ. ಅವನು ನಾಳೆಯೇ ಶಿವಮೊಗ್ಗ ಬಿಟ್ಟು ಹೋಗಬಹುದು. ಅವನ ತಾಯಿ ಸತ್ತ ಕತೆ ಶುದ್ಧ ಸುಳ್ಳಿರಬಹುದು. ಮೋಸ ಮಾಡುವುದಕ್ಕೆ ಎಷ್ಟೊಂದು ದಾರಿಗಳಿಲ್ಲ. ಬದುಕನ್ನೂ ಸಾಹಿತ್ಯವನ್ನೂ ವಾಸ್ತವ ದೃಷ್ಟಿಯಿಂದ ನೋಡಬಲ್ಲ ವಿಮರ್ಶಕನ ವರ್ತನೆ ಇದಲ್ಲ. ಈ ಭಾವುಕತೆಯೂ ಬೀದಿಯ ಭಿಕಾರಿಯನ್ನು ನಂಬುವಂಥ ಮೌಢ್ಯವೂ ಒಳ್ಳೆಯದಲ್ಲ...

'ಗೊತ್ತಿಲ್ಲವೇ ನನಗೆ, ಆತ ಸಾಯಂಕಾಲ ಬಂದೇ ಬರುತ್ತಾನೆ – ಬರುವ ದುಡ್ಡು ಬಿಡುತ್ತಾನೆಯೇ?' ಎಂದು ಒಂದು ರೀತಿಯ ವಾಸ್ತವ ದೃಷ್ಟಿಯಿಂದ ಜಗತ್ತನ್ನು ವಿಮರ್ಶಿಸುತ್ತಿದ್ದಾಗ – ನನ್ನ ಗೆಳೆಯ ಡಾಕ್ಟರ್ ಒಬ್ಬರು ಆಡಿದ ಮಾತು ನೆನಪಿಗೆ ಬಂತು: ಸುಖವಾಗಿ ಸಂಸಾರ ಮಾಡುತ್ತಿದ್ದ ಒಂದು ಕಪ್ಪೆಯನ್ನು ಹಿಡಿದು ತಂದರು. ಗಟ್ಟಿಯಾಗಿ ಅಳುತ್ತಿತ್ತು ಪಾಪ. ಅಂಗತ್ತಲಾಗಿ ಹಲಗೆಯ ಮೇಲೆ ಮಲಗಿಸಿ ನರನರಗಳನ್ನು ಬಿಡಿಸಿ ಕೊಯ್ಯತೊಡಗಿದರು. ನರಗಳನ್ನು ಎಣಿಸಿದರು. ನಾಡಿಗಳನ್ನು ಗುರುತಿಸಿದರು. ತುಡಿಯುವ ಹೃದಯ ಕ್ರಮಕ್ರಮೇಣ ನಿಂತಿತು. ಕಪ್ಪೆಯನ್ನು ಅಭ್ಯಸಿಸುವ ಗದ್ದಲದಲ್ಲಿ ಹಾರಿಹೋದ ಅದರ ಜೀವ ಅವರ ಗಮನಕ್ಕೆ ಬರಲಿಲ್ಲ. ಹೆಣ್ಣು ಕಪ್ಪೆಯ ಕೂಗು ಕಿವಿಗೆ ಬರೆ ಹಾಕುತ್ತಲೇ ಇತ್ತು. ಸಾಯಂಕಾಲ ಪಾರ್ವತಿ, "ಏನು ಬರಲೇ ಇಲ್ಲವಲ್ಲ ನಿಮ್ಮ ಸ್ನೇಹಿತ" ಎಂದು ಕಿಚಾಯಿಸಿದಳು. ರೋಷವನ್ನು ತಡೆಯಲಾರದೆ, "ಬಾಯಿ ಮುಚ್ಚಿಕೊಂಡು ತೆಪ್ಪಗಿರೋದನ್ನ ನೀನು ಅವನಿಂದ ಕಲೀಬೇಕು" ಅಂದುಬಿಟ್ಟೆ.

ಹಾಗೆನ್ನಬಾರದಿತ್ತು, ಆದರೆ ಅಂದಿದ್ದೆ.

ಪಾರ್ವತಿಯನ್ನು ಸಮಾಧಾನಪಡಿಸುವುದಕ್ಕೋ ಎಂಬಂತೆ ಸಂಜೆ ಗೇಟಿನ ಸಪ್ಪಳ ಕೇಳಿದೊಡನೆ ಹೆಂಡತಿಯನ್ನು ಪಿಸಪಿಸನೆ ಕರೆದೆ. ಅದೇಕೋ ಕಳ್ಳನ ಹಾಗೆ ವರ್ತಿಸುತ್ತಿದ್ದೆ. ಎಷ್ಟೇ ಹೇಳಿಕೊಂಡರೂ ಧೈರ್ಯ ಬರಲಿಲ್ಲ. ಅವನ ಮುಖ ನೋಡಿ ನನ್ನ ಕರ್ತವ್ಯವನ್ನು ಉಳಿಸಿಕೊಳ್ಳುವುದು ಸಾಧ್ಯವಿರಲಿಲ್ಲ. ಹೆಂಡತಿಯ ಕೋಪ ಬೇರೆ. ಸಂಸಾರದ ಸೌಖ್ಯ ಯಾವನೋ ಕಂಡರಿಯದ ಭಿಕಾರಿಯಿಂದ ನುಚ್ಚುನೂರಾಗುವುದು ಬೇಕಿರಲಿಲ್ಲ. ನನ್ನ ಔದಾರ್ಯ ಮನೆಯ ಪರಿಮಿತಿಯಲ್ಲೇ ಶ್ರೀಮಂತನಾಗಿದ್ದರೆ ಸಾಕು ಅನ್ನಿಸಿತು. ಪಾರ್ವತಿಯ ದುಗುಡ ಕರುಳನ್ನು ಇರಿಯಿತು. ಆಕೆಯ ಕೈ ಹಿಡಿದುಕೊಂಡು ಹೇಳಿದೆ: "ನೋಡು, ಆ ಹಜಾಮ ಬಂದಿದಾನೆ ಅಂತ ಕಾಣುತ್ತೆ. ನಾನು ಮನೇಲಿಲ್ಲ ಅಂತ ಹೇಳಿಬಿಡು."

ಆ ಗಳಿಗೆಯಲ್ಲಿ ನನ್ನ ಹೆಂಡತಿಗೆ ಕೂಡ ನನ್ನನ್ನು ಕಂಡು ಜಿಗುಪ್ಸೆಯಾಗಿರಬೇಕು. ಕ್ಷಣ ನಿಂತು ನನ್ನನ್ನು ನೋಡಿದಳು. ನನ್ನ ಮನಸ್ಸಿನ ಆಂದೋಲನವನ್ನೂ, ನನ್ನ ಆದರ್ಶಗಳ ಇಕ್ಕಳದಲ್ಲಿ ನಾನೇ ಸಿಕ್ಕು ನರಳುವುದನ್ನು ಕುತೂಹಲದಿಂದ ಅವಲೋಕಿಸಿದಳು. ಹೊರಗೆ ಹೋಗಿ, "ಅವರು ಮನೇಲಿಲ್ಲ" ಅಂತ ಬೇಸರದ ದನಿಯಲ್ಲಿ ಹೇಳಿದಳು. ಗೇಟು ಮುಚ್ಚಿಕೊಂಡು ಬಹು ನಿಧಾನವಾಗಿ ಹೊರಟು ಹೋದ.

* * *

ಕುಸ್ತಿಮಾಡಿ ಸೋತ ಮೈಯನ್ನು ಬಿಸಿನೀರಲ್ಲಿ ಜಾಲಾಡಿಸಿದರೂ ನೋವು ಕಮ್ಮಿಯಾಗಲಾರದೆನ್ನಿಸಿ ಗಾಳಿಯೊಡನೆ ಸೆಣಸಿದ ನನ್ನನ್ನು ನಾನೇ ಶಪಿಸಿಕೊಂಡು ಇನ್ನೊಮ್ಮೆ ಹೀಗೆಂದಿಗೂ ಮನಸ್ಸಿನ ಉಯ್ಯಾಲೆಗೆ ಅಧೀನವಾಗಕೂಡದೆಂದು ನಿರ್ಧರಿಸಿ... ಎಲ್ಲ ಆದ ತರುವಾಯ, ಮೈಲಿ ಮುಖದ ಹಜಾಮನ ತಾಯಿ ಸತ್ತಿರಲೇಬೇಕೆಂದು, ಆತನಿಗೆ ಸಹಾಯ

ನಿಜಕ್ಕೂ ಬೇಕಿತ್ತೆಂದು, ನಂಬಲಾರದೆ ಹೋದ ನನಗೆ ನಾನಾ ಬಗೆಯ ಯೋಚನೆಗಳು ನಿಧಾನವಾಗಿ ಬರಹತ್ತಿದವು.

"ಇದೆಲ್ಲ ವಿಚಿತ್ರವಾಗಿ ಕಾಣುತ್ತದೆ" ಅಂದರೆ ಅದು ಕೇವಲ ನಟನೆ, ನನಗೆ ನಿಜಕ್ಕೂ ಹೆದರಿಕೆಯಾಗಿತ್ತು. ಹಜಾಮ ಎಲ್ಲಿಯಾದರೂ ರಸ್ತೆಯಲ್ಲಿ ಸಿಕ್ಕಿಬಿಟ್ಟರೆ ಗತಿಯೇನೆಂದು ಹೆದರಿಕೆಯಾಗಿತ್ತು. ಒಂದು ಮಾತನ್ನೂ ಆಡದೆ ನನ್ನಲ್ಲಿ ಯಕ್ಷಗಾನ ನಡೆಸುವ ಆತನ ಬಗ್ಗೆ ಭಯವಾಗಿತ್ತು. ನಾನು ಸಣ್ಣವನಾಗಿದ್ದೆ.

ಇದು ಉತ್ಪ್ರೇಕ್ಷೆ ಅಲ್ಲ. ತಿಂಗಳು ಕಳೆದು ಕ್ಷೌರಕ್ಕೆ ಹೋಗುವ ಮುನ್ನ ಯಾವ ಅಂಗಡಿಗೆ ಹೋಗುವುದೆಂದು ಯೋಚಿಸಿದೆ. ಬೇರೆ ಸೆಲೂನಿಗೆ ಹೋದರೆ ಮತ್ತೊಂದು ತೆರನಾದ ಮೋಸ; ಅವನಿಗೆ ಸಲ್ಲಬೇಕಾದ ದುಡ್ಡು ಬೇರೆಯವರಿಗೆ ಹೋಗುತ್ತದೆ. ಹೋದರೆ ಹೆದರಿಕೆ. ಕುತ್ತಿಗೆಯ ಹತ್ತಿರ ಅವನ ಕತ್ತಿ. ಯೋಚಿಸಿದೆ. ಕೊನೆಗೆ ನೆಪಗಳನ್ನು ಜೋಡಿಸಿಕೊಂಡು ಅವನ ಸೆಲೂನಿನತ್ತ ಹೊರಟೆ.

ಸೆಲೂನಿಗೆ ಬಾಗಿಲು ಭದ್ರವಾಗಿ ಮುಚ್ಚಿತ್ತು.

ಅಲ್ಲಿಯೇ ಸ್ವಲ್ಪ ಹೊತ್ತು ನಿಂತು ಮನೆಗೆ ಬಂದೆ. ○

○ ಯು. ಆರ್. ಅನಂತಮೂರ್ತಿ

ಪ್ರಕೃತಿ

ಬಾಯಲ್ಲಿ ಅರಳು ಹೊಟ್ಟಿದಂತೆ ಮಾತಾಡಿದರೆ ಏನು ಬಂದ ಹಾಗೆ? ಒಂಟಿ ಕಾಲಿನ ಮೇಲೆ ಕಂಬಕ್ಕೊರಗಿ ನಿಂತಿದ್ದ ನಾರಾಯಣ ನಡುಗುತ್ತಿದ್ದ – ಗಣ ಬಂದವನಂತೆ. ತಗ್ಗಿಸಿದ ಸೊಡ್ಡು ನೋಡಿ 'ಬೇಷ್' ಎನ್ನಬೇಕೆನ್ನಿಸಿತು ಸಂಕಪ್ಪಯ್ಯನಿಗೆ. ಅಂತೂ ಪರವಾಯಿಲ್ಲ – ಮಗ ದಾರಿಗೆ ಬಂದ. ಹುಟ್ಟಿಸಿದವನಿಗೆ ಎದುರಾಡುವಷ್ಟು ಧೈರ್ಯ ಬಂದಿತಲ್ಲವೆ? ಏನು ಮೇಲಕ್ಕೆ ಬಾಚಿದ ಕ್ರಾಪು! ಅದೇನು ಪೇಟೆಯ ಲಫಂಗನಂತೆ ಕತ್ತಿಗೆ ಸುತ್ತಿದ್ದ ಮಫ್ಲರ್! ಫ್ಯಾಶನ್ ಎಂದರೆ ಇದಯ್ಯ! ಕಿಸೆಯಲ್ಲಿ ಬೀಡಿ ಕಟ್ಟು, ಬೆಂಕಿಪಟ್ಟಣ ಇರಬಹುದೋ ಏನೋ!

ಸಂಕಪ್ಪಯ್ಯ ಮೂದಲಿಸುತ್ತ ಅಡಿಕೆ ಕತ್ತರಿಸಿದರು.

ಗಂಡ, ಮಗ ಎದುರುಬದಿರಾಗಿ ನಿಂತಿದ್ದನ್ನು ಅಡಿಗೆಮನೆಯಿಂದ ಸೀತಮ್ಮ ಹಣಿಕಿ ನೋಡಿ ಒಳಗೆ ಮತ್ತೆ ಕಾಯಿ ತುರಿಯಲು ಹೋದರು. ಅಂಗಳದಲ್ಲಿ ಸಂಡಿಗೆ ಒಣಹಾಕಿ ಪಡಸಾಲೆಗೆ ಬಂದ ಲಕ್ಷ್ಮಿ ನಿಂತಳು. ಅಪ್ಪನ ಕಣ್ಣಿಗೆ ಎದುರಾಗಲಾರದೆ ಕರ್ಚೀಫಿನಿಂದ ಬೆವರೊರೆಸಿಕೊಳ್ಳುತ್ತ ನಿಂತ ಅಣ್ಣನ ಒಂಟಿಕಾಲಿನ ವಿಚಿತ್ರ ಭಂಗಿ ಕಂಡು ಅಂಜಿ, ಅಡಿಗೆಮನೆಗೆ ಹೋಗಿ "ಏನಮ್ಮ ವಿಷಯ" ಎಂದಳು. ಆಲಿಸುತ್ತಿದ್ದ ಸೀತಮ್ಮ 'ಶ್' ಎನ್ನಲು ಸುಮ್ಮನಾದಳು.

ಲಂಗದ ನಿರಿ ಹಿಡಿದೆತ್ತಿ ಓಡಿಬಂದಳು ಶಾಂತ. ಇದೇನು ಅಪ್ಪ ಅಣ್ಣ ಎದುರುಬದಿರು ನಿಂತ ಗಮ್ಮತ್ತು ಅರ್ಥವಾಗದೆ, ಸಂಕಪ್ಪಯ್ಯನ ಹೆಗಲಿನ ಮೇಲೆ ಗಲ್ಲ ಊರಿದಳು. ಕಿವಿಯ ಹತ್ತಿರ ತುಟಿ ತಂದು "ಸುಣ್ಣ ತರಬೇಕೆ ಅಪ್ಪ?" ಎಂದು ಅಣ್ಣನನ್ನು ತುಂಟು ಕಣ್ಣುಗಳಿಂದ ನೋಡಿದಳು – ಜಂಬಕ್ಕೆ ಜೇಬಲ್ಲಿ ಬುಕ್ಕು ಪೆನ್ನು! ವಾರಕ್ಕೊಂದು ದಿನ ಕೈಯಲ್ಲಿ ಬ್ಯಾಟರಿ ಹಿಡಿದು ತನ್ನನ್ನು ಜೊತೆಗೆ ಕರೆದುಕೊಳ್ಳದೆ ಪೇಟೆಗೆ ಸಿನಿಮಾ ನೋಡಿ ಬರಲು ಹೋಗುವುದು ಬೇರೆ. ಆದರೆ ಅಪ್ಪ ಕಣ್ಣು ಬಿಟ್ಟರೆ ಸಾಕು – ಹೇಗೆ ಅಳುಬುರುಕ ಮುಖ ಮಾಡುತ್ತಾನೆ! ನಗಬೇಕೆನಿಸಿತು. ಆದರೆ ಅಪ್ಪನಿಗೆ ಕಾಣದಂತೆ ಗುದ್ದಿಯಾನೆಂದು ಸುಮ್ಮನಾದಳು.

* * *

ಪಡಸಾಲೆಗೆ ಕೇಳುವಂತೆ ಅಡಿಗೆಮನೆಯಲ್ಲಿ ಸಾಗುತ್ತಿದ್ದ

ಅಮ್ಮ ಅಣ್ಣನ ಮಾತಿಗೆ ಸಂಕಪ್ಪಯ್ಯನ ಜುಟ್ಟು ಬಿಚ್ಚುತ್ತ ಅಂದಳು: "ಉತ್ತರನ ಪೌರುಷ ಒಲೇ ಮುಂದೆ." ಮತ್ತೆ ನಕ್ಕವಳು ಅಪ್ಪನ ಮುಖ ನೋಡಿ ಪೆಚ್ಚಾದಳು.

('ಅಮ್ಮ! ನಾನು ಈಗಲೇ ಹೇಳಿಬಿಡ್ತೀನಿ ಕೇಳು, ಅಪ್ಪ ಮಾಡಿದ 20,000 ರೂ. ಸಾಲಕ್ಕೆ ಅವನೇ ಮುಂಡಮೋಚಿಕೊಳ್ಳಲಿ, ಈ ಕೊಂಪೇಲಿ ಕೊಳೆಯೋಕೆ ನಾನು ಹುಟ್ಟಿಲ್ಲ. ನಿನ್ನ ಅಣ್ಣ ಶಿವಮೊಗ್ಗದಲ್ಲಿ ಹೋಟೆಲು ನಡೆಸೋಣ ಬಾ ಅಂದಿದ್ದಾನೆ. ಇಗೋ ಉಟ್ಟ ವಸ್ತ್ರದಲ್ಲೇ ಹೊರಟೇಂತ ತಿಳಿಕೊ. ಕಡಿದುಹೋಯ್ತು ನನ್ನ ನಿಮ್ಮ ಸಂಬಂಧ.')

ತನ್ನ ಮೀಸೆ ಹುರಿ ಮಾಡುತ್ತಿದ್ದ ಶಾಂತಾಳ ಕೈ ತಳ್ಳಿ ಸಂಕಪ್ಪಯ್ಯ ಎದ್ದು ನಿಂತರು. ಮೊದಲೇ ಪೆಚ್ಚಾಗಿದ್ದ ಶಾಂತ ಏನು ಮಾಡಲು ತೋಚದೆ ಬೆರಳು ಕಡಿಯುತ್ತ ಅಪ್ಪನನ್ನು ನೋಡಿದಳು.

('ನನ್ನ ಮೇಲೆ ಯಾಕೆ ರೇಗ್ತಿಯಾ ನಾಣಿ? ನನ್ನ ಮಾತಿಗೆ ಅವರ ಹತ್ತಿರ ಏನಾದರೂ ಬೆಲೆ ಇದೆಯೆ? ನಿನಗೇ ಗೊತ್ತಿದೆ. ಆ ಹಾಳು ಕಿತ್ತಳೆ ತೋಟದ ಹುಚ್ಚಿಗೆ ಸಾವಿರಗಟ್ಟಲೆ ಸುರಿದಾಯ್ತು. ಊರಿಗೆ ಊರೇ ಬೇಡವೆಂದರೂ ಕೇಳಿದರ? ತಾನುಂಟೋ ಮೂರು ಲೋಕ ಉಂಟೋ ಎಂತ ತನ್ನ ಮೂಗಿನ ನೇರಕ್ಕೆ ನೋಡುವ ಒರಟು ಅವರದು. ಆರು ವರ್ಷವಾಯಿತು. ಒಂದು ಬೆಳೇನೂ ಸರಿಯಾಗಿ ಕೈ ಹತ್ತಲಿಲ್ಲ.'

'ಆ ಹಾಳು ನೆಲದಲ್ಲಿ ಕಿತ್ತಳೆ ಬೆಳೆಯಲ್ಲಾಂತ ಶ್ಯಾನುಭೋಗರು ಗಿಣಿಗೆ ಹೇಳುವಂತೆ ಅಪ್ಪನಿಗೆ ಬುದ್ಧಿ ಹೇಳಲಿಲ್ಲವೇನಮ್ಮ!'

'ನಿತ್ಯ ಒಂದೇ ಕಥೆ ಈ ಕೊಂಪೇಲಿ. ನನಗೂ ಹೆಣಗಿ ಹೆಣಗಿ ಸಾಕಾಯ್ತು ನಾಣಿ. ಇವತ್ತು ಈ ದನಾನ ಹುಲೀ ಹಿಡಿತು, ನಾಳೆ ನಾಯೀನ ಕುರ್ಕ ಹೊತ್ತುಕೊಂಡು ಹೋಯಿತು. ಒಂದೋ ಎರಡೋ. ಕೊಗ್ಗ ಹೇಳುತ್ತಿದ್ದ, ಕಾಡಾನೆಯೊಂದು ಬೇರೆ ಬಂದು ಸೇರಿಕೊಂಡಿದೆಯಂತೆ. ಅಷ್ಟು ಸಾಲದೆಂದರೆ ಕೊಳೆ ರೋಗ. ಆ ರೋಗ, ಈ ರೋಗ, ಮಲೇರಿಯಾಂತೆ, ಮತ್ತೆ ಸಾವಿರ. ಕೈಗೆ ಮೂರು ಕಾಸು ಹತ್ತದ ಮೇಲೆ ಇಲ್ಲೆ ಯಾಕೆ ಸಾಯಬೇಕು ಹೇಳು.'

'ಅಲ್ಲವೇನಮ್ಮ? ನಾನು ಹೇಳೋದು ಅದೇ. ಶ್ಯಾನುಭೋಗರಿಂದಾದರೂ ಯಾಕೆ ಬುದ್ಧಿ ಇವರು ಕಲೀಬಾರದು? ಅವರ ಮಗ ಕಿಟ್ಟಣ್ಣನಿಗೆ ನನ್ನ ಜೊತೆ ಹೋಟೆಲಿಡಲು ಒಪ್ಪಿಗೆ ಕೊಟ್ಟಿದ್ದಾರೆ. ಅವನೇ ಪುಣ್ಯಾತ್ಮ...'

'ಅಷ್ಟಲ್ಲದೆ ಇನ್ನೇನು ಹೇಳು. ಯಾವ ಪಾಪ ಮಾಡಿ ನಾನಿವರ ಕೈ ಹಿಡಿದೆನೋ–ನೀನೇಕೆ ನನ್ನ ಹೊಟ್ಟೆಯಲ್ಲಿ ಹುಟ್ಟಿದೆಯೋ ನಾ ಬೇರೆ ಕಾಣೆ ನಾಣಿ – ನನ್ನ ಅಪ್ಪ ಕೊಟ್ಟ ನಾಲ್ಕೆಳೆ ಅವಲಕ್ಕಿ ಸರ, ಬುಗುಡಿ, ಬಂಗಾರದ ಪಟ್ಟಿ ಉಳಿದಿದೆಯೋ ಎಂದರೆ ಅದೂ ಆ ಕಿತ್ತಳೆ ತೋಟದ ಹುಚ್ಚಿಗೆ ಬ್ಯಾಂಕು ಸೇರಿತು. ಇದ್ದಿದ್ದರೆ ಅದನ್ನಾದರೂ ಏನಾದರೂ ಮಾಡಿಕೊಂಡು ಸುಖವಾಗಿರಪ್ಪ ಎಂದು ನಿನಗೆ ಕೊಡುತ್ತಿದ್ದೆ...'

'ಅಷ್ಟೆಲ್ಲ ಸುಲಭವಲ್ಲಮ್ಮ ಇದು ಪಿತ್ರಾರ್ಜಿತ ಆಸ್ತಿ. ನನಗೂ ಹಕ್ಕಿದೆ ಗೊತ್ತಾಯ್ತ? ಅಪ್ಪ ತಿಳಕೊಂಡು ಮಾತಾಡಲಿ.')

– ಅಣ್ಣ ಆಡುವ ಮಾತಿಗೆ ಕಪಾಳಕ್ಕೆರಡು ಏರಿಸದೆ ಅಪ್ಪ ಯಾಕೆ ಸುಮ್ಮನೆ ನಿಂತಿದ್ದಾನೆಂದು ಆಶ್ಚರ್ಯದಿಂದ ದೊಡ್ಡ ಕಣ್ಣುಗಳನ್ನಗಲಿಸಿ ಶಾಂತ ಸಂಕಪ್ಪಯ್ಯನನ್ನು ನೋಡುತ್ತ ನಿಂತುಬಿಟ್ಟಳು.

('ಈ ಭಾಗ್ಯವೊಂದು ಸಾಲದೂಂತ ಮದುವೆಯಾಗಿ ಆರು ತಿಂಗಳಾಗಲಿಲ್ಲ – ಲಕ್ಷ್ಮಿ ಗಂಡ ಸತ್ತು ಮತ್ತೆ ಇಲ್ಲಿಗೆ ಹಾಳು ಹಣೇ ಹೊತ್ತು ಬಂದಳು. ನಾನೂ ಹೇಳಿದೆ – ಆ ದೇವರಯ್ಯನ ಮಗನ ಕೊರಳಿಗೆ ಕಟ್ಟಬೇಡಿ ಮಗಳನ್ನ ಅಂತ, ನನ್ನ ನಿನ್ನ ಮಾತಿಗೊಂದು

ಈ ಮನೇಲಿ ಬೆಲೆ ಇದ್ದರೆ ಅಲ್ವ?... ಮಗಳ ಗಂಡ ಸತ್ತಾಂತ ಸುದ್ದಿ ಕೇಳಿದಾಗಲೂ ಅಬ್ಬ! ಅವರ ಕಣ್ಣಲ್ಲಿ ಒಂದು ಹನಿ ನೀರು ಬಿತ್ತ? ಜಪ್ಪಯ್ಯ ಅನ್ನದೆ ಸೀದ ಹಾಳು ಕಿತ್ತಳೆ ತೋಟಕ್ಕೆ ಹೋದರು. ನಾನು ಹೇಳುತ್ತೀನಿ ಕೇಳು. ಇವರು ಮಾಡಿದ ಪಾಪ ಏಳೇಳು ಜನ್ಮಕ್ಕೂ ತೀರದು. ಮನೆಯವರ ಸುಖಕ್ಕೆ ಆಗದ ಬೇಸಾಯ ಯಾಕೆ ಮಾಡಬೇಕೋ. ಹೀಗೇಕೆ ಮಕ್ಕಳನ್ನು ಗೋಳು ಹುಯ್ಯಬೇಕೋ ಪರಮಾತ್ಮನೆ ಬಲ್ಲ...'

'ನೀನ್ಯಾಕೆ ಕಣ್ಣೀರು ಹಾಕುತ್ತಿ ಅಮ್ಮ?')

ರಂಜದ ಹೂವಿನ ಒಣಗಿದ ಸರವನ್ನು ಕೂದಲಿನ ಸಿಕ್ಕಿನಿಂದ ಬಿಡಿಸಿಕೊಳ್ಳುತ್ತಿದ್ದ ಶಾಂತ ಕುತೂಹಲದಿಂದ ಅಪ್ಪನ ಮುಖ ಗಂಟಿಕ್ಕಿದ್ದನ್ನು ನೋಡಿದಳು. ಸಂಕಪ್ಪಯ್ಯ ಸರ್ರನೆ ಮೈ ಮೇಲೆ ಏರಿ ಬರುವಂತೆ ಹೋಗಿ ಬಾಗಿಲಬಳಿ ಕೈಕಟ್ಟಿ ನಿಂತಿದ್ದ ಕೊರಗನಿಗೆ 'ಕೆಲಸಕ್ಕೆ ಹೋಗಬಾರದೇನೋ?' ಎಂದು ದನಿ ಎತ್ತಿ ಗದರಿಸಿ ಪಡಸಾಲೆಯಲ್ಲಿ ಶತಪಥ ತಿರುಗಿದರು... ಮತ್ತೆ ಏನೋ ಜ್ಞಾಪಿಸಿಕೊಳ್ಳುವವರಂತೆ ನಿಂತರು.

('ಲಕ್ಷ್ಮಿಗೂ ಮಿಕ್ಕ ಹೆಂಗಸರಂತೆ ಸುಖವಾಗಿರಬೇಕೆಂಬ ಆಸೆ ಇಲ್ಲವಾಂತ ಯೋಚಿಸಿದರೆ ಕರುಳು ಹಿಂಡಿ ಬರುತ್ತೆ ನಾಣಿ, ಅಪ್ಪನ ಮುಖ ನೋಡಿಕೊಂಡಿದ್ದರೆ ಸಾಲದಾಂತ ಇವರು ಯೋಚಿಸಬಹುದು– ನೀನೇ ಹೇಳಿ ನೋಡಪ್ಪ ನಾಣಿ, ಅಂತೂ ನೀ ಹೋದಲ್ಲಿ ನಾನಿದೇನೆ ಅಂತ ತಿಳಕೊ. ಇವರ ಕಾಲುಬುಡದಲ್ಲಿ ಕಸಕ್ಕಿಂತ ಕಡೆಯಾಗಿ ಬಿದ್ದುಕೊಂಡು ಇನ್ನು ನಾನು ಗೇಯಲಾರೆ. ನನಗೂ ನಾಕು ದಿನವಾದರೂ ಈ ಕೊಂಪೆವಾಸ ಬಿಟ್ಟು ಮಗನ ಜೊತೆ ಸುಖವಾಗಿರಬೇಕೆಂಬ ಆಸೆ ಇದೆ.'

'ನಾನು ನೋಡಿಕೋತೀನಮ್ಮ. ಇವರ ಒಣ ಜಬರದಸ್ತು ಇನ್ನು ನನ್ನ ಮೇಲೆ ನಡೆಯದು. ನಾನು, ಕಿಟ್ಟಣ್ಣ ಶಿವಮೊಗ್ಗದಲ್ಲಿ ನಿನ್ನ ಅಣ್ಣನ ಜೊತೆ ಹೋಟೆಲಿಟ್ಟೆ ಸೈ. ಆಕಾಶ ತಲೇ ಮೇಲೆ ಕಳಚಿಕೊಳ್ಳಲಿ ಬೇಕಾದರೆ. ಹೆದರ್ತೀನಂತ ತಿಳಿಕೊಂಡಿದೀಯ?')

ನಾರಾಯಣನ ಮಾತು ಬಂದಾಯಿತು – ಸಂಕಪ್ಪಯ್ಯ ಬಂದು ನಿಂತ ಬಿರುಸಿಗೆ. ಹಿತ್ತಲ ಬಾಗಿಲಿಂದ ಒಂದೊಂದೇ ಹೆಜ್ಜೆ ಹಿಂದೆ ಜಾರತೊಡಗಿದ ಅಣ್ಣನ ಪೇಚಾಟ ನೋಡಿ ಶಾಂತ ನಕ್ಕಳು. ಸೀತಮ್ಮ ಗಂಡ ನಿಂತ ಗತ್ತು ನೋಡಿ ತಲೆಬಗ್ಗಿಸಿ ಕಾಯಿ ಮುಗಿದ ಬರಿ ಕರಟ ತುರಿಯತೊಡಗಿದರು. ಕರ್ಕಶ ಶಬ್ದಕ್ಕೆ ಮೈ ಕೈ ಪರಚಿದಂತಾಗಲು ಹೆಂಡತಿಯ ತಲೆಬುರುಡೆ ಜಪ್ಪಬೇಕೆನಿಸುವಷ್ಟು ರೋಷವನ್ನು ಕಡಗೋಲು ಕಂಬದ ಮೇಲೆ ಕೈಯೂರಿ ಸಂಕಪ್ಪಯ್ಯ ತಡೆದುಕೊಂಡರು.

"ನಾರಾಯಣ ! ನಿಲ್ಲು" ಎಂದರು ಎತ್ತರದ ಸ್ವರದಲ್ಲಿ. "ಹೋಟೆಲು ಇಡಲು ದುಡ್ಡು ಕೊಡದಿದ್ದರೆ ಏನು ಮಾಡಬೇಕೂಂತಿದಿ ?" ಎಂದು ಕಡಗೋಲಿನಿಂದ ನೆಲವನ್ನೊಂದು ಸಾರಿ ಕುಟ್ಟಿದರು.

ದಾವಾ ಹಾಕಿ ನನ್ನ ಪಾಲು ಕೇಳ್ತೇನೆ ಎಂದು ಗಂಟಲು ದಾಟದ ಯೋಚನೆಯನ್ನು ನಾರಾಯಣ ನುಂಗಿಕೊಂಡು ತಲೆ ತಗ್ಗಿಸಿದ.

'ಇವರು ಗಟ್ಟಿಯಾಗಿ ಮಾತಾಡಿದರೆ ಹಂಚೇ ಹಾರಿಹೋಗುತ್ತದೊ ಏನೊ !' ಎಂದು ಯೋಚಿಸುತ್ತಿದ್ದ ಹೆಂಡತಿಯ ಕಡೆ ತಿರುಗಿ, ಮೆತ್ತಗಾಗಿದ್ದರೂ ಸಿಟ್ಟಳಿಯದ ಸ್ವರದಲ್ಲಿ ಕೇಳಿದರು –

"ಲಕ್ಷ್ಮಿಯಾಗೇ ನಿನ್ನ ಹತ್ತಿರ ಅಪ್ಪನ ಜೊತೆ ಇದ್ದರೆ ಯಾವ ಭಾಗ್ಯ ಬಂದ ಹಾಗಾಯ್ತು ಎಂದಳಾ ? ಅಥವಾ ಅದು ನಿನ್ನ ತಲೆಹರಟೆಯ ?... ಹೂ ಒದರು."

ಬರೀ ಕರಟ ತುರಿಯುತ್ತ ಹೆಂಚಿನ ವಿಷಯ ಯೋಚಿಸುತ್ತಿದ್ದ ಸೀತಮ್ಮನ ಉರಿಸೊಡ್ಡು ನೋಡಿ ಅವರಿಗೆ ಹೇಸಿಗೆಯಾಯಿತು. ಇವಳಿಷ್ಟು ಕುರೂಪಿ, ಆದರೂ ಕೈ ಹಿಡಿದ ಹೆಂಡತಿಯಲ್ಲವೆ, ಇಷ್ಟಾದರೂ ಬೇರೆ ಯಾವ ಹೆಂಗಸನ್ನೂ ಮೋಹಿಸಿರಲಿಲ್ಲ. ಆದರೂ ಇವಳೇ ಈಗ ಮಗನನ್ನು ಕೂಡಿಕೊಂಡು ತಿರುಗಿ ನಿಂತಹಳಲ್ಲ ಎಂದು ಜಿಗುಪ್ಸೆಯಲ್ಲಿ 'ತತ್' ಎಂದಷ್ಟೆ ಅಂದು ಪಡಸಾಲೆಗೆ ಬಂದರು. ಪಾಣಿಪಂಚೆಯಿಂದ ಬೆವರಿದ ಕಂಕುಳನ್ನು ಒರಸಿಕೊಳ್ಳುತ್ತ ವಿಪರೀತ ಮೃದುವಾದ ಸ್ವರದಲ್ಲಿ "ಲಕ್ಷ್ಮಿ! ಎಲ್ಲೆ ಶಾಂತ" ಎಂದು ಕೂಗಿದರು.

*　*　*

ದೇವರ ಮನೆ ಹಾಯುವಾಗ ಕೇಳಿಸುವಂತೆ ಅಂದರು. 'ಇಲ್ಲ ಸಾಧ್ಯವಿಲ್ಲ. ಲಾಗಹಾಕಲಿ ಬೇಕಾದರೆ' ವರ್ಷದಲ್ಲಿ ಬರುವ ಅನಂತವ್ರತ, ಗೌರಿ, ಗಣೇಶ ಎಲ್ಲ ಹಬ್ಬಗಳನ್ನು ಮನೆತನದ ಮುಖ್ಯಸ್ಥರಾಗಿ ನಡೆಸುವ ಅವರು ಈಗ ಈ ಚೋಟುದ್ದದ ಹುಡುಗ, ಆಸೆಬುರುಕ ಹೆಂಡತಿ ಮಾತು ಕಟ್ಟಿಕೊಂಡು ವಂಶಪಾರಂಪರ್ಯವಾಗಿ ಗುಡ್ಡಗಳ ಜೊತೆ ಸೆಣಸಿದ ತೋಟ ಗದ್ದೆ ಪರಭಾರೆ ಮಾಡುವುದೆ? ಅದೂ ಶಿವಮೊಗ್ಗದಲ್ಲಿ ವೈದಿಕ ಬ್ರಾಹ್ಮಣನಿಗೆ ಅಯೋಗ್ಯವಾದ ಅನ್ನವಿಕ್ರಯಕ್ಕಾಗಿ ? 'ಆದದ್ದಾಗಲಿ ನೋಡಿಯೇ ಬಿಡುವ !'

ಸೊಂಟಕ್ಕೆ ಕತ್ತಿ ಸಿಗಿಸಿ ಹೊರಗೆ ಹೋಗುವಾಗ ರಂಜದ ಹೂವಾರಿಸುತ್ತ, ನಿಂತಿದ್ದ ಶಾಂತ 'ಅಪ್ಪ ನಾನೂ ನಿನ್ನ ಜೊತೆ ಬರಲ ?' ಎನ್ನುವ ಆಸೆಯಿಂದ ಮುಖ ಮಾಡಿದ್ದು ನೋಡಿ ಅವರ ಜೀವಕ್ಕಷ್ಟು ನೆಮ್ಮದಿಯೆನಿಸಿತು. ನನ್ನವರು ಎನಿಸಿಕೊಂಡ ಒಬ್ಬರೂ ಇಲ್ಲದಿದ್ದರೂ ಕೂಡ ಕಾಲಹಾಕುತ್ತೇನೆ ನಾನಿಲ್ಲಿ ಎಂದುಕೊಂಡರು. ಅದು ಶಪಥ; ಪರೀಕ್ಷೆ ಮಾಡಿ ನೋಡಲಿ ಬೇಕಾದರೆ; ಇವನು ಬೀಡಿ ಸೇದಿ ಪೇಟೆ ತಿರುಗುವ ನರಪೇತಲ, ನಾನು ಮೂರು ಗಾಡಿ ಕಟ್ಟಿಗೆ ಕಡಿದು ಒಟ್ಟಬಲ್ಲ ತಾಕತ್ತುಳ್ಳ ಬಲಿಷ್ಠ. ಹೆಸರು ತರುವ ಮಗನೇನಯ್ಯ ಈ ಭ್ರಷ್ಟ? ಹಲ್ಲು ಹಿಡಿದು ಮಾತಾಡದಿದ್ದರೆ ಇನ್ನೊಮ್ಮೆ ಕುತ್ತಿಗೆಗೆ ಕೈಹಾಕಿ ದಬ್ಬಿಯೇ ಸೈ. ಬಾಯಿ ಮುಚ್ಚಿಕೊಂಡು ಸಹಿಸುತ್ತೇನೆಂದು ತಿಳಿದನೋ ಇವ, ಎಂದುಕೊಳ್ಳುತ್ತ ಬೀಸಾಗಿ ಮನೆಯ ಹಿಂದಿನ ಗುಡ್ಡ ಹತ್ತುತ್ತ ನಡೆದರು.

ಮತ್ತಿಸೊಪ್ಪು ಕೊಯ್ಯುತ್ತ ನಿಂತಿದ್ದ ಲಕ್ಷ್ಮಿಯನ್ನು ಕಂಡು ನಿಂತರು. ಅದೇನು ಕೇಳಬೇಕೆಂದೆನಿಸಿತು? 'ನೀನು ಸಕೇಶಿಯಾಗಿ ಮನೆಗೆ ಸೇರುವಂಥಾದ್ದು ನನ್ನ ತಪ್ಪೆ ಲಕ್ಷ್ಮಿ?' ಎನ್ನದೆ, 'ಗಂಡ ಸತ್ತರೇನು ನಿನಗೆ ಯಾವುದಕ್ಕೂ ಕಡಿಮೆಯಾಯಿತು ಎನ್ನಿಸದಂತೆ ನೋಡಿಕೊಳ್ಳುವ ನನ್ನಂತಹ ತಂದೆಯಿಲ್ಲವೆ?' ಎನ್ನದೆ, ಮಾತು ಹುಡುಕುವವರಂತೆ ಸುಮ್ಮನೆ ಅವಳ ಹಾಳು ಹಣೆ ನೋಡಿದರು. 'ಬಿಸಿಲಲ್ಲಿ ಒಬ್ಬನೇ ಎಲ್ಲಿ ಹೊರಟಿಯೊ ಅಪ್ಪ?' ಎಂದು ಕೇಳಿದಳೆಂದು ಸಂತೋಷವಾಯಿತು. ನಿನ್ನೆ ಅವಳು ಶಾಂತ ಸೇರಿ ಒತ್ತಾಯ ಮಾಡಿ ಮೈಗೆ ಎಣ್ಣೆ ತಿಕ್ಕಿದ್ದರು. ಬಾನಿನಲ್ಲಿ ಕೂರಿಸಿ ನೀರು ಹಾಕಿದ್ದರು. ಎರೆದುಕೊಂಡಾದ ಮೇಲೆ ಹಾಸಿಗೆ ಹಾಸಿ ಎರಡು ಕಂಬಳಿ ಹೊದಿಸಿ 'ಚೆನ್ನಾಗಿ ಬೆವರಲಿ ಅಪ್ಪ' ಎಂದು ಪಕ್ಕದಲ್ಲಿ ಕೂತ ಲಕ್ಷ್ಮಿಗೆ ಏನು ಹೇಳಬೇಕೆಂದೆನಿಸಿತ್ತು? ಹೆಂಡತಿ, ಮಗ, ನೆಂಟರು, ಇಷ್ಟರು ಯಾರಿಗೂ ಹೇಳಬೇಕೆಂದು ಎನ್ನಿಸದೆ ಇರುವುದನ್ನು ಹೇಗೆ ಹೇಳುವುದು? 'ಲಕ್ಷ್ಮಿ ಈ ಸಾರಿ ಅಡಿಕೆ ಧಾರಣೆ ಏರಿ 5–6 ಸಾವಿರವಾದರೂ ಸಿಕ್ಕರೆ, ಕಿತ್ತಳೆ ಫಸಲೂ ಕೈಗೆ ಹತ್ತಿದರೆ, ಸಾಲ ತೀರಿಸಿ ಮನೆ ಚೊಕ್ಕಮಾಡಿ...' ಅನ್ಯ ಮನಸ್ಕಳಾಗಿದ್ದರೂ ಅಪ್ಪನಿಗೆ ಪ್ರಿಯವಾಗಲೆಂದು ಹೂಗುಡುತ್ತಿದ್ದ ಲಕ್ಷ್ಮಿ ಥಟ್ಟನೆ ನಡುವೆ ಅಂದಳು. "ಅಪ್ಪ, ನೀನಿದನ್ನೆಲ್ಲ ಅಮ್ಮ ಅಣ್ಣನ ಹತ್ತಿರವೂ ಯಾಕೆ

ಹೇಳಬಾರದು?" ಛೆ! ಇದಲ್ಲ ಹೇಳಬೇಕೆಂದುಕೊಂಡಿದ್ದು ಎನ್ನಿಸಿತು. ಮಾತನಾಡಹೋದರೆ ಪ್ರತಿ ಸಾರಿಯೂ ಹಾಗೆ; ಅನ್ನಿಸಿದ್ದೊಂದು ಆಡಿದ್ದೊಂದು. ಹೃದಯದಲ್ಲಿರುವುದು ಬಾಯಿಗೆ ಬರದಂತಹ ಬಿಗಿ ಒಳಗೆ. "ಊಟದ ಹೊತ್ತಿಗೆ ಬರ್ತೀನಿ. ಮತ್ತಿಸೊಪ್ಪು ನೆನೆಹಾಕಿ ನೀನು ಶಾಂತ ಎರಕ್ಕೊಳ್ಳಿ. ಅಬ್ಬಿ ನೀರು ಬೇಕಾದರೆ ಬಿಟ್ಟು ಬರ್ತೀನಿ" ಎಂದು ಎಡಕ್ಕೆ ತಿರುಗಿದರು. ಲಕ್ಷ್ಮಿ "ಬೇಡ ಅಪ್ಪ" ಎಂದಿದ್ದಕ್ಕೆ "ನೀರು ಹಾಕಿಕೊಳ್ಳದಂಥ ಧಾಡಿ ಏನು ಬಡಿದಿದೆ ನಿನಗೆ?" ಎಂದು ಗದರಿಸಿ ಉತ್ತರಕ್ಕೆ ಕಾಯದೆ ನಡೆದುಬಿಟ್ಟರು.

* * *

ಎಂಟು ವರ್ಷಗಳ ಕೆಳಗೆ ಡಿ.ಸಿ. ಸಾಹೇಬರೇ ಸ್ವತಃ ಮಲೆನಾಡಿನ ಒಬ್ಬ ಅತ್ಯುತ್ತಮ ಬೇಸಾಯಗಾರನೆಂದು ಕೊಟ್ಟ ಬೆಳ್ಳಿಯ ಪದಕವನ್ನು ಪೆಟ್ಟಿಗೆಯಿಂದ ತೆಗೆದು 'ಲಕ್ಷ್ಮಿ, ನೀನಿದನ್ನು ಜೋಪಾನವಾಗಿಟ್ಟುಕೊ' ಎಂದು ಕೊಟ್ಟರೆ ಹೇಗೆ? ಸಂತೋಷಪಟ್ಟಾಳು ಹುಡುಗಿ. ಶಾಂತ ಈಗ ಜೊತೆಯಲ್ಲಿದ್ದಿದ್ದರೆ ಚೆನ್ನಾಗಿತ್ತು. ಗುಡುಗುಡು ಓಡುತ್ತೋಡುತ್ತ ಹಣ್ಣೊ ಪಣ್ಣೊ ಕಿತ್ತುಕೊಳ್ಳುತ್ತ ಹರಟುತ್ತಿದ್ದಳು. ಲಕ್ಷ್ಮಿಗಿರಲಿ, ಆ ಹಸುಳೆಗೂ ಕೂಡ ಅರ್ಥವಾಗುತ್ತೆ. ಇದೇನು ದುಡ್ಡಿನ ರಾವಿಗೆ ಮಾಡೋದೆ? ಹುಚ್ಚೆದ್ದು ಕುಣಿಯುವ ಇಂದ್ರಿಯಗಳನ್ನು 'ತೆಪ್ಪಗಿರು ನನ್ನ ಕೊಂಕುಳಲ್ಲಿ' ಎಂದು ಅದುಮಿಟ್ಟ ಹಾಗೆ ಇದೂ ಒಂದು ನಿಗ್ರಹ, ಆಗ್ರಹ. ಏನು ಸಂತೋಷವಿದೆ ಕಚ್ಚೆ ಹರುಕರಿಗೆ ಗೊತ್ತೆ? ಶಿಖಂಡಿ ನರಪೇತಲಗಳು ಹೋಟೆಲಿಟ್ಟಂತಲ್ಲ. ತಿಳಕೊಳ್ಳಲಿ ಸೊಂಟದಲ್ಲಿ ದಮ್ಮಿರದ ಈ ಬೇವರ್ಸಿಗಳು. ಅಡಿಕೆ ಮಾರಿ ಬಂದ ಹಣದಲ್ಲಿ ಉಳಿದದ್ದು ಕಿತ್ತಳೆ ತೋಟಕ್ಕೆ ಹಾಕಿದರೆ ಯಾಕೆ ಈ ನೆಲದಲ್ಲೂ ಕಿತ್ತಳೆಯಾಗದು ನೋಡಿಯೇ ಬಿಡುವ! ಅದೇನು ಕೊಡಗಿನವರಿಗೆ ಮಾತ್ರ ಕಟ್ಟಿಟ್ಟ ಗಂಟೆ? 3–4 ವರ್ಷವಷ್ಟೆ ಕಷ್ಟ, ಆಮೇಲೆ ಸಾಲ ತೀರಿಸಿ ಮಿಕ್ಕ ದುಡ್ಡಲ್ಲಿ ಮನೆಯ ಹಿಂದಿನ ಕೆರೆಗೆ ಕೃಷ್ಣಭಟ್ಟರು ಹಾಕಿದಂತೆ ಪಂಪು ಹಾಕಿಸಿದರೆ, ಮನೆಯ ಎಡಕ್ಕೆ ಹಾಳು ಬಿದ್ದ ಜಾಗದಲ್ಲಿ ಏನೇನು ಸಾಧ್ಯವೋ, ಎಲ್ಲ ಬೆಳೆಸಬಹುದು. ಕೆರೆ ಹತ್ತಿರ ನಿಂತು ಅದಕ್ಕೆ ಲಕ್ಷ್ಮಿ ಏನೆಂದಾಳೆಂದು ಕಲ್ಪಿಸಿಕೊಳ್ಳುತ್ತ (ಬೋಳು ಹಣೆ ನೆನೆದು ಎರಕೊಳ್ಳಲೆಂದು ನೀರು ಬಿಡುವವರು) ನಾನು ಗಟ್ಟಿಮುಟ್ಟಾಗಿರುವವರೆಗೆ ಗಂಡ ಸತ್ತರೇನು ಯಾರು ಸತ್ತರೇನು ಅವಳೇಕೆ ಕೊರಗಬೇಕೆಂದುಕೊಂಡರು: ಮತ್ತೆ ಶಾಂತ ಆರಿಸಿ ತಂದ ರಂಜದ ಹೂ ಪೋಣಿಸುತ್ತ ಲಕ್ಷ್ಮಿ ಯಾರಿಗೂ ಕಾಣದಂತೆ ಕಣ್ಣೊರೆಸಿಕೊಂಡದ್ದು ನೆನಪಾಗಲು ನೀರು ಬಿಟ್ಟವರು ಕ್ಷಣ ಉಸಿರು ಬಿಗಿ ಹಿಡಿದು ನಿಂತರು. ನೈಸರ್ಗಿಕ ಬಯಕೆ ಇರಬಹುದು. ಆದರೆ ಅವಳೂ ಯಾಕೆ ನನ್ನಂತೆ ಕೆಚ್ಚಿನಂತೆ ಹೋರಾಡಿ ನಿಗ್ರಹಿಸಿಕೊಳ್ಳಬಾರದೆಂದು ತಿರುಗಿ ತೊಟದ ಕಡೆ ಹೊರಟರು. ಇಲ್ಲ, ಕೆಚ್ಚಿರುವವರೆಗೂ ಹೋರಾಟ ವ್ಯರ್ಥವಲ್ಲ. ಕಿತ್ತಳೆ ತೋಟದಲ್ಲಿ ಯಾಕೆ ಹಣ್ಣಾಗದೊ, ನೋಡಿಯೇ ಬಿಡುವ, ಹೋಟೆಲಿಟ್ಟು ದುಡ್ಡು ಸಂಪಾದಿಸುತ್ತಾರಂತೆ, ಸುಲಭವಂತೆ, ನನ್ನನ್ನು ನಡುಗಿಸುವ ದಮ್ಮಿದೆಯೇ ಇವರಿಗೆ?

ಚೌಡಿಬನ ಹೊಕ್ಕವರು ತಲೆಗೆ ಸುತ್ತಿದ್ದ ಪಾಣಿಪಂಚೆಯನ್ನು ಬಿಚ್ಚುತ್ತ ನಾನಿನ್ನು ಮುಂದೆ ಲಕ್ಷ್ಮಿ ಮಾಡಿದ ಅಡಿಗೆಯನ್ನೇ ಉಣ್ಣುವುದೆಂದುಕೊಂಡರು. ಹೆಂಡತಿ ಮಗ ಹಾಳಾಗಿ ಹೋಗಲಿ, ಬೇಕಾದರೆ ಜೀವವಿನ್ನೂ ಗಟ್ಟಿಯಾಗಿದೆ. ಈ ಸಾರಿ ಅಡಿಕೆ ಧಾರಣೆ ಏರಿದರೆ ಎಲ್ಲ ಸರಿಹೋದೀತು. ಆದರೆ ಎಲ್ಲಿಯಾದರೂ ಸೋದರ ಮಾವನ ಮಾತು ಕೇಳಿಕೊಂಡು ಹಿತ್ತಾಳೆ ಕಿವಿಯ ನಾರಾಯಣ ಪಾಲು ಕೇಳಲು ಕೋರ್ಟಿಗೆ ಹೋದರೆ ವಂಶದಲ್ಲಿ ಯಾರೂ ಕೋರ್ಟು ಮೆಟ್ಟಿಲು ಹತ್ತದಿದ್ದಾಗ ಈ ಗುಂಯ್ಯಿ ನನ್ನ ಹೆಸರು ಬೀದಿಗೆಳೆದರೆ ಎಂದು

ಯೋಚಿಸುತ್ತ (ನಡಿಗೆಯ ವೇಗ ಕಡಿಮೆಯಾಗಲು) 'ಅಬ್ಬಾಡೆ ಹೊಟ್ಟೆಯಲ್ಲಿ ಹುಟ್ಟಿದ ಮಗ, ಕೈಹಿಡಿದ ಹೆಂಡತಿಯೇ ಎದೆ ಸೆಟೆಸಿ ನಿಲ್ಲುವಂತಾಗಿಬಿಟ್ಟರಲ್ಲ' ಎಂದು (ಕಾಲಿಗೆ ಹತ್ತಿಕೊಳ್ಳುತ್ತಿದ್ದ ಜಿಗುಣಿಗಳನ್ನು ಕೊಡವುತ್ತ) ನಿಟ್ಟುಸಿರಿಟ್ಟರು. ಆದದ್ದಾಗಲಿ ನನ್ನ ಹಟವನ್ನು ನೋಡಿಯೇ ಬಿಡುವುದು– ಬೇಕಾದರೆ ಲಕ್ಷ್ಮಿಯನ್ನು ಒಂದು ಮಾತು ಕೇಳಿ ನೋಡಿ ಬಿಡುವುದು – "ಇದು ಸರಿಯೇ ಲಕ್ಷ್ಮಿ–" ಅವಳ ಬೆಂಬಲವಿರುವ ತನಕ ಇವರ ನಾಲಗೆ ಹೇಗೆ ಉದ್ದವಾದೀತು ನೋಡಿಯೇ ಬಿಡುವ. ಸಿಗಿದು ಹಾಕಿದರೂ ಪಾಪವಿಲ್ಲ ಇಂಥವರನ್ನು...

* * *

ಕಾನಿನ ನಡುವೆ ಇದ್ದ ಅಬ್ಬರಿಯ ಅಂಚಲ್ಲಿ ನಿಂತವರಿಗೆ ಪ್ರಪಾತದ ತಳವನ್ನೊಮ್ಮೆ ನೋಡಬೇಕೆನಿಸಿತು. ಚಿಕ್ಕವರಾಗಿದ್ದಾಗ ಅವರಪ್ಪ ಅಲ್ಲಿಗೆ ಅವರನ್ನು ಕರೆತಂದು – 'ಭೂಮಿ ಒಮ್ಮೊಮ್ಮೆ ಪರ್ವತಗಳ ಭಾರ ತಡೆಯಲಾರದೆ ನಡುಗುವುದಂತೆ. ಆಗ ಕುಸಿದು ಅಬ್ಬರಿಗಳಾಗುವುವಂತೆ' ಎಂದಿದ್ದರು. ಶಾಂತಾಳೂ ಜೊತೆಗಿದ್ದಿದ್ದರೆ ಚೆನ್ನಾಗಿತ್ತು. 'ಭೂಮಿಗೂ ನಡುಕ ಬರುವುದೆ ಅಪ್ಪ' ಎಂದು ತನ್ನಂತೆ ಅವಳು ಚಕಿತಳಾಗಿ ಕೆಳಕ್ಕೆ ಕಣ್ಣಗಲಿಸಿ ನೋಡುತ್ತಿದ್ದಳು. ಜೀವಕ್ಕೆಷ್ಟೊ ಹಾಯೆನಿಸುತ್ತಿತ್ತು.

ಅಬ್ಬರಿಯ ತಳದಲ್ಲಿ ಕುಂತಿದ್ದ ಸಂಕಪ್ಪಯ್ಯನ ಕಣ್ಣುಗಳು ಚಿಕ್ಕದಾದುವು – ದೊಡ್ಡದಾಗಿ ಅರಳಿದವು ಮತ್ತೆ ನಿಧಾನವಾಗಿ ಮುಚ್ಚಿದವು. ಕಂಡದ್ದನ್ನು ಮೈ ತುಂಬ ತುಂಬಿಕೊಂಡು ನಡುಗಿದರು. ಮತ್ತೆ ಕಣ್ಣು ತೆರೆದು ನೇರವಾಗಿ ನಿರ್ಭಯವಾಗಿ ನೋಡಿದರು. ಕೆಂಡದಂತೆ ಉರಿಯುತ್ತ ಅಬ್ಬರಿಯ ತಳದಲ್ಲಿ ಮಲಗಿದ್ದ ಹುಲಿಯೂ ಅವರನ್ನು ನೋಡಿತು. ಹೌದು ಅವರ ಹಾಗೆ ಕಣ್ಣಗಲಿಸಿ, ನಿರ್ಭಯವಾಗಿ – ಯಾವ ಎಗ್ಗಿಲ್ಲದೆ, ನಿಶ್ಚಯ – ಅದು ನಿಶ್ಚಯ. ಮೈಮೇಲೆ ಆವೇಶ ಬಂದವರಂತೆ ನಿಂತುಬಿಟ್ಟರು. ಕಿರುಚಿಕೊಳ್ಳಬೇಕೆನಿಸಲಿಲ್ಲವೇಕೆ? ಹಿಂದಕ್ಕೆ ಕಾಲು ಹಾಕಬೇಕೆನಿಸಲಿಲ್ಲವೇಕೆ? ಆಶ್ಚರ್ಯ. ಯಾರ ಹತ್ತಿರವೂ, ಕೊನೆಗೆ ಲಕ್ಷ್ಮಿಯ ಹತ್ತಿರವೂ ಹೇಳಬೇಕೆಂದು ಎನ್ನಿಸದ್ದೊಂದು ಏನು ತನಗೀಗ ಅನ್ನಿಸುತ್ತಿದೆ? ಏನದು ಮೈತುಂಬ ಅಬ್ಬರಿಸಿ ಹರಿಯುತ್ತಿರುವುದು? – 'ಇದ್ದರೆ ಹುಲಿಯ ಹಾಗಿರಬೇಕೆಂ'ದಷ್ಟೆ ಯೋಚನೆ ಅವರಿಗೆ ಸ್ಪಷ್ಟವಾಯಿತು. ಹಾಗೆಯೇ ಗಟ್ಟಿಯಾಗಿ ಅಂದು – ಅದೇಕೆ ಹಾಗೆಂದೆನೆಂದು ಆಶ್ಚರ್ಯಪಟ್ಟು ನಡೆಯತೊಡಗಿದರು...

* * *

ಮೈ ಬೆವರಲು ಎಚ್ಚರವಾಯಿತು. ಅದು ಗದ್ದೆ– ಇದು ಹಲಸು – ಕಾಲಿಗೆ ನೆಟ್ಟದ್ದು ಮುಳ್ಳು– ಎದುರು ನಿಂತದ್ದು ಶ್ಯಾನುಭೋಗ, ಆದರೆ ಅವನಿಗೆ ಅಬ್ಬರಿಯಲ್ಲಿ ಒಂದು ಹುಲಿ ಕಂಡೆ ಎಂದು ಹೇಳಲಿಲ್ಲ. "ಏನು ಸಂಕಪ್ಪಯ್ಯ ತೋಟದ ಕಡೆ ಹೊರಟಿರ?" – ಸಂಕಪ್ಪಯ್ಯ ತಲೆ ಹಾಕಿದರು ಮಾತ್ರ. ಶ್ಯಾನುಭೋಗ ನಸ್ಯದ ಡಬ್ಬಿ ತೆಗೆದದ್ದನ್ನು ನೋಡಿ ಏನೋ ಹೆಚ್ಚಿನದು ಮಾತಾಡುವುದಿರಬಹುದೆಂದು ನಿಂತರು ಅನ್ಯಮನಸ್ಕರಾಗಿ –

"ಚಿಕ್ಕವರ ಆಸೆಗೆ ನಾವೇಕೆ ಅಡ್ಡಿಯಾಗಬೇಕು? ನೋಡಿ ಸಂಕಪ್ಪಯ್ಯ ಯಾಕೆ ಹೇಳಬಂದೆಂದರೆ ನಮ್ಮ ಕೈಯಲ್ಲಾದರೂ ಏನಿದೆ? ಉದಾಹರಣೆಗೆ ತೆಗೆದುಕೊಳ್ಳಿ – ಲಕ್ಷ್ಮೀಗೆ ಹೀಗಾದೀತೆಂದು ನೀವು ಕನಸುಮನಸಿನಲ್ಲೂ ಎಣಿಸಿದ್ದಿರ?"

ಅರೆ ಶ್ಯಾನುಭೋಗ! ಲಕ್ಷ್ಮಿಗೆ ಏನಾದರೆ ಇವನಿಗೇಕೆ ತಲೆಹರಟೆ? ಸಂಕಪ್ಪಯ್ಯ ಹುಬ್ಬು ಗಂಟಿಕ್ಕಿದರು.

"ವಿಧಿಯ ಬರಹ ತಪ್ಪಿಸಕ್ಕಾಗಲ್ಲ – ಹೋರಾಡೋದು, ಇದು ಹೀಗೆ ಆಗಬೇಕೂಂತ ತಲೆ ಚಚ್ಚಿಕೊಳ್ಳೋದು ವ್ಯರ್ಥಾಂತ ನಾನು ಅದಕ್ಕೆ ಹೇಳೋದು. ಈಗ ಕಿತ್ತಳೆ ತೋಟದ ವಿಷಯಾನೆ ತಗೊಳ್ಳಿ ಬೇಕಾದರೆ ಸಂಕಪ್ಪಯ್ಯ. ಯಾಕೆ ಹೇಳಬಂದೇಂದರೆ ನಿಮ್ಮ ಮೈದುನ, ನನ್ನ ಮಗ ಕಿಟ್ಟ, ನಿಮ್ಮ ಮಗ ಸೇರಿ ಹೋಟೆಲು ತೆಗೆಯಬೇಕೆಂದಿದ್ದಾರಂತೆ... ಯಾಕೆ ಹೇಳಬಂದೇಂದರೆ ಈ ವ್ಯವಸಾಯದಲ್ಲಿ ಏನೂ ನಫೆ ಇಲ್ಲ. ಗುಡ್ಡಕ್ಕೆ ಸುಮ್ಮನೆ ತಲೆ ಚಚ್ಚಿಕೊಳ್ಳುವುದರ ಬದಲು ಹೋಟೆಲಿಟ್ಟರೇ ಫಾಯಿದೆ ಹೆಚ್ಚು. ಯಾಕೆ ಹೇಳಬಂದೇಂದರೆ..."

"ನಿಮ್ಮ ಕೆಲಸವೇನು ಹೋಗಿ ನೋಡಿಕೊಳ್ಳಿ ಶ್ಯಾನುಭೋಗರೆ – ಯಾಕೆ ಸುಮ್ಮನೆ ಹರಟ್ತೀರಿ?"

'ಅರೆ ಬ್ರಾಹ್ಮಣನ ಒರಟೆ!' ಎಂದು ಶ್ಯಾನುಭೋಗನ ಮುಖ ಕೃತಕ ನಗೆಯಿಂದ ವಿಕಾರವಾಗಿ ಮತ್ತೆ ಸಂಕಪ್ಪಯ್ಯನ ಕಣ್ಣುಗಳನ್ನು ನೋಡಿ ಪೆಚ್ಚಾಯಿತು. ಅವನು ಚೇತರಿಸಿಕೊಳ್ಳುವುದರೊಳಗೆ (ಕಕ್ಕಡದಂತುರಿದ ಹುಲಿಯ ಕಣ್ಣುಗಳನ್ನು ಧ್ಯಾನಿಸುತ್ತ) ಸಂಕಪ್ಪಯ್ಯ ಅಷ್ಟು ದೂರ ಹೋಗಿಬಿಟ್ಟಾಗಿತ್ತು.

ಸಿಪಾಯಿಯಂತೆ ಕಾಲು ಹಾಕುತ್ತ ಹೋಗುವ ಸಂಕಪ್ಪಯ್ಯನಿಗೆ ಇದ್ದಕ್ಕಿದ್ದಂತೆ ಕೆಂಪು ದಾಸವಾಳದ ಹೂವನ್ನು ಹೊರೆಗಟ್ಟಲೆ ಹೊತ್ತುಕೊಂಡು ಹೋಗಿ ದುರ್ಗಿಯ ಆರಾಧನೆ ಮಾಡಬೇಕೆನಿಸಿತು. ಖುದ್ದು– ಅಂಗಳದಗಲ ಕೆಂಪು ರಂಗವಲ್ಲಿಯ ಮಂಡಳ ಬರೆಯಬೇಕು. ಮಂಡಳದ ನಡುವೆ ಮಹಾಮಾತೆಯನ್ನು ಪ್ರತಿಷ್ಠಾಪಿಸಬೇಕು. ಪೂರ್ವ ದಿಕ್ಕು ಕೆಂಪಡರಿದಾಗ ಶುದ್ಧವಾಗಿ ಮಂಗಳ ಸ್ನಾನ ಮಾಡಿರಬೇಕು. ಕೆಂಪುಪಟ್ಟೆ ಮಡಿಯುಟ್ಟಿರಬೇಕು. ವಿಭೂತಿ ಧರಿಸಿರಬೇಕು. ರುದ್ರಾಕ್ಷಿ ಮಣಿಸರದಿಂದ ಭೂಷಿತವಾದ ಕೊರಳಿನಿಂದ ಮಂತ್ರಘೋಷ ಮಾಡುತ್ತ ದೇವಿಯನ್ನು ಅರ್ಚಿಸಬೇಕು. ಕಾಡು ನಡುಗುವಂತೆ, ಕೂತ ನೆಲ ನಡುಗುವಂತೆ, ಪಾಪಿಗಳ, ಹೇಡಿಗಳ, ಚಾಂಡಾಲ ಹೃದಯಗಳ ಎದೆಗುಂಡಿಗೆ ತಲ್ಲಣಗೊಳ್ಳುವಂತೆ ವೇದಘೋಷ ಮೊಳಗಬೇಕು. ಮೊಳಗಬೇಕು ತುಂಬಿ, ತುಂಬಿ, ವ್ಯಾಘ್ರಾವಾಹನೆಯಾಗಿ ದೇವಿ ಮಹಾಮಾತೆ ಪ್ರತ್ಯಕ್ಷವಾಗುವ ತನಕ. ಅಪ್ಪಿಕೊಂಡು ಮೈಯೆಲ್ಲ ಮುದ್ದಾಡಿ ನರರಕ್ತ, ಮಾಂಸ, ಎಲುಬು, ಮಜ್ಜೆಯ ಸಹಿತ ತನ್ನನ್ನು ತಿನ್ನುವ ತನಕ...

ಮಡಿಲಂಗವುಟ್ಟು ಶಾಂತ ನೀಲಾಂಜನದಲ್ಲಿ ದೀಪ ಹೊತ್ತಿಸಿ ಗಂಧ ತೇಯುತ್ತ ಹತ್ತಿರ ಕೂತಿರಬೇಕು. ಸಕೇಶಿಯಾದರೆ ಏನಂತೆ? ಪೀತಾಂಬರವುಟ್ಟು ಧ್ಯಾನಲೀಲಳಾಗಿ ಲಕ್ಷ್ಮಿಯು ಮಗ್ಗುಲಲ್ಲಿ ಕೂತಿರಬೇಕು...

ತದೇಕಮಗ್ನರಾಗಿ ಪೂಜಿಸುತ್ತ, ಕಬ್ಬಿಣದ ಗಾಣಕ್ಕೆ ಸಿಕ್ಕ ಕಬ್ಬಿನಂತೆ ಮೈಯನ್ನು ಹಿಂಡಿ ಪೂಜಿಸುತ್ತ, ಹಾಗೆಯೇ ಲಕ್ಷ್ಮಿಯ ಹಣೆಯ ಮೇಲೆ ಕುಂಕುಮ ಕೆಂಪಾಗಿ, ಮಿರುಗುವ ಕೆಂಪಾಗಿ, ರಕ್ತದ ಬೊಟ್ಟಿನಂತೆ ಅಚ್ಚ ಕೆಂಪಾಗಿ ನಗುತ್ತದೆ– ನಕ್ಕೇ ನಗುತ್ತದೆ. ಕಿತ್ತಳೆ ತೋಟಕ್ಕೆ ತೋಟವೆ ಕೆಂಪು ಹಣ್ಣು ತುಂಬಿ ನಿಲ್ಲುತ್ತದೆ. ಮಂತ್ರಮುಗ್ಧವಾಗಿ ಕಾಡು ಬೆಟ್ಟ ಕಣಿವೆಗಳು ಕಾಲಿಗೆ ಬಂದು ಬೀಳುತ್ತವೆ – ಬಿದ್ದೇ ಬೀಳುತ್ತವೆ – ಶಿಖಂಡಿಗಳು, ನರಪೇತಲಗಳು ಹೋಳು ಹೋಳಾಗಿ ರಕ್ತಕಾರುತ್ತಾರೆ.

ಬಿಕನಾಸಿಯಂತೆ, ಪೂಜೆಯ ಮಧ್ಯದಲ್ಲಿ, ಹೆಂಡತಿಯೆಲ್ಲಾದರೂ ಅಡ್ಡ ಬಂದರೆ ಅವಳ ಕೊರಳಿನ ತಾಳಿ ಹರಿದು ಮಗನ ಜೊತೆ ದಬ್ಬಿಬಿಡುತ್ತೇನೆಂದುಕೊಂಡು ತೋಟಕ್ಕಿಳಿದವರಿಗೆ, ಕಣ್ಣುಕತ್ತಲೆ ಕಟ್ಟಿಬಂತು.

ಕೂದಲು ಕತ್ತರಿಸಿದ ಮುಂಡೆಯಂತಿದ್ದ ತೋಟವನ್ನು ನೋಡಿದವರ ಸುತ್ತ ಸೊನ್ನೆಗಳು

ಮಿಡತೆಗಳಂತೆ ಮುತ್ತಿದವು. ಅಷ್ಟೆತ್ತರ ಹಸಿರು ಹೊತ್ತು ಬಳುಕುತ್ತಿದ್ದ ಅಡಿಕೆ ಮರಗಳು ಹೀಗೆ ರುಬ್ಬಾರುಬ್ಬಿ ಬೇರುಸಹಿತ ಕಿತ್ತು ಯಾಕೆ ಬಿದ್ದಿವೆ? ಬಾಳೆಯ ಮರಗಳು ಯಾಕೆ ಹೀಗೆ ಕಂಗಾಲಾಗಿವೆ? ಸಿಂಗಾರದ ಹೂಗಳು, ವೀಳ್ಯದ ಬಳ್ಳಿಗಳು, ಯಾಕೆ ಹೀಗೆ ತುಳಿತಕ್ಕೆ ಸಿಕ್ಕಿ ಅಜ್ಜಿ ಬಜ್ಜಿಯಾಗಿವೆ? "ಅಮ್ಮ, ಮೂಕಾಂಬಿಕಾ" ಎಂದರು ಗಟ್ಟಿಯಾಗಿ.

"ಏ ಕರಿಯಾ ಎಲ್ಲಿ ಸತ್ತಿಯೋ?" ಎಂದು ಕೂಗಿದರು. ಉತ್ತರವಿಲ್ಲ, "ಓಹೋ! ಆನೆ ಹೊಕ್ಕು ಕೆಲಸ ಕೆಟ್ಟಿತಲ್ಲ" ಎಂದು ಅಡಿಕೆಮರಗಳನ್ನು ಎಡವುತ್ತ ಓಡಿದರು...

ಗೊರಕೆ ಹೊಡೆಯುತ್ತ ಅಂಗಳದಲ್ಲಿ ಕರಿಯ ಕುಡಿತದ ಅಮಲಿನಲ್ಲಿ ಬಿದ್ದಿದ್ದ. ಅವನ ತಲೆದೆಸೆಯಲ್ಲಿ ಒಡೆದ ಕೋಳಿಮೊಟ್ಟೆಗಳು, ರೊಟ್ಟಿಯ ಚೂರುಗಳು ಬಿದ್ದಿದ್ದವು. ಅಂಗಳದಲ್ಲೆಲ್ಲಾ ನಿಶ್ಚಿಂತೆಯಿಂದ ಒಗೆದಿದ್ದ ಹಲಸಿನ ಸೇಡೆಗಳು, ಬೀಜಗಳು. ಎಚ್ಚರ ತಪ್ಪಿದ ಮೇಲೆ ಎಸೆದ ಕತ್ತಿ ಇನ್ನೊಂದು ಮೂಲೆಯಲ್ಲಿ, ಗೊರಕೆ ಹೊಡೆಯುವವನ ಬಾಯಲ್ಲಿ ಸಕ್ಕರೆ ನಿದ್ದೆಯ ಸುಖವನ್ನು ವಾಸನೆ ಸಹಿತ ಹೇಳುವ ಜೊಲ್ಲು...

ಹಲಸಿನ ಸೇಡೆಯ ವಾಸನೆಗೆ 'ವಾಂಯ್'ಗುಡುತ್ತ ವಯ್ಯಾರದಿಂದ ಬಂದಿತು ಎಮ್ಮೆ. ಅದರ ಮೈಗೆ ಹತ್ತಿದ ಹೆಸರು ಅವರ ಬಟ್ಟೆಗೆ ಉಜ್ಜಿದ ಮೇಲೆ ಸಂಕಪ್ಪಯ್ಯನಿಗೆ ಎಚ್ಚರ. ಕೈ ಕೂಡಲೆ ಸೊಂಟದಲ್ಲಿ ಕತ್ತಿಯ ಕಡೆ ಹೋಗಲು ಮತ್ತೊಮ್ಮೆ ತಲೆ ಗಿರ್ರ್ ಎನ್ನಿಸುವಂತೆ ಕಣ್ಣುಕತ್ತಲೆ ಕಟ್ಟಿಬಂತು. ಕ್ಷಣ ಸುಧಾರಿಸಿಕೊಂಡು ಹೆಂಡದ ಹುಳಿ ವಾಸನೆಗೆ ವಾಂತಿ ಬಂದಂತಾಗಿ ಹೆಜ್ಜೆ ಹಾಕಿದರು...

* * *

ಮಧ್ಯಾಹ್ನದ ಉರಿಬಿಸಿಲಿನಲ್ಲಿ ನೆತ್ತಿಗೇರಿದ ನಿಶ್ಚಿಂತೆ. ಕತ್ತರಿಸಿ ಒಗೆದ ಅವಯವಗಳಂತಿದ್ದ ಗುಡ್ಡಗಳಲ್ಲಿ, ಮಾವು ನೇರಳೆ ಹಲಸು ದೂರದೂರ ಬೆಳೆದಲ್ಲಿ, ಬಿದಿರು ಹಿಂಡಲುಗಳು ಒತ್ತಾಗಿ ಬೆಳೆದಲ್ಲಿ, ಚಾಚಿದ ನೆರಳುಗಳಲ್ಲಿ, ಬೆಂಕಿಯನ್ನು ತುಂಬಿಕೊಂಡು ಆಕಾಶದಲ್ಲಿ ನಿಶ್ಚಿಂತೆ – ತೃಪ್ತಿ. ಆಗೀಗ ಕಾಗೆಗೆ ಬಾಯಾರಿಕೆ, ಮರಕುಟುಕನ ಹಕ್ಕಿ ಮರದ ತೊಗಟೆಯಲ್ಲಿ ನೀರು ಹುಡುಕುವುದು. ಹೆಚ್ಚೆಂದರೆ ಜೀರ್ದುಂಬಿಗಳದಷ್ಟೆ ಶಬ್ದ. ಕೆಸರು ಹೊಂಡಗಳಲ್ಲಿ ಮಲಗಿದ್ದ ಎಮ್ಮೆಗಳು 'ವಾಂಯ್'ಗುಟ್ಟುವುವು.

ಇದು ಅಲಕ್ಷ್ಯವೆ? ಅಥವಾ... ಸಂಕಪ್ಪಯ್ಯ ದಿಗ್ಭ್ರಾಂತರಾಗಿ ಯೋಚಿಸಿದರು. ಎಚ್ಚರದ, ಜೀವ ಪೀಕಲಾಟಕ್ಕೆ ಒಳಗಾಗಬೇಕಾದ ಹೊತ್ತಲ್ಲ. ನಿದ್ದೆಯ ಮೈ ಮರೆಯುವ ಹೊತ್ತದು. ಅಸ್ಥಿಗಳ ಅಂಕುಡೊಂಕುಗಳು ವೃಥಾ ಮಾಂಸಖಂಡಗಳ, ನರಮಂಡಲಗಳ ಮತ್ತೆಂಥದೇನೋ ವಿಚಿತ್ರವಾಗಿರುವ ಹೃದಯ, ಪಿತ್ತಕೋಶಗಳ ಜೊತೆ ಎಗರಾಡದಿದ್ದರೆ ಮಾತ್ರ ಸಫಲತೆ... ಮೈಪರಿವೆಯಿಂದ ನಿಷ್ಕ್ರಿಯತೆಯಲ್ಲಿ ಸಂಭವಿಸುವ ಸಫಲತೆ.

ಆನೆ ನುಗ್ಗುತ್ತದೋ ನುಗ್ಗಲಿ – ಭೂಮಿ ಬಾಯಿಬಿಟ್ಟು ಅಣಕಿಸುತ್ತದೋ ಅಣಕಿಸಲಿ – ಎರಡು ಕೈಗಳಲ್ಲೂ ಹೆಂಡತಿ ಮಗಳನ್ನು ಕತ್ತು ಹಿಚುಕಿಹಾಕಿ ಬಿಡುತ್ತೇನೆ ಎಂದುಕೊಂಡರು.

ಆದರೆ 'ಕೆಲಸಕೆಟ್ಟಿತು' ಎಂದು ಒಂದು ಮಾತು ಮಾತ್ರ ಅವರ ಮನಸ್ಸಿಗೆ ಪುನಃ ಪುನಃ ಬಂದಿತು. ಲಕ್ಷ್ಮಿ 'ಯಾಕಪ್ಪ ಹೀಗಾಗಿದ್ದಿ ?' ಎಂದು ಕೇಳಿದರೆ 'ಆನೆ ನುಗ್ಗಿತು – ಕೆಲಸ ಕೆಟ್ಟಿತು', ಎಂದೆನ್ನುವೆನೆಂದುಕೊಂಡರು. ನರಹುಳವೂ ಕಾಣದ ಕಾಡಲ್ಲಿ ನಿಂತು ಹಾಗೆಯೇ ಗಟ್ಟಿಯಾಗಿ ಅಂದರೆ– "ಆನೆ ನುಗ್ಗಿ ಕೆಲಸ ಕೆಟ್ಟಿತು ಲಕ್ಷ್ಮಿ..."

ದಾರಿಯಲ್ಲಿ ಒಂದಷ್ಟು ಗೇರು ಹಣ್ಣನ್ನು ನೆನಪು ಮಾಡಿ ಲಕ್ಷ್ಮಿಗೆ ಇಷ್ಟವೆಂದು ಕೊಯ್ದರು.

ಬಿಳಿಮಾರಳೆ ಹಣ್ಣನ್ನು ನೆನಪು ಮಾಡಿ ಶಾಂತಗೆಂದು ಕೊಯ್ಯುತ್ತ – ಆ ಶ್ಯಾನುಭೋಗನಾಗಲಿ, ಅವನ ಮಗ ಕಿಟ್ಟಿಯಾಗಲಿ, ಕೊಳಕು ಮೂತಿಯ ಹೆಂಡತಿಯಾಗಲಿ, ನರಪೇತಲ ಮಗನಾಗಲಿ, 'ತೋಟಕ್ಕೆ ಆನೆಹೊಕ್ಕ ಮೇಲಾದರೂ ಬುದ್ಧಿ ಬಂತ? ನೀವಿನ್ನು ಸಾಲ ತೀರಿಸುವುದಾದರೂ ಹೌದ? ಕಿತ್ತಳೇ ತೋಟದಲ್ಲಿ ಹಣ್ಣಾದರೂ ಆದೀತ?' ಎಂದೇನಾದರೂ ಉಪದೇಶ–ಗಿಪದೇಶ ಮಾಡಬಂದರೆ ಹಲ್ಲುಮುರಿದುಬಿಡುತ್ತೇನೆಂದುಕೊಂಡರು. ವಿಪರೀತ ಬಿರುಸಾಗಿ ನಡೆದದ್ದಕ್ಕೆ ಕಾಲು ಸೋಲುತ್ತಿದೆ ಎಂದುಕೊಂಡರು. ಕಣ್ಣು ಮಂಜು ಮಂಜಾದರೂ 'ಹಾಳು ಬಿಸಿಲಷ್ಟೆ' ಎಂದು ಪಾಣಿಪಂಚೆ ತಲೆಗೆ ಸುತ್ತಿಕೊಂಡರು. ಸಾಲದ ಹಣಕ್ಕಾಗಿ ತಗಾದೆ ಮಾಡಿದರೆ ಕೃಷ್ಣಭಟ್ಟನ ಮುಖದ ಮೇಲೆ ಉಗಿದು ಕಳಿಸುತ್ತೇನೆಂದು ಸೊಂಟದಲ್ಲಿ ನೇತಾಡುತ್ತಿದ್ದ ಕತ್ತಿಯ ಹಿಡಿಯನ್ನು ಮುಷ್ಟಿಯಿಂದ ಬಿಗಿಯಾಗಿ ಹಿಡಿದು ನಡೆದರು.

ಒಣಗಿದ ಗಂಟಲನ್ನು ಎಂಜಲು ಒದ್ದೆ ಮಾಡಿಕೊಳ್ಳುತ್ತ – ಹೆಂಡತಿಯನ್ನು ಕರೆದು 'ನೀ ಮುಟ್ಟಿದ ನೀರು ನಾ ಕುಡಿಯಲಿಕ್ಕಿಲ್ಲ. ನಡಿ ಮನೆಬಿಟ್ಟು, ಲಕ್ಷ್ಮಿ, ಶಾಂತ ಇದ್ದಾರೆ, ಅನ್ನ ಬೇಯಿಸಿ ಹಾಕುತ್ತಾರೆ,' ಎನ್ನಬೇಕೆಂದು ಮತ್ತೆ ಶಪಥ ಮಾಡಿದವರಿಗೆ ದಾರಿ ತಪ್ಪಿದೆ ಎಂದು ಗೊತ್ತಾಯಿತು. ಯಾವುದೋ ಗುಡ್ಡದಂಚಿಗೆ ಬಂದು, ಕಂಗಾಲಾಗಿ ನಿಂತು, ಹೀಗೆ ಹೋಗಬೇಕಾದ ದಾರಿ, ಇಷ್ಟು ದಿನ ನಡೆದಿದ್ದರೂ ಯಾಕೆ ಮರೆತುಬಿಟ್ಟೆ ಎಂದು ನಿರ್ಬಲವಾದ ಕಾಲು ಏರಲಾರದೆ ಎತ್ತರವನ್ನು ನೋಡಿದರು.

'ದಾರಿ ತಪ್ಪಿದೆ' ಎಂದು ಗಟ್ಟಿಯಾಗಿ ಹೇಳಬೇಕೆನಿಸಿತು. 'ದಾರಿ ತಪ್ಪಿದೆ' ಎಂದು ಒಣಗಿದ ಗಂಟಲಲ್ಲಿ ಪಿಸುಗುಟ್ಟಿ ಎಡಕ್ಕಿದ್ದ ಬಿದಿರು ಹಿಂಡಲಿನಾಚೆಗಿನ ಮೊಟ್ಟಿನ ಕಡೆ ಕಣ್ಣು ಹಾಯಿಸಿದರು. ಕೈಯನ್ನು ಬಿಸಿಲಿಗಡ್ಡವಾಗಿ ಹಣೆಗೆ ಹಿಡಿದು ಹುಲ್ಲು ಆಳೆತ್ತರ ಬೆಳೆದಲ್ಲಿ ಏನದು ಎಂದು ಒಣಗಿದ ಗಂಟಲನ್ನು ಎಂಜಲಿನಿಂದ ಮತ್ತೆ ಒದ್ದೆ ಮಾಡಿಕೊಳ್ಳುತ್ತ ಎರಡು ಮೂರು ಹೆಜ್ಜೆ ಇಟ್ಟರು.

ಮೆಟ್ಟಿಲು ತಪ್ಪಿ ಮುಗ್ಗರಿಸಿದಂತಾಯಿತು. ಪಾಣಿಪಂಚೆಯಿಂದ ಮುಖ ಮುಚ್ಚಿಕೊಂಡರು.

* * *

ಲಕ್ಷ್ಮಿ ಶ್ಯಾನುಭೋಗನ ಮಗ ಕಿಟ್ಟನನ್ನು ತಬ್ಬಿಕೊಂಡು ಹಾಯಾಗಿ ನೆರಳಲ್ಲಿ ಮಲಗಿದ್ದಳು.

* * *

"ದಾರಿ ತಪ್ಪಿದೆ."

ಹಣತೆಯ ಬತ್ತಿಯಲ್ಲಿ ನಿಧಾನ ಬೆಳೆದು ಲಂಬವಾಗಿ ಉರಿಯುವ ದೀಪದಂತೆ ಕೆಂಪು ಚೂಪು ಮಾತು ಮನಸ್ಸಿನ ಕತ್ತಲಲ್ಲಿ ಹೊತ್ತುಕೊಂಡಿತು. ಓರೆಕೋರೆ ಸಂದಿಗಳಲ್ಲಿ ಮಂದವಾಗಿ ಹೆಜ್ಜೆ ಹೆಜ್ಜೆಗೂ ಹರಡಿಕೊಂಡಿತು. ಮರದ ಮೇಲಿನಿಂದ ಮಂಗಗಳು ಹಲ್ಲುಕಿರಿದು ಅಣಕಿಸಿದವು.

ದಾರಿ ತಪ್ಪಿದೆನೆ? ಅಬ್ಬರಿಯ ಅಂಚಲ್ಲಿ ಮತ್ತೆ ಬಂದು ನಿಂತವರು 'ಇಲ್ಲ' ಎಂದು ಹಲ್ಲು ಕಡಿಯುತ್ತ ಪ್ರಪಾತದ ಎದೆ ಭಣಗುಟ್ಟುವ ಶೂನ್ಯವನ್ನು ನೋಡಿದರು. ಆದರೆ ಎಡಕ್ಕೆ ತಿರುಗಿ ಕೃಷ್ಣಭಟ್ಟರ ಮನೆಗೆ ಹೋಗುವುದೆ? – ಕೆಂಪು ಚೂಪು ಮಾತು ಹರಡಿಕೊಳ್ಳುತ್ತಲೆ ಇತ್ತು. ಹೆಜ್ಜೆ ಸಪ್ಪಳವಾಗಲು ಮರದ ಮೇಲಿಂದ ಹಲ್ಲುಕಿರಿದ ಮಂಗನ ಮುಸುಡು ನೆನಪಾಗಿ ಬೆಚ್ಚಿ ಹಿಂದಕ್ಕೆ ತಿರುಗಿ ನೋಡಿದರು. ಅಷ್ಟೆನ್ನಿಸಿಕೊಂಡಿದ್ದು ಸಾಲದೆನ್ನುವ ಹಾಗೆ ನಿಂತಿದ್ದ ಶ್ಯಾನುಭೋಗ –

"ಕೇಳಿದಿರಾ ಸಂಕಪ್ಪಯ್ಯ?"

"ಆ?"

"ಈ ಅಬ್ಬರಿಯ ಕೆಳಗೆ ನಿಶ್ಚಿಂತೆಯಿಂದ ಹುಲಿಯೊಂದು ಮಲಗಿತ್ತಂತೆ ಮಾರಾಯರೆ.

ಅದಕ್ಕೇನು ಲೋಕದ ಎಗ್ಗಿತ್ತ? ಕೊಗ್ಗ ಹಿಂದಿನಿಂದ ಗೊತ್ತಾಗದಂತೆ ಹೋಗಿ ಗುಂಡುಹಾಕಿ ಕೊಂದನಂತೆ. ಯಾಕೆ ಹೇಳಬಂದೇಂದರೆ..." ಬಿರುಗಾಳಿಯ ನಂತರ ಎಲೆಎಲೆಯಲ್ಲೂ ನಿಶ್ಚಲವಾಗಿ ಮಂಕುಬಡೆದು ನಿಲ್ಲುವ ಮರದಂತೆ ಸಂಕಪ್ಪಯ್ಯ ನಿಂತರು.

ಶ್ಯಾನುಭೋಗನ ಜೊತೆ ಪಟ್ಟಂಗ ಹೊಡೆಯುವ ಇಷ್ಟವಾಗದೆ ಹೊರಟರು ಸೀದ ಕೃಷ್ಣಭಟ್ಟರ ಮನೆಯ ಕಡೆ.

* * *

ಒಂದು ದಿನ ಸಂಜೆ ಸುಮಾರು ಆರು ತಿಂಗಳಾದ ಮೇಲೆ ಗದ್ದೆಯಂಚಿನಲ್ಲಿ ಕಾಲೆಳೆದುಕೊಂಡು ಹೋಗುತ್ತಿದ್ದ ಸಂಕಪ್ಪಯ್ಯನನ್ನು ಕಂಡು ಪೇಟೆಯ ಅಹಮ್ಮದ್ ಬ್ಯಾರಿ 'ಸಲಾಂ' ಎಂದ. ಲೋಕಾಭಿರಾಮವಾಗಿ ಮಾತಾಡುತ್ತ, ಒಬ್ಬರೆ ಗದ್ದೆ ಬೇಸಾಯ ಮಾಡಿಕೊಂಡಿದ್ದೀರಂತೆ. ತೋಟ ಮನೆ ಎಲ್ಲ ಕೃಷ್ಣಭಟ್ಟರಿಗೆ ಮಾರಿ ಮನೆಯವರನ್ನೆಲ್ಲಾ ಶಿವಮೊಗ್ಗಕ್ಕೆ ಕಳಿಸಿಬಿಟ್ಟಿರಂತೆ ಹೌದ ಎಂದ, ಬೀಡಿ ಎಳೆಯುತ್ತ. ಸಂಕಪ್ಪಯ್ಯ ಮಾತನಾಡದೆ ಹೌದೆಂದು ತಲೆ ಹಾಕಿದರು, ಕಿತ್ತಳೆ ತೋಟದಲ್ಲಿ ಈ ಸಾರಿ ಚೆನ್ನಾಗಿ ಫಸಲಾಗಬಹುದು, ಹೇಗೆ ಹೂವು ಬಿಟ್ಟಿದೆ ನೋಡಿದಿರಾ ಎಂದುದಕ್ಕೂ ತಲೆ ಹಾಕಿದರು. ಕೃಷ್ಣಭಟ್ಟರು 850 ಎಂದರು. ನಾನು 700ಕ್ಕೆ ಅಂತೂ ಇಂತೂ ಇಳಿಸಿ ವಹಿಸಿಕೊಂಡೆ. ಲುಕ್ಸಾನಾಗಲಿಕ್ಕಿಲ್ಲ ತಾನೆ ಎಂದುದಕ್ಕೆ 'ಆಗಲಿಕ್ಕಿಲ್ಲ' ಎಂದರು. 'ಪಾಪ ಒಬ್ಬರೇ ಇರುವುದು ಬೇಜಾರಲ್ಲವೇ ನಿಮಗೆ?' ಎಂದು ಬ್ಯಾರಿ ಗಾಳಿಗೆ ಬೆನ್ನುಮಾಡಿ ನಿಂತು ಜೋಕೆಯಿಂದ ಆರಿದ ತುಂಡು ಬೀಡಿ ಹೊತ್ತಿಸಿದ. 'ಬೇಜಾರೇಕೆ?' ಎಂದು ಸಂಕಪ್ಪಯ್ಯ ಗುಡಿಸಲಿಗೆ ಬಂದಾಗ ಕತ್ತಲಾಗಿತ್ತು.

ಊಟ ಬೇಡವಾಗಿತ್ತು. ಬೂದಿ ತುಂಬಿದ ತಣ್ಣಗಾದ ಒಲೆ ಹತ್ತಿಸಿ ಅನ್ನ ಬೇಯಿಸುವುದು ಇನ್ನು ಯಾಕೆ? ಗಾಳಿಗೆ ಹಣತೆ ಆರಿಹೋಗಲು ಅಂಗಳಕ್ಕೆ ಬಂದರು. ಕದ್ದಿಂಗಳಿನ ಆಕಾಶದಲ್ಲಿ ಮೋಡ ತುಂಬಿ ಒಂದು ಹನಿ ಬೆಳಕಿರಲಿಲ್ಲ.

ರಾತ್ರೆ 12 ಗಂಟೆಯವರೆಗೆ ಕೈಕಟ್ಟಿಕೊಂಡು ಅಂಗಳದಲ್ಲಿ ತಿರುಗುತ್ತಿದ್ದವರು ನಿಂತರು. ಸೊಂಟಕ್ಕೆ ಬಿಗಿದಿದ್ದ ಪಾಣಿಪಂಚೆಯನ್ನು ಬಿಚ್ಚಿ ತಲೆಗೆ ಸುತ್ತಿ, ಮತ್ತೆ ಹಲಸಿನ ಮರದ ಬುಡದಲ್ಲಿದ್ದ ಕಟ್ಟೆಯ ಮೇಲೆ ಒಂದು ಕಾಲಿಟ್ಟು ಅಂದುಕೊಂಡರು. ಎಲ್ಲರೂ ಹೊರಟು ನಿಂತಾಗ ಬಾವಿಕಟ್ಟೆಯ ಮೇಲೆ ಕೈಯೂರಿ 'ನಾನು ನಿನ್ನ ಜೊತೆಯೇ ಇರುತ್ತೇನೆ ಅಪ್ಪ' ಎನ್ನುವಂತೆ ಬೊಗಸೆ ಕಣ್ಣುಗಳಿಂದ ನೋಡುತ್ತ ನಿಂತಿದ್ದ ಶಾಂತಳನ್ನು ಹಾಗೆ ಗದರಿಸಬಾರದಿತ್ತು. ಈಗ ಜೊತೆಗಿದ್ದಿದ್ದರೆ ಮೈಗೊರಗಿ ಕೂತು ತನ್ನ ನೆರೆತ ಮೀಸೆ ಹುರಿ ಮಾಡುತ್ತಿದ್ದಳು. ಕುತ್ತಿಗೆಯ ಹತ್ತಿರ ಉಸಿರಾಡುವವಳ ಕಪ್ಪು ನುಣುಪು ತಲೆಗೂದಲಿನ ಮೇಲೆ ಕೈಯಾಡಿಸಬಹುದಿತ್ತು.

ನಿಂತಿದ್ದ ಸಂಕಪ್ಪಯ್ಯನಿಗೆ ಕಾಲು ಬತ್ತಿದಂತಾಯಿತು. ದೀರ್ಘವಾಗಿ ನಿಟ್ಟುಸಿರೆಳೆದುಕೊಳ್ಳುತ್ತ 'ಅಯ್ಯಮ್ಮ' ಎಂದು ಮರಕ್ಕೊರಗಿದರು. ಪಾಣಿಪಂಚೆಯ ಅಂಚಿನಿಂದ ಒದ್ದೆಯಾದ ಕಣ್ಣೊರೆಸಿಕೊಂಡರು. ಯಾರ ಮನೆಯದೋ ಏನೋ ಒಂದು ಮುದಿ ದನ ಬಂದು ಮುಖ ಮೂಸಲು, ಅದರ ಕತ್ತನ್ನು ತುರಿಸಿದರು. ❍

○ ಕ. ವೆಂ. ರಾಜಗೋಪಾಲ

ಹೊಲತಿಯ ಹಾಲು

ಗೊ ಗ್ರಾಮ ಈಗಲೂ ಇದೆ. ಆದರೆ ಅಲ್ಲಿರುವ ಮನೆಗಳು ಬೆರಳೆಣಿಸಿದಂತೆ ನಾಲ್ಕು. ಅವರು ಹೊಲೆಯರು. ಊರು ಒಂದು ಕಾಲದಲ್ಲಿ – ಅಂದರೆ ಹತ್ತೊಂಬತ್ತನೆಯ ಶತಮಾನದಲ್ಲಿರಬೇಕು – ಅರ್ಧ ಮುಕ್ಕಾಲು ಮೈಲಿ ವಿಸ್ತಾರವಿದ್ದಿರಬೇಕೆಂದು ಅದರ 'ಕವಡಿ'ಗಳು ಹೇಳುತ್ತವೆ. ಇವು ಊರಿನ ಗಡಿಗಳು. ಊರಿನ ಕರುಕಲ್ಲು ಮಧ್ಯದಲ್ಲಿ ಈಗಿನ ಮನೆಗಳಿಗೆ ಸಮೀಪವಾಗಿವೆ. ಸುತ್ತಲೂ ಮೂರು ಕಡೆಗೆ ಗುಡ್ಡಗಳಿವೆ. ಪಶ್ಚಿಮಕ್ಕೆ ಅರ್ಧ ಮೈಲು ದೂರದ ತಗ್ಗಿನಲ್ಲಿ ಕಾವೇರಿ ಹರಿಯುತ್ತಾಳೆ. ಬಸವಣ್ಣನ ಗುಡಿಯ ಮುಂದೆ ನಿಂತರೆ ನದಿಯನ್ನು ಬೆರಳು ಮಾಡಿ ಇಂದಿಗೂ ತೋರಿಸಬಹುದು. ಗುಡ್ಡೆಗಳೆಲ್ಲಾ ಕಾಡಿನ ಸೆರಗಾಗಿವೆ. ಅಂದರೆ ಊರಿನ ಎಲ್ಲೆಯನ್ನು ದಾಟುತ್ತಿದ್ದಂತೆಯೇ ಕಾಡಿನ ಭಾಗ ಬರುತ್ತದೆ. ಅದಕ್ಕೂ ಊರಿನ ಹೆಸರೇ ಹತ್ತಿಕೊಂಡಿದೆ.

ಒಂದು ಕಾಲದಲ್ಲಿ ಸುಮಾರು ನೂರು ಮನೆಗಳಿದ್ದು ಎರಡು ಮೂರು ಕೇರಿಗಳಿದ್ದವೆಂದು ನೋಡಿದರೆ ತಿಳಿಯುತ್ತದೆ. ಆದರೆ ಇಂದಿಗೂ ನಾಲ್ಕು ಮನೆ – ಎರಡು ಹೆಂಚಿನವಾದರೆ, ಎರಡು ಹುಲ್ಲಿನ ಜೋಪಡಿಗಳು. ಆ ಮನೆಗಳ ಎದುರಿಗೆ ಹಾಳುಬಿದ್ದ ಬಸವಣ್ಣನ ಗುಡಿ... ಬಸವಣ್ಣನಿದ್ದರೂ ಅದರ ಪೂಜಾರಿ ಗೊಬ್ಬಳಿಯಲ್ಲಿಲ್ಲ. ಹತ್ತಿರದ ದೊಡ್ಡ ಗ್ರಾಮದಿಂದ ಬರುತ್ತಾನೆ – ವಾರಕ್ಕೆ ಒಂದು ಬಾರಿ. ಸೋಮವಾರ. ಅದಕ್ಕೆ ಸೇರಿದ 'ಉಂಬಳಿ' ಆತನಿಗೆ ಸೇರಿದೆ. ಉಳುವವರು, ಬೇಸಾಯ ಮಾಡಿ 'ಗುತ್ತಿಗೆ' ಕೊಡುವವರು ಗೊಬ್ಬಳಿಯ ಹೆಂಚಿನ ಮನೆಯ ಯಜಮಾನ – ಸಿದ್ದ. ಸಿದ್ದಪ್ಪನೆಂದು ಶ್ಯಾನುಭೋಗರ ಲೆಖ್ಖ ಹೇಳುತ್ತದೆ. ಬಸವಣ್ಣನ ಗುಡಿಗೆ ಹತ್ತಿರವಾಗಿ ಈ ಮನೆಗಳಿಗೆ ಎದುರಾಗಿ ಒಂದು ಮಾರಿಯ ಗುಡಿಯಿದೆ. ಇದು ಅವರ ಕುಲದೈವ ತಾನೆ. ಆದುದರಿಂದ ಲಿಂಗದಂತೆ ಕಾಣುವ ಮಾರಮ್ಮನ ಮೈಗೆ ಎಣ್ಣೆಯ ಚಪ್ಪೆಗಳು ಅಂಟಿಕೊಂಡಿವೆ. ಹೊರಗಿನಿಂದ ಬೀಳುವ ಬೆಳಕಿನಲ್ಲಿ ಅದರ ಮೈ ಮಿರುಗುತ್ತಿದೆ. ಅದರ ಮುಂದೆ ಆಗಾಗ್ಗೆ ಬಲಿಕೊಟ್ಟ ರಕ್ತದ ಗುರುತುಗಳೂ ಕಾಣಬಹುದು. ಅದು ಮುಖ್ಯವಲ್ಲ. ದೇಗುಲದ ಎದುರಿಗೆ

ಒಂದು ಚಪ್ಪಡಿ 'ತಲೆಪೋಟರಾಯ' ಎಂದು ಬಿದ್ದಿದೆ. ನಾಲ್ಕು ಮನೆಗಳಿಂದ ನಾಲ್ಕೈದು ಮಕ್ಕಳು ಆಟವಾಡಿಕೊಳ್ಳುತ್ತವೆ ಇತ್ಯಾದಿ. ಇಂದಿನ ಸ್ಥಿತಿ.

ಬಸವಣ್ಣನ ಗುಡಿಗೆ ಹೆಂಚಿನ ಹೊದಿಕೆಯಿದೆ. ಆದುದರಿಂದ ನೆರಳಿದೆ. ಅದರಲ್ಲಿ ಒಂದು ಜಗಲಿಯಿದೆ. ಅಲ್ಲಿಗೆ ಸರ್ಕಾರದ ಅಧಿಕಾರಿಗಳು ಬಂದರೆ ಕುಳಿತುಕೊಳ್ಳಲು ಸಿದ್ದಪ್ಪನ ಮನೆಯಿಂದ ಒಂದು ಮೀಸಲು ಚಾಪೆ ಬರುತ್ತದೆ. ಸಾಮಾನ್ಯವಾಗಿ ಬರುವ ಶ್ಯಾನುಭೋಗರು (ಹತ್ತಿರದ ಗ್ರಾಮದಿಂದ ಬರುತ್ತಾರೆ). ಒಂದು ಗುಡಿಯ ಮೆಟ್ಟಿಲ ಮೇಲೆ ನಿಂತು ಸಿದ್ದಪ್ಪನ ಮನೆಯ ಜೀತದಾಳನ್ನು ಕರೆಯುತ್ತಾರೆ. ಆತನು ಚಾಪೆ ತಂದು ಹಾಕಿದರೆ ಕುಳಿತುಕೊಳ್ಳುತ್ತಾರೆ... ಊರ ಪಟೇಲನನ್ನು ವಿಚಾರಿಸುತ್ತಾರೆ. ಆತ ಬಂದು ಮೆಟ್ಟಲ ಮೇಲೆ ಕುಳಿತು ವ್ಯವಹಾರ ನಡೆಸುತ್ತಾನೆ. ಹೀಗೆಯೇ ಪಂಚಾಯತಿಯ ವೇಳೆಯಲ್ಲೂ ಅವರು ಹೊಲೆಯರಾದ ಕಾರಣ ಮೆಟ್ಟಿಲಾಚೆಗೆ ನಿಲ್ಲಬೇಕು. ತೀರ್ಪುಗಾರರಂತೂ ಶ್ಯಾನುಭೋಗರು – ಕಿಟ್ಟಪ್ಪನವರು. ಹೀಗೆ ಬಸವಣ್ಣನ ಗುಡಿಯೇ ಊರಿನ ಚಾವಡಿ. ಉಳಿದ ವಿಚಾರಗಳಿಗೆ ಅಂದರೆ ಹೊಲೆಯರ ಸ್ವಂತ ವಿಚಾರಗಳಿಗೆ ಸಿದ್ದಪ್ಪನ ಮನೆಯ ಜಗಲಿಯಾಗುತ್ತದೆ. ಆತನದೇ ಊರಿನ ಹೊಣೆಗಾರಿಕೆ.

ಇಂಥ ಸ್ಥಿತಿ ಈಗಿರುವುದಾದರೆ, ಹಿಂದೆ ತುಂಬಿದ ಗ್ರಾಮವಾಗಿದ್ದಾಗ ಗೌಡರ ಕೇರಿ ಇನ್ನೂ ಹಿಂದಿನ ಸಾಲಿನಲ್ಲಿತ್ತು. ಅದು ಈಗಿನ ನಾಲ್ಕು ಮನೆಗಳನ್ನೂ ಒಳಗೊಂಡಿತ್ತು. ಈ ಸಿದ್ದಪ್ಪನ ಮನೆಯೇ ಪಟೇಲ ಗೌಡರದಾಗಿತ್ತು. ಆತ ಲಿಂಗಾಯಿತ ಗೌಡನಾಗಿ ಅವರದೇ ಕಾರುಬಾರಾಗಿತ್ತು. ಆಗ ಈ ಬಸವಣ್ಣನಿಗೂ ವೈಭವದ ಕಾಲವಾಗಿತ್ತು... ಇತ್ತುಗಳೆಲ್ಲಾ ಈಗ ಖಾನೇಷುಮಾರಿಗೆ ಸೇರಿಹೋಗಿವೆ. ಶ್ಯಾನುಭೋಗರಿಗೆ ಇದರ ವಿವರಣೆ ಇತಿಹಾಸವಾಗಿದೆ. ಈಗಿನ ಕಿಟ್ಟಪ್ಪನ ಹಿಂದೆ ನಾಲ್ಕನೆಯ ತಲೆಯ ಕಿಟ್ಟಪ್ಪನೆಂಬ ಶ್ಯಾನುಭೋಗರ ಮುದಿತನದಲ್ಲಿ ಗೊಬ್ಬಳಿ ಗ್ರಾಮವು ಈ ಗತಿಗೆ ಇಳಿಯಿತಂತೆ. ಅದಕ್ಕೆ ಕಾರಣನಾದ ಆ ಗೌಡನ ಮನೆಯೇ ಸಿದ್ದಪ್ಪನ ತಾತಂದಿರ ಆಸ್ತಿಯಾಗಿ ಇಂದಿಗೂ ಉಳಿದುಬಂದಿದೆ.

ಆಗ ಊರಿನ ಗೌಡನಾಗಿ ಶಿವಪ್ಪ ಎಂಬಾತನಿದ್ದ. ಅವನದೇ ಊರಿನ ಕಾರುಬಾರು. ತನ್ನ ಹಣೆ ಮಟ್ಟದ ಬಗನಿ ದೊಣ್ಣೆಯನ್ನು ಹಿಡಿದು ನಿಂತನೆಂದರೆ ದಿಗಿಲು ಹುಟ್ಟಿಸುವವನು. ಇಬ್ಬರು ಹೆಂಡಿರೂ ಹೇಳಿದಂತೆ ಕೇಳಿಕೊಂಡು ಆ ದೊಡ್ಡ ಮನೆಯ ಎರಡು ಕೋಣೆಗಳಲ್ಲಿ ಬೇರೆ ಬೇರೆ ಇರುತ್ತಿದ್ದರು. ಗೌಡನಿಗೆ ಎದುರು ನಡೆದವರಲ್ಲ. ಇಬ್ಬರಿಗೂ ಸಮಾನವಾಗಿ ಮೂರು ಮೂರು ಮಕ್ಕಳು. ಆರೂ ಗಂಡುಗಳೇ. ಆತನ ತಂದೆಯವರ ಕಾಲದಲ್ಲಿ ಈ ಬಸವಣ್ಣನ ಗುಡಿ ಸ್ಥಾಪಿತವಾಯಿತು. ಊರಿಗೆ ಚಾವಡಿಯೂ ಆಯಿತು. ಹೊಳೆಯ ದಂಡೆಯ ಮೇಲೆ ದೊಡ್ಡ ಅಡಿಕೆಯ ತೋಟ. ಹಾಗೆಯೇ ಗದ್ದೆ. ಪ್ರವಾಹ ಬಂದರೆ ಎರಡಕ್ಕೂ ಸಹಜವಾಗಿ ಮೆಕ್ಕಲು ಬಂದು ಕೂರುತ್ತಿತ್ತು. ಇದರಿಂದ ಸಮೃದ್ಧಿಯಾಗಿ ಬೆಳೆ ಬರುತ್ತಿತ್ತು. ಮನೆಯಲ್ಲಿ ಮೂವತ್ತು ನಲವತ್ತು ಜನ ದುಡಿಯುತ್ತಿದ್ದರು. ಅನೇಕರು ಜೀತದಾಳುಗಳು. ಆದುದರಿಂದ ಗೌಡನ ಮಾತಿಗೆ ಅಡ್ಡಬರಲು ಯಾರಿಗೂ ಎದೆ ನಡುಗುತ್ತಿತ್ತು. ಅವರ ತಂದೆ ಬಸಪ್ಪ ಗೌಡರಿರುವವರೆಗೂ ಎಲ್ಲವೂ ಕ್ಷೇಮವಾಗಿತ್ತು. ಹೊಲೆಯರು ಅವರಿಗೆ ತಲೆಬಾಗಿ ತಮ್ಮ ಕಷ್ಟ ಸುಖಗಳಿಗೂ ಆತನಲ್ಲಿ ಶರಣಾಗುತ್ತಿದ್ದರು.

ಆದರೆ ಆ ಗೌಡ ತೀರಿಕೊಂಡ ಮೇಲೆ ಒಂದೈದು ವರ್ಷಗಳ ಕಾಲ ಊರಿಗೆ ಯಾವ ಆತಂಕವೂ ಇರಲಿಲ್ಲ. ಆದರೆ ಶಿವಪ್ಪ ಎರಡನೆಯ ಹೆಣ್ಣನ್ನು ಮದುವೆಯಾದ ಮೇಲೆ ಏನೋ ಕೊಂಚ ವ್ಯತ್ಯಾಸವು ಕಂಡಂತಾಯಿತು. ಅಲ್ಲಿಯವರೆಗೆ ಹೊಲಗದ್ದೆಗಳಲ್ಲಿ ದುಡಿಯುವವ

ರೊಡನೆ ತಾನೂ ಕೆಲಸ ಮಾಡುತ್ತಿದ್ದವನು ನಿಲ್ಲಿಸಿದ. ಮೊದಲಿಗೆ ನಿಂತು ಕೆಲಸ ಮಾಡಿಸತೊಡಗಿದ. ಹೀಗೆ ಏಳೆಂಟು ವರ್ಷಗಳು ಕಳೆದವು. ಇಬ್ಬರು ಹೆಂಡರಿಗೂ ಮೂರು ಮೂರು ಮಕ್ಕಳಾದರೂ ಗೌಡನಿಗೆ ಹೊಲಗದ್ದೆಗಳ ಕಡೆ ಹೋಗಲು ಇಷ್ಟವಾಗಲಿಲ್ಲ.

ಮನೆಯ ಜಗಲಿಯ ಮೇಲೆ ಕುಳಿತು ಎಲೆ ಅಡಿಕೆ ಅಗಿಯುತ್ತಾ ಅಪ್ಪಣೆ ಮಾಡತೊಡಗಿದ. ಇದರಿಂದ ಎಲ್ಲರೂ ಬಂದು ಬೀದಿಯಲ್ಲಿ ನಿಂತು – ಹತ್ತಿರವೆಂದರೆ ಜಗಲಿಯ ಕಂಬದ ಬಳಿ ಬಂದು – ಗೌಡ ಹೇಳಿದರೆ, ಕುಳಿತು ಮಾತನಾಡುತ್ತಿದ್ದರು.

ಈಗ ಗೌಡನ ಗಮನ ಒಂದು ರೀತಿಯಾಗುತ್ತಿದೆಯೆಂದು ಅನೇಕರು ಅಂದುಕೊಂಡರು. ನಿಜಕ್ಕೂ ಗೌಡನಿಗೆ ಸೆರೆಯ ಆಸೆ ಹುಟ್ಟಿತು. ಹೊಲದಲ್ಲಿ ದುಡಿಯುವುದಕ್ಕೆ ಬರುತ್ತಿದ್ದ ಗಿಡ್ಡನನ್ನು ಒಬ್ಬನನ್ನೇ ಕರೆದು ಬಗನಿಯ ಹೆಂಡಬೇಕೆಂದು ಹೇಳಿದ. ತೋಟದ ಗುಡ್ಲಿಗೆ ಹೋಗಿ ಕುಳಿತು ಕುಡಿದು ಬರತೊಡಗಿದ. ಕ್ರಮೇಣ ಗಿಡ್ಡ ತಂದ 'ಚಾಕಣಾ' ತಿನ್ನುತ್ತಾ ಕುಡಿಯತೊಡಗಿದ. ಸಂಜೆಯಾದ ಮೇಲೆ ಗುಟ್ಟಾಗಿ ಹೋಗಿ ಬರುತ್ತಿದ್ದ ಕಾರಣ ಒಂದೊಂದು ದಿನ ತಡವಾಗಿ ಬಂದು ಜಗಲಿಯ ಮೇಲೆ ಮಲಗಿಬಿಡುತ್ತಿದ್ದ. ಒಂದು ದಿನ ಹಿರಿಯ ಹೆಂಡತಿ ರಾತ್ರಿ ಬರಲಿಲ್ಲವೆಂದು ವಿಚಾರಿಸಿದಳು. ಬಡಿಗೆಯಿಂದ ಎರಡು ಏಟು ತಿನ್ನಬೇಕಾಯಿತು. ಮಕ್ಕಳೂ ಹೆದರುವಂತೆ ಅವನ ಕಣ್ಣುಗಳು ಯಾವಾಗಲೂ ಕೆಂಪಗೆ ಇರುವಂತೆ ಅನ್ನಿಸತೊಡಗಿತು. ಗೌಡರ ಸಂಗಡ ಸಲೀಸು ಮಾತನಾಡಲು ಗಿಡ್ಡನೊಬ್ಬನಿಗೆ ಮಾತ್ರ ಅವಕಾಶವಿರುವಂತೆ ಎಲ್ಲರಿಗೂ ಅನ್ನಿಸತೊಡಗಿತು. ಈ ಸುದ್ದಿಯನ್ನು ಶ್ಯಾನುಭೋಗರು ಬೇರೆಯವರಿಂದ ತಿಳಿದು ದೂರದಿಂದಲೇ ಮಾತನಾಡಿಸಿ ಹೊರಟು ಹೋಗುತ್ತಿದ್ದರು. ಆರು-ಬಿತ್ತನೆ, ಒಡ್ಡು ಬಡಿಯುವುದು ಮುಂತಾಗಿ ಎಲ್ಲಾ ಕೆಲಸಕ್ಕೂ ಗಿಡ್ಡನ ಕೈಲೇ ಹೇಳಿ ಕಳುಹಿಸತೊಡಗಿದ. ಆತನು ಹೇಳಿದಂತೆ ಆಗಬೇಕಾಯಿತು. ಅವನು ಪ್ರಾಮಾಣಿಕನಾಗಿದ್ದ ಕಾರಣ ಎಲ್ಲವೂ ನಡೆದುಕೊಂಡು ಹೋಗುತ್ತಿತ್ತು. ಮನೆಯ ವಿಚಾರದಲ್ಲಿ ಗೌಡನ ಹೆಂಡಿರಿಬ್ಬರೂ ಹೊಂದಿಕೊಂಡು ಸರಿಪಡಿಸಿಕೊಳ್ಳುತ್ತಿದ್ದರು. ಗೌಡನ ಬುದ್ಧಿ ಸರಿಹೋಗಲೆಂದು ಬಸವಣ್ಣನಿಗೆ ಸೇವೆ ಮಾಡಿಸಿದರು. ದೇವರುಗಳಿಗೆ ಹರಕೆ ಹೊತ್ತರು. ಮಕ್ಕಳನ್ನು ಅವನ ಬಳಿಗೆ ಕಳುಹಿಸದೆ ಎಚ್ಚರಿಕೆಯಿಂದ ನೋಡಿಕೊಂಡರು. ಹಿರಿಯ ಗೌಡಿತಿ ಸವತಿಯೊಡನೆ ಹೊಲಗದ್ದೆಗಳಲ್ಲಿ ನಿಂತು ಕೆಲಸ ಮಾಡುತ್ತಾ ನೋಡಿಕೊಳ್ಳುತ್ತಿದ್ದಳು. ಆದುದರಿಂದ ಕೆಲಸಕಾರ್ಯಗಳು ಸಲೀಸಾಗಿ ನಡೆಯುತ್ತಿದ್ದವು.

ಒಂದು ದಿನ, ಗದ್ದೆಯ ಬಿತ್ತನೆಯ ಕಾಲ. ಪದ ಹೇಳಿಕೊಂಡು ಸೊಸಿಯ ನಾಟಿಯಾಗುತ್ತಿತ್ತು. ಗೌಡತಿಯರೂ ಮಂಡಿಯ ಮೇಲಕ್ಕೆ ಸೀರೆಯನ್ನು ಕಟ್ಟಿಕೊಂಡು ಸೊಸಿಯ ಕಂತೆಗಳನ್ನು ಒದಗಿಸುತ್ತಿದ್ದರು. ಕೆಲಸ ಮಾಡುತ್ತಿದ್ದ ಗಿಡ್ಡ ಗೌಡರ ಬಳಿಗೆ ಬಂದು ನಿಂತ. ಆ ವೇಳೆಗಾಗಲೇ ಗೌಡರು ತೋಟಕ್ಕೆ ಹೋಗಿ ಬಂದಿದ್ದರು. ಬಗನಿಯ ಹೆಂಡದ ವಾಸನೆ ಬಡಿಯುತ್ತಿತ್ತು. ಅದು ಯಾರಲೇ ಆ ಹೆಣ್ಣು ಎಂದು ಗೌಡರು ಕೇಳಿದ ಕಡೆಗೆ ತಿರುಗಿ ನೋಡಿದ ಗಿಡ್ಡ. "ಅದು ನಮ್ಮ ಲಕ್ಕಣ್ಣನ ಮಗಳಲ್ಲವೆ? ಅವರಪ್ಪ ತೀರಿಕೊಂಡು ತಿಂಗಳಾತು. ಇದು ಕೆಲಸಕ್ಕೆ ಬಂದದೆ. ಒಂದೇ ಅದೆ. ಜೀವ ಹೊರಿಬೇಕಲ್ಲವಾ?" ಎಂದ. ಗೌಡರು, ಕತ್ತು ಹಾಕಿದರು. ತಮ್ಮ ಬಡಿಗೆಯನ್ನು ಕೆಸರಲ್ಲಿ ಹೂತು ಮತ್ತೆ ಆಕೆಯನ್ನೇ ನೋಡಿದರು... ತಮ್ಮ ಹೆಂಡಿರನ್ನೂ ನೋಡಿದರು. ಹುಬ್ಬು ಮೇಲೇರಿತು. "ಚಂದಾಗವಳೆ, ಗಿಡ್ಡ..." ಎಂದು ಅವನ ಮುಖ ನೋಡಿದರು. ಅವನಿಗೆ ಗಾಬರಿಯಾಯಿತು. ಆ ಹುಡುಗಿಯ ಜವಾಬ್ದಾರಿಯನ್ನು ಹೊತ್ತವನು ಅವನು. ಲಕ್ಕನಿಗೆ ಸಾಯುವ ಮುಂಚೆ ಭಾಷೆ ಬೇರೆ ಕೊಟ್ಟಿದ್ದನು, ಅವಳ

ಮದುವೆ ಮಾಡುವುದಾಗಿ ನುಡಿದಿದ್ದನು. ಗೌಡನ ಕಣ್ಣು ಅದರ ಮೇಲೆಯೇ ಬೀಳಬೇಕೆ!... ತಲೆ ತಗ್ಗಿಸಿ ನಿಂತು ಕೂಡಲೇ ತಪ್ಪಿಸಿಕೊಳ್ಳಲು, ಆಳುಗಳಿಗೆ ಬಿರ್‍ರ ಬಿರ್‍ರನೆ... "ಏರಿ ಹತ್ತಿರಿ ಹೊತ್ತಾತು" ಎಂದು ಕೂಗಿದನು. ಗೌಡರು ಆಗ ಸುಮ್ಮನಾದರು. "ಸರಿ ಸಂಜೆಗೆ ಮರೀಬೇಡ" ಎಂದು ಹೇಳಿ ಹೋದರು. ಅಂದರೆ ಸಂಜೆಗೆ ಬಗನಿ ಹೆಂಡ ತೀರಿದೆ ಎಂದು ಅವರ ಸೂಚನೆ.

ಸಂಜೆಗೆ ತೋಟದ ಗುಡ್ಲಿನಲ್ಲಿ ಗಿಡ್ಡನಿಗಾಗಿ ಕಾಯುತ್ತ ಕುಳಿತರು ಗೌಡರು. ಅವನು ಹೆಂಡವನ್ನು ತಂದು ಅಡಿಕೆ ಹಾಳೆಯ ದೊನ್ನೆಗೆ ಸುರಿದಾಗಲೂ ಸುಮ್ಮನಿದ್ದರು. ಈಚೀಚೆಗೆ ಅವನಿಗೂ ಒಂದು ಪಾಲು ದೊರೆಯುತ್ತಿತ್ತು. ಚಾಕಣ ಉಳಿದರೆ ಅವನಿಗೂ ಸಿಗುತ್ತಿತ್ತು. ಈ ದಿನ ಅವನನ್ನೂ ಜೊತೆಗೆ ಕುಡಿಯಬೇಕೆಂದು ಬಲವಂತ ಮಾಡಿದರು. ಅವರು ಎರಡು ದೊನ್ನೆ ಕುಡಿದಾಗ ಅವನಿನ್ನೂ ಒಂದನ್ನೇ ಕುಡಿಯುತ್ತಿದ್ದ. ಅವನು ಬರುವವರೆಗೂ ಯೋಚಿಸುತ್ತಿದ್ದ ಗೌಡರಿಗೆ ಲಕ್ಕಿಯದೇ ಚಿಂತೆಯಾಗಿತ್ತು. ಈಗ ಆಕೆಯ ತೊಡೆಗಳವರೆಗೂ – ಬಾಳೆಯ ಮೇಲು ಹೊದಿಕೆಗಳನ್ನು ಮಾತ್ರ ಎರಡು ಮೂರು ಸುಲಿದ ಮೇಲೆ ಕಾಣುವಂತೆ, ಅವು ಮಿರುಗತೊಡಗಿದ್ದವು. ಆಕೆಯ ಎದೆ, ಕೊಂಚ ಎಣ್ಣೆ ಬಣ್ಣದಲ್ಲೂ ಕೆಂಪನೆಯ ಮುಖ, ಅಗಲವಾದ ಕಣ್ಣುಗಳು – ಹಿಂದೆಂದೋ ಒಮ್ಮೆ ಕೇಳಿದ್ದ ರಾಜಶೇಖರ ವಿಲಾಸದ ಹೆಣ್ಣಿನ ವರ್ಣನೆ ಸರಿಯೆಂದು ತೋರತೊಡಗಿತ್ತು. ಒಮ್ಮೆಲೆ, "ಗಿಡ್ಡ, ಆ ಹುಡುಗಿ ಕರೆತಾರೋ" ಎಂದು ತಮ್ಮ ಕಣ್ಣುಗಳನ್ನು ಮುಚ್ಚಿ ಮುಚ್ಚಿ ಬಿಡತೊಡಗಿದರು. "ಧಣೀರು, ಅದು ಮಾತ್ರ ಕೇಳ ಬಾ..." ಎನ್ನುವುದಕ್ಕೆ ಮುಂಚೆಯೇ ಅವರ ಕಣ್ಣುಗಳು ಕೆಂಪೇರಿ, ಅವರು ಹೂಂಕರಿಸಿದರು. ಗಿಡ್ಡನಿಗೆ ಭಯವಾಯಿತು. ಇಲ್ಲವೆಂದರೆ ತನ್ನ ಈವರೆಗಿನ ಸೇವೆಯೆಲ್ಲಾ ಹೊಳೆಯಲ್ಲಿ ತೇಲಿಬಿಟ್ಟ ಹೆಣದಂತೆ – ಎನ್ನಿಸಿತು. "ಆಗಲಿ ಧಣಿ... ಆದರೆ", ಎಂದಾಗ "ಏನು ಆದರೆ..." ಎಂದು ಗುಡುಗಿದರು. "ಮುಂದಿನ ವಾರ ಆಗಲಿ... ಅದು ಉಸಾರಿಲ್ಲ..." ಎಂದು ಕಳಚಿಕೊಳ್ಳಲು ಯತ್ನಿಸಿದ. ಮತ್ತೊಂದು ದೊನ್ನೆ ತುಂಬಿ ನೀಡಿದ... ಗೌಡರು ಅದನ್ನು ಕುಡಿಯುತ್ತಾ ಮಲಗಿದರು. ನಿಂತು ನೋಡಿದ ಗೌಡರು ತೆಂಗಿನ ಚಾಪೆಯ ಮೇಲೆ ಒರಗಿ ಕಣ್ಣು ಮುಚ್ಚಿದರು. ನೋಡುನೋಡುತ್ತಿದ್ದಂತೆಯೇ ಅವರು ಗೊರಕೆ ಹೊಡೆಯತೊಡಗಿದರು. ಗುಡ್ಲಿನಿಂದ ಹೊರಗೆ ಬಂದು ನೋಡಿದ. ಬೆಳದಿಂಗಳು ಅಡಿಕೆ ಮರದ ಸಂದಿಗಳಿಂದ ಅಲ್ಲಲ್ಲಿ ಬೆಳಕಿನ ಕೋಲುಗಳನ್ನು ಇಳಿಬಿಟ್ಟಂತಿತ್ತು. ಕಸಿವಿಸಿಯಲ್ಲಿ ಅಲ್ಲಿಯೇ ಕುಳಿತು ಎಲೆ ಅಡಿಕೆ ತೆಗೆದಿಟ್ಟುಕೊಂಡು ಒಂದು ತುಂಡು ಬಾಯಿಗೆ ಹಾಕಿಕೊಂಡು ಒಣ ಎಲೆಗಳಲ್ಲಿ ಒಂದನ್ನು ಆರಿಸಿಕೊಂಡು ಸರಿಪಡಿಸುತ್ತಾ ಚಿಂತಿಸಿದ – ಲಕ್ಕಿಗೆ ಯಾಲಕ್ಕಿಯ ದೋಸ್ತಿಯಾಗಿತ್ತು. ಬರುವ ಬೇಸಿಗೆಗೆ ಅವಳಿಗೆ ಲಗ್ನ ಮಾಡಿಬಿಡಬೇಕೆಂದು ಯೋಚಿಸಿ ದವಸ ದಾಸ್ತಾನು ಕೂಡಿ ಹಾಕುವುದರಲ್ಲಿದ್ದ ಗಿಡ್ಡನಿಗೆ, ಈಗೇನು ಮಾಡುವುದು ಎಂದು ಗೊಂದಲವಾಯಿತು. ಗೌಡರ ಕಣ್ಣು ಬಿದ್ದ ಮೇಲೆ ತಪ್ಪಿಸಿಕೊಳ್ಳುವುದಂತೂ ಸಾಧ್ಯವೇ ಇರಲಿಲ್ಲ. ಸುತ್ತಲೂ ನೋಡಿದ. ತೋಟದ ಬೆಡಗು ಅವನಿಗೆ ಏನೋ ಹೇಳಿದಂತಾಯಿತು. ಸೊಗಸಾಗಿ ಬೆಳೆದ ಅಡಿಕೆ ತೆಂಗು ಮರಗಳು ಗೊನೆ ಹಿಡಿದು ತೂಗುತ್ತಿದ್ದವು. ಬೆಳ್ದಿಂಗಳು ಆಟವಾಡುತ್ತಿದ್ದಂತೆ ಅನ್ನಿಸಿತು. ಬೆಳೆದು ದಣಿದಂತೆ ಹತ್ತಿರ ಬಿದ್ದಿದ್ದ ಅಡಿಕೆ ಮರ ಕಾಣಿಸಿತು. ಆದರೂ ಗೌಡನ ತೋಟ, ಅವನ ಹಣದ ಬಲದಿಂದ ತೋಟದ ಬೆಡಗು. ಲಕ್ಕಿಯೂ ಅದೃಷ್ಟ ಮಾಡಿದ್ದಾಳು. ಇರಲಿ ಗೌಡರಿಗೇ ಆಗಲಿ. ಯಾರ ಅಡ್ಡಿ ಆತಂಕವೂ ಇಲ್ಲದೆ ಸುಖ ಪಟ್ಟಾಳು ಎನ್ನಿಸಿತು. ಅಷ್ಟರಲ್ಲಿ ಅಡಿಕೆಯ ಹಾಳೆಯೊಂದು ಅವನೆದುರಿಗೇ ಸರ್ ಧಢ್ ಎಂದು ಬಿದ್ದಿತು. ಗೌಡರು ಒಳಗೆ

ಕೂಗಿದಂತಾಯಿತು. ತಿರುಗಿ ನೋಡಿದ ಅವರು ಹೊರಳಿಕೊಂಡು ಎದ್ದು ಕುಳಿತರು. "ನಡಿಲಾ ಹೋಗವ" ಎಂದು ದೊಣ್ಣೆಯೂರಿ ನಿಂತೇಬಿಟ್ಟರು. ಇಬ್ಬರೂ ಊರಿಗೆ ಹಾದಿ ಹಿಡಿದರು. ಅವರು ಮುಂದೆ, ಇವನು ಹಿಂದೆ ಹಿಂದೆ.

ಗಿಡ್ಡ, ಗೌಡರ ಮುಲಾಜಿನಿಂದ, ಅವರ ನೆರಳಾಗಿಹೋಗಿದ್ದ. ಅವರು ದಿನವೂ ಗದ್ದೆಯ ಕಡೆ ಬಂದು ಬದುವಿನಲ್ಲಿ ಕುಳಿತು ನೋಡತೊಡಗಿದರು. ಕೊನೆಗೆ ಗದ್ದೆಯಿಂದ ಹೊರಟಾಗ ಗಿಡ್ಡನಿಗೆ ಕೇಳುತ್ತಲೇ ಇದ್ದರು. ಇದರಿಂದ ಅವನು ಬರುವ ಸೋಮವಾರದ ಗಡುವನ್ನು ನಿರ್ಧರಿಸಿದ. ಮನೆಯಲ್ಲಿ ಕೂಡಿಕೆಯ ಹೆಂಡತಿಗೂ ತಿಳಿಯದಂತೆ ಲಕ್ಕಿಯೊಡನೆ ಮಾತನಾಡಿದ. ಮೊದಲಿಗೆ ಅವಳು ಒಲ್ಲೆನೆಂದಳು. ಅಲ್ಲಿಂದ ಗೌಡರು ದಿನವೂ ಬಂದು ಬದುವಿನ ಬಳಿ ಕುಳಿತು ನೋಡುವುದರ ಅರ್ಥವಾಯಿತು. ಆತನ ದೌಲತ್ತಿನ ಅರಿವೂ ಆಯಿತು. ತನ್ನಂಥ ತಬ್ಬಲಿಗೆ ಗೌಡನ ಬಲ ದೊರಕಿತೆಂದು ಅನ್ನಿಸಿ ಕೆಲಸ ಮುಗಿದಾಗ ದೂರದಲ್ಲಿ ನಿಂತು ನೋಡಿದಳು. ಇವಳ ಚಲನೆಯನ್ನೇ ಕಾದು ನೋಡುತ್ತಿದ್ದ ಗೌಡನ ತುಟಿಗಳ ಮೇಲೆ ನಗೆ ಹೊರಳಿತು. "ಯಾಕ್ಲಾ ಗಿಡ್ಡ, ಹೆಣ್ಣಿಗೆ ಯೇನು ಬೇಕಂತೆ" ಎಂದು ದೊಣ್ಣೆಯನ್ನು ಹಿಡಿದುಕೊಂಡರು. ಲಕ್ಕಿಗೆ ದಿಗಿಲಾಯಿತು ಏನೂ ಅರಿಯದವಳಂತೆ ಗದ್ದೆಯ ಬದುವಿನಲ್ಲಿ ಬಾಗಿ ಏನೋ ನೋಡಿದವಳಂತೆ, ನೀರು ಸರಿಯಾಗಿ ಹರಿಯುವಂತೆ ಮಣ್ಣನ್ನು ಸರಿಪಡಿಸತೊಡಗಿದಳು. ಆ ಸಂಜೆಯಲ್ಲಿ ಅವಳ ದುಂಡಾದ ಎದೆಯಿಂದ ಅವರಿಗೆ ಖುಷಿಯಾಯಿತು. ಗಿಡ್ಡನ ಕಡೆ ನೋಡಿದರು. ಅವನು ನಕ್ಕು, ಹತ್ತಿರ ಬಂದು ನಾಳಿಕೆ ಗುಡಿಗೆ ಬತ್ತಾಳೆ ಎಂದ. ಅವನನ್ನೂ ನಂತರ ಅವಳನ್ನೂ ಕಣ್ಣಗಲಿಸಿ ನೋಡಿ ದೊಣ್ಣೆ ಹಿಡಿದು ನಿಂತು ಮನೆಯ ಕಡೆ ನಡೆದರು... ಅಲ್ಲಿಂದ ಗುಡ್ಲಿಗೆ ನಡೆದರು.

ಬಸವಣ್ಣನ ಗುಡಿಯಲ್ಲಿ ದಿನನಿತ್ಯ ಪೂಜೆಯಾಗುತ್ತಿತ್ತು. ಸಂಜೆಗೇ ಪೂಜಾರಿ ಬಂದು ಎಣ್ಣೆಯೆದುರು ದೀಪ ಹೊತ್ತಿಸಿ ಹೋಗುತ್ತಿದ್ದ. ಗೌಡರು ತಮ್ಮ ಜಗಲಿಯಿಂದ ನೋಡುತ್ತಾ ಕಾದಿದ್ದರು. ಆ ದಿನ ಅವರು ಅಷ್ಟು ಕುಡಿದಿರಲಿಲ್ಲ. ನಡುರಾತ್ರಿಯವರೆಗೂ ಕಾಯ್ದರು. ಲಕ್ಕಿಯನ್ನು ಗುಡಿಯಲ್ಲಿಗೆ ಕಳುಹಿಸಿದ ಗಿಡ್ಡನೇ ಬಂದು ಹೇಳಿದ. ಅವರು ಜಗಲಿಯನ್ನಿಳಿದು ಗುಡಿಗೆ ಹೋಗುತ್ತಲೇ ಬಸವಣ್ಣನ ಮುಂದಿನ ದೀಪ ತಣ್ಣಗಾಗಿತ್ತು.

ವಾರಕ್ಕೊಂದು ಬಾರಿ ಗೌಡರು ಲಕ್ಕಿಯ ಸಂಗ ಮಾಡತೊಡಗಿದ್ದರು. ಗದ್ದೆಯಲ್ಲೋ ತೋಟದಲ್ಲೋ ಅವಳು ಕೆಲಸ ಮಾಡಲು ಹಚ್ಚಿದ್ದರು. ಗಿಡ್ಡನಿಗೆ ದವಸ ಕೊಟ್ಟರು. ಅವಳಿಗೆ ಅವನ ಮೂಲಕವೇ ಸಂತೆಯಲ್ಲಿ ಸೀರೆ ಕೊಡಿಸಿದರು. ಅವಳ ಸುಖವನ್ನು ನೋಡಿದರು. ಒಂದು ತಿಂಗಳಲ್ಲೇ ಯಾಲಕ್ಕಿಗೆ ತಿಳಿದುಹೋಯಿತು. ಊರ ಗೌಡನ 'ಗೌಡಸಾನಿಯ' ಮಾತುಕತೆಯಲ್ಲೂ ಹೊಸ ರೀತಿಯಾಗಿದ್ದ ಕಾರಣ ಅವನಿಗೆ ದಿಕ್ಕು ತೋಚದಾಗಿತ್ತು. ಅವಳಂತೂ ಒಂದಲ್ಲ ಒಂದು ನೆಪ ತೆಗೆದು ಮಾತಿಗೆ ಸಿಕ್ಕುತ್ತಿರಲಿಲ್ಲ. ಬೆನ್ನು ಕಾದು ಅವಳು ಬಸವಣ್ಣನ ಗುಡಿಗೆ ಹೋಗಿ, ಗೌಡರು ಜಗಲಿಯಿಂದಿಳಿದು ಬರುವುದನ್ನೂ ನೋಡಿದ. ಕೊಂಚ ಹೊತ್ತಾದ ಮೇಲೆ ಗೋಡೆಯ ಪಕ್ಕದಲ್ಲೇ ಸರಿದು ಗುಡಿಯೊಳಕ್ಕೆ ಬಾಗಿದ. ದೀಪವೂ ನಂದಿಹೋಗಿತ್ತು. ಗೌಡರು ಮೆಲ್ಲಗೆ ಮಾತನಾಡುತ್ತಿದ್ದರು. ತಡೆಯಲಾಗದೆ ಹಿಂದಕ್ಕೆ ಹೊರಟುಹೋದ.

ಯಾಲಕ್ಕಿ ಹೊಳೆಯ ಹಾದಿಯಲ್ಲಿ ಕಾದು ಹರಿವೆಯನ್ನು ಹೊತ್ತು ಬರುತ್ತಿದ್ದ ಲಕ್ಕಿಯನ್ನು ಮಾತನಾಡಿಸಿದ. ಗುಟ್ಟು ತನಗೆ ತಿಳಿದುದನ್ನು ಹೇಳಿದಾಗ ಅವಳು ನಿಂತಳು. ಗೌಡರ ಸಂಗವಿದ್ದರೂ ಚಿಂತೆಯಿಲ್ಲ ತನಗೆ ಅವಳ ಸಂಗ ತಪ್ಪಬಾರದೆಂದು ಹೇಳಿದ. ಲಕ್ಕಿಗೆ

ಒಳಗೊಳಗೆ ಹೆದರಿಕೆಯಾಯಿತು. ಹಾಗಿಲ್ಲದಿದ್ದರೆ ಗೌಡತಿಯರಿಗೆ ಹೇಳುವುದಾಗಿ ಹೆದರಿಕೆ ಹಾಕಿದ. ಹೆದರಬೇಕಿಲ್ಲವೆಂದು ಅವನಿಂದ ಧೈರ್ಯ ತಂದುಕೊಂಡಳು.

ಈ ವೇಳೆಗೆ ಹೊಲಗೇರಿಯಲ್ಲಿ ಗಿಡ್ಡನ ಘನತೆ ಬೆಳೆಯತೊಡಗಿತು. ಎಲ್ಲರಿಗೂ ಬೇಕಾದವನಾಗಿ ಅವರ ಕಷ್ಟ ಸುಖಗಳನ್ನು ವಿಚಾರಿಸುತ್ತಿದ್ದ. ಹೊಟ್ಟೆಗಿಲ್ಲದವರಿಗೆ ಕಾಳು ಕೊಡುತ್ತಿದ್ದ. ತನ್ನಲ್ಲಿಲ್ಲದಿದ್ದರೆ ಗೌಡರನ್ನು ಕೇಳಿ ಪಡೆಯುತ್ತಿದ್ದ. ದುಡ್ಡಿಗೂ ಅವನು ಚಿಂತಿಸಬೇಕಾಗಿರಲಿಲ್ಲ. ಎಲ್ಲದಕ್ಕೂ ದವಸ ಮುಖ್ಯವಾಗಿದ್ದ ಕಾಲ ಅದು. ತನ್ನವರನ್ನು ಕೆಲಸಕ್ಕೆ ಕರೆದೊಯ್ದು ಕೂಲಿ ಮಾಡಿಸುತ್ತಿದ್ದ. ಇದರಿಂದ ಯಾಲಕ್ಕಿಗೆ ಅವನ ಜೊತೆಯವರ ಬಲ ಕೂಡ ಸಿಕ್ಕಲಿಲ್ಲ. ಗಿಡ್ಡನ ಕೂಡಿಕೆ ಹೆಂಡತಿಗೂ ದೂರು ಹೇಳಿ ನೋಡಿದ. ಗೌಡರ ಕಡೆಯಿಂದ ತಮಗೆ ಆಗಿದ್ದ ನೆರವಿನಿಂದ ಆಕೆಯೂ ಅವನ ಮಾತಿಗೆ ಬೆಲೆ ಕೊಡಲಿಲ್ಲ. 'ಅವೆಲ್ಲಾ ನಿಂಗ್ಯಾಕೆ ತೆಪ್ಪಗಿರು ಮುಕ್ಕ' ಎಂದುಬಿಟ್ಟಳು. ಲಕ್ಕಿಯೂ ಗೌಡರಿಗೆ ಹೇಳಿದಳು. "ಸರಿ ನಾನೋಡ್ಕೋತೇನೇಳು ಹೆಣ್ಣೆ" ಎಂದರು. ಗಿಡ್ಡನಿಗೆ ಗುಟ್ಟಾಗಿ ಹೇಳಿದರು. ಸಂತೆಯ ದಿನ ಯಾಲಕ್ಕಿ ಕುಡಿಯುತ್ತ ಕುಳಿತಾಗ ಅವನ ಜೊತೆಯವರೇ ಬೆದರಿಕೆ ಹಾಕಿದರು. "ಉರಾಗಿದ್ದರೆ ನಿನ್ನ ತಲೆ ಮಾರವ್ವಗೆ ಬಲಿ ಬಿದ್ದೀತು" ಎಂದರು. ಮತ್ತೆರಡು ದಿನದಲ್ಲಿ ಅವನು ಊರು ಬಿಟ್ಟು ಓಡಿಹೋಗಿದ್ದ. ಎಲ್ಲಿಗೆಂದು ಯಾರಿಗೂ ತಿಳಿಯಲಿಲ್ಲ.

ಎರಡು ಮೂರು ತಿಂಗಳಲ್ಲಿ ಯಾವ ಆತಂಕವೂ ಇಲ್ಲದೆ ಲಕ್ಕಿಯ ಸಂಬಂಧ ಬೆಳೆಯಿತು. ಗಿಡ್ಡನಂತೂ ಗೌಡರ ನೆರವಿನಿಂದ ತನ್ನವರಿಗೆ ನೆರವಾಗಿ ಬದುಕುತ್ತಿದ್ದ. ಇದರಿಂದ ಗೌಡರ ಸುದ್ದಿಯೂ ಸಲೀಸಾಗಿ ಬೆಳೆಯಿತು. ಒಂದು ದಿನ ಗೌಡ ಜಗಲಿಯ ಮೇಲೆ ಕುಳಿತಿದ್ದಾಗ ಬಸವಣ್ಣನ ಪೂಜಾರಿ ಬಂದು ಕೈ ಹಿಸುಕಿಕೊಳ್ಳುತ್ತಾ ನಿಂತು ಯಾರೋ ಗುಡಿಯ ದೀಪ ಆರಿಸಿಬಿಡ್ತಾರೆ ಎಂದು ದೂರು ಹೇಳಿದ. ವಿಚಾರ ತಿಳಿದಿದ್ದರೂ ಅವನು ನಿಸ್ಸಹಾಯಕನಾಗಿದ್ದ. ಗೌಡರು ಸುಮ್ಮನೆ ನೋಡಿದರು. ಅವನಿಗೆ ದಿಗಿಲಾಯಿತು. "ಇದರಿಂದ ಊರಿಗೆ ಕೇಡಾದೀತು, ಗೌಡರೆ" ಎಂದುಬಿಟ್ಟ. ಗೌಡರು ಗುಡಿಯನ್ನು ನೋಡಿದರು. ಅದರಾಚೆಗೆ ದೂರದಲ್ಲಿದ್ದ ಹೊಲಗೇರಿಯನ್ನು ನೋಡಿದರು. "ಇರಲಿ ಪೂಜಾರ್ರೆ, ವಿಚಾರಿಸುವ" ಎಂದು ಎದ್ದರು. ಅವರು ಒಳಗೆ ಹೋದುದನ್ನು ಕಂಡು ಪೂಜಾರಿಗಳು ತಮ್ಮ ಮನೆಯ ಹಾದಿ ಹಿಡಿದರು.

ಪೂಜಾರಿಗೆ ನೆಮ್ಮದಿ ತಪ್ಪಿತು. ಮರುದಿನ ಪೂಜೆಯ ವೇಳೆಗೆ ಗೌಡನ ಹಿರಿಯ ಹೆಂಡತಿಯನ್ನು ಬರಮಾಡಿಕೊಂಡು ದೇವರಿಗೆ ಮಂಗಳಾರತಿ ಮಾಡಿ, ಆಕೆಗೆ ಪ್ರಸಾದ ಕೊಟ್ಟು ಪರಿಸ್ಥಿತಿಯನ್ನು ಹೇಳಿಕೊಂಡರು. ಆಗಲೂ ಅವರು ಮಗುಮ್ಮಾಗಿಯೇ ಹೇಳಿದರು. 'ದೇವರ ದೀಪ ಆರಿಸಬಾರದು' ಎಂದು. ಗುಟ್ಟು ಗೌಡತಿಗೂ ತಿಳಿದಿದ್ದ ಕಾರಣ "ಇರಲಂತೆ, ಶ್ಯಾನುಭೋಗರು ಈ ವಾರ ಬಂದಾಗ ಹೇಳಿ. ಸರಿಪಡಿಸೋಣಂತೆ, ಚಿಂತೆ ಮಾಡಬ್ಯಾಡಿ" ಎಂದು ಹೊರಟು ಬಂದಳು.

ಗೌಡರು ತಮ್ಮ ಹೆಂಡರಿಗೇನೂ ಕಡಿಮೆ ಮಾಡಿರಲಿಲ್ಲ. ಅವರ ಭೋಗಾಸಕ್ತಿಗೆ ಇಬ್ಬರಲ್ಲ ಮೂರು ಹೆಣ್ಣುಗಳಾಗಿದ್ದುವು, ಅಷ್ಟೆ. ಆದುದರಿಂದ ದೇವರ ದೀಪದ ಸಮಸ್ಯೆಯೊಂದೇ ಧರ್ಮದ ಪ್ರಶ್ನೆಯಾಗಿಬಿಟ್ಟಿತ್ತು. ಆದುದರಿಂದ ಗುಡಿಯ ಚಿಂತೆ ಬಿಡಬೇಕಾಯಿತು. ಒಂದೆರಡು ಬಾರಿ ಕೂಲಿಯ ನೆಪದಲ್ಲಿ ಗಿಡ್ಡನನ್ನು ಕಾಣುವವರಂತೆ ಹೊಲಗೇರಿಯ ಹತ್ತಿರ ಹೋಗಿ ನಿಂತು ಅವನನ್ನು ಕರೆದು ಏನೇನೋ ಮಾತನಾಡಿ ಬಂದರು. ತೋಟದಲ್ಲಿ ಬಗನಿ ಹೆಂಡ ಕುಡಿಯುವಾಗ ಮನಬಿಚ್ಚಿ ಮಾತನಾಡಿದರು. ಇದರ ಫಲವಾಗಿ (ಈಗಿರುವ ಮಾರಮ್ಮನ

ಗುಡಿಯ ಜಾಗದಲ್ಲಿ) ಒಂದು ಗುಡಿಸಲು ಸಿದ್ಧವಾಯಿತು. ಅದರಲ್ಲಿ ಲಕ್ಕಿಯ ಸ್ಥಾಪನೆಯಾಯಿತು. ಗೌಡರಿಗೆ ಹೆಂಡ ಕುಡಿಯುವುದಕ್ಕೂ ಅದು ಒಂದು ಜಾಗವಾಯಿತು. ಇಂಥ ರಾಜಾರೋಷ ನಡವಳಿಕೆಯಿಂದ ನೊಂದುಕೊಂಡವರು ಗೌಡತಿಯರು ಮಾತ್ರ. ಅವರ ತೌರಿನ ಕಡೆಯಿಂದ ಇಂತಹ ನಡವಳಿಕೆಯನ್ನು ಅವರು ಕೇಳಿಯೂ ಇರಲಿಲ್ಲ. ಆದುದರಿಂದ ಸವತಿಯರಿಬ್ಬರೂ ಮಾತನಾಡಿಕೊಂಡರು. ಗುಟ್ಟಾಗಿ ಅತ್ತು ಕರೆದರು. ಕಡೆಗೆ ಶ್ಯಾನುಭೋಗರ ನೆರವನ್ನು ಪಡೆಯಲು ವಿಚಾರ ಮಾಡಿದರು.

ದೊಡ್ಡ ಹಬ್ಬಗಳಲ್ಲಿ ಶ್ಯಾನುಭೋಗರಿಗೆ ಹಣ್ಣು-ಕಾಯಿ ಕೊಡುವ ಪದ್ಧತಿಯೊಂದು ಮಾಮೂಲಾಗಿತ್ತು.. ದೀವಳಿಗೆ ಹಬ್ಬವೂ ಬಂದಿತ್ತು. ಗೌಡತಿ ಮಗನನ್ನು ಕಳುಹಿಸಿ ಶ್ಯಾನುಭೋಗರನ್ನು ಮನೆಗೇ ಬರಮಾಡಿಕೊಂಡಳು. ಒಂದು ಮೊರದಲ್ಲಿ ಹಣ್ಣು ಕಾಯಿ, ನಾಲ್ಕಚ್ಚು ಬೆಲ್ಲ ತಂದಿರಿಸಿ ಹತ್ತಿರದ ಕಂಬ ಒರಗಿ ನಿಂತಳು. ಅದನ್ನು ಕಂಡ ಶ್ಯಾನುಭೋಗರು ಆಕೆಯ ಮುಖ ನೋಡಿದರು. ಹೀಗೆಂದೂ ಆಕೆ ನಿಂತುದಿರಲಿಲ್ಲ. ಮತ್ತೊಬ್ಬ ಗೌಡತಿಯೂ ಬಂದು ನಿಂತು ತಲೆ ತಗ್ಗಿಸಿದಳು. "ಯಾಕೆ ಗೌಡಮ್ಮ ಏನು ಚಿಂತೆ" ಎಂದರು. ಹಿರಿಯಾಕೆಗೆ ದುಃಖ ಒತ್ತರಿಸಿ ಬಂದು ಸೆರಗಿನಿಂದ ಮುಖ ಮುಚ್ಚಿಕೊಂಡು ಅತ್ತಳು. "ಏನು ತಾಯಿ, ಹೇಳು. ಯಾಕೆ ದುಃಖ" ಎಂದರು. ಆಗ ಆಕೆ ಕಣ್ಣು ಮೂಗು ಒರೆಸಿಕೊಂಡು ತೋಡಿಕೊಂಡಳು.

"ಇರಲಿ ನಾಳೆವಾರ ಇರಸಾಲಿಗೆ ಗೌಡರು ಬರುತ್ತಾರೆ. ಅಲ್ಲಿ ಅವರಿಗೆ ಬುದ್ಧಿ ಹೇಳಿ ನೋಡುತ್ತೇನೆ. ನನ್ನ ಕೈಲಾದದ್ದು ಮಾಡಿಕೊಡುತ್ತೇನೆ. ಹೆದರಬೇಡಿ" ಎಂದು ತೆಂಗಿನಕಾಯಿ ಹಣ್ಣು ಬೆಲ್ಲಗಳನ್ನು ತೆಗೆದು ತಮ್ಮ ಚೌಕದಲ್ಲಿ ಕಟ್ಟಿಕೊಂಡು ಹೊರಟರು. ಎದುರಿಗೆ ಗುಡಿಸಲ ಬಾಗಿಲಲ್ಲಿ ಲಕ್ಕಿ ನಿಂತುಕೊಂಡಿದ್ದಳು. ಇವರಿಗಾಗಿ ನಿಂತಿದ್ದಳೆಂದು ಅನಿಸಲೂ ಇಲ್ಲ. ತಮ್ಮ ಊರ ಹಾದಿ ಹಿಡಿದರು.

ಅಂದು ವಸೂಲಿ ಹಣವನ್ನು ತಾಲ್ಲೂಕ್ ಆಫೀಸಿಗೆ ಒಯ್ದು ಖಜಾನೆಗೆ ಕಟ್ಟಿ ನಡೆದುಕೊಂಡೇ ಹೊರಟಿದ್ದರು. ಜೊತೆಯಲ್ಲಿ ಗೌಡರೂ ಗಿಡ್ಡನೂ ಬರುತ್ತಿದ್ದರು. ಅವನು ಕೊಂಚ ಹಿಂದಿನಿಂದ ಅನುಸರಿಸುತ್ತಿದ್ದ. ಇಬ್ಬರೂ ವಸೂಲಿ ಉಳಿದಿರುವ ಬಗ್ಗೆ ಮಾತನಾಡುತ್ತಿದ್ದರು. ಲೆಕ್ಕಾಚಾರವನ್ನೆಲ್ಲಾ ಶ್ಯಾನುಭೋಗರೇ ನಡೆಸುತ್ತಿದ್ದರು. ಇರಸಾಲಿಗೆ ಮಾತ್ರ ಗೌಡ ಜೊತೆಯಾಗಿ ಬರುತ್ತಿದ್ದ. ಆದುದರಿಂದ ಆತ ತನ್ನ ಪೋಟಿಗೆ ಹಣದಲ್ಲಿ ಒಂದು ಪಾಲನ್ನು ಶ್ಯಾನುಭೋಗರಿಗೆ ಕೊಟ್ಟುಬಿಡುತ್ತಿದ್ದ. ಕಿಟ್ಟಪ್ಪನವರು ನಯವಾಗಿ ಲಕ್ಕಿಯ ಮಾತು ತೆಗೆದರು. ಹೆಂಡಿರು ಮಕ್ಕಳು ನೊಂದುಕೊಳ್ಳಬಾರದು ಎಂದರು. "ಅವರಿಗೇನು ಕಡಿಮೆ ಮಾಡಿವ್ನಿ, ಅಯ್ಯನೋರೆ... ಇದೇನೋ ಋಣಾನುಬಂಧ. ಬೇಕೆನ್ನಿಸಿತು. ಅವಳ ನಡತೇನೂ ಚಂದಾಗೈತೆ, ಬಿಡಿ... ನಿಮಗೂ ದೂರು ಮುಟ್ಟಿದೆ... ಅವರಿಗೆ ಯಾವ ರೀತೀನೂ ಕಡಿಮೆ ಮಾಡಿಲ್ಲ. ಬಸವಣ್ಣನ ಮೇಲೆ ಆಣೆ ಮಡಗಿ ಹೇಳ್ತೀನಿ" ಎಂದ. "ಇಲ್ಲ ಗೌಡ, ಇದು ಬಹಳ ಸೂಕ್ಷ್ಮ ನೋಡು. ಕೈಹಿಡಿದವರನ್ನ ಅಯ್ಯೋ ಅನ್ನಿಸಬಾರದು" ಎಂದರು. ಈ ಮಾತು ಹೆಚ್ಚಿನದಾಯಿತು. "ಆಯ್ತು ಬಿಡಿ ಅದರ ಚಿಂತೆ ನಿಮಗೆ ಬ್ಯಾಡ. ನಾ ಸರಿಯಾಗಿ ನೋಡಿಕೊಂತಿನಿ" ಎಂದು ನೋಡಿದ. ಅಲ್ಲಿಗೆ ಶ್ಯಾನುಭೋಗರೂ ಸುಮ್ಮನಾದರು. ಹೆಚ್ಚು ಮಾಡಿದರೆ ತಮ್ಮ ಪೋಟಿಗೆ ಪಾಲಿಗೆ ಎಲ್ಲಿ ಅಡ್ಡ ಬಂದೀತೋ ಎಂದು ಅವರಿಗೆ ಅನ್ನಿಸಿತು. ಅಷ್ಟರಲ್ಲಿ ಗಿಡ್ಡ ಏನೋ ಕೇಳಿದ. ಆ ಮಾತು ಬೆಳೆಯಿತು, ಲಕ್ಕಿಯ ವಿಚಾರ ನಿಂತುಹೋಯಿತು.

ಪೂಜಾರಿಯ ಮಾತು, ಕಿಟ್ಟಪ್ಪನವರ ಮಾತು ಎರಡೂ ಸೇರಿ ಗೌಡನ ಮೇಲೆ ಪರಿಣಾಮವಾಗದೇ ಇರಲಿಲ್ಲ. ಆದುದರಿಂದ ಮನೆಯಲ್ಲಿ ಹೆಂಡರು ಮಕ್ಕಳ ನಡವಳಿಕೆಯನ್ನು ಗಮನಿಸತೊಡಗಿದ. ಯಾವ ಕೊರತೆಯೂ ಮನೆಯಲ್ಲಿರಲಿಲ್ಲವಾದರೂ ಹೆಂಡರು ಒಳಗೊಳಗೇ ಕೊರಗುತ್ತಿದ್ದಾರೆಂದು ಇದ್ದಕ್ಕಿದ್ದಂತೆಯೇ ಅನ್ನಿಸಿತು. ಈಚೆಗೆ ಲಕ್ಕಿಯಲ್ಲೂ ಒಂದು ಬದಲಾವಣೆ ಕಾಣಿಸಿತು. ಅವಳು ಏನನ್ನೂ ಹೇಳುತ್ತಿಲ್ಲವೆಂದು ಅನ್ನಿಸಿತು. ಗೆಲುವಾಗಿ ಕಂಡರೂ ಅವಳ ವರ್ತನೆಯಲ್ಲಿ ಬದಲಾವಣೆಯಿತ್ತು. ಗದ್ದೆಯ ಬಳಿ ಗಿಡ್ಡನನ್ನು ಕೇಳಿದರು. ಆತನೂ ಹೌದೆಂದು ಒಪ್ಪಿಕೊಂಡ. ಅವರೇ ಅಂದು ರಾತ್ರಿ ಕತ್ತಲಲ್ಲಿ ಲಕ್ಕಿಯನ್ನು ಕೇಳಿದರು. ಅವಳು ಸಂತೋಷಗೊಂಡು ತಾನು ಬಿಮ್ಮನ್ಸೆಯೆಂದು ಹೇಳಿ ಹಿಟ್ಟು ಬೇಯಿಸಿಕೊಳ್ಳುವುದಕ್ಕೆ ಬೇಸರವಾಗುತ್ತಿದೆಯೆಂದು ಹೇಳಿಕೊಂಡಳು. ಇನ್ನು ಅವಳೆಲ್ಲಿಗೆ ಹೋಗಬೇಕು? ಗಿಡ್ಡನ ಮನೆಗೆ. ಹೀಗೆ ಬಸುರಾದವಳು ಕೇರಿಯಲ್ಲಿದ್ದರೆ ಅವರಿಗೆ ಮಾರಮ್ಮನ ಆತಂಕ. ಆದುದರಿಂದ ಗೌಡರು ಗಿಡ್ಡನಿಗೆ ಹೇಳಿದಾಗ ಅವನು ಮೂಗೆಳೆದನು... ಕುಲದವರ ಹಿರಿಯನಿಗೆ ಹೇಳದೆ ಅವಳನ್ನು ಮನೆಯಲ್ಲಿ ಇರಿಸಿಕೊಂಡು ಕಾಪಾಡುವಂತಿಲ್ಲ. ಅವನು ವಿಚಾರಿಸಿದಾಗ ಹೆಂಡತಿ ಮೊದಲಾಗಿ, ಹಿರಿಯರೆಲ್ಲಾ ಧರ್ಮದ ಭಯವನ್ನು ಒಡ್ಡಿದರು. ಆದರೂ ಗೌಡರು ಲಕ್ಕಿಯ ಗುಡ್ಲಿನಲ್ಲಿ ಕುಡಿದು ಮಲಗಿ ಬರತೊಡಗಿದರು. ಅವಳಿಗೆ ಊಟ ತಿಂಡಿಗಳಲ್ಲಿ ಬೇಸರ ಬೆಳೆಯಿತು. ಗೌಡನಲ್ಲಿ ಮತ್ತೆ ಮತ್ತೆ ಹೇಳಿಕೊಂಡಳು. ಇದರಿಂದ ಆತನಿಗೆ ತಗಾದೆಯಾಗಿ ಚಿಂತೆ ಕಾಡತೊಡಗಿತು. ಹೆಂಡಿರು ಮೊದಲಾಗಿ ಗಿಡ್ಡ ಕೂಡ, ಈಚೀಚೆಗೆ ಉದಾಸೀನತೆಯಿಂದ ನೋಡುತ್ತಿದ್ದಾರೆ ಎಂದು ಅನ್ನಿಸತೊಡಗಿತು. ಭೋಗಾಸಕ್ತಿಗಿಂತ ಚಿಂತೆ ಬಲವಾಗಿ ಬೇರೂರಿದ ಗೌಡ ಲಕ್ಕಿಯನ್ನು ಬಿಟ್ಟು ಬಿಡಬೇಕೆಂದು ನಿರ್ಧರಿಸಿ ಎರಡು ಮೂರು ದಿನ ಅವಳ ಗುಡ್ಲಿಗೆ ಹೋಗಲಿಲ್ಲ. ಹೊಲಗದ್ದೆಗಳಲ್ಲಿ ಕೆಲಸ ಹೆಚ್ಚಾದವನಂತೆ ನಡೆದುಕೊಂಡ. ಆದರೆ ಲಕ್ಕಿಯ ಗರ್ಭ ಬೆಳೆಯುತ್ತಿದೆಯೆಂದು ಎಲ್ಲಿದ್ದರೂ ಅನ್ನಿಸತೊಡಗಿತು. ಇದರಿಂದ ಗಿಡ್ಡನಿಗೂ ಮಂಕು ಬಡಿದಿತ್ತು. ಐದು-ಆರು ತಿಂಗಳ ಬಸುರಿಯಾದ ಲಕ್ಕಿಗೆ ನೆರೆಯಿಲ್ಲ. ಹೆಂಡತಿಯನ್ನು ಗದರಿಸಿ ನೀರು ತಂದುಕೊಡುವಂತೆ ಮಾಡಿದ. ತಾನೇ ಬಂಜೆಯಾದಂತೆ ಅನ್ನಿಸಿ 'ಈ ಹಾದರಗಿತ್ತಿ'ಗೆ ಸೇವೆ ಮಾಡಬೇಕೆಂದು ಅವಳು ಒಳಗೊಳಗೇ ಕುದಿಯುತ್ತಿದ್ದಳು. ಹೊತ್ತುಹೊತ್ತಿಗೆ ವಿಚಾರಿಸುವುದನ್ನೂ ಬಿಟ್ಟಳು. ಗೌಡನಿಗೆ ಇದೆಲ್ಲಾ ದೂರು ಲಕ್ಕಿಯಿಂದ ಮುಟ್ಟುತ್ತಿತ್ತು. ಭೋಗದ ಮಿತಿಯೂ ಆತನ ಗಮನಕ್ಕೆ ಬರತೊಡಗಿತು. ಕೈಕಾಲು ಒತ್ತುವುದಕ್ಕೆ ಇಬ್ಬರು ಕೈಕಟ್ಟಿಕೊಂಡು ನಿಂತವರಂತೆ ಇದ್ದ ಹೆಂಡಿರ ಸಾಧುವರ್ತನೆ ಅವನನ್ನು ಮುಟ್ಟಿತ್ತು. ಆದರೆ ಪರಿಹಾರವೇನು? ಇರುವ ಹಾದಿಯೆಂದರೆ ಅವಳ ಪ್ರಿಯನನ್ನು ಹುಡುಕಿಸಿ ಅವನಿಗೇ ಗಂಟು ಹಾಕುವುದು - ಇದಕ್ಕಾಗಿ ಗಿಡ್ಡನ ಮೂಲಕ ಯಾಲಕ್ಕಿಯನ್ನು ಹುಡುಕಿಸಲು ಪ್ರಯತ್ನ ಮಾಡಿದರು. ಕಾಫಿತೋಟದಲ್ಲಿ ಕೆಲಸ ಮಾಡುತ್ತಿದ್ದ ಅವನ ಕಡೆಯಿಂದ ಸುದ್ದಿಯೂ ಬಂದಿತು. ಅವನು ಅಲ್ಲಿಯೇ ಒಬ್ಬಳನ್ನು ಕಟ್ಟಿಕೊಂಡು ವಾಸಿಸುತ್ತಿದ್ದಾನೆ! ಲಕ್ಕಿಯನ್ನೂ ಮರೆತವನಂತೆ ಸುಖವಾಗಿದ್ದಾನೆ... ಇನ್ನು ಇವಳನ್ನು ಗತಿಕಾಣಿಸುವುದು ಹೇಗೆ? ತಮ್ಮ ಹೆಂಡಿರನ್ನು ಬಲವಂತ ಮಾಡುವುದಂತೂ ಅಸಾಧ್ಯವಾಗಿತ್ತು.

ಲಕ್ಕಿಯ ಬಸಿರು ಬೆಳೆಯುತ್ತಿತ್ತು. ಅವಳ ನೋವಿನ ಬದುಕು, ಗೌಡರಿಗೆ ಬೇಸರವನ್ನು ಹೆಚ್ಚಿಸಿತು. ತೋಟದ ಗುಡ್ಲಿನಲ್ಲಿ ಕುಡಿಯುತ್ತಾ ಕುಳಿತು ಗಿಡ್ಡನಿಗೆ ತಮ್ಮ ಇಷ್ಟವನ್ನು ಹೇಳಿಬಿಟ್ಟರು. ಅವನಿಗೆ ಕೂಡಲೇ ದಿಗಿಲಾಯಿತು. ಲಕ್ಕಿ ತಬ್ಬಲಿ, ಕುಲಕ್ಕೆ ಹೊರಗಾದವಳು.

ಆದರೆ ಗೌಡರ ಇಚ್ಛೆಯನ್ನು ನಡೆಸುವುದು ಮಾತ್ರ ತನ್ನಿಂದ ಆಗದೆಂದನು. ಗೌಡರು ಬಿಡಲಿಲ್ಲ. ಬೇರೆಯ ಊರಿನಿಂದ ನಾಲ್ಕು ಜನ ಹೊಲೆಯರನ್ನು ಬರಮಾಡುವಂತೆ ಹೇಳಿದರು. ಎಷ್ಟು ಹಣ ಖರ್ಚಾದರೂ ಚಿಂತೆಯಿಲ್ಲವೆಂದರು. ಗಿಡ್ಡನು ಸದ್ಯಕ್ಕೆ ತನ್ನ ಕೈಯಿಂದ ಆಗಬೇಕಾದುದು ತಪ್ಪಿತೆಂದು ಹಾಗೆಯೇ ಮಾಡಿದ. ಹಣದಾಸೆಗೆ ಒಪ್ಪಿದವರು ನಿರ್ದಯಿಗಳಾಗಿ ಬಂದು ಕಗ್ಗತ್ತಲ ರಾತ್ರಿಯಲ್ಲಿ ಲಕ್ಕಿಗೆ ಬಾಯಿಕಟ್ಟಿ ಗೌಡನ ಹೊಲಕ್ಕೆ ಹೊತ್ತುಕೊಂಡು ಹೋದರು. ಹೊಲದ ಮಧ್ಯೆ ಹಳ್ಳ ತೋಡಿದರು. ಬಾಯಿಗೆ ಬಟ್ಟೆ ಹಿಡಿದು ಕೈಕಾಲ್ಗಳನ್ನು ಕಟ್ಟಿದುದರಿಂದ ಅವಳ ಕಣ್ಣುಗಳಲ್ಲಿ ನೀರು ಧಾರಾಕಾರವಾಗಿ ಸುರಿದಿತ್ತು. ಒಂದು ಕಡೆಯಿಂದ ಮಣ್ಣನ್ನು ಗುದ್ದಲಿಯಿಂದ ಎಳೆಯುತ್ತಾ ಬಂದರು. ಲಕ್ಕಿಯ ಕಣ್ಣು ಮುಚ್ಚಿದ್ದುವು. ಪೂರ್ತಾ ಮಣ್ಣೆಳೆಯುವುದಕ್ಕೆ ಮುಂಚೆ ಒಬ್ಬನಿಗೆ ಕುತೂಹಲವಾಯಿತು. ಮಣ್ಣೆಳೆಯುವುದನ್ನು ನಿಲ್ಲಿಸಿ ಕುಳಿಗಿಳಿದು ಬಾಯಿ ಬಟ್ಟೆಯನ್ನು ಕಿತ್ತನು. ಕಣ್ಣುಗಳು ತೆರೆದು ಮುಚ್ಚಿಕೊಂಡವು. ಏನೋ ಹೇಳುವುದಕ್ಕೆ ತುಟಿಗಳು ಹವಣಿಸುವಂತೆ ಸದ್ದಾಯಿತು. ಬಾಗಿ ಕಿವಿಗೊಟ್ಟನು. "ವಂಸ ನಿರ್ವಂಸಾಗ..." ಎಂದು ಕೇಳಿಸಿತು. ಗಾಬರಿಯಿಂದ ಉಳಿದವರನ್ನು ನೋಡಿ 'ಶಾಪ ಹಾಕ್ತು' ಎಂದು ಮೇಲೆ ನೆಗೆದ. ನಾಲ್ವರೂ ದಡದಡನೆ ಮಣ್ಣೆಳೆದು ಹೊರಟುಬಿಟ್ಟರು.

ಗೌಡರಿಗೆ ಗಿಡ್ಡನೇ ಬಂದು ಹೇಳಿದ. ಲಕ್ಕಿಯ ಪರವಾಗಿ ಸರ್ಕಾರಕ್ಕೆ ದೂರು ಹೊರಲು ಯಾರೂ ಸಿದ್ಧರಿರಲಿಲ್ಲ. ಶ್ಯಾನುಭೋಗರು ಆದದ್ದಾಯಿತು. ಅವರವರ ಕರ್ಮ, ಊಟ ಮಾಡಬೇಕು ಎಂದು ಹೇಳಿದವರಿಗೂ ಬೋಧೆ ಮಾಡಿದರು. ಗೌಡತಿಯರಿಗೆ ಎಲ್ಲಿಲ್ಲದ ಸಮಾಧಾನವಾಯಿತು. ಗೌಡನಿಗೆ ಎಂದಿಗಿಂತಲೂ ಹೆಚ್ಚಿನ ಗೌರವವನ್ನು ತೋರಿಸತೊಡಗಿದರು. ಹೊಲತಿಯ ಕೊನೆಯ ಮಾತನ್ನು ಯಾರೂ ಅವನಿಗೆ ಹೇಳಲಿಲ್ಲ.

*　　*　　*

ಲಕ್ಕಿಯ ಕೊನೆ ಹೀಗಾಯಿತು. ಆದರೆ ಕತೆ ಮುಗಿಯಲಿಲ್ಲ. ಆ ಸಲದ ಬೇಸಿಗೆಯಲ್ಲಿ ಕಾಲರಾ ಬಂದು ಊರಿನ ಗೌಡನನ್ನೂ ಹೆಂಡಿರು ಮಕ್ಕಳನ್ನೂ ಒಂದೇ ವಾರದಲ್ಲಿ ಮುಗಿಸಿಬಿಟ್ಟಿತ್ತು. ಊರಿನಲ್ಲಿ ಲೆಕ್ಕವಿಲ್ಲದಷ್ಟು ಹೆಣ ಬಿದ್ದವು. ಎರಡು ವಾರಗಳಲ್ಲಿ ಹೊಲಗೇರಿಯನ್ನು ಬಿಟ್ಟು ಮೇಲಿನ ಕೇರಿಗಳಲ್ಲಿ ಹೆಣಗಳನ್ನು ಸಂಸ್ಕಾರ ಮಾಡುವುದಕ್ಕೆ ಕೂಡ ಜನರಿಲ್ಲದಂತಾಯಿತು. ಗೌಡನ ಮನೆಯ ಸಂಸ್ಕಾರಗಳಿಗೆ ಶ್ಯಾನುಭೋಗರೇ ನಿಂತರು. ಗಿಡ್ಡ ಕಣ್ಣೀರು ಬಿಡುತ್ತಾ ಲಕ್ಕಿಯನ್ನು ಹೂತಿದ್ದ ಹೊಲದಲ್ಲೇ ಗುದ್ದುಗಳನ್ನು ಸಾಲಾಗಿ ಅಗೆದು ಮಣ್ಣೆಳೆದನು.

ಹೊಲತಿಯ ಶಾಪದಿಂದ ಹೀಗಾಯಿತೆಂದು ಸುದ್ದಿ ಹರಡಿತ್ತು. ಇದರಿಂದ ಮೇಲಿನ ಕೇರಿಗಳಲ್ಲಿ ಉಳಿದಿದ್ದ ನಾಲ್ಕೈದು ಸಂಸಾರಗಳು ಊರು ಬಿಟ್ಟವು. ಆರು ತಿಂಗಳ ಕಾಲ ಬರಿದಾಗಿದ್ದ ಆ ಮನೆಗಳಲ್ಲಿ ಹೊಲೆಯರು ಬಂದು ವಾಸ ಮಾಡತೊಡಗಿದರು. ಒಂದು ವರ್ಷ ಕಳೆಯುತ್ತಲೇ ಶಾಸ್ತ್ರ ಕೇಳಿ ಲಕ್ಕಿಯ ಗುಡಿಯಿದ್ದ ಜಾಗದಲ್ಲಿ ಮಾರವ್ವನ ಗುಡಿ ಕಟ್ಟಿದರು. ಇಂದಿಗೂ ಆ ಊರಿನಲ್ಲಿ ಹೊಲೆಯರ ನಾಲ್ಕು ಮನೆಗಳು ಮಾತ್ರ ಉಳಿದಿವೆ. ಮೊದಲಿಗೆ ಎಂಟು ಮನೆಯಾಗಿದ್ದುದು ನಾಲ್ಕಾಗಿ ಉಳಿದಿರುವುದೂ ಸೋಜಿಗದ ವಿಷಯವಾಗಿದೆ.

ಲಕ್ಕಿಯನ್ನು ಹೂಳಿದ ಹೊಲದಲ್ಲಿ ಯಾರೂ ಬೇಸಾಯ ಮಾಡುವುದಿಲ್ಲ. ಅದು ಹಾಳುಬಿದ್ದಿದೆ. ಅದರಲ್ಲಿ ಬೆಳೆ ಮಾಡಿದರೆ ಅವರ ವಂಶ ನಿರ್ವಂಶವಾಗುತ್ತದೆಯೆಂಬ ಪ್ರತೀತಿಯೂ ಉಳಿದಿದೆ. ಶ್ಯಾನುಭೋಗ ಕಿಟ್ಟಪ್ಪನ ಲೆಕ್ಕದಲ್ಲಿ ಇಂದಿಗೂ 'ಹೊಲತಿಯ ಹಾಳು' ಎಂದಿದೆ. ❍

○ ದೇವನೂರ ಮಹಾದೇವ

ಮಾರಿಕೊಂಡವರು

ಸಂಜೆಯ ಕೆಂಪಿಗೆ ಮೊಖಹಾಕಿ ಕುಂತ ಬೀರನ ತಲೆ ಒಳಗೆ ಕಿಟ್ಟಪ್ಪ ಥರಾವರಿ ಮೂಡತೊಡಗಿದನು. ಕಿಟ್ಟಪ್ಪ ಮದುವೆಗೆ ಒಪ್ಪಿ ಸಾಯುವ ಅಪ್ಪನಿಗೆ ನೆಮ್ಮದಿ ತರಲಿಲ್ಲ. ಅವನಿಗೆ ಅವನ ಹಟವೆ ದೊಡ್ಡದಾಯ್ತು. ಕಾಲೇಜಿಗೆ ಮಣ್ಣಾಕುವಾಗ ಆದ ಗೆಣಕಾತಿ ಹಿಂದೆ ಸುತ್ತಿ ಫೇಲಾಗಿ ಹಟ್ಟಿಗೆ ಬಂದರೂ ಅವಳ ಹುಚ್ಚು ಬಿಡಲಿಲ್ಲ. ವಾರ ಹದಿನೈದು ದಿನ ಮೈಸೂರಿಗೆ ಹೋಗುವುದೂ ತಪ್ಪಲಿಲ್ಲ. ಗೌಡರು ಹೇಳುವವರೆಗೂ ಹೇಳಿದರು. ಬೈದರು, ಕೇಳಲಿಲ್ಲ. ವಯಸ್ಸಿಗೆ ಬಂದ ಮಗ. ಈಗೀಗಂತು ಗೌಡರು "ಕಿಟ್ಟಪ್ಪ ಏನು ಮಾಡಿದರೂ ಕೇಳುವುದೇ ಇಲ್ಲ. 'ನಾ ಸಾಯೋವರ್ಗೆ ಆದ್ರೂ, ಸುಮ್ಗಿರೂ ಬಡ್ಡಿ ಮಗ್ನೆ' ಅಂದ್ರೂ ಕೇಳೊಲ್ಲ. ಇನ್ನು ನಾನೇನು ಮಾಡ್ಲಿ? ಮನೆ ಮಾರಿದ್ರೂ ಚಿಂತಿಲ್ಲ. ಎಂದೊ ಹಾಳಾಯ್ತು, ಈ ಖದೀಮ ಬೊಡ್ಡೆದ್ನ ಪಳ್ಳಿಗೆ ಕಳಿಸ್ದೆ ನೇಗಿಲು ಬಿಡಿಸಬೇಕಿತ್ತು. ನಾನೇ ತಪ್ಪು ಮಾಡಿ ಅವ್ನ ಅನ್ನೋದು ಅಂದರೆ..." ಪೂರ್ತಿ ಹೇಳದೆ ಉಳಿದುದ ನುಂಗಿ ಒಂದು ಸ್ಟಲ ಕಹಿ ಮೋರೆ ಮಾಡಿ ನಕ್ಕು ಬಿಡುವರು. ಕೂತು ಉಂಡರೂ ಮುಗಿಯದಂಥ ಆಸ್ತೀಲಿ ಕಿಟ್ಟಪ್ಪ ಹೆಂಗಿರಬೇಕು? ಅದುಬಿಟ್ಟು ಈ ಗುಳ್ಳಲ್ಲೆ ಎಷ್ಟು ದಿನ ಕುಡಿದು ಬಿದ್ದಿಲ್ಲ? ವಾರ ಹದಿನೈದು ದಿನಕ್ಕೆ ಇದನ್ನೆ ಪಟ್ಟಾಗಿ ಹಿಡಿದು ಬುಟ್ಟವನೆ, ಎಷ್ಟು ಹೇಳಿದರೂ ವಸಕಿಬಿಡುತ್ತಾನೆ. ಹೆಚ್ಚಿಗೆ ಮಾತಾಡೋಕೆ ಅನ್ನ ಹಾಕುವ ದಣಿ...

ಬರುವ ಯುಗಾದಿಗೆ ಇಲ್ಲಿಗೆ ಬಂದು ವರ್ಷ ಸಂದುತ್ತದೆ. ದಿಕ್ಕುದೆಸೆ ಕಾಣದೆ ಗಂಟು ಮೂಟೆ ಕಟ್ಟಿ ಲಕ್ಷ್ಮಿಯೊಡನೆ ಹೊರಟಾಗ ಕೈಲಿ ಬಿಡುಗಾಸಿಲ್ಲ. ರಾತ್ರಿ ರೈಲು ಹತ್ತಿ ಹಿಂದಲ ಡಬ್ಬೀಲಿ ಕೂತು ಮೈಸೂರು ತಲಪಿದಾಗ ಹೊತ್ತು ಮೀರಿತ್ತು. ಸ್ಟೇಷನ್ನಿನಲ್ಲೆ ಮಲಗಿದ್ದು ನಲ್ಲೀಲಿ ಮೊಖ ತೊಳೆದು ಏನು ಮಾಡಲು ತೋಚದೆ ತಲೆಮೇಲೆ ಕೈ ಹೊತ್ತು ಕೂತಾಗ ಲಕ್ಷ್ಮಿಯೇ ನಂಜನಗೂಡು ಕಡೆಗೆ ಹೋಗುವ ಅಂದದ್ದು. ಆಗಲಿ ಎಂದು, ಹೊರಟಿದ್ದ ರೈಲುಹತ್ತಿ ಕೂತು ಟಿಕೇಟು ಕೇಳಲು ಬಂದವರ ಕೈಲಿ ಸಿಕ್ಕಿ ಫಜೀತಿ ಪಡುವಾಗಲೆ ಗೌಡರು ಅವರಿಗೆ

ಸಮಾಧಾನ ಮಾಡಿಕಳಿಸಿ, ಯಾರು ಎಂತು ಎತ್ತ ಅಂತ ವಿಚಾರಿಸಿ, ಕೆಲಸಕ್ಕಾಗಿ ಊರು ಬಿಟ್ಟು ಬಂದಿದ್ದೀವಿ ಅನ್ನುತ್ತಲೆ ವಸಿಹೊತ್ತು ಯೋಚಿಸಿ "ನಮ್ಮ ತೋಟದಲ್ಲಿ ಕೆಲ್ಸ ಮಾಡಾಕೆ ತಳವಾಗಿ ಇರೊ ಎರಡಾಳು ಬೇಕು. ಅಲ್ಲೆ ಮನೆಮಠವಿದೆ. ನೀವು ಇರೋದಾದ್ರೆ..." ಅಂದರು. ಗೌಡರು ದೇವರಂತೆ ಕಂಡರು. ಊರ ಕಡೆ ಬೀರ ತಿರುಗಿ ನೋಡಿದನು. ಆಗಲೇ ಹೊತ್ತುಮುಳುಗಿ ಕತ್ತಲಾಗಿತ್ತು. ಇಷ್ಟಕ್ಕೆ ಕಿಟ್ಟಪ್ಪ ಬರಬೇಕಿತ್ತಲ್ಲ ಎಂದು ಯೋಚಿಸುತ್ತ ಬೀಡಿ ಹಚ್ಚಿಸಿದನು. ದೂರದಲ್ಲಿ ಒಂದು ಬ್ಯಾಟರಿ ಬೆಳಕು ಹತ್ತಿರವಾಗುತ್ತಿತ್ತು. ಕತ್ತಲ ಸೀಳಿ ಹತ್ತಿರವಾಗುತ್ತಿದ್ದ ಬ್ಯಾಟರಿ ಬೆಳಕನ್ನೆ ನೋಡುತ್ತ ಅದು ಓಡಿದ ಕಡೆ ಕಣ್ಣಾಡಿಸುತ್ತ ಬರುತ್ತಲೆ ಅಂತು ನೋಡಿದಾಗ ಮಿಲ್ಲಿನ ಹುಡುಗ ಪಾಷ ಬಂದು ನಿಂತನು. ಬಂದವನೆ "ಮೊಟರ್ನ ಕಾಯಲ್ಲು ಕೆಟ್ಟೋಯ್ತಲೆ ಕಿಟ್ಟಪ್ಪನೋರು ಮೈಸೂರ್ಗೆ ತಕ್ಕಂಡೋದ್ರು ಬರಕಿಲ್ವಂತೆ" ಅಂದ. "ಅಂಗಾ" ಅಂದಾಗ ಪಾಷ ತಲೆಯಾಡಿಸಿ "ಹೋಗ್ತೀನಿ ಕಣೋ" ಎಂದವನೆ ಪಕ್ಕಕ್ಕೆ ತಿರುಗಿದಾಗ ಬೀರ "ಬಾರೋ ಸಾಬು ಉಡ್ಕಂಡು ಹೋಗುವಂತೆ" ಅಂದನು. "ಅಗಲ್ಲಕನಣ್ಣಾ ಜನ ಜಾಸ್ತಿ ಕಾದವ್ರೆ ಮಿಲ್ನಲ್ಲಿ. ಈಗ ಸಣ್ಣ ಮಿಲ್ಲ ಓಡಿಸ್ತ ಅವ್ನಿ. ಹೇಳು ಅಂದ್ರೆ ಹೇಳಾಕೆ ಅಂದಿ ಅಷ್ಟೆ" ಎಂದು ಸರಸರನೆ ಹೆಜ್ಜೆ ಇಟ್ಟನು. ಬೀರ ಕೆಮ್ಮಿ ಹತ್ತಿಸಿದ್ದ ಬೀಡಿ ಕೈಗೆ ಸುಡಲು ಮತ್ತೊಂದು ತೆಗೆದು ಅದಕ್ಕೆ ಮುತ್ತಿಕ್ಕಿಸಿ ಗುಡಿಸಲ ಒಳಕ್ಕೆ ನುಗ್ಗಿದನು.

ಲಕ್ಷ್ಮಿ ಅಂದುಕೊಂಡಳು ಈಗೀಗ ತುಂಬ ಚಳಿ ಹಿಡಿಯುತ್ತೆ. ಒಳಗಿದ್ದರೂ ಇಷ್ಟು ಚಳಿ. ಇನ್ನು ಹೊರಗೆ? ಅಪ್ಪನ ಆಸ್ತಿ ಅಂತ ಬೀರ ಯಾವಾಗಲೂ ಆ ಕಲ್ಲಿನ ಮೇಲೆ ಕೂತಿರುತ್ತಾನೆ. ಹೊರಕ್ಕೆ ಹೋಗಿದ್ದಾಗ ಬೇಕು ಅಂತ ಕೆಮ್ಮಿದರೂ ತಿರುಗಿ ನೋಡಲಿಲ್ಲ. ಕೊತಕೊತನೆ ಮರಳುತ್ತಿದ್ದ ಸಾರಿಗೆ ಉಪ್ಪು ಹಾಕಿದಳು. ಗಮ್ಮನೆ ವಾಸನೆ ಗುಡಿಸಲಿನ ಪೂರ್ತಿ ಹರಡಿತು. ನೆರಕೆ ಸದ್ದಾಗಲು ಬಗ್ಗಿ ನೋಡಿದಾಗ ಬೀರ ಬರುತ್ತಿದ್ದು ಕಿಟ್ಟಪ್ಪ ಇರಲಿಲ್ಲ. "ಈವತ್ತು ಕಿಟ್ಟಪ್ಪ ಬರಾಕಿಲ್ವಂತೆ ಅಮ್ಮಿ... ಮೈಸೂರ್ಗೆ ಹೋಗವನಂತೆ, ಪಾಷ ಹೇಳೋದ" ಎಂದವನೆ ಇಟ್ಟಿದ್ದ ಸರಾಪು ಬಾಟಲಿ ಕಡೆ ನಡೆದನು. ಇಂದು ಕಿಟ್ಟಪ್ಪ ಬರದಿದ್ದರೆ ಎಲ್ಲವನ್ನೂ ಈ ದೈತ ಕುಡಿದು ಏನು ಅವಾಂತರ ಮಾಡುವನೋ ಎಂದು ಲಕ್ಷ್ಮಿಗೆ ಅಳುಕೆನಿಸಿದರೂ ಅವ ಹೇಗೆ ಆಡಿದರೂ ತನಗೆ ಪಾಠವಾಗಿದೆಯಲ್ಲಾ ಎಂದು ಸಮಾಧಾನವೂ ಆಯ್ತು. ಅದರೊಡನೆ ನಗೂನು ಬಂತು.

ಅತ್ತ ಬೀರ ಹರಿವಾಣದ ಮುಂದೆ ಕೂತು ಸರಾಪಿನ ಎರಡು ಬಾಟಲಿಯ ಬಿರುಡೆಗಳನ್ನೂ ಕಳೆದು ಪಕ್ಕದಲ್ಲಿ ಇಟ್ಟುಕೊಂಡನು. ಹಿಟ್ಟಿನೊಡನೆ ಬಂದ ಲಕ್ಷ್ಮಿಗೆ ನಗು ಬಂತು. "ಐ ನಿನ್ನ ದರಿದ್ರ ಆಸೆಗೆ ಮಣ್ಣಾಕ – ವಸಿ ಕುಡಿ" ಅಂದಳು. ಬೀರ ಕಕಕ ನಕ್ಕು "ಈವೊತ್ತು ಹೊಟ್ಟೆ ಇರೋ ಅಷ್ಟು ಕುಡಿದು ತಿಂದು ನಿನ್ನ ಸುಲಿದು ಬಿಡಬೇಕು ಅಂತ" ಅಂದನು. ಈಗ ಸುಮ್ಮನೆ ಅಂದರೂ ಕುಡಿದ ಮೇಲೆ ಹೇಳಿದ ಹಾಗೆ ಮಾಡುತ್ತಿದ್ದ ಅವ. ಚಳಿ ಅನಿಸಲು ಲಕ್ಷ್ಮಿ ಒಳಕ್ಕೆ ಬಂದು ಬೂದಿ ಮುಚ್ಚಿದ ಕೆಂಡ ಕೆದಕಿ ಕೈ ಕಾಯಿಸತೊಡಗಿದಳು. ಬೀರ ಒಂದೆ ಸಮ ಗಟಗಟ ಕುಡಿಯೋದು. ಮೂಳೆ ಕಡಿಯೋದು ಕೇಳಿಸುತ್ತಿತ್ತು. "ಇನ್ನೊಸಿ ತಕ್ಕಂದು ಬಾಮ್ಮಿ" ಅಂದಾಗ ಲಕ್ಷ್ಮಿಗೆ ಅಚ್ಚರಿಯಾಗಿ ಅರೆ ಇವ್ನ ಎಷ್ಟು ತಿಂತಾನಪ್ಪ ಗಾಳಿ ಹಿಡಕಂಡವರಂತೆ ಅಂದುಕೊಂಡು ಮುಚ್ಚಲು ತುಂಬ ಮಾಂಸ ತುಂಬಿ ಕೋಣೆಯಿಂದ ಬಂದಳು. ಬೀರನ ಸುತ್ತ ಮೂಳೆಗಳು ಬಗೆಬಗೆಯಾಗಿ ಬಿದ್ದಿದ್ದವು. ಸರಾಪು ಒಂದೂವರೆ ಬಾಟಲಿಯಷ್ಟು ಖಾಲಿಯಾಗಿತ್ತು. "ಅವ್ವೀ... ಇದೇನ ಮಾರಾಯ

ದಯ್ಯದಂಗೆ ತಿನ್ತಿ" ಅನ್ನಲು ಬಾಯಿಗೆ ಬಂದರೂ, ಕುಡಿದಿರುವನೆಂದು ಸುಮ್ಮನಾಗಿ ಮುಚ್ಚಲಲ್ಲಿ ಇದ್ದುದನ್ನ ಹರಿವಾಣಕ್ಕೆ ಬಗ್ಗಿಸಿದಳು. ಬೀರನ ಸುತ್ತ ಗಬ್ಬು ವಾಸನೆ ಹರಡಿತ್ತು. ಲಕ್ಷ್ಮಿಗೆ ತಲೆ ತಿರುಗಿ ಓಕರಿಗೆ ಬರುವಂತಾಗಲು ಬಾಯಿಗೆ ಸೆರಗಿನ ಬಟ್ಟೆ ತುರುಕಿ ಕೋಣೆಗೆ ಓಗಿ ಬಂದು ಕುಂತಳು. ಬೀರ ಈಗೀಗ ಬದಲಾಯಿಸಿಹೋಗವನೆ, ಕುಡಿಯೋದು ಆಮೇಲೆ ಉಸಿರು ತೆಗೆದರೂ ಬೀಡಿ ಬೀಡಿ ಅಂತ ಇಳಿದುಹೋಗವನೆ, ಮೊದಲ ಕಳೆಯೇ ಇಲ್ಲ. ಎಷ್ಟು ಹೇಳಿದರೂ ತಳ್ಳಿ ಬಿಡುತ್ತಾನೆ. ಮಲ್ಲಿಪುರದ ಸಾವ್ಕಾರ್ರು ಕುಡಿದು ಕುಡಿದು ಎದೆಯೊಡೆದು ಸತ್ತೋದ ವಿಷ್ಯ ಹೇಳ್ತಲೆ ಸ್ವಲ್ಪ ಹೊತ್ತು ಸುಮ್ಮನಿದ್ದು, "ಯಾರು ಶಾಶ್ವತ ಹೇಳು" ಅಂದು ಒಂಥರಾ ನಕ್ಕ. ಅದಕ್ಕೆ "ಕುಡಿಯೋದು ಬಿಟ್ಟರೆ ಮುಳುಗಿಹೋದವು ಏನ?" ಅಂದುದಕ್ಕೆ ಒಂದು ರೀತಿ ನನ್ನನ್ನ ನೋಡಿ "ನಾನು" ಅಂದು ಸುಮ್ಮನಾದ.

ಬಗ್ಗಿ ನೋಡಿದರೆ ಬೀರ ಕಾಲುಚಾಚಿ ಆರಾಮ ಬಿದ್ದುಕೊಂಡಿದ್ದನು. ಒಂದು ತೊಟ್ಟು ಸರಾಪೂ ಇರಲಿಲ್ಲ. ಹರಿವಾಣದಲ್ಲಿ ಎರಡು ತುಕಟ ಮಾಂಸ ಉಳಿದಿತ್ತು. "ಥೂ ಇವ್ನ ಗೋಳೆ ಇಷ್ಟು" ಎಂದು ಗೊಣಗಿ ಹೊರಕ್ಕೆ ಬಂದು ಸುತ್ತ ಇದ್ದ ಮೂಳೆ ಗೋರಿ ಹರಿವಾಣಕ್ಕೆ ಹಾಕಿದಳು. ಅರೆಗಣ್ಣು ಬಿಟ್ಟಿದ್ದ ಬೀರ ಅಗಲವಾಗಿ ಕಣ್ಣು ತೆಗೆದರೆ ಕೆಂಡ ಕಂಡಂತಾಯ್ತು. ಅವನು ಒಂದೆರಡು ಸಲ ಹಾಹೊ ಅಂದು "ಯಾವನೊ ಅವ್ನು ನನ್ನ ತನಕ ಬಂದಿರೊ ಧೀರ?" ಅಂದನು. ಲಕ್ಷ್ಮಿ ಕ್ಯಾಣಸಾರದಿಂದ "ಸುಮ್ನೆ ಬಿದ್ಕೊ ಇನ್ನು" ಅಂದಾಗ "ಓಯ್ ನನ್ನ ಲಚಮಿ... ಬಾ ಚಿನ್ನ ಬಾ... ನಾ ಯಾರೊ ಅಂತೀನಿ" ತಡೆಯಲು ಯತ್ನಿಸಿ ಆಗದೆ ನೆಲಕ್ಕೆ ಒರಗಿ ಕಣ್ಣುಮುಚ್ಚಿ ಲಚಮಿ ಲಚಮಿ ಎಂದು ಗೊರಗುಟ್ಟತೊಡಗಿದನು. ಲಕ್ಷ್ಮಿ ಕೋಣೆಯ ಮೂಲೆಯಲ್ಲಿ ಚಾಪೆಹಾಸಿ ಗೋಡೆ ಕಡೆಗೆ ತಿರುಗಿ ಬಿದ್ದಳು. ರಗ್ಗನ್ನು ಮೊಖತುಂಬ ಹೊದ್ದು ದೀಪವಾರಿಸಿದಳು.

ಕತ್ತಲು ಕವಚುತ್ತಲೆ "ನಮ್ಮ ಸೂರ್ಯಪ್ಪ ಕಿತ್ಕೊಂಡವ ಯಾರ್ಲ" ಬೀರ ನಿಧಾನವಾಗಿ ಕೇಳಿದನು. ಲಕ್ಷ್ಮಿಗೆ ತಡೆಯಲಾಗಲಿಲ್ಲ, ನಗುಬಂತು. ಗಟ್ಟಿಯಾಗಿ ನಕ್ಕುಬಿಟ್ಟಳು. "ನಕ್ತೀಯಾ? ನಗು ನಗು, ನೀ ಎಲ್ಲೊ ರಾವುಗೀವು ಇರ್ಬೇಕು" ಅದಕ್ಕೂ ಲಕ್ಷ್ಮಿ ಕಿಸಕಿಸ ನಕ್ಕಳು. "ನೀ ಎಲ್ಲೋದ್ರೂ ಬುಡಕಿಲ್ಲ ನೋಡು. ಒಳ್ಳೆ ಮಾತ್ನಲ್ಲಿ ಬುಡು, ಇಲ್ದಿದ್ರೆ..." ಗಟ್ಟಿಯಾಗಿ ಕೂಗಿದ್ದಕ್ಕೆ ಲಕ್ಷ್ಮಿಗೆ ತಲೆ ಚಿಟ್ಟೆನಿಸಿತು. "ಸುಮ್ನೆ ಬಿದ್ಕೊಳ್ಳದ ಕಲ್ತಗೊ, ಇನ್ನು ನನ್ನ ಗೋಳುಹುಯ್ಕೊಬೇಡ" ಅಂದಳು. ಬೀರ ಸ್ವಲ್ಪ ಹೊತ್ತು ಸುಮ್ಮನಿದ್ದ. ದನಿ ಗುರುತು ಹಿಡಿದವನಂತೆ ನಕ್ಕು "ಹೊಯ್ ಈಗ ಗೊತ್ತಾಯ್ತು. ನನ್ನ ಲಚಮಿ. ಚಂದುಳ್ಳಿ ಲಚಮಿ" ಅಂದನು. ಲಕ್ಷ್ಮಿ ಮಾತಾಡಲಿಲ್ಲ. "ಇನ್ನೂ ನಾಚ್ಗೆಯಾ ನಿಂಗೆ? ಈಟು ದಿನ ಆದ್ರೂ! ಬಾ ಅಂದರೆ ಬರ್ಬೇಕು" ಲಕ್ಷ್ಮಿ ಈಗಲೂ ಮಾತಾಡಲಿಲ್ಲ. ಎಳೆಕೂಸಂತೆ ನಕ್ಕಳು. ಬೀರನಿಗೆ ಕೋಪ ನೆತ್ತಿಗೇರಿತು. "ನಾ ಕರದ್ರೂ ನೀ ಬರಾಕಿಲ್ವಮ್ಮಿ" ಅಂತಲೆ ಲಕ್ಷ್ಮಿ "ಸುಮ್ನು ಬಿದ್ಕೊ ಇನ್ನು" ಗಡಸಿನಿಂದ ಹೇಳಿದಳು. "ಏನಮ್ಮಿ ನಿನ್ನ ಧಿಮಾಕು ಇಷ್ಟಕ್ಕೂ ಬಂದುಬುಟ್ಯಾ" ಚೀರಿದ. ಲಕ್ಷ್ಮಿ ಏನನ್ನೊ ಗೊಣಗಿದಳು. "ನೀ ಮಾತಾಡದಿಲ್ವಾ? ನನ್ನೊಂದ್ಗ ಯಾಕ ಮಾತಾಡ್ತಿ ಹೇಳು. ಕಿಟ್ಟಪ್ಪನೊಂದಿಗೆ ಮಾತಾಡೋದ ಬಿಟ್ಟು, ಎಷ್ಟಾದ್ರೂ ಅವ ನಿನ್ನ ಮಿಂಡ ಅಲ್ವಾ?" ಎಂದನು. ಲಕ್ಷ್ಮಿಗೆ ಬಾನೇ ಬಂದು ಮೊಗಚಿಕೊಂಡಂತಾಯ್ತು. ಮೈ ಕೈ ಸಣ್ಣಕೆ ನಡುಗಿದವು. ತುಂಬಾ ಧೈರ್ಯ ತಂದು "ನೀ ಯ್ಯಾನ್ನ ಅನ್ನೋದು?" ಅಂದು ಕಿವಿನಿಮಿರಿಸಿ ಕೂತುಕೊಂಡಳು. "ನಾಯ್ಯಾನ್ನ ಅನ್ನೋದು ಅಂತಿಯೇನಮ್ಮಿ, ಕೊತ್ತಿ ಕಣ್ಮುಚ್ಕಂಡು ಹಾಲ್ಕುಡಿದ್ರ ಗೊತ್ತಾಗಲ್ವಂತೆ! ಹೆಹ್ಹೆ ಹೆ ಗತಿಕಾಣಿಸ್ತೀನಿ

ಕಂದಾ... ಬೆಳ್ಗಾಗ್ಲಿ, ನೀನೂ ಇಲ್ಲ, ಅವ್ನೂ ಇಲ್ಲ. ಬಾವ್ಗ ತರದ್ ತರದ್ ಹಾಕ್ತೀನಿ, ನನ್ನನ್ನ ಅಷ್ಟಕ್ಕು ತಪರ ಅಂತ ತಿಳ್ಕೊಂಡಿವಿರಿ ! ಈಗ ಏನಾಯ್ತು ತಕ್ಕೊ... ಬೆಳಗಾಗೋದೆ ಇಲ್ವಾ? ನಾಳೆ ಅವ್ನು ಬರೋದೆ ಇಲ್ವಾ? ಬಂದೇ ಬತ್ತಾನೆ. ಮಿಂಡಗಾತಿ ಮೊಖ ನೋಡಕೆ..." ಹಹಾ ನಕ್ಕು ಸ್ವಲ್ಪ ಹೊತ್ತು ಎಡಬಿಡದೆ ಕೆಮ್ಮಿ ಕ್ಯಾಕರಿಸಿ ಅಲ್ಲೆ ಉಗಿದು 'ಉಸ್ಸಪ್ಪೊ' ಅಂದು ಉಗುಳು ನುಂಗಿದನು. "ಮಚ್ಚು ಮಡಗಿವನಿ ತೊಲೆಮ್ಯಾಗ... ರೆಡಿ ರೆಡಿಯಾಗೈತೆ" ಅಂದದ್ದು ಗಟ್ಟಿಯಾಗಿತ್ತು. ನೆಲಕ್ಕೆ ಕೈಯೂರಿ ಕೂತಳು. ಅವ ನಕ್ಕ ಕೆಮ್ಮಿದ. 'ಉಸ್ಸಪ್ಪೊ' ಅಂದ. ಕ್ಯಾಕರಿಸಿ ಉಗಿದ. ಚಣಹೊತ್ತು ನಿಶ್ಶಬ್ದ. ಲಕ್ಷ್ಮಿ ಕುಳಿತೇ ಇದ್ದಳು. ತಲೆ ಗಿರ್ ಅನ್ನುತ್ತಿತ್ತು, ತೊಡೆಗಳು ನಡುಗುತ್ತಿದ್ದವು. ಎದೆ ಡವಡವ ಹೊಡೆದುಕೊಳ್ಳುತ್ತಿತ್ತು. ವಸಿಹೊತ್ತಾದ ಮೇಲೆ ಗೊರಕೆ ಯಮದ ಗೊರಕೆ ಕೇಳಿಸಿತು.

ಲಕ್ಷ್ಮಿಗೆ ಗರ ಹಿಡಿದಂತಾಯ್ತು. ಕುಡಿದು ಮಾತಾಡಿದ ಅಂತ ತಳ್ಳಿಹಾಕುವಂತಿಲ್ಲ. ಸುಳಿವು ಹತ್ತದೆ ಮಾತು ಹೆಂಗೆ ಬತ್ತದೆ? ಕುಡಿದು ಮಾತಾಡಿದರೂ...? ಬೀರನಿಗೆ ಎಲ್ಲವೂ ಗೊತ್ತಾಗುತ್ತದೆ. ಏನು ಮಾಡುವನೊ ದೇವರೆ. ಅವನ ಆಟವ ಈಗೇನು ನೋಡುತ್ತಿಲ್ಲ. ಎರಡು ಬೆಳೆ ಪೈರಿನಿಂದಲೂ ಚೆಂದಾಗಿ ಗೊತ್ತು. ಹಾಸ್ಟಲಿನ ಊಟದ ಬೆಲ್ಲು ಹೊಡೆದು ಸುಮಾರೆ ಹೊತ್ತಾಗಿತ್ತು. ಈಗೀಗ ಸಮರಾತ್ರಿ ಹತ್ತಿರವಾಗಬೇಕು. ಗುಡಿಸಲ ಪೂರ್ತ ಗೊರಕೆ. ಸರಾಪಿನ ನಾತ ಗಬ್ಬೊ ಅನ್ನಿಸುತ್ತಿತ್ತು. ಬೀರ ಹೊರಳಾಡಿದ. ಸ್ವಲ್ಪ ಹೊತ್ತು ಸಮಾ ಕೆಮ್ಮಿದ ಮೇಲೆ ಪುನಃ ಗೊರಕೆ ಸುರುಮಾಡಿದನು. ಲಕ್ಷ್ಮಿಗೆ ಮಲಗಬೇಕೆನಿಸಿತು. ಆಕಳಿಸಿದಳು. ಮಂಡಿಗೆ ತಲೆ ಅದುಮಿ ಕುಂತು ಕಣ್ಣು ಮುಚ್ಚಿದಳು. ತೋಟಕ್ಕೆ ಕಾಲಿರಿಸಿದ ಮಾರನೇ ದಿನವೆ ಕಿಟ್ಟಪ್ಪ ಬಂದದ್ದು. ಬೀರ "ನಮ್ಮ ಸಾವ್ಕಾರ್ರ ಮಗನೋರು" ಅಂದ. ಕಿಟ್ಟಪ್ಪ ನನ್ನನ್ನೆ ಒಂದು ಥರಾ ನೋಡಿದರು. ಬೀರ ಕೆಮ್ಮಿದ. ನಾನು ಕತ್ತನ್ನು ಬಾವಿ ಕಡೆ ತಿರುಗಿಸಿ ನೆಲನೋಡುತ್ತಿದ್ದು ಬೆವತು ನಿಲ್ಲಲೂ ಆಗದೆ ಕಸಗುಡಿಸಬೇಕೆಂದು ಒಳಕ್ಕೆ ನುಗ್ಗಿದೆ. ಕಿಟ್ಟಪ್ಪ ಹೊರಗೆ ಇದ್ದರೂ ಇನ್ನೂ ನನ್ನನ್ನೇ ನೋಡುತ್ತಿರುವನೇನೊ ಅನ್ನಿಸುತ್ತಿತ್ತು. ಹೋಗುವವರೆಗೂ, ಹೋದ ನಂತರವೂ... ಸರಾಪಿನ ಬಾಟಲಿಗಳನ್ನು ಬೀರನೆ ಹಲ್ಲುಕಿರಿಯುತ್ತ ತಂದನು. ಆವತ್ತಿನ ಮಾಂಸವೂ ಹೆಚ್ಚಾಗಿಯೇ ಇತ್ತು. ಇಂದು ಕಿಟ್ಟಪ್ಪ ಬರುವರು ಅಂದ. ಅದಕ್ಕೇನೂ ಮಾತಾಡಲಿಲ್ಲ. ಮಾಡಿಕೊಟ್ಟೆ. ಕತ್ತಲಾಗಿ ಚಣ ಹೊತ್ತು ಕಳೆಯಲು ಕಿಟ್ಟಪ್ಪ ಬಂದರು. ತುಂಬವೆ ಶಿಸ್ತು ಮಾಡಿಕೊಂಡಿದ್ದರು. "ಏನಾರ ಮದ್ವೆ ಹೆಣ್ಣ ನೋಡಾಕ ಬಂದಿವಿರಾ ಕಿಟ್ಟಪ್ಪ?" ಬೀರ ನಗುನಗುತ್ತ ಅಂದಾಗ ಕಿಟ್ಟಪ್ಪನೂ ನಕ್ಕನು. ಹುಟ್ಟುಟ್ಟುತ್ತಲೆ ನಗುತ್ತ ಹುಟ್ಟಿದನೇನೊ ಅವ.

ತಿಂದರು. ಇಬ್ಬರೂ ತಿಂದರು. ಕುಡಿದರು. ಬೀರನೆ ಹೆಚ್ಚು ಬಗ್ಗಿಸಿಕೊಂಡವನು. ಆಮೇಲೆ ಕಣ್ಣುತೇಲಿಸಿ ಕಾಲುಚಾಚಿ ಬಿದ್ದುಕೊಂಡನು. ಕಿಟ್ಟಪ್ಪ ಎಷ್ಟು ಹೊತ್ತಾದರೂ ಹೋಗಲಿಲ್ಲ. ನಾನು ಕೋಣೆ ಒಳಕ್ಕೆ ಹೋದೆ. ಕಿಟ್ಟಪ್ಪ ಕೆಮ್ಮಿ ನಾವು ಬರುವುದಕ್ಕೆ ಮುಂಚಿನಿಂದಲೂ ಇದ್ದ ಹಗ್ಗದ ಹುರಿ ಮಂಚದ ಮೇಲೆ ಕುಂತು ಹಾಗೆ ಇದ್ದು ಆಮೇಲೆ ನಿಧಾನಕ್ಕೆ ಅಲ್ಲೆ ಒರಗಿದನು. ಜೀವ ಕೈಲಿಡಿದು ಕೋಣೆ ಒಳಗೆ ಕಂಬಳಿ ಹಾಸಿ ಮಲಗಿ ರಗ್ಗು ಹೊದೆದು ದೀಪವಾರಿಸಿದೆ. ಕತ್ತಲಾಯಿತು. ಕಣ್ಣು ಮುಚ್ಚಿದರೆ ನಿದ್ದೆ ಬರಲಿಲ್ಲ. ಏನೇನೊ ಊರ ಕಡೆಯ ನೆನಪುಗಳು...

ಸ್ವಲ್ಪ ನಿದ್ದೆಯ ಮಂಕು. ಹಜಾರದಿಂದ ಬೀರನ ಗೊರಕೆ ಚೆನ್ನಾಗಿ ಕೇಳಿಸುತ್ತಿತ್ತು. ಕಿಟ್ಟಪ್ಪನ ಆಗಾಗ ಕೆಮ್ಮು. ಹೊರಳಿದಾಗ ಸರಸರ ಸದ್ದು. ಬೀಡಿ ಎಳೆದಾಗಿನ ಕೆಂಪು ಬೆಳಕು. ಪುನಃ

ಬೀರನ ಗೊರಕೆ. ಎಲ್ಲವನ್ನೂ ಕಾಣದ ಹಾಗೆ ಕರಗಿಸಿಕೊಂಡಿರುವ ಗವಗತ್ತಲು. ಬಿಗಿಯಾಗಿ ಕಣ್ಣು ಮುಚ್ಚಿದಾಗ ನಿದ್ದೆಯ ಸುಳಿವೇ ಇಲ್ಲ. ಕೆಮ್ಮುವುದೂ ಕಷ್ಟ, ಉಗುಳು ನುಂಗಲೂ ಆಗದು. ನುಂಗಿದರೆ ಗೊಳಕ್ ಅಂತ ಸದ್ದಾಗುತ್ತದೆ. ಸುತ್ತಲೂ ಎಂಥದೊ ಮೌನ. ಅದೇ ದೊಡ್ಡದಾಗಿ ಕೇಳಿಸುತ್ತದೆ. ಬೀರನೇನೊ ಗೊರಕೆ ಹೊಡೆಯುತ್ತಿದ್ದಾನೆ. ಕಿಟ್ಟಪ್ಪನಂತೂ ಕಣ್ಣು ಮುಚ್ಚಿಲ್ಲ ಕಾಣುತ್ತೆ. ಬೀಡಿ ಸೇದೋದು ಕೆಮ್ಮುವುದು ಮಾಡುತ್ತವನೆ, ಕಳೆ ಕೀಳಲು ಬಂದಿದ್ದ ಪುಟ್ಟಿ ಕಿಟ್ಟಪ್ಪನ ಚರಿತ್ರಾನೆ ಒದರಿ ಹೋಗವಳೆ. ನನಗೂ ನಿದ್ದೆ ಇಲ್ಲ ಅಂತ ಗೊತ್ತಾಗಿ ಬಿಟ್ಟರೆ? ಥೂ.

"ಲಕ್ಷ್ಮೀ" ಮೆಲ್ಲನೆ ಕರೆದು ಮೈಮುಟ್ಟಿ ಅಲ್ಲಾಡಿಸಿದಾಗ ಥಟ್ಟನೆ ಎಚ್ಚರವಾಗಿ ಬೆಚ್ಚಿಬಿದ್ದಳು. ಯೋಚನೆ ದಿಗಿಲಿನ ಮಧ್ಯೆ ಯಾವಾಗ ನಿದ್ದೆ ಬಂತೊ ಗೊತ್ತಿರಲಿಲ್ಲ. ಜೋಪಡಿ ಹಾರಿಹೋಗುವಂತೆ ಎದೆಬಡಿದುಕೊಳ್ಳತೊಡಗಿತು. ಮೆಲ್ಲನೆ ಮೈಸವರಿದ. ಉಸಿರ ಹಿಡಿತ ತಪ್ಪಿತು. ಒಂದು ಕೈಯಿಂದ ಗಲ್ಲ ಹಿಡಿದು ಅಲ್ಲಾಡಿಸಿದನು. ಇನ್ನು ಸರಿಯಲ್ಲ ಅಂದುಕೊಂಡು ಬೆಚ್ಚುತ್ತವಳಂತೆ "ಯಾರು?" ಅಂದಾಗ "ನಾನು ಕಿಟ್ಟಪ್ಪ" ಅಂದನು. ಬೀರನ ಗೊರಕೆ ಕೇಳಿಸಿದಾಗ ಮೈನಡುಗಿತು. ಕಿಟ್ಟಪ್ಪನ ಕೈ ತೊಡೆ ಸವರುತ್ತಿತ್ತು. ತೋಚದೆ ಬೆಬಗುಟ್ಟುತ್ತ 'ಬೀರ ಮಲಗವನೆ' ಅನ್ನಲು ಕಿಟ್ಟಪ್ಪ ಅಂದ 'ಹ್ಲಿ... ಕುಡಿದು ಬಿದ್ದೈತೆ.'

*   *   *

ಹೊತ್ತು ಮೂಡಲು ಎಚ್ಚರವಾಗಿ ಮೈಮಾಲು ಮುರಿಯಲು ಬೀರನಿಗೆ ಹಗುರವಾದಂತೆ ತೋರಿತು. ಹಾಗೂ ಬೀರನಿಗೆ ವಸಿ ನಿಶ ಉಳಿದಿತ್ತು. ಎರಡು ಕೈಯನ್ನೂ ಗಸಗಸನೆ ತೀಡಿ ಮೊಖಕ್ಕೆ ಎದುರು ತಂದು ಅಂಗೈ ನೋಡಿಕೊಂಡು ಮೆಲ್ಲನೆ 'ಲಚುಮಿ' ಎಂದಾಗ ಉತ್ತರ ಬರಲಿಲ್ಲ. ಇಷ್ಟು ಹೊತ್ತಾದರು ಹೆಂಗಸಿಗೆ ಅಷ್ಟು ನಿದ್ದೆಯೆ ಅಂದುಕೊಂಡು ಬಲಮೊಗ್ಗಲಿಗೆ ಹೊರಳಿ ಕಂಬಳಿ ಸರಿಸಿ. ಕೋಣೆ ಕಡೆ ನೋಡಿದಾಗ ಲಕ್ಷ್ಮಿ ಮೊಖದ ತುಂಬಾ ಹೊದ್ದು ಕೊಕ್ಕರಿಸಿ ಮಲಗಿದ್ದಳು. ಅವಳು ಹೊದ್ದಿದ್ದ ಪಟ್ಟೆಪಟ್ಟೆ ರಗ್ಗಿಗೆ ದಿಟ್ಟಿ ನೆಟ್ಟಿತು. ಕಳೆದ ಸೋಮವಾರ ಕಿಟ್ಟಪ್ಪ ರಗ್ಗು ಚಾಚಿ, ತಕ್ಕೋ ಬೀರ ಬರೋದು ಚಳಿಗಾಲ ಅಂದು ಕೊಟ್ಟರು. ರಾತ್ರಿ ಮಲಗುವಾಗ ಲಚಮಿ ಒಳಗೊಳಗೆ ನಗುತ್ತ ಅದನ್ನು ತನ್ನ ಕಡೆ ಎಳೆದುಕೊಂಡು "ಇದು ನಂಗೇ ಬೇಕು" ಎಂದು ಬಿಮ್ಮನೆ ಬೀರಿ ಹಿಡಿದುಕೊಂಡಳು. ಅವಳನ್ನು ಬಾಚಿ ತಬ್ಬಿಕೊಂಡು ಎದೆಗೆ ಅಮುಕಿ "ಹೋಗ್ಲಿ ಅದನ್ನ ನೀನೆ ತಕ್ಕೊ... ನಿನ್ನನ್ನ ನಂಕೊಡು. ಅದ್ಕಿಂತ ನೀನೆ ಬೆಚ್ಚಗೆ" ಅಂದಾಗ ಕಿಸ ಕಿಸ ನಕ್ಕಳು. ಈಗ ಅವಳಿಗೆ ಬೆಚ್ಚಗಾಗುತ್ತಿರಬೇಕು...

ಕಿಟ್ಟಪ್ಪ ಕೊಟ್ಟಿರುವ ರಗ್ಗು ಲಚಮೀನ ಕವಿಚಿಕೊಂಡಿದೆ. ಕಿಟ್ಟಪ್ಪ ಕಟ್ಟಿಸಿರುವ ಮನೆ ಇಬ್ಬರನ್ನೂ ಕವಿಚಿಕೊಂಡಿದೆ. ನನ್ನನ ಆದರೆ ಚಿಂತಿಲ್ಲ. ಲಚಮಿಯನ್ನಾದರೆ. ಪಟೇಲರ ಹಟ್ಟಿಗೆ ಚಲ್ಲಣ ಸಿಕ್ಕಿಸಿಕೊಂಡು ಬಂದಿದ್ದವ ಲಚಮೀನ ಕೆಣಕಿದನಂತೆ ಅಂತ ಕಿವಿಗೆ ಬಿದ್ದುದೆ ತಡ, ಜಗಲಿಮ್ಯಾಗ ಕಾಲ ಮೇಲ ಕಾಲ ಹಾಕಿ ಕುಳಿತಿದ್ದವನ ಕತ್ತಿನ ಪಟ್ಟಿ ಹಿಡಿದು ಎಳೆದು "ನಿನ್ನ ಸಾವ್ಕಾರಿಕೆ ಇದ್ರ ನಿನ್ನ ಹಟ್ಟಿಗೆ ಕನ್ಲ. ನಂಗೂ ವಸಿ ತೋರಿಸೋಕೆ ಬತ್ತೀಯಾ?" ಎಂದು ಬಿಗೀಬೇಕು. ಅಷ್ಟಕ್ಕೆ ಪಟೇಲರು ಮಧ್ಯಕ್ಕೆ ಬಂದಾಗ ಕೈಮುಗಿದು ಬೇರೆ ಊರ್ನ ಹೈದ ಏನೊ ತಿಳಿದೇ... ಅಂತ ಸುಮ್ಮನಾಗಿಸಿದರು. ಹಟ್ಟಿಗೆ ಬಂದಾಗ ಲಚಮಿ ಎದೆಗೆ ಆತು ಬಿದ್ದಳು.

ಎಡಗೈಯಿಂದ ಹೊಟ್ಟೆ ಸವರಿ ಮೇಲಕ್ಕೆ ತಂದು ಎದೆಯ ಮೇಲಿಟ್ಟನು. ಎದೆಯೊಳಗೆ ಸಣ್ಣಕ್ಕೆ ನೋವು ಹರಿಯಿತು. 'ಕುಡೀಬೇಡಿ ಅಂತ ಎಷ್ಟು ಬಂಡ್ಕಂಡ್ರೂ ಕೇಳೊಲ್ಲ. ಮಲ್ಲಿಪುರ್ದ ಸಾವ್ಕಾರ್ರು ಕುಡ್ದು ಎದೆ ಒಡೆದು ಸತ್ತೋದ್ರಂತೆ... ಕುಡ್ದರೆ ಕಳ್ಳನ್ನೆಲ್ಲ ಕೊರೆದು ಹಾಕ್ಬಿಡ್ತದಂತೆ...

ಏನಾರು ಸಾವ್ಕಾರರಿಗೆ ಆದಂಗೆ ನಂಗೂ ಆಗಿಬಿಟ್ಟರೆ? ಲಚುಮಿಗೆ ದಿಕ್ಕು?' ಯಾಕೆ? ಹೆಂಗೆಂಗೊ ಆಗತೊಡಗಿತು. ಬೀಡಿ ಸೇದಬೇಕೆನಿಸಿ ದಿಂಬು ಸರಿಸಿ ನೋಡಿದರೆ ಇರಲಿಲ್ಲ. ಹೊರಗೆ ಇಬ್ಬನಿ ಬೀಳುತ್ತಿತ್ತು. ಮೊದಲೆ ಚಳಿ. ಬೀಡೀನೂ ಇಲ್ಲ. ಬಿಸಲು ಬರುವವರೆಗೂ ಹಿಂಗೇ ಇರಬೇಕು.

"ಇನ್ನು ಬೆಳೆಯಾ ಹೊತ್ತು, ಮಲ್ಗವನೆ ಎಳೆಕೂಸಂಗೆ. ನಾಚ್ಕೆ ಆಗಾಕಿಲ್ವ ನಿನ್ನ ಘಟ್ಟಕೆ?" ಇಷ್ಟು ಮೊಬ್ಬಿಗೆ ಕಿಟ್ಟಪ್ಪ? ಚಳಿ ಬಿಟ್ಟವನಂತೆ ಕಂಬಳಿ ಹೊದ್ದು ಮೇಲಕ್ಕೆ ಎದ್ದು ಕೋಣೆ ಕಡೆ ನೋಡಲು ಲಚಮಿ ಇನ್ನು ಮಲಗವಳೆ. ಏಳಿಸಬೇಕೆನಿಸಿದರೂ ಮನಸಾಗಲಿಲ್ಲ. ಬಲಗಡೆ ನೇತು ಹಾಕಿದ್ದ ಚಾಮುಂಡವ್ವನ ಫೋಟೋಗೆ ಕೈಮುಗಿದು ತಡಿಕೆ ಬಿಚ್ಚಲು ಮೂಡಣ ದಿಕ್ಕಿಗೆ ಎದುರಾಗಿದ್ದ ಜೋಪಡಿ ಒಳಕ್ಕೆ ಬೆಳಕು ಚಲ್ಲಿತು. ಅಂತು ನೋಡಿದರೆ ಕಿಟ್ಟಪ್ಪ ನಿಂತಿದ್ದರು.

ಲಕ್ಷ್ಮಿ ಎದ್ದು ಚಣ ಹೊತ್ತು ಸುಧಾರಿಸಿಕೊಂಡರೂ ಮಂಕು ಆರಲಿಲ್ಲ. ರಾತ್ರಿಯ ನೆಪ್ಪು ಮೈಚುರುಗುಟ್ಟಿಸಲು ತೊಲೆ ಕಡೆ ಕಣ್ಣೋಡಿದಾಗ ಮಚ್ಚು ಅಲ್ಲೆ ಇತ್ತು. ಹೇಗೇಗೊ ಆಗಿ ಹೊರಕ್ಕೆ ಬಗ್ಗಿ ನೋಡಿದಳು. ಬೀರ ಆಗಲೆ ಎದ್ದು ಹೊರಗೆ ಯಾರ ಜೊತೆಯಲ್ಲೊ ಮಾತಾಡುತ್ತಿದ್ದನು. ಸದ್ದು ಮಾಡದೆ ಬಾಗಿಲ ಬಳಿ ಬಂದು ನೆರಕೆ ಕಿಂಡಿಗೆ ಕಣ್ಣು ಹಾಕಿದಾಗ ಅಚ್ಚರಿ ಆಯ್ತು ಕಿಟ್ಟಪ್ಪ ನಿಂತಿದ್ದನು.

ಯಾತಕ್ಕೊ ಕಿಟ್ಟಪ್ಪ ನಕ್ಕ.

ಬೀರನೂ ನಕ್ಕನು. ○

○ ಶಿವೇಶ್ವರ ದೊಡ್ಡಮನಿ

ರಾಜಮಾ

ದಿನದಿನವೂ ಕೊರಗುತ್ತಿರುವ ಈ ನನ್ನ ಆಸೆಯ ಹೊನಲು ಗಂಗೆಯ ಗತಿಯಾಂತು ನುಡಿಗಡಲಿಗೆ ಕೂಡಲೆಂದು ಹರಿಯುತ್ತಿದೆ; ಹಳ್ಳಿಗರ ನೈಜ ರೀತಿಯ, ಮಹಾಮತಿಯ ದೀಪಗಂಬಗಳನ್ನು, ನುಡಿಗೊಲಿದವರು ಆ ಹಿರಿ ನೀರನಿಧಿಯುದ್ದಗಲಕ್ಕೂ ಹೃದಯಕೌತುಕದ ನೌಕೆಯನ್ನೇರಿ ಸಂಚರಿಸುವಾಗ ಬೆಳಕೀಯಲು ಅಮಿತ ಸಂಖ್ಯೆಯಲ್ಲಿ ನಿಲ್ಲಿಸುತ್ತದೆ... ಈಗಿನ ನನ್ನ ಹವಣಿಕೆಗೆ ಈ ನೆಲ ಹರಕೆಯ ಆಸರೆ ಕೊಡಲಿ... ಸಾಕು... ಹಳ್ಳಿಯ ಸಂಜೀವಿನಿಯಂತಹ, ಹಾಡುಗಳನ್ನು ಸಂಗ್ರಹಿಸುವುದೊಂದೇ ನನ್ನ ಆಜನ್ಮದುದ್ಯಮ ವಾಗಿರಲಿ... ಇದನ್ನುಳಿದು ಇನ್ನೊಂದುತನ ನನಗೆ ಸೇರದು...

ಎಂದಿನಿಂದಲೋ ಹೀಗೆಯೇ ಪೂಣ್ಕೆಗೊಳ್ಳುತ್ತಿದ್ದ ನನ್ನ ಬಗೆ ಒಮ್ಮೆ ದಿಗಿಲುಗೊಳ್ಳಬಾರದಾಗಿದ್ದ ರೀತಿಯಲ್ಲಿ ದಿಗಿಲುಗೊಂಡಿತು.

ಜೀವ ಆಗ ರೊಚ್ಚಿಗೆದ್ದು, ಹುಚ್ಚಿಗೆದ್ದು, ಬಡಬಡಿಸುತ್ತಿತ್ತು.

'ಕಿವುಡ ಕಿಚಡಿ ಬೇಡಿದರು, ಗೌಡ ಹಚಡಾ ಕೊಟ್ಟನಂತ!'

ನುಡಿಯ ಸೇವೆಯನ್ನು ಮಾಡಿ, ಹಳ್ಳಿಯ ಗೌಡರಂಥ ಸ್ಥಾನಮಾನಗಳನ್ನು ಗಳಿಸಿಕೊಂಡ ಸಾಹಿತ್ಯದ ಜನಕರಿಗೆ, ನನ್ನ ಹಸಿವನ್ನು ಅರಿಯಲಾಗಲಿಲ್ಲ; ನನ್ನ ಭಿಕ್ಷೆಯ ರೂಪದ ಮಾತುಗಳಿಗೆ ಪ್ರತಿಯಾಗಿ ನಾನು ಅವರಿಂದ ಪಡೆದುಕೊಂಡ ಮಾತುಗಳು ನನ್ನ ಕಿವಿಯನ್ನು ಗಡಚುಗೊಳಿಸಿದವು... ಮೈಗೆ ಅಂಜಿಕೆಯ ನಂಜು ಬೆರೆಸಿದವು.

ಅವ್ವ, ಮೂರು ವರುಷದ ನನ್ನ ಸಂಗ್ರಾಹಕನಾದ ಗುಣವನ್ನು ವಿಮರ್ಶಿಸಿ, ನೂರಾರು ನಿಟ್ಟುಸಿರುಗಳೊಂದಿಗೆ:

"ಮೂಳಾ, ನಿನ್ನ ಹಣ್ಯಾಗ ನೌಕರೀ ಮಾಡಾದ ಬರದೈತಿ; ಮುನ್ನಾಡಿಂದ ನನ್ನ ಮಾತು ಕೇಳಬಾರ್ದs ?"

ಎಂದು ನನ್ನ ಕೈಗೆ ನೌಕರಿಗೆ ಅರ್ಜಿ ಬರೆಯುವ ಆಣತಿಯಿತ್ತಳು – ಸಂಗ್ರಾಹಕನಾಗಿಯೇ ನಾನು ಗಳಿಸಲಾರೆ ಎಂಬುದನ್ನರಿತು...

ನಾನು ಚಿತ್ರಿಸಿಕೊಳ್ಳುತ್ತಿದ್ದ ಕಡಲು ಬತ್ತಿ, ನೈರಾಶ್ಯ ತನ್ನ ನಿಗ್ಗರದ ಬಾವುಟವನ್ನೆತ್ತಿ 'ನನ್ನಡಿಯ ಪೂಜೆ ಗೈ' ಎಂದಿತು.

'ನೀನು ಹೀಗೇಕಾದೆ ?' ಮೂಕತನ ನನ್ನನ್ನು ವಿಕಟ ದನಿಯಿಂದ ಪೀಡಿಸತೊಡಗಿತು. ಮನಸ್ಸು ಯಾರು ಯಾರನ್ನೋ ಕಟುವಾಗಿ ಟೀಕಿಸುತ್ತಿತ್ತು. ನನ್ನ ಕಣ್ಣಿನ ಕನಸು ನನ್ನಾಸೆಗೆ ಕ್ಷಮಿಸೆಂದು ಕೈಯೊಡ್ಡಿ ಬೇಡಿಕೊಳ್ಳುತ್ತಿತ್ತು.

1944ರ ಮೇ ಮೊದಲ ದಿನ – ಸರಕಾರ ಅಂದು ನನಗೆ 'Rationing Enumerator' ಎಂದು ತನಗೆ ತಿಳಿದಂತೆ ನಾಮಕರಣ ಮಾಡಿತು. ಈ ಸುದ್ದಿಯನ್ನು ಕೇಳಿದ ತಾಯಿಗೆ ಅಂದು ಸಮಾಧಾನವಾಗಲಿಲ್ಲ. ಒಂದೇ ಒಂದು ಅಳುನುಡಿಯೊಡನೆ: "ನಿನ್ನ ಹಡದಾಂವಾ ಇಲ್ಲಿ ತನ್ಕಾ ಬದಕಿ..." ಸರಕಾರವನ್ನೋ... ಇನ್ನಿತರರನ್ನೋ ಶಪಿಸಿದಳು. ಆ ಶಾಪದ ಸಹಸ್ರ ಪ್ರತಿಗಳನ್ನು ಎಸೆದೆ... ಯಾರೂ ತೆರೆದು ಓದಲಿಲ್ಲ.

ನನ್ನ ದಿಕ್ಕು ತಪ್ಪಿತು. ನವಿಲೂರನ್ನು ಸುತ್ತುಗಟ್ಟಿದ ಹೊಲ ಹಳ್ಳಿಗಳು ನನ್ನ ಪಾಲಿಗೆ ಎರವಾದವು. ನನಗೊಂದು ಕುತ್ತಾಗಿ ಪರಿಣಮಿಸಿ ಈ ರೇಶನಿಂಗ್ ಕೆಲಸ ನರನಾಡಿಗಳನ್ನು ಹಿಂಡಲೆಳಸಿತು. ಬೇಡಾದ ಬಾಳಿಗೂ ಓಗೊಟ್ಟು ಅಡ್ಡದಾರಿಯನ್ನೇ ಹಿಡಿದೆ. ಅದೇ ಮೊದಲು, ಅದೇ ದಿನ, ಅಸಹಾಯನಾಗಿ ಸಂಗ್ರಹದ ಹೊಣೆಗೆ ಎರಡು ಬಗೆದೆ, ಗೋಗರೆದೆ.

ನನ್ನ ಗುರಿಯದಾರಿಯ ತುಂಬ ಚೂಪುಗಲ್ಲುಗಳು... ಗೊನೆಮುಳ್ಳುಗಳು – 'ಯಾರಿರಿಸಿದರು ಕಾಡಿನ ಒಡಲಿಂದಿಲ್ಲೀಗೆ ತಂದು ?'

ಮೌನ–ಚಡಪಡಿಕೆಗೆ ಯಾವ ತೃಪ್ತಿಯೂ ತಾಗಲಿಲ್ಲ–ಬಾಗಲಿಲ್ಲ.

ಈ ಮಿಡಕಿನೊಂದಿಗೆ ಮತ್ತೊಂದು ವಿರಸ–ಜಸಕತೆ ಜತೆ ಬೇಡಿತು. ಅದಕ್ಕೂ ಎದೆ ಸೀಳಿ, 'ಇದೋ ಇಲ್ಲಿ–ನಿನಗೂ–ತಾಣ ಬೇಕಷ್ಟಿದೆ, ಬಾ; ಒಳಸೇರು !' ಎಂದೆ, ಔತಣವಿತ್ತೆ.

ಧಾರವಾಡದಲ್ಲೆಲ್ಲ ತಿರುಗಾಡಿ ಮನೆಮನೆಯ ಜನಗಣನೆ ಮಾಡುವ, ಡಾಂಬರಿನಿಂದ ಬಾಗಿಲುಗಳಿಗೆ ನಂಬರು ಹಾಕುವ ನಮ್ಮ ಕಾರ್ಯ ಪ್ರಾರಂಭವಾಯಿತು. ಅನ್ಯಮನಸ್ಕನಾಗಿ ಕೆಲಸ ಮಾಡುವ ನನ್ನನ್ನು ಅಧಿಕಾರಿಗಳು ಹಾಗೆಂದು, ಹೀಗೆಂದು ಹೀಗಳೆಯಲಾರಂಭಿಸಿದರು ಒಂದು ವಾರದೊಳಗಾಗಿಯೇ.

ಹತ್ತೊಂಬತ್ತು ವರುಷದ ತನ್ನ ಮಗ, ತನ್ನೆದೆಯ ಬೇಗೆಯನ್ನು ನೀಗಿಸಿಕೊಳ್ಳಲು, ತನ್ನ ನೋವುಗಳನ್ನು ಮಾಗಿಸಿಕೊಳ್ಳಲು, ಮತ್ತೊಂದು ಬೇರೆ ಯಾವ ವಿರಕ್ತಿಯೂ ತೋಚದೆ, ದಿನದಿನಕ್ಕೆ ಹೆಚ್ಚಿದಂತೆ, ತಾಸಿಗೆ ಎರಡು ಮೂರು ಸಿಗರೇಟ್ ಸೇದುವ ಕಲೆ ಕಲಿತುದನ್ನು ತಾಯಿ ಕಾಣಬೇಕಾಯಿತು.

"ನೀನಿನ್ನು ನನಗೆ ಹೊರತಾದೆ..."

"ನೀನು ಹುಟ್ಟಿದ ಮನೆ ಬೆಳಗಲಾರೆ..."

"ಬಾಳಲಾರೆ..."

"ನೀನು ನನ್ನ ಕೈಮೀರಿದೆ..."

ಇದೇ ಪಲ್ಲವಿಯ, ಇದೇ ಪರಿವಿಡಿಯ, ಉದ್ಗ್ರಂಥವೊಂದು ನಾನೆಷ್ಟು ಓದಿದರೂ ಮುಗಿಯದಂತಾಗಿ ತಾಯಿಯ ಬೃಹತ್ ಭಾಷೆಯಿಂದ ನೆರವು ಪಡೆದು ನವಿಲೂರ ಮನೆಯಲ್ಲಿ ರೂಪುಗೊಳ್ಳುತ್ತಿತ್ತು.

ಆದರೂ "ಯಾದರಾ ಕೆಲಸಿರ್ಲಿ ಒಪ್ಪುಡತ ಮೀರಿತೆಂದ್ರೆ ಕಟೀಣಾ ಮತ್ತ ಮುಂದ ಮಾಡೂದು" ಎಂದು ಹೇಳುವ ತಾಯಿಗೆ, ಮತಿಗೆಟ್ಟಂತಾದ ನನಗೆ ನಗೆಯುಳಿಸಿಕೊಡುವ ಹಂಚಿಕೆ ತೋರುವ ಚಿಂತನೆ ಇತ್ತು ಮನೆ ಮಾಡಿಕೊಂಡು.

ಇವು ನನ್ನ ಹುಸಿದಿನಗಳು – ಈ ದಿನಗಳನ್ನುಪಚರಿಸಿ ನಾನು ಏನನ್ನೂ ಸಾಧಿಸಲಾರೆ. Rationing Enumerator ಆಗಿ, ಹುಟ್ಟುಗುಣವನ್ನು ಕಟುಕನಂತೆ ಮೆಟ್ಟಿ, ಹೃದಯ ಗುಡಿಗೆ ತೊತ್ತಳಿದುಳಿಯುವ ತೊಡಕುಗಳ ತೋರಣಕಟ್ಟಿ ; ನಾನು ಏನೂ... ಇಲ್ಲ... ಬದುಕಿಗೆ ಕತ್ತಲೆ ಆವರಿಸಲಿನ್ನು ಬಹಳ ದಿನ ಬೇಕಿಲ್ಲ... ಅದಕ್ಕೆಂದೇ ಕತ್ತಲೆಯ ಕುರುಹಾಗಿ ನಾವು ಬಳಸುವ ಡಾಂಬರಿನ ಹನಿಗಳು ನನ್ನ ಅರಿವೆಯ ಮೇಲೆ ಬಿದ್ದು ಬಿದ್ದು, ಮುಖಕ್ಕೆ ಕಪ್ಪು ಬಳಿಯುವಂತಾದಾಗ 'ಇದೇ ಸಿಂದಿಯ ಕುಂಚದಿಂದ – ಸರಕಾರ ಗುತ್ತಿಗೆ ಹಿಡಿದ ಇದೇ ಕೈಯಿಂದ... ಹಿಂದೆ ಸಂಗ್ರಹಿಸಿದ ನುಡಿಗಳನ್ನು ಮನೆಮನೆಯ ಚೌಕಟ್ಟಿಗೆ ಬರೆದುಬಿಡಲೆ ?' ಎನ್ನುವಂತಾಗುತ್ತಿತ್ತು. ಚಣಚಣಕ್ಕೂ Supervision ಮಾಡುತ್ತಿದ್ದ Senior Inspector ಸುಳಿದಾಟ ನನ್ನ ಬಯಕೆಗೆ ತಡೆಯೊಡ್ಡುತ್ತಿತ್ತು.

ನನ್ನ ಇತಿಮಿತಿಯನ್ನು ನಿರೀಕ್ಷಿಸುತ್ತಿದ್ದ ಕಣ್ಣು ನನ್ನನ್ನು ಅಣಕಿಸಲು ಉದ್ಯುಕ್ತವಾದವು. ಅಕರಾಳ ವಿಕರಾಳತೆಯ ಅಂತರಾಳ ಬೆಂತರ ಕುಣಿತ ನಡೆಸಿತು.

ಉದಯರವಿಯೊಂದಿಗೆ ಕೆಲಸಕ್ಕೆ ಪ್ರಾರಂಭವಾದರೆ ಉದಯಚಂದ್ರನ ಬರವನ್ನೂ ಕಂಡ ನಾವೆಲ್ಲ ಮನೆ ಸೇರುತ್ತಿದ್ದೆವು. ಒಂದೊಂದು ದಿನ ಆಫೀಸಿನಲ್ಲಿಯೇ ಇರುಳು ಕಳೆಯಬೇಕಾಗುತ್ತಿತ್ತು. ಮಾಡುವ ಕೆಲಸ ಬಹಳಿರುತ್ತಿರಲಿಲ್ಲ. ಆಫೀಸರಿಗೆ ಹೊಸ ಯೋಜನೆಯ ಹದಗಾಣುವುದೇ ಬಿಗಿಯಾಗಿ ಬಂದಿತ್ತು.

ಅನಿಯಮಿತ ಚಟುವಟಿಕೆಗಳ ಪರಿಣಾಮವಾಗಿ ನನ್ನ ಸಹೋದ್ಯೋಗಿಗಳನೇಕರಿಗೆ ಬೇರೆ ಬೇರೆ ಬಗೆಯ–ಮೊದಲಿದ್ದ–ರೋಗಗಳೇ ಬಲಿಯತೊಡಗಿದವು – ನನಗೆ ಹುರುಕು ತನ್ನ ಮುದ್ರೆಯೊತ್ತಿತ್ತು.

ಅವ್ವನ ಸೋಲರಿಯದ ಕಣ್ಣಿಗೆ ನನ್ನನ್ನು ಈ ಸ್ಥಿತಿಯಲ್ಲಿ ಕಾಣುವ ಆಸೆಯಿರಲಿಲ್ಲ. ಒಂದೆರಡು ವಾರದ ಅವ್ವನ ದೀರ್ಘ ವಿಚಾರದ ಫಲವಾಗಿ ನನಗೂ ಒಂದು ಹೊಸ ಯೋಜನೆ ದೊರಕಿತು. ಅವ್ವ ನನ್ನನ್ನು ಕೇಳಿದಳು –

"ಹಿಂಗ ರಣಾರಣಾ ಮಾಡಬ್ಯಾಡ ಸುಮ್ಮನ ನೀನಂದ್ರೂ, ನಿಂದೂ ಮನಸು. ನಿನಗೊಂದ ಹಂಚಿಕಿ ಹೇಳಲ್ಯಾ ?"

"ನನ್ನವೆಲ್ಲಾ ಹಂಚಿಕಿ ಮಣ್ಣಾಗಿ..."

"ಹಂಗ ಸಿಟ್ಟಿನ ಕೂಡ ಓಡೂದಲ್ಲದು, ಕಿಂವ್ಯಾಗ ಹಕ್ಕೋ – ನಾ ಹೇಳೂದರಾ ಕೇಳ ಮೊದಲ... ಬರೇ ನಿನ್ನ ಹಟಾನ ಹಿಡೀಬ್ಯಾಡ."

"ಧಾರವೋಡ್ದಾಗ ಅಡ್ಯಾಡುವಾಗ ಯಾರ್ಯಾರ ಹಾಡ್ತಾರನ್ನೂದರ ಗುರ್ತ ಆಗೂದುಲ್ಲ. ತೀರ ಹಂತಾ ಮನೀ ನೋಡಿ ಇಟ್ಗೋ... ಕೆಲ್ಸ ಮುಗ್ದಿಂದ ಹೋಗಿ ಕೇಳಿಬರಕೋ... ಬೇಕಾದ್ರ ನಮ್ಮವ್ವ ಹೇಳ್ಯಾಳ ಹಂತೇಳು... ಯಾರೂ ಒಲ್ಲೆನ್ನೂದುಲ್ಲಾ. ಮನಿಮುಟ್ಟ ಹೋಗಿ ಕೇಳಿದ್ರ..."

"ಕೆಲಸ ಮುಗ್ಯೂದ ಇಲ್ಲಾ... ಮುಗದಿಂದರಾ ಎಲೆ ಉಳೀತೈತಿ ಹೊತ್ತು ?..."

"ನೀ ಏನ ಊರಿಗೆ ಬರಬ್ಯಾಡಾ. ಸಾಯಕಲ್ ಐತಿ. ದಿನಾ ಇಷ್ಟಮಂದಿ ದಾರೋಡ್ಕ ಎಡತಾಕ್ತಾರು... ಯಾರ್ಯಾರ ಕೈಯಾಗ ರೊಟ್ಟೀ ಕೊಟ್ಟ ಕಳಸ್ತೇನಿ... ಅಲ್ಲೇ ಇದ್ಬಿಡು... ಅಂದ್ರರಾ ನಿನಗ ಮನಸ ತುಂಬತ್ತೇತೆ... ಚಂಡಾಳಿ ಗುಣಾ... ಪಂಟ ಓದಬ್ಯಾಡಾ... ಇಷ್ಟನಕೀ ನನಗೆ ಹೊಳೀತಿ... ಹೇಳಿದ್ನಿ... ಇನ್ನ ಇಲ್ಲದ್ದ ಎಲ್ಲಿಂದ ಬರಬೇಕು... ನಾ ಏನರಾ...!"

ತಾಯಿಯ ಕರುಳಿನ ಕರುಣೆಯ, ಸಲಹೆ ಶಕ್ತಿ ನುಡಿಗಳನ್ನಾಲಿಸಿ, ನನ್ನ ಹೃದಯ

ಹಗುರಾಯಿತು. One at a time ಅಲ್ಲ... Killing two birds with one stone ಎಂದು ಹಿಗ್ಗಿದೆ.

ಅವ್ವನ ಅಮೃತವಾಣಿಯನ್ನೇ, ಅವ್ವನ ಧ್ಯೇಯ-ಧೈರ್ಯಗಳನ್ನೇ ಆಸರೆಗೆ ಕೊಂಡು ತಣಿಯಲೆತ್ನಿಸಿದೆ.

ಜೀವಕೊಟ್ಟ ತಾಯಿಗೆ ನನ್ನನ್ನು ಹೇಗೆ ಮುದಬೀದಿಯಲ್ಲಿ ಮುನ್ನಡೆಸಬೇಕೆಂಬುದು ಗೊತ್ತಿಲ್ಲದಿರುತ್ತದೆಯೇ ?

"ಇಲ್ಲ... ಬಿಡಬೇ... ನಾ ಈ ನೌಕರೀನ ಒಲ್ಯಾ..."

ಎಂದು ದನಿಯೆಳೆದಿದ್ದರೆ ಅವ್ವ ನೊಂದುಕೊಳ್ಳುತ್ತಿದ್ದಳು.

ತಾಯಿಯ ಹಂಚಿಕೆಯ ಪಾಲನೆಗೆ, ನನ್ನ ಜೀವ ಮತ್ತೆ ಹುರಿಗೊಂಡಿತು.

ಅವ್ವ ಬೀಸುವಾಗ ಹಾಡುತ್ತಿದ್ದ ಒಂದೊಂದೇ ನುಡಿಗಳು ನನಗೆ ಬಲಗೊಡಲು ಮುಂದೆ ಬಂದವು. "ಇದೋ ನೀನು ಹೀಗೆ ಹೆಜ್ಜೆಯಿಡಬೇಕು... ಅಲ್ಲಿ ಒಂದು ಮನೆಯಿದೆ... ಅಲ್ಲಿ ಹಿಂತವರು ಹಾಡುತ್ತ ನಿನ್ನನ್ನು ಕೂಗಿ ಕರೆಯುತ್ತಾರೆ... ಅಲ್ಲಿಗೆ ಹೋಗು" ಎಂದವು. ಮಾರ್ಗದರ್ಶನದಲ್ಲಿ ನನಗೆ ನೆರವಾದವು.

ಮೇ 44 – ಜುಲೈ 44... ಸರಕಾರದ ಸೊತ್ತಾಗಿ...

ಮೂರು ತಿಂಗಳಿನಲ್ಲಿ ಎಷ್ಟೋ ಹಾಡು ಸಂಗ್ರಹಿಸಿದೆ. ಕಡಲೆದೆಯ, ಕಲ್ಲೆದೆಯ ನಾಡ ತಾಯಿಯ ಹಾಡಿನ ತೊಟ್ಟಿಲಿನಲ್ಲಿ ಮತ್ತೊಮ್ಮೆ ಶೈಶವ ಸಂಭ್ರಮವನ್ನು ಕಂಡೆ. ಆ ದಿನಗಳ ನನ್ನ ಮನೋರಾಜ್ಯದ ರಾಜ್ಯಶ್ರೀ... ರಾಜಮಾ !

ಉಳಿದ ಹಾಡುಗಾತಿಯರನ್ನೂ ಮೀರಿಸುವ, ನನ್ನನ್ನು ಅರಿತು, ಅಳಿದುಹೋದ ತನ್ನ ಒಬ್ಬನೇ ಮಗನೆಂದು ನನ್ನನ್ನು ಭಾವಿಸಿ, ಸಂತಸದಿಂದ ಬರಮಾಡಿಕೊಳ್ಳುವ, ಹಾಡುವ ನುಡಿಯೊಂದೊಂದರಲ್ಲಿಯೂ ನಾಡು – ನುಡಿಗಳ ಸತೇಜ – ಸವಿಸ್ತಾರಗಳನ್ನು ಬಿಂಬಿಸುವ ಹೃದಯ ವೈಶಾಲ್ಯದ, ಕರುಣೆಯ ವೈಭವದ ವೈಖರಿಯ ವೈಜಯಂತಿಯ ರಾಜಮಾಳ ಕುಲಗೋತ್ರ ವಿವರಣೆ ಹೇಳಿದರೆ ನಾನು ಪಾಪಿ; ಮಾನವತೆಯ ಪಾವನತೆಗೆ ನಾನು ಅಡ್ಡಗಟ್ಟಿದಂತಾಗುವುದು, ಕುಲ ಸಂಚರನ, ಸೂತ್ರಧಾರಿಗಳ ಹೇಯ ಉಪಾಯಗಳನ್ನು ಸದೆಬಡೆಯುವ ಸ್ಪಷ್ಟೋಕ್ತಿಗಳನ್ನು ಆ ತಾಯಿ ಹಾಡುತ್ತಿದ್ದಳೆನುವಾಗ,

ರಾಜಮಾ–

ಜನಪದ ನುಡಿ–

ನಾನು–

ಬಾಳು ತುಂಬಿತು.

ನನ್ನ ಸ್ವಪ್ನಧ್ವಜಕ್ಕೆ, ಆಗಸ ವಸನವಾಯಿತು; ನಾನದಕ್ಕೆ ಕೋಲಾದೆ. ವಿಶ್ವದ ಎದೆಯ ಮೇಲೆ, ಎಡರುತೊಡರುಗಳನ್ನೆಲ್ಲ ದೂರ ದೂರಕ್ಕಟ್ಟುತ್ತ ನನ್ನ ಸ್ವಪ್ನಧ್ವಜ 'ಜನಪದ ಸಾಹಿತ್ಯ' ಎಂಬ ನನ್ನ ಮನತುಂಬಿದ ಎರಡು ಶಬ್ದಗಳ ಏಳು ಅಕ್ಷರಗಳನ್ನೆಲ್ಲಾ ತನ್ನ ಮೈತುಂಬ ಮೂಡಿಸಿಕೊಂಡು ಹಾರತೊಡಗಿತು.

ಸಂಗ್ರಹದ ಕೊರಗು ಬಲಿಯಿತು. ಇದ್ದಷ್ಟು ಸಿಕ್ಕಷ್ಟು ಸಾಕಾಗಲಿಲ್ಲ – ನನಗೆ. ಹಸುಗೂಸಿಗೆ ಅರೆಗುಟುಕಿನಷ್ಟು ಹಾಲುಣಿಸಿದಾಗ ತಾಯಿಯ ಮಡಿಲಿನಿಂದ ಕೂಸನ್ನು ಯಾರೋ ಎಲ್ಲಿಗೋ ಕಸಿದೊಯ್ಯುವಂತಹ ಪಾಡು ನನ್ನದಾಯಿತು.

ಆಗಿನ ನನ್ನ ಬಳಲಿಕೆಯನ್ನು ಇಳಿಮುಖಕ್ಕೆ ತಂದ ಗೌರವ ರಾಜಮಾನ ಬಾಳಿಗೆ ಸಲ್ಲುತ್ತದೆ. ನಾನು ಆಕೆಯನ್ನು ಕಂಡ ಸಲವೂ ಒಮ್ಮೊಮ್ಮೆಗೂ ನಾವಾಡಿದ ಮಾತುಗಳು ನನ್ನ ಜೀವನಕ್ಕೆ ಬೆಳಕಾಗಿವೆ. ನನಗೊಗ್ಗದ ಕೆಲಸದ ನನ್ನ ಚಿಂತನೆಯನ್ನು ರಾಜಮಾ ನಿರ್ಮೂಲಗೊಳಿಸುತ್ತಿದ್ದಳು. ಆಕೆಯ ಧ್ವನಿಯಲ್ಲಿ ಜೀವನದಲ್ಲಿ ಅಂಥ ಓಜಸ್ಸು ನೆಲೆನಿಂತಿತ್ತು. ಆಕೆಯ ನೆನವಿಗೊಮ್ಮೆ ನನ್ನ ಕೈ ಜನಪದ ನುಡಿಯ ಮಹಿಮೆಯನ್ನು ಚಿತ್ರಸಲೆಳಸುತ್ತದೆ. ಪ್ರತಿಸಲವೂ ನನ್ನ ಯತ್ನ ಮುಗಿತಾಯವಿಲ್ಲದೆ, ಮುಂದುವರಿಯುತ್ತದೆ.

ನನ್ನ ಬಾಳಿಗೆ ರಾಜಮಾ ಒಂದು ಅನಂತ ಚರಿತೆಯ ಕಳೆ ನೀಡಿದಳು. ಆ ಕಳೆಬೆಳೆ ಕಾಣುವಂತಹ ನುಡಿಮಾಲೆಯನ್ನೂ ನಾಡದೇವಿಗೆ ಮಂಡಿಸಿದಳು. ತನ್ನ ಚಿತ್ರ ನಮ್ಮೆದೆಯಲ್ಲಿ ಚಿರವಾಗಿರುವಂತೆ ಮಾಡಿದಳು.

ರಾಜಮಾನ ಮನೆ ಕಂಡದ್ದು, ಮನ ಕಂಡದ್ದು, ಅವ್ವ ಕಟ್ಟಿದ ಬುತ್ತಿಯನ್ನು ಆಕೆಯ ಮನೆಯಲ್ಲಿ ಬಿಚ್ಚಿ ಮೊದಲ ಬಾರಿಗೆ ಉಂಡಿದ್ದು, ಜೂನ್ 44ರ ಒಂದು ಮಧ್ಯಾಹ್ನ. ಅದೇ ದಿನ ರಾಜಮಾ ನನ್ನನ್ನು ತನ್ನ ಉಡಿಯಲ್ಲಿಟ್ಟುಕೊಂಡಳು.

ಧಾರವಾಡ ಸ್ಟೇಶನ್ ಎದುರಿಗಿರುವ ಟಾಂಗವಾಲಾರ ಗುಡಿಸಲುಗಳಿಗೆ ನಂಬರು ಹಾಕುವುದನ್ನು ಮುಗಿಸಿ, ಅದೇ ನಿಟ್ಟಿನ ರಾಜಮಾನ ಬಡಗುಡಿಸಲಿಗೂ ಹೋಗಿ ನಂಬರು ಹಾಕಿಯಾದ ಮೇಲೆ ನನ್ನೊಂದಿಗೆ ಬಂದಿದ್ದ ಇನ್ನೊಬ್ಬ ಗೆಳೆಯ ತನ್ನ ಮನೆಗೆ ಹೋದ – ಊಟದ ಬಿಡುವಿನಲ್ಲಿ.

ನಾವು ರಾಜಮಾನ ಗುಡಿಸಲಿಗೆ ಹೋದಾಗ ರಾಜಮಾ ಬೀಸುತ್ತಿದ್ದಳು, ಹಾಡುತ್ತಿದ್ದಳು. ನಾನು ನೇರವಾಗಿ ಒಳಗೆ ಅಡಿಯಿಟ್ಟೆ. ರಾಜಮಾ ನನ್ನನ್ನು ಸ್ವಾಗತಿಸಿದಳು. ಒಂದು ಪಕ್ಕದಲ್ಲಿ ಆಕೆಯ ಸೊಸೆ ನರಳುತ್ತಿದ್ದಳು – ಗರ್ಭಿಣಿಯಾಗಿರುವಾಗಲೇ ಅವಳನ್ನು ಆವರಿಸಿದ ಬೇನೆ ಸಣ್ಣದಾಗಿರಲಿಲ್ಲ. ಆಕೆಯ ಒಬ್ಬನೇ ಮಗ ದೂರದ ಥಾಂಡೋಲಿಗೆ ದುಡಿಯಲು ಹೋಗಿದ್ದ. ವಾರಕ್ಕೊಮ್ಮೆ ತಿಂಗಳಿಗೊಮ್ಮೆ ಧಾರವಾಡಕ್ಕೆ ಬರುತ್ತಿದ್ದ.

ಉರ್ದುವಿನಲ್ಲಿಯೇ ನಮ್ಮ ಮಾತುಕತೆ ಮುಂದುವರಿದಿತ್ತು. "ತನ್ನ ಸೊಸೆಯನ್ನು ತವರವರು ಹೆರಿಗೆಗೆ ಕರೆಯಲಿದ್ದಾರೆ. ಇನ್ನೂ ರೋಗ ಮರುಕಳಿಸಿ ಬರುತ್ತಲೇ ಇದೆ. ಇಂಥವಳನ್ನು ಹೇಗೆ ಕಳಿಸುವುದು ?"... ಇವೇ ಮೊದಲಾಗಿ ರಾಜಮಾನ ಕರುಳು ಕುದಿಸುವ ಬೇಗುದಿಯ ಬೆರಕೆ ನುಡಿಯಾಗಿದ್ದುವು. ನಾವು ಊಟ ಮಾಡುವಾಗ ರಾಜಮಾನ ಕತೆ ಕೇಳಿದೆ.

ಅದು ಕ್ಷಾಮಕಾಲ. ರಾಜಮಾ ನಿಪ್ಪಾಣಿಯನ್ನು ಬಿಟ್ಟು ಧಾರವಾಡಕ್ಕೆ ಬಂದು ಒಂದು ವರುಷವಾಗಿದೆ... ನಡುವೆ ಮನಗುಂಡಿ ಮನಸೂರುಗಳಿಗೆ ಏಳೆಂಟು ದಿನಗಳ ಮಟ್ಟಿಗೆ ಭತ್ತ ಮಾಡಲು ಹೋಗಿ ಮರಳಿ ಬರುವನಿತರಲ್ಲಿ ನೀರು ಹತ್ತಿದ ನೆವದಿಂದ ಎರಡು ಮೂರು ತಿಂಗಳ ನೆಲಹಿಡಿದಿದ್ದು, ಆಗಿನ ಈ ಮೂವರ ಕಷ್ಟಪೂರ್ಣ ಜೀವನ... ದುಡ್ಡಿಲ್ಲದಿದ್ದುದಕ್ಕೆ ಧೂಳೀಕೊಪ್ಪದ ಬೀಗರಿಂದ ಅವನ ಆರೈಕೆಗಲ್ಲ... ಹೊಟ್ಟೆಯ ಹೊರೆಯನ್ನು... ತುತ್ತನ್ನು ಉಣ್ಣಲು... ಸಾಲ ಮಾಡಿದ್ದು... ಊರಿನಿಂದ ತಂದ ಎರಡು ಆಡಿನ ಮರಿಗಳನ್ನು ಕಡಿಮೆ ಕ್ರಯಕ್ಕೆ ಸಾಲ ತರುವ ಮುನ್ನ ಮನಕರಗಿ ಮಾರಿದ್ದು... ಚಳಿಜ್ವರ ಕಡಿಮೆಯಾದರೂ ಮಗ ಬಲಹೀನನಾಗಿ ತಿಂಗಳುಗಟ್ಟಲೆ ರಕ್ತ ತುಂಬುವಂಥ ಅನ್ನ ಸಿಗದೆ ಯಾವ ಕೆಲಸವನ್ನೂ ಮಾಡಲು ಬರದಂತಾಗಿ ಮನೆ ಹಿಡಿದದ್ದು... ಆಗ ರಾಜಮಾ ನಿರುಪಾಯಳಾಗಿ ಸಾರಸ್ವತಪುರದವರೊಬ್ಬರ ಮನೆಯಲ್ಲಿ ಕಸಮುಸುರೆಯ ಕೆಲಸಕ್ಕೆ ನಿಂತದ್ದು... ಅವರು

ರಾಜಮಾನ ಮೇಲೆ ತುಡುಗಿನ ಅಪರಾಧ ಹೊರಿಸಿ ಸಂಬಳ ಕೊಡದೆ ಕೆಲಸ ಬಿಡಿಸಿದ್ದು. ಬಳಿಕ ಊರಿನಲ್ಲಿ ಮತ್ತೊಬ್ಬರ ಮನೆಯಲ್ಲಿ ಕೆಲಸ... ಬಿಜಾಪುರದ ಮಗಳ ಮನೆಗೆ ನಾಲ್ಕೈದು ವರುಷಗಳಿಂದ ಹೋಗುವುದಾಗದೆ ದೂರದಿಂದಲೇ ಮಗಳ ಮುಖದ ಸಾಮೀಪ್ಯದ ಕನಸುಣಿಯಾದದ್ದು...

ಇನ್ನೂ ಹಲವು, 'ಜಾಲಿಯ ಮರದ ಮುಳ್ಳೆಣಿಸಬಹುದೇ ?' ಎಂದಳು ರಾಜಮಾ. 'ಇಲ್ಲ' ಎಂದೆ. 'ಹಾಗೆಯೇ ನನ್ನ ದುಃಖದ ಮಾತುಗಳು' ಎಂದು ರಾಜಮಾ ತನ್ನ ಆ ದಿನ ಪರಿಚಯಕ್ಕೆ ಮೊದಲು ಮಾಡಿದ್ದಳು.

ಅವ್ವ ಕಟ್ಟಿದ ಬುತ್ತಿಯಲ್ಲಿ ರೊಟ್ಟಿಯಿತ್ತು. ಖಾರ ಉಪ್ಪಿನಕಾಯಿ – ಉಳ್ಳೆಕಡ್ಡಿ – ಕಡಲೆಯ ಹಿಂಡಿ – ಸೆಂಬಿಯ ಪಲ್ಯ – ಇಷ್ಟೆಲ್ಲ ಇತ್ತು. ಅನ್ನ ಇದ್ದಿರಲಿಲ್ಲ – ಅಕ್ಕಿಯ ಅಭಾವಥ– ರಾಜಮಾನ ಸೊಸೆ ಅನ್ನ ಉಣ್ಣದೆ ತಿಂಗಳು ತಿಂಗಳುಗಳುರುಳಿದ್ದವಂತೆ. ಮಗನು ಕೂಲಿಯ ಭತ್ತ ತರಲು ಹೋದಾಗ ಸರಕಾರದವರು ದಂಡ ಹೇಳಿರುವೆನೆಂದು ಅಂಜಿಸಿ ಅವನ ದುಡಿತದ ಪ್ರತಿಫಲದ ಭತ್ತವನ್ನೂ ಕಸಿದುಕೊಂಡು ಕಳಿಸಿದ ದಾರುಣ ಕತೆಯನ್ನೂ ರಾಜಮಾ ಕಣ್ಣೀರು ಬೆರಸಿ ನನಗೆ ಹೇಳಿದಳು.

ಒಂದೂವರೆ ಗಂಟೆಗೆ ನಾನು ಮದೀಹಾಳ ಸೇರಬೇಕಿತ್ತು, ಆಫೀಸರರ ಹೇಳಿಕೆಯಂತೆ. ಮತ್ತೊಮ್ಮೆ ಹಾಡು ಬರೆದುಕೊಳ್ಳಲು ಬರುತ್ತೇನೆಂದು ಪೂರ್ವ ಸೂಚನೆ ಇತ್ತು.

"ರಾಜಮಾ... ನಾ ಹೋಗ್ತೇನಿನ್ನ" ಎಂದೆ.

ರಾಜಮಾ ತನ್ನ ಗರ್ಭಿಣಿ ಸೊಸೆಯ ಬಯಕೆಯ ಊಟ ಹಿಂಗಿತು ಎಂದು ತನ್ನ ಮುಪ್ಪಿನ ನಾಲಗೆಯಿಂದ ನುಡಿದು ನನ್ನನ್ನು ಹರಸಿ, 'ಅಚ್ಛಾ–ಬೇಟಾ' ಎಂದು, 'ಬ್ಯಾರೆ'ಂದು ಸಮ್ಮತಿಸಿದಳು.

ಸಾಯಕಲ್ ಹತ್ತಿದೆ. ಸ್ಟೇಶನ್–ಧಾರವಾಡದ ಒಂದು ತುದಿ–! ಮದೀಹಾಳ–ಮತ್ತೊಂದು ತುದಿ. ಎರಡೂ ತುದಿಗಳ ನಡುವಿನ ದಾರಿಯಲ್ಲೆಲ್ಲ ತಪ್ತ ಹೃದಯನಾಗಿ, ತಲೆ ತಿರುಗಿಸಿಕೊಳ್ಳುತ್ತ ಮಳೆಯ ಬರವನ್ನು ಸೂಚಿಸುತ್ತಿದ್ದ ಬಿಸಿಲಿನಲ್ಲಿ ಮದೀಹಾಳಕ್ಕೆ ಹೋದೆ. ದಾರಿಯಲ್ಲಿ 'ನಾನು ರಾಜಮಾಳನ್ನು ಬೇಗ ಕಾಣುವಂತಾಗಿ, ಸಂಗ್ರಹಿಸಬೇಕು–ರಾಜಮಾನ ಸೊಸೆಗೆ ತೀವ್ರ ಗುಣವಾಗಬೇಕು– ಮನೆಗೆ ಇಂದು ಹೋಗಿ ನವಿಲೂರ ತಾಯಿಗೆ ಈ ದಿನದ ಕತೆ ಹೇಳಬೇಕು' ಈ ವಿಚಾರ ಚಕ್ರ ನನ್ನ ಸಾಯಕಲ್ ಗಾಡಿಯ ವೇಗಕ್ಕಿಂತಲೂ ಹೆಚ್ಚು ವೇಗದಿಂದ ತಿರುಗತೊಡಗಿತು.

ಎರಡನೆಯ ಸಲ, ನಾಲ್ಕೈದು ದಿನಗಳ ನಂತರ. ಒಂದು ಮಂಗಳವಾರ ಆಫೀಸಿಗೆ ಸಂತೆ ರಜೆಯಿದ್ದುದರಿಂದ, ಇನ್ನೂ ಎರಡು ತಾಸಿನಷ್ಟು ಹೊತ್ತಿರುವಾಗ ರಾಜಮಾನ ಬಳಿಗೆ ಹೋದೆ. ಆಗ ಆಕೆಯ ಸೊಸೆ ಕಿತ್ತೂರಿಗೆ ಹೋಗಿದ್ದಳು. ಮನೆಯಲ್ಲಿ ರಾಜಮಾ ಒಬ್ಬಳೇ ಇದ್ದಳು. ಡಾಂಬರಿನ ಡಬ್ಬಿಯನ್ನು ಹಿಡಿದುಕೊಳ್ಳಲು ನಾಚುತ್ತಿದ್ದ ಗೆಳೆಯುರು ಅದನ್ನು ನನ್ನ ಸಾಯಕಲ್ ಹ್ಯಾಂಡಲಿಗೆ ತೂಗುಹಾಕಿಬಿಡುತ್ತಿದ್ದರು.

ರಾಜಮಾನ ಗುಡಿಸಿಲಿನ ನಡುಗಂಬದಲ್ಲಿ ತಗಣಿಯ ಬಳಗ ಮನೆ ಮಾಡಿತ್ತು. ಮತ್ತೊಂದು ಜಾಜಿಯ ಸಂದಕಕ್ಕೆ ಗೆದ್ದಲು ಹತ್ತುತ್ತಿತ್ತು. ರಾಜಮಾ ಆ ಕಂಬಕ್ಕೆ, ಆ ಸಂದಕದ ತಳಭಾಗಕ್ಕೆ, ಡಾಂಬರು ಹಚ್ಚಬಹುದೇ, ಉಪಯೋಗಿಸಬಹುದೇ, ಎಂದು ನನ್ನನ್ನು ಕೇಳಲಾರದೆ ಕೇಳಿದಳು.

ಮಾತಿನಿಂದ ಉತ್ತರಿಸದೆ ರಾಜಮಾನಿಗೆ ಸುಮ್ಮನೆ ಕೂಡಲು ಹೇಳಿ ಕಂಬಕ್ಕೆಲ್ಲ ಡಾಂಬರು ಬಳಿದೆ–ಸಂದಕಕ್ಕೂ; 'ಇನ್ನೊಂದರೆ ತಾಸಿನಲ್ಲಿ ರಾಜಮಾ ಹಾಡುತ್ತಾಳೆ. ಬೀಸುವ ಕಲ್ಲಿಗೆ ಆ ತಾಯಿಯ ಡಾಂಬರ ಗುರುತಿನ ಕೈ ಸ್ಪರ್ಶಬೇಡ' ಎಂದು ನನ್ನ ಮನ ತನಗೆ ತಾನೇ ಹೇಳಿಕೊಳ್ಳುತ್ತಿತ್ತು.

ಆ ದಿನ ಸುಮಾರು ಮೂವತ್ತರಷ್ಟು ನುಡಿಗಳನ್ನು ರಾಜಮಾ 'ಸರಸತಿಯು ತಲೆದೂಗೆ' ಹಾಡಿದಳು; ನಾನು ಬರೆದುಕೊಂಡೆ.

ಬೀಸುವ ಕಲ್ಲಿಗೆ ಕೊನೆ ಮುಕ್ಕು ಹಾಕುವಾಗ ರಾಜಮಾನ ಮೈ ಬೆವರೊಡೆದಿತ್ತು. ತಲೆಯ ಶ್ವೇತವರ್ಣದ ಕೂದಲು ಕಲ್ಲಿನ ಎದೆಯ ಮೇಲೆ ನಗೆಯಾಡುತ್ತಿದ್ದುವು. ಹಿಂಬದಿಯ ಹತ್ತಿಯ ಕೊಳ್ಳದಲ್ಲೆಲ್ಲ ರಾಜಮಾ ಹಾಡಿದ ನುಡಿಗಳ ಸಾಲೂ ಸಾಲೂ, ಅಕ್ಷರ ಅಕ್ಷರಗಳೂ ಪ್ರತಿಧ್ವನಿಗೊಳ್ಳುತ್ತಿದ್ದವು. ಹಕ್ಕಿಗಳ ಕಂಠದಲ್ಲಿ ಹುಬ್ಬಳ್ಳಿ ಪುಣೆಯತ್ತ ಹೊರಟು ನಿಂತ ಗಾಡಿಯ ಕೂಗಿನಲ್ಲಿ ಅದೇ ಧ್ವನಿ ತುಂಬಿಕೊಂಡಿತು. ಸಂಜೆಯ ರವಿ 'ರಾಜಮಾ!' ಇಂಥ ದಿವ್ಯ ಧ್ವನಿಯನ್ನು ನಾನೆಂದೂ ಆಲಿಸಿಲ್ಲವಲ್ಲ ಎನ್ನುತ್ತ ರಾಜಮಾನ ಪ್ರಶಂಸೆ ಮಾಡದಿದ್ದರೆ ತನ್ನ ಮನ ತುಂಬದೆಂದು ಪಡುವಣ ದಿಕ್ಕಿನ ಮುಖದ ಮೇಲೆ ರಾಜಮಾನ ಹೆಸರನ್ನು ಹೊಂಗಿರಣಗಳಿಂದ ಬರೆದು, ಆ ತಾಯಿಯಿಂದ ಮುಳುಗಲಪ್ಪಣೆ ಬೇಡಿದ. ಆ ಹಿರಿ ಹೆಸರನ್ನೇ ನಾನು ಕಣ್ತುಂಬ ನೋಡಿ ಪಠಿಸುತ್ತಿದ್ದೆ.

ಹಾಡು ಮುಗಿಸುತ್ತ ಕಲ್ಲಿಗೆ ನಮಿಸುತ್ತ:

"ನೀನಿನ್ನೂ ಮೂರು ಮೈಲಿ ಹೊರಡಬೇಕು, ತಡವಾದೀತು, ಹೊರಡು: ಹುಟ್ಟುವ ಮೊಮ್ಮಗನೊಡನೆ, ಮಗ – ಸೊಸೆಯೊಡನೆ ನಾನು ಒಮ್ಮೆ ನಿಮ್ಮ ಊರಿಗೆ ಬರುತ್ತೇನೆ – ನಿಜವಾಗಿ – ನಿಮ್ಮ ಊರಿನ, ನಿಮ್ಮ ಮನೆಯ ಉಪ್ಪಿನಕಾಯಿ ತಿಂದ ನನ್ನ ಮೊಮ್ಮಗ ನಿಮ್ಮ ಊರಿಗೆ ಬಾರದಿರುವನೇ ?" ಎಂದು ತನ್ನ ಭಾಷೆಯಲ್ಲಿ ನನ್ನನ್ನು ಬೀಳ್ಕೊಡುವಾಗ, ತಾನು ಕೊಳ್ಳದಿಂದ ತಂದಿದ್ದ 'ಇಸರು ಡಿಗ್ಯಾನಪಲ್ಯೆ'ಯನ್ನು ಮನೆಗೊಯ್ಯಲೆಂದು ನನಗಿತ್ತಳು. ಮತ್ತೆ ಮತ್ತೆ ಬರಲು ಹೇಳಿದಳು.

ಅಷ್ಟೊಂದು ವೇಗದಿಂದ, ಇನ್ನೂ ತನ್ನ ಸೊಸೆಯ ಹೊಟ್ಟೆಯಲ್ಲಿದ್ದ ಮೊಮ್ಮಗನನ್ನು ಕಾಣುವ ಆಸೆಯನ್ನು ಆಕೆಯ ವೃದ್ಧ ಕಣ್ಣುಗಳು ಹೊರಗೆಡುಹುತ್ತಿದ್ದವು.

ಮತ್ತೆ ಮುಂದಿನ ಮಂಗಳವಾರ ರಾಜಮಾನನ್ನು ನಾನು ಕಂಡು ಮತ್ತೊಂದು ಹತ್ತು ನುಡಿಗಳನ್ನು ಬರೆದುಕೊಳ್ಳುವ ಹೊತ್ತಿಗೆ, ಕಿತ್ತೂರಿನ ನೆರೆಯ ಹಳ್ಳಿಯಿಂದ ಧಾರವಾಡದ ಸಂತೆಗೆ ಬಂದವರೊಬ್ಬರು ರಾಜಮಾನನ್ನು ಕಂಬನಿಮನೆಯ ಕಣ್ಣುಗಳಿಂದ, ತಲೆ ಕೆಳಗೆ ಮಾಡಿ ನೋಡಿ ಹೇಳಿದರು.

"ನಿನ್ನ ಸೊಸಿ ಹಡದ್ಳು – ಆದ್ರ ನಿನ್ನ ಬಾಗೇವ ಇಲ್ಲಾ... ಮರುದಿವ್ಸ ಹುಡುಗ ಜೀಂವಾ ಬಿಟ್ಟೀ..."

ರಾಜಮಾನ, ನನ್ನ, ಎದೆಯ ಹುಲ್ಲುಗಾವಲು ಸೀಮೆಯ ಸಿರಿ ಒಣಗಿದಂತಾಯಿತು. ಅದಕ್ಕೆ ಬೇಗೆ ಹಚ್ಚಿದಂತಾಯಿತು, ಆ ಬೇಗೆಗೊಂಡ ಕರಕು ನೆಲದ ಅಮಂಗಳ ವರ್ಣ ನಮ್ಮ ಮುಖದಲ್ಲಿ ಬಿಡಾರ ಬಿಟ್ಟಿತು.

ಆಗ ನನಗೆ ಉರ್ದು ಮರೆತಂತಾಯಿತು – ಸಂತೈಸ ಹೊರಟೆ.

"ರಾಜಮಾ, ನಿನಗಿನ್ನ ಇವತ್ತ ರಾತ್ರಿ ಇಲ್ಲಿರೋದು ಆಗೂದುಲ್ಲಾ. ಬ್ಯಾಡಾ... ಅಳಕೊಂತ

ಕುಂಡರತೀ... ಇಲ್ಲಿರೂದ ಬ್ಯಾಡಿವತ್ತ... ನಮ್ಮೂರಿಗೆ... ಬಾ."

ರಾಜಮಾ ಕೃಶದೇಹವನ್ನು ಮುದುಡಿಸಿಕೊಂಡು ಎಳೆಯ ಹಕ್ಕಿಯಂತಾಗಿ, ಕುಳಿತಲ್ಲಿಂದ ಏಳಲಾರದಾದಳು. ಆ ದುಃಖವನ್ನು ಮರೆಸುವ ಕೆಲ ನುಡಿಗಳು ರಾಜಮಾನಿಗೆ ಬುದ್ಧಿ ಹೇಳಬಹುದಿತ್ತು... ಆದರೆ ದೀರ್ಘಯಾತನೆ ದೆವ್ವದಂತೆ ಅವನೆದೆಯಿಂದ ಅವಳ ಬಾಳುದ್ದಕ್ಕೂ ಬಳಸಿಕೊಂಡ ನುಡಿಗಳನ್ನು ನುಂಗಲು ಬಾಯಿ ತೆರೆದಿತ್ತು.

ಆಗ ಅವ್ವನ ಮಾತು ನೆನಪಿಗೆ ಬಂತು.

ಅಂವ (ನನ್ನ ತಂದೆ) ಸತ್ತಿಂದ ನಾಕ್ಕೈದ ವರ್ಷ ನನಗೆ ಹಾಡಾಕ ಬಾಯಿ ಬರಲೇ ಇಲ್ಲಾ. ಇನ್ನ ಆ ಹಾಡಾಗಿನ ಮಾತಲ್ಲಿಂದ ನೆನಪಿಗೆ ಬರಬೇಕು...? ಸುಡುಗಾಡ... ಅಳಸೂವಂತಾವೂ ಹಾಡ ಇರತಾವಲ್ಲ... ಆವ ಬಾಯಾಗ ಬರುತ್ತಿದ್ದು...

ಸುದ್ದಿಯನ್ನು ಹೇಳಿದವರು "ಕಿತ್ತೂರಿಗೆ ಕರಕೊಂಡ ಹೊಕ್ಕೇನಿ ಹೋಗ ತಮ್ಮ ಆಕೀನ್ನ... ಬೆಲ್ಲಾ ಹೇರಿಕೊಂಡ ಬಂದ ಚಕ್ಕಡ್ಯಾಗ" ಎಂದು ನನಗರುಹಿ ರಾಜಮಾನನ್ನು ಪೇಟೆಯತ್ತ ಕರೆದೊಯ್ದರು.

ನಾನು ನವಿಲೂರಿಗೆ ಹೋಗುವಾಗ ದಾರಿಯ ಇಕ್ಕೆಲದಲ್ಲೆಲ್ಲ ರಾಜಮಾನ ಮೂರ್ತಿ ನನ್ನ ಕಣ್ಣಿಗೆ ಕಾಣುತ್ತಿತ್ತು... ರಾಜಮಾನ ಮೊಮ್ಮಗ ಬೆಳೆದು ದೊಡ್ಡವನಾಗಿದ್ದರೆ ಇದೇ ದಾರಿಯಲ್ಲಿ ಬಾಲಲೀಲೆಯನ್ನಾಡುತ್ತ ನಮ್ಮ ಮನೆಗೆ ಬರುತ್ತಿದ್ದ, ಎಂದು ನನ್ನ ತಲೆ ಬಡಬಡಿಸುತ್ತಿತ್ತು. ಸಾಯಕಲ್ಲು ನಡುನಡುವೆ ಮುರಿದುಬಿದ್ದಂತಾಗುತ್ತಿತ್ತು.

ಅವ್ವನಿಗೆ ಎಲ್ಲವನ್ನೂ ಹೇಳಿದೆ – ಕೊರಗಿದಳು. ನಾನು ಉಣ್ಣುವಾಗ ನನಗೆ ಹಾಲು ನೀಡಲಿಲ್ಲ, – ನಾನು ಅರ್ಥಮಾಡಿಕೊಂಡೆ.

ಹದಿನೈದು ದಿನಗಳುರುಳಿರಬಹುದು... ಒಂದು ಶನಿಪ್ರದೋಷ ಪೂಜೆ ಬಂದಿತಂತೆ. ಅವ್ವ ಅಪ್ಪನ ನೆನಪು ಮಾಡಿ ಅಂದಿನ ಪ್ರದೋಷ ಪೂಜೆಗೆ ಸೋಮೇಶ್ವರಕ್ಕೆ ಹೋಗೆಂದಳು, ನಮ್ಮೋಣಿಯವರೊಡನೆ ತಾಯಿಯ ಎದುರು ಹೂಂ ಎನ್ನಲೇಬೇಕಿತ್ತು. ಎದೆ ಮಾತ್ರ ಆ ಸಂಜೆಗೆ ಬೇರೊಂದು ಕಾರ್ಯಕ್ರಮವನ್ನು ಕೈಕೊಳ್ಳತೊಡಗಿತ್ತು.

ಆಫೀಸಿನ ಕೆಲಸ ಮುಗಿಸಿ ಸೋಮೇಶ್ವರಕ್ಕೆ ಹೋಗಲರಿಯದೆ, ರಾಜಮಾನೆಡೆಗೆ ಹೋದೆ. ಹಿಂದಿರುಗಿ ಬಂದಿದ್ದಳು.

ನಾನು ಅವಳನ್ನು ಕಂಡೊಡನೆ,

"ನಿನ್ನ ಮೈಯಾಗಿನ ಅರಿವೀ ಕಳಿ" ಎಂದಳು ರಾಜಮಾ. ಹಿಂದಿನ ದಿನ ಹಳ್ಳಿಗನ ವೇಷದಲ್ಲಿ ನೀನು ನನ್ನೊಡನೆ ಬರಬೇಕು ಎಂದು ಸೂಚಿಸಿದ್ದಳಲ್ಲದೆ ಉಳಿದಾವ ಕತೆಯನ್ನೂ ಹೇಳಿದ್ದಿಲ್ಲ. ಧೋತರ ಕೊಟ್ಟಳು, ಉಟ್ಟೆ; ಅಂಗಿಯನ್ನೂ ಕೊಟ್ಟಳು, ತೊಟ್ಟೆ; ಪಾವಡವನ್ನೂ ಕೊಟ್ಟಳು, ಸುತ್ತಿಕೊಂಡೆ. ಹೆಗಲಿಗೆ ಒಂದು ನೆರೆ ಕಂಬಳಿಯನ್ನು ತನ್ನ ಹಸ್ತದಿಂದಲೇ ಇರಿಸುವಾಗ ಅವಳ ಸಹನೆ ಮೀರಿತ್ತು.

"ತುಮಾರಾ ಸರಕಾ ಬೇಟಾ ಬೀ ಮರ್‍ಯಾ... ಮೇರೆ ನನ್ನೇ..."
ಎನ್ನುತ್ತ ಅಳತೊಡಗಿದಳು. ಹೊರಗೆ ನಡೆಯಲು ನನ್ನನ್ನು ಕೈಹಿಡಿದು ಮುನ್ನಡೆಸ ತೊಡಗಿದಳು; ಅವಳ ಬಾಯಿ ಹೇಳುತ್ತಿತ್ತು: "ಮರೇಸೋ ಬೇಟೇಕಾ ಕಪಡಾ... ತುಮಾರೇ ಬದನ ಪರ ...ಅಚ್ಚಾ ದಿಖತೇ... ಮೇರೇ ಬೇಟಾ... ನಹೀ... ಜಿಂದಾ ಹೈ..."

ರಾಜಮಾ ಇಷ್ಟೆಲ್ಲ ಹೇಳುತ್ತಿದ್ದಾಗ ನಾನು ಬಗೆಯುತ್ತಿದ್ದೆ :

"ಸತ್ತ ಮಗನ ಉಡುಪನ್ನು ನನಗೊಮ್ಮೆ ತೊಡಿಸಿ, ಅವನ ರೂಪವನ್ನು ನನ್ನಲ್ಲಿ ಕಾಣಲಾಶಿಸಿರಬೇಕು ರಾಜಮಾ" ಇಲ್ಲ, ನಾನು ತಪ್ಪು ಬಗೆದೆ. ಆ ಆಸೆ ರಾಜಮಾನಿಗಿದ್ದರೂ ಮತ್ತೊಂದು ಗುಟ್ಟೂ ಅದರಲ್ಲಿತ್ತು.

"ಬೇಟಾ, ಕಾಶೀಮ; ಚಲೋ... ರಾತ ಹೋಗಾ."

ಆಗ ರಾಜಮಾನ ಸತ್ತ ಮಗನ ಹೆಸರು ಕಾಶೀಮ ಎಂದಿತ್ತು ಎಂದರಿತೆ. ಅರೆ ಜೀವಗೊಂಡು ರಾಜಮಾನ ಮಾತುಗಳನ್ನಾಲಿಸುತ್ತ.

ಸ್ಟೇಶನ್ ದಾಟಿದೆವು. ರಾಜಮಾ ಹೇಳಿದ್ದನ್ನೆಲ್ಲ ಕನ್ನಡಿಸುವೆ: "ಮೊಮ್ಮಗ ಹುಟ್ಟಿದ ಸುದ್ದಿಯನ್ನು ನನಗೆ ಕಳಿಸುವ ಮೊದಲೇ ಹುಟ್ಟಿದ ದಿನವೇ ಧಾಂಡೋಲಿಯಲ್ಲಿದ್ದ ಮಗನಿಗೆ ಕಳಿಸಿದ್ದರಂತೆ. ಅಡವಿಯ ಕಾಡುಗಿಡ ಕಡಿಯುವಾಗ ಬಿಸಲಿನಲ್ಲೊಮ್ಮೆ ಎಚ್ಚರದಪ್ಪಿ ಗಿಡದಿಂದ ನಾಲ್ಕೈದು ವಾರದ ಹಿಂದೆ ಬಿದ್ದನಂತೆ, ಕೈಯ ಕೊಡಲಿ ಎದೆಯ ಮೇಲೆ ತಾಗಿ ಮತ್ತೆ ನೆಲ ಹಿಡಿದನಂತೆ. ನನಗೆ ಆ ಸುದ್ದಿ ತಿಳಿಯಲಿಲ್ಲ. ನೋವು ಘನವಾಗಿ, ನನ್ನನ್ನೂ ಹೆಂಡತಿಯನ್ನೂ ನೆನೆನೆನೆದು ಬಡಬಡಿಕೆಗಾರಂಭಿಸಿದನಂತೆ. ನೀನು ಹಿಂದೆ ಬಂದಾಗ ಮೊಮ್ಮಗ ಸತ್ತ ಸುದ್ದಿಯನ್ನು ಹೇಳಿದವರು ಕಾಶೀಮ ಸಾಯುವುದರಲ್ಲಿದ್ದಾನೆ ಎಂದು ಕಿತ್ತೂರು ಮುಟ್ಟುವವರೆಗೆ ನನಗೆ ಹೇಳಲಿಲ್ಲ. ಧಾಂಡೋಲಿಗೆ ಬಂದು ನನ್ನ ಮಗನಿಗೆ ಮಗ ಹುಟ್ಟಿದುದನ್ನು ಹೇಳಿದವರೆ ಹಳವಿನ ಮಾಲಿಕರ ಮೋಟಾರನ್ನು ಕಾಡಿ ಬೇಡಿ, ಅದರಲ್ಲಿ ಅವನನ್ನು ಕಿತ್ತೂರಿಗೆ ಕರೆದೊಯ್ದರು. ಕಾಶೀಮ ಮನೆ ಮುಟ್ಟಿದಾಗ ಮೊಮ್ಮಗ ಮಸಣದ ತುತ್ತಾಗಿ–ಮಣ್ಣಾಗಿ–ಅರ್ಧ ದಿನವಾಗಿತ್ತು. ಅವನಿಗೂ ಮಗನ ಮುಖ ನೋಡಲು ಸಿಗಲಿಲ್ಲ– ನನಗೂ... ದೂರ ದೂರವಾಯಿತು.

"ನಾನು ಹೋದೆ ಕಿತ್ತೂರಿಗೆ–ಮಗ ಸತ್ತ ದುಃಖದಲ್ಲಿ ಕಾಶೀಮ ಚಿಂತೆ ಹೆಚ್ಚಿಸಿಕೊಂಡ– ನೋವನ್ನೂ ಹಚ್ಚಿಸಿಕೊಂಡ ಎದೆಯ ಘಾಯ ಉಕ್ಕಲೇರಿತು. ಗುರುವಾರ... ನಾನು ಹೋದ ಎರಡನೇ ದಿನ... ಅವನೂ–ಸತ್ತ."

"ಅವನ ಔಷಧಕ್ಕೆ ಸಾಲ ಪಡೆದ ದುಡ್ಡು ತೀರಿಸಬೇಕು. ನಾನು ಕಸ ಮುಸುರೆ ಮಾಡುವ ಮನೆಯ ಪಠಾಣ ಆರು ತಿಂಗಳ ಸಂಬಳ ಇನ್ನೂ ಕೊಟ್ಟಿಲ್ಲ. ಅದನ್ನು ಅವನಿಂದ ಪಡೆಯಲೆಂದು ಬಂದೆ. ಮುಂಜಾನೆ ಅವನ ಮನೆಗೆ ಹೋದಾಗ ಸಾಲಕೊಟ್ಟ ಬೀಗರ ಆಳುಮಗ ಬಂದಿದ್ದಾನೆ" ಎಂದ. "ಸುಳ್ಳು ಹೇಳುತ್ತೀ ನೀನು–ನನಗೆ ಬೇರೆಯವರಿಗೆ ಸಾಲ ಕೊಡಲು ದುಡ್ಡಿಲ್ಲ. ಆ ಆಳುಮಗನನ್ನು ಕರೆತಂದರೆ ನಿನ್ನ ನಾಲ್ವತ್ತು ರೂಪಾಯಿ ಕೊಡುವೆ"ನೆಂದ. ಅದಕ್ಕೇ ನಿನ್ನನ್ನು ಕರೆದದ್ದು. ಕಾಶೀಮನ ವಸ್ತ್ರ ಉಡಿಸಿದ್ದು, ಈಗ ಆ ನಮಾಜುಗಟ್ಟೆಗೆ ಅವನು ಬಂದಿರುತ್ತಾನೆ."

"ಅವನಿಗೆ ನೀನು ಧೂಳೀಕೊಪ್ಪದ ಸಾಲಕೊಟ್ಟ ಬೀಗರ ಆಳುಮಗನೆಂದು–ಹೇಳುವೆ, ಇಲ್ಲದಿದ್ದರೆ ದುಡ್ಡು ಕೊಡುವದಿಲ್ಲ."

ಲೈನ್ ಬಝಾರದ ಸಮೀಪದ ನಮಾಜು ಮಾಡುವ ಮಸೀದಿಗೆ ರಾಜಮಾ ನಾನೂ ಹೋದೆವು. ಪಠಾಣ ಇದ್ದ–ನನ್ನನ್ನೂ ಒಂದೆರಡು ಮಾತು ಮಾತಾಡಿಸಿದ. "ಜೀ ಸಾಬ. ಹಮ ಅಬೀಚ ಧೂಳೀಕೊಪ್ಪಕೋ ಜಾನೇವಾಲೆ– ಹಮಾರಾ ಸಾವಕಾರ..." ಎಂದ.

ಪೂರ್ಣ ನಾಲ್ವತ್ತು ರೂಪಾಯಿಗಳೂ ರಾಜಮಾನ ಪಾಲಿಗೆ ದಕ್ಕಲಿಲ್ಲ. ಪಠಾಣ ಮೂವತ್ತಕ್ಕೇ ಮುಗಿಸಿದ. ರಾಜಮಾ ಶರಣೆಂದಳು–ನಾನೂ ಬಿನ್ನವಿಸಿದೆ; ವ್ಯರ್ಥವಾಯಿತು.

ಮರಳಿದೆ ನಮ್ಮ ಗುಡಿಸಲಿಗೆ. ಆ ಉಡುಪು ನನಗೆ ಬಹಳ ನೀತಿಯನ್ನು ಕಲಿಸಿತು. ಹಾಗೆಯೇ ಬೆಳಗಾಗುವವರೆಗೆ ರಾಜಮಾನ-ಆ ಮಹಾತಾಯಿಯ-ಮಡಿಲಲ್ಲಿ ಮಲಗಿದೆ. ಗುಡಿಸಲು ಮುಟ್ಟುವಾಗಲೇ ರಾತ್ರಿ ಒಂಬತ್ತು ಗಂಟೆಯಾಗಿತ್ತು. ತಾಯಿ ಕಟ್ಟಿದ ಬುತ್ತಿಯನ್ನು ಬಿಚ್ಚಿದೆ. ಉಣ್ಣಲೆಂದು ರಾಜಮಾನ ಮನ ಒಲಿಸಲು ಒಂದು ತಾಸಿನಷ್ಟು ಹೊತ್ತು ಜುಲುಮೆ ಮಾಡಿದೆ. ಧೈರ್ಯ ಹೇಳಿದೆ. ರಾಜಮಾ ಯಾವ ಸಂತಸದಿಂದ ಉಣ್ಣಬೇಕು ? ಇಬ್ಬರೂ ಕೂಡಿ ನಾಲ್ಕರಲ್ಲಿ ಒಂದು ರೊಟ್ಟಿಯನ್ನು ಅರ್ಧರ್ಧ ತಿಂದೆವು. ನನಗೆ ನಿದ್ದೆ ಬರುವವರೆಗೂ ರಾಜಮಾನ ಮನ ಹಗುರಗೊಳಿಸುವ ಮಾತನ್ನೇ ನಾನು ಆಡಿದೆ. ಯಾವಾಗ ನಿದ್ದೆ ಹತ್ತಿತ್ತೋ ನನಗರಿಯದು.

ರಾಜಮಾ ನನ್ನನ್ನು ಎಬ್ಬಿಸಿದಾಗ ಇನ್ನೂ ಪೂರ್ಣ ಬೆಳಕಾಗಿರಲಿಲ್ಲ. ಆ ಬೆಳಕು ರಾಜಮಾನ ಕಣ್ಣೀರನ್ನೆಲ್ಲ ಕುಡಿದು ಭಾರವಾಗಿ, ಜಡವಾಗಿ ಚೈತನ್ಯ ಹೀನವಾಗಿ, ಮೂಡುತ್ತಿತ್ತು. ಹತ್ತಿಯ ಕೊಳ್ಳದ ಕಾಡುಮೃಗವೊಂದು ಅಳುವ ಧ್ವನಿ ತೆಗೆಯುತ್ತ ಚೀರುತ್ತಿತ್ತು. ಬೆಳಗಿನ ಗಾಡಿಯ ಕೂಗು ಕರ್ಕಶವಾಗಿತ್ತು.

"ನಾನಿಂದೇ ಬೀಗರ ಸಾಲ ತೀರಿಸಲು-ಇದ್ದಷ್ಟು ಕೊಟ್ಟು-ಧೂಳೀಕೊಪ್ಪಕ್ಕೆ ಹೋಗುವೆ" ನೆಂದಳು ರಾಜಮಾ. "ಬರುವುದಕ್ಕೆ ಐದಾರು ತಿಂಗಳು- ಕನಿಷ್ಠ ಹೆಚ್ಚು ಕಡಿಮೆ ಒಂದು ವರ್ಷ ಹಿಡಿಯಬಹುದು." -ಮಾತು ಮುಂದುವರಿಸಿದಳು, ನನ್ನ ಕಂಬನಿಯನ್ನು ನೋಡಿ- "ಇಲ್ಲವಾದರೆ ಸೊಸೆಯನ್ನೂ ಧಾರವಾಡಕ್ಕೆ ಕರೆತರುವೆ, ಇಲ್ಲಿಯೇ ಕೂಲಿಕುಂಬಳಿ ಮಾಡುತ್ತ... ಅಂತೂ ಬಂದರೆ... ಇಲ್ಲ ಬರಲು."

ತಿಂದುಳಿದ ಮೂರು ರೊಟ್ಟಿಯನ್ನು ನಿರುಕಿಸಿ "ಮನೆಗೆ ಒಯ್ಯೆಂ"ದಳು. ನಾನು "ನಿನ್ನ ದಾರಿಯ ಬುತ್ತಿಯಾಗಲಾರದೇ ?" ಪ್ರಶ್ನಿಸಿದೆ. "ತಂಗಳನನಗರಿಯದಂಥದೇ ?" ಎಂದುತ್ತರಿಸಿ ರಾಜಮಾ ಬುತ್ತಿಯನ್ನು ಕೊಂಡು ಕಲಘಟಗಿಯ ಹಾದಿಯತ್ತ ನಡೆಯತೊಡಗಿದಳು. ನಾನು ಹಿಂಬಾಲಿಸಿದೆ. ಸೋಮೇಶ್ವರದ ಬಳಿ ನವಿಲೂರ ದಾರಿ ಕವಲೊಡೆಯುತ್ತಿತ್ತು... ರಾಜಮಾ ತನ್ನ ದುಡಿತದ ಮೂವತ್ತು ರೂಪಾಯಿಗಳಿಂದ ಐದು ರೂಪಾಯಿಯ ನೋಟು ತೆಗೆದು ನನಗೆ ಕೊಡಬಂದಳು.

ನನ್ನ ಬಾಯಿಗೆ ಮಾತು ಬರಲಿಲ್ಲ-ರಾಜಮಾನ ಅಡಿಗೆ ಬಾಗಿದೆ. ದುಃಖ ದುಂಬಿದ ಕಣ್ಣುಗಳಿಂದ ನನ್ನನ್ನು ರಾಜಮಾ ಹರಸಿ, 'ಬೇಡ'ವೆನ್ನುವ ನನ್ನ ಬಗೆ ತಿಳಿದು ಮತ್ತೆ ನನ್ನ ಕುಂಚಿಗೆಯ ಪದರಿನಲ್ಲಿ ಐದು ರೂಪಾಯಿಯನ್ನು ಕಟ್ಟಿಕೊಂಡಳು – ಅಡಿಯಿಡತೊಡಗಿದಳು, ಇಬ್ಬರೂ ಮೌನ ತಳೆದೆವು. ಅವಳ ದಾರಿಯನ್ನೇ ನೋಡುತ್ತ ದಿಙ್ಮೂಢನಾದೆ... ಇಷ್ಟೆಲ್ಲ ಹೇಗಾಯಿತೆಂದು.

ನನಗಾಗ Gorkyಯ 'Mother' ನೆನಪಿಗೆ ಬಂದಳು-ಪ್ರೇಮಚಂದ್ರ 'ಕರ್ಮಭೂಮಿ'ಯಲ್ಲಿ ಚಿತ್ರಿಸಿದ ಮುದುಕಿಯ ಅರಿವಾಯಿತು. Wordsworth, Miltonನನ್ನು ಕುರಿತು ಬರೆದ Sonnetನಲ್ಲಿಯ Milton England English ಈ ಮೂರು ಶಬ್ದಗಳಿಗೆ ಬದಲಾಗಿ – ಅನುಕ್ರಮವಾಗಿ Rajama Karnataka ಮತ್ತು Kannada ಈ ಮೂರು ಶಬ್ದಗಳನ್ನು ಸೇರಿಸಿದರೆ ಆ ಕವನ ನನ್ನ ರಾಜಮಾನ ಸಂಪೂರ್ಣ ಜೀವನವನ್ನು, ಹಾಡುಗಾರಿಕೆಯನ್ನು ಅವಳ ಪವಿತ್ರ ಮೂರ್ತಿಯನ್ನು ಚಿತ್ರಿಸುವಂತಾಗುತ್ತದೆ ಎಂದು ನನ್ನ ಎದೆ ಒಡನುಡಿಯಿತು- ಹಾರತೊಡಗಿತು-ನನ್ನ ಮೈ ನಡುಗಿ ಉಡುಗಿತು.

ರಾಜಮಾ, ನಾನು–ನಮ್ಮಿಬ್ಬರು ಈ ಸಂಬಂಧ–ಪೂರ್ಣವಾಗಿ ವಿವರಿಸಲು ನನಗೆ ಇನ್ನೂ ಅಷ್ಟು ಶಕ್ತಿ ಬಂದಿಲ್ಲವೆಂದು ಜೀವ ಮನೆಯತ್ತ ಹೆಜ್ಜೆ ಸಾಗಿಸಿತು.

ಕೇಳಿದಳು ಅವ್ವ "ನಿನ್ನೆ ಸೋಮೇಶ್ವರಕ ಯಾಕ ಹೋಗಿದ್ದಿಲ್ಲಾ ?"

"ನನ್ನ ಸೋಮೇಶ್ವರ... ರಾಜಮಾನ ಎದೆಯಲ್ಲಿದ್ದ." ಬಿಕ್ಕುತ್ತ ಹೇಳಿದೆ ರಾಜಮಾನ ಬವಣೆಯ ಬೆಟ್ಟದ ಜೀವನ ವೃತ್ತಾಂತವನ್ನು.

* * *

ಮುಂದೆರಡು ವರುಷ, ಆಗಸ್ಟ್ 46ರವರೆಗೂ, ಧಾರವಾಡದ ಸ್ಟೇಶನ್ ಕಾಣುವದಾಗಲಿಲ್ಲ; ರಾಜಮಾನ ನೆನಪಾಗುತ್ತಿದ್ದರೂ, ನಿಶ್ಚಿತವಾಗಿ, ರಾಜಮಾನ ಯಾವ ಸುದ್ದಿಯೂ ತಿಳಿಯಲಿಲ್ಲ. ಸರಕಾರದ ಸೇವಕನಾಗಿ ಜೀವ ನಡೆಸುವುದರಲ್ಲಿಯೇ ಎರಡು ವರ್ಷಗಳು ಮಾಯವಾದವು.

ನನ್ನ ಸುಯೋಗ:

ಕಣ್ಣು ಮಬ್ಬಿಗಾಗಿ ಬೇಸತ್ತು ನಾನು ತೊಳಲಾಡುತ್ತಿದ್ದಾಗ ಸರಕಾರ ನನಗೆ–ನಾನಿದ್ದಂತೆ– 'ಅರೆಕುರುಡ'ನೆಂದು ಹೆಸರಿಟ್ಟು, ಕೆಲಸಕ್ಕೆ ಅಯೋಗ್ಯನೆಂದು ನನ್ನನ್ನು ಬಹಿಷ್ಕರಿಸಿತು.

ಕಣ್ಣಿನ ಉಪಚಾರಕ್ಕಾಗಿ ಒಂದು ದಿನ ಪುಣೆಗೆ ಪಯಣ ಬೆಳೆಸಲೆಂದು ಧಾರವಾಡಕ್ಕೆ ಬಂದೆ. ಸ್ಟೇಶನ್ ದಾರಿಯಲ್ಲಿ ರಾಜಮಾ ನನ್ನನ್ನು ಎತ್ತಿ ಆಡಿಸುವ ಚಿತ್ರ ಕಂಡೆ.

ಗಾಡಿಯಲ್ಲಿ ಕುಳಿತೆ, ರಾಜಮಾ ಮೊದಲಿದ್ದ ಗುಡಿಸಲಿನ ದಿಕ್ಕಿಗೆ ಮುಖ ಮಾಡಿ.

ಗಾಡಿ ಒಂದೆರಡು ಫರ್ಲಾಂಗಿನಷ್ಟು ಓಡಿತು.

"ಆ ಗುಡಿಸಲು... ಈಗ ಕಾಣುತ್ತದೆ. ನಮ್ಮ ಹೊಸ ನಾಡಿನ ಬಾಳಿಗೆ ಸಲಹೆ ನೀಡುವ ರಾಜಮಾ ಅಲ್ಲಿರಬಹುದು. ಪುಣೆಯಿಂದ ಮರಳಿ ಬಂದು... ಸಂಗ್ರಹಿಸಲು... ಮತ್ತೆ... ಅಲ್ಲಿಗೆ ನಾನು ಹೋಗಬೇಕು..." ಗಾಡಿಯ ವೇಗದಂತೆ ಮನೋವೇಗ ಹೆಚ್ಚುತ್ತಿತ್ತು.

ಆದರೆ... ದಿಟ್ಟಿಸಿ ನೋಡುತ್ತಿದ್ದಂತೆ...

ಅಲ್ಲಿ ಗುಡಿಸಲಿರಲಿಲ್ಲ... ರಾಜಮಾ, ನನ್ನ ನಾಡಿನ ಜನನುಡಿಯ ರಾಜ್ಯದ ರಾಜ್ಯಶ್ರೀ ಅಲ್ಲಿರಲಿಲ್ಲ. ಅವಳ ಬರವನ್ನು ನಿರೀಕ್ಷಿಸಿ, ಬಡವಾಗಿ ಹೋದ ಗುಡಿಸಲು ಬಿದ್ದಿತ್ತು. ಮೇಲು ಹೊದಿಕೆಯ ಹುಲ್ಲಿಗೂ ಅಲ್ಲಿ ಸ್ಥಾನವಿರಲಿಲ್ಲ.

ನಾನು ಕುಳಿತ ಗಾಡಿಯ ಗಾಲಿಗಳು ನನ್ನೆದೆಯ ಮೇಲೆ ಓಡುತ್ತಿವೆ ಎನ್ನುವಂತಾಯಿತು. 'ನಿನ್ನ ರಾಜಮಾ... ಇರುವಳೋ ಸತ್ತಳೋ... ನೀನು ಅರಿಯೆ... ನಾನೂ ಅರಿಯೆ' ಎಂದು ಗಾಡಿ ಘೋಷಣೆಗೈಯುತ್ತಿತ್ತು. ನನ್ನನ್ನು ಸಮಾಧಾನಗೊಳಿಸಲು ಯಾರೂ ನನ್ನೊಡನಿರಲಿಲ್ಲ.

ಕತ್ತಲೆ ನನ್ನನ್ನು ಮುತ್ತಿತು... ನನ್ನ ಜೀವ ಅತ್ತಿತು... ಸತ್ತು ಬದುಕಿ, ನಂಬಲಾರದೆ ನೋಡಿ ಚಡಪಡಿಸಿತು...

ನಾನು ಡಾಂಬರು ಬಳೆದ ಕರಿಯ ಕಂಬವೊಂದು ಮಾತ್ರ ರಾಜಮಾನ ಪಾದಧೂಳಿಯನ್ನು ಪೂಜಿಸುತ್ತ ಅರೆಮುರಿದು ನಿಂತಿತ್ತು.

ಪುಣೆಯನ್ನು ಮುಟ್ಟಿದಾಗ ಕಣ್ಣಿನ ವೈದ್ಯ ಕೇಳಿದರು.

"ನಿನ್ನ ಕಣ್ಣಿಗೇನಾಗಿದೆ ?"

"ಒಂದು ಕರಿಯ ಕಂಬ ನಿಂತಿದೆ! – ಕಣ್ಣಲ್ಲಿ! ಅದನ್ನು ಅಲ್ಲಿಂದ ಕೀಳಲು ನಿಮಗಸಾಧ್ಯ!" ಎಂದೆ.

ಡಾಕ್ಟರರೂ ನನ್ನಂತೆ ಮೌನಮೂರ್ತಿಯಾದರು. ○

○ ಅ. ಸೋಗಾಲ

ಮುನಿಸಾಮಿಯ ವಾಲಗ!

ಆ ಊರನ್ನು ಹಳ್ಳಿಯೆಂದು ಕರೆಯುವುದಕ್ಕೂ ಆಗುವುದಿಲ್ಲ. ಹಳ್ಳಿಯೆಂದರೆ ಹತ್ತಾರು ಮನೆಗಳಾದರೂ ಇರಬೇಕು. ಇಲ್ಲಿ ಹತ್ತಾರು ಮನೆಗಳಿದ್ದರೂ ಎಲ್ಲವೂ ಬರೀ ಹಾಳು. ಮುನಿಸಾಮಿ ಅಲ್ಲಿ ಹುಟ್ಟಿದಾಗ ಅದು ಎಷ್ಟು ದೊಡ್ಡ ಊರಾಗಿತ್ತು! ದಿನವೂ ಬಂದು ಹೋಗುವ ಜನರೆಷ್ಟು! ಪೇಟೆ ಎಷ್ಟು ಕಳೆಯಿಂದ ಕೂಡಿತ್ತು! ಅಲ್ಲಿ ಏನಿಲ್ಲವೆಂದರೂ ವರುಷಕ್ಕೆ ಹತ್ತು ಮದುವೆಗಳಾದರೂ ಆಗುತ್ತಿದ್ದವು. ಮುನಿಸಾಮಿಗೆ ಹದಿನೆಂಟು ಇಪ್ಪತ್ತು ವರುಷವಾದಾಗಲೂ ಊರಿನ ಸ್ಥಿತಿ ಚೆನ್ನಾಗಿಯೇ ಇತ್ತು. ಆ ದಿನಗಳೆಲ್ಲದರ ನೆನಪು ಅವನಿಗೆ ಚೆನ್ನಾಗಿ ಉಳಿದಿದೆ. ತನ್ನ ಮದುವೆ ಆದ ದಿನವೇ ಸಾಲದೇ? ಆಗ ಅದೆಷ್ಟು ಜನ ಬಂದಿರಲಿಲ್ಲ! ಆದರೆ ಈಗ ಊರೆಲ್ಲ ಪಾಳು ಪಾಳು! ಒಂದಾದರೂ ಮದುವೆ ಆಗಿ ಈಗಾಗಲೇ ಆರು ವರುಷವಾಗಿತ್ತು.

ಈಗ ಊರಿನಲ್ಲಿ ಉಳಿದಿದ್ದುದು ಒಂದೇ ಅಂಗಡಿ-ತೋಟದ ಪಕ್ಕದ ಮಿಯ್ಯಾ ಸಾಬಿಯದು. ಅಲ್ಲಿ ದೊರಕುವುದೂ ಬೀಡಿ, ಬಾಳೆಹಣ್ಣು. ಮುನಿಸಾಮಿಗೆ ಹೊತ್ತು ಹೋಗಲು ಆ ಅಂಗಡಿ ಒಳ್ಳೆಯ ಸ್ಥಳವಾಗಿತ್ತು. ಮಿಯ್ಯಾ ಸಾಬಿ ಸತ್ತಮೇಲೆ ಅವನ ಮಗ ಅಬ್ದುಲ್ಲಾ ಆ ಅಂಗಡಿಯನ್ನು ಮುಚ್ಚಿ, ಎತ್ತಲೋ ಬೇರೆ ಊರಿಗೆ ಹೋಗುವ ಯೋಚನೆಯಲ್ಲಿದ್ದನಂತೆ. ಈ ವಿಷಯವನ್ನು ಕೇಳಿದಾಗ ತನ್ನ ಮುರುಕು ಮನೆಯ ಜಗಲಿಯ ಮೇಲೆ ಕುಳಿತಿದ್ದ ಮುನಿಸಾಮಿ, ಇನ್ನೊಂದು ದೊಡ್ಡ ನಿಟ್ಟುಸಿರಿಟ್ಟ. ತನ್ನ ಊರಿನ ದುಃಸ್ಥಿತಿಯನ್ನು ಕಣ್ಣಾರೆ ನೋಡಲಾರ!

ಮುನಿಯ ನಾಯಂದಿರ ಕುಲದವನು ತಲೆತಲಾಂತರದಿಂದ ಅವರ ಮನೆಗೆ ಬಂದ ಉದ್ಯೋಗ ಅದು. ಊರಿಗೆ ಇದ್ದ ಹಜಾಮರು ತಮ್ಮೊಬ್ಬರ ಮನೆಯವರೇ ಆದದ್ದರಿಂದ ಇತರ ರೈತರಷ್ಟಲ್ಲದಿದ್ದರೂ ಏನೋ ಸುಖವಾಗಿ ಜೀವನಕ್ಕೆ ಆಗುವಷ್ಟು ಸಂಪಾದನೆ ಆಗುತ್ತಿತ್ತು. ಜೊತೆಗೆ ಊರಿನಲ್ಲಿ ನಡೆಯುವ ಮದುವೆ ಮುಂಜಿ ಮುಂತಾದ ಸಮಾರಂಭಗಳಲ್ಲಿ ವಾಲಗ ಊದುತ್ತಿದ್ದವರು ಇವರೇ. ಮುನಿಸಾಮಿಯ ವಾಲಗ ಆ ಹಳ್ಳಿಯಲ್ಲಿ ಮಾತ್ರವಲ್ಲ, ಸುತ್ತಣ ಹತ್ತಾರು ಊರುಗಳಲ್ಲಿ ಪ್ರಸಿದ್ಧಿ ಹೊಂದಿತ್ತು.

ಈಗ ಮುನಿಯ ಎಂಭತ್ತರ ಗಡಿ ದಾಟಿದ್ದಾನೆ. ಮಕ್ಕಳಿಲ್ಲ-ಮರಿಯಿಲ್ಲ. ತನ್ನ ಊರು ಅಂತಹ ಸುಸ್ಥಿತಿಯಲ್ಲಿದ್ದಾಗ ತಾನು ಗಳಿಸಿದುದೆಲ್ಲವನ್ನೂ ಸರಿಯಾಗಿ ಉಳಿಸಿದ್ದರೆ ಈಗ ಮುದಿತನದಲ್ಲಿ ಮಾನ್ಯ ವ್ಯಕ್ತಿಯಾಗಿ ಜೀವನ ಸಾಗಿಸಬಹುದಾಗಿತ್ತು. ಈಗ ಮುಖ ಮುರಿಯುವ ನೆಂಟರಲ್ಲೊಬ್ಬರಾದರೂ ತನಗೊಬ್ಬ ಮಗನನ್ನು ದತ್ತು ಕೊಡುತ್ತಿದ್ದರು. ಆದರೆ...? ಆ ಯೋಚನೆಯೆಲ್ಲಾ ಬೇಡ ಈಗ... ಎಂದು ಮುನಿಸಾಮಿ ತಲೆಯ ಮೇಲೆ ಕೈ ಹೊತ್ತು ಕುಳಿತುಬಿಡುತ್ತಿದ್ದ. ತನ್ನ ಹಿಂದಿನ ದಿನಗಳ ನೆನಪುಗಳು ಒಂದೊಂದಾಗಿ ಮನದ ಮುಂದೆ ಬಂದು ಇಂದಿನ ದುಃಖದ ಬಾಳಿಗೆ ಮತ್ತಷ್ಟು ದುಃಖವನ್ನು ಸೇರಿಸುತ್ತಿದ್ದವು.

ತಾನು ವ್ಯರ್ಥವಾಗಿ ಕಳೆದ ಹಿಂದಣ ದಿನಗಳ ನೆನಪು ಅವನ ಮನಸ್ಸನ್ನು ಕಲಕುತ್ತಿದ್ದುದು ವಿಶೇಷ ರಾತ್ರಿಯ ಹೊತ್ತಿನಲ್ಲೆ. ಆ ದುಃಖದ ನೆನಪುಗಳನ್ನು ಹೊರದೂಡಲು ಮತ್ತಾವ ಸಾಧನವೂ ದೊರಕದಿದ್ದಾಗ ತೊಲೆಯ ಮೇಲಿನ ಗೂಟದಿಂದ ತನ್ನ ಹಳೆಯ ವಾಲಗವನ್ನು ಕೈಗೆ ತೆಗೆದುಕೊಳ್ಳುವನು. ಮೂರು ತಲೆಯ ತಾತಂದಿರು ಊದಿದ ವಾಲಗ! ತನ್ನ ಮನೆತನಕ್ಕೆ ಊರಿನಲ್ಲಿ ಹೆಸರು ಗಳಿಸಿದ ವಾಲಗ! ಚೀಲದಿಂದ ಅದನ್ನು ಹೊರಗೆ ತೆಗೆದು ತನ್ನ ದುಃಖದ ಉಸಿರನ್ನು ಅದರ ಮೂಲಕ ಊದಿದಾಗ ಅವನ ಮನದಳಲು ರಾಗರೂಪವಾಗಿ ಹೊರಹೊಮ್ಮಿ ಅವನ ಮನಸ್ಸಿಗೆ ಶಾಂತಿ ಸಮಾಧಾನ ದೊರಕುತ್ತಿತ್ತು. ಈ ಕರುಳ ಗೀತದ ಉಲಿ ಸುತ್ತಿನ ಜನರಿಗೆ ಸುಖವಾಗಿ ನಿದ್ರೆಯನ್ನು ದೊರಕಿಸುತ್ತಿತ್ತು.

ಹೀಗೆ ಒಂದು ಸಂಜೆ ಯೋಚನೆ ಮಾಡುತ್ತಾ ಕುಳಿತಿದ್ದಾನೆ ಮುನಿಸಾಮಿ. ಒಳಗಿನಿಂದ ತಲೆಯ ಮೇಲೆ ಕೈಹೊತ್ತು ಅವನ ಹೆಂಡತಿ ಮುಂದೆ ಬಂದು ನಿಂತುಕೊಂಡಳು. ಮುನಿಯ ಕತ್ತೆತ್ತಿ,

"ಏನು ಬಂದೆಯಲ್ಲಾ ?" ಎಂದ.

"ನಾನು ಇನ್ನು ಬದುಕಿರುವುದಿಲ್ಲ !"

"ಆ !" ಎಂದು ಮುನಿಯ ಅವಳ ಮುಖವನ್ನೇ ದಿಟ್ಟಿಸುತ್ತಾ ಕುಳಿತ ಬಹಳ ಹೊತ್ತು! ಅವಳ ಮುದುರಿದ ಮುಖ ಜ್ವರದಿಂದ ಕೆದರಿತ್ತು. ಆ ಮುದಿ ಮುಖದಲ್ಲೂ ಎಂದಿಗಿಂತ ಹೆಚ್ಚಿನ ಸೌಂದರ್ಯ ಇಂದು ಇದ್ದಂತೆ ಅವನಿಗೆ ಅನ್ನಿಸಿತು. ಇಂದು ಅವಳ ಮುಖದಲ್ಲಿ ಏನೋ ಅಸಮಾಧಾನ – ತಾನು ಐವತ್ತು ವರುಷದಿಂದ ಕಾಣದಿದ್ದ ಸಮಾಧಾನ-ಎದ್ದು ಕಾಣುತ್ತಿತ್ತು. ಮನೆಯ ಹೆಂಚನ್ನು ದಿಟ್ಟಿಸುತ್ತ ಅವಳೂ ಸುಮ್ಮನೆ ನಿಂತುಬಿಟ್ಟಳು. ಬರುವ ಸಾವನ್ನು ಈಕ್ಷಿಸುತ್ತಲೋ ಏನೊ !

ಅಂದಿನ ರಾತ್ರಿ ಕಳೆದು ಬೆಳಗಾಯಿತು. ಗೋಣಿಯ ತಟ್ಟಿನ ಮೇಲೆ ಅಡಿಗೆ ಒಲೆಯಿಂದ ಕೊಂಚ ದೂರದಲ್ಲಿ ಅವಳು ಮಲಗಿದ್ದಾಳೆ. ರಾತ್ರಿ ಅರೆಬೆಂದ ಹಿಟ್ಟಿನ ಮಡಕೆ ಇನ್ನೂ ಒಲೆಯ ಮೇಲೆಯೇ ಇದೆ. ಸುತ್ತಲೂ ಹಳೆಯ ಚಿಂದಿಯ ಬಟ್ಟೆಗಳು. ತಲೆಯ ಮೇಲೊಂದು ಹಳೆಯ ಧೂಳು ಮುಸುಕಿದ ರಾಮದೇವರ ಪಟ. ಮುನಿಯ ಅವಳ ಮುಖವನ್ನೇ ದೃಷ್ಟಿಸುತ್ತಾ ನಿಂತಿದ್ದಾನೆ. ಏನೇನೋ ಯೋಚನೆಗಳು ಮನದ ತೆರೆಯ ಮುಂದೆ ಸುಳಿದುಹೋಗುತ್ತಿವೆ. ತಾನು ಒಮ್ಮೆಯಾದರೂ ಒಂದು ಒಳ್ಳೆಯ ಮಾತನ್ನು ಅವಳಿಗೆ ಆಡಿರಲಿಲ್ಲ. ವರ್ಷಕ್ಕೊಂದರಂತಾದರೂ ಒಂದು ಹೊಸ ಸೀರೆಯನ್ನು ತಾನವಳಿಗೆ ತಂದುಕೊಟ್ಟಿರಲಿಲ್ಲ. ಹಬ್ಬ ಹರಿದಿನಗಳಲ್ಲಿ ಕೂಡ ಅವಳಿಗೆ ಒಂದು ಪ್ರೀತಿಯ ಮಾತನಾಡಿರಲಿಲ್ಲ. ವಾಲಗ ಊದಿ ಮದುವೆ ಮುಂಜಿಯ ಮನೆಗಳಿಂದ ಹಿಂತಿರುಗುವಾಗ ತನ್ನ ಸಂಪಾದನೆಯನ್ನು ಹೆಂಡದ ಅಂಗಡಿಗೆ ಸುರಿದು, ಯಾರ ಮನೆಯಲ್ಲೋ ಮೂರು ದಿನ ಬಿದ್ದಿದ್ದು ಮನೆಗೆ ಬರಿಗೈಲಿ ಬಂದು,

ಹೀನಾಮಾನವಾಗಿ ಹೆಂಡತಿಯನ್ನು ಬಯ್ಯುತ್ತಿದ್ದ... ಹೌದು ಹೌದು, ಅವಳ ಮುಖದಲ್ಲಿ, ಸಾಯುವ ಈ ಘಳಿಗೆಯಲ್ಲಿ ಸಂತೋಷದ ನಗೆ ಮೂಡುತ್ತಿರುವುದರ ಅರ್ಥ ಅವನಿಗೆ ತಿಳಿಯಿತು. ಮನದ ವ್ಯಥೆ ಮಿತಿಮೀರಿತು. ಕೊನೆಯ ಬಾರಿಗೆ ಅವಳ ಗಲ್ಲವನ್ನು ಮುಟ್ಟಿ ಕಣ್ಣೀರು ಹರಿಸಿದ. ಸಾಯುವ ಅವಳ ಮುಖ ನೋಡಲಾರದೇ ಪಕ್ಕಕ್ಕೆ ಮೊಗ ತಿರುಗಿಸಿದ. ಆದರೂ ಏನೋ ಅವನ ಮನಸ್ಸನ್ನು ಕೊರೆಯಿತು. ಬಿಕ್ಕಳಿಸುತ್ತಾ,

"ಹೋಗುವೆಯಾ?" ಎಂದ.

"ನನಗೂ ಎಪ್ಪತ್ತಾಯಿತು!..." ಕರೆದ!

"ಹಾಗಾದರೆ ಕೊನೆ..."

"ನಿಮ್ಮೆದುರಿಗೆ ನಾನು ಸತ್ತೆನಲ್ಲ ನನ್ನ ಪುಣ್ಯ!" ಎಂದು ಹಾಸಿಗೆಯಿಂದಲೇ ಏಳಲು ಹೊರಟು, ಆಗದೆ ಹಾಗೆಯೇ ಮಲಗಿದಳು.

"ಆದರೆ... ನಾನು ಪಾಪಿ! ಒಂದು ಮಗುವನ್ನಾದರೂ ನಿಮಗೆ ನಾನು ಕೊಡಲಿಲ್ಲ! ನೆನಪಿದೆಯೇ, ಐವತ್ತು ವರುಷದ ಹಿಂದೆ ಕ್ಷಾಮದ ಕಾಲದಲ್ಲಿ ನಮಗೊಂದು ಗಂಡುಕೂಸು ಆಗಿದ್ದುದು. ದೇವರು ಒಲ್ಲದೆಯೇ ಹೋದ. ಎರಡು ತಾಸಿನಲ್ಲಿ ಉಸಿರು ನಿಲ್ಲಿಸಿತು. ನೆನಪಿದೆಯೇ ನಿಮಗೆ, ನೆನಪಿದೆಯೇ?..."

"ಹುಂ!" ಎಲ್ಲೋ ಮಾಸಿದ ನೆನಪು ಅವನಿಗೆ. ಮಗುವಿನ ಮುಖ ಹೇಗಿತ್ತೆಂದು ಚಿತ್ರಿಸಿಕೊಳ್ಳಲು ಹೋಗಿ ಸೋತ!

* * *

ಪಕ್ಕದ ಮನೆಯವರು ಅವನ ಸಹಾಯಕ್ಕೆ ಬಂದರು. ಅವಳ ಮುಖಕ್ಕೆ ದೊಡ್ಡದಾಗಿ ಕುಂಕುಮ ಹಚ್ಚಿ ಹೊಸ ಸೀರೆ ಉಡಿಸಿ, ಹೂ ಮುಡಿಸಿ, ಯಾತ್ರೆಗೆ ಕಳುಹಿಸಿದರು. ಮುನಿಸಾಮಿ ಕೊನೆಯ ಬಾರಿಗೆ ಚಿತೆಯನ್ನು ಮುಟ್ಟಿ ಕಣ್ಣಿಗೆ ಒತ್ತಿಕೊಂಡ. "ಅಂತೂ ಎಲ್ಲವೂ ಆದ ಹಾಗಾಯಿತು" ಎಂದುಕೊಂಡು ಮನೆಯ ದಾರಿ ಹಿಡಿದು ನಡೆದ.

ದಾರಿಯಲ್ಲಿ ಬರುವಾಗ ಮನಸ್ಸು ವಿಪರೀತ ಸ್ಥಿತಿಗೆ ಈಡಾಗಿತ್ತು. ವ್ಯಥೆ ತುಂಬಿ ಉಕ್ಕಿಬರುತ್ತಿದೆಯೆನಿಸಿತು ಅವನಿಗೆ. ಮೈ ಬೆಚ್ಚಗಾಗಿತ್ತು. ಬಹಳ ನೀಳವಾಗಿ ಉಸಿರಾಡುತ್ತಿದ್ದ. ಆಕೆ ಬದುಕಿದ್ದಾಗ ತನ್ನ ಮನೆಯ ನಾಯಿಗಿಂತ ಕೀಳಾಗಿ ಅವಳನ್ನು ಕಂಡು "ಉಂಡೆಯಾ, ಉಟ್ಟೆಯಾ?" ಎಂದು ಕೂಡ ಕೇಳಿರಲಿಲ್ಲ. ಆದರೂ ತನಗಾಗಿ ಹಗಲಿಂದ ರಾತ್ರಿಯವರೆಗೂ ಅವಳು ದುಡಿದಿದ್ದಳು. ಒಂದು ಸಾರಿಯಾದರೂ ಬೇಸರಪಡದೆ, ಹಿಟ್ಟು ಬೀಸಿ ಬಡಿಸಿದ್ದಳು. ತನ್ನ ಬಟ್ಟೆ ಒಗೆದಿದ್ದಳು. ತನಗೆ ನೀರು ಕಾಯಿಸಿದ್ದಳು. ಸೌದೆ ಒಡೆದಿದ್ದಳು. ಕರೆದಾಗ "ಆ" ಎಂದು ಸಿದ್ಧವಾಗುತ್ತಿದ್ದಳು. ತಾನು ಮದುವೆ ಮುಂಜಿಯ ಮನೆಗಳಿಂದ ಕುಡಿದು ಹಿಂತಿರುಗಿದಾಗ, ತನ್ನ ಬಟ್ಟೆ ಬಿಚ್ಚಿ, ಓಲಗದ ಧೂಳು ಹೊಡೆದು ಗೂಟಕ್ಕೆ ನೇತುಹಾಕುತ್ತಿದ್ದಳು...

ಹೀಗೆಯೇ ಹೋಗುತ್ತಿರಬೇಕಾದರೆ ದಾರಿಯಲ್ಲಿ ಶಿಷ್ಯ ರಂಗ ಬಂದ.

"ಮುನಿಸಾಮಣ್ಣ!"

"ಹೋಗು, ನನ್ನೆದುರಿಗೆ ಬರಬೇಡ!"

"ಸ್ವಲ್ಪ ಮಾತು..."

"ಹೋಗೆಂದರೆ ಹೊರಡು!"

ರಂಗ ತನ್ನ ಗುರುವಿನಿಂದ ಎಂದೂ ಇಂತಹ ಮಾತು ಕೇಳಿರಲಿಲ್ಲ. "ಕುಡಿದಿರಬಹುದೇನೋ"

ಎಂದುಕೊಂಡ. ಪಾಪ! ಆಗತಾನೆ ಪಕ್ಕದ ಊರಿನಿಂದ ಬರುತ್ತಿದ್ದ ಅವನಿಗೆಂತು ತಿಳಿಯಬೇಕು – ಮುನಿಸಾಮಿಯ ಮನೆಯ ಸ್ಥಿತಿ!

ಈ ಹೊತ್ತಿಗಾಗಲೇ ಊರ ಮುಂದಿನ ಮಾವಿನ ತೋಪಿನ ಬಳಿಗೆ ಘುನಿಸಾಮಿ ಬಂದುಬಿಟ್ಟಿದ್ದ. ತನಗೇ ತಿಳಿಯದು ಎಷ್ಟು ದೂರ ಬಂದುಬಿಟ್ಟದ್ದೇನೆಂದು. ಬೀದಿಯ ಹುಡುಗರು ಅವನನ್ನೇ ದಿಟ್ಟಿಸುತ್ತಾ ನಿಂತುಕೊಂಡರು. ಊರ ಕೆರೆಯ ದಡ ಸೇರಿದಾಗ ಸೂರ್ಯನ ಕಿರಣಗಳು ನೀರಿನ ಮೇಲೆ ಆಡುತ್ತಿದ್ದವು. ಮುಂದೆ ಕೊಂಚ ದೂರದಲ್ಲಿ ಕೆಲವು ಹುಡುಗರು ಮೀನು, ಏಡಿಗಳನ್ನು ಹಿಡಿಯುತ್ತಿದ್ದರು. ಅವರು "ಮುನಿಸಾಮಣ್ಣ" ಎಂದು ಕರೆದರೂ ಕೇಳದಿದ್ದವನಂತೆ ಮುನಿಸಾಮಿ ಮುಂದೆ ನಡೆದ, ಅಲ್ಲೇ, ಆ ದೊಡ್ಡ ಆಲದಮರ! ಆ ಮರದ ಅಡಿಯಲ್ಲಿಯೇ ಅಲ್ಲವೇ ತನ್ನ ಹೆಂಡತಿ ತನ್ನ ಬಟ್ಟೆ ಒಗೆದು ಹರವುತ್ತಿದ್ದುದು? ಊಟದ ಎಲೆ ಆರಿಸಲು ಬರುತ್ತಿದ್ದುದು ಅವಳು ಇಲ್ಲಿಗೆ ಅಲ್ಲವೇ? ತನ್ನವಳು ಹೋದಳು. ಅವಳ ನೆನಪಿಗಾಗಿ ನಿಂತಿರಬಹುದೇ ಈ ಮರ?

ಅದರ ಅಡಿಯಲ್ಲಿ ತಾನೂ ಕುಳಿತ. ಅಲ್ಲಿ–ಆ ಎದುರು ದಂಡೆಯ ಹಿಂಗಡೆಗೆ ನಿಂತಿದೆ ಆ ನೀಲಿಯ ಬೆಟ್ಟ. ಅದೆಷ್ಟು ದಿನದಿಂದ ನಿಂತಿದೆಯೋ ಅದು ಅಲ್ಲಿ! ಅದರ ಮೇಲೆ ಬೆಳೆದಿದ್ದ ಕಾಡು–ತಾನು ಐವತ್ತು ವರುಷದ ಹಿಂದೆ ನೋಡಿದ್ದ ಕಾಡು ಇಂದು ಮಾಯವಾಗಿದೆ. ಆ ಬೆಟ್ಟ ಅಷ್ಟು ದಿನದಿಂದ ಇಲ್ಲಿ ನಿಂತಿದೆಯಾದರೂ, ಅದು ನಿಂತಿದೆಯೆಂಬ ಅರಿವು ಅವನಿಗೆ ಆದುದು ಇಂದೇ! ಆ ಕೆರೆಯ ಮೂಲೆಯ ಕೆಸರಿನಲ್ಲಿ ಅರಳಿ ನಿಂತಿವೆ – ಕೆಂದಾವರೆಗಳು– ಕಿತ್ತು ಪೂಜೆಗೆ ಒಯ್ಯಲು ಒಬ್ಬರಾದರೂ ಇಲ್ಲ! ಹುಟ್ಟಿ, ಅರಳಿ, ಯಾರಿಗೂ ಬೇಡವಾಗಿ ಹಾಗೆಯೇ ಸಾಯುತ್ತಿವೆ – ಯಾರಿಗೂ ಬೇಡವಾದ ತನ್ನಂತೆ! ಬೆಳ್ಳಿಯ ಸೀರೆಯುಟ್ಟ ಆ ಬಾತುಗಳು ಮುಳುಗಿ ಮುಳುಗಿ ಮೇಲೆದ್ದು, ಕತ್ತು ಕೊಂಕಿಸಿ ಈಜುತ್ತಿವೆ! ಯಾರಿಗಾಗಿ ಆ ಆಟ! ಅದೇನು ಆಟವೋ, ಮೀನು ಹಿಡಿಯಲು ಹಾಕುವ ಜಾಲವೋ! – ಪ್ರಪಂಚವೇ ಹೀಗೆ!

ಮತ್ತೆ ತನ್ನ ವ್ಯರ್ಥ ಜೀವನದ ನೆನಪು! ಯಾರ ಸುಖಕ್ಕಾಗಿಯಾದರೂ ಬಾಳುವುದಿರಲಿ, ತನ್ನ ಸುಖಕ್ಕಾಗಿಯೇ ತಾನು ಬಾಳಿರಲಿಲ್ಲ! ಎಲ್ಲಾ ಹೋಯಿತು! ಆದರೆ? ಮಾಡಬೇಕಾದುದನ್ನು ಮಾಡದೇ ಹೋಗುವುದು ಮನುಷ್ಯನ ಸ್ವಭಾವ!

ಆ ದಿನ ಸಂಜೆಯೆಲ್ಲಾ ತನ್ನ ಮಗುವಿನ ವಿಷಯ ಕುರಿತು ಯೋಚಿಸಿದ. ಅದು ಬದುಕಿದ್ದರೆ ಅದಕ್ಕೆ ಐವತ್ತು ವರುಷವಾಗುತ್ತಿತ್ತು. ತಾನು ಅದಕ್ಕೆ ಚೆಂದೊಳ್ಳೆಯ ಹೆಣ್ಣು ತರುತ್ತಿದ್ದ. ತನಗೆ ಮೊಮ್ಮಕ್ಕಳಾಗುತ್ತಿದ್ದವು. ಮುಪ್ಪಿನಲ್ಲಿ ದಿಕ್ಕಿಲ್ಲದೆ ಹೀಗೆ ಜೀವನ ಸಾಗಿಸುವಂತಾಗುತ್ತಿರಲಿಲ್ಲ! ತನಗೇ ಹೀಗನಿಸಿದ ಮೇಲೆ, ಮೂರು ಹೊತ್ತೂ ಮನೆಯಲ್ಲಿ ಕುಳಿತಿರುತ್ತಿದ್ದ ತನ್ನ ಹೆಂಡತಿಗೆ ಇನ್ನು ಹೇಗೆ ಅನಿಸಿರಬೇಕು? ಅಯ್ಯೋ ಈಗದನ್ನು ಕಟ್ಟಿಕೊಂಡು ಏನು ಮಾಡಬೇಕು?

ಅಂದಿನ ರಾತ್ರಿಯೆಲ್ಲಾ ಯಾವು ಯಾವುದೋ ಯೋಚನೆಗಳು ಮನಸ್ಸನ್ನು ತುಂಬಿ, ಯಾವ ಯಾವ ಯಾವುದೋ ಚಿತ್ರಗಳು ಮನದ ಕಡಲಿನಲ್ಲಿ ಏಳುತ್ತಿದ್ದವು! ನಿದ್ರೆಯಿಲ್ಲದೆ ಪಕ್ಕದಿಂದ ಪಕ್ಕಕ್ಕೆ ಹೊರಳಿದ.

ಮಾರನೆಯ ಬೆಳಗ್ಗೆ ಎದ್ದಾಗ ಮೈಗೆ ಹುಷಾರಾಗಿರಲಿಲ್ಲ! ಆಸ್ಪತ್ರೆಯ ಕಡೆಗೆ ಹೋಗೋಣ ವೆನಿಸಿತು. ಈ ಮುದಿದೇಹಕ್ಕೂ ಆರೈಕೆಯೇ ಎಂದುಕೊಂಡ. ಮಧ್ಯಾಹ್ನ ಹೊತ್ತುಹೋಗದೇ, ತನ್ನ ವಾಲಗವನ್ನು ಕೈಗೆ ತೆಗೆದುಕೊಂಡ. ಅದನ್ನೇ ಐದು ನಿಮಿಷ ದಿಟ್ಟಿಸಿದ. ಮತ್ತೆ ದುಃಖ.

"ನಾನು ಸಾಯುವೆ, ಆದರೆ ಈ ವಾಲಗವನ್ನೇನು ಮಾಡಲಿ? ತನ್ನೊಂದಿಗೆ ಅದನ್ನು ತೆಗೆದುಕೊಂಡು ಹೋಗಲು ಶಕ್ಯವಿದ್ದಿದ್ದರೆ ಅವಶ್ಯವಾಗಿ ತೆಗೆದುಕೊಂಡು ಹೋಗುತ್ತಿದ್ದೆ. ಆದರದು ಸಾಧ್ಯವಿಲ್ಲದ ಮಾತು! ಮೂರು ತಲೆಯಿಂದ ತನ್ನ ಮನೆಯಲ್ಲಿದ್ದ ವಾಲಗ ಇಂದು ದಿಕ್ಕಿಲ್ಲದಂತಾಗಬೇಕೆ?..." ಮುನಿಸಾಮಿ ಅಲ್ಲಿಂದ ಎದ್ದು ತನ್ನ ಮನೆಯ ಮುಂದಿನ ಜಗಲಿಯ ಮೇಲೆ ಕುಳಿತ! ತನ್ನ ಅಳಲಿನ ಉಸಿರನ್ನು ಆ ವಾಲಗದ ಮೂಲಕ ಹರಿಸಿದ, ತನಗೇ ತಿಳಿಯದು ತಾನೇನು ಊದುತ್ತಿದ್ದೇನೆಂದು. ಎಷ್ಟು ಹೊತ್ತು ಹಾಗೆಯೇ ಊದುತ್ತಿದ್ದನೋ, ಕಣ್ತೆತ್ತಿ ನೋಡಿದ! ರಂಗ! ತನ್ನ ಶಿಷ್ಯ ರಂಗ–ವಾಲಗ ಕಲಿಯಲೆಳಸಿ ಆರು ವರ್ಷದಿಂದ ತನ್ನ ಸೇವೆ ಮಾಡುತ್ತಿದ್ದ ರಂಗ.

"ಬಾ" ಎಂದ ಮುನಿಸಾಮಿ.

ಹೆದರಿ ಹೆದರಿ ಹೆಜ್ಜೆಯಿಟ್ಟು ರಂಗ ಮುಂದೆ ಬಂದು ನಿಂತುಕೊಂಡ.

"ಬೆಳಿಗ್ಗೆ ತಿಳಿದಿರಲಿಲ್ಲ ಕ್ಷಮಿಸಿ!"

"ಇರಲಿ ಬಾ, ಹತ್ತಿರ ಕುಳಿತುಕೋ!"

ರಂಗ ಹತ್ತಿರ ಕುಳಿತುಕೊಂಡ.

ಮುನಿಯ ಅವನ ತಲೆಯ ಮೇಲೆ ಅಂಗೈ ಇಟ್ಟು,

"ರಂಗಾ" ಎಂದ.

"ಆ!"

"ಇದು ಕೊನೆಯ ರಾಗ; ಈಗ ನಾನು ಊದಿದ್ದು!"

"ಚೆನ್ನಾಗಿತ್ತು."

"ಕೊನೆಯ ಬಾರಿಗೆ ವಾಲಗ ಹಿಡಿಯುತ್ತಿರುವುದು."

"ಆಮೇಲೆ?"

"ನನ್ನ ಶಿಷ್ಯ–ಮಗ–ನೀನು! ನಿನಗೆ ಇದು!"

* * *

ರಂಗ ಈಗ ಮೈಸೂರು ಸೇರಿದ್ದಾನೆ. ವಾಲಗದ ರಂಗಸ್ವಾಮಿ ಬಹಳ ಹೆಸರು ಹೊಂದಿದವನು. ದೊಡ್ಡ ಅಧಿಕಾರಿಗಳ ಮನೆಯಲ್ಲೆಲ್ಲಾ ಇವನದೇ ವಾಲಗ. ಯಾವ ಮನೆಯಲ್ಲಿ ಏನೇ ಸಮಾರಂಭವಾಗಲಿ ಇವನೇ! ತಾನು ಅಷ್ಟು ಚೆನ್ನಾಗಿ ವಾಲಗ ಊದುವವನಾದರೂ ಒಂದು ಹಾಡನ್ನು ಮಾತ್ರ ಅವನು ಯಾರ ಮುಂದೆಯೂ ಬಾರಿಸುವುದಿಲ್ಲ! ಅದೇ ತನ್ನ ಗುರು ತನ್ನ ಮುಂದೆ ಬಾರಿಸಿದ ಆ ಅಳಲಗೀತ! ಯಾರ ಮುಂದೆ ನುಡಿಸಬೇಕು ಅವನದನ್ನು?

ಆರು ತಿಂಗಳು ವರ್ಷಗಳಿಗೊಮ್ಮೆ ರಾತ್ರಿ ಹನ್ನೆರಡು ಗಂಟೆಯಲ್ಲಿ ರಂಗನ ಮನೆಯಿಂದ ಬರುವ ಈ ಕರುಳ ಗೀತದ ಧ್ವನಿಯನ್ನು ಸುತ್ತಿನ ಮನೆಯವರು ಮಾತ್ರ ಕೇಳಿದ್ದಾರೆ! ಅವನು ಬೇರಾದ ಹಾಡು ಬಾರಿಸಿದರೂ,

"ಅದರ ಮುಂದೆ ಇವೆಲ್ಲಾ ಏನು? ನೀವಳಿಸಿ ಬಿಸಾಡಿ" ಎಂಬ ಪ್ರತಿಕ್ರಿಯೆ ಅವರದು.

ಹಳ್ಳಿಯಲ್ಲಿನ ಮುನಿಯನ ಮನೆ ಇಂದು ಹಾಳು! ರಂಗನ ಮಗನ ಹೆಸರು ಮುನಿಸಾಮಿಯೇ! ○

O ನಿರಂಜನ

"ಎಣ್ಣೆ! ಚಿಮಿಣಿ ಎಣ್ಣೆ!"

ಸೋಮ ಎಣಿಕೆ ಹಾಕಿದ: ಟಪ್ಪಾಲು ಬಸ್ಸು ಬಂದಾಗ ಮಾರಿದ ಬೀಡ 21; ಬೇರೆ ಮಾರಾಟ 9; ಶಾಲೆಯ ಹುಡುಗರು ಕೊಂಡುಕೊಂಡ ಬೀಡಿ 10 ಪೈಯದು; ಚಿಲ್ಲರೆ ಮಾರಾಟ 6 ಪೈಯದು. ನೆಲಗಡಲೆಗೆ ಗಿರಾಕಿ ಬಂದಿರಲಿಲ್ಲ. ಅಂತೂ ಆ ದಿನ ನಾಲ್ಕಾಣೆಯ ವ್ಯಾಪಾರವಾಗಿತ್ತು.

ಮನೆಯ ವೆಚ್ಚ ನಿರ್ವಹಣೆಗೆ ಸಾಲದು ಆ ಹಣ. ಮತ್ತೆ, ನಾಳೆಯ ವ್ಯಾಪಾರಕ್ಕೆ ಬೀಡ ಕಟ್ಟಲು, ಬೀಡಿ ಕೊಳ್ಳಲು ದುಡ್ಡು ಬೇಕು. ಅವನ ಹೆಂಡತಿ ಎರಡನೆಯ ಬಾರಿ ಬಾಣಂತಿಯಾಗುವ ಪ್ರಯತ್ನದಲ್ಲಿ ಒಂದು ವರ್ಷದ ಹಿಂದೆ ಪ್ರಾಣ ಕಳೆದುಕೊಂಡಿದ್ದಳು. ನಿತ್ರಾಣಿಯಾಗಿದ್ದ ಹೆಂಗಸು. ಅವಳು ಬಿಟ್ಟುಹೋಗಿದ್ದುದು ಮೂರುವರ್ಷದ ಹೆಣ್ಣುಮಗು. ಸೋಮನ ಜೀವನದ ಉಸಿರಾಗಿ ಅವಳು ಇರುತ್ತಿದ್ದಳು. ದಿನದ ಗಳಿಕೆಯಿಂದ ಬದುಕು ಸಾಗಬೇಕು. ಪಕ್ಕದಲ್ಲಿದ್ದ ರಾಯರ ಭಂಡಸಾಲೆಯಿಂದ ದಿನಕ್ಕೆ ಸಾಲುವಷ್ಟು ಅಕ್ಕಿಯನ್ನೊಯ್ಯುತ್ತಿದ್ದ. ತಿಂಗಳಿಗೆ ಮೂರು ರೂಪಾಯಿ ಬಾಡಿಗೆಯ ಅಂಗಡಿ. ಮುಂಜಾನೆ ಮಗಳೊಡನೆ ಬರುತ್ತಿದ್ದ. ಅವಳಿಗೆ ಆಗಾಗ್ಗೆ ಒಂದೆರಡು ನೆಲಗಡಲೆ ಕಾಳುಗಳ ತಿನಿಸು. ಅವರಿಬ್ಬರೂ ಮನೆಗೆ ವಾಪಸಾಗುವುದು ಸಂಜೆಗೆ.

ತನ್ನ ಪತ್ನಿಯೊಡನೆ ಸೋಮನ ಸಂಸಾರ ಸಾಗುತ್ತಿದ್ದಾಗ ಎಂಜಿನಿಯರರ ಬಂಗಲೆಯಲ್ಲಿ ಕಸಗುಡಿಸುವ ಕೆಲಸವಿತ್ತು ಸೋಮನಿಗೆ. ತಿಂಗಳಿಗೆ ಐದು ರೂಪಾಯಿ ಸಂಬಳ. ಯುದ್ಧ ಶುರುವಾದ ಮೇಲೆ ಅವನು ಯಾರ ಹಂಗೂ ಇಲ್ಲದ ಸ್ವತಂತ್ರ ಅಂಗಡಿಕಾರನಾದ. ಹೆಂಡತಿ ಇದ್ದಿದ್ದರೆ, ತನ್ನ ಸ್ವ-ಉದ್ಯೋಗ ಕಂಡು ಎಷ್ಟು ಸಂತೋಷಪಡುತ್ತಿದ್ದಳೊ-ಎಂದು ಸೋಮ ಒಮ್ಮೊಮ್ಮೆ ಉದ್ಗಾರವೆತ್ತುತ್ತಿದ್ದ.

ಬೀಡಿ ಸೇದುವವರಿಗಾಗಿ ಚಿಕ್ಕದೊಂದು ಮಿಣಿಮಿಣಿ ದೀಪವನ್ನು ಅಂಗಡಿಯಲ್ಲಿ ಹಚ್ಚಿಡಬೇಕು. ಅದಕ್ಕೂ ಮನೆಯಲ್ಲಿ ರಾತ್ರಿ ಕೊಂಚ ಹೊತ್ತು ಉರಿಸುವುದಕ್ಕೂ ಚಿಮಿಣಿ ಎಣ್ಣೆ ಬೇಕು. ಸೋಮವಾರಕ್ಕೊಂದು ಬಾಟಲಿ ಎಣ್ಣೆ ಕೊಳ್ಳುತ್ತಿದ್ದ. ಸೋಮ ಅಂಗಡಿಕಾರನಾದಾಗಿನಿಂದಲೂ ರಾಯರ ಭಂಡಸಾಲೆಯ

ಖಾಯಂ ಗಿರಾಕಿ. ನಗದು ಹಣ ಪಡೆದು ಸಾಮಾನು ಕೊಳ್ಳುತ್ತಿದ್ದ ಸೋಮ ರಾಯರಿಗೆ ಇಷ್ಟನಾದ ವ್ಯಕ್ತಿ. ಅವನೊಡನೆ ನಯವಾಗಿ ಮಾತನಾಡುತ್ತಿದ್ದರು. ಆ ದೊಡ್ಡ ಅಂಗಡಿ ರಾಯರು ತನಗೆ ತೋರುತ್ತಿದ್ದ ಗೌರವದಿಂದ ಸೋಮ ಸಂತೃಪ್ತ.

ಯುದ್ಧ ಯುದ್ಧ ಎಂದೆಲ್ಲ ಜನರು ಹೇಳುತ್ತಿದ್ದರು. ಅದೇನೆಂದು ತಿಳಿದುಕೊಳ್ಳಲು ಸೋಮ ಪ್ರಯತ್ನಿಸುತ್ತಿದ್ದ. ಆದರೆ, ತಲೆಗೆ ಒಂದೂ ಹೋಗದು. ಒಬ್ಬರು ಇನ್ನೊಬ್ಬರ ಮೇಲೆ ಯುದ್ಧ ಹೂಡುವುದಾದರೂ ಏಕೆ? ಅದು ಅವನಿಗೆ ಬಗೆಹರಿಯದ ಪ್ರಶ್ನೆ. ಆದರೂ, ದಿನಾಲೂ ತನ್ನ ಅಂಗಡಿಯನ್ನು ಹಾದುಹೋಗುತ್ತ ಎರಡು ಪೈಗಳ ಬೀಡಿ ಕೊಳ್ಳುತ್ತಿದ್ದ ಅಕ್ಕಸಾಲಿಗ ಜವ್ವನಿಗ ರಾಮಪ್ಪನೊಡನೆ, ಯುದ್ಧದ ಬಗೆಗೆ ಸೋಮ ಪ್ರಶ್ನೆ ಕೇಳದ ದಿನವಿಲ್ಲ. ಅನುದಿನದ ವೃತ್ತಾಂತವೇನೂ ಅವನಿಗೆ ಬೇಕಾಗಿರಲಿಲ್ಲ. ಯುದ್ಧದ ಅಂತ್ಯ ಏನಾಗುವುದು? ಮಂಗಳೂರಿಗೆ ವೈರಿಗಳು ಬರುವರೊ? ದವಸಧಾನ್ಯಗಳ ಏರಿದ ಬೆಲೆ ತಗ್ಗುವುದೊ?

* * *

ಊರಿನಲ್ಲಿ ಜಿನಸಿನ ಅಂಗಡಿಗಳ ಲೂಟಿ ನಡೆದು ಅಕ್ಕಿಮಂಡಿಗಳು ಸೂರೆಯಾದಾಗ, ರಾಯರು ಹೆದರಿದರು. ಅವರು ಬಾಗಿಲು ಮುಚ್ಚಿದರು.

ಆಗ ಸೋಮ ಹೇಳಿದ:

"ಬರಲಿ, ನೋಡುವ ನಾನಿದ್ದೇನೆ. ನಿಮ್ಮ ಭಂಡಸಾಲೆಯಿಂದ ಒಂದು ಕಾಳು ಕೂಡಾ ಮಿಸುಕದ ಹಾಗೆ ನೋಡಿಕೊಳ್ಳುತ್ತೇನೆ. ಲುಚ್ಚರು! ದರೋಡೆಗಾರರು! ಮೈಮುರಿದು ದುಡಿಯುವುದಕ್ಕೆ ಇವರಿಗೆ ರೋಗ!"

ರಾಯರ ಭಂಡಸಾಲೆ ಲೂಟಿಯಾಗಲಿಲ್ಲ. ಸೋಮನಂತಹ ಧೈರ್ಯವಂತ ಹತ್ತಿರ ಇರುವನೆಂದು ಅವರು ಸಮಾಧಾನ ತಳೆದರು.

* * *

ದವಸಧಾನ್ಯಗಳ, ಎಣ್ಣೆ, ಜಿನಸುಗಳ ಬೆಲೆ ಏರುತ್ತ ಸಾಗಿತ್ತು. ವ್ಯಾಪಾರಿಗಳೆಲ್ಲ ಬಡವರನ್ನು ಸುಲಿಯುತ್ತಿದ್ದಾರೆ ಎಂದು ಅಕ್ಕಸಾಲಿಗೆ ಹೇಳುತ್ತಿದ್ದ.

"ಛೆ! ಛೆ! ಹಾಗೂ ಉಂಟೆ?" ಎಂದು ಉತ್ತರಿಸುತ್ತಿದ್ದ ಸೋಮ.

'ರಾಯರಂತಹ ವ್ಯಾಪಾರಿಗಳ ಮೇಲೂ ಆರೋಪವೇ? ಅವರೆಷ್ಟು ಸತ್ಯ ಸಂಧರು- ಎಂದುಕೊಳ್ಳುತ್ತಿದ್ದ ಮನಸ್ಸಿನಲ್ಲೆ.

ದಿನಹೋದಂತೆ ಜೀವನ ಕಷ್ಟವಾಗುತ್ತ ಬಂತು. ಯಾವುದರ ಬೆಲೆಯೂ ತಗ್ಗುವ ಲಕ್ಷಣ ಕಾಣಿಸಲಿಲ್ಲ. ಸೋಮನ ಸಂಪಾದನೆಯೊ – ಮೊದಲಿನಷ್ಟೆ.

ನೆಲಕಡಲೆಯ ಬೆಲೆಯನ್ನು ಸೇರಿಗೆ ಮೂರರಿಂದ ನಾಲ್ಕು ದುಡ್ಡಿಗೆ ಏರಿಸಿದ. ಪ್ರಯೋಜನವಾಗಲಿಲ್ಲ. ಮಗುವಿಗಷ್ಟು ಸರಿಯಾಗಿ ಉಣಬಡಿಸಿದರಾಯಿತು ಎಂದುಕೊಂಡು, ತಾನು ಅರೆಹೊಟ್ಟೆ ಉಣ್ಣತೊಡಗಿದ.

* * *

ಆ ದಿನ ಸಂಜೆ ಸೋಮ ತನ್ನ ಅಂಗಡಿಯ ಬಾಗಿಲಿಕ್ಕಿ ಅರ್ಧಸೇರು ಅಕ್ಕಿ ಕೊಳ್ಳಲು ರಾಯರ ಭಂಡಸಾಲೆಗೆ ಹೋದ. ರಾಯರು ಕೂಗಾಡುತ್ತಿದ್ದರು.

ಸೋಮ ಕಿವಿಗೊಟ್ಟು ಕೇಳಿದ.

ಹೊಸ ಆಜ್ಞೆ, ಅಂಗಡಿಗಳಲ್ಲಿನ ಸಕ್ಕರೆ ದಾಸ್ತಾನನ್ನು ಸರಕಾರದ ಅಧಿಕಾರಿಗಳು ಬಂದು ನೋಡುವರಂತೆ; ಹೆಚ್ಚಿನ ಬೆಲೆಗೆ ಮಾರಿದರೆ ಶಿಕ್ಷಿಸಬಹುದಂತೆ.

ಸೋಮ ಯೋಚಿಸಿದ; ಹೀಗೂ ಉಂಟೆ? ಎಂಥ ಅನ್ಯಾಯ! ಇಂತಿಷ್ಟು ಬೆಲೆಗೆ ಮಾರುವುದಕ್ಕೂ ಸರಕಾರದ ಅಪ್ಪಣೆ ಬೇಕೆಂದರೆ ಬೇರೇನು ಉಳಿಯಿತು?

ಕಣ್ಣುಬಾಯಿಗಳಲ್ಲಿ ಕೆಂಡಕಾರುತ್ತ ರಾಯರು ಗರ್ಜಿಸಿದರು:

"ಕಲೆಕ್ಟರರ ರಾಜ್ಯಭಾರ ಶುರುವಾಗಿದೆ! ಮೊಗಲ್ ದರ್ಬಾರ್!"

ಬಹಳ ಕೆಟ್ಟ ಕ್ರಮವಪ್ಪ ಇದು – ಎಂದುಕೊಂಡ ಸೋಮ.

ಭಂಡಸಾಲೆಯ ಮುಂದೆ ನಿಂತಿದ್ದ ಗಿರಾಕಿಗಳನ್ನು ಉದ್ದೇಶಿಸಿ ರಾಯರು ಗರ್ಜಿಸಿದರು:

"ಇವರಿಗೆಲ್ಲ ಯುದ್ಧನಿಧಿಗೆ ಚಂದಾ ಕೊಡಲಿಕ್ಕೆ ನಾವು ಬೇಕು. ಹಣ ರಾಶಿ ರಾಶಿಯಾಗಿ ಸುರಿಯಬೇಕು. ಸಾಮಾನು ಮಾತ್ರ ಕಮ್ಮಿ ಬೆಲೆಗೆ ನಷ್ಟಕ್ಕೆ–ಮಾರಬೇಕು!"

ಸೋಮನಿಗೆ ಅನಿಸಿತು: ಅದು ಕೂಡದೇ ಕೂಡದು. ಸರಕಾರಕ್ಕೆ ಹಣ ಕೊಡುವಾಗ ನಾವು ಹೇಳಿದಂತೆ ಅದು ಕೇಳಬೇಡವೆ? ಹೌದು ಅವನು ಕೂಡಾ ಯುದ್ಧ ನಿಧಿಗೆ ಹಣ ಕೊಟ್ಟಿದ್ದ. ಒಂದಾಣೆ. ಬಹಳ ಕಷ್ಟದಿಂದ. ಯಾರೋ ಅಧಿಕಾರಿಗಳು ಬಂದು ಅಂಗಡಿಯ ಮುಂದೆ ಇಂಗ್ಲಿಷ್ ಮಾತನಾಡಿದ್ದರಿಂದ ಅವರ ಡಬ್ಬಿಗೆ ಆ ಹಣ ಹೋಗಿತ್ತು.

ರಾಯರ ದೃಷ್ಟಿ ತನ್ನ ಮೇಲೆ ಬಿದ್ದಾಗ ಸೋಮ ಕೇಳಿದ:

"ಅರ್ಧಸೇರು ಅಕ್ಕಿ"

"ಐದು ದುಡ್ಡು" ಎಂದರು ರಾಯರು.

ಯಾರ ಮೇಲಿನ ಸಿಟ್ಟು ಇದು? ಹಿಂದಿನ ದಿನವಷ್ಟೇ ನಾಲ್ಕು ದುಡ್ಡಿಗೆ ಕೊಂಡುಹೋಗಿದ್ದನಲ್ಲ? ಒಂದೇ ದಿನದಲ್ಲಿ ನಾಲ್ಕು ಪೈ ಹೆಚ್ಚಾಯಿತು.

ರಾಯರು ಕೂಗಿ ನುಡಿದರು:

"ಬೇಕಾದರೆ ಕೊಂಡು ಹೋಗು. ಇಲ್ದಿದ್ರೆ ಕಲೆಕ್ಟರಲ್ಲಿಗೆ ಹೋಗು!"

* * *

ಮತ್ತೊಂದು ಸಂಜೆ ತನ್ನ ಅಂಗಡಿ ಮುಚ್ಚುತ್ತಿದ್ದಾಗ ಸೋಮ ಹೊಸ ಹೊಸ ಸಾಮಾನು ಗಾಡಿಯಿಂದಿಳಿದು ಅಂಗಡಿಯ ಒಳಹೋಗುತ್ತಿದ್ದುದನ್ನು ಕಂಡ. ಚಿಮಿಣಿ ಎಣ್ಣೆ ಡಬ್ಬಗಳೂ ಹಲವು ಇದ್ದಂತೆ ತೋರಿತು.

ಮಾರನೆಯ ದಿನ ಎಣ್ಣೆ ತರಬೇಕು. ಮನೆಯ ಬುಡ್ಡಿ ದೀಪವೂ ಬರಿದು: ಅಂಗಡಿಯ ಚಿಮಿಣಿಯೂ ಖಾಲಿ. ಸಂಜೆಯವರೆಗೆ ಕಾಯುವಂತಿಲ್ಲ.

ದುಡ್ಡಿರಲಿಲ್ಲ. ಸದ್ಯಕ್ಕೆ ಕಾಲುಬಾಟಲಿ ತರೋಣ ಎಂದು, ಪುಡಿಕಾಸಿನೊಡನೆ ರಾಯರ ಭಂಡಸಾಲೆಗೆ ಹೋದ.

ಅಲ್ಲಿ ಹೇಳಿದರು.

"ಕಾಲು ಬಾಟ್ಲಿಗೆ ಒಂದಾಣೆ – ಇವತ್ತಿನಿಂದ."

"ತುಂಬ ಹೆಚ್ಚಾಯಿತಲ್ಲ ಧನಿಗಳೇ" ಎಂದ.

ಅವರು ಉತ್ತರ ಕೊಡಲಿಲ್ಲ. ಬೇಕಿದ್ದರೆ ಕೊಳ್ಳಬೇಕು ಅಷ್ಟೆ.

ಬೇಕಿದ್ದರೆ? ಊ! ಬೇಡವೆ ಮತ್ತೆ? ಅಂಗಡಿಗೆ ಹೋಗಿ ಮತ್ತೂ ಒಂದೆರಡು ಕಾಸು ಹುಡುಕಿ ತಂದು, ಒಂದಾಣೆ ತೆತ್ತು, ಸೋಮ ಎಣ್ಣೆ ಕೊಂಡ. ಅವನಿಗೆ ತುಂಬ

ದುಃಖವಾಯಿತು. ಹಣ ಹೆಚ್ಚು ಕೊಡಬೇಕಾದ್ದೊಂದು; ರಾಯರ ಬಗ್ಗೆ ತಾನು ತೋರಿಸುತ್ತಿದ್ದ ಪ್ರೀತಿಯ ಒಂದಂಶವನ್ನೂ ಪ್ರತಿಯಾಗಿ ಅವರು ತೋರಿಸಲಿಲ್ಲ ಎಂಬುದು ಇನ್ನೊಂದು.

* * *

ಮರುದಿನ ಬೆಳಿಗ್ಗೆಯೂ ಸೋಮ ಎಣ್ಣೆ ತಂದ.

ಮಧ್ಯಾಹ್ನ ಊಟಕ್ಕೆ ಹೋಗುತ್ತಿದ್ದ ಅಕ್ಕಸಾಲಿಗ ಒಂದು ಸುದ್ದಿ ಹೇಳಿದ: ಉತ್ತಮ ಚಿಮಿಣಿ ಎಣ್ಣೆಯನ್ನು ಬಾಟಲಿಗೆ 3 ಆಣೆ 7 ಪೈಗೂ ಕೀಳು ತರಹೆಯದನ್ನು 3 ಆಣೆ 2 ಪೈಗೂ ಮಾರಬೇಕೆಂದು ಸರಕಾರ ಆಜ್ಞಾಪಿಸಿದೆ. ಹೆಚ್ಚು ಬೆಲೆ ಕೇಳಿದರೆ ವೋಚರ್ ಕೊಡಿ ಎನ್ನಬೇಕು.

ಸೋಮ ಹೇಳಿದ:

"ವೋಚರ್ ಅಂದ್ರೆ?"

"ಒಂದು ಚೀಟಿ, ಎಷ್ಟು ಬೆಲೆಗೆ ಮಾರಿದ್ದೂಂತ."

"ಹ್ಞ, ಅದನ್ನು ಏನು ಮಾಡ್ಬೇಕು?"

"ಅಧಿಕಾರಿಗಳಿಗೆ ತೋರಿಸಿದರೆ ವ್ಯಾಪಾರಿಗೆ ಶಿಕ್ಷೆ."

ಸಂಜೆ ಸೋಮ ಮತ್ತೆ ರಾಯರ ಭಂಡಸಾಲೆಗೆ ಹೋದ, ಬಾಟಲಿಯೊಡನೆ.

ಅಲ್ಲಿ ಅಂದರು:

"ಬೆಳಿಗ್ಗೆ ಕೊಂಡು ಹೋಗಿದ್ದಿ. ಈಗ ಇಲ್ಲ!"

ಇದು ಮನೆಗೆ- ಎಂದರೆ ಅವರು ಕೇಳಬೇಕಲ್ಲ?

ಸ್ವಂತ ಉದ್ಯೋಗದ ಜೀವನದಲ್ಲಿ ಅದೇ ಮೊದಲ ಬಾರಿ ಇನ್ನೊಂದು ಅಂಗಡಿಗೆ ಸೋಮ ಹೋದ. ಕಾಲು ಬಾಟಲಿಗೆ 1 ಆಣೆ 1 ಪೈ ಎಂದರು ಅಲ್ಲಿ!

ಥರಥರನೆ ಗುಡುಗುತ್ತ, ತಾನೇನು ಚಿಲ್ಲರೆಯವನಲ್ಲ ಎಂಬ ಭಾವನೆಯಿಂದ ಸೋಮ, "ವೋಚ್ರು ಕೊಡಿ" ಎಂದ.

ಸಾಹುಕಾರರು ಪಾದದಿಂದ ಹಿಡಿದು ತಲೆಯತನಕ ಸೋಮನನ್ನು ನೋಡಿ, ವಿಕಟವಾಗಿಯೇ ನಕ್ಕು "ಎಂಥ ವೌಚರ್?" ಎಂದು ಕೇಳಿದರು.

ಸೋಮನ ಸಿಟ್ಟೆಲ್ಲ ಒಮ್ಮೆಲೆ ಹೊರಬಂದು ಅವನು ಕೂಗಾಡಿದ:

"ಪಾಪ ಕಟ್ಟಿಕೊಳ್ಳಬೇಡಿ! ಬಡವನನ್ನು ಕೊಲ್ಲಬೇಡಿ! ಸರಕಾರ ಶಿಕ್ಷೆ ಕೊಟ್ಟೀತು! ದೇವರು ಶಾಸ್ತಿಮಾಡ್ತಾನೆ."

ಸೋಮನ ಮಾತು ಮುಗಿಯುತ್ತಿದ್ದಂತೆಯೇ ಅಂಗಡಿಯ ಆಳು ಅವನನ್ನ ಹೊರದಬ್ಬಿದ.

ಸಾಹುಕಾರರು, ಧನವೇದಿಕೆಯ ಮೇಲಿಂದ, ವ್ಯಾಪಾರಕ್ಕೆ ಬಂದವರೊಡನೆ ಹಿಟ್ಲರನ ಸಾಹಸವನ್ನು ಬಣ್ಣಿಸತೊಡಗಿದರು.

...ಆಚೆ ಅಂಗಡಿಯವರಂತೂ ತಮ್ಮ ಆಳುಗಳ ನಗುವಿನ ಹಿಮ್ಮೇಳದೊಂದಿಗೆ ಸೋಮನನ್ನು ಅವಮಾನಿಸಿದರು.

ಅಳುತ್ತಿದ್ದ ಮಗುವನ್ನೆತ್ತಿಕೊಂಡು ಅವನು ಮನೆಗೆ ಬಂದ.

* * *

ಮರುದಿನ ಅಕ್ಕಸಾಲಿಗೆ ಹೇಳಿದ: ಇತರ ಅಂಗಡಿಗಳ ಅವಸ್ಥೆ ಏನು ಅಂತ ನೋಡಬಹುದಲ್ಲ?

ಸೋಮ ಹೊರಟ.

ವೌವ್‌ಚರ್ ಗಿವ್‌ಚರ್ ಇಲ್ಲವೆಂದರು ಒಂದೆಡೆ.

ಸರಕಾರವೇ ಎಣ್ಣೆ ಕೊಟ್ಟೀತು, ಹೋಗು! – ಎಂದರು ಇನ್ನೊಂದೆಡೆ.

ಹೀಗೆಯೇ ಎಲ್ಲೆಲ್ಲೂ.

* * *

ಮೂರನೇ ದಿನ ಅಕ್ಕಸಾಲಿಗ ಹೇಳಿದ:

"ನಾವೆಲ್ಲ ಒಂದಾಗಿ ಅಧಿಕಾರಿಗಳಲ್ಲಿಗೆ ಹೋಗ್ಬೇಕು."

* * *

ಆ ರಾತ್ರೆ ಕೂಳಿಲ್ಲದೆ ಬೆಳಕಿಲ್ಲದೆ ಇರಬೇಕಾಯಿತು.

ಹಗಲು ವ್ಯಾಪಾರ ಇರಲಿಲ್ಲ.

ರಾತ್ರೆ ಜಡಿಮಳೆ ಬೀಸಿತು; ಮಾಡ ಹಾರಿತು; ಗೋಡೆ ಕುಸಿಯಿತು. ಬೆಳಗ್ಗೆ ನೋಡುವಾಗ ಮಗುವಿನ ಮೈ ಕೆಂಡದಂತೆ ಕ್ಕಾದಿತ್ತು. ಸೋಮ ತಲೆಯನ್ನು ಕೆದರಿಕೊಂಡ. ಕಣ್ಣುಗಳು ಊದಿದ್ದುವು.

"ಅನ್ಯಾಯ!" ಎಂದು ಕೂಗಿದ.

ಎದ್ದು ಪುನಃ ಅದೇ ಶಬ್ದವನ್ನು ಉಚ್ಚರಿಸಿದ.

ಬರಿದಾಗಿದ್ದ ದೀಪದ ಬುಡ್ಡಿಯನ್ನೆತ್ತಿಕೊಂಡು, ಹೊರಕ್ಕೆ ಧಾವಿಸಿದ. ನೆಲಗಡಲೆಯ ಡಬ್ಬ ಉರುಳಿತು.

"ಉರುಳಲಿ, ನನಗದು ಬೇಡ" – ಎಂದುಕೊಂಡ.

ಅವನು ನಡೆದದ್ದು ಊರಿನ ಮೈದಾನಕ್ಕೆ.

ಪೊಲೀಸ್ ಸೂಪರಿಂಟೆಂಡೆಂಟರು ಕವಾಯಿತು ನೋಡುತ್ತಿದ್ದರು.

ಸೋಮ ಅವರ ಬಳಿಗೆ ಓಡಿ "ಎಣ್ಣೆ!" ಎಂದ.

ಸಾಹೇಬರು ಕ್ಷಣ ಹೊತ್ತು ಅವನನ್ನು ದಿಟ್ಟಿಸಿದರು.

ಸೋಮ ಅವರ ಮುಖದ ಹತ್ತಿರಕ್ಕೆ ದೀಪದ ಬುಡ್ಡಿಯನ್ನು ನೂಕಿ "ಎಣ್ಣೆ ಕೊಡು" ಎಂದ.

* * *

...ಹೋಟಲಿನವರು ಮುಖದ ಮೇಲೆ ಬಿಸಿನೀರೆರೆಚಿದರೇನೊ. ಬಿಸಿಲಲ್ಲಿ ಬಿದ್ದಿದ್ದ ಸೋಮನಿಗೆ ಎಚ್ಚರವಾಯಿತು. ಸುತ್ತಲೂ ಪೋಕರಿ ಹುಡುಗರು. ಒಬ್ಬ ಕೂಗಿದ "ಎಣ್ಣೆ!" ಹಲವರು ಮಾರ್ದನಿ ಕೊಟ್ಟರು. ಸೋಮ ತನ್ನ ಕೈಯತ್ತ ನೋಡಿದ. ಜಜ್ಜಿ ಹೋಗಿದ್ದ ದೀಪದ ಬುಡ್ಡಿ ಸಮೀಪದಲ್ಲೇ ಇತ್ತು. ಸ್ಫೂರ್ತಿಗೊಂಡವನಂತೆ ಸೋಮ ಆ ಬುಡ್ಡಿಯನ್ನು ಹಿಡಿದೆತ್ತಿ, "ಎಣ್ಣೆ!" ಎಂದು ಕಿರಿಚುತ್ತ ಎದ್ದು ನಿಂತ. ಹುಡುಗರು "ಎಣ್ಣೆ!" ಎಂದರು; "ಹುಚ್ಚ" ಎಂದರು. ಸೋಮ ಓಡಿದ. ಹುಚ್ಚನಂತೆ ಓಡಿದ.

ಒಂದು ಕಾರು ಬೇರೆ ಬೀದಿಯಿಂದ ಸರಕ್ಕನೆ ತಿರುಗಿ ಬಂದು, ಎದುರಾದ ಸೋಮನನ್ನು ಚರಂಡಿಗೆ ಎಸೆದು, ನಿಲ್ಲದೆ ಮುಂದಕ್ಕೆ ಧಾವಿಸಿತು. ನಿಂತು ಹೊರಡುವುದೆಂದರೆ ವೃಥಾ ಪೆಟ್ರೋಲ್ ಖರ್ಚು! ○

ವಿಶ್ವಕಥಾಕೋಶ

ಸಂಪುಟ - ೧

ಧರಣಿಮಂಡಲ ಮಧ್ಯದೊಳಗೆ

ಲೇಖಕರ ಪರಿಚಯ

ಟಾಲ್‌ಸ್ಟಾಯ್ ಮಹರ್ಷಿಯ ಭೂರ್ಜ ವೃಕ್ಷಗಳು

ಶ್ರೀನಿವಾಸ (1891-1986)

ಶ್ರೀನಿವಾಸ– ಮಾಸ್ತಿ ವೆಂಕಟೇಶ ಅಯ್ಯಂಗಾರ್ ಅವರ ಕಾವ್ಯನಾಮ. ಕೋಲಾರ ಜಿಲ್ಲೆಯ ಮಾಸ್ತಿಯಲ್ಲಿ ಜನನ. ಮದರಾಸ್ ವಿಶ್ವವಿದ್ಯಾನಿಲಯದಿಂದ ಎಂ.ಎ. ಪದವಿ. ಮೈಸೂರು ಸರ್ಕಾರದ ಉನ್ನತ ಹುದ್ದೆಗಳಲ್ಲಿದ್ದು, ರೆವಿನ್ಯೂ ಕಮಿಷನರ್ ಆಗಿ ಸೇವೆ ಸಲ್ಲಿಸಿದರು. ಸಣ್ಣಕಥೆ, ಕಾದಂಬರಿ, ನಾಟಕ, ವಿಮರ್ಶೆ ಹೀಗೆ ಹಲವು ಸಾಹಿತ್ಯ ಪ್ರಕಾರಗಳಲ್ಲಿ ಕೃಷಿ. ವ್ಯಾಪಕ ಪ್ರಶಂಸೆ ಪಡೆದ 'ಸುಬ್ಬಣ್ಣ' ನೀಳ್ಗತೆ ಅನೇಕ ಭಾಷೆಗಳಿಗೆ ಅನುವಾದಗೊಂಡಿದೆ. ಮನುಷ್ಯ ಸಂಬಂಧಗಳನ್ನು ಅನ್ವೇಷಿಸುವ, ಜೀವನಾನುಭವ ತುಂಬಿದ ಸಣ್ಣಕಥೆಗಳಲ್ಲದೆ 'ಯಶೋಧರ' ನಾಟಕ, 'ಚೆನ್ನಬಸವನಾಯಕ' ಕಾದಂಬರಿ, 'ಆದಿಕವಿ ವಾಲ್ಮೀಕಿ' ವಿಮರ್ಶಾ ಬರಹ ಸೇರಿ ಹಲವು ಪ್ರಸಿದ್ಧ ಕೃತಿಗಳ ರಚನೆ. ಸಾಹಿತ್ಯ–ಸಂಸ್ಕೃತಿಗೆ ಮೀಸಲಾದ 'ಜೀವನ' ಮಾಸಪತ್ರಿಕೆಗೆ ದೀರ್ಘಕಾಲ ಸಂಪಾದಕ. ಒಂದು ಅವಧಿಗೆ ಪಿ.ಇ.ಎನ್. ಅಧ್ಯಕ್ಷ. 1924ರಲ್ಲಿ ಬೆಳಗಾವಿಯಲ್ಲಿ ನಡೆದ ಕನ್ನಡ ಸಾಹಿತ್ಯ ಸಮ್ಮೇಳನದ ಅಧ್ಯಕ್ಷತೆ. ಕರ್ನಾಟಕ ವಿಶ್ವವಿದ್ಯಾನಿಲಯದಿಂದ ಗೌರವ ಡಾಕ್ಟರೇಟ್. 1983ರಲ್ಲಿ 'ಚಿಕವೀರರಾಜೇಂದ್ರ' ಕೃತಿಗೆ ಜ್ಞಾನಪೀಠ ಪ್ರಶಸ್ತಿ. ಕನ್ನಡದಲ್ಲಿ ಸಣ್ಣಕಥೆಗಳ ಪ್ರವರ್ತಕ, 'ಮಾಸ್ತಿ ಕನ್ನಡದ ಆಸ್ತಿ' ಎಂಬ ಪ್ರಶಂಸೆಗಳಿಗೆ ಪಾತ್ರ. ○

ನಾನು ಕೊಂದ ಹುಡುಗಿ

ಆನಂದ (1902-1963)

ಆನಂದ– ಅಜ್ಜಂಪುರ ಸೀತಾರಾಂ ಅವರ ಕಾವ್ಯನಾಮ. ಮೈಸೂರಿನಲ್ಲಿ ಜನನ. ಮಧ್ಯಮವರ್ಗದ ಜನಜೀವನದ ಸಂಗತಿಗಳೇ ಅವರ ಬಹುತೇಕ ಕಥೆಗಳ ವಸ್ತು. ಅಲ್ಲದೆ ವಿದೇಶಿ ಬರಹಗಾರರ ಕೆಲವು ಹೆಸರಾಂತ ಕೃತಿಗಳನ್ನೂ ಕನ್ನಡಕ್ಕೆ ರೂಪಾಂತರಿಸಿ ತಂದರು. 'ನಾನು ಕೊಂದ ಹುಡುಗಿ' ಅವರ ಪ್ರಖ್ಯಾತ ಕಥೆ. 'ಬೇವುಬೆಲ್ಲ', 'ಸ್ವಪ್ನ ಜೀವಿ ಮತ್ತಿತರ ಕಥೆಗಳು' ಹಾಗೂ 'ಶಿಲ್ಪಿ ಸಂಕುಲ' ಕಥಾಸಂಕಲನಗಳು. 'ಡಾ. ಜೆಕಿಲ್ ಮತ್ತು ಮಿಸ್ಟರ್

ಹೈಡ್' ಆಧಾರಿತ 'ಪುರುಷಾಮೃಗ', 'ದಿ ವ್ಯಾಲಿಯಂಟ್' ಆಧಾರಿತ 'ವೀರಯೋಧ' ಸೇರಿದಂತೆ ಹದಿಮೂರು ಕೃತಿಗಳನ್ನು ರಚಿಸಿದ್ದಾರೆ. ○

ಮಣ್ಣಿನ ಮಗ

ಅ. ನ. ಕೃಷ್ಣರಾಯ (1908-1971)

ಕನ್ನಡದ ಪ್ರಗತಿಶೀಲ ಸಾಹಿತ್ಯ ಚಳವಳಿಯ ಪ್ರಮುಖ ಲೇಖಕ. ಕನ್ನಡ ಸಂಸ್ಕೃತಿಯ ಅನನ್ಯತೆಯ ಬಗ್ಗೆ ಸಾಮಾನ್ಯರಲ್ಲೂ ಸಂವೇದನೆ ಮತ್ತು ಜಾಗೃತಿ ಮೂಡಿಸಿದ ಸಾಂಸ್ಕೃತಿಕ ಚಳವಳಿಯ ನೇತಾರ. ಕೋಲಾರದಲ್ಲಿ ಜನನ. ಕಾಲೇಜು ವಿದ್ಯಾಭ್ಯಾಸ ಅಪೂರ್ಣ. ಕೆಲಕಾಲ ಶಾಂತಿನಿಕೇತನದಲ್ಲಿ ಶಿಕ್ಷಣ. ಅನಕೃ ಎಂಬ ಹೆಸರಿನಲ್ಲಿ ಸಾಹಿತ್ಯ ರಚನೆ. 1939ರಲ್ಲಿ 'ಮದುವೆಯೋ ಮನೆಹಾಳೋ' ನಾಟಕ ಪ್ರಥಮ ಕೃತಿ. ವೇಶ್ಯಾಸಮಸ್ಯೆ ಕುರಿತ ಮೂರು ಕಾದಂಬರಿಗಳು, ಕಲಾವಿದರ ಜೀವನ ಕುರಿತ 'ಸಂಧ್ಯಾರಾಗ', 'ನಟ ಸಾರ್ವಭೌಮ' ಮತ್ತು 'ಉದಯರಾಗ', ಕೌಟುಂಬಿಕ, ಸಾಮಾಜಿಕ ಸಮಸ್ಯೆಗಳನ್ನು ಕುರಿತ ಹಲವಾರು ಕಾದಂಬರಿಗಳು ಸೇರಿ, ನೂರಾರು ಕಾದಂಬರಿಗಳನ್ನು ಬರೆದು ಕನ್ನಡದ 'ಕಾದಂಬರಿ ಸಾರ್ವಭೌಮ' ಎಂಬ ಮನ್ನಣೆ ಪಡೆದರು. 'ಕಿಡಿ' ಮತ್ತು 'ಅಗ್ನಿ ದೀಕ್ಷೆ' ಕಥಾ ಸಂಕಲನಗಳು. 'ಕರ್ನಾಟಕದ ಕಲಾವಿದರು' ಸಂಗೀತಗಾರರು, ಚಿತ್ರಕಲಾವಿದರ ಜೀವನ ಚಿತ್ರಗಳ ಸಂಗ್ರಹ. ಹರಟೆ, ವಿಮರ್ಶೆ ಸೇರಿ ಇನ್ನೂರಕ್ಕೂ ಹೆಚ್ಚು ಕೃತಿಗಳ ರಚನೆ. 1960ರಲ್ಲಿ ಮಣಿಪಾಲದಲ್ಲಿ ನಡೆದ ಕನ್ನಡ ಸಾಹಿತ್ಯ ಸಮ್ಮೇಳನದ ಅಧ್ಯಕ್ಷತೆ. ಮೈಸೂರು ವಿಶ್ವವಿದ್ಯಾನಿಲಯದಿಂದ ಗೌರವ ಡಾಕ್ಟರೇಟ್. ಕರ್ನಾಟಕ ಸಾಹಿತ್ಯ ಅಕಾಡೆಮಿಯ ಅಧ್ಯಕ್ಷರಾಗಿದ್ದಾಗ ನಿಧನ. ○

ಮೋಚಿ

ಭಾರತೀಪ್ರಿಯ (1911-1981)

ಭಾರತೀಪ್ರಿಯ – ಎಸ್. ವೆಂಕಟರಾವ್ ಅವರ ಕಾವ್ಯನಾಮ. ಪತ್ರಕರ್ತ ಮತ್ತು ಲೇಖಕ. 'ಗಾನಯೋಗಿ' ಕಾದಂಬರಿ, 'ರುದ್ರವೀಣೆ' ಕಥಾ ಸಂಕಲನಗಳ ಮೂಲಕ ಸಾಹಿತ್ಯಲೋಕಕ್ಕೆ ಪರಿಚಿತ. ಹಲವು ವಿಷಯಗಳ ಬಗ್ಗೆ ಪತ್ರಿಕಾ ಲೇಖನಗಳನ್ನು ಬರೆಯಬಲ್ಲವರಾಗಿದ್ದ ಅವರು ವಿವಿಧ ಪತ್ರಿಕೆಗಳಲ್ಲಿ ಕೆಲಸ ಮಾಡಿದರು. ಸ್ವಲ್ಪ ಕಾಲ 'ಉತ್ಥಾನ' ಮಾಸಪತ್ರಿಕೆಯ ಸಂಪಾದಕರಾಗಿದ್ದರು. ○

ಪ್ರಾಯಶ್ಚಿತ್ತ

ಗೊರೂರು ರಾಮಸ್ವಾಮಿ ಅಯ್ಯಂಗಾರ್ (1904-1991)

ಹಾಸನ ಜಿಲ್ಲೆಯ ಗೊರೂರು ಜನ್ಮಸ್ಥಳ. ರಾಷ್ಟ್ರೀಯ ಸತ್ಯಾಗ್ರಹದಲ್ಲಿ ಭಾಗವಹಿಸಿ ಸೆರೆಮನೆ ವಾಸ. ಪ್ರಮುಖ ಗಾಂಧೀವಾದಿ. ಇಪ್ಪತ್ತಾರನೆಯ ವಯಸ್ಸಿನಲ್ಲಿ

'ಹಳ್ಳಿಯ ಚಿತ್ರಗಳು' ಪ್ರಕಟನೆ. ಸಣ್ಣಕಥೆಗಳು, ಲಘುಬರಹಗಳು, ಕಾದಂಬರಿಗಳು, ಪ್ರಬಂಧಗಳು, ಪ್ರವಾಸ ಕಥನ ಸೇರಿ ಸಾಹಿತ್ಯದಲ್ಲಿ ಬಹುಮುಖಿ ಬರವಣಿಗೆ. 'ಸತಿ ಕಸ್ತೂರಬಾ', 'ನಮ್ಮೂರ ರಸಿಕರು', 'ಬೆಸ್ತರ ಕರಿಯ' ಸೇರಿ ಮೂವತ್ತು ಕೃತಿಗಳ ಪ್ರಕಟನೆ. ನವಿರಾದ ಹಾಸ್ಯಕ್ಕೆ ಹೆಸರುವಾಸಿ. 'ಬೂತಯ್ಯನ ಮಗ ಅಯ್ಯು' ಮತ್ತು 'ಹೇಮಾವತಿ' ಚಲನಚಿತ್ರಗಳಾಗಿ ಪ್ರಸಿದ್ಧಿ ಪಡೆದವು. ದೀರ್ಘ ಕಾಲ ವಿಧಾನ ಪರಿಷತ್ತಿನ ಸದಸ್ಯರಾಗಿ ನೇಮಕ. 1982ರ ಶಿರಸಿಯಲ್ಲಿ ನಡೆದ ಕನ್ನಡ ಸಾಹಿತ್ಯ ಸಮ್ಮೇಳನದ ಅಧ್ಯಕ್ಷತೆ. ಮೈಸೂರು ವಿಶ್ವವಿದ್ಯಾನಿಲಯದಿಂದ ಗೌರವ ಡಾಕ್ಟರೇಟ್ ನೀಡಿಕೆ. ಪ್ರಖ್ಯಾತ ಪ್ರವಾಸ ಕಥನ 'ಅಮೆರಿಕದಲ್ಲಿ ಗೊರೂರು' ಕೃತಿಗೆ ಕೇಂದ್ರ ಸಾಹಿತ್ಯ ಅಕಾಡೆಮಿ ಪ್ರಶಸ್ತಿ. ❍

ತುಚೀಪ್, ತುದಾಂಡ್, ತುಬದ್–ರೆಡೀ

ಚದುರಂಗ (1916-1998)

ಚದುರಂಗ – ಎಂ. ಸುಬ್ರಹ್ಮಣ್ಯರಾಜ ಅರಸು ಅವರ ಕಾವ್ಯನಾಮ. ಮೈಸೂರು ಸಮೀಪದ ಕಲ್ಲಹಳ್ಳಿಯಲ್ಲಿ ಜನನ. ಅರಮನೆ ಸಂಪರ್ಕದಲ್ಲಿದ್ದರೂ ಹಳ್ಳಿಯ ಸಾಮಾನ್ಯರ ಜನಜೀವನದಲ್ಲಿ ಆಸಕ್ತಿ. ಮೈಸೂರಿನ ರಾಯಲ್ ಶಾಲೆ, ಬೆಂಗಳೂರು, ಮೈಸೂರುಗಳಲ್ಲಿ ವಿದ್ಯಾಭ್ಯಾಸ. ಸುತ್ತಮುತ್ತಲಿನ ಗ್ರಾಮೀಣ ಬದುಕಿನ ಗಮನ ಸೆಳೆವ ಸಂಗತಿಗಳೇ ಸಾಹಿತ್ಯಕ್ಕೆ ಸ್ಫೂರ್ತಿಯಾಗಿ, 'ಸರ್ವಮಂಗಳಾ', 'ಸ್ವಪ್ನ ಸುಂದರಿ', 'ಬಂಗಾರದ ಗೆಜ್ಜೆ' 'ಶವದ ಮನೆ', 'ಮೀನಿನ ಹೆಜ್ಜೆ', 'ವೈಶಾಖ' ಮುಂತಾದ ಕೃತಿಗಳ ರಚನೆ. 'ಚದುರಂಗರ ಕಥೆಗಳು' ಕಥಾ ಸಂಕಲನ. ಚಲನಚಿತ್ರರಂಗದೊಂದಿಗೂ ಸಂಪರ್ಕ. 'ಸರ್ವಮಂಗಳಾ' ಕಾದಂಬರಿಯ ಚಲನಚಿತ್ರ ನಿರ್ಮಾಣಕ್ಕೆ ಅವರದೇ ನಿರ್ದೇಶನ. ಈ ಚಿತ್ರಕ್ಕೆ ರಾಜ್ಯ ಮಟ್ಟದ ಪ್ರಶಸ್ತಿ ಗಳಿಕೆಯ ಗರಿಮೆ. 'ಉಯ್ಯಾಲೆ' ಕಾದಂಬರಿ ಸಹ ಇನ್ನೊಬ್ಬ ನಿರ್ದೇಶಕರಿಂದ ಚಲನಚಿತ್ರವಾಗಿ ಪ್ರಶಸ್ತಿ ಗಳಿಸಿತು. ಒಟ್ಟು ಸಾಹಿತ್ಯ ಸೇವೆಗೆ ಕರ್ನಾಟಕ ಸಾಹಿತ್ಯ ಅಕಾಡೆಮಿಯ ಪ್ರಶಸ್ತಿಯ ಗೌರವ. ❍

0–0=0

ತ. ರಾ. ಸುಬ್ಬರಾವ್ (1920-1984)

ಕನ್ನಡದ ಗದ್ಯ ಸಾಹಿತ್ಯದ ಪ್ರಮುಖ ಲೇಖಕರಲ್ಲೊಬ್ಬರು. ಹುಟ್ಟೂರು ಮಲೆಬೆನ್ನೂರು. ಸ್ವಾತಂತ್ರ್ಯ ಚಳವಳಿಯಲ್ಲಿ ಪಾಲ್ಗೊಂಡು ಸೆರೆಮನೆ ವಾಸ. ಪತ್ರಿಕೋದ್ಯಮಿಯಾಗಿ ಜೀವನ ಆರಂಭಿಸಿ ಅಂದಿನ ಪ್ರಮುಖ ಪತ್ರಿಕೆಗಳಲ್ಲಿ ಸೇವೆ. ಪ್ರಗತಿಶೀಲ ಸಾಹಿತ್ಯ ಚಳವಳಿಯಲ್ಲಿ ಸಕ್ರಿಯ ಪಾತ್ರ. 'ಮನೆಗೆ ಬಂದ ಮಹಾಲಕ್ಷ್ಮಿ' ಮೊದಲ ಕಾದಂಬರಿ. ಚಿತ್ರದುರ್ಗದ ಐತಿಹಾಸಿಕ ಹಿನ್ನೆಲೆಯ 'ಕಂಬನಿಯ ಕುಯಿಲು', 'ರಕ್ತರಾತ್ರಿ', 'ತಿರುಗುಬಾಣ' ಕಾದಂಬರಿಗಳು ಅತ್ಯಂತ ಜನಪ್ರಿಯ. ಸಂಗೀತಗಾರನ ಕಥೆಯುಳ್ಳ 'ಹಂಸಗೀತೆ', 'ಚಕ್ರತೀರ್ಥ',

'ನಾಗರಹಾವು', 'ಚಂದನದ ಗೊಂಬೆ', 'ಗಾಳಿಮಾತು' ಕಾದಂಬರಿಗಳು ಚಲನಚಿತ್ರಗಳಾಗಿಯೂ ಪ್ರಸಿದ್ಧ. ವೇಶ್ಯಾಸಮಸ್ಯೆಯನ್ನು ಚಿತ್ರಿಸುವ 'ಮಸಣದ ಹೂ', ಪತ್ರಿಕಾವೃತ್ತಿಯ ಹಿನ್ನೆಲೆಯ 'ಮುಂಜಾವಿಂದ ಮುಂಜಾವು' ಸೇರಿ ತರಾಸು ಅವರದು ನೂರಕ್ಕೂ ಹೆಚ್ಚು ಕೃತಿಗಳ ವಿಸ್ತಾರವಾದ ಬರವಣಿಗೆ. ಚಿತ್ರದುರ್ಗದ ಇತಿಹಾಸವನ್ನುಳ್ಳ 'ದುರ್ಗಾಸ್ತಮಾನ' ಕೃತಿಗೆ ಕೇಂದ್ರ ಸಾಹಿತ್ಯ ಅಕಾಡೆಮಿ ಪ್ರಶಸ್ತಿ ಮರಣೋತ್ತರವಾಗಿ ಲಭ್ಯ. ○

ಬೂಟ್ ಪಾಲಿಶ್

ಬಸವರಾಜ ಕಟ್ಟೀಮನಿ (1919-1989)

ಬೆಳಗಾವಿ ಜಿಲ್ಲೆಯ ಗೋಕಾಕದಲ್ಲಿ ಜನನ. ಪತ್ರಿಕೋದ್ಯಮಿಯಾಗಿ ಜೀವನ ಆರಂಭ. ಬಂಡಾಯ ಪ್ರವೃತ್ತಿಯ ಲೇಖಕನಾಗಿ ಕನ್ನಡದ ಪ್ರಗತಿಶೀಲ ಸಾಹಿತ್ಯ ಚಳವಳಿಯಲ್ಲಿ ಪ್ರಮುಖ ಪಾತ್ರ. ಪ್ರಗತಿಶೀಲ ಧೋರಣೆಯ 'ಉಷಾ' ಮಾಸಪತ್ರಿಕೆಯ ಸಂಪಾದಕ. ಸಾಮಾಜಿಕ ಅನಿಷ್ಟಗಳು, ಧಾರ್ಮಿಕ ಅನಾಚಾರ ಗಳನ್ನು ಕುರಿತು ಕಾದಂಬರಿಗಳ ಬರವಣಿಗೆ. 'ಶಿವದಾರ ಜನಿವಾರ', 'ಮೋಹದ ಬಲೆಯಲ್ಲಿ', 'ಜರತಾರಿ ಜಗದ್ಗುರು' ಮೊದಲಾದ ಕಾದಂಬರಿ ಗಳಲ್ಲಿ ಕಟುಟೀಕೆ. 'ಜ್ವಾಲಾಮುಖಿಯ ಮೇಲೆ' ಇನ್ನೊಂದು ಪ್ರಸಿದ್ಧ ಕೃತಿ. ಹತ್ತು ಕಥಾಸಂಗ್ರಹಗಳೂ ಸೇರಿ ಐವತ್ತು ಕೃತಿಗಳ ರಚನೆ. 'ಸೋವಿಯೆತ್ ಲ್ಯಾಂಡ್' ಪ್ರಶಸ್ತಿ ವಿಜೇತ. 'ನಾನು ಕಂಡ ರಶಿಯಾ' ಆ ಕುರಿತ ಪ್ರವಾಸ ಕಥನ. ಒಂದು ಅವಧಿಗೆ ವಿಧಾನ ಪರಿಷತ್ ಸದಸ್ಯ. 1980ರಲ್ಲಿ ಬೆಳಗಾವಿಯಲ್ಲಿ ನಡೆದ ಕನ್ನಡ ಸಾಹಿತ್ಯ ಸಮ್ಮೇಳನದ ಅಧ್ಯಕ್ಷತೆ. ಕರ್ನಾಟಕ ಸಾಹಿತ್ಯ ಅಕಾಡೆಮಿ ಪ್ರಶಸ್ತಿ, ರಾಜ್ಯೋತ್ಸವ ಪ್ರಶಸ್ತಿಗಳ ಗೌರವ. ○

ಮುಕ್ಕಣ್ಣನ ಮುಕ್ತಿ

ಕೋ. ಚೆನ್ನಬಸಪ್ಪ

ಬಳ್ಳಾರಿ ಜಿಲ್ಲೆಯ ಆಲೂರಿನಲ್ಲಿ 1922ರಲ್ಲಿ ಜನನ. ಸ್ವಾತಂತ್ರ್ಯ ಚಳವಳಿಯಲ್ಲಿ, ನಂತರ ಕರ್ನಾಟಕದ ಏಕೀಕರಣ ಚಳವಳಿಯಲ್ಲಿ ಸಕ್ರಿಯವಾಗಿ ಭಾಗವಹಿಸುವಿಕೆ. ಬಳ್ಳಾರಿಯಲ್ಲಿ 'ರೈತ' ಪತ್ರಿಕೆಯ ಸಂಪಾದಕ. ಅನಂತರ ನ್ಯಾಯವಾದಿಯಾಗಿ ಮತ್ತು ಜಿಲ್ಲಾ ನ್ಯಾಯಾಧೀಶರಾಗಿ ಸೇವೆ. ಕವನ ಸಂಕಲನ, ಸಣ್ಣಕಥೆಗಳ ಸಂಕಲನ, ಕಾದಂಬರಿ, ಸಂದರ್ಶನಗಳು, ಜೀವನ ಚರಿತ್ರೆ ಸೇರಿ ಹಲವು ಪ್ರಕಾರಗಳಲ್ಲಿ ಸಾಹಿತ್ಯ ಕೃಷಿ ನಡೆಸಿ ನಲವತ್ತಕ್ಕೂ ಹೆಚ್ಚು ಕೃತಿಗಳ ಪ್ರಕಟನೆ. ಮಹಾತ್ಮ ಗಾಂಧಿ, ಶ್ರೀ ಅರವಿಂದರು, ವಿವೇಕಾನಂದರು ಸೇರಿ ಹಲವು ಚಿಂತಕರ ಆದರ್ಶಗಳ ಪ್ರಸಾರದಲ್ಲಿ ತೀವ್ರ ಆಸಕ್ತಿ. ಕನ್ನಡದಲ್ಲಿ ವಿವೇಕಾನಂದರ ಸಂಪೂರ್ಣ ಕೃತಿಗಳ ಸಂಗ್ರಹಾನುವಾದ. 1979ರಲ್ಲಿ ಕರ್ನಾಟಕ ಸಾಹಿತ್ಯ ಅಕಾಡೆಮಿ ಪ್ರಶಸ್ತಿ.

ಇತ್ತೀಚೆಗೆ 'ಬೇಡಿ ಕಳಚಿತು, ದೇಶ ಒಡೆಯಿತು' ಬೃಹತ್ ಗ್ರಂಥದ ರಚನೆ. ಪ್ರಸ್ತುತ ಎಂ.ಎಸ್. ಕೃಷ್ಣನ್ ಸ್ಮರಣ ಸಂಸ್ಥೆಯ ಅಧ್ಯಕ್ಷರು. ○

ಕೋಡೀಹಳ್ಳಿಯ ಜಮೀನುದಾರರು

ಪಾಟೀಲ ಪುಟ್ಟಪ್ಪ

ಹಾವೇರಿಯ ಕುರುಬಗೊಂಡದಲ್ಲಿ 1921ರಲ್ಲಿ ಜನನ. ಧಾರವಾಡದಲ್ಲಿ ವಿದ್ಯಾಭ್ಯಾಸ. ಪತ್ರಿಕೋದ್ಯಮ ಮತ್ತು ಸಾಹಿತ್ಯದಲ್ಲಿ ತೀವ್ರ ಆಸಕ್ತಿ. 1945ರಲ್ಲಿ ಪ್ರಥಮ ಕಥಾಸಂಕಲನ 'ಸಾವಿನ ಮೇಜವಾನಿ' ಪ್ರಕಟನೆ. 'ಪ್ರಪಂಚ' ವಾರಪತ್ರಿಕೆಯ ಸ್ಥಾಪಕ ಸಂಪಾದಕ. ರಾಜಕೀಯ ಬರಹಗಳು ಮತ್ತು ವ್ಯಕ್ತಿಚಿತ್ರಗಳ ರಚನೆಗೆ ಹೆಸರುವಾಸಿ. ಅಮೆರಿಕದ ವಿಶ್ವವಿದ್ಯಾನಿಲಯದಲ್ಲಿ ಪತ್ರಿಕೋದ್ಯಮ ಉನ್ನತ ಅಧ್ಯಯನ. ಹನ್ನೆರಡು ವರ್ಷಗಳ ಕಾಲ ರಾಜ್ಯಸಭಾ ಸದಸ್ಯರು. ಕನ್ನಡ ಕಾವಲು ಸಮಿತಿಯ ಅಧ್ಯಕ್ಷ. ಗೋಕಾಕ್ ಚಳವಳಿಯಲ್ಲಿ ಸಕ್ರಿಯ ಪಾತ್ರ. ಕನ್ನಡ ಸಾಹಿತ್ಯ ಸಮ್ಮೇಳನದ ಅಧ್ಯಕ್ಷತೆ. ರಾಜ್ಯೋತ್ಸವ ಪ್ರಶಸ್ತಿ, ಪತ್ರಿಕೋದ್ಯಮದಲ್ಲಿ ಸೇವೆಗಾಗಿ ಪ್ರತಿಷ್ಠಿತ 'ಟಿಎಸ್‌ಆರ್ ಪ್ರಶಸ್ತಿ' ಸೇರಿ ನಾಡಿನ ಹಲವು ಪುರಸ್ಕಾರಗಳು ಲಭ್ಯ. ಹಂಪಿಯ ಕನ್ನಡ ವಿಶ್ವವಿದ್ಯಾನಿಲಯದಿಂದ 'ನಾಡೋಜ' ಗೌರವ. ○

ಕಾಡು ಮಲ್ಲಿಗೆ

ವ್ಯಾಸರಾಯ ಬಲ್ಲಾಳ (1923-2008)

ಉಡುಪಿಯಲ್ಲಿ ಜನನ. 1944ರಲ್ಲಿ ಮುಂಬೈನ ತೈಲಸಂಸ್ಥೆ ಸೇರಿ ಉನ್ನತ ಅಧಿಕಾರಿಯಾಗಿ ಸೇವೆ ಸಲ್ಲಿಸಿ ನಿವೃತ್ತಿ. ಮುಂಬೈನಲ್ಲಿ ಕರ್ನಾಟಕ ಸಂಘದ ಅಧ್ಯಕ್ಷರಾಗಿ ವಿವಿಧ ಚಟುವಟಿಕೆಯ ಮೂಲಕ ಕನ್ನಡ ಸಂಸ್ಕೃತಿಯ ಪ್ರಸಾರದಲ್ಲಿ ಪ್ರಮುಖ ಪಾತ್ರ. ಅಲ್ಲಿನ 'ನುಡಿ' ಕನ್ನಡ ಸಾಪ್ತಾಹಿಕದ ಸಂಪಾದಕರಾಗಿ ಹಲವು ಬರಹಗಾರರಿಗೆ ಒತ್ತಾಸೆ. ಕನ್ನಡದಲ್ಲಿ ಆಧುನಿಕ ನಗರ ಪ್ರಜ್ಞೆಯ ವಸ್ತುಗಳಲ್ಲಿ ಗದ್ಯಸಾಹಿತ್ಯ ರಚಿಸಿದ ಮುಖ್ಯ ಲೇಖಕ. 'ಅನುರಕ್ತೆ', 'ಹೇಮಂತಗಾನ', 'ಉತ್ತರಾಯಣ' ಪ್ರಸಿದ್ಧ ಕಾದಂಬರಿಗಳು. 'ವಾತ್ಸಲ್ಯಪಥ' ಚಲನಚಿತ್ರವಾದ ಕಾದಂಬರಿ. ಕಾರ್ಮಿಕ ಸಂಘರ್ಷದ ವಸ್ತುವಿರುವ 'ಬಂಡಾಯ' ಕಾದಂಬರಿಗೆ ಕೇಂದ್ರ ಸಾಹಿತ್ಯ ಪ್ರಶಸ್ತಿಯ ಗೌರವ ಸೇರಿ ಹಲವಾರು ಪ್ರಶಸ್ತಿಗಳಿಗೆ ಪಾತ್ರ. ○

ಸಮಸ್ಯೆಯ ಮಗು

ತ್ರಿವೇಣಿ (1928-1963)

ತ್ರಿವೇಣಿ– ಲೇಖಕಿ ಅನಸೂಯಾ ಶಂಕರ್ ಅವರ ಕಾವ್ಯನಾಮ. ಜನ್ಮಸ್ಥಳ ಮೈಸೂರು. ಪದವಿಯಲ್ಲಿ ಮನಶ್ಶಾಸ್ತ್ರವನ್ನು ಓದಿದ ನಂತರ ಮನುಷ್ಯರ

ವರ್ತನೆಗಳ ಬಗ್ಗೆ ಬರೆಯುವ ಆಸಕ್ತಿ ತಳೆದರು. ಮನೋವೈಜ್ಞಾನಿಕ ಹಿನ್ನೆಲೆಯ ವಸ್ತುಗಳನ್ನು ಆಯ್ದುಕೊಂಡು ಕನ್ನಡದಲ್ಲಿ ಕಾದಂಬರಿಗಳನ್ನು ಬರೆದ ಮೊದಲಿಗರು. ಜಟಿಲ ವಸ್ತುವಿನ ಸರಳ ನಿರ್ವಹಣೆಯ ಶೈಲಿ ಓದುಗರ ಮೆಚ್ಚುಗೆ ಗಳಿಸಿತು. 'ಹೂವು ಹಣ್ಣು', 'ಅಪಸ್ವರ', 'ಅಪಜಯ', 'ಮುಚ್ಚಿದ ಬಾಗಿಲು' 'ಬೆಕ್ಕಿನ ಕಣ್ಣು', 'ಕೀಲುಗೊಂಬೆ' ಸೇರಿದಂತೆ ಹಲವು ಕಾದಂಬರಿಗಳು ಬಹಳ ಜನಪ್ರಿಯ. 'ಶರಪಂಜರ' ಚಲನಚಿತ್ರವಾಗಿ ಯಶಸ್ಸು ಗಳಿಸಿತು. ಸಾಮಾಜಿಕ ವ್ಯವಸ್ಥೆಯಲ್ಲಿ ಸಿಕ್ಕಿ ನರಳುವ ಮಹಿಳೆಯರ ಮನದಾಳದ ಸಮಸ್ಯೆಗಳಿಗೆ ಕೊಟ್ಟ ಆದ್ಯತೆ ಮುಂದೆ ಹಲವಾರು ಲೇಖಕಿಯರಿಗೆ ದಿಕ್ಸೂಚಿಯಾಯಿತು. ❍

ಮಣ್ಣು ದಿಬ್ಬದ ಮೇಲೆ

ಅನುಪಮಾ ನಿರಂಜನ (1934-1991)

ಮೂಲ ಹೆಸರು ವೆಂಕಟಲಕ್ಷ್ಮಿ. ಬರಹಕ್ಕಾಗಿ ಅನುಪಮಾ ಎಂಬ ಹೆಸರು. ಜನಿಸಿದ್ದು ತೀರ್ಥಹಳ್ಳಿಯಲ್ಲಿ. ಮೂಲಸ್ಥಳ ದೊಡ್ಡಬಳ್ಳಾಪುರ. ಮೈಸೂರಿನಲ್ಲಿ ವೈದ್ಯಕೀಯ ವಿದ್ಯಾಭ್ಯಾಸ. ಜನಪ್ರಿಯ ವೈದ್ಯೆ ಮತ್ತು ಜನಪ್ರಿಯ ಲೇಖಕಿ. ಜತೆಗೆ ಖ್ಯಾತ ವೈದ್ಯ ಸಾಹಿತಿ. ಕಥೆ, ಕಾದಂಬರಿಗಳ ಸೃಜನಶೀಲ ಸಾಹಿತ್ಯ ಮತ್ತು ವೈದ್ಯ ಸಾಹಿತ್ಯ ಎರಡರಲ್ಲೂ ವಿಸ್ತಾರವಾದ ಬರವಣಿಗೆ. 'ಎಳೆ', 'ಮಾಧವಿ', 'ಕೊಳಚೆಕೊಂಪೆಯ ದಾನಿಗಳು' ಪ್ರಮುಖ ಕಾದಂಬರಿಗಳು. 'ಕಣ್ಮಣಿ', 'ರೂವಾರಿಯ ಲಕ್ಷ್ಮಿ', 'ಪುಷ್ಪಕ' ಮುಖ್ಯ ಕಥಾ ಸಂಕಲನಗಳು. 'ದಿನಕ್ಕೊಂದು ಕಥೆ' ಅತ್ಯಂತ ಜನಪ್ರಿಯವಾದ ಮಕ್ಕಳ ಕಥಾ ಸಂಪುಟಗಳು. 'ತಾಯಿ–ಮಗು', 'ಕೇಳು ಕಿಶೋರಿ', 'ದಾಂಪತ್ಯ ದೀಪಿಕೆ', 'ಸ್ತ್ರೀ ಸ್ವಾಸ್ಥ್ಯ ಸಂಹಿತೆ' ಮುಂತಾದುವು ಸರಳ ಕನ್ನಡದಲ್ಲಿ ರಚಿಸಿದ ಆರೋಗ್ಯ ವಿಜ್ಞಾನ ಕೃತಿಗಳು. 1978ರಲ್ಲಿ ಸೋವಿಯೆತ್ ಲ್ಯಾಂಡ್ ನೆಹರು ಪ್ರಶಸ್ತಿ, ಕರ್ನಾಟಕ ಸಾಹಿತ್ಯ ಅಕಾಡೆಮಿ ಪ್ರಶಸ್ತಿ, ರಾಜ್ಯೋತ್ಸವ ಪ್ರಶಸ್ತಿ ಹೀಗೆ ಹಲವಾರು ಪ್ರಶಸ್ತಿ ಮನ್ನಣೆಗಳಿಗೆ ಪಾತ್ರರಾದ ಬರಹಗಾರ್ತಿ. ❍

ಹನುಮಾಪುರದಲ್ಲಿ ಹನುಮಜಯಂತಿ

ವೀಣಾ ಶಾಂತೇಶ್ವರ

1945ರಲ್ಲಿ ಧಾರವಾಡದಲ್ಲಿ ಜನನ. 1968ರಲ್ಲಿ 'ಮುಳ್ಳುಗಳು' ಕಥಾಸಂಕಲನ ಪ್ರಕಟ. ಪ್ರಧಾನವಾಗಿ ಸ್ತ್ರೀಪರ – ಕಾಳಜಿಯ ಬರಹಗಾರ್ತಿ. ಸುಮಾರು ಹನ್ನೆರಡು ಕೃತಿಗಳನ್ನು ಬರೆದಿದ್ದಾರೆ. ಇವರ ಕಥೆಗಳು ಹೆಚ್ಚಿನ ಭಾರತೀಯ ಭಾಷೆಗಳಲ್ಲಿ ಅನುವಾದಗೊಂಡಿವೆ. ವಿದ್ಯಾರ್ಥಿಜೀವನದುದ್ದಕ್ಕೂ ಪ್ರಶಸ್ತಿ, ಪದಕಗಳು, ಶಿಷ್ಯವೇತನ ಲಭಿಸಿವೆ. ಎಂ. ಎ. ಪದವೀಧರೆ. ಸುಮಾರು 39 ವರ್ಷ ಇಂಗ್ಲಿಷ್ ರೀಡರ್, ಉಪನ್ಯಾಸಕಿ, ಪ್ರಾಚಾರ್ಯರಾಗಿ ಧಾರವಾಡದ ಕರ್ನಾಟಕ ಕಲಾ ಮಹಾವಿದ್ಯಾನಿಲಯದಲ್ಲಿ ವಿವಿಧ ಹುದ್ದೆಗಳಲ್ಲಿ ಸೇವೆ.

ಕರ್ನಾಟಕ ವಿ.ವಿ.ಯಲ್ಲಿ ಪಠ್ಯಪುಸ್ತಕ ಸಮಿತಿಯಲ್ಲಿ, ಸಲಹಾ ಮಂಡಲಿಗಳಲ್ಲೂ ಕಾರ್ಯ ನಿರ್ವಹಿಸಿದ್ದಾರೆ. ಕರ್ನಾಟಕ ಸರಕಾರದ ಪ್ರತಿಷ್ಠಿತ "ದಾನ ಚಿಂತಾಮಣಿ" ಪ್ರಶಸ್ತಿಯೂ ಸೇರಿದಂತೆ ಇನ್ನಿತರ ಅನೇಕ ಪ್ರಶಸ್ತಿ ಗೌರವಗಳನ್ನು ಅವರಿಗೆ ನೀಡಲಾಗಿದೆ. ❍

ನಲ್ಲಿಯಲ್ಲಿ ನೀರು ಬಂದಿತು!!!

ಕೆ. ಸದಾಶಿವ (1933-1971)

ಕೊಪ್ಪದಲ್ಲಿ ಜನನ. ಮೈಸೂರು ವಿಶ್ವವಿದ್ಯಾನಿಲಯದಲ್ಲಿ ಅಧ್ಯಾಪನ. 'ನಲ್ಲಿಯಲ್ಲಿ ನೀರು ಬಂತು' ಪ್ರಥಮ ಕಥಾ ಸಂಕಲನದಿಂದಲೇ ಸಾಹಿತ್ಯ ಲೋಕದ ಗಮನ ಸೆಳೆದರು. ಸಣ್ಣ ಕಥೆಗಳ ಸಾಹಿತ್ಯಕ ಶಿಸ್ತು ಮೀರದ ಸರಳ ಶೈಲಿಯ ಬರವಣಿಗೆ ಇವರ ಸಾಧನೆ. 'ನಲ್ಲಿಯಲ್ಲಿ ನೀರು ಬಂತು' ಹೆಸರಿನ ಕಥೆ ಹಲವು ಭಾಷೆಗಳಿಗೆ ಅನುವಾದವಾಯಿತು; ಅಲ್ಲದೆ ಕಿರು ಚಲನಚಿತ್ರವಾಗಿತ್ತು. 'ಅಪರಿಚಿತರು' ಕಥಾ ಸಂಕಲನದ 'ರಾಮನ ಸವಾರಿ ಸಂತೆಗೆ ಹೋದದ್ದು' ಎಂಬ ಕಥೆ ಬಹಳ ಪ್ರಸಿದ್ಧ. ಸದಾಶಿವರ 'ಆಯ್ದ ಕಥೆಗಳು', ಕೂಡ ಪ್ರಕಟವಾಗಿದೆ. ❍

ಕುರುಡು ಕಾಂಚಾಣ

ಪಿ. ಲಂಕೇಶ್ (1935-2000)

ಶಿವಮೊಗ್ಗದ ಕೊನಗವಳ್ಳಿಯಲ್ಲಿ ಜನನ. ಬೆಂಗಳೂರು, ಮೈಸೂರುಗಳಲ್ಲಿ ವಿದ್ಯಾಭ್ಯಾಸ. ಸೆಂಟ್ರಲ್ ಕಾಲೇಜಿನ ಇಂಗ್ಲಿಷ್ ವಿಭಾಗದಲ್ಲಿ ಅಧ್ಯಾಪನ. 1963ರಲ್ಲಿ ಮೊದಲ ಕಥಾ ಸಂಕಲನ ಪ್ರಕಟನೆ. ಸಣ್ಣ ಕಥೆ, ನಾಟಕ, ಕಾದಂಬರಿ, ಕಾವ್ಯ, ಅನುವಾದ–ಎಲ್ಲ ಪ್ರಕಾರಗಳಲ್ಲೂ ಗಮನಾರ್ಹ ಯಶಸ್ಸು. ಕನ್ನಡದ ಅತ್ಯಂತ ಸೃಜನಶೀಲ ಪ್ರತಿಭೆಯ ಲೇಖಕರಲ್ಲಿ ಒಬ್ಬರೆಂದು ಪ್ರಖ್ಯಾತಿ. ಕನ್ನಡದ ಹೊಸ ಅಲೆಯ ಚಲನಚಿತ್ರ ಚಳವಳಿಯಲ್ಲೂ ಪ್ರಮುಖ ಪಾತ್ರ. ಲಂಕೇಶ್ ನಿರ್ದೇಶಿಸಿದ 'ಪಲ್ಲವಿ' ಚಿತ್ರಕ್ಕೆ ರಾಷ್ಟ್ರಮಟ್ಟದಲ್ಲಿ ಮನ್ನಣೆ. ಅನಂತರ 'ಅನುರೂಪ', 'ಎಲ್ಲಿಂದಲೋ ಬಂದವರು' ಚಿತ್ರಗಳಿಗೆ ನಿರ್ದೇಶನ. 'ಹುಳಿಮಾವಿನಮರ' ಆತ್ಮ ಕಥಾನಕ. 'ಲಂಕೇಶ್ ಪತ್ರಿಕೆ' ವಾರಪತ್ರಿಕೆಯ ಸ್ಥಾಪಕ ಸಂಪಾದಕರಾಗಿ ಪತ್ರಿಕೋದ್ಯಮದಲ್ಲೂ ಅಪಾರ ಯಶಸ್ಸು. ಕರ್ನಾಟಕ ಸಾಹಿತ್ಯ ಅಕಾಡೆಮಿ, ಕೇಂದ್ರ ಸಾಹಿತ್ಯ ಅಕಾಡೆಮಿಗಳ ಪ್ರಶಸ್ತಿ ಸೇರಿ ಹಲವು ಗೌರವಗಳಿಗೆ ಪಾತ್ರರಾದ ಸತ್ವಯುತ ಲೇಖಕ. ❍

ಪ್ರಕೃತಿ

ಯು. ಆರ್. ಅನಂತಮೂರ್ತಿ

ಶಿವಮೊಗ್ಗ ಜಿಲ್ಲೆಯ ತೀರ್ಥಹಳ್ಳಿಯ ಮೇಳಿಗೆಯಲ್ಲಿ 1932ರಲ್ಲಿ ಜನನ. ಮೈಸೂರು ವಿಶ್ವವಿದ್ಯಾನಿಲಯದಲ್ಲಿ ಇಂಗ್ಲಿಷ್ ಸಾಹಿತ್ಯದಲ್ಲಿ ಎಂ.ಎ. ಪದವಿ

ನಂತರ ಅಧ್ಯಾಪನ. ಬರ್ಮಿಂಗ್ ಹ್ಯಾಂ ವಿಶ್ವವಿದ್ಯಾನಿಲಯದಿಂದ ಪಿಎಚ್.ಡಿ. ಗಳಿಕೆ. ಪ್ರಾಧ್ಯಾಪಕರಾಗಿ, ಕೇರಳದ ಗಾಂಧೀ ವಿಶ್ವವಿದ್ಯಾನಿಲಯದ ಕುಲಪತಿಯಾಗಿ, ದೇಶವಿದೇಶಗಳ ವಿವಿಧ ವಿಶ್ವವಿದ್ಯಾನಿಲಯಗಳ ಸಂದರ್ಶಕ ಪ್ರಾಧ್ಯಾಪಕರಾಗಿ ಶೈಕ್ಷಣಿಕರಂಗದಲ್ಲಿ ಸೇವೆ. 1954ರಲ್ಲಿ ಪ್ರಥಮ ಕಥಾಸಂಕಲನ 'ಎಂದೆಂದೂ ಮುಗಿಯದ ಕಥೆ' ಪ್ರಕಟನೆ. 'ಸಂಸ್ಕಾರ', 'ಭಾರತೀಪುರ', 'ಅವಸ್ಥೆ' ಕಾದಂಬರಿಗಳು. 'ಸಂಸ್ಕಾರ' ಹೊಸಅಲೆಯ ಪ್ರಥಮ ಪ್ರಯೋಗಾತ್ಮಕ ಚಲನಚಿತ್ರವಾಗಿಯೂ ಪ್ರಸಿದ್ಧ. ಜ್ಞಾನಪೀಠ ಪ್ರಶಸ್ತಿಯ ಗೌರವ. ತುಮಕೂರಿನಲ್ಲಿ ನಡೆದ ಕನ್ನಡ ಸಾಹಿತ್ಯ ಸಮ್ಮೇಳನದ ಅಧ್ಯಕ್ಷತೆ. ಕೇಂದ್ರ ಸಾಹಿತ್ಯ ಅಕಾಡೆಮಿ ಪ್ರಶಸ್ತಿ ಸೇರಿ ದೇಶದಾದ್ಯಂತ ಹಲವಾರು ಉನ್ನತ ಪ್ರಶಸ್ತಿಗಳಿಗೆ ಪಾತ್ರವಾದ ಸೃಜನಶೀಲತೆ. ಕನ್ನಡದ ಅತ್ಯಂತ ಚಿಂತನಶೀಲ ಲೇಖಕರಾಗಿ ಪ್ರಸಿದ್ಧ. ○

ಹೊಲತಿಯ ಹಾಳು

ಕ. ವೆಂ. ರಾಜಗೋಪಾಲ

ಕಟ್ಟೇಪುರ ಎಂಬ ಗ್ರಾಮದಲ್ಲಿ 1924ರಲ್ಲಿ ಜನನ. ಕನ್ನಡ ಸಾಹಿತ್ಯದ ಪ್ರಾಧ್ಯಾಪಕರಾಗಿ ಮತ್ತು ಎಂಇಎಸ್ ಸಂಜೆ ಕಾಲೇಜಿನ ಪ್ರಾಂಶುಪಾಲರಾಗಿ, ಬೆಂಗಳೂರು ವಿಶ್ವವಿದ್ಯಾನಿಲಯದ ಸಂಗೀತ ನಾಟಕ ವಿಭಾಗದ ನಿರ್ದೇಶಕರಾಗಿ ನಿವೃತ್ತರು. ಕಥೆ, ಕವನ, ವಿಮರ್ಶೆ, ನಾಟಕ ರಚನೆಯಲ್ಲಿ ಯಶಸ್ಸು 'ನದಿಯ ಮೇಲಿನ ಗಾಳಿ' ಖ್ಯಾತ ಕವನ ಸಂಕಲನ. 'ಎಣಿಸದ ಹಣ', 'ರಾಗಜಯಂತಿ', 'ಅನಾಥ ಮೇಷ್ಟರ ಸ್ವಗತ' ಕಥಾಸಂಕಲನಗಳು. 'ಇಪ್ಪತ್ತೈದು ಏಕಾಂಕಗಳು' ಸಂಪಾದಿತ ಕೃತಿ. 'ಕಲ್ಯಾಣದ ಕೊನೆಯ ದಿನಗಳು' ಬಹಳ ಜನಪ್ರಿಯ ನಾಟಕ. ಕರ್ನಾಟಕ ಸಾಹಿತ್ಯ ಅಕಾಡೆಮಿ ಪ್ರಶಸ್ತಿ ಸೇರಿ ಹಲವು ಮನ್ನಣೆಗಳಿಗೆ ಪಾತ್ರ. ○

ಮಾರಿಕೊಂಡವರು

ದೇವನೂರ ಮಹಾದೇವ

ಮೈಸೂರು ಜಿಲ್ಲೆಯ ನಂಜನಗೂಡು ತಾಲ್ಲೂಕಿನ ದೇವನೂರಿನಲ್ಲಿ 1949ರಲ್ಲಿ ಜನನ. ಮೈಸೂರು ವಿಶ್ವವಿದ್ಯಾನಿಲಯದಿಂದ ಎಂ. ಎ. ಪದವಿ. ನಂತರ ಭಾರತೀಯ ಭಾಷಾ ಕೇಂದ್ರದಲ್ಲಿ ಕೆಲಕಾಲ ಉದ್ಯೋಗ. ಅದನ್ನು ತ್ಯಜಿಸಿ ಹಳ್ಳಿಯಲ್ಲಿ ಕೃಷಿಕನಾಗಿ ಜೀವನ. ಕನ್ನಡದ ಪ್ರಮುಖ ದಲಿತ ಲೇಖಕ ಮತ್ತು ಚಿಂತಕ. ದಲಿತ ಸಂಘರ್ಷ ಸಮಿತಿಯ ಸ್ಥಾಪನೆಯಲ್ಲಿ ಪ್ರಧಾನ ಪಾತ್ರ. 'ದೇವನೂರು', 'ಒಡಲಾಳ', 'ಕುಸುಮಬಾಲೆ' ಪ್ರಮುಖ ಸಾಹಿತ್ಯ ಕೃತಿಗಳು. ಅಮೆರಿಕದಲ್ಲಿ ನಡೆದ ಅಂತರರಾಷ್ಟ್ರೀಯ ಬರಹಗಾರರ ಕಾರ್ಯಕ್ರಮದಲ್ಲಿ ಪ್ರತಿನಿಧಿ. 'ಕುಸುಮಬಾಲೆ' ಕೃತಿಗೆ ಕೇಂದ್ರ ಸಾಹಿತ್ಯ ಅಕಾಡೆಮಿಯ ಪ್ರಶಸ್ತಿ ಗೌರವ. ಕರ್ನಾಟಕ ರಾಜ್ಯೋತ್ಸವ ಪ್ರಶಸ್ತಿ ಹಾಗೂ

ಇತ್ತೀಚೆಗೆ ಪದ್ಮಶ್ರೀ ಪ್ರಶಸ್ತಿಯನ್ನು ನೀಡಿ ಗೌರವಿಸಲಾಗಿದೆ. ಸಾಮಾಜಿಕ-ರಾಜಕೀಯ ಚಳವಳಿಗಳಲ್ಲಿ ಸತತ ಕ್ರಿಯಾಶೀಲ. ○

ರಾಜಮಾ

ಶಿವೇಶ್ವರ ದೊಡ್ಡಮನಿ (1925-1950)

ಧಾರವಾಡ ಜಿಲ್ಲೆಯ ನವಿಲೂರಿನಲ್ಲಿ ಜನನ. ಕವಿ, ಕಥೆಗಾರ. ಜಾನಪದ ಸಾಹಿತ್ಯದಲ್ಲಿ ವಿಶೇಷ ಆಸಕ್ತಿ. 'ನವಿಲೂರು ಮನೆಯಿಂದ' ಕವನಗಳ ಸಂಗ್ರಹ. 1947–48ರಲ್ಲಿ ಹುಬ್ಬಳ್ಳಿಯಿಂದ ಪ್ರಕಟವಾಗುತ್ತಿದ್ದ ಕಮ್ಯುನಿಸ್ಟ್ ಸಾಪ್ತಾಹಿಕ 'ಜನಶಕ್ತಿ'ಯ ಸಹಸಂಪಾದಕ. ಅಂದು ಲೇಖಕ ನಿರಂಜನ ಮತ್ತು ಮಂಗಳೂರಿನ ಕೆ. ಸದಾಶಿವ ಅವರ ನಿಕಟವರ್ತಿ. ಚಿಕ್ಕವಯಸ್ಸಿನಲ್ಲೇ ವಿಷಮಶೀತ ಜ್ವರದಿಂದ ಅಕಾಲ ಮರಣ. ○

ಮುನಿಸಾಮಿಯ ವಾಲಗ !

ಅನಂತ ಪದ್ಮನಾಭ ಸೋಗಾಲ (1923-1947)

1940ರ ದಶಕದ ಭರವಸೆಯ ಯುವ ಕಥೆಗಾರ. ಎಂಜಿನಿಯರಿಂಗ್ ಪದವೀಧರ. ಮಾರ್ಕ್ಸ್‌ವಾದದಿಂದ ಪ್ರಭಾವಿತರಾಗಿ ಸಾಮಾಜಿಕ ಸಂಗತಿಗಳ ಬಗ್ಗೆ ಕಥೆ ಬರೆಯುವ ಆಸಕ್ತಿ. ಪುಣೆಯಲ್ಲಿ ಕಾರ್ಯನಿರತರಾಗಿದ್ದಾಗ ನದಿ ದಾಟುವ ವೇಳೆ ಅಪಮೃತ್ಯುವಿಗೆ ತುತ್ತಾದರು. ○

"ಎಣ್ಣೆ ! ಚಿಮಿಣಿ ಎಣ್ಣೆ !"

ನಿರಂಜನ (1924-1991)

ಕುಳಕುಂದ ಶಿವರಾಯ ಎನ್ನುವುದು ಮೊದಲಿನ ಹೆಸರು. ಬರವಣಿಗೆಗೆ ಇಟ್ಟುಕೊಂಡ ಹೆಸರು ನಿರಂಜನ. ಹುಟ್ಟೂರು ಕುಳಕುಂದ. ಸುಳ್ಯ, ಕಾಪುಗಳಲ್ಲಿ ವಿದ್ಯಾಭ್ಯಾಸ. ಎಡಪಂಥೀಯ ವಿಚಾರಧಾರೆಯಿಂದ ಆಕರ್ಷಿತರಾಗಿ ಭೂಗತ ಚಟುವಟಿಕೆ. ಕನ್ನಡದ ಪ್ರಗತಿಶೀಲ ಸಾಹಿತ್ಯ ಚಳವಳಿಯಲ್ಲಿ ಪ್ರಮುಖ ಪಾತ್ರ. ಪತ್ರಿಕೆಗಳಲ್ಲಿ ಜನಪ್ರಿಯ ಅಂಕಣಕಾರ. ನೂರಾರು ಸಣ್ಣ ಕಥೆಗಳಲ್ಲದೆ, 'ವಿಮೋಚನೆ', 'ಮೃತ್ಯುಂಜಯ', 'ಬನಶಂಕರಿ', 'ರಂಗಮ್ಮನ ವಠಾರ', 'ಅಭಯ', 'ಚಿರಸ್ಮರಣೆ' ಮುಂತಾದ ಪ್ರಸಿದ್ಧ ಕಾದಂಬರಿಗಳ ವಿಸ್ತಾರವಾದ ಸೃಜನಶೀಲ ಬರವಣಿಗೆ. ಮ್ಯಾಕ್ಸಿಂ ಗೋರ್ಕಿಯ ಪ್ರಸಿದ್ಧ ಕಾದಂಬರಿ 'ತಾಯಿ' ಯನ್ನು ಇವರು ಕನ್ನಡಕ್ಕೆ ತಂದಿದ್ದಾರೆ. ಕೆಲವು ಕೃತಿಗಳು ದೇಶವಿದೇಶಗಳ ಭಾಷೆಗಳಿಗೆ ಅನುವಾದಗೊಂಡಿವೆ. ಏಳು ಸಂಪುಟಗಳ ಕಿರಿಯರ ವಿಶ್ವಕೋಶ 'ಜ್ಞಾನಗಂಗೋತ್ರಿ'ಯ ಮತ್ತು ಇಪ್ಪತ್ತೈದು ಸಂಪುಟಗಳ 'ವಿಶ್ವಕಥಾಕೋಶ'ದ ಪ್ರಧಾನ ಸಂಪಾದಕರಾಗಿ ಅದ್ಭುತ ರೀತಿಯ ಕಾರ್ಯ ನಿರ್ವಹಣೆ. ಸೋವಿಯತ್ ಲ್ಯಾಂಡ್ ನೆಹರೂ ಪ್ರಶಸ್ತಿ ಸೇರಿ ಅನೇಕ ಪ್ರತಿಷ್ಠಿತ ಗೌರವಗಳಿಗೆ ಪಾತ್ರರಾದ ಉಜ್ವಲ ಪ್ರತಿಭೆಯ ಕನ್ನಡ ಲೇಖಕ. ○

ವಿಶೇಷ ಕೃತಜ್ಞತೆ

1. 'ಟಾಲ್‌ಸ್ಟಾಯ್ ಮಹರ್ಷಿಯ ಭೂರ್ಜವೃಕ್ಷಗಳು' ಕಥೆಯನ್ನು ಈ ಸಂಪುಟದಲ್ಲಿ ಮುದ್ರಿಸಲು ಗೌರವಧನ ಸ್ವೀಕರಿಸದೆಯೇ ಅನುಮತಿ ನೀಡಿದ ಶ್ರೀ ಮಾಸ್ತಿ ವೆಂಕಟೇಶ ಅಯ್ಯಂಗಾರ್ ಅವರಿಗೆ...

2. ತಮ್ಮ ತಂದೆ ದಿವಂಗತ ಶಿವೇಶ್ವರ ದೊಡ್ಡಮನಿ ಅವರ 'ರಾಜಮಾ' ಕಥೆಯನ್ನು ಇಲ್ಲಿ ಬಳಸಿಕೊಳ್ಳಲು ಗೌರವ ಧನ ಪಡೆಯದೆಯೇ ಅನುಮತಿ ಇತ್ತ ಶ್ರೀ ರವಿ ದೊಡ್ಡಮನಿ ಅವರಿಗೆ ; ಅನುಮತಿ ಪತ್ರವನ್ನು ತಲಪಿಸಿದ ಶ್ರೀ ಈಶ್ವರ ಬಳ್ಳೂರ ಅವರಿಗೆ–

3. ಇಲ್ಲಿರುವ ಬಿಡಿ ಕಥೆಗಳನ್ನು ಪುಸ್ತಕಗಳಲ್ಲೋ ನಿಯತಕಾಲಿಕೆಗಳಲ್ಲೋ ಮೊದಲ ಬಾರಿ ಪ್ರಕಟಿಸಿದ ಪ್ರಕಾಶಕರಿಗೆ / ಸಂಪಾದಕರಿಗೆ–

ನವಕರ್ನಾಟಕದ ವಿಶೇಷ ಕೃತಜ್ಞತೆ ಸಲ್ಲುತ್ತದೆ.